ಗರ್ಭ ಸಂಸ್ಕಾರ

ಗರ್ಭಾವಸ್ಥೆಯ ಅದ್ಭುತ ಪಯಣ

ಜ್ಞಾನ, ವಿಜ್ಞಾನ ಮತ್ತು ಆಧುನಿಕ ತಿಳುವಳಿಕೆಯ ಪ್ರತಿಬಿಂಬ

A Happy Thoughts Initiative

ಗರ್ಭ ಸಂಸ್ಕಾರ

ಗರ್ಭಾವಸ್ಥೆಯ ಅದ್ಭುತ ಪಯಣ

By Wow Publishings Pvt. Ltd.

Translated by Seema Kanchibail

First Edition : November 2024

Publisher : WOW Publishings Pvt. Ltd.

Printer : Trinity Academy for Corporate Taining Ltd., Pune

ISBN : 978-93-90132-79-9

This book is a kannada translation of the original hindi book-
'Garbha Sanskar- Amazing Journey of Pregnancy'.

Pages : 194
Price : ₹250/-

GARBHA SANSKARA

GARBHAVASTHEYA ADBHUTA PAYANA

ಈ ಪುಸ್ತಕವು
ಸಮರ್ಪಿತವಾಗಿದೆ ಆ ಎಲ್ಲ
ಮಾತೆಯರಿಗೆ ಯಾರು
ಗರ್ಭಸಂಸ್ಕಾರವನ್ನು ಗ್ರಹಣ
ಮಾಡಿ, ತಮ್ಮ ನಡುವಳಿಕೆಯಲ್ಲಿ
ಅದನ್ನು ಅಳವಡಿಸಿಕೊಂಡು
ಪೃಥ್ವಿಯ ಮೇಲೆ ಸಂತ-
ಸಂತಾನಗಳ ಆಗಮನಕ್ಕಾಗಿ
ಕಾರಣರಾದರು

ವಿಷಯ ಸೂಚಿ

ಸೂಚನೆ (Disclaimer)

* ಈ ಪುಸ್ತಕವನ್ನು ಮಾನಸಿಕವಾಗಿ, ಸೈದ್ಧಾಂತಿಕವಾಗಿ ಮತ್ತು ಆಧ್ಯಾತ್ಮಿಕವಾಗಿ ಗರ್ಭಾವಸ್ಥೆಯ ಸಂಸ್ಕಾರವನ್ನು ಅರ್ಥಮಾಡಿಕೊಳ್ಳಲು ಮತ್ತು ಈ ವಿಷಯದ ಬಗ್ಗೆ ಅರಿವು ಮೂಡಿಸಲು ಪ್ರಕಟಿಸಲಾಗಿದೆ. ಆದ್ದರಿಂದ, ಮೊದಲನೆಯದಾಗಿ ಅದನ್ನು ಸಂಪೂರ್ಣವಾಗಿ ಓದಿ ಮತ್ತು ಅರ್ಥಮಾಡಿಕೊಳ್ಳಿ.

* ಈ ಪುಸ್ತಕವು ಯಾವುದೇ ದೈಹಿಕ ಕಾಯಿಲೆಯನ್ನು ಗುಣಪಡಿಸುತ್ತದೆ ಎಂಬ ಭರವಸೆ ನೀಡುವುದಿಲ್ಲ. ನೀವು ಪ್ರಸ್ತುತ ಯಾವುದೇ ಕಾಯಿಲೆಯಿಂದ ಬಳಲುತ್ತಿದ್ದರೆ, ನೀವು ಈ ಪುಸ್ತಕದ ಸಹಾಯವನ್ನು ತೆಗೆದುಕೊಳ್ಳಬಹುದು ಆದರೆ ಖಂಡಿತವಾಗಿಯೂ ನಿಮ್ಮ ವೈದ್ಯರನ್ನು ಸಂಪರ್ಕಿಸಿ, ನಂತರ ಸರಿಯಾದ ಸಲಹೆಯಂತೆ ಚಿಕಿತ್ಸೆಯನ್ನು ಪ್ರಾರಂಭಿಸಿ.

* ಪುಸ್ತಕದಲ್ಲಿ ನೀಡಲಾದ ಚಿಕಿತ್ಸೆಗಳಿಂದಷ್ಟೇ ನೀವು ನೂರಕ್ಕೆ ನೂರರಷ್ಟು ಪ್ರಯೋಜನವನ್ನು ಪಡೆಯಬಹುದು ಎಂದು ಈ ಪುಸ್ತಕದಲ್ಲಿ ಹೇಳಲಾಗಿಲ್ಲ, ಬದಲಿಗೆ ನೀವು ನಿಯಮಿತವಾಗಿ ಸೇವಿಸುವ ಯಾವುದೇ ಔಷಧಿಗಳ ಪ್ರಮಾಣವನ್ನು ಹೆಚ್ಚಿಸಲು ಅಥವಾ ಕಡಿಮೆ ಮಾಡಲು ನೀವು ವೈದ್ಯರನ್ನು ಸಂಪರ್ಕಿಸಬೇಕು.

* ಈ ಪುಸ್ತಕದಲ್ಲಿ ಮುದ್ರಿಸಲಾದ ಮಾಹಿತಿಯನ್ನು ಸರಿಯಾದ ಮತ್ತು ನಿಖರವಾದ ರೂಪದಲ್ಲಿ ಪ್ರಕಟಿಸಲು ಪ್ರಕಾಶಕರು ಸಾಧ್ಯವಿರುವ ಎಲ್ಲ ಪ್ರಯತ್ನಗಳನ್ನು ಮಾಡಿದ್ದಾರೆ. ಆದಾಗ್ಯೂ, ಸಂಪಾದನೆ ಅಥವಾ ಮುದ್ರಣದಲ್ಲಿ ದೋಷಗಳು, ಲೋಪಗಳು ಅಥವಾ ನಿರ್ಲಕ್ಷ್ಯಗಳಿಗೆ ಲೇಖಕರು ಅಥವಾ ಪ್ರಕಾಶಕರು ಜವಾಬ್ದಾರರಾಗಿರುವುದಿಲ್ಲ.

ಪ್ರಾಸ್ತಾವನೆ

ಈ ಕಥೆ ಎಲ್ಲವನ್ನೂ ಹೇಳುತ್ತದೆ

ಒಂದು ಊರಿನಲ್ಲಿ ಒಬ್ಬ ರೈತನಿದ್ದನು. ತನ್ನದೇ ಸ್ವಂತ ಹೊಲದಲ್ಲಿ ಬಿತ್ತಿ ಬೆಳೆದು ಜೀವನ ಸಾಗಿಸುತ್ತಿದ್ದನು. ಆದರೆ ಹಲವು ವರ್ಷಗಳಿಂದ ಅವನು ಎಷ್ಟೇ ಕಷ್ಟಪಟ್ಟರೂ, ಸರಿಯಾದ ಬೆಳೆ ಬರುತ್ತಿರಲಿಲ್ಲ. ಆದರೆ ಅವನ ಅಕ್ಕಪಕ್ಕದ ಹೊಲದ ರೈತ ಮಿತ್ರರು ತುಂಬಾ ಚೆನ್ನಾಗಿ ಬೆಳೆ ಬೆಳೆಯುತ್ತಿದ್ದರು. ಹೀಗಿರುವಾಗ ಪ್ರತಿವರ್ಷದಂತೆ ಈ ವರ್ಷವೂ, ಅವನು ತನ್ನ ಸಹ ರೈತ ಮಿತ್ರರೊಂದಿಗೆ ಪಟ್ಟಣದ ಸಂತೆಗೆ ಹೋಗಿ ಅಲ್ಲಿಂದ ಬಿತ್ತಲು ಬೀಜಗಳನ್ನು ಖರೀದಿಸಿ ತರುತ್ತಾನೆ. ಬೀಜವನ್ನು ಬಿತ್ತುವ ದಿವಸ, ಇವನ ಎಲ್ಲಾ ರೈತ ಮಿತ್ರರು ಅತ್ಯಂತ ಖುಷಿ ಖುಷಿಯಾಗಿ, ನಗುನಗುತ್ತಾ ಬೀಜವನ್ನು ಬಿತ್ತುವ ಕೆಲಸವನ್ನು ಮಾಡುತ್ತಿರುತ್ತಾರೆ. ಇವನೂ ಕೂಡ ಬೀಜವನ್ನು ಬಿತ್ತಲು ಬಂದಿರುತ್ತಾನೆ. ಆದರೆ ಅವನ ಮುಖದಲ್ಲಿ ನಗುವಿರಲಿಲ್ಲ, ಮನಸ್ಸಿನಲ್ಲಿ ಖುಷಿ ಇರಲಿಲ್ಲ. ಬದಲಾಗಿ, ಅವನ ಮುಖದಲ್ಲಿ ಭಯ, ಚಿಂತೆ, ಹಾಗೂ ಅವಿಶ್ವಾಸವು ಎದ್ದು ಕಾಣುತ್ತಿತ್ತು.

ಆ ಸಮಯದಲ್ಲಿ, ಒಬ್ಬ ಮಹಾತ್ಮರು ಅದೇ ದಾರಿಯಲ್ಲಿ ಹಾದು ಹೋಗುತ್ತಿದ್ದರು. ಆಗ ಹೊಲದಲ್ಲಿ ರೈತರು ಸಂತಸದಲ್ಲಿರುವುದನ್ನು ಕಂಡು ಅಲ್ಲಿಯೇ ನೋಡುತ್ತಾ ನಿಂತರು. ರೈತರು ಬೀಜ ಬಿತ್ತುವ ಕೆಲಸವನ್ನು ಅತ್ಯಂತ ಖುಷಿಯಾಗಿ, ಉತ್ಸಾಹದಿಂದ ಒಂದು ಉತ್ಸವದಂತೆ ಮಾಡುತ್ತಿರುವುದನ್ನು ಈ ಮಹಾತ್ಮರು ನೋಡುತ್ತಾರೆ, ಆದರೆ ಒಬ್ಬ ರೈತ ಮಾತ್ರ ತುಂಬಾ ಬೇಸರದಲ್ಲಿರುವಂತೆ ಕಾಣುತ್ತಾನೆ. ಮಹಾತ್ಮರು ಆ ರೈತನನ್ನು ಕರೆದು, "ಯಾಕಪ್ಪ ಏನಾಯ್ತು, ನೀನು

ಕೂಡ ಇತರ ರೈತರಂತೆ ಯಾಕೆ ಸಂತೋಷದಿಂದ ಬೀಜವನ್ನು ಬಿತ್ತುತ್ತಿಲ್ಲ? ಈ ದಿನ ನಿನಗೂ ಕೂಡ ಒಂದು ಉತ್ಸವದಂತೆ ಎನಿಸಬೇಕಲ್ಲ ಯಾಕೆ ನೀನು ಇಷ್ಟೊಂದು ಬೇಸರದಲ್ಲಿದ್ದೀಯ?" ಎಂದು ಕೇಳುತ್ತಾರೆ.

ಇದಕ್ಕೆ ಆ ರೈತನು, "ಮಹಾತ್ಮರೇ, ಯಾಕೋ ಏನೋ ತಿಳಿಯದು, ನನಗೆ ಮನಸ್ಸಿನಿಂದ ಸಂತೋಷದ ಅನುಭವವಾಗುತ್ತಿಲ್ಲ. ಕಳೆದ ಮೂರು ವರ್ಷಗಳಿಂದ ನನ್ನ ಬೆಳೆ ಸರಿಯಾಗಿ ಬರುತ್ತಿಲ್ಲ. ಅಷ್ಟಕ್ಕೂ, ನಾನು ಬಿತ್ತುವ ಬೀಜಗಳನ್ನು ನನ್ನ ಸಹ ರೈತ ಮಿತ್ರರೊಂದಿಗೆ ಅವರು ತರುವ ಅಂಗಡಿಯಿಂದಲೇ ಖರೀದಿಸಿ ತಂದಿದ್ದೇನೆ. ಆದರೂ ಕೂಡ ಮನದಲ್ಲಿ ಏನೋ ಚಿಂತೆ. ನಾನು ತಂದ ಬೀಜ ಸರಿಯಾಗಿ ಇದೆಯೋ ಇಲ್ಲವೋ, ಈ ಸಲದ ಬೆಳೆ ಸರಿಯಾಗಿ ಬರುವುದೋ ಅಥವಾ ಹಿಂದಿನ ವರ್ಷದಂತೆ ಈ ಬಾರಿಯೂ ಕಳಪೆಯಾಗುವುದೋ? ಎಂದು ಮನದಲ್ಲಿ ಭಯ ಕಾಡುತ್ತಿದೆ. ಇಷ್ಟೊಂದು ಭಯ, ಚಿಂತೆ ಇರುವಾಗ ನಾನು ಹೇಗೆ ಉತ್ಸಾಹದಿಂದ ಇರಲಿ?"

"ಇದರ ಕಾರಣ ಏನಿರಬಹುದು? ನಿನಗೆ ಏನು ಅನ್ನಿಸುತ್ತದೆ?" ಎಂದು ಮಹಾತ್ಮರು ರೈತನನ್ನು ಕೇಳಿದರು. ಅದಕ್ಕೆ ರೈತನು, "ಅದೇ ಏನೆಂದು ನನಗೂ ಅರ್ಥವಾಗುತ್ತಿಲ್ಲ ಗುರುಗಳೇ. ನನ್ನ ಹೊಲವೂ ಕೂಡ ಇತರ ರೈತರ ಹೊಲಗಳಂತೆ ಫಲವತ್ತವಾಗಿದೆ. ಅವರ ಹೊಲಗಳ ಮೇಲೆ ಬೀಳುವಷ್ಟೇ ನನ್ನ ಹೊಲದ ಮೇಲೂ ಬಿಸಿಲು ಬೀಳುತ್ತದೆ. ಅಷ್ಟೇ ಒಳ್ಳೆಯ ನೀರಿನ ವ್ಯವಸ್ಥೆ ಕೂಡ ಇದೆ. ನನ್ನ ಪರಿಶ್ರಮದಲ್ಲಿ ಯಾವುದೇ ಕೊರತೆ ಇಲ್ಲ, ತುಂಬಾ ಕಷ್ಟಪಟ್ಟು ದುಡಿಯುತ್ತೇನೆ. ಆದರೂ, ಯಾಕೋ ಗೊತ್ತಿಲ್ಲ ಬೆಳೆ ಚೆನ್ನಾಗಿ ಬರುತ್ತಿಲ್ಲ. ಅಂಗಡಿಯವನಿಗೆ ನನ್ನ ಮೇಲೆ ಏನೋ ದ್ವೇಷ ಇರಬಹುದು, ಅವನು ನನಗೆ ಕೊಡುವ ಬೀಜಗಳಲ್ಲಿ ಏನೋ ಕೊರತೆ ಇರಬಹುದು. ಅದಕ್ಕೆ ನನ್ನ ಹೊಲದಲ್ಲಿ ಅವು ಸರಿಯಾಗಿ ಫಲಿಸುತ್ತಿಲ್ಲ. ಒಮ್ಮೆಯಂತೂ ನಾನು ಬೀಜಗಳನ್ನು ಬೇರೆ ಅಂಗಡಿಯಲ್ಲಿ ಕೂಡ ಖರೀದಿಸಿ ತಂದಿದ್ದೆ, ಆಗಲೂ ಕೂಡ ಇದೇ ಪರಿಸ್ಥಿತಿ ಬಂತು. ಬಹುಶಃ ನನ್ನ ಮೇಲೆ ಯಾರದೋ ಶಾಪವಿರಬಹುದು ಎನಿಸುತ್ತದೆ."

ಮಹಾತ್ಮರು, ಕೆಲವು ಕ್ಷಣ ಕಣ್ಣು ಮುಚ್ಚಿ ಧ್ಯಾನ ಮಾಡಿದರು ಆಮೇಲೆ ಕಣ್ಣು ತೆರೆದು, "ಯಾವ ಶಾಪವೂ ಇಲ್ಲ ಎಲ್ಲಾ ಸರಿಯಾಗಿದೆ. ನೀನು ಏನು ಚಿಂತೆ ಮಾಡಬೇಡ ನಿನಗೆ ನಾನು 'ಬೀಜಗರ್ಭ ಸಂಸ್ಕಾರ' ಎಂಬ ವಿದ್ಯೆಯನ್ನು ಕಲಿಸಿಕೊಡುತ್ತೇನೆ. ನೀನೇನಾದರೂ ಆ 'ಬೀಜಗರ್ಭ ಸಂಸ್ಕಾರ'ವನ್ನು ನಿಷ್ಠೆಯಿಂದ ಪಾಲಿಸಿದರೆ, ನೀನು ಬಿತ್ತುವ ಬೀಜಗಳಿಗೆ ದಿವ್ಯ ಶಕ್ತಿಯು ಪ್ರಾಪ್ತಿಯಾಗುತ್ತದೆ. ಆಗ ನೋಡು ನಿನ್ನ ಬೆಳೆ ಇತರ ರೈತರಿಗಿಂತಲೂ ಉತ್ತಮವಾಗಿ ಬರುತ್ತದೆ. ಆದರೆ ನೀನು ಆ ಎಲ್ಲಾ ಸಂಸ್ಕಾರಗಳನ್ನು ಪೂರ್ಣವಿಶ್ವಾಸದಿಂದ ಪಾಲಿಸಬೇಕಾಗುತ್ತದೆ."

ಮಹಾತ್ಮರು ಹೇಳಿದ ಈ ಮಾತನ್ನು ಕೇಳಿ ರೈತನ ಮನದಲ್ಲಿ ಸ್ವಲ್ಪ ಉತ್ಸಾಹ ಮೂಡಿತು. "ಅದು ಯಾವ ಸಂಸ್ಕಾರ ಮಹಾತ್ಮರೆ? ನಾನು ಏನು ಮಾಡಬೇಕು ಹೇಳಿ?" ಎಂದು ಕೇಳಿದನು.

ಅದಕ್ಕೆ ಮಹಾತ್ಮರು "ಜಾಸ್ತಿ ಏನು ಇಲ್ಲ ನಾನು ಏನು ಹೇಳುತ್ತೇನೆಯೋ ಅದನ್ನೆಲ್ಲಾ ಮಾಡುತ್ತಾ ಹೋಗು. ಕೆಲವು ನಿಯಮಗಳಿವೆ, ಅವುಗಳನ್ನು ಪಾಲಿಸಬೇಕು. ಕೆಲವು ಮಂತ್ರಗಳಿವೆ, ಅವುಗಳನ್ನು ಜಪಿಸಬೇಕು. ಹಾಗೆ ಕೆಲವು ವಿಧಿಗಳಿವೆ, ಅವುಗಳನ್ನು ಪೂರ್ಣಗೊಳಿಸಬೇಕು" ಎಂದರು.

ಇದನ್ನು ಕೇಳಿದ ರೈತನು ಚಿಂತಿತಾನಾಗಿ ಕೇಳುತ್ತಾನೆ. "ಆದರೆ ಮಹಾತ್ಮರೆ, ನನ್ನ ಹತ್ತಿರ ಈಗ ಯಾವ ಹಣವೂ ಉಳಿದಿಲ್ಲ, ನೀವು ಹೇಳಿದ್ದನ್ನೆಲ್ಲ ನಾನು ಹೇಗೆ ನಿಭಾಯಿಸಲಿ?"

ಇದನ್ನು ಕೇಳಿದ ಮಹಾತ್ಮರು ನಗುತ್ತಾ ಉತ್ತರಿಸುತ್ತಾರೆ, "ಬೀಜ ಗರ್ಭ ಸಂಸ್ಕಾರವನ್ನು ಗ್ರಹಿಸಲು ಹಣದ ಅವಶ್ಯಕತೆ ಇಲ್ಲ ನಿನ್ನ ಬುದ್ಧಿ, ವಿಶ್ವಾಸ, ಪ್ರೇಮ ಹಾಗೂ ಶ್ರಮದ ಅವಶ್ಯಕತೆ ಇದೆ. ಜೊತೆಗೆ ಇದರ ಒಂದು ಶರತ್ತು ಕೂಡ ಇದೆ. ಅದು ಏನೆಂದರೆ ನಿನ್ನ ಇತರ ರೈತಮಿತ್ರರಂತೆ ಇವತ್ತು ನೀನು ಕೂಡ ಅಷ್ಟೇ ಖುಷಿಯಾಗಿ ಆನಂದದಿಂದ ಹಾಗೂ ವಿಶ್ವಾಸದ ಜೊತೆಗೆ ನಿನ್ನ ಹೊಲದಲ್ಲಿ ಬೀಜವನ್ನು ಬಿತ್ತಬೇಕು."

ರೈತನು ಮಹಾತ್ಮರ ಮಾತನ್ನು ಕೇಳಿ ಹಾಗೆಯೇ ಮಾಡಲು ತಯಾರಾದನು. ಅವನು ನಗುನಗುತ್ತಾ ಖುಷಿಯಾಗಿ ಬೀಜವನ್ನು ಬಿತ್ತಿದನು. ಮುಂದಿನ ಮೂರು ತಿಂಗಳವರೆಗೂ ಮಹಾತ್ಮರು ರೈತನಿಗೆ ಏನು ಮಾಡಲು ಹೇಳಿದರೋ ಅದನ್ನು ಪೂರ್ಣ ಶ್ರದ್ಧೆಯಿಂದ ಪಾಲಿಸಿದನು. ನಿಧಾನವಾಗಿ ಬೀಜಗಳು ಚಿಗುರಿ ಬೆಳೆಯತೊಡಗಿದವು ಮತ್ತು ಒಂದು ದಿನ ಅಲೆ ಅಲೆಯಾಗಿ ದಟ್ಟವಾಗಿ ಬೆಳೆದು ನಿಂತವು. ರೈತನು ಖುಷಿಯಿಂದ ಕುಣಿದು ಕುಪ್ಪಳಿಸಿದನು. ಮಹಾತ್ಮರ ಕಾಲಿಗೆ ಬಿದ್ದು, "ಮಹಾತ್ಮರೆ ನೀವು ನನ್ನನ್ನು ಉಳಿಸಿದಿರಿ. ನಿಮ್ಮ ಕಾರಣದಿಂದಲೇ ಬೀಜಗಳಿಗೆ ದಿವ್ಯ ಶಕ್ತಿ ಪ್ರಾಪ್ತಿಯಾಯಿತು. ನೋಡಿ ಈಗ ಎಂಥಾ ಚಮತ್ಕಾರವಾಯಿತು... ಈ ವರ್ಷ ನನ್ನ ಹೊಲದಲ್ಲಿ ಬಂಗಾರವೇ ಬೆಳೆಯಿತು" ಎಂದನು.

ಇದನ್ನು ಕೇಳಿದ ಮಹಾತ್ಮರು ಜೋರಾಗಿ ನಗುತ್ತಾ ಹೇಳಿದರು, "ಮಗನೇ ಬೀಜಗಳು ಅವೇ ಮೊದಲಿನಂತೆ ಇದ್ದವು. ನಿನ್ನ ಇತರ ರೈತಮಿತ್ರರು ತಂದ ಬೀಜದಂತೆ ಇದ್ದವು. ಬೀಜಗಳು ಮೊದಲಿನಿಂದಲೇ ದಿವ್ಯ ಶಕ್ತಿಯನ್ನು ಹೊಂದಿರುತ್ತವೆ. ಅವುಗಳಲ್ಲಿ ಅಭೂತಪೂರ್ವ ಜೀವನವು ಅಡಗಿರುತ್ತದೆ. ಬೀಜ ಗರ್ಭ ಸಂಸ್ಕಾರದ ಪರಿಣಾಮವು ವಾಸ್ತವದಲ್ಲಿ ನಿನ್ನ ಮೇಲೆ ಬೀರಿದೆ. ಏನೇ ಬದಲಾವಣೆ ಆಗಿದ್ದರು ಅದು ಬೀಜಗಳಲ್ಲಿ ಅಲ್ಲ ನಿನ್ನಲ್ಲಿ ಆಗಿದೆ. ನಿನ್ನ ಯೋಚನೆಗಳಲ್ಲಿ, ಭಾವನೆಗಳಲ್ಲಿ, ಮಾತಿನಲ್ಲಿ, ಕ್ರಿಯೆಯಲ್ಲಿ... ನಾನು ಏನೇನು ನಿನಗೆ ಮಾಡಲು ಹೇಳಿದೆನೋ, ಅವುಗಳನ್ನು ಮಾಡುತ್ತಾ ಮಾಡುತ್ತಾ ನೀನು ಬದಲಾಗಿದ್ದೀಯ. ಅದರ ಪರಿಣಾಮ ನಿನ್ನ ಹೊಲದ ಮೇಲೆ ಬಿದ್ದಿದೆ. ನೀನು ಬೀಜಗರ್ಭ ಸಂಸ್ಕಾರವನ್ನು ಪಡೆದುಕೊಳ್ಳುವ ಮುಂಚಿನ ನಿನ್ನ ಜೀವನ ಹೇಗಿತ್ತು ಎಂದು ನೆನಪಿಸಿಕೋ, ಹಾಗೂ ಇವತ್ತಿನ ನಿನ್ನ ಜೀವನವನ್ನು ನೋಡಿಕೋ. ನಿನಗೆ ನಿನ್ನಲ್ಲಿ ಹಾಗೂ ನಿನ್ನ ಸುತ್ತಮುತ್ತಲಿನ ಪರಿಸರದಲ್ಲಿ ಬದಲಾವಣೆ ಕಾಣಿಸುತ್ತಾ ಇಲ್ಲವೇ?" ಎಂದು ಕೇಳಿದರು.

ರೈತನು ತನ್ನ ವರ್ತಮಾನದ ಸ್ಥಿತಿಯ ಮೇಲೆ ಗಮನಹರಿಸಲು ಶುರು ಮಾಡಿದನು. ಅವನಿಗೆ ತುಂಬಾ ಆಶ್ಚರ್ಯವಾಯಿತು. ಈ ಮೂರು ತಿಂಗಳಲ್ಲಿ ಅವನ ಯೋಚಿಸುವ ರೀತಿ ಬದಲಾಗಿತ್ತು. ಅವನು ತುಂಬಾ ಸಕಾರಾತ್ಮಕನಾಗಿದ್ದನು. ಅವನ ಮನೆಯವರೊಂದಿಗೆ ಹಾಗೂ ತನ್ನ ರೈತ ಮಿತ್ರರೊಂದಿಗೆ ಅವನ ಸಂಬಂಧ ತುಂಬಾ ಸುಧಾರಿಸಿತ್ತು. ಮನದಲ್ಲಿದ್ದ ಭಯ, ಚಿಂತೆ, ನಕಾರಾತ್ಮಕತೆ, ಅವನಿಂದ ಒಂದು ಹಂತದಲ್ಲಿ ದೂರವಾಗಿದ್ದವು. ಭಗವಂತನ ಮೇಲೆ ಹಾಗೂ ತನ್ನ ಮೇಲೆ ತುಂಬಾ ವಿಶ್ವಾಸ ಬಂದಿತ್ತು. ಅವನು ತನ್ನ ಹೊಲದಲ್ಲಿ ಏನೇ ಕೆಲಸ ಮಾಡಿದರೂ, ತುಂಬಾ ಪ್ರೇಮದಿಂದ ಆನಂದದಿಂದ ಹಾಗೂ ಪರಮಾತ್ಮನಿಗೆ ಧನ್ಯವಾದಗಳು ಅರ್ಪಿಸುತ್ತಾ ಮಾಡತೊಡಗಿದ್ದನು. ಈಗ ಅವನು ತನ್ನ ಅಕ್ಕಪಕ್ಕದ ಜನರ, ಅವರ ಬೆಳೆಯ ಗುಣಗಳನ್ನು ಹೊಗಳಲು ಶುರು ಮಾಡಿದ್ದನು. ಹಾಗೂ ಯಾರೇ ಆಗಲಿ ಅವನಿಗೆ ಸಹಾಯ ಮಾಡಿದರೆ, ಮನಃಸ್ಫೂರ್ತಿಯಾಗಿ ಧನ್ಯವಾದ ಹೇಳುತ್ತಿದ್ದನು. ಎಲ್ಲಾ ಸೇರಿ ಈಗ ಅವನೊಬ್ಬ ಅತ್ಯುತ್ತಮ ಮನುಷ್ಯನಾಗಿದ್ದನು.

ಮಹಾತ್ಮರು ಹೀಗೆ ಹೇಳಿದರು, "ಮಗನೇ, ಬೀಜದ ಪ್ರಕೃತಿಯೇ ಮೊಳಕೆ

ಒಡೆಯುವುದು. ಹೊರಗಿನಿಂದ ಯಾವ ತೊಂದರೆಯೂ ಇರದೇ ಇದ್ದರೆ ಬೀಜವು ತನ್ನ ಕೆಲಸವನ್ನು ಸರಳತೆಯಿಂದ, ಸಹಜತೆಯಿಂದ ತನ್ನ ಸ್ವಭಾವದ ಅನುಸಾರವಾಗಿ ಸ್ವತಃ ತಾನೆ ಮಾಡಿಕೊಳ್ಳುತ್ತದೆ. ಯಾವ ವಿಷಯಗಳು ನಿನ್ನ ಬೀಜಗಳಿಗೆ ತೊಂದರೆಯಾಗಿದ್ದವೋ, ನಾನು ಕೇವಲ ಆ ವಿಷಯಗಳನ್ನು ದೂರ ಮಾಡಿದೆ. ಆಶ್ಚರ್ಯದ ಸಂಗತಿ ಏನೆಂದರೆ ಆ ತೊಂದರೆಗಳು ಹೊರಗಡೆಯಲ್ಲೂ ಇರಲಿಲ್ಲ, ನಿನ್ನೊಳಗೇ ಇದ್ದವು. ಬೀಜಗರ್ಭ ಸಂಸ್ಕಾರದಿಂದ ಅವು ದೂರವಾದವು. ಈಗ ನೋಡು ಎಲ್ಲಾ ಬೀಜಗಳು ಅತ್ಯಧಿಕ ಸಾಧ್ಯತೆಯಿಂದ ಚಿಗುರಿ ನಿಂತಿದ್ದಾವೆ."

ಗರ್ಭ ಸಂಸ್ಕಾರದ ವಿಷಯದಲ್ಲೂ ಹೀಗೆ ಆಗುವುದು. ಸಾಮಾನ್ಯವಾಗಿ ತಂದೆ-ತಾಯಿ ತಮ್ಮ ಸಂತಾನದ ಮೇಲೆ ಒಳ್ಳೆಯ ಪ್ರಭಾವ ಬೀರಲಿ, ಮಗುವಿನ ಬುದ್ಧಿ ಚುರುಕಾಗಲಿ, ಒಳ್ಳೆಯ ಗುಣಗಳನ್ನು, ಸಂಸ್ಕಾರವನ್ನು ಕಲಿಯಲಿ, ತಂದೆ ತಾಯಿಯನ್ನು ಗೌರವಿಸಿ ಅವರ ಎಲ್ಲಾ ಮಾತುಗಳನ್ನು ಕೇಳಲಿ, ಜೀವನದಲ್ಲಿ ಉತ್ತಮ ಸಾಧನೆಗಳನ್ನು ಮಾಡಲಿ, ವಂಶದ ಹೆಸರನ್ನು ಬೆಳಗಲಿ, ಎನ್ನುವ ಉದ್ದೇಶದಿಂದ ಮಗು ತಾಯಿಯ ಗರ್ಭದಲ್ಲಿ ಇರುವಾಗಲೇ ಎಲ್ಲಾ ಸಂಸ್ಕಾರಗಳನ್ನು ಕೊಡಲು ಬಯಸುತ್ತಾರೆ. ಇದನ್ನು 'ಗರ್ಭ ಸಂಸ್ಕಾರ' ಎನ್ನುತ್ತಾರೆ.

ಈ ಪುಸ್ತಕದಲ್ಲಿ ಗರ್ಭಸ್ತ ಶಿಶುವಿನ ಮೂಲಕ ನೀವು ಕೂಡ ಹೊಸ ಜ್ಞಾನ, ಹೊಸ ದೃಷ್ಟಿ ಹಾಗೂ ಒಳ್ಳೆಯ ಸಂಸ್ಕಾರವನ್ನು ಪಡೆಯಲಿದ್ದೀರಿ. ಜೀವನದ ನಿಜವಾದ ಉದ್ದೇಶವನ್ನು ಅರಿಯಲು ನಿಮಗೆ ಇದೊಂದು ಸುವರ್ಣ ಅವಕಾಶ.

ಸಾಮಾನ್ಯವಾಗಿ ಎಲ್ಲರೂ ತಾಯಿ ಗರ್ಭವತಿಯಾದ ಮೇಲೆ ಗರ್ಭ ಸಂಸ್ಕಾರವನ್ನು ಪಡೆಯುವ ಬಗ್ಗೆ ಯೋಚಿಸುತ್ತಾರೆ. ಆದರೆ ಗರ್ಭಧಾರಣೆಯ ಮೊದಲೇ ಗರ್ಭ ಸಂಸ್ಕಾರವನ್ನು ಅರಿತು ತಮ್ಮಲ್ಲಿ ಒಳ್ಳೆಯ ಬದಲಾವಣೆಗಳನ್ನು ತರಬೇಕು.ತಮ್ಮನ್ನು ತಾವು ಮುಂದೆ ಬರುವ ಮಗುವಿನ ಬೆಳವಣಿಗೆಗೆ ಅನುಕೂಲವಾಗುವಂತೆ ಮೊದಲೇ ತಯಾರಿ ಮಾಡಿಕೊಳ್ಳಬೇಕು. ಹಾಗಾದರೆ ಶುದ್ಧ ವಿಚಾರ, ಸರಿಯಾದ ಯೋಚನೆ ಮತ್ತು ಸಕಾರಾತ್ಮಕತೆಯಿಂದ ಮಗುವನ್ನು ಬರಮಾಡಿಕೊಳ್ಳಬಹುದು. ಆಗ ಆ ಮಗು ಒಬ್ಬ ಉತ್ತಮ ಮಗುವಾಗಿ ಜನ್ಮ ತಾಳುವುದು. ಶ್ರೀರಾಮ, ಶ್ರೀಕೃಷ್ಣ, ಭಗವಾನ್ ಬುದ್ಧ, ಸಂತ ಕಬೀರ, ಮೀರಾಬಾಯಿ, ಜನಾಬಾಯಿ, ಮುಕ್ತಬಾಯಿ, ಮದರ್ ತೆರೇಸಾ ನಂತಹ ಉತ್ತಮ ಗುಣವುಳ್ಳ ಮಕ್ಕಳು ಜನಿಸುವ ಸಾಧ್ಯತೆ ಹೆಚ್ಚಾಗುತ್ತದೆ. ಆದ್ದರಿಂದ ತಂದೆ ತಾಯಿ ಆಗುವವರು ಹಳೆಯ ಕೆಟ್ಟ ಸಂಸ್ಕಾರಗಳನ್ನು ಅಳಿಸಿ, ಹೊಸ ಶುದ್ಧ ಸಂಸ್ಕಾರಗಳನ್ನು ಪಡೆದುಕೊಳ್ಳಬೇಕು.

ಮಗುವಿನ ಆಗಮನದ ಮುಂಚೆ ನೀವು ಅರಿತುಕೊಳ್ಳಲೇಬೇಕಾದ ವಿಷಯಗಳ ಬಗ್ಗೆ ಮಾರ್ಗದರ್ಶನ ಪಡೆಯಲಿ, ಹಾಗೂ ಇದರಿಂದ ನೀವು ಪಡೆದ ಜ್ಞಾನವು ನಿಮ್ಮ ಮೂಲಕ ನಿಮ್ಮ ಮಗುವಿನಲ್ಲೂ ರೂಪಿತಗೊಳ್ಳಲಿ ಎನ್ನುವ ಉದ್ದೇಶದಿಂದ ಈ ಪುಸ್ತಕವನ್ನು ಬರೆಯಲಾಗಿದೆ. ಇದರ ಪರಿಣಾಮವಾಗಿ ನಿಮ್ಮ ಪರಿವಾರದಲ್ಲಿ ಸದಾ ಪ್ರೇಮ, ಸಕಾರಾತ್ಮಕತೆ, ಆನಂದ ಹಾಗೂ ಉತ್ಸವದ ವಾತಾವರಣವಿರುತ್ತದೆ.

ಈ ಪುಸ್ತಕದಲ್ಲಿ ಗರ್ಭ ಸಂಸ್ಕಾರದ ಎಲ್ಲ ಜ್ಞಾನವನ್ನು ಕಥೆಯ ರೂಪದಲ್ಲಿ ಹೆಣೆಯಲಾಗಿದೆ. ಇದರ ಭಾಷೆಯು ಅತ್ಯಂತ ಸರಳವಾಗಿದೆ, ಈಗಿನ ಕಾಲದ ಬೇಕು-ಬೇಡಗಳನ್ನು ಮನದಲ್ಲಿಟ್ಟುಕೊಂಡು ಬರೆಯಲಾಗಿದೆ. ಅನಾದಿಕಾಲದಿಂದಲೂ ನಮ್ಮ ಪೂರ್ವಜರು ಗರ್ಭ ಸಂಸ್ಕಾರದ ಬಗ್ಗೆ ಹೇಳಿದ ಜ್ಞಾನವನ್ನೇ ಇಲ್ಲೂ ಹೇಳಲಾಗಿದೆ. ಆದರೆ

ನೀವು ಸರಳವಾಗಿ ಅರ್ಥೈಸಿಕೊಳ್ಳಬೇಕೆಂದು ಹೊಸ ರೀತಿಯಲ್ಲಿ, ಹೊಸ ರೂಪದಲ್ಲಿ ಹೇಳಲಾಗಿದೆ. ಯಾವ ಜ್ಞಾನವನ್ನು ಕೇವಲ ಪರಂಪರೆಯ ಹೆಸರಿನಲ್ಲಿ ನಮ್ಮ ಮೇಲೆ ಹೇರಲಾಗುತ್ತದೆಯೇ ಅದನ್ನು ನಾವು ಸುಲಭವಾಗಿ ಸ್ವೀಕರಿಸುವುದಿಲ್ಲ. ನೂರೆಂಟು ಪ್ರಶ್ನೆಗಳು ಮನದಲ್ಲಿ ಉದ್ಭವಿಸುತ್ತವೆ. ಆದರೆ ಯಾವ ಜ್ಞನವು ನಮಗೆ ಅವಶ್ಯಕತೆ ಎಂದೆನಿಸುತ್ತದೆಯೋ ಅದನ್ನು ನಾವು ಸುಲಭವಾಗಿ ಒಪ್ಪಿಕೊಳ್ಳುತ್ತೇವೆ. ಅಷ್ಟೇ ಸರಳ ರೀತಿಯಾಗಿ ಈ ಪುಸ್ತಕದಲ್ಲಿ ಹೇಳುವ ಪ್ರಯತ್ನವನ್ನು ಮಾಡಲಾಗಿದೆ. ಗರ್ಭಾವಸ್ಥೆಯ ಸಮಯದಲ್ಲಿ ತಿಳಿದು ಪಾಲಿಸಬೇಕಾದ ಯೋಗ್ಯ ವಿಷಯಗಳನ್ನು ಇದರಲ್ಲಿ ಸಂಗ್ರಹಿಸಲಾಗಿದೆ.

ಈ ಪುಸ್ತಕದ ಜೊತೆ ನಿಮ್ಮ ಗರ್ಭ ಸಂಸ್ಕಾರ ಪಡೆಯುವ ಪ್ರಯಾಣವು ಸರಳ, ಸಹಜ ಹಾಗೂ ಸುಖಮಯವಾಗಿರಲಿ ಎಂದು ಆಶಿಸುತ್ತೇವೆ. ಧನ್ಯವಾದಗಳು.

ಹ್ಯಾಪಿ ಥಾಟ್ಸ್!

ಈಶ್ವರನ ಆರಾಧನೆ, ದಯೆ, ಕರುಣೆ ಹಾಗು
ಎಲ್ಲರಿಗೂ ಮಂಗಳವನ್ನು ಕೋರುವ ಭಾವನೆಯನ್ನು
ಹೃದಯಂನಲ್ಲಿ ವಿಕಸಿತಗೊಳಿಸಿಕೊಂಡು ಬರುತ್ತಿರುವ
ಮಗುವಿನಲ್ಲಿಯೂ ಪೋಷಿಸಿಬಿಟ್ಟರೆ ಆಗಮಿಸುವ
ಸಂತಾನ ದಿವ್ಯವಾಗುತ್ತದೆ.

ಅಧ್ಯಾಯ 1

ಹೊಸ ಅತಿಥಿಯ ತಯಾರಿ

ವಸ್ತುಗಳಿಗಿಂತ ವಿಚಾರ ಉತ್ತಮವಾಗಿರಲಿ

ಸೂರ್ಯನ ತೀಕ್ಷ್ಣವಾದ ಕಿರಣಗಳು ಕತ್ತಲೆಯಾಗಿ ಮಾರ್ಪಟ್ಟು ಆಗಸದಲ್ಲಿ ಚದುರಿ ಹೋಗಿತ್ತು. ಪಕ್ಷಿಗಳು ಕಿಚಿ ಪಿಚಿ ಎನ್ನುತ್ತಾ ತಮ್ಮ ತಮ್ಮ ಗೂಡುಗಳನ್ನು ಸೇರುವ ತಯಾರಿಯಲ್ಲಿ ಇದ್ದವು. ರಸ್ತೆಯಲ್ಲಿ ಟ್ರಾಫಿಕ್‌ನ ವೇಗ ಹಾಗೂ ಗದ್ದಲವನ್ನು ನೋಡಿದರೆ ಪ್ರತಿಯೊಬ್ಬರೂ ತಮ್ಮ ತಮ್ಮ ವ್ಯವಸ್ಥಿತವಾದ ದಿನವನ್ನು ಕಳೆದು ಮನೆ ಸೇರುವ ಆತುರದಲ್ಲಿದ್ದಾರೆ ಎಂದು ಹೇಳಬಹುದಾಗಿತ್ತು.

ಸಲೋನಿಯೂ ಕೂಡ ತನ್ನ ಸಣ್ಣದಾದ ಬಾಲ್ಕನಿಯಲ್ಲಿ ಚಡಪಡಿಸುತ್ತಾ ಓಡಾಡುತ್ತಿದ್ದಳು. ಅವಳು ತನ್ನ ಗಂಡ ವಿಶಾಲ ಆಫೀಸಿನಿಂದ ಬರುವುದನ್ನೇ ಕಾಯುತ್ತಿದ್ದಳು. ಇಂದು ಅವರಿಬ್ಬರೂ ಹೊಸ ಫ್ಲ್ಯಾಟ್ ನೋಡಲು ಪ್ರಾಪರ್ಟಿ ಡೀಲರ್ ನೊಂದಿಗೆ ಹೋಗುವವರಿದ್ದರು. ಅವರು ಈಗಿರುವ ಫ್ಲಾಟ್‌ಗಿಂತಲೂ ದೊಡ್ಡದಾದ ಹಾಗೂ ದೊಡ್ಡ ಸೊಸೈಟಿಯಲ್ಲಿರುವ ಮನೆಯನ್ನು ಹುಡುಕುತ್ತಿದ್ದರು. ಎಂಥಾ ಸೊಸೈಟಿ ಎಂದರೆ ಬರೀ ದೊಡ್ಡ ದೊಡ್ಡ ಮನೆಗಳಿರುವ ಎತ್ತೆತ್ತರದ ಕಟ್ಟಡಗಳು ಮಾತ್ರವಲ್ಲ ಜೊತೆಗೆ ಮಕ್ಕಳಿಗೆ ಆಡಲು ಜೋಕಾಲಿ, ಪಾರ್ಕ್ ಸಹ ಇರಬೇಕು, ಹಾಗೂ ಒಂದು ಒಳ್ಳೆಯ ಶಾಲೆಯೂ ಹತ್ತಿರವಿರಬೇಕು, ಅಂತಹ ಮನೆಯನ್ನು ಹುಡುಕುತ್ತಿದ್ದರು. ಅಷ್ಟಕ್ಕೂ ಅವರು ಈಗಿರುವ ಮನೆ ಕೂಡ ಅಷ್ಟೇನೂ ಚಿಕ್ಕದಾಗಿರಲಿಲ್ಲ. ಎರಡು ಕೋಣೆ, ಒಂದು ಬಾಲ್ಕನಿ ಇದ್ದ ಮನೆ ಆಗಿತ್ತು. ಬಾಡಿಗೆ ಕಡಿಮೆ ಇತ್ತು. ಹಾಗೂ ಈ ಸೊಸೈಟಿ ವಿಶಾಲನ ಆಫೀಸಿಗೆ ಹತ್ತಿರವಿತ್ತು. ಅವನು ಆಫೀಸ್‌ಗೆ ಕಾಲ್ನಡಿಗೆಯಲ್ಲಿ ಹೋಗುತ್ತಿದ್ದನು. ಇದೇ ಕಾರಣಕ್ಕೆ ವಿಶಾಲನಿಗೆ ಈಗಿರುವ ಮನೆ ಬಹಳ ಇಷ್ಟವಿತ್ತು. ಆದರೆ ಸಲೋನಿ ಮಾತ್ರ ಇಲ್ಲಿಂದ ಶಿಫ್ಟ್ ಆಗಬೇಕೆಂದು

ಹಠ ಹಿಡಿದಿದ್ದಳು. ಅವಳ ಈ ಹಠದ ಹಿಂದೆ ಒಂದು ವಿಶೇಷ ಕಾರಣವಿತ್ತು. ಅದೇನೆಂದರೆ ಅವರಿಬ್ಬರೂ ತಮ್ಮ ಮೊದಲ ಮಗುವಿಗಾಗಿ ಪ್ಲಾನಿಂಗ್ ಮಾಡುತ್ತಿದ್ದರು. ಗರ್ಭಧಾರಣೆಯ ಮೊದಲೇ ಬರುವ ಮಗುವಿಗೆ ಬಹಳಷ್ಟು ಜಾಗ ಸಿಗುವ, ಆಡಲು ವಿಶಾಲವಾದ ಪಾರ್ಕ್ ಹಾಗೂ ಜೋಕಾಲಿ ಇರುವಂತ ಅನುಕೂಲಕರವಾದ ಮನೆಗೆ ಶಿಫ್ಟ್ ಆಗಬೇಕು ಎನ್ನುವುದು ಸಲೋನಿಯ ಆಸೆಯಾಗಿತ್ತು.

ಅವಳ ಯೋಚನೆ ತಪ್ಪಾಗಿರಲಿಲ್ಲ. ಪ್ರತಿ ತಂದೆ ತಾಯಿ ಮಕ್ಕಳಿಗೆ ತಮ್ಮಿಂದ ಉತ್ತಮ ಪಾಲನೆ-ಪೋಷಣೆ ಹಾಗೂ ಬೆಳೆಯಲು ಒಳ್ಳೆಯ ವಾರಾವರಣ ಸಿಗಬೇಕು ಆಶಿಸುತ್ತಾರೆ. ಆದರೆ ವಿಶಾಲನು ಸಲೋನಿಯ ಈ ಹಠವನ್ನು ಒಪ್ಪಿರಲಿಲ್ಲ. ಈಗಿರುವ ಮನೆಯಲ್ಲಿಯೇ ಮಕ್ಕಳನ್ನು ಒಳ್ಳೆಯ ರೀತಿಯಲ್ಲಿ ಬೆಳೆಸಬಹುದು, ಅದಕ್ಕೋಸ್ಕರ ಮನೆ ಬದಲಿಸುವ ಅವಶ್ಯಕತೆ ಇಲ್ಲ, ಎನ್ನುವುದು ವಿಶಾಲನ ಯೋಚನೆಯಾಗಿತ್ತು.

ನಿಜ ಹೇಳಬೇಕೆಂದರೆ ವಿಶಾಲನು ಮನೆ ಬದಲಾಯಿಸಿದ ಮೇಲೆ ಹೆಚ್ಚಾಗುವ ಖರ್ಚುಗಳ ಬಗ್ಗೆ ಯೋಚಿಸಿ ಕಂಗಾಲಾಗಿದ್ದನು. ಒಳ್ಳೆ ಸೊಸೈಟಿಯ ದೊಡ್ಡ ಮನೆಯ ಬಾಡಿಗೆ ತುಂಬಾ ಜಾಸ್ತಿ ಆಗಿತ್ತು. ಮೇಲಾಗಿ ಅವನ ಆಫೀಸಿಗೂ ತುಂಬಾ ದೂರವಿತ್ತು. ಆಫೀಸಿಗೆ ಹೋಗಿ ಬರಲು ಸಮಯ ವ್ಯರ್ಥ ಹಾಗೂ ತುಂಬಾ ದುಡ್ಡು ಖರ್ಚಾಗುತ್ತಿತ್ತು. ಮುಂಬರುವ ಮಗು ತನ್ನೊಡನೆ ತುಂಬಾ ಖರ್ಚನ್ನು ತರುವುದಿತ್ತು. ವಿಶಾಲನು ಬಜೆಟ್ ಪ್ಲಾನ್ ಮಾಡಿ ಜೀವನ ನಡೆಸುವಂತಹ ವ್ಯಕ್ತಿಯಾಗಿದ್ದನು. ಸಲೋನಿಯ ಬೇಡಿಕೆ ಅವನ ಬಜೆಟ್‌ನ ವಿರುದ್ಧವಾಗಿತ್ತು. ಇದೇ ಕಾರಣಕ್ಕೆ ವಿಶಾಲ ಹಾಗೂ ಸಲೋನಿಯ ನಡುವೆ ಆಗಾಗ ವಾದ ವಿವಾದಗಳಾಗುತ್ತಿದ್ದವು.

ಆದರೆ ವಿಶಾಲನ ತಾಯಿಯು, ಎಂತಹ ಪರಿಸ್ಥಿತಿ ಬಂದರೂ ಸಲೋನಿಯನ್ನೂ ಖುಷಿಯಾಗಿಟ್ಟುಕೊಳ್ಳಬೇಕೆಂದು ಅವನಿಗೆ ತಿಳಿಹೇಳಿದ್ದಳು. ಅವಳಿಗೆ ಯಾವುದೇ ತರಹ ಮನಸ್ಸಿಗೆ ನೋವಾಗಬಾರದು. ಹುಟ್ಟುವ ಮಗುವಿನ ಮೇಲೆ ಕೆಟ್ಟ ಪ್ರಭಾವ ಬೀರಬಾರದು, ಎಂಬುದು ಅವಳ ಉದ್ದೇಶವಾಗಿತ್ತು. ಆದ್ದರಿಂದ ವಿಶಾಲನು ಸಲೋನಿಯ ವಿರುದ್ಧ ಹೆಚ್ಚಿಗೆ ಏನೂ ಮಾಡದ ಪರಿಸ್ಥಿತಿಯಲ್ಲಿದ್ದ ಹಾಗೂ ಅವಳು ಹೇಳಿದ್ದಕ್ಕೆಲ್ಲ ಒಪ್ಪಿಕೊಂಡು ಸುಮ್ಮನಿದ್ದ.

ಸಲೋನಿಯು ಇದನ್ನು ಅರ್ಥ ಅರ್ಥಮಾಡಿಕೊಂಡಿರಲಿಲ್ಲ ಎಂದಲ್ಲ, ಆದರೆ ಅವಳು ತುಂಬಾ ಕಷ್ಟಕರವಾದ ಬಾಲ್ಯವನ್ನು ಕಂಡಿದ್ದಳು. ತನ್ನ ಮನ ಬಯಸಿದ್ದನ್ನು ಮಾಡಲು ಅವಳಿಗೆ ಅವಕಾಶ ಸಿಕ್ಕಿರಲಿಲ್ಲ. ಅವಳದು ಚಿಕ್ಕ ಮನೆ ಹಾಗೂ ಮನೆ ತುಂಬಾ ಅಕ್ಕ-ತಮ್ಮಂದಿರು. ಆ ಮನೆಯಲ್ಲಿ ಅವಳಿಗೆ ನೆಮ್ಮದಿಯಾಗಿ ಅಧಿಕಾರದಿಂದ ಕೂಡಲು ಚಿಕ್ಕ ಸ್ಥಳ ಸಹ ಇರಲಿಲ್ಲ. ಮನೆಯಲ್ಲಿ ಚಿಕ್ಕವಳಾದ ಕಾರಣ ಅವಳ ಅಕ್ಕ ಅಣ್ಣಂದಿರು ಯಾವಾಗಲೂ ಅವಳ ಮೇಲೆ ಅಧಿಕಾರ ಚಲಾಯಿಸುತ್ತಿದ್ದರು. ಅವರು ಇರುವ ವಠಾರವು ತುಂಬಾ ಚಿಕ್ಕದಾಗಿತ್ತು. ಮನೆಗಳು ತುಂಬಾ ಹತ್ತಿರ ಹತ್ತಿರ ಇದ್ದವು. ಗಂಡು ಮಕ್ಕಳು ಹೇಗೋ ಹೊರಬಿದ್ದು ಆಡಿಕೊಳ್ಳುತ್ತಿದ್ದರು. ಆದರೆ ಹೆಣ್ಣು ಮಕ್ಕಳಿಗೆ ಆ ಅವಕಾಶ ಕೂಡ ಇರಲಿಲ್ಲ.

ಸಲೋನಿಯು ಅವಾಗಲೇ ಯೋಚಿಸಿದ್ದಳು, ಮುಂದೆ ತನ್ನ ಮಗುವಿಗೆ ತಾನು ಪಡೆಯದೇ ಇದ್ದುದೆಲ್ಲವನ್ನು ಕೊಡಬೇಕು. ಒಳ್ಳೆ ಮನೆ, ವಿಶಾಲವಾದ ವಾತಾವರಣ, ಆಡಲು ಸ್ಥಳ, ಒಳ್ಳೆ ಶಾಲೆ ಹಾಗೂ ಎಲ್ಲಾ ಸೌಕರ್ಯಗಳೂ ಮಗುವಿಗೆ ಸಿಗಬೇಕು, ತನ್ನ ಮಗುವು ಸುಖವಾದ ಬಾಲ್ಯವನ್ನು ಜೀವಿಸಬೇಕು ಎಂದು ಆಸೆ ಪಟ್ಟಿದ್ದಳು. ಆ ಮಗುವಿನ ಮನಸ್ಸಿನಲ್ಲಿ ಎಂದೂ ಯಾವುದಕ್ಕೂ ಕೊರತೆಯ ಭಾವನೆ ಬರಬಾರದು, ತನಗೆ ಸಿಗದಿದ್ದೆಲ್ಲವೂ ಮಗುವಿಗೆ ಸಿಗಬೇಕು ಎಂಬುದು ಅವಳ ಉದ್ದೇಶವಾಗಿತ್ತು.

ವಿಶಾಲನು ಇನ್ನೂ ಬರದೇ ಇರುವುದನ್ನು ನೋಡಿ ಸಲೋನಿಯು ಬಾಲ್ಕನಿಯಿಂದ ಹಾಲ್‌ಗೆ ಬಂದಳು. ಹಾಗೂ ಡೈನಿಂಗ್ ಚೇರ್ ಮೇಲೆ ಕುಳಿತಳು. ಎದುರಿಗೆ ಗೋಡೆಯ ಮೇಲಿದ್ದ ಬಾಲಕೃಷ್ಣನ ಚಿತ್ರವನ್ನು ಪ್ರೀತಿಯಿಂದ ನೋಡತೊಡಗಿದಳು. ಆ ಚಿತ್ರವನ್ನು ಅವಳ ಅತ್ತೆ ಅವಳಿಗೆ ಕೊಟ್ಟಿದ್ದಳು. ಕೃಷ್ಣನ ಚಿತ್ರವನ್ನು ಮೇಲಿಂದ ಮೇಲೆ ಪ್ರೀತಿಯಿಂದ ನೋಡುತ್ತಾ ಇರು. ಹಾಗೆ ಮಾಡುವುದರಿಂದ ಮುಂದೆ ಹುಟ್ಟುವ ಮಗುವು ಕೃಷ್ಣನಂತೆ ದಿವ್ಯ ಗುಣಗಳನ್ನು ಪಡೆದುಕೊಳ್ಳುವುದು ಎಂದು ಹೇಳಿದ್ದಳು. ಸಲೋನಿ ಅವರ ಮಾತಿಗೆ ಸಮ್ಮತಿಸಿ ಆಗಾಗ ಆ ಚಿತ್ರವನ್ನು ಪ್ರೀತಿಯಿಂದ ನೋಡುತ್ತಿದ್ದಳು, ಹಾಗೂ ಮನದಲ್ಲಿಯೇ ಪ್ರಾರ್ಥನೆ ಮಾಡಿಕೊಳ್ಳುತ್ತಿದ್ದಳು. "ಹೇ ಪರಮಾತ್ಮ ನನಗೆ ನಿಮ್ಮ ದಿವ್ಯ ಗುಣಗಳು ತುಂಬಿದ ನಿಮ್ಮದೇ ಸ್ವರೂಪವಾದ ಮಗು ಸಿಗಲಿ, ನಾನು ಆ ಮಗುವಿಗೆ ತುಂಬಾ ಪ್ರೇಮ ಹಾಗೂ ಎಲ್ಲಾ ಸುಖ ಸೌಕರ್ಯಗಳನ್ನು ಕೊಡುವೆನು." ಎಂದು ಪ್ರಾರ್ಥಿಸುತ್ತಿದ್ದಳು.

ಇವತ್ತು ಕೂಡ ಅವಳು ಅದನ್ನೇ ಪ್ರಾರ್ಥನೆ ಮಾಡುತ್ತಿದ್ದಳು. ಅಷ್ಟರಲ್ಲಿ ಬಾಗಿಲು ತಟ್ಟಿದ ಸದ್ದಾಯಿತು. ಸಲೋನಿಯೂ ಓಡಿ ಹೋಗಿ ಬಾಗಿಲು ತೆರೆದು ನೋಡಿದಾಗ ಎದುರಿಗೆ ವಿಶಾಲನಿದ್ದನು. ಅವನ ಮುಖದಲ್ಲಿ ತುಂಬಾ ದಣಿವಿತ್ತು. ಅವನು ತಡವಾಗಿ ಬಂದರೂ ಪರವಾಗಿಲ್ಲ, ಮೊದಲೇ ಯೋಚಿಸಿದ ಹಾಗೆ ಇಬ್ಬರು ಹೊಸ ಮನೆಯನ್ನು ನೋಡಲು ಹೋಗೋಣ ಎಂದು ಮನದಲ್ಲಿಯೇ ಅಂದುಕೊಂಡಳು. ಈ ಕ್ಷಣಕ್ಕಾಗಿ ಅವಳು ಬೆಳಗ್ಗೆಯಿಂದ ಕಾಯುತ್ತಿದ್ದಳು.

"ಸಲೋನಿ ನಾನು ತುಂಬಾ ದಣಿದಿದ್ದೇನೆ, ತಲೆನೋವು ಕೂಡ ಇದೆ, ಇವತ್ತು ಆಫೀಸ್‌ನಲ್ಲಿ ಬಾಸ್ ಜಾಸ್ತಿ ಕೆಲಸ ಕೊಟ್ಟಿದ್ದರು. ಮನೆಯಲ್ಲಿಯೇ ಕೂತು ರಾತ್ರಿ ಎಲ್ಲಾ ಕೆಲಸ ಮಾಡಬೇಕು. ಇವತ್ತು ಮನೆ ನೋಡಲು ಹೋಗುವುದು ಬೇಡ ಮತ್ತೆ ಇನ್ನೊಂದು ದಿನ ಹೋಗೋಣ" ಎಂದು ವಿಶಾಲ ರಿಕ್ವೆಸ್ಟ್ ಮಾಡಿದನು. ಅವನು ನಿಜವಾಗಿಯೂ ಎಲ್ಲಿಯೂ ಹೋಗುವ ಪರಿಸ್ಥಿತಿಯಲ್ಲಿ ಇರಲಿಲ್ಲ. ಆದರೆ ಇದನ್ನು ಕೇಳಿ ಸಲೋನಿಗೆ ತುಂಬಾ ಬೇಜಾರಾಯಿತು ಹಾಗೆ ಕೋಪವೂ ಬಂತು.

"ತುಂಬಾ ದಿನಗಳಿಂದ ನೋಡುತ್ತಾ ಇದ್ದೀನಿ. ನೀವು ಬೇರೆ ಎಲ್ಲಾ ಕೆಲಸಗಳನ್ನು ಮಾಡುತ್ತೀರಿ ಆದರೆ ಇದೇ ಒಂದು ಕೆಲಸಕ್ಕೆ ನಿಮ್ಮಲ್ಲಿ ಸಮಯವಿಲ್ಲ, ಇದು ಕೂಡ ಮುಖ್ಯವಾದ ಕೆಲಸ ಎಂದು ನಿಮಗೆ ಏಕೆ ಅರ್ಥ ಆಗ್ತಾ ಇಲ್ಲ" ಎಂದಳು.

"ಇದೇನು ಅಂಥ ಮುಖ್ಯವಾದ ಕೆಲಸ? ಈಗಿರುವ ಸೊಸೈಟಿಯಲ್ಲಿ ಮಕ್ಕಳು ಹುಟ್ಟುತ್ತಾ ಇಲ್ವಾ? ಇಲ್ಲಿರುವ ಮಕ್ಕಳೇನಾದರೂ ದುಃಖಿಗಳಾಗಿದ್ದಾರಾ? ಇನ್ನು ಮಗುವನ್ನು ನೀನು ಗರ್ಭಧಾರಣೆ ಕೂಡ ಮಾಡಿಲ್ಲ, ಈಗಲೇ ಮನೆ ಬದಲಾಯಿಸುವಂತಹ ಅವಸರ ಏನಿದೆ?" ಎಂದು ಮೊದಲೇ ದಣಿದಿದ್ದ ವಿಶಾಲನೂ ಕೂಡ ರೇಗಾಡಿದನು.

"ಈಗಲೇ ಇಷ್ಟು ನೆಪಗಳನ್ನು ಹೇಳುತ್ತಿರುವವರು, ಮುಂದೆ ಸುತಾರಾಮ್ ಒಪ್ಪುವುದಿಲ್ಲ ನೀವು, ಕಿವಿಗೊಟ್ಟು ಕೇಳಿಸಿಕೊಳ್ಳಿ, ನಾನು ಗುಬ್ಬಿ ಗೂಡಿನಂತೆ ಇರುವ ಈ ಮನೆಯಲ್ಲಿ ನನ್ನ ಮಗುವನ್ನು ತರುವುದಿಲ್ಲ. ಒಂದು ಒಳ್ಳೆಯ ದೊಡ್ಡ ಮನೆಗೆ ಶಿಫ್ಟ್ ಆಗುವವರೆಗೂ ನಾನು ಗರ್ಭಧಾರಣೆ ಕೂಡ ಮಾಡುವುದಿಲ್ಲ" ಎಂದು ಅರ್ಭಟಿಸಿ ಸಲೋನಿಯ ಒಳಗೆ ಹೋದಳು.

ಅಂದು ಸಂಜೆ ಆ ಮನೆಯಲ್ಲಿ ಇಬ್ಬರು ಇದ್ದರೂ ಮೌನ ಆವರಿಸಿತ್ತು. ಆದರೆ ಗೋಡೆಯ ಮೇಲೆ ಹಾಕಿದ್ದ ಬಾಲಗೋಪಾಲನ ಚಿತ್ರವು ಮಾತ್ರ ಮುಗುಳ್ನಗುತ್ತಿತ್ತು.

ಮನನ ಬಿಂದು...

* ಪ್ರತಿ ತಂದೆ ತಾಯಿ ತಮ್ಮ ಮಗುವಿಗೆ ಉತ್ತಮವಾದದನ್ನು ಕೊಡಲು ಆಸೆ ಪಡುತ್ತಾರೆ. ಆದರೆ ಕೇವಲ ದೊಡ್ಡ ಮನೆ ಒಳ್ಳೆಯ ಸೊಸೈಟಿಯಿಂದ ಶ್ರೇಷ್ಠತೆ ಸಾಬೀತಾಗುತ್ತದೆಯಾ?

* ಅಹಂಕಾರವನ್ನು ಎಂದಿಗೂ ತನ್ನ ಮೇಲೆ ಪ್ರಾಬಲ್ಯ ಸಾಧಿಸಲು ಬಿಡಬಾರದು. ಭವಿಷ್ಯದ ಚಿಂತೆಯಲ್ಲಿ ಸಮಯ ವ್ಯರ್ಥ ಮಾಡುತ್ತಾ ವರ್ತಮಾನದ ಖುಷಿಯನ್ನು ಅಲಕ್ಷಿಸಬಾರದು. ಭವಿಷ್ಯ ಎನ್ನುವುದು ಎಂದಿಗೂ ಬರುವುದಿಲ್ಲ.

* ನಾವು ಯಾವ ಹಠದ ಸಲುವಾಗಿ ನಮ್ಮ ಖುಷಿಯನ್ನು ಪಣಕ್ಕೆ ಇಟ್ಟಿದ್ದೇವೆ ಎಂಬುದನ್ನು ಯೋಚಿಸಬೇಕು.

ಅಧ್ಯಾಯ 2

ಗರ್ಭ ಪೂರ್ವ ಸಂಸ್ಕಾರ

ತಿಳುವಳಿಕೆ ಹಾಗೂ ಹೊಸ ವಿಚಾರದ ಪ್ರಸಾದ

ಹಿಂದಿನ ದಿನ ಸಂಜೆ ಮುಳುಗಿದ ಸೂರ್ಯನು ಇಂದು ಜಗತ್ತಿಗೆ ಬೆಳಕನ್ನು ನೀಡಲು ನಿಶ್ಚಿತ ಸಮಯಕ್ಕೆ ಕೆಂಪನ್ನು ಹರಡುತ್ತಾ ಆಗಸದಲ್ಲಿ ಮೂಡಿದ್ದನು. ಆದರೆ ವಿಶಾಲ ಹಾಗೂ ಸಲೋನಿ ಇದ್ದಂತ ಮನೆಯಲ್ಲಿ ಹಿಂದಿನ ರಾತ್ರಿಯ ನೀರವ ಮೌನ ಇನ್ನೂ ಮುಂದುವರೆದಿತ್ತು. ವಿಶಾಲನು ಎದ್ದು ತಯಾರಾಗಿ ತಿಂಡಿ ತಿನ್ನದೇ ಹಾಗೆ ಆಫೀಸಿಗೆ ಹೋಗಿದ್ದನು. ಸಲೋನಿಯು ಕೂಡ ಬೇಸರದಿಂದಲೇ ಎದ್ದು ಬೆಡ್ರೂಮ್ ನಿಂದ ಹೊರಗೆ ಬಂದಳು. ಅವಳ ಅತ್ತೆ ಹೇಳಿದ ಹಾಗೆ ಹಾಲಿನಲ್ಲಿ ಗೋಡೆಯ ಮೇಲೆ ಹಾಕಿದ್ದ ಬಾಲಗೋಪಾಲನ ಚಿತ್ರವನ್ನು ನೋಡುತ್ತಾ ಪ್ರಾರ್ಥನೆಯನ್ನು ಬಡ ಬಡಿಸತೊಡಗಿದಳು. ಆದರೆ ಪ್ರಾರ್ಥನೆ ಮಾಡುವಾಗ ಅವಳ ಚಿತ್ತ ಬೇರೆ ಕಡೆ ಇತ್ತು. ಮನದಲ್ಲಿ ವಿಶಾಲನ ಮೇಲೆ ಕೋಪ ತುಂಬಿತ್ತು. ಆದ್ದರಿಂದ ಪ್ರಾರ್ಥನೆ ಮಾಡುವಾಗಲೂ ಅವಳ ಭಾವನೆ ನಕಾರಾತ್ಮಕವಾಗಿತ್ತು.

ಕೆಲಕಾಲ ಅಸಮಾಧಾನದಿಂದಲೇ ಮನೆಯಲ್ಲಿ ಓಡಾಡತೊಡಗಿದಳು. ಅಷ್ಟರಲ್ಲಿ ಡೋರ್‌ಬೆಲ್ ಸದ್ದಾಯಿತು, ಅವಳ ಪಕ್ಕದ ಮನೆಯ ಗಾಯತ್ರಿ ಆಂಟಿ ಬಂದಿದ್ದರು. ಅವರ ಮನೆಯಲ್ಲಿ ಬೆಳಗ್ಗೆ ಯಾವುದೋ ಪೂಜೆ ಇತ್ತು, ಅದರದೇ ಪ್ರಸಾದ ಕೊಡಲು ಬಂದಿದ್ದರು. ಸಲೋನಿಯು ಬೇಸರದಿಂದಲೇ ಪ್ರಸಾದವನ್ನು ಸ್ವೀಕರಿಸಿದಳು. ಗಾಯತ್ರಿ ವಯಸ್ಸಿನಲ್ಲಿ ದೊಡ್ಡವರು ಹಾಗೂ ಅನುಭವಸ್ಥ ಮಹಿಳೆಯಾಗಿದ್ದರು. ಅವರು ಸಲೋನಿಯನ್ನು ನೋಡಿದ ಕೂಡಲೇ ಮನೆಯಲ್ಲಿ ಏನೋ ಆಗಿರಬಹುದು ಎಂದು ಊಹಿಸಿಬಿಟ್ಟರು. 'ಅದಕ್ಕೆ ಸಲೋನಿಯ ಮುಖ ಸಪ್ಪೆಯಾಗಿದೆ, ಇಲ್ಲವೆಂದರೆ ಅವಳು ಯಾವಾಗಲೂ ಹಸನ್ಮುಖಿ' ಎಂದುಕೊಂಡರು.

ಆಗಲೇ ಅವರ ಕಣ್ಣು ಗೋಡೆಯ ಮೇಲಿದ್ದ ಬಾಲಗೋಪಾಲನ ಚಿತ್ರದ ಮೇಲೆ ಬಿತ್ತು. ಅವರಿಗೆ ಗೊತ್ತು ಬಾಲಗೋಪಾಲನ ಇಂತಹ ಚಿತ್ರ ಹೊಸದಾಗಿ ಮದುವೆ ಆದ ಜೋಡಿಗಳ ಮನೆಯಲ್ಲಿ ಯಾವಾಗ ಹಾಕುತ್ತಾರೆ ಅಂತ. ಯಾವಾಗ ಅಂದರೆ ಅವರು ಮನೆಯಲ್ಲಿ ಪುಟಾಣಿ ಅತಿಥಿಯ ಆಗಮನಕ್ಕಾಗಿ ಕಾಯುತ್ತಿರುವಾಗ. ಗಾಯತ್ರಿ ಅವರ ಮುಖದ ಮೇಲೆ ನಗುವು ಮೂಡಿತು.

“ತುಂಬಾ ತುಂಬಾ ಅಭಿನಂದನೆಗಳು ಸಲೋನಿ, ಬೆಳಗ್ಗೆ ಬೆಳಗ್ಗೆ ಒಳ್ಳೆಯ ಶುಭ ಸಮಾಚಾರ ಕೊಟ್ಟೆ ನೀನು. ಇವಾಗ ಅರ್ಥವಾಯಿತು ನನಗೆ, ನಿನ್ನ ಮುಖ ಯಾಕೆ ಇಷ್ಟು ಬಾಡಿದೆ ಅಂತ, ಮೊದಲ ಒಂದೆರಡು ತಿಂಗಳು ಹೀಗೆ ಮೂಡ್ ಸ್ವಿಂಗ್ಸ್ ಆಗುವುದು ಸಾಮಾನ್ಯ. ಚಿಂತೆ ಮಾಡಬೇಡ ಎಲ್ಲಾ ಸರಿ ಹೋಗುತ್ತೆ” ಎಂದರು.

ಅವರ ಮಾತು ಕೇಳಿ ಸಲೋನಿಯು ಗಲಿಬಿಲಿಗೊಂಡಳು, “ಅಯ್ಯೋ ಆಂಟಿ ನೀವು ತಪ್ಪು ತಿಳ್ಕೋತ ಇದ್ದೀರಾ” ಎಂದಳು.

“ನೋಡು ನನ್ನಿಂದ ಏನನ್ನು ಮುಚ್ಚಿಡುವ ಅವಶ್ಯಕತೆ ಇಲ್ಲ. ನನ್ನ ಜೊತೆ ಆಡುವವರು ಬರ್ತಾ ಇದ್ದಾರೆ ಅನ್ನೋದನ್ನ ಯೋಚಿಸಿ ನನಗೆ ಖುಷಿ ತಡೆದುಕೊಳ್ಳೋಕೆ ಆಗ್ತಾ ಇಲ್ಲ. ನನ್ನ ವೃದ್ಯಾಪ್ಯ ನಿನ್ನ ಮಗುವಿನ ಜೊತೆ ತುಂಬಾ ಚೆನ್ನಾಗಿ ಕಳೆಯುತ್ತದೆ” ಎನ್ನುತ್ತಾ ಗಾಯತ್ರಿ ಅವರು ಖುಷಿಯಿಂದ ತೇಲಾಡಿದರು.

“ಆಂಟಿ ನೀವು ನನ್ನ ಮಾತಾದ್ರು ಕೇಳಿ...”

“ಯಾವ ಮಾತನ್ನೂ ಕೇಳೋದಿಲ್ಲ ನಾನು ಇವತ್ತಿನಿಂದ ನಿನ್ನನ್ನು ನೋಡಿಕೊಳ್ಳುವ ಜವಾಬ್ದಾರಿ ನನ್ನದು, ಏನಾದ್ರೂ ತಿನ್ನಬೇಕು ಅನ್ಸಿದ್ರೆ ನನಗೆ ಹೇಳು. ತಕ್ಷಣ ಮಾಡಿಕೊಡುತ್ತೇನೆ. ಹಾಗೆ ಮಗುವನ್ನು ಹೇಗೆ ನೋಡಿಕೊಳ್ಳುವುದು ಅಂತ ಚಿಂತೆ ಮಾಡಬೇಡ, ನಾನು ಇದ್ದೀನಲ್ಲ ಎಲ್ಲಾ ನೋಡಿಕೊಳ್ಳುತ್ತೇನೆ ಹಾಗೂ ನಿನ್ನನ್ನು ಕೂಡ” ಎಂದು ಅತ್ಯಂತ ಖುಷಿಯಿಂದ ಹೇಳಿದರು.

ಗಾಯತ್ರಿ ಆಂಟಿ ಇಷ್ಟು ಖುಷಿಯಾಗಿದ್ದನ್ನು ನೋಡಿ ಸಲೋನಿ ಭಾವೋದ್ವೇಗಕ್ಕೆ ಒಳಗಾದಳು. ಅವರು ಒಬ್ಬ ಒಳ್ಳೆಯ ನೆರೆಹೊರೆಯವಳಾಗಿದ್ದರು. ಅವರೊಬ್ಬರೇ ಇರುತ್ತಿದ್ದರು, ಪತಿಯು ತೀರಿ ಹೋಗಿದ್ದರು, ಒಬ್ಬ ಮಗನು ವಿದೇಶದಲ್ಲಿ ಇದ್ದನು. ಹೀಗಿದ್ದರೂ ಸಲೋನಿ ಅವರನ್ನು ಯಾವತ್ತಿಗೂ ದುಃಖಿಯಾಗಿರುವುದನ್ನು ಹಾಗೂ ಚಿಂತೆ ಮಾಡುವುದನ್ನು ನೋಡಿರಲಿಲ್ಲ. ಯಾವಾಗಲೂ ಖುಷಿಯಾಗಿರುತ್ತಿದ್ದರು. ಅಕ್ಕಪಕ್ಕದವರಿಗೆ ಸಹಾಯ ಮಾಡುವುದು, ಮಕ್ಕಳಿಗೆ ಉಚಿತವಾಗಿ ಪಾಠ ಹೇಳಿಕೊಡುವುದು, ಇನ್ನೂ ಹೆಚ್ಚಿನ ಸೇವಾ ಕಾರ್ಯಗಳನ್ನು ಮಾಡುತ್ತಿದ್ದರು. ಒಂದು ಕ್ಷಣಕ್ಕೆ ಸಾಲೋನಿಗೆ ಅನಿಸಿತು, ‘ನಾವೇನಾದರೂ ಇಲ್ಲಿಂದ ಶಿಫ್ಟ್ ಆದರೆ ಗಾಯತ್ರಿ ಆಂಟಿ ಅಂತಹ ಒಳ್ಳೆಯ ವ್ಯಕ್ತಿಯಿಂದ ದೂರಾಗ ಬೇಕಾಗುತ್ತದೆಯಲ್ಲಾ.’ ಈ ವಿಚಾರವು ಸೋಲೋನಿಯನ್ನು ವಿಚಲಿತಗೊಳಿಸಿತು.

ಸಲೋನಿಯು ಬಹಳ ಪ್ರೀತಿಯಿಂದ ಗಾಯಿತ್ರಿ ಆಂಟಿಯ ಕೈಯನ್ನು ಹಿಡಿದು ಸೋಫಾದ ಮೇಲೆ ಕೂರಿಸಿದಳು. “ಆಂಟಿ ಇನ್ನೂ ಅಂತಹ ಯಾವ ವಿಷಯವೂ ಇಲ್ಲ, ಆದರೆ ಖಂಡಿತ ನಾವು ಇದರ ಬಗ್ಗೆ ಯೋಚಿಸುತ್ತಿದ್ದೇವೆ. ಹಾಗೇನಾದರೂ ಆದರೆ ಎಲ್ಲರಿಗಿಂತ ಮೊದಲು ನಿಮಗೇ ಹೇಳುತ್ತೇನೆ” ಸಲೋನಿಯು ಮುಗುಳ್ನಗುತ್ತಾ ಹೇಳಿದಳು.

"ಹಾಗಾದರೆ ನಿನ್ನ ಮೂಡ್ ಏಕೆ ಕೆಟ್ಟಿದೆ? ನೀನು ಈಗ ಖುಷಿಯಾಗಿ ಇರಬೇಕು."

ಸಲೋನಿಯು ಗಾಯತ್ರಿ ಆಂಟಿಗೆ ಎಲ್ಲಾ ವಿಷಯ ಹೇಳಿದಳು. ಹೇಗೆ ಗರ್ಭವತಿ ಆಗುವ ಮುಂಚೆಯೇ ಬರುವ ಮಗುವಿಗಾಗಿ ಎಲ್ಲಾ ಪ್ಲಾನಿಂಗ್ ಮಾಡಿದ್ದಳು, ಒಳ್ಳೆಯ ಸೊಸೈಟಿಯಲ್ಲಿ ದೊಡ್ಡ ಮನೆ, ಆಡಲು ಜೋಕಾಲಿ, ಪಾರ್ಕ್, ಒಳ್ಳೆಯ ಶಾಲೆ...ಹೇಗೆ ಸಲೋನಿಗೆ ಚಿಕ್ಕವಳಾಗಿದ್ದಾಗ ಸಿಗದೇ ಇದ್ದ ಸುಖ ಸೌಕರ್ಯಗಳು ತನ್ನ ಮಗುವಿಗೆ ಸಿಗಬೇಕು ಎಂದು ಆಸೆ ಪಟ್ಟಿದ್ದಳು. ಆದರೆ ಸಲೋನಿಯ ಈ ಆಲೋಚನೆ ವಿಶಾಲನಿಗೆ ತೀರಾ ಅನಾವಶ್ಯಕ ಎಂದು ತೋರುತ್ತಿತ್ತು. ಸಮಯಕ್ಕೂ ಮುಂಚೆ ಮತ್ತು ಅವಶ್ಯಕತೆಗೆ ಮೀರಿ ಸಾಲೋನಿಯು ಬಯಸುತ್ತಿದ್ದಾಳೆ ಎಂಬುದು ವಿಶಾಲನ ಅಭಿಪ್ರಾಯವಾಗಿತ್ತು. ಇದೇ ಕಾರಣಕ್ಕೆ ಅವರಿಬ್ಬರ ನಡುವೆ ಮನಸ್ತಾಪಗಳಾಗುತ್ತಿದ್ದವು ಎಂದು ಸಲೋನಿ ಗಾಯತ್ರಿ ಆಂಟಿಗೆ ವಿವರಿಸಿ ಹೇಳಿದಳು.

"ಆಂಟಿ ನೀವಾದರೂ ಹೇಳಿ ಬರುವ ಮಗುವಿಗಾಗಿ ಮುಂಚೆಯೇ ತಯಾರಿ ಮಾಡುವುದು, ಪ್ಲಾನಿಂಗ್ ಮಾಡುವುದು ತಪ್ಪಾ?" ಎಂದು ಪ್ರಶ್ನಿಸಿದಳು.

ಸಲೋನಿಯ ಮಾತು ಕೇಳಿ ಗಾಯತ್ರಿ ಆಂಟಿ ಸ್ವಲ್ಪ ಹೊತ್ತು ಮೌನವಾಗಿ ಕುಳಿತರು. ಆಮೇಲೆ, "ಇಲ್ಲ ಖಂಡಿತ ತಪ್ಪಲ್ಲ, ಮಗುವಿನ ಆಗಮನಕ್ಕಾಗಿ ಪೂರ್ವ ತಯಾರಿ ಮಾಡಿಕೊಳ್ಳಲೇಬೇಕು. ಬರುವ ಮಗು ಪೂರ್ಣ ತಯಾರಿಯೊಂದಿಗೆ ಬರಬೇಕೆ ವಿನಃ ಹಾಗೆ ಆಕಸ್ಮಿಕವಾಗಿ, ಆಕ್ಸಿಡೆಂಟ್ ಆಗಿ ಅಲ್ಲ. ಮಗು ಅಂದರೆ ಅದೇನು ವಸ್ತುವಲ್ಲ ಹೀಗೆ ಮನೆಗೆ ತಂದು ಇಡಲು. ಮಗು ಎಂದರೆ ದೇವರ ಸ್ವರೂಪ. ದಿವ್ಯ ಚೇತನ, ಅದರ ಆವಾಹನೆ ತುಂಬಾ ಪವಿತ್ರ ಹಾಗೂ ಶುದ್ಧ ಭಾವದಿಂದ ಮಾಡಬೇಕು. ಪೂಜೆಯಲ್ಲಿ ದೇವರ ಆವಾಹನೆ ಮಾಡುವಂತೆ, ವಿಶೇಷ ಅತಿಥಿಗಳು ಮನೆಗೆ ಬರುವಾಗ ಅವರ ಆಗಮನಕ್ಕೆ ತಯಾರಿ ಮಾಡಿಕೊಳ್ಳುವಂತೆ, ಮೊದಲೇ ಎಲ್ಲಾ ತಯಾರಿ ಮಾಡಿಕೊಳ್ಳಬೇಕು." ಎಂದು ಹೇಳಿದರು.

"ಅದೇ ನಾನು ಕೂಡ ಬಯಸುತ್ತಾ ಇದ್ದೀನಿ. ಮೊದಲೇ ಎಲ್ಲಾ ತಯಾರಿ ಮಾಡಿಕೊಂಡು ಗರ್ಭಧಾರಣೆ ಮಾಡಬೇಕೆಂದು ಆಸೆ ಪಟ್ಟಿದ್ದೀನಿ. ಆದರೆ ವಿಶಾಲ ತನ್ನ ಡಿಮ್ಯಾಂಡ್ ಎಲ್ಲಾ ಒಂದು ಒಣ ಹಟ ಮತ್ತು ಅನಾವಶ್ಯಕ ಅಂದುಕೊಂಡಿದ್ದಾನೆ." ಹೀಗೆ ಸಲೋನಿ ತುಂಬಾ ಉತ್ಸುಕತೆಯಿಂದ ತನ್ನ ಮತವನ್ನು ಮುಂದಿಟ್ಟಳು.

"ಸರಿ ಸಲೋನಿ ಒಂದು ಮಾತು, ನೀನು ಈ ಬಾಲ ಗೋಪಾಲನ ಚಿತ್ರವನ್ನು ಯಾಕೆ ಹಾಕಿಕೊಂಡಿದ್ದೀಯಾ?" ಗಾಯತ್ರಿ ಆಂಟಿ ಕೇಳಿದರು.

"ಅದು ಏನೆಂದರೆ, ನಮ್ಮ ಅತ್ತೆ ಹೇಳಿದರು ಈ ಚಿತ್ರವನ್ನು ಪ್ರತಿದಿನ ನೋಡ್ತಾ ಇದ್ದರೆ ಮುಂದೆ ನನಗೆ ಹುಟ್ಟುವ ಮಗು ಕೂಡ ಕೃಷ್ಣನಂತೆ ದಿವ್ಯ ಗುಣಗಳಿಂದ ಕೂಡಿರುತ್ತದೆ ಅಂತ."

"ನಿಜ ಹೇಳಿದೆ ನೀನು. ಇದು ಪ್ರಕೃತಿಯ ನಿಯಮವಾಗಿದೆ. ನಾವು ಯಾವ ವಿಷಯದ ಬಗ್ಗೆ ಹೆಚ್ಚಿಗೆ ವಿಚಾರ ಮಾಡುತ್ತೇವೆಯೋ, ಅದೇ ನಮ್ಮ ಜೀವನದಲ್ಲಿ ಬಂದು ಬಿಡುತ್ತದೆ. ಯಾವ ಗುಣಗಳ ಮೇಲೆ ಕೇಂದ್ರೀಕರಿಸುತ್ತೇವೆಯೋ ಅವೇ ಗುಣಗಳು ನಮ್ಮನ್ನು ಆವರಿಸಿಕೊಳ್ಳುತ್ತವೆ. ಸರಿ ಈಗ ಹೇಳು ನೀನು ಪ್ರತಿದಿನ ಏನಂತ ಪ್ರಾರ್ಥನೆ ಮಾಡುತ್ತೀಯಾ?"

"ಹೇ ಬಾಲ ಗೋಪಾಲನೇ! ನನಗೆ ಹುಟ್ಟುವ ಮಗು ಯಾರೇ ಇರಲಿ, ನಿನ್ನ ದಿವ್ಯ ಗುಣಗಳಿಂದ ಕೂಡಿರಲಿ. ಆ ಮಗುವಿನಲ್ಲಿ ಪ್ರೇಮ, ಸಾಹಸ, ಕರುಣೆ, ಬುದ್ಧಿ, ಸ್ವಾಸ್ಥ್ಯ, ಸತ್ಯ, ಶಾಂತಿ, ಸರಳತೆ, ನಿಶ್ಚಲತೆ, ಇವೆಲ್ಲಾ ಗುಣಗಳಿರಲಿ. ಅವನು ನಿಮ್ಮ ಪ್ರತಿರೂಪವಾಗಿರಲಿ,

ನಿಮ್ಮಂತೆ ಮನೋಹರವಾಗಿರಲಿ, ಅವನ ನಗುವು ಅಮೃತಕ್ಕೆ ಸಮಾನವಾಗಿರಲಿ, ಆ ಮಗುವು ಬಂದಮೇಲೆ ನಮ್ಮ ಮನೆ-ಸಂಸಾರ ಖುಷಿಯಿಂದ ತುಂಬಿ ಬಿಡಲಿ, ಎಂದು ಪ್ರತಿದಿನ ಆ ಬಾಲ ಗೋಪಾಲನಲ್ಲಿ ಪ್ರಾರ್ಥನೆ ಮಾಡುತ್ತೇನೆ ಆಂಟಿ" ಎಂದಳು.

ಸಲೋನಿಯ ಪ್ರಾರ್ಥನೆ ಕೇಳಿ ಗಾಯತ್ರಿ ಆಂಟಿ ಮುಗುಳ್ನಗುತ್ತಾ, "ಇದಂತೂ ತುಂಬಾ ಸುಂದರ ಪ್ರಾರ್ಥನೆ, ಪ್ರತಿಯೊಬ್ಬ ತಾಯಿಯೂ ತನ್ನ ಮಗು ದೈವತ್ವ ಗುಣಗಳಿಂದ ಕೂಡಿರಲಿ, ಆ ಮಗುವು ದೇವರ ಪ್ರತಿರೂಪವಾಗಿರಲಿ ಎಂದು ಬಯಸುತ್ತಾಳೆ. ಸರಿ, ಇದೆಲ್ಲಾ ನೀನು ನಿನಗೆ ಎಂತಹ ಮಗು ಬೇಕು ಎನ್ನುವ ವಿಷಯವಾಯಿತು. ನೀನು ಯಾವಾಗಲಾದರೂ ಯೋಚಿಸಿದ್ದೀಯ ನಿನ್ನ ಭಾವಿ ಮಗುವಿಗೆ ಎಂತಹ ತಂದೆ ತಾಯಿ ಬೇಕು ಎಂದು? ಆ ಸೂಕ್ಷ್ಮ ಜೀವ, ಮುಂದೆ ನಿನ್ನ ಮಗುವಾಗುವ ಜೀವ, ಏನು ತಯಾರಿ ಮಾಡಿಕೊಳ್ಳುತ್ತಾ ಇರಬಹುದು? ಆ ಮಗುವು ನಿಮ್ಮಿಂದ ಏನನ್ನು ಬಯಸುತ್ತ ಇರಬಹುದು?" ಈ ಮಾತನ್ನು ಕೇಳಿ ಸಲೋನಿಗೆ ಹಾವು ಬಂದು ಮೂಸಿ ಹೋದ ಹಾಗಾಯಿತು. ಈ ತರಹ ಸಲೋನಿಯು ಎಂದು ಯೋಚಿಸಿರಲಿಲ್ಲ. ಅವಳನ್ನು ಹೇಗೆ ಅವಾಕ್ಕಾಗಿ ನಿಂತಿರುವುದನ್ನು ನೋಡಿ, ಗಾಯತ್ರಿ ಆಂಟಿ ತಮ್ಮ ಮಾತನ್ನು ಮುಂದುವರಿಸಿದರು.

"ನಿನಗೆ ಹುಟ್ಟುವ ಭಾವಿ ಸಂತಾನವು ಕೂಡ ಎಲ್ಲೋ ಇರಬಹುದು. ತಾನು ಕೂಡ ತನ್ನ ಗೋಡೆಯ ಮೇಲೆ ಆದರ್ಶ ತಂದೆ ತಾಯಿಯ ಫೋಟೋ ಹಾಕಿಕೊಂಡಿರಬಹುದು, ಹೀಗೆಯೇ ಪ್ರಾರ್ಥನೆ ಮಾಡುತ್ತಾ ಇರಬಹುದು, "ಹೇ ಪರಮಾತ್ಮ ನನಗೆ ತನು ಮನದಿಂದ ಸ್ವಸ್ಥ, ಪ್ರೇಮ, ಆನಂದ, ಕರುಣೆ, ಶಾಂತಿ, ತಿಳುವಳಿಕೆ, ವಾತ್ಸಲ್ಯದ ಮೂರ್ತಿಯಂತಿರುವ, ಯಾರ ಮನೆಯಲ್ಲಿ ಇದೆಲ್ಲಾ ಗುಣಗಳಿರುವ ಯಾವಾಗಲೂ ಪ್ರೇಮ, ಆನಂದ, ಶಾಂತಿ, ಸದ್ಭಾವನೆ ತುಂಬಿ ಹರಿಯುತ್ತಿರುವ ಜಗಳವಾಡದೇ ಎಂದಿಗೂ ನಗನಗುತ್ತಾ ಸಂತೋಷವಾಗಿರುವ 'ಮಮ್ಮಿ' 'ಹ್ಯಾಪಿ ಡ್ಯಾಡಿ' ಆಗಿರುವ ತಂದೆ ತಾಯಿಯನ್ನು ಕರುಣಿಸು ಎಂದು ಪ್ರಾರ್ಥಿಸುತ್ತಿರಬಹುದು, ಅಲ್ವಾ?" ಇದನ್ನೆಲ್ಲಾ ಕೇಳಿದ ಸಲೋನಿ ಗಾಬರಿಗೊಂಡಳು. 'ಇದೆಲ್ಲಾ ನಿಜವಾಗಿಯೂ ಆಗಿರಬಹುದಾ? ಹಾಗೇನಾದರೂ ಆಗಿದ್ದರೆ, ನಾವಿಬ್ಬರೂ ಯಾವತ್ತಿಗೂ 'ಹ್ಯಾಪಿ ಮಮ್ಮಿ' 'ಹ್ಯಾಪಿ ಡ್ಯಾಡಿ' ಆಗಲು ಸಾಧ್ಯವಿಲ್ಲ. ನಮ್ಮಿಬ್ಬರ ನಡುವೆ ಯಾವಾಗಲೂ ವಾದ ವಿವಾದಗಳು ನಡಿತಾನೇ ಇರುತ್ತೆ, ವಿಚಾರಗಳಲ್ಲಿ ಮತ ಭೇದವಿರುತ್ತದೆ. ಇದೇ ಕಾರಣಕ್ಕೆ ಮಗು ನಮ್ಮನ್ನು ರಿಜೆಕ್ಟ್ ಮಾಡಿ ಬಿಟ್ಟರೆ? ನಮ್ಮಲ್ಲಿಗೆ ಬರಲು ಒಪ್ಪದೇ ಇದ್ದರೆ?' ಇದನ್ನೆಲ್ಲಾ ಯೋಚಿಸಿ ಸಲೋನಿ ಚಿಂತಿತಳಾದಳು. ಹಣೆಯ ಮೇಲೆ ಚಿಂತೆಯ ಗೆರೆಗಳು ಮೂಡಿದವು. ಅವಳ ಈ ಪರಿಸ್ಥಿತಿ ನೋಡಿ ಗಾಯತ್ರಿ ಆಂಟಿ ನಗಲು ಶುರು ಮಾಡಿದರು.

"ಅರೆರೇ ಇಷ್ಟೊಂದು ಭಯಪಡಬೇಡ ಇದನ್ನೆಲ್ಲಾ ನಿನಗೆ ಹೆದರಿಸಬೇಕು ಅಂತ ಹೇಳಲಿಲ್ಲ. ನಾ ಬಯಸಿದ್ದು ನೀನು ನಿನ್ನ ಭಾವಿ ಮಗುವಿಗಾಗಿ ಮಾಡುವ ತಯಾರಿ ಅಪೂರ್ಣವಾಗಿರಬಾರದು ಎಂದು. ನಿನಗೆ ಎಂತಹ ಮಗು ಬೇಕು ಎಂದು ನೀನು ಯೋಚಿಸಿದ್ದೀಯ, ಆದರೆ ನಿನ್ನ ಮಗುವಿಗೆ ಎಂತಹ ಪೇರೆಂಟ್ಸ್ ಬೇಕು? ಇದರ ತಯಾರಿ ಕೂಡ ನೀನು ಮಾಡಬೇಕು ಅಲ್ವಾ?"

ಸಲೋನಿ ಬಂದು ಗಾಯತ್ರಿ ಆಂಟಿಯ ಕಾಲ ಬಳಿ ಕುಳಿತುಬಿಟ್ಟಳು. "ಆಂಟಿ ಈ ತರಹ ನಾನು ಎಂದೂ ಯೋಚಿಸಿರಲಿಲ್ಲ. ಆದರ್ಶ ಮಗುವಿಗಾಗಿ ಪ್ರಾರ್ಥನೆ ಮಾಡುತ್ತಾ ಇದ್ದೆ. ಆ ಮಗುವಿಗೆ ಎಲ್ಲಾ ಸಾಂಸಾರಿಕ ಸುಖ ಸೌಕರ್ಯಗಳನ್ನು ಕೊಡಬೇಕು ಎಂದು ಬಯಸಿದ್ದೆ. ಆದರೆ ಇಂದು ಅರ್ಥವಾಯಿತು ಇಷ್ಟೇ ಸಾಲೊಲ್ಲ ಗರ್ಭಧಾರಣೆಯ ಮುಂಚೆ ನಾವು ನಮ್ಮ

ಮೇಲೆ ಕೂಡ ಕೆಲಸ ಮಾಡಬೇಕು, ನಾವು ಕೂಡ ಆ ಮಗುವಿಗೆ ಯೋಗ್ಯರಾಗಬೇಕು ಎಂದು. ಆದರೆ ಹೇಗೆ? ನೀವು ಇಷ್ಟು ಅನುಭವಸ್ಥರಿದ್ದೀರಿ ನೀವೇ ಏನಾದರೂ ದಾರಿ ತೋರಿಸಿ."

"ಭಯ ಪಡಬೇಡ ಎಲ್ಲಾ ಸರಿ ಹೋಗುತ್ತೆ ನೀನು ನಿನ್ನನ್ನು ಸುಧಾರಿಸಿಕೊಳ್ಳಬೇಕು ಎಂದು ಯೋಚನೆ ಮಾಡಿರುವೆ ಅಲ್ವಾ ಆವಾಗಲೇ ಅರ್ಧ ಕೆಲಸ ಆಗಿ ಹೋಯಿತು. ನಿಜ ಹೇಳಬೇಕು ಅಂದರೆ ಈ ಜಗತ್ತಿನಲ್ಲಿ ಗರ್ಭ ಸಂಸ್ಕಾರದ ಬಗ್ಗೆ ಎಲ್ಲರೂ ಮಾತನಾಡಿಕೊಳ್ಳುತ್ತಾರೆ, ಮಗು ಗರ್ಭದಲ್ಲಿ ಮೂಡಿದ ನಂತರ ಆ ಮಗು ಒಬ್ಬ ಒಳ್ಳೆಯ ವ್ಯಕ್ತಿ ಆಗಬೇಕು ಅಂದರೆ ಯಾವ ರೀತಿ ಸಂಸ್ಕಾರ ಕೊಡಬಹುದು ಎಂದು ಯೋಚಿಸುತ್ತಾರೆ. ಆದರೆ ಗರ್ಭಪೂರ್ವ ಸಂಸ್ಕಾರದ ಬಗ್ಗೆ ಯಾರೂ ಮಾತನಾಡುವುದಿಲ್ಲ.

ಯಾಕೆಂದರೆ, ಗರ್ಭಧಾರಣೆಯ ಪೂರ್ವದಲ್ಲಿ ನಾವು ಯಾವ ಸಂಸ್ಕಾರವನ್ನು ಅಳವಡಿಸಿಕೊಳ್ಳಬೇಕು, ಅಳವಡಿಸಿಕೊಳ್ಳುವ ಮುಂಚೆ ನಮ್ಮನ್ನು ನಾವು ಸುಧಾರಿಸಿಕೊಳ್ಳಲು ತುಂಬಾ ಶ್ರಮಪಡಬೇಕಾಗುತ್ತದೆ ನಮ್ಮ ಯೋಚನೆ, ನಮ್ಮ ಅಭ್ಯಾಸಗಳನ್ನು, ಬದಲಾಯಿಸಿಕೊಳ್ಳಬೇಕಾಗುತ್ತದೆ. ಇದು ಸ್ವಲ್ಪ ಕಷ್ಟದ ಕೆಲಸ ಅನಿಸುತ್ತದೆ. ನಮ್ಮ ಫೋಕಸ್ ಎಲ್ಲ ಇನ್ನೊಬ್ಬರನ್ನು ಸುಧಾರಿಸುವುದರಲ್ಲಿ ಇರುತ್ತೆ ಸ್ವತಃ ನಮ್ಮನ್ನು ಅಲ್ಲ."

ಸಲೋನಿಗೆ ಗಾಯತ್ರಿ ಆಂಟಿಯ ಒಂದೊಂದು ಮಾತು ನಿಜ ಎನಿಸುತ್ತದೆ. ಅವಳು ಕೇವಲ ಮನೆ ಬದಲಾಯಿಸುವುದರಿಂದ ಬೇಬಿ ಪ್ಲಾನಿಂಗ್ ಆಗಿ ಎಲ್ಲಾ ತಯಾರಿ ಮುಗಿಯಿತು ಎಂದು ಭಾವಿಸಿದ್ದಳು. ಆದರೆ ಅವಳು ಇನ್ನೂ ಹೆಚ್ಚು ಕಲಿಯಬೇಕು ತಿಳಿದುಕೊಳ್ಳಬೇಕು ಒಬ್ಬ 'ಹ್ಯಾಪಿ ಜೋಯ್ ಫುಲ್' ಮಗುವಿಗಾಗಿ 'ಹ್ಯಾಪಿ ಜೋಯ್ ಫುಲ್ ಮಮ್ಮಿ' ಆಗುವುದು ಬಾಕಿ ಇದೆ ಎಂದು ಅರಿತುಕೊಂಡಳು. "ಆಂಟಿ ಇಂದಿನಿಂದ ನೀವೇ ನನ್ನ ಗುರು, ನೀವು ಹೇಗೆ ಗೈಡೆನ್ಸ್ ಮಾಡುತ್ತೀರೂ ನನ್ನನ್ನು ನಾನು ಹಾಗೆ ಸುಧಾರಿಸಿಕೊಳ್ಳುವೆನು." ಸಲೋನಿ ಗಾಯತ್ರಿ ಆಂಟಿಯ ಮಡಿಲಿನಲ್ಲಿ ತಲೆ ಇಟ್ಟು ಕುಳಿತಳು. "ಹಾಗಾದರೆ ಸರಿ ಹೀಗೆ ಮಾಡೋಣ, ನಾಳೆಯಿಂದ ಗರ್ಭಸಂಸ್ಕಾರದ ಕ್ಲಾಸ್ ಶುರು ಮಾಡೋಣ. ಸೊಸೈಟಿಯಲ್ಲಿ ಇನ್ನೊಬ್ಬ ಹುಡುಗಿ ಇದ್ದಾಳೆ, ಅವಳು ಗರ್ಭವತಿ. ಅವಳೂ ಕೂಡ ಗರ್ಭ ಸಂಸ್ಕಾರವನ್ನು ಕಲಿಯಬೇಕು ಎಂದಿದ್ದಾಳೆ ನಿಮ್ಮಿಬ್ಬರಿಗೂ ಒಂದೇ ಸಲ ಇದರ ಬಗ್ಗೆ ಮಾತನಾಡುವೆನು. ಸಾಧ್ಯವಾದರೆ ನಿನ್ನ ಗಂಡನನ್ನೂ ಜೊತೆಗೆ ಕರೆದುಕೊಂಡು ಬಾ, ಗರ್ಭಪೂರ್ವ ಸಂಸ್ಕಾರ ಅಳವಡಿಸಿಕೊಳ್ಳುವ ಅವಶ್ಯಕತೆ ತಾಯಿಗೆ ಎಷ್ಟು ಇರುತ್ತದೆಯೋ ತಂದೆಗೆ ಕೂಡ ಅಷ್ಟೇ ಅವಶ್ಯಕತೆ ಇರುತ್ತದೆ."

"ಹೌದಾ ಅದು ಯಾಕೆ?"

"ಅದನ್ನು ನಾಳೆ ಹೇಳುತ್ತೇನೆ."

ಸರಿ ಆಂಟಿ ನೀವು ಯಾವಾಗ ಹೇಳುತ್ತಿರೋ ನಾನು ಆವಾಗ ಸಿದ್ಧಳಿದ್ದೇನೆ. ಸಲೋನಿ ಮಗುವಿನ ಹಾಗೆ ಚುರುಕಾದಳು. ಅವಳ ಮೂಡ್ ಸುಧಾರಿಸಿ ಹುರುಪು ಹಾಗು ಉತ್ಸಾಹದಿಂದ ತುಂಬಿತು.

ಗಾಯತ್ರಿ ಆಂಟಿ ಹೊರಟು ಹೋದರು, ಆದರೆ ಸಲೋನಿಗೆ ಹಾಗೂ ಅವಳ ಭಾವಿ ಮಗುವಿನ ಭವಿಷ್ಯಕ್ಕೆ ಒಂದು ಸುಖಮಯವಾದ ದಾರಿ ತೋರುವಂಥ ಪ್ರಸಾದವನ್ನು ಕೊಟ್ಟು ಹೋದರು. ಈ ಪ್ರಸಾದವು ಜ್ಞಾನದ, ತಿಳುವಳಿಕೆಯ, ಹೊಸ ಯೋಚನೆಯ ಪ್ರಸಾದವಾಗಿತ್ತು. ಆ ಪ್ರಸಾದವನ್ನು ಸಲೋನಿಯು ಗ್ರಹಿಸಿದ್ದಳು. ಈಗ ಸಲೋನಿಯು ಮರು ದಿವಸವನ್ನು ಕಾತುರದಿಂದ ಕಾಯ ತೊಡಗಿದಳು.

ಮನನ ಬಿಂದು...

* ಪ್ರಾರ್ಥನೆ ಮಾಡುವಾಗ ನಿಮ್ಮ ಮನಸ್ಸು ನಕಾರಾತ್ಮಕವಾಗಿದೆಯಾ ಅಂತ ಒಮ್ಮೆ ಪರೀಕ್ಷಿಸಿ ನೋಡಿ, ಹಾಗೇನಾದರೂ ಇದ್ದರೆ ಈ ಭಾವದಿಂದ ಮಾಡಿದ ಪ್ರಾರ್ಥನೆ ದೇವರಿಗಷ್ಟೇ ಅಲ್ಲ ಸ್ವಯಂ ನಿಮಗೆ ನೀವೇ ಮೋಸ ಮಾಡಿಕೊಂಡ ಹಾಗೆ.

* ನಾವು ಯಾವ ವಿಷಯದ ಬಗ್ಗೆ ಅತಿಯಾಗಿ ಯೋಚಿಸುತ್ತೇವೆಯೋ, ಅದೇ ವಿಷಯ ನಮ್ಮ ಜೀವನದಲ್ಲಿ ಬರುತ್ತದೆ, ಇದು ಪ್ರಕೃತಿಯ ನಿಯಮ. ಯಾವ ಗುಣಗಳ ಮೇಲೆ ನಾವು ಫೋಕಸ್ ಮಾಡುತ್ತೇವೋ, ಆ ಗುಣಗಳೇ ನಮ್ಮಲ್ಲಿ ಬರುತ್ತವೆ. ಅದಕ್ಕೆ ಯಾವಾಗಲೂ ಒಳ್ಳೆಯ ಗುಣಗಳ ಹಾಗೂ ಸಕಾರಾತ್ಮಕ ಯೋಚನೆಗಳ ಮೇಲೆ ಫೋಕಸ್ ಮಾಡಬೇಕು.

* ಯಾವ ರೀತಿ ನಾವು ನಮ್ಮ ಭಾವಿ ಸಂತಾನವು ದಿವ್ಯ ಗುಣಗಳಿಂದ ಕೂಡಿರಲಿ, ಆರೋಗ್ಯವಾಗಿರಲಿ, ಹಸನ್ಮುಖಿಯಾಗಿರಲಿ ಎಂದು ಪ್ರಾರ್ಥನೆ ಮಾಡುತ್ತೇವೋ, ಹಾಗೆಯೇ ನಮ್ಮ ಭಾವಿ ಸಂತಾನವೂ ಕೂಡ ತನ್ನ ಪಾಲಕರಿಗಾಗಿ ಪ್ರಾರ್ಥನೆ ಮಾಡುತ್ತದೆ. ಆದ್ದರಿಂದ ನಮ್ಮ ಸಂಸಾರ ನೌಕೆ ಸುಖಮಯವಾಗಿರಲು ಬೇಕಾಗಿರುವ ಗುಣಗಳನ್ನು ನಾವು ಅಳವಡಿಸಿಕೊಳ್ಳಬೇಕು.

* ಗರ್ಭ ಸಂಸ್ಕಾರದ ಬಗ್ಗೆ ಬಹಳ ಜನ ಮಾತನಾಡುತ್ತಾರೆ. ಮಗು ಗರ್ಭದಲ್ಲಿ ಮೂಡಿದಾಗ ಹೀಗೆ ಗರ್ಭ ಸಂಸ್ಕಾರವನ್ನು ಕೊಡಬೇಕು ಎಂದು ಯೋಚಿಸುತ್ತಾರೆ. ಆದರೆ ಗರ್ಭಪೂರ್ವ ಸಂಸ್ಕಾರವನ್ನು ಕೂಡ ಅರಿತುಕೊಳ್ಳಬೇಕು, ಗರ್ಭಧಾರಣೆಗೆ ಮುನ್ನ ಸ್ತ್ರೀ ಮತ್ತು ಅವಳ ಗಂಡ ಯಾವ ಸಂಸ್ಕಾರಗಳನ್ನು ಅಳವಡಿಸಿಕೊಳ್ಳಬೇಕು ಎಂದು ತಿಳಿದುಕೊಳ್ಳುವುದು ಅವಶ್ಯಕವಾಗಿದೆ.

ಅಧ್ಯಾಯ ೩

ಬರ್ತಾ ಇರೋದು ಯಾರು?

ಮೋಹ, ಆಸಕ್ತಿ ಹಾಗೂ ನಿರೀಕ್ಷೆಗಳಿಂದ ದೂರ ಇರಿ

ಮನಸ್ಸಿಗೆ ಒಂದು ಸಕಾರಾತ್ಮಕ ದಿಕ್ಕು ಸಿಕ್ಕಾಗ ಅದು ಹಳೆಯ ನೋವು, ಕಿರಿಕಿರಿಗಳನ್ನು ಮರೆತು, ಭವಿಷ್ಯದ ಹೊಸ ಚಿತ್ರವನ್ನು ರಚಿಸುವುದರಲ್ಲಿ ವ್ಯಸ್ತವಾಗಿ ಬಿಡುತ್ತದೆ. ಸಲೋನಿಗೂ ಕೂಡ ಹೀಗೆಯೇ ಆಯಿತು. ನಿನ್ನೆಯವರೆಗೂ ಹೊಸ ಮನೆ ಹುಡುಕುವ ಬಗ್ಗೆ ಯೋಚಿಸುತ್ತಿದ್ದಳು, ವಿಶಾಲನ ಜೊತೆ ಆದ ಮನಸ್ತಾಪದಿಂದ ಚಿಂತಿತಳಾಗಿದ್ದಳು. ಆದರೆ ಇಂದು ಅದನ್ನೆಲ್ಲಾ ಮರೆತು ವಿಶಾಲ ಆಫೀಸಿನಿಂದ ಬರುವುದನ್ನು ಕಾಯುತ್ತಿದ್ದಳು. ಗಾಯತ್ರಿ ಆಂಟಿ ಜೊತೆ ಆಡಿದ ಮಾತುಗಳನ್ನು ವಿವರವಾಗಿ ವರದಿ ಒಪ್ಪಿಸಲು ಉತ್ಸುಕಳಾಗಿದ್ದಳು. ಗಾಯತ್ರಿ ಆಂಟಿ ಆಡಿದ ಮಾತುಗಳನ್ನು ಕೇಳಿದ ನಂತರ, ಸಲೋನಿಗೆ ಇನ್ನು ತಾನೂ ನಿಜವಾಗಲೂ ಬರುವ ಮಗುವಿಗೆ ಸರಿಯಾದ ಪಾಲನೆ ಪೋಷಣೆ ಹಾಗೂ ಒಳ್ಳೆಯ ವಾತಾವರಣವನ್ನು ಕೊಡಬಹುದು ಎಂದು ಅನಿಸತೊಡಗಿತ್ತು.

ವಿಶಾಲನಿಗೂ ಕೂಡ ಸಲೋನಿಯ ಈ ಸಾಕಾರಾತ್ಮಕ ಪರಿವರ್ತನೆ ತುಂಬಾ ಇಷ್ಟವಾಯಿತು. ಅವನು ಆಫೀಸ್ ನಿಂದ ಬಂದಮೇಲೆ ಸಲೋನಿ ಜೊತೆ ಗಾಯತ್ರಿ ಆಂಟಿ ಮನೆಗೆ ಹೋಗಲು ತಯಾರಾದನು. ತನ್ನ ಮಾತು ಅಲ್ಲದಿದ್ದರೂ ಗಾಯತ್ರಿ ಆಂಟಿಯ ಮಾತನ್ನು ಕೇಳಿ ಸಲೋನಿಯ ದೃಷ್ಟಿಕೋನ ಬದಲಾಗಬಹುದು ಎಂದು ಅವನಿಗೆ ವಿಶ್ವಾಸ ಬಂತು. ಸಾಲೋನಿಯು ಕೂಡ ತನ್ನ ಮಾತು ಅಲ್ಲದಿದ್ದರೂ ಗಾಯತ್ರಿ ಆಂಟಿಯ ಮಾತನ್ನು ಕೇಳಿ ವಿಶಾಲನಲ್ಲಿ ಸ್ವಲ್ಪ ಪರಿವರ್ತನೆ ಆಗಬಹುದು ಎಂದು ಯೋಚಿಸಿದಳು.

ಇಬ್ಬರೂ ನಿಶ್ಚಿತ ಸಮಯಕ್ಕೆ ಗಾಯತ್ರಿ ಆಂಟಿ ಮನೆಗೆ ಹೋದರು, ಅಲ್ಲಿ ಅದೇ ಸೊಸೈಟಿಯಲ್ಲಿ ಇರುವ ದಂಪತಿಗಳು ಮೊದಲೇ ಬಂದು ಕುಳಿತಿದ್ದರು. ಆ ಮಹಿಳೆಯ ಹೆಸರು ಮಧು. ಅವಳು ಮೂರು ತಿಂಗಳ ಗರ್ಭವತಿಯಾಗಿದ್ದಳು. ವಿಶಾಲ ಮಧು ಗಂಡನನ್ನು ನೋಡಿ ಸಿಡಿಮಿಡಿಗೊಂಡನು. ಅವರಿಬ್ಬರಿಗೂ ಕೆಲ ದಿನಗಳ ಮುಂಚೆ ಪಾರ್ಕಿಂಗ್ ವಿಷಯಕ್ಕೆ ಜಗಳವಾಗಿತ್ತು. ಇಬ್ಬರೂ ಒಬ್ಬರಿಗೊಬ್ಬರು ಮುಖ ತಿರುಗಿಸಿ ಕುಳಿತರು.

ಗಾಯತ್ರಿ ಆಂಟಿ ಬಂದು ಎಲ್ಲರನ್ನು ಸ್ವಾಗತಿಸಿ ಇಂದಿನ ಕ್ಲಾಸ್ ಶುರು ಮಾಡಿದರು.

ಗಾಯತ್ರಿ– ಎಲ್ಲದಕ್ಕಿಂತ ಮೊದಲು ಹೇಳಿ, ನೀವು ಗರ್ಭಸಂಸ್ಕಾರವನ್ನು ತಿಳಿದುಕೊಳ್ಳಲು ಏಕೆ ಬಯಸುತ್ತೀರಿ? ಅದರ ಹಿಂದೆ ನಿಮ್ಮ ಉದ್ದೇಶವೇನು?

ಮಧು– ಆಂಟಿ ನಾನು ಗರ್ಭ ಸಂಸ್ಕಾರದ ಬಗ್ಗೆ ತುಂಬಾ ಕೇಳಿದ್ದೇನೆ. ಅದನ್ನು ತಿಳಿದುಕೊಂಡ ಮೇಲೆ ಗರ್ಭಸ್ಥ ಶಿಶು ಗರ್ಭದಲ್ಲಿಯೇ ಚುರುಕಾದ ಬುದ್ಧಿಯುಳ್ಳವನು, ಚಾಣಾಕ್ಷ, ಹಸನ್ಮುಖಿಯಾಗಿ ಮಾಡಬಹುದು. ಗರ್ಭದಿಂದ ಹೊರ ಬಂದಮೇಲೆ ಕಿರಿಕಿರಿ ಮಾಡುವ ಮಗು ಹುಟ್ಟುವುದಿಲ್ಲ, ಹೆಚ್ಚು ಅಳುವುದಿಲ್ಲ, ಕಾಡಿಸುವುದಿಲ್ಲ. ಆಜ್ಞಾಕಾರಿ ಮಗುವಿನಂತೆ ಖುಷಿಯಾಗಿದ್ದು ಅಪ್ಪ–ಅಮ್ಮಂದಿರ ಎಲ್ಲಾ ಮಾತುಗಳನ್ನು ಕೇಳುತ್ತದೆ. ನೀವು ನನಗೆ ಈ ತರಹದ ಗರ್ಭ ಸಂಸ್ಕಾರ ತಿಳಿಸಿಕೊಡಿ.

ಈ ಮಾತನ್ನು ಕೇಳಿ ಗಾಯತ್ರಿ ಆಂಟಿ ನಗಲು ಶುರು ಮಾಡಿದರು, ಅಂದರೆ ನೀನು ಗರ್ಭ ಸಂಸ್ಕಾರ ಅರಿತುಕೊಳ್ಳುವ ಉದ್ದೇಶ ಏನೆಂದರೆ, ಮಗು ನಿನ್ನ ಇಚ್ಛೆಯಂತೆ ಮಲಗಬೇಕು, ಊಟ ಮಾಡಬೇಕು, ಅಳಬೇಕು, ಓದಬೇಕು, ಕ್ಲಾಸ್‌ನಲ್ಲಿ ಯಾವಾಗಲೂ ಫಸ್ಟ್ ಬರಬೇಕು.

ಇದನ್ನು ಕೇಳಿ ಮಧುಳ ಕಣ್ಣಲ್ಲಿ ಹೊಳಪು ಮೂಡಿತು – ಹೌದು ಆಂಟಿ.

"ಸರಿ ಒಂದು ಮಾತು ಹೇಳು, ನೀನು ಇನ್ನೊಬ್ಬರ ಇಚ್ಛೆಯಂತೆ ಜೀವನ ಮಾಡಬಲ್ಲೆಯಾ? ಪ್ರತಿ ಕೆಲಸ ಇನ್ನೊಬ್ಬರ ಇಚ್ಛೆಯಂತೆ ಅವರು ಹೇಳಿದಂತೆ ಮಾಡುವೆಯಾ?"

ಆಂಟಿಯ ಈ ಮಾತನ್ನು ಕೇಳಿ ಮಧು ಮೌನವಾದಳು, ಆದರೆ ಅವಳ ಪತಿ ಮನೀಶ್ ನಗುತ್ತಾ ಹೇಳಿದ, "ಆಂಟಿ ಇದೇ ತರಹ ಯಾವುದಾದರೂ ಪತ್ನಿ ಸಂಸ್ಕಾರ ಪ್ರೋಗ್ರಾಮ್ ಇದ್ದರೆ ನನಗೆ ಹೇಳಿ, ನಾನು ಖಂಡಿತ ತೆಗೆದುಕೊಳ್ಳುವೆ. ಇದನ್ನು ಕೇಳಿದ ಮಧು ಮನೀಶನನ್ನು ಗುರಾಯಿಸಿ ನೋಡಿದಳು.

ಗಾಯತ್ರಿ– ನೋಡಿ, ಗರ್ಭ ಸಂಸ್ಕಾರದ ಬಗ್ಗೆ ತಿಳಿದುಕೊಳ್ಳುವ ಮುನ್ನ ಕೆಲವು ಪ್ರಶ್ನೆಗಳಿಗೆ ಉತ್ತರ ತಿಳಿದುಕೊಳ್ಳುವುದು ಅತೀ ಅವಶ್ಯಕ.

ಈಗ ನಿಮ್ಮ ಮನೆಗೆ ಯಾರು ಬರುವವರಿದ್ದಾರೋ, ಯಾರಿಗೆ ನೀವು ಸಂಸ್ಕಾರ ಕೊಡಲು ಇಷ್ಟು ಉತ್ಸುಕರಾಗಿದ್ದೀರೋ ವಾಸ್ತವದಲ್ಲಿ ಅವರು ಯಾರು?

ಅವರು ಏಕೆ ಬರುತ್ತಿದ್ದಾರೆ?

ಅವರು ನಿಮ್ಮ ಮನೆಗೇ ಏಕೆ ಬರುತ್ತಿದ್ದಾರೆ?

ಅವರ ಜೊತೆ ನಿಮ್ಮ ಸಂಬಂಧ ಏನು?

ಅವರ ಮೇಲೆ ನಿಮಗೆ ಏನು ಅಧಿಕಾರ ಇದೆ?

ಈ ಮಾತುಗಳನ್ನು ಮಗು ಬರುವ ಮುಂಚೆಯೇ ತಂದೆ ತಾಯಿ ತಿಳಿದುಕೊಂಡರೆ, ಪೂರ್ತಿ ಜೀವನ ತುಂಬಾ ಸರಳವಾಗಿ ಬಿಡುತ್ತದೆ. ಇಲ್ಲವೆಂದರೆ ತಾವು ದುಃಖಿಗಳಾಗುತ್ತಾರೆ, ತಮ್ಮ ಮಗುವಿಗೂ ದುಃಖ ಕೊಡುತ್ತಾರೆ.

ಎಲ್ಲದಕ್ಕಿಂತ ದೊಡ್ಡ ತಪ್ಪು ತಂದೆ-ತಾಯಿ ಮಾಡುವುದೇನೆಂದರೆ, ಮಗು ಹುಟ್ಟಿದ ನಂತರ ಅಥವಾ ಮಗು ಗರ್ಭದಲ್ಲಿ ಮೂಡುತ್ತಿದ್ದಂತೆಯೇ, ಆ ಮಗುವಿಗೆ 'ಇದು ನನ್ನದು' ಎನ್ನುವ ಟ್ಯಾಗ್ ಹಾಕಿಬಿಡುತ್ತಾರೆ. 'ಇದು ನನ್ನ ಮಗು' ಎನ್ನುವ ಟ್ಯಾಗ್ ಹಾಕಿದ ಕೂಡಲೇ ಆ ಮಗುವಿನಿಂದ ತಂದೆ ತಾಯಿಯ ಅಪೇಕ್ಷೆಗಳೂ ಶುರುವಾಗಿಬಿಡುತ್ತವೆ. ಈಗ ಮಧುಗೆ ಆಗಿದೆಯಲ್ಲಾ ಹಾಗೆ, ನನ್ನ ಮಗು ಸುಂದರವಾಗಿರಬೇಕು, ಸ್ವಸ್ಥವಾಗಿರಬೇಕು, ಬುದ್ಧಿವಂತನಾಗಿರಬೇಕು, ಚುರುಕಾಗಿರಬೇಕು, ಆಜ್ಞಾಕಾರಿ ಆಗಿರಬೇಕು, ನನ್ನ ಎಲ್ಲಾ ಮಾತು ಕೇಳಬೇಕು, ನನ್ನ ಇಚ್ಛೆಯಂತೆ ಮಲಗಬೇಕು, ಎದ್ದೇಳಬೇಕು, ತಿನ್ನಬೇಕು, ಕುಡಿಯಬೇಕು....

ಹಾಗೇನಾದರೂ ಅಪ್ಪಿ ತಪ್ಪಿ ಹುಟ್ಟಿದ ಮಗು ತಂದೆ-ತಾಯಿಯ ಇಚ್ಛೆಯ ಅನುಸಾರಾವಾಗಿ ಇಲ್ಲದಿದ್ದರೆ, ಅಸ್ವಸ್ಥ ಮಗು ಜನಿಸಿದರೆ ಆ ಮಗುವಿನ ವಿಚಾರಗಳು, ಸ್ವಭಾವ, ವ್ಯವಹಾರ, ಭಿನ್ನವಾಗಿದ್ದರೆ, ತಂದೆ ತಾಯಿ ಅದನ್ನು ಎಂದೂ ಸ್ವೀಕರಿಸುವುದಿಲ್ಲ. ಬದಲಾಗಿ ಇಡೀ ಜೀವನ ದುಃಖಿಗಳಾಗಿಯೇ ಇರುತ್ತಾರೆ. ಯಾವಾಗಲೂ ಮಗುವನ್ನು ತಮ್ಮ ಇಚ್ಛೆಯಂತೆ ಪರಿವರ್ತಿಸಲು ಪ್ರಯತ್ನಿಸುತ್ತಿರುತ್ತಾರೆ, ಆದರೆ ಅದು ಸಾಧ್ಯವಾಗುವುದಿಲ್ಲ.

ಭಗವಾನ್ ಬುದ್ಧರ ಜೀವನವನ್ನೇ ನೋಡಬಹುದು. ಅವರ ತಂದೆ ರಾಜ ಶುದ್ಧೋದನನಿಗೆ ತನ್ನ ಮಗ ಚಕ್ರವರ್ತಿ ಸಾಮ್ರಾಟನಾಗಬೇಕು ಎಂದು ದೊಡ್ಡ ಮಹತ್ವಾಕಾಂಕ್ಷೆ ಇತ್ತು. ಮಹಾನ್ ರಾಜ ಎನಿಸಿಕೊಳ್ಳಬೇಕು ಎಂದು ಆಸೆ ಪಟ್ಟಿದ್ದನು. ಆದರೆ ಆ ಬಾಲಕನದು ದಿವ್ಯ ಯೋಜನೆಗಳೇ ಬೇರೆ ಆಗಿದ್ದವು. ಅವನ ಯೋಚನೆ ಚಿಂತನೆ ಎಲ್ಲಾ ತಂದೆಯ ಮಹತ್ವಾಕಾಂಕ್ಷೆಗೆ ವಿರುದ್ಧವಾಗಿದ್ದವು. ಆದರೆ ತಂದೆ ಶುದ್ಧೋದನ ಈ ಮಾತನ್ನು ಸ್ವೀಕರಿಸಲಿಲ್ಲ, ಅವರು ಸಿದ್ಧಾರ್ಥನ ಮಾರ್ಗವನ್ನು ಬದಲಿಸಲು ತುಂಬಾ ಪ್ರಯತ್ನ ಪಟ್ಟರು. ಆದರೆ ಏನಾಯ್ತು? ಅದೇ ಕಾರಣಕ್ಕೆ ಸಿದ್ಧಾರ್ಥನು ಸತ್ಯಪ್ರಾಪ್ತಿಗಾಗಿ ಯಾರಿಗೂ ಹೇಳದೆ ಕೇಳದೇ ಮನೆ ಬಿಟ್ಟು ಹೋಗಬೇಕಾಯಿತು. ಅದರಿಂದ ತಂದೆ ಹಾಗೂ ಪರಿವಾರದವರು ಜೀವನಪರ್ಯಂತ ದುಖಿತರಾಗಿದ್ದರು. ಹಾಗೂ ಸಿದ್ಧಾರ್ಥನು ತುಂಬಾ ಸಂಘರ್ಷಣೆ ಮಾಡಬೇಕಾಯಿತು.

ಯೋಚಿಸಿ, ಸಿದ್ಧಾರ್ಥನ ತಂದೆ ತಾಯಿ ಸಿದ್ಧಾರ್ಥನ ಮೇಲೆ "ನನ್ನದು" ಎನ್ನುವ ಟ್ಯಾಗ್ ಹಾಕದೇ, ಅವನ ದಿವ್ಯ ಯೋಜನೆಯನ್ನು ಖುಷಿಖುಷಿಯಾಗಿ ಸ್ವೀಕಾರ ಮಾಡಿದ್ದರೆ, ಪರಮಾತ್ಮನು ತನ್ನ ಇಚ್ಛೆಯಂತೆ ನಮಗೆ ಕೊಟ್ಟ ಕರ್ತವ್ಯ ಎಂದುಕೊಂಡಿದ್ದರೆ, ಅವನ ದಿವ್ಯ ಯೋಜನೆಗಳನ್ನು ಸಾಕಾರಗೊಳಿಸಲು ತಕ್ಕ ವ್ಯವಸ್ಥೆಯನ್ನು ಮಾಡಿದ್ದರೆ, ಸಿದ್ಧಾರ್ಥನು ಮನೆ ಬಿಟ್ಟು ಹೋಗುವಂತಹ ದೊಡ್ಡ ನಿರ್ಧಾರವನ್ನು ಮಾಡುವ ಅವಶ್ಯಕತೆಯೇ ಇರಲಿಲ್ಲ. ಅವನ ಈ ಯಾತ್ರೆಯೂ ಸುಗಮವಾಗಿರುತ್ತಿತ್ತು.

ತುಳಸಿದಾಸರ ಬಗ್ಗೆಯೂ ಹೀಗೆ ಹೇಳಲಾಗುತ್ತದೆ ಅವರ ತಂದೆ ನವಜಾತ ಬಾಲಕ ತುಳಸಿದಾಸರನ್ನು ತ್ಯಾಗ ಮಾಡಿದರು. ಏಕೆಂದರೆ ಅವರು ಬೇರೆ ಮಕ್ಕಳಿಗಿಂತ ಭಿನ್ನವಾಗಿದ್ದರು. ಅವರ ತಂದೆಯ ಪ್ರಕಾರ ತುಳಸಿದಾಸರು, ಅವರು ಮೂಲ ನಕ್ಷತ್ರದಲ್ಲಿ ಜನಿಸಿದ್ದರು, ಇದರಿಂದ ತಂದೆ ತಾಯಿಯರಿಗೆ ಕಷ್ಟವಾಗುವುದಿತ್ತು. ತುಳಸಿದಾಸರು ಎಂತಹ ಭಕ್ತಿಪೂರ್ಣ ಜೀವನ ಜೀವಿಸಿದರು ಎಂದು ನಿಮಗೆಲ್ಲ ತಿಳಿದಿದೆ. ಆದರೆ ತಂದೆಯ ನಿರೀಕ್ಷೆಯನ್ನು

ಅವರಿಂದ ಪೂರ್ಣಗೊಳಿಸಲು ಆಗಲಿಲ್ಲ ಅದಕ್ಕೋಸ್ಕರ ಅವರು ಕಷ್ಟಕರವಾದ ಬಾಲ್ಯವನ್ನು ಜೀವಿಸಬೇಕಾಯಿತು. ಅವರ ಮನೆಯಲ್ಲಿ ಎಂತಹ ಮಹಾನ್ ವ್ಯಕ್ತಿತ್ವದ ಜನನವಾಗಿದೆ ಎಂದು ಮೊದಲೇ ಅವರ ತಂದೆಗೆ ತಿಳಿದಿದ್ದರೆ, ಅವರ ಮಗುವಿನೊಂದಿಗೆ ಹೇಗೆ ವ್ಯವಹರಿಸುತ್ತಿದ್ದರು?

ಸಲೋನಿ– ಸರಿಯಾದ ಮಾತು ಆಂಟಿ, ತಂದೆ–ತಾಯಿ ತಮ್ಮ ತಿಳುವಳಿಕೆಯ ಅನುಸಾರ ತಮ್ಮ ಮಕ್ಕಳಿಂದ ನಿರೀಕ್ಷಿಸುತ್ತಾರೆ, ಮಕ್ಕಳ ದೃಷ್ಟಿಕೋನದಿಂದ ಅವರು ಯೋಚನೆಯೇ ಮಾಡುವುದಿಲ್ಲ.

ಗಾಯತ್ರಿ– ಹೌದು ಆದರೆ ತಂದೆ–ತಾಯಿಯ ತಿಳುವಳಿಕೆ ಹಾಗೂ ದೃಷ್ಟಿಕೋನ ಯಾವಾಗಲೂ ಸರಿಯಾಗಿಯೇ ಇರುತ್ತದೆ ಎಂದೇನಿಲ್ಲ. ಹಾಗಾದರೆ ಗರ್ಭಧಾರಣೆಯ ಮೊದಲೇ ತಂದೆ–ತಾಯಿಯ ಎಲ್ಲಕ್ಕಿಂತ ದೊಡ್ಡ ಜವಾಬ್ದಾರಿ ಎಂದರೆ ಸರಿಯಾದ ತಿಳಿವಳಿಕೆ ಹಾಗೂ ದೃಷ್ಟಿಕೋನವನ್ನು ಅರಿತುಕೊಳ್ಳುವುದಾಗಿರಬೇಕಲ್ಲವೇ? ಏಕೆಂದರೆ ಅವರ ತಪ್ಪಾದ ಯೋಚನೆಗಳಿಂದ, ಮಾನ್ಯತೆಗಳಿಂದ, ಬರುವ ಮಗುವಿನ ಮೇಲೆ ಕೆಟ್ಟ ಪರಿಣಾಮ ಬೀಳಬಾರದು ನೋಡಿ.

ಮನೀಷ–– ಸರಿಯಾಗಿ ಹೇಳಿದಿರಿ ನೀವು. ಇತ್ತೀಚೆಗೆ ಪೇರೆಂಟ್ಸ್ ಮೊದಲೇ ಯೋಚಿಸಿ ಬಿಟ್ಟಿರುತ್ತಾರೆ, ಗರ್ಭದಲ್ಲಿ ಬೆಳೆಯುತ್ತಿರುವ ಮಗು ಡಾಕ್ಟರ್ ಇಲ್ಲ ಇಂಜಿನಿಯರ್ ಆಗಬೇಕು ಎಂದು. ನಿಜ ಹೇಳಬೇಕೆಂದರೆ ನಾನು ಕೂಡ ನನ್ನ ಮಗು ನನ್ನ ತರಹ ಚಾರ್ಟೆಡ್ ಅಕೌಂಟೆಂಟ್ ಆಗಬೇಕು, ಭವಿಷ್ಯದಲ್ಲಿ ನಾವಿಬ್ಬರೂ ಸೇರಿ ನಮ್ಮ ಸ್ವಂತ ಕಂಪನಿ ಶುರು ಮಾಡಬೇಕು ಎಂದು ಆಸೆ ಪಟ್ಟಿದ್ದೆ. ಆದರೆ ಗೌತಮ ಬುದ್ಧರ ಉದಾಹರಣೆ ಕೇಳಿ ನನಗೆ ನನ್ನ ತಪ್ಪಿನ ಅರಿವಾಯಿತು. ನಾನು ನನ್ನ ಮಗುವಿನ ಮೇಲೆ ನನ್ನ ಇಚ್ಛೆಯನ್ನು ಹೇಗೆ ಹೇರಲು ಸಾಧ್ಯ? ಆ ಮಗು ಬೇರೆ ಏನೋ ಆಗಬೇಕು ಎಂದು ಯೋಚಿಸಿ ಈ ಭೂಮಿಯ ಮೇಲೆ ಹುಟ್ಟುತ್ತಿರಬಹುದು.

ಗಾಯತ್ರಿ– ಹೌದು, ಸರಿಯಾಗಿ ಯೋಚಿಸಿದಿರಿ ನೀವು. ಈಗ ನಾವು ಈ ಮೊದಲು ಹೇಳಿದ ಪ್ರಶ್ನೆಗಳಿಗೆ ಉತ್ತರ ತಿಳಿದುಕೊಳ್ಳೋಣ.

* ನಿಮ್ಮ ಗರ್ಭದಲ್ಲಿ ಶಿಶುವಾಗಿ ಜನಿಸುವ ಮಗುವು ಕೇವಲ ಸ್ತ್ರೀ–ಪುರುಷ ಸಮಾಗಮದಿಂದ ಆಗುವ ಶರೀರ ಮಾತ್ರವಲ್ಲ ಅದು ಒಂದು ಜೀವಾತ್ಮ.

* ಆ ಮಗುವು ಯಾರದೋ ವ್ಯಕ್ತಿಗತ ಸಂಪತ್ತಲ್ಲ, ಅದು ಒಂದು ಸ್ವತಂತ್ರ ಜೀವ. ಅದಕ್ಕೆ ತನ್ನದೇ ಆದ ಸ್ವಭಾವ, ತನ್ನದೇ ಸಂಸ್ಕಾರ, ತನ್ನದೇ ಅನುಭವಗಳು, ಸ್ಮೃತಿಗಳು ಹಾಗೂ ಕರ್ಮಗಳು ಇರುತ್ತವೆ.

* ಆ ಮಗುವು ಭೂಮಿಗೆ ಬರಲು ತನ್ನದೇ ಆದ ಕಾರಣಗಳಿರುತ್ತವೆ, ದಿವ್ಯ ಯೋಜನೆಯಿರುತ್ತದೆ. ನೀವು ಆ ಮಗುವಿನ ಜನ್ಮದ ದಿವ್ಯ ಯೋಜನೆಯ ಭಾಗ ಆಗುತ್ತೀರಿ.

* ಚೈತನ್ಯ, ಚೇತನ, ಸೋರ್ಸ್ ಇಲ್ಲವೇ ಸೆಲ್ಫ್, ಹೆಸರು ಏನೇ ಇರಲಿ, ಯಾರ ಗರ್ಭದಲ್ಲಿ ಜನಸಬೇಕೆಂದು ಅದು ಸ್ವಯಂ ಆರಿಸಿಕೊಳ್ಳುತ್ತದೆ. ತಂದೆ–ತಾಯಿಗೆ ಅನಿಸುತ್ತದೆ ನಾವೇ ಗರ್ಭಧಾರಣೆ ಮಾಡಿದೆವು ಎಂದು. ಆದರೆ ವಾಸ್ತವಿಕತೆ ಏನೆಂದರೆ ಸೆಲ್ಫ್ ಸ್ವಯಂ ತಾನೇ ಗರ್ಭವನ್ನು ಆಯ್ದುಕೊಂಡು ಧಾರಣೆ ಮಾಡಿಕೊಳ್ಳುತ್ತದೆ.

* ಯಾವುದೇ ಚೇತನ/ಸೆಲ್ಫ್(ಸೋರ್ಸ್) ಪೃಥ್ವಿ ಮೇಲೆ ಕೆಲವು ಕಾರಣಗಳಿಂದ ಜನ್ಮ ತಾಳುತ್ತದೆ. ಉದಾಹರಣೆಗೆ, ಕೆಲವು ಪೂರ್ವ ನಿರ್ಧರಿತ ದಿವ್ಯ ಅಭಿವ್ಯಕ್ತಿಗಳಿಗಾಗಿ, ಕೆಲವು ಕರ್ಮ ಬಂಧನಗಳನ್ನು ಕಳೆದುಕೊಳ್ಳಲು, ಹೀಗೆ. ಈ ಜಗತ್ತಿನ ರಂಗಮಂಚದಲ್ಲಿ ತನ್ನ ಪಾತ್ರವನ್ನು ನಿರ್ವಹಿಸಲು ಬರುತ್ತದೆ, ಇದನ್ನು ಪ್ರಕೃತಿಯು ಅದಕ್ಕಾಗಿ ನಿರ್ಧರಿಸಿರುತ್ತದೆ.

* ಒಬ್ಬ ತೋಟದ ಮಾಲಿಗೆ ತನ್ನ ತೋಟದ ಮೇಲೆ ಎಷ್ಟು ಅಧಿಕಾರ ಇರುತ್ತದೆಯೋ ತಂದೆ ತಾಯಿಗೆ ತನ್ನ ಮಕ್ಕಳ ಮೇಲೆ ಅಷ್ಟೇ ಅಧಿಕಾರ ಇರಬೇಕು. ಅವನು ತನ್ನ ಸಾಮರ್ಥ್ಯದ ಅನುಸಾರ ಅದನ್ನು ತುಂಬಾ ಚೆನ್ನಾಗಿ ನೋಡಿಕೊಳ್ಳುತ್ತಾನೆ, ಮಿಕ್ಕಿದ್ದನ್ನು ಪರಮಾತ್ಮನ ಇಚ್ಛೆಗೆ ಬಿಟ್ಟುಬಿಡುತ್ತಾನೆ. ಗಿಡಗಳಿಗೆ ಸರಿಯಾದ ಸಮಯಕ್ಕೆ ನೀರು ಗೊಬ್ಬರ ಪ್ರೇಮ ಕೊಡುವುದು ಅವನ ಕೈಯಲ್ಲಿರುತ್ತದೆ, ಆದರೆ ಅದರಲ್ಲಿ ಎಷ್ಟು ಹೂವು ಬಿಡಬೇಕು, ಎಷ್ಟು ಹಣ್ಣು ಬರಬೇಕು, ಎಷ್ಟು ದಿನ ಬದುಕಬೇಕು, ಇವೆಲ್ಲವೂ ಪ್ರಕೃತಿಯ ಕೈಯಲ್ಲಿಯೇ ಇರುತ್ತದೆ.

* ಆ ಜೀವಾತ್ಮರೂಪಿ ಸಂತಾನವನ್ನು ತಂದೆ-ತಾಯಿಯರು ಅರಳಲು, ಬೆಳೆಯಲು, ತನ್ನನ್ನು ತಾನು ಅಭಿವ್ಯಕ್ತಿಗೊಳಿಸಲು ಅನುಕೂಲಕರವಾದ ವಾತಾವರಣವನ್ನು ಹಾಗೂ ನಿಸ್ವಾರ್ಥ ಪ್ರೇಮವನ್ನು ಕೊಡಬೇಕು. ಅದಕ್ಕೆ ತಮ್ಮ ಪೂರ್ಣ ಸಹಕಾರ ನೀಡಬೇಕು, ಅದನ್ನು ಬಿಟ್ಟು ತಮ್ಮ ಆಸಕ್ತಿ, ಮೋಹ, ನಿರೀಕ್ಷೆಗಳಿಂದ ಬಂಧಿಸಬಾರದು. ಯಾವ ಮಾತಾಪಿತರು ಈ ರೀತಿ ನಡೆದುಕೊಂಡಿದ್ದಾರೋ ಅವರ ಸಂತಾನವು ಪೃಥ್ವಿ ಜೀವನದಲ್ಲಿ ಅದ್ಭುತಗಳನ್ನು ಸೃಷ್ಟಿಸಿದ್ದಾರೆ.

ಗಾಯತ್ರಿ ಆಂಟಿಯ ಈ ಮಾತುಗಳನ್ನು ಕೇಳಿ ಎಲ್ಲರೂ ಮೌನವಾದರು. ಅವರ ಮುಖಗಳನ್ನು ನೋಡಿದರೆ ಸಂತಾನದ ಬಗ್ಗೆ ಹೊಸ ವಿಚಾರಗಳನ್ನು, ಹೊಸ ದೃಷ್ಟಿಕೋನವನ್ನು ಕೇಳಿ ಅವರೆಲ್ಲ ಆಶ್ಚರ್ಯ ಚಕಿತರಾಗಿದ್ದರು ಎಂದು ಹೇಳಬಹುದಾಗಿತ್ತು. ಇಷ್ಟು ದಿವಸ ಅವರೆಲ್ಲರೂ ಆ ಮಗು ತಮ್ಮದು, ತಮಗಾಗಿ, ತಮ್ಮ ಖುಷಿಗಾಗಿ ಬರ್ತಾ ಇದೆ ಎಂದು ತಿಳಿದಿದ್ದರು. ಆದರೆ ಗಾಯತ್ರಿ ಆಂಟಿಯು ತಮ್ಮ ಮಾತುಗಳಿಂದ ಅವರ ವಿಚಾರಗಳನ್ನು ಪೂರ್ತಿಯಾಗಿ ಬದಲಿಸಿದ್ದರು.

ಗಾಯತ್ರಿ– ನಿಮ್ಮೆಲ್ಲರಿಗೂ ಇವತ್ತು ಇಷ್ಟು ಸಾಕು. ಇಂದು ಇಲ್ಲಿ ಏನೆಲ್ಲಾ ಚರ್ಚೆಗಳಾದವೋ ಅವುಗಳ ಬಗ್ಗೆ ಮನೆಗೆ ಹೋಗಿ ಮನನ ಮಾಡಿಕೊಳ್ಳಿ ನಿಮ್ಮ ಆಸುಪಾಸಿನ ಮಕ್ಕಳನ್ನು ಇದೇ ದೃಷ್ಟಿಕೋನದಿಂದ ನೋಡಿರಿ ಹಾಗೆ ನಿಮ್ಮನ್ನು ಕೂಡ. ನಿಮ್ಮ ತಂದೆ ತಾಯಿಗೆ ನಿಮ್ಮ ಬಗ್ಗೆ ಯಾವ ನಿರೀಕ್ಷೆಗಳಿದ್ದವು, ಅವುಗಳಿಂದ ನಿಮಗೆ ಬಂಧನ ಎನಿಸುತ್ತಿತ್ತಾ? ಎಂದು ನೆನಪು ಮಾಡಿಕೊಳ್ಳಿ. ನೀವು ಕೂಡ ನಿಮ್ಮ ಮಕ್ಕಳನ್ನು ಅದೇ ತರಹ ಬಂಧಿಸಬೇಕೆಂದು ಬಯಸುತ್ತೀರಾ?

ಯಾವಾಗ ನೀವು ಬರುವ ನಿಮ್ಮ ಮಗುವನ್ನು ಸ್ವತಂತ್ರ ಜೀವಾತ್ಮದ ರೂಪದಲ್ಲಿ ಸ್ವೀಕರಿಸುತ್ತೀರೋ, ಆವಾಗ ನೀವು ನಿಮ್ಮ ಮಗುವಿಗಾಗಿ ಮಾಡುವ ಪ್ರಾರ್ಥನೆ, ವಿಚಾರ, ಭಾವ ಹಾಗು ನಿರೀಕ್ಷಗಳು ಬದಲಾಗುತ್ತವೆ. ನಿಮ್ಮ ಪೂರ್ತಿ ಪೇರೆಂಟಿಂಗ್ ಬದಲಾಗುತ್ತದೆ. ಇದರಿಂದ ಕೇವಲ ಆ ಮಗುವಿನ ಜೀವನವಷ್ಟೇ ಅಲ್ಲ ನಿಮ್ಮ ಜೀವನವೂ ಬದಲಾಗುತ್ತದೆ. ಈ ಹೊಸ ತಿಳುವಳಿಕೆಯನ್ನು ಅಳವಡಿಸಿಕೊಂಡು ನೀವು ನಿಮ್ಮ ಮಗುವಿಗಾಗಿ ತೆಗೆದುಕೊಂಡ ನಿರ್ಣಯಗಳೆಲ್ಲವೂ ಸರಿಯಾಗಿಯೇ ಇರುತ್ತವೆ, ವ್ಯಕ್ತಿಗತ ಸ್ವಾರ್ಥದಿಂದ ಮುಕ್ತವಾಗಿ ನಿಸ್ವಾರ್ಥವಾಗಿರುತ್ತವೆ. ಹೀಗಾದಲ್ಲಿ ಆ ಮಗುವು ಸಂತ ಸಂತಾನವಾಗುತ್ತದೆ, ಹಾಗೂ ಈ ಜೀವನದಲ್ಲಿ ಪರಿಪೂರ್ಣತೆಯಿಂದ ತನ್ನನ್ನು ತಾನು ಅಭಿವ್ಯಕ್ತ ಪಡಿಸುತ್ತದೆ.

ಮನನ ಬಿಂದು...

* ಮನಸ್ಸಿಗೆ ಹೊಸ ಸಕಾರಾತ್ಮಕ ದಿಕ್ಕನ್ನು ತೋರಿಸಿರಿ. ಏಕೆಂದರೆ ಅದು ಹಳೆಯ ಗೊಂದಲಗಳನ್ನು ಮರೆತು ಭವಿಷ್ಯದ ಹೊಸ ಚಿತ್ರವನ್ನು ರಚಿಸಲು ವ್ಯಸ್ತವಾಗಲಿ ಎಂದು.

* ಗರ್ಭಧಾರಣೆಯ ಜೊತೆಗೆ 'ಅದು ನನ್ನ ಮಗು' ಎಂಬ ಟ್ಯಾಗ್ ಹಾಕಲಾಗುತ್ತದೆ. ತಂದೆ ತಾಯಿಗೆ ಆ ಮಗುವಿನಿಂದ ನಿರೀಕ್ಷೆಗಳು ಶುರುವಾಗುತ್ತವೆ. ನೀವುಗಳು ಇದರಿಂದ ತಪ್ಪಿಸಿಕೊಳ್ಳಿ ಹಾಗೂ ನಿಮ್ಮ ಮಗುವಿಗೆ ಸರಿಯಾದ ನಿಮಿತ್ತರಾಗಿ.

* ನಿಮ್ಮ ಶರೀರದಲ್ಲಿ ಬೆಳೆಯುತ್ತಿರುವ ಮಗುವು ಕೇವಲ ಒಂದು ಶರೀರ ಅಷ್ಟೇ ಅಲ್ಲ, ಅದು ಜೀವಂತ ಚೈತನ್ಯ. ಅಂದರೆ ಆ ಮಗುವು ನಿಮ್ಮ ವ್ಯಕ್ತಿಗತ ಸಂಪತ್ತು ಅಲ್ಲ, ಅದು ಬಂದು ಸ್ವತಂತ್ರ ಜೀವ. ಅದಕ್ಕೆ ತನ್ನದೇ ಆದ ದಿವ್ಯ ಯೋಜನೆ ಇದೆ, ನಾನು ಕೇವಲ ಅದನ್ನು ಈ ಭೂಮಿ ಮೇಲೆ ತರುವ ನಿಮಿತ್ತ ಮಾತ್ರ ಎನ್ನುವ ವಿಚಾರವನ್ನು ನಿಮ್ಮಲ್ಲಿ ವಿಕಸಿತಗೊಳಿಸಿ.

* ಸೆಲ್ಫ್/ಚೈತನ್ಯ ತಾನು ಯಾವ ಗರ್ಭದಲ್ಲಿ ಬರಬೇಕು ಎಂದು ತಾನೇ ಸ್ವಯಂ ಆರಿಸಿಕೊಳ್ಳುತ್ತದೆ, ಮಾತಾಪಿತರು ಇದನ್ನು ಆರಿಸುವುದಿಲ್ಲ. ಒಬ್ಬ ತೋಟದ ಮಾಲಿಗೆ ತನ್ನ ತೋಟದ ಮೇಲೆ ಎಷ್ಟು ಅಧಿಕಾರ ಇರುತ್ತದೆಯೋ ತಂದೆ ತಾಯಿಗೆ ತಮ್ಮ ಸಂತಾನದ ಮೇಲೆ ಅಷ್ಟೇ ಅಧಿಕಾರವಿರುತ್ತದೆ.

ಅಧ್ಯಾಯ 4

ಗರ್ಭಧಾರಣೆಗಾಗಿ ಹೇಗೆ ತಯಾರಿ ಮಾಡುವುದು

ಶುದ್ಧ ಆಲೋಚನೆಗಳು ಮತ್ತು ಶುದ್ಧ ಭಾವನೆಗಳನ್ನು ಹೊಂದಿರಿ

ಗಾಯತ್ರಿ ಆಂಟಿಯ ಗರ್ಭ ಸಂಸ್ಕಾರದ ಮೊದಲ ತರಗತಿಯೇ ಎಲ್ಲರ ಕಣ್ಣು ತೆರೆಸಿದಂತಿತ್ತು. ಸಲೋನಿ, ಆಂಟಿ ಹೇಳಿದ್ದನ್ನು ನಿಖರವಾಗಿ ಅರಿತುಕೊಂಡಳು ಮತ್ತು ಮರುದಿನ ಬಾಲ ಗೋಪಾಲನ ಭಾವಚಿತ್ರದ ಮುಂದೆ ಪ್ರಾರ್ಥಿಸುವಾಗ ಅವಳ ಭಾವನೆಗಳು ಬದಲಾಗಿದ್ದವು. ಕೆಲವು ಪ್ರಾರ್ಥನೆಗಳೂ ಬದಲಾಗಿದ್ದವು. ಪ್ರಾರ್ಥನೆಯ ಮೊದಲ ಸಾಲು, 'ನಾವು ಯಾವ ಮಗುವನ್ನು ಪಡೆದರೂ ನಿಮ್ಮ ದಿವ್ಯ ಗುಣಗಳಿಂದ ತುಂಬಿರಲಿ', ಇದರ ಬದಲಾಗಿ ಇಂದು ಸಲೋನಿ, **'ನಮ್ಮ ಮನೆಗೆ ಬರುವ ಯಾವುದೇ ಮಗು ನಿಮ್ಮ ದಿವ್ಯ ಗುಣಗಳಿಂದ ತುಂಬಿರಲಿ'** ಎಂದು ಕೇಳಿದಳು. 'ನಮ್ಮ', 'ನನ್ನದು' ಎಂಬ ಬಂಧಯುಕ್ತ ಪದಗಳು ಪ್ರಾರ್ಥನೆಯಿಂದ ದೂರವಾಗಿದ್ದವು.

ತಿಳುವಳಿಕೆ ಸಿಕ್ಕ ಮೇಲೆ ಭಾವನೆಗಳು ಮತ್ತು ಆಲೋಚನೆಗಳು ಬದಲಾಗುತ್ತವೆ ಎಂದು ಗಾಯತ್ರಿ ಆಂಟಿ ಹೇಳಿದ್ದರು. ಸಲೋನಿ ಇಂದು ತನ್ನ ಬಳಿ ಬರುವ ಭವಿಷ್ಯದ ಮಗುವಿಗೆ ಪ್ರೀತಿ, ಧೈರ್ಯ, ಕರುಣೆ, ಬುದ್ಧಿವಂತಿಕೆ, ಆರೋಗ್ಯದಂತಹ ಗುಣಗಳನ್ನು ಕೇಳುತ್ತಿದ್ದಾಳೆ, ಆದರೆ ತನಗಾಗಿ ಅಲ್ಲ, ಆದರೆ ಆ ದೈವಿಕ ಮಗುವಿನ ಸ್ವಂತ ಅಭಿವ್ಯಕ್ತಿಗಾಗಿ. ಇಂದು ಅವಳು ತನ್ನ ಪ್ರಾರ್ಥನೆಯಲ್ಲಿ ಇನ್ನೂ ಒಂದು ವಿಷಯವನ್ನು ಸೇರಿಸಿದಳು, ಅದೇನೆಂದರೆ "ದೇವರೇ, ನಮ್ಮ ಮನೆಗೆ ಬರುವ ನಿಮ್ಮ ಅಮೂಲ್ಯ ಕಾಣಿಕೆಯನ್ನು ನಾವು ಚೆನ್ನಾಗಿ ನೋಡಿಕೊಳ್ಳುವಂತಹ ತಿಳುವಳಿಕೆಯನ್ನು ನಮಗೆ ನೀಡು, ಅದಕ್ಕೆ ಸಂಪೂರ್ಣ ಸಹಕಾರವನ್ನು ನೀಡಿ, ನೀವು ಅದಕ್ಕೆ ಆಯ್ಕೆ ಮಾಡಿದ ದಿವ್ಯ ಯೋಜನೆಯನ್ನು ಅದು ಸಹಜತೆಯಿಂದ ಸಾಕಾರಗೊಳಿಸಬಹುದಾದಂತಹ ಅನುಕೂಲಕರ ಮತ್ತು

ಆರೋಗ್ಯಕರ ವಾತಾವರಣವನ್ನು ನಾವು ಒದಗಿಸುವಂತಾಗಲಿ." ಹೀಗೆ ಪ್ರಾರ್ಥಿಸಿದ ನಂತರ ಸಲೋನಿಗೆ ತುಂಬಾ ಸಮಾಧಾನವಾಯಿತು. ತನ್ನ ನಿರೀಕ್ಷೆಗಳು ಹಾಗೂ ಮಹತ್ವಕಾಂಕ್ಷೆಗಳೇ ಇಲ್ಲಿಯವರೆಗೆ ತನ್ನ ದಾರಿಗೆ ಅಡ್ಡವಾಗಿದ್ದವು ಎಂದು ಅವಳಿಗೆ ಅನಿಸಿತು.

ಮತ್ತೊಂದೆಡೆ ಮಧು ಚಿಂತಿತಳಾಗಿದ್ದಳು. ತನ್ನ ಗರ್ಭಾವಸ್ಥೆಯ ಮೂರು ತಿಂಗಳುಗಳನ್ನು ಅದೇ ಹಳೆಯ ಆಲೋಚನೆಗಳೊಂದಿಗೆ ಕಳೆದಿದ್ದೇನೆ, ಇದು ತನ್ನ ಮಗುವಿನ ಮೇಲೆ ವ್ಯತಿರಿಕ್ತ ಪರಿಣಾಮ ಬೀರಿದ್ದರೆ! ಎಂದು ಅವಳಿಗೆ ಕಳವಳವಾಯಿತು. ಇಬ್ಬರೂ ತಮ್ಮ ತಮ್ಮ ಅನುಭವಗಳನ್ನು ಒಟ್ಟುಗೂಡಿಸಿ ಮರುದಿನ ಗಾಯತ್ರಿ ಆಂಟಿಯ ತರಗತಿಗೆ ಬಂದರು. ಅವರು ಇಂದಿನ ತರಗತಿಯನ್ನು ತೆಗೆದುಕೊಳ್ಳಲು ಪ್ರಾರಂಭಿಸಿದರು.

ಗಾಯತ್ರಿ– ಇಂದು ನಾನು ನಿಮಗೆ 'ಗರ್ಭ ಸಂಸ್ಕಾರ' ಎಂದರೇನು ಎಂದು ಹೇಳಲು ಬಯಸುತ್ತೇನೆ. ಈ ಪದ ಎಲ್ಲಿಂದ ಬಂದಿದೆ, ಇದರ ಪ್ರಾಮುಖ್ಯತೆ ಏನು? ಇದರ ಅರ್ಥವೇನು? ಈ ಎಲ್ಲಾ ವಿಷಯಗಳನ್ನು ಸಂಕ್ಷಿಪ್ತವಾಗಿ ಹೇಳುತ್ತೇನೆ. ಮೊದಲಿಗೆ ಸಂಸ್ಕಾರ ಎಂಬ ಪದವನ್ನು ಅರ್ಥಮಾಡಿಕೊಳ್ಳೋಣ. ಸಂಸ್ಕಾರ ಎಂಬ ಪದದ ಮೂಲ ಅರ್ಥ 'ಶುದ್ಧೀಕರಣ'. ಸರಿಯಾದ ಸಮಯದಲ್ಲಿ ಸರಿಯಾದ ಗುಣಗಳನ್ನು ಬೆಳೆಸಿಕೊಳ್ಳುವ ಮೂಲಕ ನಿಮ್ಮನ್ನು ಶುದ್ಧವಾಗಿಟ್ಟುಕೊಳ್ಳುವುದು.

ಸರಳ ಪದಗಳಲ್ಲಿ ಹೇಳುವುದಾದರೆ, ಸಂಸ್ಕಾರ ಎಂದರೆ ನಮ್ಮ ಗುಣಗಳು, ನಮ್ಮ ಆಲೋಚನೆಗಳು, ನಮ್ಮ ಅಭ್ಯಾಸಗಳು... ಇವೆಲ್ಲವೂ ಸೇರಿ ನಮ್ಮ ಸ್ವಭಾವವಾಗುತ್ತವೆ. ಯಾರಿಗಾದರೂ ಹೊಸದನ್ನು ಕಲಿಸಿದಾಗ, ಅವರು ಅದನ್ನು ಸ್ವೀಕರಿಸಿದಾಗ, ಅದನ್ನು 'ಸಂಸ್ಕಾರವನ್ನು ಪಡೆಯುವುದು' ಎಂದು ಕರೆಯಲಾಗುತ್ತದೆ.

ಭಾರತೀಯ ಸಂಸ್ಕೃತಿಯಲ್ಲಿ ಮೊದಲಿನಿಂದಲೂ ಕೆಲವು ಗುಣಗಳನ್ನು ಮತ್ತು ಅಭ್ಯಾಸಗಳನ್ನು ಮುಂದಿನ ಪೀಳಿಗೆಗೆ ನಿರ್ದಿಷ್ಟ ಸಮಯದಲ್ಲಿ ಸಂಸ್ಕಾರಗಳ ರೂಪದಲ್ಲಿ ತಿಳಿಸುವ ಸಂಪ್ರದಾಯವಿದೆ. ಹುಟ್ಟಿನಿಂದ ಸಾವಿನವರೆಗಿನ ಮಾನವನ ಬೆಳವಣಿಗೆಯ ಪಯಣವನ್ನು ಹದಿನಾರು ಸಂಸ್ಕಾರಗಳಾಗಿ ವಿಂಗಡಿಸಲಾಗಿದೆ. ಅವನ ಜೀವನವು ಮುಂದುವರೆದಂತೆ, ಅವನು ಕಾಲಕಾಲಕ್ಕೆ ಹದಿನಾರು ಆಚರಣೆಗಳನ್ನು ಅನುಸರಿಸಬೇಕು. ಇದನ್ನು ಮಾಡುವುದರಿಂದ ಅವನ ಜೀವನವು ಸುಗಮವಾಗಿ ಸಾಗುತ್ತದೆ ಮತ್ತು ಅವನು ಸರಿಯಾಗಿ ಅಭಿವೃದ್ಧಿ ಹೊಂದುತ್ತಾನೆ. ಪ್ರಾಚೀನ ಕಾಲದಲ್ಲಿ, ಈ ಸಂಸ್ಕಾರಗಳನ್ನು ಸಾಂಪ್ರದಾಯಿಕವಾಗಿ ಅನುಸರಿಸಲಾಗುತಿತ್ತು ಮತ್ತು ಅವುಗಳ ಪ್ರಕಾರವೇ ಜೀವನವನ್ನು ನಡೆಸಲಾಗುತ್ತಿತ್ತು.

ಇವುಗಳಲ್ಲಿ ಮೊದಲ ಸಂಸ್ಕಾರವೆಂದರೆ ಗರ್ಭ ಸಂಸ್ಕಾರ. ಇದರ ಪ್ರಕಾರ ಗರ್ಭ ಧರಿಸುವ ರೀತಿ ಮತ್ತು ಗರ್ಭಾವಸ್ಥೆಯ ಉದ್ದಕ್ಕೂ ಹೇಗೆ ಬದುಕಬೇಕು ಎಂಬುದಕ್ಕೆ ಸಂಬಂಧಿಸಿದ ತಿಳುವಳಿಕೆ ಮತ್ತು ನಿಯಮಗಳನ್ನು ಪಡೆಯಬಹುದು. ಅಂತ್ಯಸಂಸ್ಕಾರವು ಅಂತಿಮ ವಿಧಿಯಾಗಿದೆ. ಗರ್ಭಸಂಸ್ಕಾರದ ವಿಧಿಗಳೊಂದಿಗೆ ಇಹಲೋಕಕ್ಕೆ ಬರುವ ಜೀವಾತ್ಮವು ಅಂತ್ಯಸಂಸ್ಕರದ ವಿಧಿಗಳೊಂದಿಗೆ ಇಹಲೋಕವನ್ನು ತೊರೆದು ಮುಂದಿನ ಪ್ರಯಾಣಕ್ಕೆ ಹೋಗುತ್ತದೆ.

ಶಾಸ್ತ್ರಗಳ ಪ್ರಕಾರ, ಒಬ್ಬ ವ್ಯಕ್ತಿಯು ತನ್ನ ಹುಟ್ಟಿನಿಂದ ಸಾವಿನವರೆಗೆ ಅಂದರೆ ಅಂತ್ಯಕ್ರಿಯೆಯವರೆಗೆ ತನ್ನ ಜೀವನದುದ್ದಕ್ಕೂ ಹದಿನಾರು* ವಿವಿಧ ಆಚರಣೆಗಳನ್ನು ಅನುಸರಿಸಬೇಕಾಗುತ್ತದೆ.

ಇಲ್ಲಿ ನಾವು ಮೊದಲ ಸಂಸ್ಕಾರವನ್ನು ಅರ್ಥಮಾಡಿಕೊಳ್ಳಲು ಸೇರಿದ್ದೇವೆ. ಬರುವ ಮಗುವಿನ ಬಗ್ಗೆ ನಮ್ಮ ತಿಳುವಳಿಕೆ ಹೇಗಿರಬೇಕು ಎಂದು ನಿನ್ನೆ ಈಗಾಗಲೇ ಚರ್ಚಿಸಲಾಗಿದೆ. ಇಂದು ನಾವು ಗರ್ಭಿಣಿಯಾಗುವುದು ಹೇಗೆ ಎಂಬುದರ ಕುರಿತು ಮಾತನಾಡೋಣ. ಮಧು, ನೀನು ಆಗಲೇ ಗರ್ಭ ಧರಿಸಿದ್ದೀಯ. ಸಲೋನಿ, ನೀನು ಇದನ್ನು ಕಲಿಯುವುದು ಮುಖ್ಯ.

ಗರ್ಭಧರಿಸುವುದು ಕೂಡ ಗರ್ಭ ಸಂಸ್ಕಾರದ ಒಂದು ಭಾಗವಾಗಿದೆ. ಇದು ಅತ್ಯಂತ ಪವಿತ್ರವಾದ ಕಾರ್ಯವಾಗಿದೆ. ಇದನ್ನು ಕಾಮಕ್ಕೆ ಜೋಡಿಸಬಾರದು, ಹಾಗೆ ಮಾಡಲೂಬಾರದು. ಜೀವಾತ್ಮವು ನಮ್ಮ ಮನೆಗೆ ಬರಲು, ಗರ್ಭಧಾರಣೆಯ ಸಮಯದಲ್ಲಿ ನಮ್ಮ ಆಲೋಚನೆಗಳು ಶುದ್ಧವಾಗಿರಬೇಕು ಮತ್ತು ಪವಿತ್ರ ಭಾವನೆಗಳಿಂದ ತುಂಬಿರಬೇಕು. ಜೊತೆಗೆ, ನಮ್ಮ ದೇಹವು ಪ್ರಕೃತಿಯ ಮಹತ್ತರವಾದ ಕೆಲಸಕ್ಕೆ ಸಾಧನವಾಗುತ್ತಿದೆ, ನಮ್ಮ ಮೂಲಕ ಅದು ಹೊಸ ಪೀಳಿಗೆಯನ್ನು ಜಗತ್ತಿಗೆ ತರುತ್ತಿದೆ ಎಂದು ನಾವು ಅರ್ಥಮಾಡಿಕೊಳ್ಳಬೇಕು. ಇದನ್ನು ದೈವಿಕ ಕೆಲಸವೆಂದು ಪರಿಗಣಿಸಿ, ಅದರ ಬಗ್ಗೆ ಸಂಪೂರ್ಣ ಜವಾಬ್ದಾರಿಯ ಭಾವನೆ ಇರಿಸಬೇಕು.

ಸರಳ ಪದಗಳಲ್ಲಿ ಗರ್ಭ ಸಂಸ್ಕಾರದ ಉದ್ದೇಶವನ್ನು ಅರ್ಥಮಾಡಿಕೊಳ್ಳೋಣ. ನಾವು ಪ್ರಯಾಣಕ್ಕಾಗಿ ಬಸ್ಸನ್ನು ಹತ್ತಿದಾಗ, ಲಭ್ಯವಿರುವ ಆಸನಗಳಲ್ಲಿ ಅತ್ಯಂತ ಆರಾಮದಾಯಕ ಮತ್ತು ಉತ್ತಮವಾದ ಆಸನವನ್ನು ಪಡೆಯುವುದರ ಮೇಲೆಯೇ ನಮ್ಮ ಗಮನ ಕೇಂದ್ರೀಕೃತವಾಗಿರುತ್ತದೆ. ಹಾಗೆಯೇ, ಜೀವಾತ್ಮವು ಕೂಡಾ ಗರ್ಭವನ್ನು ಆರಿಸುವಾಗ, ಯಾರೊಂದಿಗೆ ಅದರ ಜೀವನ ಪ್ರಯಾಣವು ಸಂತೋಷ ಮತ್ತು ಸಾರ್ಥಕತೆಯನ್ನು ಪಡೆಯುವುದೋ ಅಂತಹುದೇ ಕುಟುಂಬ ಮತ್ತು ತಾಯಿಯನ್ನು ಆರಿಸಿಕೊಳ್ಳುತ್ತದೆ. ಅದರಿಂದ ಅದು ಭೂಮಿಗೆ ಬಂದ ಉದ್ದೇಶವನ್ನು ಪೂರೈಸಲು ಸಾಧ್ಯವಾಗುತ್ತದೆ. ಮುಂದೆ ಹುಟ್ಟಲಿರುವ ಮಗುವಿನ ಯಾತ್ರೆಯನ್ನು ಸುಗಮವಾಗಿಸುವಂತಹ ಅನುಕೂಲಕರ ಗರ್ಭವನ್ನು ತಯಾರಿಸಿ ಅದನ್ನು ಲಭ್ಯವಾಗಿಸುವುದೇ ಗರ್ಭಸಂಸ್ಕಾರದ ಉದ್ದೇಶವಾಗಿದೆ.

ಮಗುವಿನ ಜನನವು ಆಕಸ್ಮಿಕ ಘಟನೆಯಾಗಬಾರದು. ಇದು ಸಂಪೂರ್ಣವಾಗಿ ಪೂರ್ವ-ಯೋಜಿತವಾಗಿರಬೇಕು ಮತ್ತು ಮಾನಸಿಕ ಸಿದ್ಧತೆಯೊಂದಿಗೆ ನಡೆಯಬೇಕು. ಇದಕ್ಕಾಗಿ, ಗಂಡ-ಹೆಂಡತಿ ಸಂಪೂರ್ಣವಾಗಿ ಮಾನಸಿಕವಾಗಿ ಮತ್ತು ದೈಹಿಕವಾಗಿ ಸಿದ್ಧರಾಗಿರಬೇಕು. ಏಕೆಂದರೆ ಗರ್ಭಧಾರಣೆಯ ನಂತರ, ಅವರ ಮಾನಸಿಕ ಮತ್ತು ದೈಹಿಕ ಆರೋಗ್ಯವು ಮಗುವಿನ ಮೇಲೆ ಹೆಚ್ಚಿನ ಪರಿಣಾಮವನ್ನು ಬೀರುತ್ತದೆ. ಆದ್ದರಿಂದ, ಗರ್ಭ ಧರಿಸುವ ಮೊದಲು ನೀವು ನಿಮ್ಮ ಆಹಾರ ಪದ್ಧತಿಯನ್ನು ಸುಧಾರಿಸಿಕೊಳ್ಳಬೇಕು. ನಿಮ್ಮ ಆಲೋಚನೆ ಸರಿಯಾಗಿರಬೇಕು ಮತ್ತು ಧನಾತ್ಮಕವಾಗಿರಬೇಕು(ಸಕಾರಾತ್ಮಕವಾಗಿರಬೇಕು). ಯಾವುದೇ ವಿಚಾರದಲ್ಲಿ ಪತಿ-ಪತ್ನಿಯರ ನಡುವೆ ಭಿನ್ನಾಭಿಪ್ರಾಯಗಳಿದ್ದರೆ ಗರ್ಭಧರಿಸುವ ಮುನ್ನ ಮಾತುಕತೆ ನಡೆಸಿ ಬಗೆಹರಿಸಿಕೊಳ್ಳುವುದು ಉತ್ತಮ. ಏಕೆಂದರೆ ಗರ್ಭಾವಸ್ಥೆಯಲ್ಲಿ ಯಾವುದೇ ರೀತಿಯ ಒತ್ತಡವು ಮಗುವಿನ ಮಾನಸಿಕ ಮತ್ತು ದೈಹಿಕ ಬೆಳವಣಿಗೆಯ ಮೇಲೆ ಪ್ರತಿಕೂಲ ಪರಿಣಾಮ ಬೀರುತ್ತದೆ.

ಮನೆಯ ವಾತಾವರಣವು ಚಿಂತೆ, ಒತ್ತಡ, ರೋಗಗಳು ಇಲ್ಲದಂತಿರಬೇಕು. ಬದಲಿಗೆ

---

* ಹದಿನಾರು ಸಂಸ್ಕಾರಗಳು - ಗರ್ಭದಾನ ಸಂಸ್ಕಾರ, ಪುಂಸವನ ಸಂಸ್ಕಾರ, ಸೀಮಂತೋನ್ನಯನ ಸಂಸ್ಕಾರ, ಜಾತಕರ್ಮ, ನಾಮಕರಣ ಸಂಸ್ಕಾರ, ನಿಷ್ಕ್ರಮಣ ಸಂಸ್ಕಾರ, ಅನ್ನಪ್ರಾಶನ ಸಂಸ್ಕಾರ, ಚೌಲ ಸಂಸ್ಕಾರ, ವಿದ್ಯಾರಂಭ ಸಂಸ್ಕಾರ, ಕರ್ಣವೇಧ ಸಂಸ್ಕಾರ, ಯಜ್ಞೋಪವೀತ ಸಂಸ್ಕಾರ, ವೇದಾರಂಭ ಸಂಸ್ಕಾರ, ಕೇಶಾಂತ ಸಂಸ್ಕಾರ, ಸಮಾವರ್ತನ ಸಂಸ್ಕಾರ, ಪಾಣಿ ಗ್ರಹಣ ಸಂಸ್ಕಾರ, ಅಂತ್ಯೇಷ್ಠಿ ಸಂಸ್ಕಾರ.

ಸಂತೋಷ, ಶುದ್ಧತೆ, ಶಾಂತಿ, ಆರೋಗ್ಯ ಮತ್ತು ಸದ್ಭಾವನೆಗಳು ತುಂಬಿರಬೇಕು. ತಂದೆ–ತಾಯಿ ಇಬ್ಬರೂ ಮುಂಬರುವ ಮಗುವನ್ನು ಎಲ್ಲಾ ರೀತಿಯಿಂದ ನೋಡಿಕೊಳ್ಳಲು ಸಮರ್ಥರಾಗಿರಬೇಕು ಮತ್ತು ಅದಕ್ಕಾಗಿ ಮಾನಸಿಕವಾಗಿಯೂ ಸಿದ್ಧರಾಗಿರಬೇಕು.

ಗಾಯತ್ರಿ ವಿವರಿಸುತ್ತಿದ್ದಳು ಆದರೆ ಮಧು ಅಷ್ಟರಲ್ಲಿ ಎಲ್ಲೋ ಕಳೆದು ಹೋಗಿದ್ದಳು. ಅವಳು ಚಿಂತಾಕ್ರಾಂತಳಾದಂತೆ ಕಾಣುತ್ತಿದ್ದಳು. ಅವರು ಸಂಭಾಷಣೆಯನ್ನು ಮಧ್ಯದಲ್ಲಿ ನಿಲ್ಲಿಸಿದರು. ಮೊದಲು ಮಧು ಜೊತೆ ಮಾತಾಡಬೇಕಾಗಿತ್ತು, ಅವಳಿಗೆ ಯಾವುದೋ ಕೊರಗು ಕಾಡುತ್ತಿತ್ತು.

ಮನನ ಬಿಂದು...

* ಸಂಸ್ಕಾರ ಎಂಬ ಪದದ ಮೂಲ ಅರ್ಥ ಶುದ್ಧೀಕರಣ. ಆದ್ದರಿಂದ, ಸರಿಯಾದ ಸಮಯದಲ್ಲಿ ಸರಿಯಾದ ಗುಣಗಳನ್ನು ಬೆಳೆಸಿಕೊಳ್ಳಿ. ನಿಮ್ಮನ್ನು ಶುದ್ಧವಾಗಿಟ್ಟುಕೊಳ್ಳಿ. ಏಕೆಂದರೆ ನಮ್ಮ ಗುಣಗಳು, ನಮ್ಮ ಆಲೋಚನೆ, ನಮ್ಮ ಅಭ್ಯಾಸಗಳು ಎಲ್ಲವೂ ಸೇರಿಯೇ ನಮ್ಮ ಸ್ವಭಾವ ರೂಪುಗೊಳ್ಳುತ್ತದೆ.

* ಮಾನವನು ಹುಟ್ಟಿನಿಂದ ಸಾವಿನವರೆಗಿನ ಪಯಣದಲ್ಲಿ ಹದಿನಾರು ಸಂಸ್ಕಾರಗಳನ್ನು ಅನುಸರಿಸಬೇಕಾಗುತ್ತದೆ. ಇವುಗಳಲ್ಲಿ ಮೊದಲ ಸಂಸ್ಕಾರವೇ ಗರ್ಭ ಸಂಸ್ಕಾರ.

* ಗರ್ಭಧಾರಣೆಯು ಪವಿತ್ರ ಕಾರ್ಯವಾಗಿದೆ, ಅದನ್ನು ಬರೀ ಕಾಮ ದೃಷ್ಟಿಯಿಂದ ನೋಡಬಾರದು ಅಥವಾ ಅದನ್ನು ಹಾಗೆ ಮಾಡಬಾರದು. ನಮ್ಮ ಮನೆಗೆ ಒಂದು ಪವಿತ್ರ ಜೀವಾತ್ಮವು ಪ್ರವೇಶಿಸಬೇಕಾದರೆ ಗರ್ಭಧಾರಣೆಯ ಸಮಯದಲ್ಲಿ ನಮ್ಮ ಆಲೋಚನೆಗಳು ಶುದ್ಧವಾಗಿರಬೇಕು ಮತ್ತು ಪವಿತ್ರ ಭಾವನೆಗಳಿಂದ ತುಂಬಿರಬೇಕು.

ಅಧ್ಯಾಯ 5

ಸಂಸ್ಕಾರಗಳ ಆಚರಣೆಯಲ್ಲಿ ಒತ್ತಡ ಸಲ್ಲದು

ಎದ್ದಾಗಲೇ ಬೆಳಗು

ನಾವು ಏನಾದರೂ ಹೊಸದಾದ, ಒಳ್ಳೆಯ, ಸಕಾರಾತ್ಮಕ ತಿಳುವಳಿಕೆಯನ್ನು ಪಡೆದುಕೊಳ್ಳುತ್ತಿರುವಾಗ ನಮಗೆ ತುಂಬಾ ಸಂತೋಷವಾಗುತ್ತದೆ. ಆದರೆ ನಡುನಡುವೆ, ಕೆಲವು ಭಯ, ವಿಷಾದ ಅಥವಾ ಅಪರಾಧಿ ಮನೋಭಾವ ಕೂಡ ಹೊರಹೊಮ್ಮುತ್ತಿರುತ್ತದೆ. ನಮಗೆ ಸಿಗುತ್ತಿರುವ ತಿಳುವಳಿಕೆಯನ್ನು ಕಾರ್ಯರೂಪಕ್ಕೆ ತರಲು ಸಾಧ್ಯವಾಗುತ್ತದೋ ಇಲ್ಲವೋ ಎಂಬ ಭಯ, 'ಅಯ್ಯೋ! ನಾವು ಈ ವಿಷಯಗಳನ್ನು ಮೊದಲೇ ಕಲಿತಿದ್ದರೆ ಎಷ್ಟು ಚೆನ್ನಾಗಿರುತ್ತಿತ್ತು, ಜೀವನ ಸುಲಭವಾಗುತ್ತಿತ್ತು!' ಎಂಬ ವಿಷಾದ, ಅಜ್ಞಾನದಿಂದ ಎಷ್ಟೋ ತಪ್ಪುಗಳನ್ನು ಮಾಡಿದೆವು ಎಂಬ ಪಾಪಪ್ರಜ್ಞೆ ಕೂಡಾ ಕಾಡುತ್ತವೆ.

ಮಧುವಿನೊಂದಿಗೂ ಇದೇ ರೀತಿಯ ಘಟನೆಗಳು ನಡೆಯುತ್ತಿದ್ದವು, ಅದನ್ನೇ ಗಾಯತ್ರಿ ಅರ್ಥ ಮಾಡಿಕೊಳ್ಳಲು ಪ್ರಯತ್ನ ಪಡುತ್ತಿದ್ದರು.

ಗಾಯತ್ರಿ– ಏನಾಯ್ತು ಮಧು, ಯಾಕೆ ವಿಚಲಿತವಾಗಿದ್ದಿ? ಏನಾದರೂ ತೊಂದರೆ ಇದೆಯೇ?

ಮಧು– ಆಂಟಿ, ನೀವು ಹೇಳಿದಂತೆ, ಸಂಪೂರ್ಣ ತಯಾರಿ ಮತ್ತು ಯೋಜನೆಯೊಂದಿಗೆ ಗರ್ಭಧಾರಣೆ ಮಾಡಬೇಕು. ನಾವು ದೈಹಿಕವಾಗಿ, ಮಾನಸಿಕವಾಗಿ ಮತ್ತು ಭಾವನಾತ್ಮಕವಾಗಿ ಸಿದ್ಧರಾಗಿರಬೇಕು ಮತ್ತು ಮಂಗಳಕರ ಪ್ರಾರ್ಥನೆಗಳು ಮತ್ತು ಪವಿತ್ರ ಭಾವನೆಗಳೊಂದಿಗೆ ಹೊಸ ಜೀವಾತ್ಮವನ್ನು ಆಹ್ವಾನಿಸಬೇಕು, ಆದರೆ ನಾವು ಹಾಗೆ ಏನನ್ನೂ ಮಾಡಲಿಲ್ಲ. ನಮಗೇನೂ ಗೊತ್ತಿರಲಿಲ್ಲ, ಹಾಗಾಗಿ ಮಾಡಲಿಲ್ಲ. ನಿಜ ಹೇಳಬೇಕೆಂದರೆ, ನನ್ನ ಗರ್ಭಧಾರಣೆಯನ್ನು ಮೊದಲೇ ಯೋಜಿಸಿರಲಿಲ್ಲ.

ಇದು ಕೇವಲ ಆಕಸ್ಮಿಕವಾಗಿ ಸಂಭವಿಸಿದೆ. ನಾವಿಬ್ಬರೂ ಇದಕ್ಕೆ ಮಾನಸಿಕವಾಗಿ ಸಿದ್ಧರಿರಲಿಲ್ಲ, ಹಾಗಾಗಿ ಮೊದಮೊದಲು ಈ ಗರ್ಭದ ಬಗ್ಗೆ ನಮಗೆ ತುಂಬಾ ನಕಾರಾತ್ಮಕ ಭಾವನೆಗಳಿದ್ದವು. ಯಾವುದೋ ಹೊರೆ ಅಥವಾ ಸಮಸ್ಯೆ ಬಂದಂತೆ ಭಾಸವಾಗುತ್ತಿತ್ತು. ಹಂತಹಂತವಾಗಿ ನನ್ನ ಕುಟುಂಬದ ಸದಸ್ಯರು ತಿಳಿಹೇಳಿದ ಮೇಲೆ ಇದಕ್ಕೆ ನಾನು ಸಿದ್ಧಳಾದೆ. ಈ ಮಗುವನ್ನು ಒಪ್ಪಿಕೊಳ್ಳಲು ಸಹ ಸ್ವಲ್ಪ ಸಮಯ ಹಿಡಿಯಿತು. ಇಂದು, ನಿಮ್ಮ ಮಾತುಗಳನ್ನು ಕೇಳಿದ ನಂತರ, ನಾನು ತುಂಬಾ ಭಯಪಡುತ್ತಿದ್ದೇನೆ ಮತ್ತು ಇದುವರೆಗಿನ ನಮ್ಮ ಆಲೋಚನೆ ಮತ್ತು ತಿಳುವಳಿಕೆಯು ನಮ್ಮ ಮಗುವಿನ ಮೇಲೆ ಎಂತಹ ನಕಾರಾತ್ಮಕ ಪ್ರಭಾವವನ್ನು ಬೀರಿರಬಹುದು ಎಂಬ ತಪ್ಪಿತಸ್ಥ ಭಾವನೆ ಕಾಡುತ್ತಿದೆ.

ಮನೀಶ್– ಹೌದು ಆಂಟಿ. ನನಗೂ ಅದರ ಬಗ್ಗೆ ಯೋಚಿಸುವಾಗ ಬೇಸರವಾಗುತ್ತದೆ. ನಮ್ಮ ಮಗುವಿನ ಜೀವನದ ಮೊದಲ ಮೂರು ತಿಂಗಳು ನಾವು ಎಷ್ಟು ಒತ್ತಡದಿಂದ ಕಳೆದಿದ್ದೇವೆ. ನಿಜ ಹೇಳಬೇಕೆಂದರೆ, ಈ ಸಮಯದಲ್ಲಿ ನಮ್ಮ ನಡುವೆ ಸಾಕಷ್ಟು ವಾದ–ವಿವಾದಗಳು ನಡೆದಿದ್ದವು. ನಾವು ಪರಸ್ಪರ ಕೋಪ ಮತ್ತು ಹತಾಶೆಯನ್ನು ಹೊರಹಾಕಿದ್ದೇವೆ. ಅನಪೇಕ್ಷಿತ ಗರ್ಭಧಾರಣೆಗೆ ಪರಸ್ಪರ ದೋಷಾರೋಪಣೆ ಮಾಡಿದ್ದೇವೆ. ಇಂದು, ನಿಮ್ಮ ಮಾತುಗಳನ್ನು ಕೇಳಿದ ನಂತರ, ಜಗತ್ತಿಗೆ ಹೊಸ ಜೀವವನ್ನು ತರುವುದು ತುಂಬಾ ಜವಾಬ್ದಾರಿಯುತ ಕೆಲಸ, ಅದು ದೈವಿಕ ಕಾರ್ಯ ಎಂಬುದು ತಿಳಿಯಿತು. ನಾವು ಅದನ್ನು ತುಂಬಾ ಶುದ್ಧತೆ, ಶಾಂತಿ ಮತ್ತು ಸಂತೋಷದಿಂದ ಮಾಡಬೇಕಾಗಿತ್ತು. ಆದರೆ ನಾವು ಯಾವುದನ್ನೂ ಮಾಡಬಾರದಿತ್ತೋ ಅದೆಲ್ಲವನ್ನೂ ಮಾಡಿದ್ದೇವೆ. ಅದಕ್ಕಾಗಿ ಬೇಸರವಾಗುತ್ತಿದೆ.

ಮಧು ಮತ್ತು ಮನೀಶ್ ತುಂಬಾ ದುಃಖಿತರಾದುದನ್ನು ನೋಡಿ ಸಲೋನಿ ಮತ್ತು ವಿಶಾಲ್ ಕೂಡ ದುಃಖಿತರಾದರು. ಅವರಿಗೂ ತಮ್ಮ ಜಗಳ ಮತ್ತು ಭಿನ್ನಾಭಿಪ್ರಾಯಗಳು ನೆನಪಾದವು, ಆದರೆ ಗಾಯತ್ರಿ ಮುಗುಳ್ನಕ್ಕರು.

ಗಾಯತ್ರಿ– 'ನಾವು ಎದ್ದಾಗಲೇ ಬೆಳಗು' ಎಂಬ ಗಾದೆಮಾತನ್ನು ನೀವೆಲ್ಲರೂ ಕೇಳಿರಬಹುದು, ಅಂದರೆ ಕಣ್ಣು ತೆರೆದಾಗಲೇ ಹೊಸ ದಿನವೊಂದು ಶುರುವಾಗುತ್ತದೆ. ಆದ್ದರಿಂದ ಗರ್ಭ ಸಂಸ್ಕಾರದ ಬಗ್ಗೆ ಹೊಸ ತಿಳುವಳಿಕೆಯನ್ನು ಪಡೆದ ನಂತರ, ನಿಮ್ಮ ಜೀವನದಲ್ಲೂ ಜ್ಞಾನದ ಸೂರ್ಯ ಉದಯಿಸಿದ್ದಾನೆ ಎಂದು ತಿಳಿದುಕೊಳ್ಳಿ. ಈಗ ಕತ್ತಲೆಯ ಚಿಂತೆ ಏಕೆ?

ಮಧು ಮತ್ತು ಮನೀಶ್ ಇನ್ನೂ ಮೌನವಾಗಿದ್ದರು.

ಗಾಯತ್ರಿ– ಸರಿ, ನಾನೊಂದು ಕಥೆ ಹೇಳುತ್ತೇನೆ. ಒಬ್ಬ ಬಟ್ಟೆ ವ್ಯಾಪಾರಿ ಕುದುರೆಯ ಮೇಲೆ ಬಟ್ಟೆ ಸಾಗಿಸಿ ಮಾರುಕಟ್ಟೆಯಲ್ಲಿ ಮಾರುತ್ತಿದ್ದ. ತನ್ನ ಚೀಲ ಒಂದರಲ್ಲಿ ಸಾಕಷ್ಟು ನಾಣ್ಯವನ್ನು ಸಂಗ್ರಹಿಸಿದ್ದ. ಆದರೆ ಏನಾಯಿತೆಂದರೆ ಅವನ ಚೀಲವನ್ನು ಇಲಿಗಳು ಕಚ್ಚಿದವು, ಹಾಗಾಗಿ ಅದರಲ್ಲಿ ರಂಧ್ರವಾಯಿತು. ಕುದುರೆಯ ಮೇಲೆ ಪ್ರಯಾಣಿಸುವಾಗ, ಅವನ ಚೀಲದಲ್ಲಾದ ರಂಧ್ರದಿಂದ ಒಂದೊಂದಾಗಿ ನಾಣ್ಯಗಳು ಬೀಳಲಾರಂಭಿಸಿದವು. ದಿನವೂ ನಾಣ್ಯ ಎಣಿಸುತ್ತಿದ್ದನು ಮತ್ತು ದಿನವೂ 'ಇಂದು ಮತ್ತೆ ತನ್ನ ನಾಣ್ಯಗಳು ಕಡಿಮೆಯಾದವಲ್ಲಾ' ಎಂದು ಪರಿತಪಿಸುತ್ತಿದ್ದನು. ಆ ರಂಧ್ರವನ್ನು ಹೊಲಿದು ಉಳಿದ ನಾಣ್ಯಗಳನ್ನಾದರೂ ಉಳಿಸಬೇಕು ಎಂದು ಅವನಿಗೆ ಹೊಳಿಯಲೇ ಇಲ್ಲ. ಕ್ರಮೇಣ ಎಲ್ಲಾ ನಾಣ್ಯಗಳು ಚೀಲದಿಂದ ಹೊರಗೆ ಬಿದ್ದವು. ಈಗ ನೀವು ಆ ಉದ್ಯಮಿಯನ್ನು ಏನೆಂದು ಕರೆಯುತ್ತೀರಿ? ಅವನು ಮೂರ್ಖ, ಅಲ್ಲವೇ? ಹೋದದ್ದರ ಬಗ್ಗೆ ಅಳುತ್ತಾ, ಉಳಿಸಬಹುದಾದುದರ ಬಗ್ಗೆ ಯೋಚಿಸಲಿಲ್ಲ, ಏನನ್ನೂ ಮಾಡಲಿಲ್ಲ. ಅದಕ್ಕಾಗಿಯೇ ನಾನು ಹೇಳುತ್ತಿದ್ದೇನೆ, ಕಳೆದದ್ದು ಕಳೆದುಹೋಯಿತು... ಅದರ

ಚಿಂತೆ ಬೇಡ. ಉಳಿದಿದ್ದನ್ನು ಉಳಿಸಿಕೊಳ್ಳುವುದೇ ಜಾಣತನ.

ಇದೀಗ ಗರ್ಭಧಾರಣೆಯ ಮೂರು ತಿಂಗಳುಗಳು ಕಳೆದಿವೆ, ಸಂಪೂರ್ಣ ಗರ್ಭಾವಸ್ಥೆಯು ಇನ್ನೂ ಉಳಿದಿದೆ. ಮತ್ತು ಅದರ ನಂತರ, ಮಗು ಜನಿಸಿದಾಗ, ಅದರ ಇಡೀ ಜೀವನವು ಉಳಿದಿದೆ. ಗರ್ಭ ಸಂಸ್ಕಾರದಲ್ಲಿ ನೀವು ಪಡೆಯುತ್ತಿರುವ ತಿಳುವಳಿಕೆ, ನಿಮ್ಮ ಜೀವನದುದ್ದಕ್ಕೂ ನಿಮ್ಮೊಂದಿಗೆ ಉಳಿಯುವುದು– ಗರ್ಭಧಾರಣೆಯ ಮೊದಲು, ಗರ್ಭಾವಸ್ಥೆಯಲ್ಲಿ ಮತ್ತು ಹೆರಿಗೆಯ ನಂತರವೂ...

ಸಲೋನಿ– ನೀವು ಹೇಳಿದ್ದು ಸರಿ ಆಂಟಿ. ಭವಿಷ್ಯದ ಮಗುವಿಗಾಗಿ ನಾವು ಗರ್ಭ ಸಂಸ್ಕಾರವನ್ನು ಕಲಿಯುವ ಅವಶ್ಯಕತೆಯಿದೆ ಎಂದು ನಾನು ಮೊದಲು ಅಂದುಕೊಳ್ಳುತ್ತಿದ್ದೆ. ಇದರಿಂದ ನಾವು ಮಗುವಿನಲ್ಲಿ ಬದಲಾವಣೆ ತಂದು ಅದನ್ನು ಇನ್ನೂ ಉತ್ತಮಗೊಳಿಸಬಹುದು ಎಂದು. ಆದರೆ ಈಗ ಇದು ನಮಗಾಗಿಯೇ ಎಂದು ತೋರುತ್ತಿದೆ. ಇದರಿಂದ ನಾವು ನಮ್ಮ ಆಲೋಚನೆ ಮತ್ತು ನಮ್ಮ ನಡವಳಿಕೆಯನ್ನು ಉತ್ತಮವಾಗಿಸಬೇಕು. ನಾವು ಸರಿಯಾಗಿದ್ದರೆ ಭವಿಷ್ಯದ ಮಗು ತಾನಾಗಿಯೇ ಸರಿಯಾದ ವಿಷಯಗಳನ್ನು ಕಲಿಯುತ್ತದೆ.

ಗಾಯತ್ರಿ– ನೀನು ಸಂಪೂರ್ಣವಾಗಿ ಸರಿಯಾದ ಪಾಯಿಂಟ್ ಹಿಡಿದಿ ಸಲೋನಿ. ನಾವು ಮಗುವಿಗೆ ಹೇಗೆ ಉತ್ತಮವಾಗಬೇಕೆಂದು ಕಲಿಸುತ್ತೇವೆ ಎಂದು ನಾವು ಭಾವಿಸುತ್ತೇವೆ ಆದರೆ ವಾಸ್ತವವೆಂದರೆ ಮಗು ನಮಗೆ ಜೀವನವನ್ನು ಹೇಗೆ ಬದುಕಬೇಕೆಂದು ಕಲಿಸಲು ಬರುತ್ತಿದೆ. ಅದು ನಮ್ಮ ಆಲೋಚನಾ ವಿಧಾನವನ್ನು, ನಮ್ಮ ಜೀವನ ವಿಧಾನವನ್ನು ಬದಲಾಯಿಸಲು ಬರುತ್ತದೆ. ಗರ್ಭ ಸಂಸ್ಕಾರವನ್ನು ಕಲಿತು ನಾವು ಅದನ್ನು ದೈವಿಕ ಗುಣಗಳಿಂದ ತುಂಬುತ್ತೇವೆ ಎಂದು ನಾವು ಭಾವಿಸುತ್ತೇವೆ, ಆದರೆ ಅದು ಈಗಾಗಲೇ ದೇವರ ಅಂಶವಾಗಿದೆ, ದೈವಿಕ ಗುಣಗಳ ಗಣಿಯಾಗಿದೆ. ವಾಸ್ತವವಾಗಿ, ಅದು ಸಾಧನವಾಗಿ ಬರುತ್ತಿದೆ, ನಮ್ಮಲ್ಲಿ ದೈವಿಕ ಗುಣಗಳನ್ನು ಜಾಗೃತಗೊಳಿಸಲು, ನಾವು ನಿಸ್ವಾರ್ಥ ಪ್ರೀತಿ, ತಾಳ್ಮೆ, ಸಂತೋಷ, ಶಾಂತಿ, ಕ್ಷಮೆ, ಸದ್ಭಾವನೆಯಂತಹ ಗುಣಗಳನ್ನು ಅಳವಡಿಸಿಕೊಳ್ಳಲು... ನಾವು ನಮ್ಮ ಜೀವನವನ್ನು ಸಂಪೂರ್ಣವಾಗಿ ಜೀವಿಸಲು.

ಮನೀಶ್– ನೀವು ಹೇಳಿದ್ದು ಸಂಪೂರ್ಣವಾಗಿ ಸರಿ ಆಂಟಿ. ಆದರೆ ಈಗ ಹೇಳಿ ನಾವು ಕಳೆದುಕೊಂಡ ಸಮಯವನ್ನು ಹೇಗೆ ಸರಿದೂಗಿಸುವುದು?

ಗಾಯತ್ರಿ– ಹ್ಯಾಪಿ ಹ್ಯಾಟ್ ಧರಿಸಿಕೊಂಡು– ಎಂದು ಹೇಳುತ್ತಾ ಮುಗುಳ್ನಕ್ಕರು.

ಮಧು– ಇದೇನು ಹ್ಯಾಪಿ ಹ್ಯಾಟ್? ಇದು ಮಾರುಕಟ್ಟೆಯಲ್ಲಿ ಲಭ್ಯವಿದೆಯೇ?

ಗಾಯತ್ರಿ– ಇದು 'ಸಂತೋಷದ ಟೋಪಿ' ಮಧು, ಇದು ಮಾರುಕಟ್ಟೆಯಲ್ಲಿ ಸಿಗುವುದಿಲ್ಲ. ಇದು ನಮ್ಮೊಳಗೇ ಇರುತ್ತದೆ. ಎಲ್ಲಾ ಸಮಯದಲ್ಲೂ ಅದನ್ನು ಧರಿಸಬೇಕು. ನೀವು ಈ ಟೋಪಿಯನ್ನು ಧರಿಸಿದಾಗ, ನೀವು ತಪ್ಪಿತಸ್ಥ ಭಾವನೆಯಿಂದ ಪೀಡಿತರಾಗುವುದಿಲ್ಲ, ಹಿಂದಿನ ತಪ್ಪುಗಳ ಬಗ್ಗೆ ಅಪರಾಧಿ ಭಾವನೆಯಿಂದ ಕೊರಗುವುದಿಲ್ಲ ಅಥವಾ ಭವಿಷ್ಯದ ಬಗ್ಗೆ ಚಿಂತಿಸುವುದಿಲ್ಲ. ನೀವು ಪ್ರಕೃತಿಗೆ ನಿಮ್ಮನ್ನು ಒಪ್ಪಿಸಿಕೊಂಡು 'ನಿನಗೇನು ಇಷ್ಟವೋ ಅದೇ ನನ್ನ ಇಚ್ಛೆ' ಎಂದು ಹೇಳುವಿರಿ.

ನಿಸರ್ಗಕ್ಕೆ ನಿಯಂತ್ರಣವನ್ನು ಹಸ್ತಾಂತರಿಸುವ ಮೂಲಕ ನಿಶ್ಚಿಂತರಾಗುವುದು; ಯಾವಾಗಲೂ ಜಗತ್ತಿನಲ್ಲಿರುವ ಎಲ್ಲಾ ಜೀವಿಗಳನ್ನು ನೋಡಿಕೊಳ್ಳುತ್ತಿರುವ ದೇವರು ನಮ್ಮನ್ನು ಮತ್ತು ನಮ್ಮ ಮಗುವನ್ನು ಸಹ ನೋಡಿಕೊಳ್ಳುತ್ತಿದ್ದಾನೆ ಎಂದು ಅರಿತು ಸಂತೋಷವಾಗಿರುವುದು;

ನಂತರ ನಿಮ್ಮ ಎಲ್ಲಾ ಕೆಲಸವನ್ನು ಇದೇ ಅವಸ್ಥೆಯಲ್ಲಿ ಮತ್ತು ಸ್ವೀಕಾರ ಭಾವದಿಂದ ಮಾಡುವುದು... ಇದೇ ಸಂತೋಷದ ಟೋಪಿಯನ್ನು ಧರಿಸುವ ಮಾರ್ಗವಾಗಿದೆ.

ಕಳೆದ ಸಮಯಕ್ಕೆ ವಿಷಾದಿಸಬೇಡಿ. ಮಗುವಿಗೆ ಏನನ್ನಾದರೂ ಕಲಿಸಲು ಅಥವಾ ಅದನ್ನು ಸ್ವಯಂ ನೀವು ಕಲಿಯಲು ಒತ್ತು ನೀಡುವ ಅಗತ್ಯವಿಲ್ಲ. ಗರ್ಭಾವಸ್ಥೆಯ ಬಗ್ಗೆ ಎಲ್ಲಾ ರೀತಿಯ ಭಯ ಮತ್ತು ನಕಾರಾತ್ಮಕತೆಯನ್ನು ಮನಸ್ಸಿನಿಂದ ತೆಗೆದುಹಾಕಬೇಕು. ವರ್ತಮಾನದಲ್ಲಿ ಬದುಕುತ್ತಾ, ಫ್ರೀ ಫ್ಲೋನಲ್ಲಿ ಹರಿಯುತ್ತಾ, ಎಲ್ಲವನ್ನೂ ಸಹಜತೆಯಿಂದ ಮಾಡುತ್ತಾ ಹೋಗಬೇಕು. ಪ್ರಕೃತಿಯು ನಿಮ್ಮಿಂದ ಏನನ್ನು ಮಾಡಿಸಬೇಕೆಂದಿದೆಯೋ ಅದನ್ನು ಮಾಡಿಸಿಯೇ ಬಿಡುತ್ತದೆ. ವರ್ತಮಾನದಲ್ಲಿ ಸಂತೋಷವಾಗಿರಬೇಕು. ಇದೇ ಮಗುವಿಗೆ ಉತ್ತಮ ವಾತಾವರಣವನ್ನು ನೀಡುವ ಕೀಲಿಕೈಯಾಗಿದೆ. ಹೀಗೆ ಮಾಡಿದರೆ ನೀವೂ ಖುಷಿಯಾಗಿರುತ್ತೀರಿ, ಮಗುವೂ ಖುಷಿಯಾಗುತ್ತದೆ.

ಮನೀಶ್– ಕೇಳಿಸ್ಕೊಂಡ್ಯಾ ಮಧು? ನೀನು ಈ ಎಲ್ಲಾ ವಿಷಯಗಳನ್ನು ಸರಿಯಾಗಿ ಪಾಲಿಸಬೇಕು.

ಗಾಯತ್ರಿ– ಮಧು ಮಾತ್ರವಲ್ಲ, ಮನೀಶ್ ನೀನೂ ಸಂಪೂರ್ಣವಾಗಿ ಪಾಲಿಸಬೇಕು ಮತ್ತು ವಿಶಾಲ್ ನೀನೂ ಕೂಡ.

ವಿಶಾಲ್– ಆದರೆ ಆಂಟಿ, ತಾಯಿಯ ಆಲೋಚನೆಗಳು ಮತ್ತು ನಡವಳಿಕೆಯು ಮಗುವಿನ ಮೇಲೆ ಹೆಚ್ಚಿನ ಪ್ರಭಾವ ಬೀರುತ್ತವೆ ಎಂದು ನಾನು ಕೇಳಿದ್ದೇನೆ. ನಾವು ಆಫೀಸ್ ಮತ್ತು ವ್ಯಾಪಾರಕ್ಕೆಂದು ಹೊರಗೆ ಹೋಗುತ್ತೇವೆ ಮತ್ತು ನಮ್ಮ ಮಕ್ಕಳೊಂದಿಗೆ ಹೆಚ್ಚು ಸಮಯ ಕಳೆಯುವುದಿಲ್ಲ, ಹಾಗಾದರೆ ನಾವೇಕೆ ಇದನ್ನು ತಿಳಿದುಕೊಳ್ಳಬೇಕು?

ಗಾಯತ್ರಿ– ನಿಮ್ಮಲ್ಲಿ ಯಾರಾದರೂ ಎಪಿಜೆನೆಟಿಕ್ಸ್ (Epigenetics) ಬಗ್ಗೆ ಕೇಳಿದ್ದೀರಾ?

ಗಾಯತ್ರಿ ಆಂಟಿ ಮಾತು ಕೇಳಿ ನಾಲ್ವರೂ ಒಬ್ಬರನ್ನೊಬ್ಬರು ನೋಡತೊಡಗಿದರು. ಅವರು ಇನ್ನೂ ಅರ್ಥಮಾಡಿಕೊಳ್ಳುವುದು ಬಹಳಷ್ಟಿತ್ತು.

ಮನನ ಬಿಂದು...

* ನೀವು ಹೊಸದನ್ನು ಧನಾತ್ಮಕವಾದುದನ್ನು ಕಲಿಯುವಾಗ, ಸಂತೋಷದ ಜೊತೆಗೆ ನಿಮ್ಮ ಮನಸ್ಸಿನಲ್ಲಿ ಭಯ ಮತ್ತು ವಿಷಾದವೂ ಉಂಟಾಗುತ್ತದೆ. ಅಂತಹ ಪರಿಸ್ಥಿತಿಯಲ್ಲಿ, 'ನೀವು ಎದ್ದಾಗಲೇ ಬೆಳಗು, ಏನಾಗಿದೆಯೋ ಅದರ ಬಗ್ಗೆ ಚಿಂತಿಸುವ ಬದಲು ಬರಲಿರುವದನ್ನು ರಕ್ಷಿಸುವುದು ಬುದ್ಧಿವಂತಿಕೆ' ಎಂದು ನಿಮಗೆ ನೀವೇ ಹೇಳಿಕೊಳ್ಳಿ.

* ಗರ್ಭಧಾರಣೆಯ ಪರಿಕಲ್ಪನೆಯನ್ನು ಅರ್ಥಮಾಡಿಕೊಳ್ಳಲು ಸ್ವಲ್ಪ ಸಮಯ ಕಳೆದರೂ, ಚಿಂತಿಸಬೇಡಿ. ಇಂದಿನಿಂದ, ನಿಮ್ಮ ಮಗುವಿನ ಸಂಪೂರ್ಣ ಜೀವನವನ್ನು ನೀವು ಸರಿಯಾದ ತಿಳುವಳಿಕೆ ಮತ್ತು ಮೌಲ್ಯಗಳಿಂದ ತುಂಬಿಸಬಹುದು.

* ಯಾವಾಗಲೂ ನಮ್ಮೊಳಗೆ ಇರುವ ಹ್ಯಾಪಿ ಹ್ಯಾಟ್‌ನ್ನು ಧರಿಸಿಕೊಂಡಿರಿ. ಹಿಂದಿನ ತಪ್ಪುಗಳಿಗಾಗಿ ತಪ್ಪಿತಸ್ಥ ಭಾವನೆಯಿಂದ ಕೊರಗಬೇಡಿ ಅಥವಾ ವಿಷಾದಿಸಬೇಡಿ ಅಥವಾ ಭವಿಷ್ಯದ ಬಗ್ಗೆ ಚಿಂತಿಸಬೇಡಿ. ನಿಮ್ಮನ್ನು ನಿಸರ್ಗಕ್ಕೆ ಒಪ್ಪಿಸಿ, 'ನಿನಗೇನು ಇಷ್ಟವೋ ಅದೇ ನನ್ನ ಇಚ್ಛೆ' ಎಂದು ಹೇಳಿ.

ಅಧ್ಯಾಯ 6

ಗರ್ಭಾವಸ್ಥೆಯ ಮೇಲೆ ಪರಿಸರದ ಪರಿಣಾಮ

ಎಪಿಜೆನೆಟಿಕ್ ಮತ್ತು ಜೆನೆಟಿಕ್

ಗರ್ಭಾಶಯದಲ್ಲಿ ಬೆಳೆಯುತ್ತಿರುವ ಮಗು ಖಾಲಿ ಪುಟದಂತೆ ಎಂದು ಹೇಳಲಾಗುತ್ತದೆ, ಅದರ ಮೇಲೆ ನಿಮಗೆ ಬೇಕಾದಂತೆ ಯಾವುದೇ ಮೌಲ್ಯಗಳನ್ನು ಬರೆಯಿರಿ. ಅಂದರೆ ಅದಕ್ಕೆ ಯಾವ ಗುಣಗಳು, ಸ್ವಭಾವ, ಪ್ರವೃತ್ತಿಗಳು, ಆಲೋಚನೆಗಳನ್ನು ಬೇಕಾದರೂ ಕೊಡಿ. ಆದರೆ ಈ ಮೌಲ್ಯಗಳನ್ನು ಹೇಗೆ ಬರೆಯಲಾಗುತ್ತದೆ... ಇವುಗಳು ಮಗುವಿನಲ್ಲಿ ಹೇಗೆ ಬರುತ್ತವೆ? ಎಲ್ಲರೂ ಈ ಆಲೋಚನೆಯಲ್ಲಿ ಮುಳುಗಿದ್ದನ್ನು ಕಂಡು ಗಾಯತ್ರಿ ಆಂಟಿ ಈ ವಿಷಯದ ಬಗ್ಗೆ ಮತ್ತಷ್ಟು ಮಾತನಾಡಲು ಪ್ರಾರಂಭಿಸಿದರು.

ಗಾಯತ್ರಿ– ನೀವು ಎಂದಾದರೂ ಪ್ರತಿದಿನ ಬರೆಯುವಂತಹ ಡೈರಿ ಅಥವಾ ನೋಟ್ ಪುಸ್ತಕವನ್ನು ತೆರೆದು ನೋಡಿದ್ದೀರಾ? ಡೈರಿಯಲ್ಲಿ ಖಾಲಿ ಇರುವ ಒಂದು ಪುಟ, ಅದರ ಹಿಂದಿನ ಪುಟದಲ್ಲಿ ಏನನ್ನಾದರೂ ಬರೆಯಲಾಗಿರುವ, ಆ ಖಾಲಿ ಪುಟವನ್ನು ಎಚ್ಚರಿಕೆಯಿಂದ ನೋಡಿ. ನೀವು ಅಲ್ಲಿ ಏನು ಕಾಣುವಿರಿ? ಇದು ಸಂಪೂರ್ಣವಾಗಿ ಖಾಲಿಯಾಗಿದೆಯೇ ಅಥವಾ ಅದರ ಮೇಲೆ ಬರವಣಿಗೆಯ ಕೆಲವು ಗುರುತುಗಳಿವೆಯೇ?

ವಿಶಾಲ್– ನನಗೆ ಪೆನ್ನು ಒತ್ತಿ ಬರೆಯುವ ಅಭ್ಯಾಸವಿದೆ, ಹಾಗಾಗಿ ನನ್ನ ನೋಟ್ ಪುಸ್ತಕದಲ್ಲಿ ಖಾಲಿ ಪುಟದ ಮೇಲೆ ಹಿಂದಿನ ಪುಟದಲ್ಲಿ ಬರೆದಿರುವ ವಿಷಯದ ಇಂಪ್ರೆಶನ್(ಗುರುತು) ಇರುತ್ತಿತ್ತು.

ಗಾಯತ್ರಿ– ಸರಿಯಾಗಿ ಹೇಳಿದಿರಿ. ಅಲ್ಲಿ ನೀವು ಅದರ ಹಿಂದಿನ ಪುಟದಲ್ಲಿ ಬರೆಯಲಾದ ಅಕ್ಷರಗಳ ಇಂಪ್ರೆಶನ್ ಕಾಣಬಹುದು. ಮತ್ತು ಈ ಹಿಂದಿನ ಪುಟಕ್ಕಿಂತಲೂ ಮೊದಲು ಬರೆದ ಪುಟಗಳ ಇಂಪ್ರೆಶನ್

ಸಹ ಆ ಖಾಲಿ ಪುಟದಲ್ಲಿ ಸಣ್ಣದಾಗಿ ಕಾಣಬಹುದು. ಕೆಲವೊಮ್ಮೆ ಈ ಇಂಪ್ರೆಶನ್‌ಗಳು ಎಷ್ಟೊಂದು ಆಳವಾಗಿರುತ್ತವೆ ಎಂದರೆ, ನೀವು ಅವುಗಳನ್ನು ಶಾಯಿಯಲ್ಲಿ ಬರೆಯದೆಯೂ ಸಹ ಆರಾಮವಾಗಿ ಓದಬಹುದು. ಈ ರೀತಿಯಲ್ಲಿ ಬರೆಯದೆಯೂ ಒಬ್ಬ ಬರಹಗಾರ ಖಾಲಿ ಪುಟದಲ್ಲಿ ಏನನ್ನೋ ಬರೆಯುತ್ತಾನೆ, ತನ್ನ ಇಂಪ್ರೆಶನ್ ಬಿಡುತ್ತಾನೆ. ಈ ಇಂಪ್ರೆಶನ್ ಕಣ್ಮರೆಯಾಗುವುದಿಲ್ಲ, ಆದರೆ ಅವು ಖಂಡಿತವಾಗಿಯೂ ಮಸುಕಾಗಬಹುದು. ಅವುಗಳ ಮೇಲೆ ಏನಾದರೂ ಹೊಸದನ್ನು ಬರೆದಾಗ, ಅವು ನಗಣ್ಯವಾಗಿ ಬಿಡುತ್ತವೆ.

ಮನೀಶ – ಹೌದು, ಹಾಗೆಯೇ ಆಗುತ್ತದೆ.

ಗಾಯತ್ರಿ– ಅಂದರೆ ನಾವು ಎರಡು ರೀತಿಯಲ್ಲಿ ಬರೆಯಬಹುದು. ನೇರ ಬರವಣಿಗೆಯಿಂದ ಮತ್ತು ಪರೋಕ್ಷವಾಗಿ ಅಂದರೆ ಇಂಪ್ರೆಶನ್ ಪ್ರಭಾವದಿಂದ ಬರೆಯುವ ಮೂಲಕ. ಇದು ಎಪಿಜೆನೆಟಿಕ್ ಮತ್ತು ಜೆನೆಟಿಕ್ ನಡುವಿನ ಏಕೈಕ ವ್ಯತ್ಯಾಸವಾಗಿದೆ. ಮಗುವಿಗೆ ಅದರೊಂದಿಗೆ ಬರುವ ಹಿಂದಿನ ನೆನಪುಗಳ ಕೆಲವು ಪ್ರೋಗ್ರಾಮಿಂಗ್ ಇದೆ. ಈ ಹಿಂದಿನ ನೆನಪುಗಳು ಅದರ ಸ್ವಭಾವ, ಗುಣಗಳು ಮತ್ತು ಪ್ರವೃತ್ತಿಗಳನ್ನು ನಿರ್ಧರಿಸುವಲ್ಲಿ ತಮ್ಮ ಪಾತ್ರವನ್ನು ವಹಿಸುತ್ತವೆ. ಗರ್ಭಾಶಯಕ್ಕೆ ಬಂದ ನಂತರ, ಇನ್ನೂ ಎರಡು ರೀತಿಯ ಪ್ರೋಗ್ರಾಮಿಂಗ್ ಅದಕ್ಕೆ ನೀಡಲಾಗುತ್ತದೆ. ಮೊದಲನೆಯದು ನೇರ ಮಾರ್ಗ–ಅದನ್ನು ಅನುವಂಶಿಕತೆ ಅಥವಾ ಅನುವಂಶಿಕ ಪ್ರೋಗ್ರಾಮಿಂಗ್ ಎಂದು ಕರೆಯುತ್ತಾರೆ.

ಅನುವಂಶಿಕತೆಯ ಬಗ್ಗೆ ನೀವು ಕೇಳಿರಬಹುದು. ಕೆಲವು ವಿಷಯಗಳು ಅಥವಾ ಗುಣಗಳು ಮಗುವಿಗೆ ಅದರ ಹೆತ್ತವರು ಮತ್ತು ಪೂರ್ವಜರಿಂದ ಜೀನ್(ವಂಶವಾಹಿನಿ)ಗಳ ಮೂಲಕ ಬರುತ್ತವೆ. ಈ ಗುಣಗಳು ಯಾವುದೇ ರೀತಿಯದ್ದಾಗಿರಬಹುದು – ದೈಹಿಕ, ಮಾನಸಿಕ, ಭಾವನಾತ್ಮಕ. ಈ ಅನುವಂಶಿಕ ಗುಣಗಳಿಂದಾಗಿ, ಮಗುವಿನ ಆಕಾರ ಮತ್ತು ಬುದ್ಧಿವಂತಿಕೆಯು ಅದರ ಹೆತ್ತವರು ಅಥವಾ ಕುಟುಂಬದ ಇತರ ಸದಸ್ಯರಂತೆಯೇ ಇರುತ್ತದೆ. ಅದು ತನ್ನ ಕುಟುಂಬದಿಂದ ಕೆಲವು ಗುಣಗಳನ್ನು ಅಥವಾ ರೋಗಗಳಂತಹ ಕೆಲವು ನ್ಯೂನತೆಗಳನ್ನು ಸಹ ಪಡೆಯುತ್ತದೆ. ಮಾನಸಿಕ ಮತ್ತು ಭಾವನಾತ್ಮಕ ಸ್ಥಿತಿಗಳನ್ನು ಸಹ ಅನುವಂಶಿಕತೆಯ(ಜೆನೆಟಿಕ್ಸ್) ಮೂಲಕ ವರ್ಗಾಯಿಸಬಹುದು. ಅನುವಂಶಿಕತೆ ಎಂದರೆ ನೇರವಾಗಿ ಪುಟದ ಮೇಲೆ ಬರೆದಂತೆ ಎಂದು ಅರ್ಥಮಾಡಿಕೊಳ್ಳಿ.

ಸಲೋನಿ– ಇದಂತೂ ಸರಿಯಾದ ಮಾತು. ನನ್ನ ಮುಖಚರ್ಯೆ ನನ್ನ ತಂದೆಯಿಂದ ಮತ್ತು ನನ್ನ ಬುದ್ಧಿವಂತಿಕೆ ನನ್ನ ತಾಯಿಯಿಂದ ಬಂದಿದೆ ಎಂದು ಎಲ್ಲರೂ ಹೇಳುತ್ತಾರೆ.

ವಿಶಾಲ– 'ಇದು ಉಲ್ಟಾ ಆಗಿದ್ದರೆ ಎಷ್ಟು ಚೆನ್ನಾಗಿರುತ್ತಿತ್ತು! ನಿನ್ನ ಸೌಂದರ್ಯ ತಾಯಿಯಂತೆ ಮತ್ತು ಬುದ್ಧಿವಂತಿಕೆಯು ತಂದೆಯಂತೆ ಇದ್ದಿದ್ದರೆ ನಾನು ಎಷ್ಟು ಸುಖಿಯಾಗಿರುತ್ತಿದ್ದೆ!' ಸಲೋನಿ ಹುಮ್ಮಸ್ಸಿನಿಂದ ಹೇಳಿದಾಗ ವಿಶಾಲ್ ಮೆಲ್ಲನೆ ಗೊಣಗಿದ.

ಸಲೋನಿ ಅವನನ್ನೇ ದಿಟ್ಟಿಸುತ್ತಿರುವುದನ್ನು ನೋಡಿ ಅವನು ಬೇರೆಡೆ ನೋಡತೊಡಗಿದ. ಎಲ್ಲರೂ ಸಣ್ಣಗೆ ನಕ್ಕರು.

ಮಧು– ಆಂಟಿ, ದಯವಿಟ್ಟು ನನಗೆ ಸಂಸ್ಕಾರ ಬರೆಯುವ ಇನ್ನೊಂದು ವಿಧಾನ ಹೇಳಿ.

ಗಾಯತ್ರಿ– ಎರಡನೆಯ ವಿಧಾನವನ್ನು ಎಪಿಜೆನೆಟಿಕ್ಸ್ ಎಂದು ಕರೆಯುತ್ತಾರೆ. ನಮ್ಮ ಸಂಸ್ಕೃತಿಯಲ್ಲಿ ಮೊದಲಿನಿಂದಲೂ ಮಗುವು ಅನುವಂಶಿಕತೆಯಿಂದ ಮಾತ್ರವಲ್ಲ, ತಾಯಿ

ಅಥವಾ ತಂದೆಯಿಂದ ಮಾತ್ರವಲ್ಲ, ಇಡೀ ಪರಿಸರದಿಂದ ಪ್ರಭಾವಿತವಾಗಿರುತ್ತದೆ ಎಂದು ನಂಬಲಾಗಿದೆ. ಅದು ಬೆಳೆಯುತ್ತಿರುವ ಕುಟುಂಬ, ಸಮಾಜ, ಪರಿಸರ, ವಿಚಾರಧಾರೆ. ಎಲ್ಲವೂ ಅದರ ಮೇಲೆ ಪ್ರಭಾವ ಬೀರುತ್ತದೆ. ಇದನ್ನೇ ಆಧುನಿಕ ವಿಜ್ಞಾನದಲ್ಲಿ ಎಪಿಜೆನೆಟಿಕ್ಸ್ ಎಂದು ಕರೆಯುತ್ತಾರೆ, ಅಂದರೆ ಪರಿಸರದ ಪ್ರಭಾವವನ್ನು ಒಪ್ಪಿಕೊಳ್ಳುವುದು.

ನಮ್ಮ ಪೂರ್ವಜರು ಈಗಾಗಲೇ ಎಪಿಜೆನೆಟಿಕ್ಸ್‌ನ ಪರಿಣಾಮದ ಬಗ್ಗೆ ಜ್ಞಾನವನ್ನು ಹೊಂದಿದ್ದರು. ಆದ್ದರಿಂದ, ಪೋಷಕರ ದೈಹಿಕ, ಮಾನಸಿಕ, ಭಾವನಾತ್ಮಕ ಪರಿಶುದ್ಧತೆಯ ಜೊತೆಗೆ, ಇಡೀ ಪರಿಸರದ ಶುದ್ಧತೆ, ಆಲೋಚನೆಗಳ ಶುದ್ಧತೆ ಮತ್ತು ಪರಿಶುದ್ಧತೆಯ ಬಗ್ಗೆ ಸಂಪೂರ್ಣ ಕಾಳಜಿ ವಹಿಸುವಂತೆ ಹೇಳಲಾಗುತ್ತಿತ್ತು. ಏಕೆಂದರೆ ಅದರ ಸುತ್ತಮುತ್ತಲಿನ-ಹತ್ತಿರವಿರುವ ಎಲ್ಲವೂ ಅದರ ಮೇಲೆ ಧನಾತ್ಮಕ ಅಥವಾ ಋಣಾತ್ಮಕ ಪರಿಣಾಮ ಬೀರುತ್ತದೆ. ಧನಾತ್ಮಕ ಪರಿಣಾಮಗಳನ್ನು ಹೆಚ್ಚಿಸುವ ಮತ್ತು ನಕಾರಾತ್ಮಕ ಪರಿಣಾಮಗಳನ್ನು ತೊಡೆದುಹಾಕುವ ಪ್ರಯತ್ನವನ್ನೇ ಗರ್ಭ ಸಂಸ್ಕಾರದ ಮೂಲಕ ಮಾಡಲಾಗುತ್ತದೆ.

ಈ ಮಧ್ಯೆ, ಈ ಹಳೆಯ ಸಂಪ್ರದಾಯವನ್ನು ಮರೆತುಬಿಟ್ಟಿದ್ದರು ಆದರೆ ಈಗ ಎಲ್ಲರೂ ಮತ್ತೆ ಜಾಗೃತಿಯತ್ತ ಮರಳುತ್ತಿದ್ದಾರೆ. ಹಲವು ಸಂಶೋಧನೆಗಳ ನಂತರ ಈಗ ವೈದ್ಯಕೀಯ ವಿಜ್ಞಾನವೂ ಕೂಡ ಗರ್ಭದಲ್ಲಿರುವ ಮಗು ಗರ್ಭದಿಂದ ಹೊರಬಂದ ಮಗುವಿನಂತೆಯೇ ಚೈತನ್ಯಭರಿತವಾಗಿರುತ್ತದೆ ಎಂದು ಒಪ್ಪಿಕೊಂಡಿದೆ. ಅದರ ಇಂದ್ರಿಯಗಳು ಮತ್ತು ಸಂವೇದನೆಗಳು ಗರ್ಭದೊಳಗೇ ಕಾರ್ಯನಿರ್ವಹಿಸಲು ಪ್ರಾರಂಭಿಸಿರುತ್ತವೆ. ಅದು ವಿಷಯಗಳನ್ನು ಕೇಳಬಹುದು, ಅನುಭವಿಸಬಹುದು ಮತ್ತು ಸ್ವೀಕರಿಸಬಹುದು. ವಾಸ್ತವವಾಗಿ, ಗರ್ಭದೊಳಗಿರುವಾಗಲೇ, ಅದು ತನ್ನ ಸ್ಮೃತಿಗಳಲ್ಲಿ, ತಾಯಿಯಿಂದ ಮತ್ತು ಸುತ್ತಮುತ್ತಲಿನ ಪರಿಸರದಿಂದ ಮಾಹಿತಿಯನ್ನು ಸಂಗ್ರಹಿಸಲು ಪ್ರಾರಂಭಿಸುತ್ತದೆ. ಅದರ ಡೇಟಾ ಬೇಸ್ ಗರ್ಭದಲ್ಲಿಯೇ ಸಿದ್ಧವಾಗತೊಡಗುತ್ತದೆ. ಭ್ರೂಣವು ಮಾಹಿತಿಯನ್ನು ಹೀರಿಕೊಳ್ಳುತ್ತದೆ, ಗ್ರಹಿಸುತ್ತದೆ ಮತ್ತು ಅದರಿಂದ ಅದರ ವ್ಯಕ್ತಿತ್ವ, ನಡವಳಿಕೆ, ಆಲೋಚನೆಗಳು ಮತ್ತು ನಡವಳಿಕೆಯು ರೂಪುಗೊಳ್ಳಲು ಪ್ರಾರಂಭಿಸುತ್ತದೆ ಎಂಬುದಕ್ಕೆ ಗರ್ಭದಲ್ಲಿಯೇ ಚಕ್ರವ್ಯೂಹವನ್ನು ಹೇಗೆ ಪ್ರವೇಶಿಸುವುದು ಎಂಬುದನ್ನು ಅಭಿಮನ್ಯು ಕಲಿತಿರುವುದು ಅತ್ಯಂತ ನಿಖರವಾದ ಉದಾಹರಣೆಯಾಗಿದೆ.

ಮನೀಶ್- ಹೌದು, ಗರ್ಭದಲ್ಲಿರುವಾಗ ಸಂಗೀತದ ವಾತಾವರಣದಲ್ಲಿ ಬೆಳೆಯುವ ಮಕ್ಕಳು ಮೊದಲಿನಿಂದಲೂ ಸಂಗೀತವನ್ನು ಅರ್ಥಮಾಡಿಕೊಳ್ಳುತ್ತಾರೆ ಎಂದು ಹೇಳಲಾದ ಅನೇಕ ಲೇಖನಗಳನ್ನು ನಾನು ಓದಿದ್ದೇನೆ. ಅವರು ಸಂಗೀತ ಪ್ರಿಯರಾಗಿರುತ್ತಾರೆ. ಹಾಗೆಯೇ ಹಿಂಸಾತ್ಮಕ ವಾತಾವರಣದಲ್ಲಿ ಬೆಳೆಯುವ ಗರ್ಭಸ್ಥ ಶಿಶು ಹಿಂಸೆ, ಭಯ, ಕೋಪ ಇತ್ಯಾದಿ ವಿಕಾರಗಳೊಂದಿಗೆ ಹುಟ್ಟುತ್ತದೆ.

ಗಾಯತ್ರಿ- ಹೌದು, ಇದು ಸರಿಯಾಗಿದೆ. ಏಕೆಂದರೆ ಇಡೀ ಪರಿಸರವು ಅದರ ವ್ಯಕ್ತಿತ್ವದ ಮೇಲೆ ಪರಿಣಾಮ ಬೀರುತ್ತದೆ. ಒಂದೇ ಕುಟುಂಬದಲ್ಲಿ ವಾಸಿಸುವ ಮತ್ತು ಒಂದೇ ಗರ್ಭದಿಂದ ಹುಟ್ಟಿದ ಇಬ್ಬರು ಮಕ್ಕಳ ಆಲೋಚನೆಗಳು ಮತ್ತು ನಡವಳಿಕೆಯಲ್ಲಿ ಏಕೆ ವ್ಯತ್ಯಾಸವಿದೆ ಎಂದು ನೀವು ಎಂದಾದರೂ ಯೋಚಿಸಿದ್ದೀರಾ? ಏಕೆಂದರೆ ಅವರ ರಚನೆಯಲ್ಲಿ ತಾಯಿ ಮಾತ್ರವಲ್ಲದೆ ಪರಿಸರದಲ್ಲಿನ ಇತರ ಅನೇಕ ಸಂಗತಿಗಳು ಪ್ರಭಾವ ಬೀರುತ್ತವೆ. ಒಂದು ಗರ್ಭಾವಸ್ಥೆಯಲ್ಲಿ ತಾಯಿಯು ಒಂದು ವಾತಾವರಣದಲ್ಲಿ ಮತ್ತು ಇನ್ನೊಂದು ಗರ್ಭಾವಸ್ಥೆಯಲ್ಲಿ ಬೇರೊಂದು ವಾತಾವರಣದಲ್ಲಿ ವಾಸಿಸಿರಬಹುದು. ಎರಡೂ ಗರ್ಭಾವಸ್ಥೆಯಲ್ಲಿ, ಪರಿಸರದ ಪ್ರಭಾವದಿಂದಾಗಿ ತಾಯಿಯ ಮನಸ್ಥಿತಿಯು ಬದಲಾಗಬಹುದು, ಇದು ಭ್ರೂಣದ ಮೇಲೆ ನೇರ ಅಥವಾ

ಪರೋಕ್ಷ ಪರಿಣಾಮ ಬೀರಬಹುದು.

ಏಕೆ ತುಂಬಾ ದೂರ ಹೋಗಬೇಕು, ನಮ್ಮ ಪ್ರಾಚೀನ ಗ್ರಂಥದಲ್ಲಿಯೇ ಇದಕ್ಕೆ ಒಂದು ಉತ್ತಮ ಉದಾಹರಣೆ ಭಕ್ತ ಪ್ರಹ್ಲಾದನದ್ದು. ಭಕ್ತ ಪ್ರಹ್ಲಾದನ ಬಗ್ಗೆ ನಿಮಗೆಲ್ಲರಿಗೂ ತಿಳಿದಿರಬೇಕು. ಅವನ ತಂದೆ ಹಿರಣ್ಯಕಶಿಪು ರಾಕ್ಷಸ ಕುಲದ ರಾಜ ಮತ್ತು ಸ್ವಭಾವತಃ ರಾಕ್ಷಸನಾಗಿದ್ದನು. ಅವನು ವಿಷ್ಣುವಿನ ಕಟ್ಟಾ ವಿರೋಧಿಯಾಗಿದ್ದನು. ಒಮ್ಮೆ ದೇವತೆಗಳು ಹಿರಣ್ಯಕಶಿಪುವನ್ನು ಯುದ್ಧದಲ್ಲಿ ಸೋಲಿಸಿದರು. ದೇವತೆಗಳು ಎಲ್ಲಾ ರಾಕ್ಷಸರನ್ನು ನಾಶಮಾಡಲು ಬಯಸಿದ್ದರು. ಆ ಸಮಯದಲ್ಲಿ ಹಿರಣ್ಯಕಶಿಪುವಿನ ಹೆಂಡತಿ ಗರ್ಭಿಣಿಯಾಗಿದ್ದಳು. ಗರ್ಭಾವಸ್ಥೆಯಲ್ಲಿ ಅವಳನ್ನು ರಕ್ಷಿಸಲು ಋಷಿ ನಾರದ ಮುನಿಯು ತನ್ನ ಆಶ್ರಮದಲ್ಲಿ ಅವಳಿಗೆ ಸ್ಥಳವನ್ನು ಕೊಟ್ಟನು. ಈ ಕಾರಣದಿಂದಾಗಿ, ಭ್ರೂಣದ ಬಾಹ್ಯ ಪರಿಸರವು ಸಂಪೂರ್ಣವಾಗಿ ಬದಲಾಯಿತು. ಎಲ್ಲಿ ಆ ಗರ್ಭಸ್ಥ ಶಿಶು ರಾಕ್ಷಸರ ಮತ್ತು ಹಿಂಸಾತ್ಮಕ ಪ್ರವೃತ್ತಿಗಳ ನಡುವೆ ವಾಸಿಸುತ್ತಿತ್ತು, ಈಗ ಅದು ಪರಮ ಶಾಂತಿ, ಭಕ್ತಿ, ನಾರಾಯಣನಾರಾಯಣ ಎಂಬ ನಾಮೋಚ್ಚಾರಣೆಯ ನಡುವೆ ಬದುಕಲು ಪ್ರಾರಂಭಿಸಿತು.

ಈ ಕಾರಣದಿಂದಾಗಿಯೇ ಗರ್ಭದಿಂದ ಹೊರಬಂದ ನಂತರ ಪ್ರಹ್ಲಾದನಲ್ಲಿ ನಾರಾಯಣ ಭಕ್ತಿಯ ಬೀಜಗಳು ತಾನಾಗಿಯೇ ಮೊಳಕೆಯೊಡೆದವು. ಅವನ ತಾಯಿಯ ಪರಿಸರ ಬದಲಾಗಿರದಿದ್ದರೆ, ಇದು ಸಾಧ್ಯವಾಗುತ್ತಿರಲಿಲ್ಲ. ಅದರ ಹಿಂದಿನ ಸ್ಮೃತಿಗಳು ಭಕ್ತಿಯದ್ದಾಗಿರಬಹುದು ಆದರೆ ಅನುಕೂಲಕರ ವಾತಾವರಣವನ್ನು ಕಂಡುಕೊಂಡ ನಂತರವೇ ಅವು ಎಚ್ಚರಗೊಂಡವು.

ಮಧು– ಗರ್ಭದ ಮೇಲೆ ಎಲ್ಲರ ಪ್ರಭಾವವೂ ಬೀರುವುದಾದರೆ, ಎಲ್ಲಾ ಬೋಧನೆಗಳು, ಎಲ್ಲಾ ನಿಯಮಗಳು ಮತ್ತು ನಿರ್ಬಂಧನೆಗಳು ತಾಯಿಗಾಗಿ ಮಾತ್ರ ಏಕೆ ಮಾಡಲ್ಪಟ್ಟಿವೆ, ಅವಳಿಗೆ ಮಾತ್ರ ಏಕೆ –ಹೀಗೆ ಮಾಡು, ಹೇಗೆ ಮಾಡಬೇಡ, ಅಲ್ಲಿಗೆ ಹೋಗು, ಇಲ್ಲಿಗೆ ಹೋಗಬೇಡ, ಇದನ್ನು ಕೇಳು, ಇದನ್ನು ಕೇಳಬೇಡ... ಎಂದು ಹೇಳಲಾಗುತ್ತದೆ?

ಗಾಯತ್ರಿ– ಇದಕ್ಕೆ ಮೂರು ಕಾರಣಗಳಿವೆ. ಮೊದಲ ಕಾರಣ ಅಜ್ಞಾನ. ತಾಯಿ ಮಾತ್ರ ಮಗುವಿನ ಮೇಲೆ ಪ್ರಭಾವ ಬೀರುತ್ತಾಳೆ ಎಂದು ಜನರು ಭಾವಿಸುತ್ತಾರೆ, ಆದ್ದರಿಂದ ಅವರು ಅವಳಿಗೇ ಎಲ್ಲಾ ರೀತಿಯ ನಿಯಮಗಳನ್ನು ಅನುಸರಿಸಲು, ಸತ್ಸಂಗಕ್ಕೆ ಇತ್ಯಾದಿಗಳಿಗೆ ಹೋಗಲು ಹೇಳುತ್ತಾರೆ.

ಎರಡನೆಯ ಕಾರಣವೆಂದರೆ ತನ್ನನ್ನು ತಾನು ಸುಧಾರಿಸಿಕೊಳ್ಳುವುದು ಕಷ್ಟ, ಏಕೆಂದರೆ ಅದಕ್ಕೆ ಸಾಕಷ್ಟು ಶ್ರಮ ಪಡಬೇಕಾಗುತ್ತದೆ, ಆದ್ದರಿಂದ ಕುಟುಂಬದ ಉಳಿದವರು ಎಲ್ಲಾ ಜವಾಬ್ದಾರಿಯನ್ನು ತಾಯಿಯ ಮೇಲೆಯೇ ಹೇರಿಬಿಡುತ್ತಾರೆ.

ಇದಕ್ಕೆ ಮೂರನೇ ಮತ್ತು ಸರಿಯಾದ ಕಾರಣವೆಂದರೆ, ಭ್ರೂಣವು ಖಾಲಿ ಪುಟವಾಗಿದ್ದರೆ, ತಾಯಿಯು ಅದರ ಹಿಂದಿನ ತುಂಬಿದ ಪುಟವಾಗಿರುತ್ತಾಳೆ. ತಾಯಿ ಮಗುವಿಗೆ ಎಲ್ಲಕ್ಕಿಂತ ಹತ್ತಿರವಾಗಿರುತ್ತಾಳೆ, ಮಗುವಿನ ಮೇಲೆ ಹೆಚ್ಚಿನ ಇಂಪ್ರೆಶನ್ ಅವಳದ್ದೇ ಆಗಿರುತ್ತದೆ. ಒಂದು ರೀತಿಯಲ್ಲಿ ನೋಡಿದರೆ, ಭ್ರೂಣದ ಉಪಪ್ರಜ್ಞೆಯ ಮನಸ್ಸು ತಾಯಿಯ ಉಪಪ್ರಜ್ಞೆಯೊಂದಿಗೆ ಸಂಪರ್ಕ ಹೊಂದಿರುತ್ತದೆ. ಆಹಾರ ಮತ್ತು ಪಾನೀಯ ಮಾತ್ರವಲ್ಲ, ಅವಳು ಏನು ಯೋಚಿಸುತ್ತಾಳೆ, ಯಾವ ಭಾವನೆಗಳಲ್ಲಿ ಇರುತ್ತಾಳೆ, ಅವು ಮಗುವಿನ ಮೇಲೆ ನೇರ ಪರಿಣಾಮ ಬೀರುತ್ತವೆ. ತಾಯಿಯ ನಂತರ ತಂದೆ ಎರಡನೆಯವರು. ತಂದೆಯ ಭಾವನೆಗಳು ಮತ್ತು

ಚೈತನ್ಯಶಕ್ತಿಯು ಸಹ ಮಗುವಿನ ಮೇಲೆ ಸಂಪೂರ್ಣ ಪ್ರಭಾವ ಬೀರುತ್ತವೆ. ಈ ರೀತಿಯಾಗಿ, ಸುತ್ತಮುತ್ತಲಿನ ಪ್ರತಿಯೊಬ್ಬ ವ್ಯಕ್ತಿಯ ಪ್ರಭಾವವು ಮಗುವಿನ ಮೇಲೆ ಅಲ್ಪಸ್ವಲ್ಪವಾದರೂ ಖಂಡಿತಾ ಬೀರುತ್ತದೆ.

ತಾಯಿ ಮಗುವಿನ ಮೇಲೆ ಹೆಚ್ಚಿನ ಪ್ರಭಾವ ಬೀರುವುದರಿಂದ ಗರ್ಭ ಸಂಸ್ಕಾರವನ್ನು ತೆಗೆದುಕೊಳ್ಳುವ ಜವಾಬ್ದಾರಿಯನ್ನು ಆಕೆಗೆ ನೀಡಲಾಗಿದೆ. ತನ್ನ ಸಕಾರಾತ್ಮಕ ಆಲೋಚನೆಗಳ ಮೂಲಕ ತನ್ನ ಸುತ್ತಮುತ್ತಲಿನ ಪರಿಸರದಿಂದ ಬರುವ ನಕಾರಾತ್ಮಕ ಪ್ರಭಾವವು ಮಗುವನ್ನು ಬಾಧಿಸದಂತೆ ಅದನ್ನು ತನ್ನ ಸಕಾರಾತ್ಮಕ ಮನನದಿಂದ ತಡೆಯುವ ಶಕ್ತಿ ತಾಯಿಗೆ ಮಾತ್ರ ಇದೆ.

ಆದರೆ ಒಂದು ವಿಷಯವನ್ನು ಅರ್ಥಮಾಡಿಕೊಳ್ಳಿ, ಈ ಶಕ್ತಿಯು ಇದ್ದಕ್ಕಿದ್ದಂತೆ ಬರುವುದಿಲ್ಲ. ಒಂದು ದಿನ ನೀವು ಗರ್ಭಿಣಿಯಾಗಿದ್ದೀರಿ ಎಂದು ನಿಮಗೆ ತಿಳಿಯುತ್ತದೆ ಮತ್ತು ಅದೇ ದಿನ ನಿಮ್ಮ ಆಲೋಚನೆ ಸಕಾರಾತ್ಮಕವಾಗುತ್ತದೆ, ನೀವು ಚಿಂತಿಸುವುದನ್ನು ನಿಲ್ಲಿಸಿ ಸಂತೋಷವಾಗಿರಲು ಪ್ರಾರಂಭಿಸುತ್ತೀರಿ ಎಂದು ಭಾವಿಸಬೇಡಿ. ಈ ಗುಣಗಳು ಈಗಾಗಲೇ ನಿಮ್ಮ ಸ್ವಭಾವವಾಗಿರಬೇಕು. ಬಾಯಾರಿಕೆಯಾದಾಗ ಬಾವಿ ತೋಡಲು ಹೋಗುವುದು ಮೂರ್ಖತನ. ನಿಮಗೆ ಬಾಯಾರಿಕೆಯಾಗುವ ಮೊದಲು ನೀರಿನ ವ್ಯವಸ್ಥೆ ಮಾಡಿಕೊಂಡಿರಬೇಕು. ಅಂದರೆ, ಗರ್ಭಧಾರಣೆಯ ಮೊದಲೇ ನೀವು ಪ್ರಯತ್ನಪೂರ್ವಕವಾಗಿ ಧನಾತ್ಮಕ, ಆರೋಗ್ಯಕರ, ಸಂತೋಷದ ಜೀವನಶೈಲಿಯನ್ನು ಅಳವಡಿಸಿಕೊಳ್ಳಬೇಕು.

ಸಲೋನಿ– ನೋಡಿ, ಇಡೀ ಪರಿಸರ ಮಗುವಿನ ಮೇಲೆ ಪ್ರಭಾವ ಬೀರುತ್ತದೆ, ಅದಕ್ಕೇ ನಾನು ಇಲ್ಲಿಯ ವಾತಾವರಣ ಬಿಟ್ಟು ಬೇರೆ ಒಳ್ಳೆಯ ಸೊಸೈಟಿಯಲ್ಲಿ ಇರಲು ಕೇಳುತ್ತಿದ್ದೆ.

ಅವಳು ವಿಶಾಲನನ್ನು ನೋಡಿ ದೃಢವಾಗಿ ಹೇಳಿದಳು.

ವಿಶಾಲ್– ಹೌದು ಆದರೆ ಅಲ್ಲಿನ ಪರಿಸರ ಇಲ್ಲಿಗಿಂತ ಚೆನ್ನಾಗಿರುತ್ತೆ ಅಂತ ಹೇಗೆ ಹೇಳುವಿ? ತಾಯಿಯ ಪ್ರಭಾವ ಹೆಚ್ಚಿನದಾದ್ದರಿಂದ ಮೊದಲು ನಿನ್ನನ್ನಾದರೂ ಬದಲಾಯಿಸಿಕೊ.

ವಿಶಾಲ್ ಅಷ್ಟೇ ವೇಗವಾಗಿ ಉತ್ತರಿಸಿದ. ಗಾಯತ್ರಿ ಆಂಟಿ ಅವರ ಜಗಳಕ್ಕೆ ಮುಗುಳ್ನಕ್ಕರು.

ಗಾಯತ್ರಿ– ದೈಹಿಕ ಪರಿಸರಕ್ಕಿಂತ ಆಂತರಿಕ ಪರಿಸರ ಅಂದರೆ ಆಲೋಚನೆಗಳು ಮತ್ತು ಭಾವನೆಗಳು ಮಗುವಿನ ಮೇಲೆ ಹೆಚ್ಚು ಪ್ರಭಾವ ಬೀರುತ್ತವೆ ಎಂಬುದರಲ್ಲಿ ಸಂದೇಹವಿಲ್ಲ. ಬಾಹ್ಯ ಪರಿಸರದ ಮೊದಲು, ಆಂತರಿಕ ಪರಿಸರವನ್ನು ಶುದ್ಧೀಕರಿಸುವ ಕೆಲಸ ನಡೆಯಬೇಕು ಮತ್ತು ಈ ಕೆಲಸವನ್ನು ಸಲೋನಿ ಮಾತ್ರವಲ್ಲದೆ ವಿಶಾಲ್ ನೀನೂ ಸಹ ಮಾಡಬೇಕು.

ವಿಶಾಲ್– ನೀವು ಹೇಳಿದಂತೆ ಆಗಲಿ ಆಂಟಿ. ಮುಂದೆ ಏನು ಮಾಡಬೇಕೆಂದು ನಮಗೆ ತಿಳಿಸಿ.

ಗಾಯತ್ರಿ– ಅದರ ಬಗ್ಗೆ ನಾಳೆ ಮಾತಾಡೋಣ. ಮನೆಗೆ ಹೋದ ನಂತರ ನೀವು ಇಂದು ಮಾಡಬೇಕಾಗಿರುವುದು ನಿಮ್ಮ ಭಾವನೆಗಳು, ಮನಸ್ಥಿತಿ ಮತ್ತು ಆಲೋಚನೆಗಳನ್ನು ಅವಲೋಕಿಸುವುದು ಮತ್ತು ನೀವು 'ಆ ಬರುವ ಮಗು' ಆಗಿದ್ದರೆ, ಈ ಪರಿಸರದಲ್ಲಿ ಬದುಕಲು ಇಷ್ಟಪಡುತ್ತಿದ್ದಿರಾ? ಎಂದು ಕಲ್ಪನೆ ಮಾಡಿಕೊಳ್ಳಿ.

* **ಮನನ ಬಿಂದು...**

ಹೊಟ್ಟೆಯಲ್ಲಿ ಬೆಳೆಯುತ್ತಿರುವ ಮಗು ಹೊಟ್ಟೆಯಿಂದ ಹೊರಬಂದ ಮಗುವಿನಂತೆ ಜಾಗೃತವಾಗಿರುತ್ತದೆ. ಅದರ ಇಂದ್ರಿಯಗಳು ಮತ್ತು ಸಂವೇದನೆಗಳು ಗರ್ಭದೊಳಗಿಂದಲೇ ಕೆಲಸ ಮಾಡಲು ಪ್ರಾರಂಭಿಸುತ್ತವೆ. ಅದು ನಿಮ್ಮ ಮಾತುಗಳನ್ನು ಕೇಳಬಹುದು ಮತ್ತು ಅನುಭವಿಸಬಹುದು, ಆದ್ದರಿಂದ ಪೋಷಕರು ಯಾವಾಗಲೂ ಸುತ್ತಮುತ್ತಲಿನ ಪರಿಸರದಿಂದ ಸಕಾರಾತ್ಮಕ ಭಾವನೆಗಳನ್ನು ಅಳವಡಿಸಿಕೊಳ್ಳಬೇಕು.

* ಭ್ರೂಣದ ಉಪಪ್ರಜ್ಞೆಯ ಮನಸ್ಸು ತಾಯಿಯ ಉಪಪ್ರಜ್ಞೆಯೊಂದಿಗೆ ಸಂಪರ್ಕ ಹೊಂದಿರುತ್ತದೆ, ಆದ್ದರಿಂದ ತಾಯಿಯ ಇಂಪ್ರೆಶನ್ ಅದರ ಮೇಲೆ ಮೊದಲು ಬೀಳುತ್ತದೆ. ಈ ಕಾರಣಕ್ಕಾಗಿಯೇ ತಾಯಿಗೆ ಗರ್ಭ ಸಂಸ್ಕಾರದ ಜವಾಬ್ದಾರಿಯನ್ನು ನೀಡಲಾಗಿದೆ. ಸಕಾರಾತ್ಮಕ ಆಲೋಚನೆಗಳೊಂದಿಗೆ ಸುತ್ತಮುತ್ತಲಿನ ಪರಿಸರದಿಂದ ನಕಾರಾತ್ಮಕ ಪ್ರಭಾವಗಳನ್ನು ತಡೆಗಟ್ಟಿ ಮಗುವನ್ನು ಸುಸಂಸ್ಕೃತರನ್ನಾಗಿ ಮಾಡುವ ಶಕ್ತಿ ತಾಯಿಗೆ ಇದೆ.

ಅಧ್ಯಾಯ 7

ತಾಯಿಯ ಭಾವನೆಗಳು ಮತ್ತು ಗರ್ಭ ಸಂಸ್ಕಾರ

ನಿಮ್ಮ ಪ್ಯಾಟರ್ನ್ ಗುರುತಿಸಿ

ನಮ್ಮ ಮನಸ್ಸು ಯಾವಾಗಲೂ ಇತರರನ್ನು ಭೇದಿಸುವುದರಲ್ಲಿ, ವಿಶ್ಲೇಷಣೆಯಲ್ಲಿಯೇ ನಿರತವಾಗಿರುತ್ತದೆ. 'ಅವರು ನನಗೆ ಇದನ್ನು ಹೇಳಿದರು, ಅವರ ಸ್ವಭಾವ ಒಳ್ಳೆಯದಲ್ಲ, ಪ್ರಪಂಚದ ಜನರೆಲ್ಲರೂ ಕೆಟ್ಟವರು, ಎಲ್ಲೆಡೆ ಭ್ರಷ್ಟಾಚಾರವಿದೆ...' ಇತ್ಯಾದಿ. ಸಾಮಾನ್ಯವಾಗಿ ಮನಸ್ಸಿಗೆ ಹೊರಗೆ ಎಲ್ಲವೂ ತಪ್ಪಾಗಿ ನಡೆಯುತ್ತಿದೆ ಎಂದುಕೊಳ್ಳುತ್ತದೆ, ಅದಕ್ಕೆ ಪ್ರತಿಯೊಬ್ಬರಲ್ಲೂ ಏನಾದರು ಒಂದು ಕೊರತೆ ಕಂಡುಬರುತ್ತದೆ. ಆದರೆ ಅದು ಪ್ರಾಮಾಣಿಕವಾಗಿ ನನ್ನೊಳಗೆ ನೋಡಿಕೊಂಡಾಗ ಅದಕ್ಕೆ ಸ್ವತಃ ತಾನು ಕೆಡುಕುಗಳ ಗಣಿಯಾಗಿದ್ದೇನೆ ಎಂಬುದರ ಅರಿವಾಗುತ್ತದೆ.

ಗಾಯತ್ರಿ ಆಂಟಿಯ ಸಲಹೆಯ ಮೇರೆಗೆ ಸಲೋನಿ, ವಿಶಾಲ್, ಮಧು ಮತ್ತು ಮನೀಶ್ ಇಂದು ಪ್ರಾಮಾಣಿಕವಾಗಿ ತಮ್ಮೊಳಗೆ ನೋಡುತ್ತಿದ್ದರು. ತಮ್ಮ ಭಾವನೆಗಳನ್ನು ಮತ್ತು ಆಲೋಚನೆಗಳನ್ನು ಸೂಕ್ಷ್ಮವಾಗಿ ಗಮನಿಸುತ್ತಿದ್ದರು. ಜೊತೆಗೆ, ಅವರು ತಮ್ಮ ಮಾನಸಿಕ ಮತ್ತು ಭಾವನಾತ್ಮಕ ಸ್ಥಿತಿಯು ನಿಜವಾಗಿಯೂ ಭವಿಷ್ಯದ ಮಗುವಿಗೆ ಅತ್ಯುತ್ತಮ ವಾತಾವರಣವನ್ನು ಒದಗಿಸಬಲ್ಲದೇ, ಉತ್ತಮ ಗರ್ಭ ಸಂಸ್ಕಾರ ನೀಡಬಲ್ಲದೇ? ಎಂದು ಯೋಚಿಸುತ್ತಿದ್ದರು. ತಮ್ಮ ಚಿಂತನೆಯಿಂದ ಹೊರಬಂದ, ವಿಷಯಕ್ಕೆ ಸಂಬಂಧಿಸಿದ ತಮ್ಮ-ತಮ್ಮ ಪ್ರಶ್ನೆಗಳೊಂದಿಗೆ, ಅವರು ಇಂದಿನ ತರಗತಿಗೆ ಗಾಯತ್ರಿ ಆಂಟಿಯ ಬಳಿ ಮತ್ತೆ ಕೂಡಿದರು. ಇಂದು ಗಾಯತ್ರಿ ಆಂಟಿ, ತಾಯಿಯ ಭಾವನೆಗಳು ಗರ್ಭದ ಮೇಲೆ ಬೀರುವ ಪ್ರಭಾವದ ಬಗ್ಗೆ ಹೇಳಲು ಪ್ರಾರಂಭಿಸಿದರು.

ಗಾಯತ್ರಿ– ಮಗುವಿಗೆ ಮೌಲ್ಯಗಳನ್ನು ಅಂದರೆ ಉತ್ತಮ ಚಿಂತನೆ,

ಗುಣಗಳು, ವರ್ತನೆಗಳು(ಪ್ರವೃತ್ತಿಗಳು), ಸ್ವಭಾವ, ಬುದ್ಧಿವಂತಿಕೆಯನ್ನು ನೀಡುವ ಪ್ರಕ್ರಿಯೆಯನ್ನು ಮಗುವು ಗರ್ಭದಲ್ಲಿ ಪ್ರವೇಶವಾದ ಕ್ಷಣದಿಂದ ಪ್ರಾರಂಭಿಸಬಹುದು. ಇದರಲ್ಲಿ ಪ್ರಮುಖ ಪಾತ್ರ ಗರ್ಭಿಣಿ ತಾಯಿಯದ್ದು. ತಾಯಿಯ ಭಾವನೆಗಳು ಮತ್ತು ಅವಳ ಆಲೋಚನೆಗಳು ಮಗುವಿನ ಮೇಲೆ ಹೆಚ್ಚು ಪ್ರೋಗ್ರಾಮಿಂಗ್ ಮಾಡುತ್ತವೆ. ಸರಳವಾಗಿ ಹೇಳುವುದಾದರೆ, ಮಗುವು ತಾಯಿಯ ಭಾವನೆಗಳ ನೆರಳಾಗಿ ಜಗತ್ತಿಗೆ ಬರುತ್ತದೆ. ಉದಾಹರಣೆಗೆ, ಒಂದು ಇಟ್ಟಿಗೆಯನ್ನು ಬೇಯಿಸುವ ಮೊದಲು, ಅದರ ಮೇಲೆ ಅಂಕಿಗಳನ್ನು ಅಥವಾ ಹೆಸರನ್ನು ಮುದ್ರೆಯೊತ್ತಲಾಗುತ್ತದೆ, ನಂತರ ಇಟ್ಟಿಗೆಯನ್ನು ಒಲೆಯಲ್ಲಿ ಬೇಯಿಸಿದಾಗ, ಅದು ಶಾಶ್ವತವಾಗಿ ಅದರ ಮೇಲೆ ಅಚ್ಚೊತ್ತುತ್ತದೆ. ಅದೇ ರೀತಿಯಲ್ಲಿ, ತಾಯಿಯ ಭಾವನೆಗಳು ಸಹ ಸಂಸ್ಕಾರಗಳಾಗುತ್ತವೆ ಮತ್ತು ಮಗುವಿನ ಉಪಪ್ರಜ್ಞಾಮನಸ್ಸಿನಲ್ಲಿ/ಅಂತರ್ಮನಸ್ಸಿನಲ್ಲಿ ಶಾಶ್ವತವಾಗಿ ಅಚ್ಚೊತ್ತುತ್ತವೆ, ಅದು ಗರ್ಭದಿಂದ ಹೊರಬಂದ ನಂತರವೂ ಅದರೊಂದಿಗೆ ಶಾಶ್ವತವಾಗಿ ಉಳಿಯುತ್ತವೆ. ಈ ಕಾರಣಕ್ಕಾಗಿಯೇ, ಭಾವನೆಗಳ ಅವಲೋಕನ ಮತ್ತು ತಿದ್ದುಪಡಿಯು ಗರ್ಭಾವಸ್ಥೆಯಲ್ಲಿ ಮಾಡಬೇಕಾದ ಪ್ರಮುಖ ಕೆಲಸವಾಗಿದೆ.

ಮಹಿಳೆ ಗರ್ಭಿಣಿಯಾದಾಗ ಮನೆಯಲ್ಲಿನ ಹಿರಿಯರು, ಬಂಧುಗಳು ಎಲ್ಲರು ಆಕೆಗೆ 'ಯಾವಾಗಲೂ ಖುಷಿಯಾಗಿರು, ಕೆಟ್ಟದ್ದನ್ನು ಯೋಚಿಸಬೇಡ, ಆಹಾರ ಕ್ರಮದಲ್ಲಿ ಕಾಳಜಿ ವಹಿಸು, ಮನಸ್ಸಿನಲ್ಲಿ ಸದಾ ಒಳ್ಳೆಯ ವಿಚಾರಗಳನ್ನು ಇಟ್ಟುಕೊ. ರಾಮಾಯಣ, ಭಗವದ್ಗೀತೆ, ಕುರಾನ್, ಬೈಬಲ್ ಮುಂತಾದ ಧಾರ್ಮಿಕ ಗ್ರಂಥಗಳನ್ನು ಓದು, ಸತ್ಸಂಗ ಮಾಡು.' ಎಂದು ಸಲಹೆ ನೀಡುವುದನ್ನು ನೀವು ನೋಡಿರಬೇಕು ಇದಕ್ಕೆ ಕಾರಣವೆಂದರೆ ಮಹಿಳೆ ತನ್ನ ಇಂದ್ರಿಯಗಳ ಮೂಲಕ ಏನನ್ನು ಹೀರಿಕೊಳ್ಳುತ್ತಾಳೆ, ಗ್ರಹಿಸುತ್ತಾಳೆ ಅದು ಅವಳ ದೇಹದ ಮೇಲೆ ಪರಿಣಾಮ ಬೀರುತ್ತದೆ.

ಅವಳು ಎಂತಹ ಆಹಾರ ಸೇವಿಸುತ್ತಾಳೋ ಅದು ಅವಳ ಆರೋಗ್ಯದ ಮೇಲೆ ಅಂತಹುದೇ ಪರಿಣಾಮ ಬೀರುತ್ತದೆ. ಅವಳು ಕೇಳುವ ವಿಷಯಗಳು, ಅವಳು ನೋಡುವ ದೃಶ್ಯಗಳು, ಅವಳು ಅನುಭವಿಸುವ ಅನುಭವಗಳು ಎಲ್ಲವೂ ಅವಳ ಮನಸ್ಸು, ಬುದ್ಧಿ ಮತ್ತು ದೇಹದ ಮೇಲೆ ಪ್ರಭಾವ ಬೀರುತ್ತವೆ. ಅವಳು ಗರ್ಭಿಣಿಯಾಗಿದ್ದರೆ, ಅವಳು ಸೇವಿಸುವ ವಸ್ತು-ವಿಷಯಗಳು ಅವಳ ಮಗುವಿನ ಮೇಲೆ ಅದೇ ಪರಿಣಾಮವನ್ನು ಬೀರುತ್ತವೆ. ಅಂದರೆ ನಿಮ್ಮ ದೇಹದ ಪುಟದಲ್ಲಿ ನೀವು ಏನೇ ಬರೆದರೂ ಅದರ ಇಂಪ್ರೆಶನ್ ನಿಮ್ಮೊಳಗೆ ಬೆಳೆಯುತ್ತಿರುವ ಮಗುವಿನ ಪುಟದಲ್ಲಿ ದಾಖಲಾಗುತ್ತದೆ. ಗರ್ಭದಲ್ಲಿ ನೀಡಲಾದ ಸಂಸ್ಕಾರಗಳು, ಮೌಲ್ಯಗಳು ಮಗುವಿನ ವ್ಯಕ್ತಿತ್ವದ ಅಳಿಸಲಾಗದ ಭಾಗವಾಗಿಬಿಡುತ್ತವೆ.

ಗರ್ಭಿಣಿ ಮಹಿಳೆಗೆ ಮಾಡಲು ಹೇಳಿರುವ ಕಾರ್ಯಗಳನ್ನೆಲ್ಲಾ ಅವಳು ಭೌತಿಕ ಮಟ್ಟದಲ್ಲಿ ಏನೇನು ಮಾಡಲು ಸಾಧ್ಯವೋ ಅದೆಲ್ಲವನ್ನೂ ಮಾಡುತ್ತಾಳೆ. ಉದಾಹರಣೆಗೆ ಊಟೋಪಚಾರದಲ್ಲಿ ಕಾಳಜಿ ವಹಿಸುವುದು, ಧಾರ್ಮಿಕ ಗ್ರಂಥಗಳನ್ನು ಓದುವುದು, ಸತ್ಸಂಗವನ್ನು ಕೇಳುವುದು ಇತ್ಯಾದಿ. ಆದರೆ ಆಲೋಚನೆಗಳು ಮತ್ತು ಭಾವನೆಗಳ ಮೇಲೆ ಯಾವುದೇ ಬಲ ಪ್ರಯೋಗ ಸಾಧ್ಯವಿಲ್ಲ. ಅವುಗಳನ್ನು ಒತ್ತಾಯದಿಂದ ಒಳ್ಳೆಯ ಮಕ್ಕಳಂತೆ ಸುಮ್ಮನಿರಿಸಲಾಗದು. ಅವುಗಳು ತಮ್ಮ ಪ್ರವೃತ್ತಿಯನ್ನು ಮುಂದುವರೆಸುತ್ತವೆ.

ಸತ್ಸಂಗದಲ್ಲಿಯೇ, ಗರ್ಭಿಣಿ ಮಹಿಳೆಗೆ ಯಾವುದೇ ಸಂಬಂಧಿಕರ ಬಗ್ಗೆ ಕೆಟ್ಟ ಭಾವನೆ ಬರಬಹುದು ಅಥವಾ ಹಿಂದಿನ ಕೆಲವು ಕೆಟ್ಟ ಘಟನೆಗಳು ನೆನಪಿರಬಹುದು. ಒಬ್ಬ ವ್ಯಕ್ತಿಯು ಬಲವಂತವಾಗಿ ಒಳ್ಳೆಯ ಆಲೋಚನೆಗಳನ್ನು ಯೋಚಿಸಲು ಪ್ರಯತ್ನಿಸಿದಾಗ, ಅವನೊಳಗಿನ

ನಕಾರಾತ್ಮಕತೆಯು ಹೆಚ್ಚು ಬಲವಾಗಿ ಹೊರಬರುತ್ತದೆ. ಅದಕ್ಕಾಗಿಯೇ ಧ್ಯಾನ-ಭಕ್ತಿ ಮಾಡುವಾಗ, ಒಳಗೆ ಅಡಗಿರುವ ನಕಾರಾತ್ಮಕತೆಯು ಹೆಚ್ಚು ಹೊರಬರುತ್ತದೆ. ವಾಸ್ತವವಾಗಿ, ನಾವು ಸರಿಯಾದ ತಿಳುವಳಿಕೆಯನ್ನು ಪಡೆದಾಗ ಮಾತ್ರ ನಮ್ಮ ಭಾವನೆಗಳು ಮತ್ತು ಆಲೋಚನೆಗಳು ಬದಲಾಗುತ್ತವೆ. ಇವುಗಳನ್ನು ಯಾರೊಬ್ಬರು ಬದಲಾಯಿಸಲು ಹೇಳಿದ ಮಾತ್ರಕ್ಕೆ ಬದಲಾಯಿಸಲು ಸಾಧ್ಯವಿಲ್ಲ. ತಿಳುವಳಿಕೆ ಇದ್ದರೆ ಯಾವುದೇ ಕೆಲಸ ಸುಲಭವಾಗುತ್ತದೆ.

ವಿಶಾಲ್- ಆದರೆ ಆಂಟಿ, ಯಾವ ತಿಳುವಳಿಕೆಯನ್ನು ನಾವು ಪಡೆದಾಗ, ನಮ್ಮ ಭಾವನೆಗಳು ಮತ್ತು ಆಲೋಚನೆಗಳು ಸಂಪೂರ್ಣವಾಗಿ ರೂಪಾಂತರಗೊಳ್ಳುತ್ತವೆ? ಮತ್ತು ಶುದ್ಧೀಕರಿಸಲ್ಪಡುತ್ತವೆ?

ಗಾಯತ್ರಿ- ಕೇವಲ ಒಂದು ಮೂಲಭೂತ ತಿಳುವಳಿಕೆ ಇದೆ, ಅದು ಸ್ವಯಂ ಅನ್ನು ಗುರುತಿಸುವುದು. ನಾನು ಯಾರು? ಎಂಬುದು ತಿಳಿದ ತಕ್ಷಣ, ಇತರ ಎಲ್ಲಾ ಸಮಸ್ಯೆಗಳು ಮತ್ತು ಗೊಂದಲಗಳು ಕಣ್ಮರೆಯಾಗುತ್ತವೆ. ಆದರೆ ನಾವು ಈಗ ಈ ಬಗ್ಗೆ ಮಾತನಾಡುತ್ತಿಲ್ಲ, ಇನ್ನೊಮ್ಮೆ ಮಾತನಾಡೋಣ. ಈಗ ಹೇಳಿ, ನಿಮ್ಮ ಭಾವನೆಗಳನ್ನು ತನಿಖೆ ಮಾಡಲು ನಿನ್ನೆ ಕೊಟ್ಟ ಟಾಸ್ಕ್ ಮಾಡಿದ್ದೀರಾ? ಒಂದುವೇಳೆ ನೀವು ಮಾಡಿದ್ದರೆ, ಅವುಗಳಲ್ಲಿ ಯಾವುವು ನಿಮ್ಮ ಭವಿಷ್ಯದ ಮಗುವಿನ ಮೇಲೆ ಋಣಾತ್ಮಕ ಪರಿಣಾಮ ಬೀರಬಲ್ಲವು ಎಂದು ನೀವು ಭಾವಿಸುತ್ತೀರಿ?

ವಿಶಾಲ್- ಆಂಟಿ, ನಾನು ಇತರರ ತಪ್ಪು ನಡವಳಿಕೆಯ ಮೇಲೆ ಮತ್ತು ಇತರರ ನಿರ್ಲಕ್ಷ್ಯದ ಮೇಲೆ ಬಹಳ ಸುಲಭವಾಗಿ ಕೋಪಗೊಳ್ಳುತ್ತೇನೆ. ಇತರ ಜನರು ಅಂತಹ ಮೂರ್ಖತನವನ್ನು ಹೇಗೆ ಮಾಡಲು ಸಾಧ್ಯ? ಎಂದು ನಾನು ಆಶ್ಚರ್ಯ ಪಡುತ್ತೇನೆ. ನಾನು ನನ್ನ ಕಂಪನಿಯಲ್ಲಿ ಮ್ಯಾನೇಜರ್ ಆಗಿದ್ದೇನೆ, ನನ್ನ ಕೆಳಗಿರುವ ಯಾವುದೇ ಉದ್ಯೋಗಿಯ ತಪ್ಪು ವರ್ತನೆಯನ್ನು ನಾನು ಸಹಿಸುವುದಿಲ್ಲ. ಆಫೀಸಿನಲ್ಲಿ ಮಾತ್ರವಲ್ಲ, ಆಫೀಸಿನ ಹೊರಗೂ ಎಲ್ಲರಿಂದ ಅತ್ಯಂತ ಸಂವೇದನಾಶೀಲ ವರ್ತನೆಯನ್ನು ನಾನು ನಿರೀಕ್ಷಿಸುತ್ತೇನೆ, ಅದು ನನಗೆ ಸಿಗದಿದ್ದಾಗ ನನಗೆ ತುಂಬಾ ಕೋಪ ಬರುತ್ತದೆ.

ಸಲೋನಿ- ಹಾಗೇನಿಲ್ಲ ಆಂಟಿ, ಅವರಿಗೆ ಸಿಟ್ಟು ಮಾಡಿಕೊಳ್ಳಲು, ಗೊಣಗಲು ಒಂದು ನೆಪ ಬೇಕು ಅಷ್ಟೆ. ಇನ್ನೊಬ್ಬರು ಎಷ್ಟೇ ತಿಳುವಳಿಕೆ ತೋರಿಸಿದರೂ, ಇವರು ಅವರಲ್ಲಿ ಏನಾದರೂ ತಪ್ಪುಗಳನ್ನು ಹುಡುಕಿಯೇ ಬಿಡುತ್ತಾರೆ. ನನಗನ್ನಿಸುತ್ತೆ ಇವರು ಸಣ್ಣ ಪುಟ್ಟ ತಪ್ಪುಗಳಿಗೂ ನಮ್ಮ ಮಗುವನ್ನು ಬೈಯಲು ಶುರು ಮಾಡ್ತಾರೇನೋ... ಆ ಬಡಪಾಯಿಯ ಗತಿ ಏನೋ ಪಾಪ...? ಸಲೋನಿ ದೂರಿದಾಗ, ವಿಶಾಲ್ ಅವಳನ್ನು ದಿಟ್ಟಿಸಿ ನೋಡಿದನು ಆದರೆ ಆಂಟಿ ನಗುತ್ತಿರುವುದನ್ನು ನೋಡಿ ಏನೂ ಹೇಳಲಿಲ್ಲ.

ಗಾಯತ್ರಿ- ಅಂದರೆ ನೀನು ಕೋಪ ಮತ್ತು ಪರ್ಫೆಕ್ಷನಿಸ್ಟ್ ಪ್ಯಾಟರ್ನ್(ಎಲ್ಲವೂ ನೂರಕ್ಕೆ ನೂರರಷ್ಟು ಸರಿಯಾಗಿಯೇ ಆಗಬೇಕು, ಒಂದು ಚೂರು ತಪ್ಪಿಗೂ ಅಪದವಿಲ್ಲದಂತೆ-ಎಂಬ ಪ್ರವೃತ್ತಿ) ಹೊಂದಿದ್ದಿ ಎಂದರ್ಥ. ನಿನ್ನ ಪ್ರಕಾರ ನಿಮ್ಮ ಸಮಯಕ್ಕನುಸಾರ ಕೆಲಸ ಆಗದಿದ್ದರೆ, ನೀನು ಗೊಂದಲಕ್ಕೊಳಗಾಗುತ್ತಿ, ತಡವಡಿಸುತ್ತಿ. ಸಲೋನಿ, ಹೇಳು, ನಿನಗೆ ಏನು ಅನಿಸಿತು?

ಸಲೋನಿ- ನನ್ನಲ್ಲಿ ಸಂಪನ್ಮೂಲಗಳ ಕೊರತೆಯಿದೆ ಎಂದು ನನಗೆ ಅನಿಸುತ್ತದೆ. ಆ ಕೊರತೆಯಿಂದ ಬಹುಶಃ ನಾನು ಮಗುವನ್ನು ಚೆನ್ನಾಗಿ ನೋಡಿಕೊಳ್ಳಲು ಸಾಧ್ಯವಾಗುವುದಿಲ್ಲ. ನನ್ನ ಮಗುವಿನ ಭವಿಷ್ಯದ ಬಗ್ಗೆ ನನಗೆ ಅಭದ್ರತೆಯ ಭಾವನೆ ಇದೆ, ನಾವು ಅದಕ್ಕೆ ಉತ್ತಮ

ಮನೆ, ಉತ್ತಮ ಶಿಕ್ಷಣ, ಉತ್ತಮ ಸಂಸ್ಕಾರವನ್ನು ನೀಡಲು ಸಾಧ್ಯವಾಗುತ್ತದೆಯೇ?

ವಿಶಾಲ್– ಅದಕ್ಕಾಗಿಯೇ ಅವಳು ನನ್ನ ಮೇಲೆ ಸಾಕಷ್ಟು ಒತ್ತಡವನ್ನು ಹಾಕುತ್ತಾಳೆ. ಕೆಲವೊಮ್ಮೆ ಕೆಲಸ ಬದಲಾಯಿಸಲು, ಕೆಲವೊಮ್ಮೆ ಮನೆ ಬದಲಾಯಿಸಲು ಹೇಳುತ್ತಾಳೆ. ಇಂದಿನ ಕಾಲದಲ್ಲಿ ಕೆಲಸ ಬದಲಾಯಿಸುವುದು ಸುಲಭವೇ ಆಂಟಿ? ನೀವೇ ಹೇಳಿ? ಇರುವ ಕೆಲಸವನ್ನೇ ಮುಂದುವರಿಸಲು ತುಂಬಾ ಹೋರಾಡಬೇಕು, ಆದರೆ ಇವಳಿಗೆ ಏನೂ ಅರ್ಥವಾಗುವುದಿಲ್ಲ. ಈ ವೇಳೆ ವಿಶಾಲ್ ಸಲೋನಿ ಬಗ್ಗೆ ದೂರಿದ.

ಸಲೋನಿ– ನಿಜವಾಗಿ ಹೇಳಬೇಕೆಂದರೆ ಆಂಟಿ, ನನ್ನ ಬಾಲ್ಯವು ಬಹಳಷ್ಟು ಕೊರತೆಯಲ್ಲಿ ಕಳೆದಿದೆ. ನಾವು ಐದು ಜನ ಸಹೋದರ–ಸಹೋದರಿಯರು, ಎರಡು ಕೋಣೆಗಳ ಸಣ್ಣ ಮನೆಯಲ್ಲಿ ವಾಸವಾಗಿದ್ದೆವು. ನಮ್ಮ ಪೋಷಕರು ಹೇಗೋ ನಮ್ಮ ಮೂಲಭೂತ ಅಗತ್ಯಗಳನ್ನು ಪೂರೈಸಿದರು, ಆದರೆ ಯಾವಾಗಲೂ ನಮ್ಮ ಆಸೆಗಳಿಗಾಗಿ ಹಂಬಲಿಸುತ್ತಿದ್ದೆವು. ಇವತ್ತಿಗೂ ನಾನು ನನ್ನ ಬಾಲ್ಯವು ಚೆನ್ನಾಗಿ ಕಳಿಯಲಿಲ್ಲವಲ್ಲಾ ಎಂದು ನೊಂದುಕೊಳ್ಳುತ್ತೇನೆ. ಸಂಪನ್ಮೂಲಗಳೇ ಇಲ್ಲದಿರುವಾಗ ಇಷ್ಟೊಂದು ಮಕ್ಕಳನ್ನು ಏಕೆ ಹೇರಬೇಕಿತ್ತು? ನಮ್ಮ ಮಗು ಇದರ ಬಗ್ಗೆ ವಿಷಾದಿಸುವುದು ನನಗಿಷ್ಟವಿಲ್ಲ. ಅದಕ್ಕಾಗಿಯೇ ನಾನು ಅದಕ್ಕೆ ಸಂಪನ್ಮೂಲಗಳಿಂದ ತುಂಬಿದ ಸಂತೋಷದ ಬಾಲ್ಯವನ್ನು ನೀಡಲು ಬಯಸುತ್ತೇನೆ.

ಗಾಯತ್ರಿ– ಸರಿ ಸಲೋನಿ, ನೀನು ಕೊರತೆಯ ಮತ್ತು ಅಸುರಕ್ಷೆಯ ಭಾವನೆಯನ್ನು ಹೊಂದಿದ್ದಿ. ನಾವು ಈಗ ಈ ಬಗ್ಗೆ ಮಾತನಾಡೋಣ. ಮಧು, ನಿನ್ನ ಭಾವನೆಗಳ ಬಗ್ಗೆ ನಿನ್ನ ಅನಿಸಿಕೆ ಏನು?

ಮಧು– ಆಂಟಿ, ನನ್ನ ದೊಡ್ಡ ಸಮಸ್ಯೆ ಏನೆಂದರೆ ನನಗೆ ಯಾವತ್ತೂ ಖುಷಿಯಾಗಿರಲಿಕ್ಕಾಗುವುದಿಲ್ಲ. ನನ್ನ ಮನಸ್ಸಿನಲ್ಲಿ ಹಳೆಯ ವಿಷಯಗಳು ಸುತ್ತುತ್ತಲೇ ಇರುತ್ತವೆ. ಯಾರಾದರೂ ನನಗೆ ಕೆಟ್ಟದಾಗಿ ಹೇಳಿದರೆ, ನನ್ನನ್ನು ಕೆಟ್ಟದಾಗಿ ನಡೆಸಿಕೊಂಡರೆ ಅಥವಾ ನನ್ನನ್ನು ನಿರ್ಲಕ್ಷಿಸಿದರೆ, ಅವರ ನಡವಳಿಕೆಯನ್ನು ನಾನು ಮರೆಯಲು ಸಾಧ್ಯವಿಲ್ಲ. ಒಂಟಿಯಾಗಿ ಕುಳಿತಾಗಲೆಲ್ಲ ಆ ವಿಷಯಗಳು ನೆನಪಾಗುತ್ತವೆ.

ಗಾಯತ್ರಿ– ಅಂದರೆ ನೀನು ಜನರನ್ನು ಸುಲಭವಾಗಿ ಕ್ಷಮಿಸುವುದಿಲ್ಲ, ಘಟನೆಗಳನ್ನು 'ಬಿಟ್ಟು ಬಿಡಲು' ನಿಮಗೆ ಸಾಧ್ಯವಾಗುವುದಿಲ್ಲ. ಅವು ನಿನ್ನ ಮನಸ್ಸಿನಲ್ಲಿ ಗಟ್ಟಿಯಾಗಿ ಉಳಿದುಬಿಡುತ್ತವೆ.

ಮಧು– ಹೌದು ಆಂಟಿ. ಗರ್ಭಾವಸ್ಥೆಯ ಆರಂಭಿಕ ದಿನಗಳಲ್ಲಿ, ನಾನು ವಾಕರಿಕೆ, ವಾಂತಿ, ಆಹಾರದಿಂದ ಕೆಟ್ಟ ವಾಸನೆ ಮುಂತಾದ ಸಮಸ್ಯೆಗಳನ್ನು ಎದುರಿಸುತ್ತಿದ್ದೆ. ನನಗೆ ಅಡುಗೆ ಮಾಡಲು ಆಗುತ್ತಿರಲಿಲ್ಲ ಅಥವಾ ಏನನ್ನೂ ತಿನ್ನಲು ಮನಸ್ಸಾಗುತ್ತಿರಲಿಲ್ಲ. ನಮ್ಮ ಸಂಬಂಧಿಕರು ಇಲ್ಲೇ ಹತ್ತಿರದಲ್ಲಿ ವಾಸಿಸುತ್ತಾರೆ. ಈ ಕಷ್ಟದ ಸಮಯದಲ್ಲಿ ಅವರು ನನ್ನನ್ನು ಬೆಂಬಲಿಸಬೇಕು ಮತ್ತು ನನ್ನನ್ನು ನೋಡಿಕೊಳ್ಳಬೇಕು ಎಂದು ನಾನು ಅವರಿಂದ ಹೆಚ್ಚಿನ ನಿರೀಕ್ಷೆಗಳನ್ನು ಹೊಂದಿದ್ದೆ, ಆದರೆ ಅವನು ನನ್ನತ್ತ ಕಣ್ಣೇ ಹಾಯಿಸಲಿಲ್ಲ. ಒಮ್ಮೆ ಅವರು ಕಷ್ಟದಲ್ಲಿದ್ದಾಗ, ನಾವು ಅವರಿಗೆ ಸಾಕಷ್ಟು ಸಹಾಯ ಮಾಡಿದ್ದೆವು, ಎಲ್ಲಾ ರೀತಿಯಲ್ಲಿ ಅವರನ್ನು ನೋಡಿಕೊಂಡಿದ್ದೇವೆ. ಆದರೆ ಅವರು ನನ್ನ ಬಗ್ಗೆ ಸ್ವಲ್ಪವೂ ಕಾಳಜಿ ವಹಿಸಲಿಲ್ಲ. ಈಗ ಅವರು ಎಲ್ಲಿಯಾದರೂ ಭೇಟಿಯಾದರೆ, ಅವರೊಂದಿಗೆ ಮಾತನಾಡಬೇಕೆಂದು ಸಹ ನನಗೆ ಅನಿಸುವುದಿಲ್ಲ. ಅವರ ಮುಖವನ್ನು ನೋಡಲೂ ನನಗೆ ಇಷ್ಟವಿಲ್ಲ... ನಾನು ಅವರನ್ನು

ಕ್ಷಮಿಸಲು ಸಾಧ್ಯವೇ ಇಲ್ಲವೇನೋ...

ಮನೀಶ್– ಹೊರಗಿನವರನ್ನು ಮರೆತುಬಿಡಿ, ಆಂಟಿ ಇವಳು ನನ್ನನ್ನು ಸಹ ಕ್ಷಮಿಸಲಾರಳು. ಯಾವುದೇ ವಾದ ನಡೆದರೆ, ಅವಳು ವಾರಪೂರ್ತಿ ಮಾತನಾಡದೆ ಕಳೆಯುತ್ತಾಳೆ, ಅವಳನ್ನು ಸಮಾಧಾನಪಡಿಸುವುದರಲ್ಲಿ ನನಗೆ ಸಾಕು–ಬೇಕಾಗುತ್ತದೆ.

ಗಾಯತ್ರಿ– ತೊಂದರೆ ಇಲ್ಲ. ಇಷ್ಟರಲ್ಲೇ ಮಧು ತನ್ನ ನಡವಳಿಕೆಯನ್ನು ಬದಲಾಯಿಸುವಂತಹ ತಿಳುವಳಿಕೆಯನ್ನು ಪಡೆಯುತ್ತಾಳೆ. ನೀನು ಹೇಳು ಮನೀಷ್, ಮಗುವಿಗೆ ಒಳ್ಳೆಯದಾಗುವುದಿಲ್ಲ ಎಂದು ನೀನು ಯೋಚಿಸುವ ಯಾವ ವಿಷಯ ನಿನ್ನೊಳಗೆ ಇದೆ?

ಮನೀಶ್– ನಾನು ಯಾವುದೇ ರೀತಿಯ ಬದಲಾವಣೆಯನ್ನು ಸುಲಭವಾಗಿ ಒಪ್ಪಿಕೊಳ್ಳುವುದಿಲ್ಲ. ನಾವು ಮೊದಲೇ ಹೇಳಿದಂತೆ, ಈ ಗರ್ಭಧಾರಣೆಯನ್ನು ಒಪ್ಪಿಕೊಳ್ಳಲು ನನಗೆ ಬಹಳ ಸಮಯ ಹಿಡಿಯಿತು. ಸಾಕಷ್ಟು ನಕಾರಾತ್ಮಕತೆ ಇತ್ತು. ಜೀವನದಲ್ಲಿ ಏನಾದರೂ ದೊಡ್ಡ ಬದಲಾವಣೆಯಾದರೆ, ನಾನು ಅದನ್ನು ಹೇಗೆ ನಿಭಾಯಿಸಬಲ್ಲೆ? ನನ್ನ ಜೀವನ ಅಸ್ತವ್ಯಸ್ತವಾಗಿಬಿಡುತ್ತದೇನೋ ಎಂದನಿಸುತ್ತದೆ. ವಾಸ್ತವವಾಗಿ ನಾನು ನನ್ನ ಕಂಫರ್ಟ್ ಝೋನ್‌ನಲ್ಲಿ(ಹಿತವಲಯ) ಇರಲು ಇಷ್ಟಪಡುತ್ತೇನೆ. ಹೀಗಿರುವಾಗ ಮಗು ಬಂದರೆ ಅದರೊಂದಿಗೆ ನೂರು ರೀತಿಯ ಬದಲಾವಣೆಗಳು ಬರುತ್ತವೆ. ನನ್ನ ಈ ಅಭ್ಯಾಸದಿಂದ ಮಗುವಿಗೆ ಏನಾದರೂ ತೊಂದರೆ ಆಗಬಹುದೇನೋ ಎಂಬ ಭಯ ನನ್ನನ್ನು ಕಾಡುತ್ತದೆ.

ಗಾಯತ್ರಿ– ಏನೂ ತೊಂದರೆ ಆಗುವುದಿಲ್ಲ. ನಿಮ್ಮಲ್ಲಿ ಯಾರಿಗೂ ತೊಂದರೆಯಾಗುವುದಿಲ್ಲ. ಏಕೆಂದರೆ ನೀವೆಲ್ಲರೂ ನಿಮ್ಮ ನ್ಯೂನತೆಗಳನ್ನು ನೋಡಿದ್ದೀರಿ. ನಾವು ನಮ್ಮ ನ್ಯೂನತೆಗಳನ್ನು ನೋಡಲು ಪ್ರಾರಂಭಿಸಿದಾಗ, ಅವುಗಳನ್ನು ತೆಗೆದುಹಾಕುವತ್ತ ನಾವು ಕ್ರಮ ಕೈಗೊಳ್ಳುತ್ತೇವೆ. ಸೂಕ್ತ ಕ್ರಮಗಳನ್ನು ಕೈಗೊಂಡಾಗ ಮಾತ್ರ ನಾವು ಅವುಗಳನ್ನು ಜಯಿಸಲು ಸಾಧ್ಯ. ನ್ಯೂನತೆಗಳನ್ನು ನೋಡುವ ಮೂಲಕ, ನೀವು ಅರ್ಧ ಯುದ್ಧವನ್ನು ಗೆದ್ದಿದ್ದೀರಿ. ಇನ್ನುಳಿದ ಅರ್ಧವನ್ನು ನೀವು ತಿಳುವಳಿಕೆಯನ್ನು ಪಡೆಯುತ್ತಿದ್ದಂತೆ ಗೆಲ್ಲುತ್ತೀರಿ.

ಗಾಯತ್ರಿ ಆಂಟಿಯ ಮಾತಿನಿಂದ ಎಲ್ಲರ ಮುಖ ಬೆಳಗಿತು. ಬರಲಿರುವ ಮಗುವಿನಿಂದಾಗಿ, ಅವರು ತುಂಬಾ ಒಳ್ಳೆಯ ವಿಷಯಗಳನ್ನು ಕಲಿಯಲಾರಂಭಿಸಿದ್ದರು, ಹಾಗಾಗಿ ಅವರು ತುಂಬಾ ಉತ್ಸುಕರಾಗಿದ್ದರು.

ಗಾಯತ್ರಿ – ಆದ್ದರಿಂದ ಈಗ ನಾವು ಮಾನವನ ಮೂರು ಮೂಲಭೂತ ಗುಣಗಳನ್ನು ತಿಳಿದುಕೊಳ್ಳುವ ಮೂಲಕ ತಿಳುವಳಿಕೆಯನ್ನು ಪಡೆಯಲು ಪ್ರಾರಂಭಿಸೋಣ. ನಿಮ್ಮಲ್ಲಿ ಯಾರಾದರೂ ಸತ್ವ, ರಜಸ್ಸು, ತಮಸ್ಸು ಇವುಗಳ ಬಗ್ಗೆ ಕೇಳಿದ್ದೀರಾ?

ಗಾಯತ್ರಿ ಆಂಟಿಯ ಮಾತು ಕೇಳಿ ಎಲ್ಲರೂ ಒಬ್ಬರನ್ನೊಬ್ಬರು ನೋಡತೊಡಗಿದರು. ಈ ಮೂರು ಗುಣಗಳು ಎಲ್ಲರಲ್ಲೂ ಇದ್ದವು ಆದರೆ ಅದರ ಅರಿವು ಅವರಿಗಿರಲಿಲ್ಲ. ಆಗ ಮಧು ಏನೋ ನೆನಪಿಸಿಕೊಂಡು ಹೇಳಿದಳು.

ಮಧು– ಗರ್ಭಾವಸ್ಥೆ ಶುರುವಾದಾಗ ನನ್ನ ಅತ್ತೆ ಭಗವದ್ಗೀತೆ ಓದಲು ಕೇಳಿದ್ದರು. ಅದರ ಕೆಲವು ಅಧ್ಯಾಯಗಳಲ್ಲಿ ಈ ಪದಗಳ ಉಲ್ಲೇಖವಿದೆ, ಆದರೆ ನನಗೆ ಹೆಚ್ಚು ಅರ್ಥವಾಗಲಿಲ್ಲ.

ಗಾಯತ್ರಿ– ನೋಡು! ಇದನ್ನೇ ನಾನು ಹೇಳುತ್ತಿದ್ದೆ. ಗರ್ಭಿಣಿ ಮಹಿಳೆಗೆ ಕುಟುಂಬದ ಸದಸ್ಯರು ಏನು ಹೇಳುತ್ತಾರೋ ಅವರು ಅದನ್ನು ಭೌತಿಕವಾಗಿ ಯಾವುದೋ ಆಚರಣೆಯೆಂಬಂತೆ

ನಡೆಸಿಬಿಡುತ್ತಾರೆ, ಆದರೆ ಅದಕ್ಕೆ ಸಂಬಂಧಿಸಿದ ತಿಳುವಳಿಕೆ ಪಡೆಯುವವರೆಗೆ, ಅದರಿಂದ ಯಾವುದೇ ಪ್ರಯೋಜನವಿಲ್ಲ. ನೀವು ಗೀತೆಯಂತಹ ಪುಸ್ತಕವನ್ನು ತಿಳುವಳಿಕೆಯಿಂದ ಓದಿದ್ದರೆ, ನಿಮ್ಮೊಳಗೆ ಯಾವುದೇ ಪ್ರಶ್ನೆಗಳು ಅಥವಾ ಪ್ಯಾಟರ್ನ್(ಪ್ರವೃತ್ತಿ)ಗಳು ಇರುತ್ತಿರಲಿಲ್ಲ. ಆದರೆ ಅದನ್ನು ಹೇಗೆ ಓದಬೇಕಿತ್ತೋ ಹಾಗೆ ಓದಲಿಲ್ಲ. ಅದರೊಳಗೆ ಅಡಗಿರುವ ತಿಳುವಳಿಕೆಯನ್ನು ಗ್ರಹಿಸಲಿಲ್ಲ, ಆದ್ದರಿಂದ ಅದು ಪರಿಣಾಮ ಬೀರಲಿಲ್ಲ. ತಿಳುವಳಿಕೆಯಿಲ್ಲದೆ, ಎಲ್ಲಾ ಶಾಸ್ತ್ರಗಳು ಮತ್ತು ಎಲ್ಲಾ ಸತ್ಸಂಗಗಳು ನಿಷ್ಪರಿಣಾಮಕಾರಿ. ಮನನವವಾದಿದ್ದರೆ ವಜ್ರಗಳೂ ಕಲ್ಲಿದ್ದಲಿಗೆ ಸಮಾನ.

ಹೋಗಲಿ ಬಿಡಿ, ಆಗಿದ್ದು ಆಯಿತು. ಈಗ ನಾವು ಮೊದಲು ಮನುಷ್ಯನ ಈ ಮೂರು ಗುಣಗಳನ್ನು ಅರ್ಥಮಾಡಿಕೊಳ್ಳೋಣ. ನೀವು ಇವುಗಳನ್ನು ಅರ್ಥಮಾಡಿಕೊಂಡ ತಕ್ಷಣ, ಇತರ ಜನರನ್ನು ನೋಡುವ ನಿಮ್ಮ ದೃಷ್ಟಿಕೋನವೇ ಬದಲಾಗಿ ಬಿಡುತ್ತದೆ.

ಮನನ ಬಿಂದು...

* ತಾಯಿಯ ಭಾವನೆಗಳು ಸಂಸ್ಕಾರಗಳಾಗಿ ಮಗುವಿನ ಉಪಪ್ರಜ್ಞೆಯ ಮನಸ್ಸಿನಲ್ಲಿ ಶಾಶ್ವತವಾಗಿ ಅಚ್ಚೊತ್ತುತ್ತವೆ. ಅದು ಗರ್ಭದಿಂದ ಹೊರಬಂದ ನಂತರವೂ ಅದ'ರೊಂದಿಗೆ ಶಾಶ್ವತವಾಗಿ ಉಳಿಯುತ್ತದೆ. ಆದ್ದರಿಂದ, ಗರ್ಭಿಣಿಯಾದ ತಕ್ಷಣ ಮಹಿಳೆಯರಿಗೆ ತಮ್ಮ ಆಹಾರ ಪದ್ಧತಿಯನ್ನು ನೋಡಿಕೊಳ್ಳಲು, ಒಳ್ಳೆಯ ಆಲೋಚನೆಗಳನ್ನು ಹೊಂದಲು ಮತ್ತು ಧಾರ್ಮಿಕ ಗ್ರಂಥಗಳನ್ನು ಓದಲು ಹೇಳಲಾಗುತ್ತದೆ.

* ಯಾವುದೇ ಧಾರ್ಮಿಕ ಗ್ರಂಥವನ್ನು ಅರ್ಥವಾಗದೆ ಓದಿದರೆ, 'ಮನನವಿಲ್ಲದಿದ್ದರೆ ವಜ್ರವೂ ಕಲ್ಲಿದ್ದಲಿನಂತೆ' ಎಂದು ಹೇಳಲಾಗುತ್ತದೆ. ಆದ್ದರಿಂದ, ನೀವು ಯಾವುದೇ ಗ್ರಂಥವನ್ನು ಓದಿದರೂ, ಅದನ್ನು ಸಂಪೂರ್ಣ ತಿಳುವಳಿಕೆ, ಜ್ಞಾನ ಮತ್ತು ಶ್ರದ್ಧೆಯಿಂದ ಓದಿ.

ಅಧ್ಯಾಯ 8

ಮೂಲ ಸ್ವಭಾವಗಳ ತಿಳಿಯುವಿಕೆ

ಮೂರು ಗುಣಗಳ ಮೀರುವಿಕೆ

ನಮ್ಮೆದುರು ಇರುವ ಮತ್ತೊಬ್ಬನ ವರ್ತನೆಯನ್ನು ನೋಡಿ ನಾವು, 'ಅರೆ! ಇವನು ಹೇಗೆ ಈ ರೀತಿ ಮಾಡಬಹುದು? ಇಷ್ಟೊಂದು ಮೂರ್ಖನಾಗಿ ವರ್ತಿಸಲು ಹೇಗೆ ಸಾಧ್ಯ? ಅವನ ಜಾಗದಲ್ಲಿ ನಾನಿದ್ದಿದ್ದರೆ ಹೀಗೆ ಮಾಡುತ್ತಿದ್ದೆ, ಹಾಗೆ ಮಾಡುತ್ತಿದ್ದೆ...' ಎಂದೆಲ್ಲಾ ಯೋಚಿಸುತ್ತೇವೆ.

ಉದಾಹರಣೆಗೆ, ಒಬ್ಬ ಉದ್ಯೋಗಿಗೆ ಕಛೇರಿಯಲ್ಲಿ ಬಹಳಷ್ಟು ಕೆಲಸ ಬಾಕಿ ಇದೆ, ಆದರೆ ಅವನು ಆರಾಮವಾಗಿ ಕುಳಿತು ಹರಟೆ ಹೊಡೆಯುತ್ತಿದ್ದಾನೆ. ಹೊರಗೆ ಜನ ಸರತಿ ಸಾಲಿನಲ್ಲಿ ನಿಂತರೂ ಆತ ತಲೆ ಕೆಡಿಸಿಕೊಂಡಿಲ್ಲ. ಇಂತಹ ಪರಿಸ್ಥಿತಿಯಲ್ಲಿ ಕಷ್ಟಪಟ್ಟು ದುಡಿಯುವ ವ್ಯಕ್ತಿಯೊಬ್ಬರು ಆತನನ್ನು ನೋಡಿ, 'ಇಷ್ಟೊಂದು ಅಸಡ್ಡೆಯಿಂದ ಹೇಗೆ ಕೆಲಸ ಮಾಡುತ್ತಾರೆ ಇವರು, ಸ್ವಲ್ಪವಾದರೂ ಕಾಳಜಿ ಬೇಡವೇ?' ಎಂದು ಗೊಣಗುತ್ತಾರೆ. ಆದರೆ ಒಬ್ಬ ಸೋಮಾರಿಯು ಕಷ್ಟಪಟ್ಟು ದುಡಿಯುವ ಜನರನ್ನು ನೋಡುತ್ತಾ, 'ಗಾಣದ ಎತ್ತಿನಂತೆ ಎಲ್ಲಾ ಸಮಯದಲ್ಲೂ ಕಾರ್ಯನಿರತರಾಗಿರುವುದಾದರೂ ಏತಕ್ಕೆ? ಹೇಗೂ ಸಮಯಕ್ಕೆ ಸರಿಯಾಗಿ ಸಂಬಳ ಸಿಕ್ಕೇ ಸಿಗುತ್ತದಲ್ಲಾ,' ಅಂದುಕೊಳ್ಳುತ್ತಾನೆ.

ಪ್ರತಿಯೊಬ್ಬ ವ್ಯಕ್ತಿಯ ಮನಸ್ಸಿನಲ್ಲಿ ಇತರರ ಬಗ್ಗೆ ಇಂತಹ ಅನೇಕ ಪ್ರಶ್ನೆಗಳು ಉದ್ಭವಿಸುತ್ತವೆ. ಅವುಗಳಿಗೆ ಕೆಲವೊಮ್ಮೆ ಅವನಿಗೆ ಉತ್ತರ ಸಿಗುತ್ತದೆ ಮತ್ತು ಕೆಲವೊಮ್ಮೆ ಸಿಗುವುದಿಲ್ಲ.

ಮನುಷ್ಯನನ್ನು ಒಂದು ನಿರ್ದಿಷ್ಟ ರೀತಿಯಲ್ಲಿ ವರ್ತಿಸುವಂತೆ ಮಾಡುವಂತಹ, ಅವನ ಆಲೋಚನೆಗಳನ್ನು ನಿಯಂತ್ರಣದಲ್ಲಿಟ್ಟುಕೊಳ್ಳುವಂತಹ ಅದು ಯಾವ ಪ್ರೋಗ್ರಾಮಿಂಗ್

ಅವನಲ್ಲಿರುತ್ತದೆ? ಹಾಗೆ ವರ್ತಿಸಲು ಅವನು ಯಾವ ರೀತಿಯ ಪ್ರಕೃತಿ, ಸ್ವಭಾವವನ್ನು ಹೊಂದಿರುತ್ತಾನೆ? ಅವನ ಆ ಸ್ವಭಾವವೇ ಅವನ ಕಂಫರ್ಟ್ ಝೋನ್ ಆಗಿಬಿಡುತ್ತದೆ, ಅದರಿಂದ ಅವನಿಗೆ ಎಷ್ಟೇ ದುಃಖ, ತೊಂದರೆಯಾದರೂ ಸರಿ, ಆ ಹಿತವಲಯದಿಂದ ಅವನು ಹೊರಬರಲಾರ. ಪ್ರತಿಯೊಬ್ಬರೂ ತಿಳಿದುಕೊಳ್ಳಬೇಕಾದ, ಅರ್ಥಮಾಡಿಕೊಳ್ಳಬೇಕಾದ ಈ ಮುಖ್ಯವಾದ ಪ್ರೋಗ್ರಾಮಿಂಗ್ ಬಗ್ಗೆ ಗಾಯತ್ರಿ ಆಂಟಿ ಈಗ ಮಾತನಾಡಲಿದ್ದಾರೆ. ಇದರಿಂದ ಅವರು ತಮ್ಮನ್ನು ತಾವು ಅರ್ಥಮಾಡಿಕೊಳ್ಳಬಹುದು, ಇತರರನ್ನು ಅರ್ಥಮಾಡಿಕೊಳ್ಳಬಹುದು ಮತ್ತು ಭವಿಷ್ಯದ ಮಗುವನ್ನು ಸಹ ಅರ್ಥಮಾಡಿಕೊಳ್ಳಬಹುದು.

ಮಾನವನ ಈ ಸ್ವಭಾವವನ್ನು ಗೀತೆಯಲ್ಲಿ 'ತ್ರಿಗುಣಿ ಪ್ರಕೃತಿ' ಅಂದರೆ 'ಮೂರು ಗುಣಗಳಿರುವ ಪ್ರಕೃತಿ' ಎಂದು ಕರೆಯಲಾಗಿದೆ. ಇದು ಪ್ರತಿಯೊಬ್ಬ ವ್ಯಕ್ತಿಯ ನಡವಳಿಕೆ, ಆಲೋಚನೆಗಳು, ಬುದ್ಧಿವಂತಿಕೆ, ಭಾವನೆಗಳು ಮತ್ತು ಆಹಾರ ಪದ್ಧತಿಗಳನ್ನು ನಿರ್ಧರಿಸುತ್ತದೆ. ಮನುಷ್ಯರ ಈ ಪ್ರಾಕೃತಿಕ ಪ್ರೋಗ್ರಾಮಿಂಗ್ ಬಗ್ಗೆ ಕೇಳಲು ಎಲ್ಲರೂ ಉತ್ಸುಕರಾಗಿದ್ದರು.

ಗಾಯತ್ರಿ– ಒಬ್ಬ ವ್ಯಕ್ತಿಯು ಇತರರ ಇಚ್ಛೆಯಂತೆ ವರ್ತಿಸಲು ಸಾಧ್ಯವಿಲ್ಲ, ಅವನು ತನ್ನ ಸ್ವಭಾವಕ್ಕೆ ತಕ್ಕಂತೆ ವರ್ತಿಸುತ್ತಾನೆ. ಪ್ರಕೃತಿ ನಿರ್ಧರಿಸುವ ಸ್ವಭಾವ. ಮೂರು ಗುಣಗಳಿಂದ ಮಾಡಲ್ಪಟ್ಟಿರುವುದರಿಂದ ಇದನ್ನು ತ್ರಿಗುಣ ಎಂದು ಕರೆಯಲಾಗುತ್ತದೆ. ಈ ಮೂರು ಗುಣಗಳೆಂದರೆ – ಸತ್ವಗುಣ, ರಜೋಗುಣ, ತಮೋಗುಣ. ಪ್ರತಿಯೊಬ್ಬ ಮನುಷ್ಯನೂ ಹೆಚ್ಚು ಕಡಿಮೆ ಪ್ರಮಾಣದಲ್ಲಿ ಈ ಮೂರು ಗುಣಗಳನ್ನು ಹೊಂದಿರುತ್ತಾನೆ. ಅಂದರೆ, ಎಲ್ಲಾ ಮೂರು ಗುಣಗಳು ವಿಭಿನ್ನ ಪ್ರಮಾಣದಲ್ಲಿ ಪ್ರತಿಯೊಬ್ಬರಲ್ಲೂ ಇರುತ್ತವೆ.

ಹೆಚ್ಚಿನ ದೇಹಗಳಲ್ಲಿ ಒಂದು ಗುಣವು ಹೆಚ್ಚಿನ ಪ್ರಮಾಣದಲ್ಲಿರುತ್ತದೆ, ಇನ್ನೆರಡು ಗುಣಗಳು ಗೌಣವಾಗಿರುತ್ತವೆ. ಯಾವ ಗುಣವು ಹೆಚ್ಚಿನ ಪ್ರಮಾಣದಲ್ಲಿರುತ್ತದೆಯೋ ವ್ಯಕ್ತಿಯು ಆ ಗುಣದ ಪ್ರಭಾವದಿಂದ ವರ್ತಿಸುತ್ತಾನೆ. ಆ ಗುಣವೇ ಅವನ ಆಲೋಚನೆ, ಬುದ್ಧಿ, ಭಾವನೆಗಳು... ಎಲ್ಲದರಲ್ಲೂ ಮೇಲುಗೈ ಸಾಧಿಸುತ್ತದೆ. ಮೊದಲು ನಾವು ಈ ಮೂರು ಗುಣಗಳನ್ನು ಸಂಕ್ಷಿಪ್ತವಾಗಿ ಅರ್ಥಮಾಡಿಕೊಳ್ಳೋಣ, ನಂತರ ನಾವು ಅದರ ಬಗ್ಗೆ ಮತ್ತಷ್ಟು ಮಾತನಾಡೋಣ. ಈ ಗುಣಗಳ ವಿಶೇಷತೆಗಳನ್ನು ಅರ್ಥಮಾಡಿಕೊಳ್ಳುವ ಮೂಲಕ, ನಿಮ್ಮ ಸ್ವಭಾವವನ್ನು ಸಹ ನೀವು ತಿಳಿದುಕೊಳ್ಳಬಹುದು, ನೀವು ಈಗ ಹೇಗಿದ್ದೀರೋ ಹಾಗೆ ಏಕೆ ಇದ್ದೀರಿ ಎಂಬುದನ್ನು ತಿಳಿದುಕೊಳ್ಳಬಹುದು.

ಮೊದಲು ತಮೋಗುಣದ ಬಗ್ಗೆ ಮಾತನಾಡೋಣ. ತಮೋಗುಣದ ಮೂಲ ಸ್ವರೂಪವು ಅದರ ಹೆಸರಿನಲ್ಲಿಯೇ ಅಡಗಿದೆ. ತಮ ಎಂದರೆ ಕತ್ತಲೆ. ಕತ್ತಲೆಯು ಅಜ್ಞಾನ, ದುಃಖ ಮತ್ತು ಅಜಾಗರೂಕತೆಯ ಸಂಕೇತವಾಗಿದೆ. ತಮೋಗುಣ ಅಧಿಕವಾಗಿರುವ ವ್ಯಕ್ತಿಗೆ ಅಜಾಗರೂಕತೆ (ಮದ, ಅಹಂಕಾರ), ಸೋಮಾರಿತನ, ಅತಿಯಾದ ನಿದ್ರೆ, ಕೆಲಸ ಮಾಡದಿರುವ ಪ್ರವೃತ್ತಿ ಮತ್ತು ಕೆಲಸದಿಂದ ತಪ್ಪಿಸಿಕೊಳ್ಳುವ ಅಭ್ಯಾಸಗಳಿರುತ್ತವೆ. ಮೂಲಭೂತವಾಗಿ, ತಮೋಗುಣಿಗಳು ತಮ್ಮ ದೇಹಕ್ಕೆ ಏನೂ ಕಷ್ಟವಾಗಬಾರದು ಎಂದು ಬಯಸುತ್ತಾರೆ. ಆದ್ದರಿಂದ ಅವರು ತಮ್ಮ ಕೆಲಸವನ್ನು ಎಷ್ಟೇ ನಷ್ಟ ಅನುಭವಿಸಿದರೂ, ನೆಪ ಹೇಳಿಕೊಂಡು ಮುಂದೂಡುತ್ತಲೇ ಇರುತ್ತಾರೆ. ತಮೋಗುಣದಿಂದಾಗಿ, ಒಬ್ಬ ವ್ಯಕ್ತಿಯು ಸರಿಯಾದ ನಿರ್ಧಾರಗಳನ್ನು ತೆಗೆದುಕೊಳ್ಳಲು ಸಾಧ್ಯವಾಗುವುದಿಲ್ಲ.

ಮನೀಷ್, ವಿಶಾಲ್, ನೀವು ನಿಮ್ಮ ಆಫೀಸ್‌ನಲ್ಲಿ ನೋಡಿರಬಹುದು, ಕೆಲವರು ಕೆಲಸ

ತಪ್ಪಿಸಲು ಕೆಲವೊಮ್ಮೆ ತಮ್ಮ ಅನಾರೋಗ್ಯದ ಅಥವಾ ಕುಟುಂಬದ ಸದಸ್ಯರ ಯಾವುದೋ ಸಮಸ್ಯೆಯ ನೆಪ ಹೇಳಿಕೊಂಡು ಆಫೀಸ್‌ಗೆ ತಡವಾಗಿ ಬರುವುದು ಅಥವಾ ತುಂಬಾ ರಜೆ ಹಾಕುವುದು ಮಾಡುತ್ತಾರೆ. ಇದನ್ನು ಅವರಿಂದ ತಮೋಗುಣವೇ ಮಾಡಿಸುತ್ತದೆ. ಆಹಾರ ಪದಾರ್ಥಗಳಲ್ಲಿಯೂ ತಮೋಗುಣವು ಕರಿದ, ಹುರಿದ, ಹಳಸಿದ ಆಹಾರವನ್ನು ಇಷ್ಟಪಡುತ್ತದೆ. ಇದರಿಂದ ಅದು ಜಡವಾಗಿ ಉಳಿಯುತ್ತದೆ. ಅವರ ಆಲೋಚನೆಗಳಲ್ಲಿಯೂ ಸೋಮಾರಿತನವಿರುತ್ತದೆ, ಪರಿಣಾಮವಾಗಿ, ಕಲ್ಪನೆ ಮತ್ತು ಸೃಜನಶೀಲತೆ ಎಲ್ಲದರ ಮೇಲೂ ತಮೋಗುಣದ ಪ್ರಭಾವವಿರುತ್ತದೆ.

ಈಗ ನಾವು ಉಳಿದ ಎರಡು ಗುಣಗಳನ್ನು ಅರ್ಥಮಾಡಿಕೊಳ್ಳೋಣ. ನಂತರ ನೀವು ನಿಮ್ಮಲ್ಲಿ ಯಾವ ಗುಣವು ಪ್ರಧಾನವಾಗಿವೆ ಮತ್ತು ಯಾವ ಗುಣವು ನಿಮ್ಮನ್ನು ಯಾವಾಗ ಆಳುತ್ತದೆ ಎಂದು ಹೇಳಿರಿ.

ಗಾಯತ್ರಿ ಆಂಟಿ ತಮೋಗುಣದ ಬಗ್ಗೆ ಚರ್ಚಿಸುತ್ತಿದ್ದಾಗ ವಿಶಾಲ್ ತುಂಬಾ ಚಡಪಡಿಸುತ್ತಿದ್ದ. ಅವನು ತನ್ನ ಒಂದು ಕಾಲನ್ನು ನಿರಂತರವಾಗಿ ಅಲ್ಲಾಡಿಸುತ್ತಿದ್ದ. ಅವನ ಕೈಗಳು ಮತ್ತೆ ಮತ್ತೆ ಮೊಬೈಲ್ ಕಡೆಗೆ ಹೋಗುತ್ತಿದ್ದವು. ಅವನ ಮುಖಭಾವದಿಂದ ಅವನ ಮನಸ್ಸಿನಲ್ಲಿ ಕೆಲವು ಆಲೋಚನೆಗಳು ನಡೆಯುತ್ತಿವೆ ಎಂದು ತೋರುತ್ತಿತ್ತು. ಅವನ ಚಡಪಡಿಕೆ ನೋಡಿದ ಗಾಯತ್ರಿ ಆಂಟಿಗೆ ವಿಶಾಲ್ ಒಬ್ಬ ರಜೋಗುಣಿ ಮನುಷ್ಯ, ಅವನಿಗೆ ಶಾಂತಿ ಹಾಗು ತಾಳ್ಮೆಯಿಂದ ಕುಳಿತುಕೊಳ್ಳುವುದು ಕಷ್ಟ ಎಂದು ಅರ್ಥವಾಯಿತು.

ಗಾಯತ್ರಿ– ವಿಶಾಲ್ ನಿನ್ನದು ಯಾವ ಪ್ರಕೃತಿ ಎಂದು ನಿನಗನಿಸುತ್ತದೆ? ನಿನ್ನಲ್ಲಿ ಯಾವ ಗುಣ ಪ್ರಬಲವಾಗಿದೆ?

ವಿಶಾಲ್– ಆಂಟಿ, ನಾನು ಸಮತೋಲನದ ವ್ಯಕ್ತಿ. ಹೇಗೆ ಇರಬೇಕೋ ಹಾಗೆಯೇ ಇದ್ದೇನೆ. ಯಾವುದೇ ಗುಣ ಹೆಚ್ಚಿನ ಹೆಚ್ಚಿಲ್ಲ, ಎಲ್ಲವೂ ಎಷ್ಟು ಪ್ರಮಾಣದಲ್ಲಿರಬೇಕೊ ಅಷ್ಟಿದೆ.

ಗಾಯತ್ರಿ– ಸರಿ. ಈಗ ನಾವು ರಜೋಗುಣದ ಬಗ್ಗೆ ತಿಳಿಯೋಣ. ಮಾನವ ದೇಹದಲ್ಲಿ ಸಂಭವಿಸುವ ಚಟುವಟಿಕೆಗಳಿಗೆ ಕಾರಣ ಆತನ ರಜೋಗುಣ. ಈ ರಜೋಗುಣವು ಒಬ್ಬ ವ್ಯಕ್ತಿಯಲ್ಲಿ ಆಸೆಗಳನ್ನು ಮತ್ತು ಕಾಮನೆಗಳನ್ನು ಜಾಗೃತಗೊಳಿಸುತ್ತದೆ, ನಂತರ ಅವನನ್ನು ಅವುಗಳ ಹಿಂದೆ ಓಡುವಂತೆ ಮಾಡುತ್ತದೆ. ಪ್ರತಿಯೊಬ್ಬರಲ್ಲೂ ಅಲ್ಪಸ್ವಲ್ಪ ರಜೋಗುಣವಿರುತ್ತದೆ, ಅದು ಇರಲೇಬೇಕು. ಆದರೆ ಹೆಚ್ಚು ರಜೋಗುಣವನ್ನು ಹೊಂದಿರುವ ದೇಹಗಳು ಶಾಂತವಾಗಿ ಕುಳಿತುಕೊಳ್ಳಲು ಸಾಧ್ಯವಿಲ್ಲ. ಅವರ ಮೂಲ ಮಂತ್ರ 'ಮುಂದೇನು?' ಅಥವಾ 'ನಾನು ಈಗ ಏನು ಮಾಡಬೇಕು?' ಒಂದು ಕೆಲಸವನ್ನು ಪೂರ್ಣಗೊಳಿಸುತ್ತಿದ್ದಂತೆಯೇ ಅದು ಅವರ ಮನಸ್ಸನ್ನು ಮತ್ತೊಂದು ಕೆಲಸವನ್ನು ಪೂರ್ಣಗೊಳಿಸುವತ್ತ ತಿರುಗಿಸುತ್ತದೆ.

ರಜೋಗುಣಿ ಜನರು ಮಹತ್ವಾಕಾಂಕ್ಷೆಯುಳ್ಳವರು ಮತ್ತು ಹೆಚ್ಚು ಕ್ರಿಯಾಶೀಲರು ಆಗಿರುತ್ತಾರೆ. ಅವರ ಮೆದುಳು ತಮ್ಮ ದೇಹವನ್ನು ವಿಶ್ರಾಂತಿಗೆ ಬಿಡುವುದಿಲ್ಲ. ಅವರು ನಿರಂತರವಾಗಿ ಚಲಿಸುತ್ತಲೇ ಇರುತ್ತಾರೆ. ಆದ್ದರಿಂದ ಅವರು ಕಡಿಮೆ ನಿದ್ರೆ ಮಾಡುತ್ತಾರೆ.

ಅಂತಹ ಜನರು ಇತರ ಜನರು ಸುಮ್ಮನೆ ಕುಳಿತುಕೊಳ್ಳುವುದನ್ನು ಸಹಿಸುವುದಿಲ್ಲ. ಅವರು ತಮ್ಮ ಸುತ್ತ–ಮುತ್ತಲಿನ ಜನರನ್ನೂ ಸಹ ಓಡಿಸುತ್ತಿರುತ್ತಾರೆ. ರಜೋಗುಣಿ ಬಾಸ್ ಅಡಿಯಲ್ಲಿ ಕೆಲಸ ಮಾಡುವ ಉದ್ಯೋಗಿಗಳು ತುಂಬಾ ತೊಂದರೆಗೊಳಗಾಗುತ್ತಾರೆ.

ಗಾಯತ್ರಿ ಆಂಟಿ ನಗುತ್ತಾ ಹೀಗೆ ಹೇಳಿದಾಗ ವಿಶಾಲ್ ಶಾಕ್ ಆದನು. ಅವರು ನನ್ನ ಬಗ್ಗೆಯೇ ಮಾತನಾಡುತ್ತಿದ್ದಾರೆ ಎಂದು ಅವನಿಗನ್ನಿಸಿತು. 'ಇವೆಲ್ಲ ನನ್ನ ವಿಶೇಷತೆಗಳು, ಆದರೆ ಅವುಗಳನ್ನು ನನ್ನ ಲೋಪದೋಷಗಳೆಂಬಂತೆ ಹೇಳುತ್ತಿದ್ದಾರಲ್ಲಾ... ನನ್ನ ಕೈಕೆಳಗೆ ಕೆಲಸ ಮಾಡುವವರು ನನ್ನ ದುಡಿಯುವ ರೀತಿಗೆ ಬೇಸರಗೊಂಡು, 'ಬಾಸ್ ಉಸಿರಾಡಲೂ ಬಿಡುವುದಿಲ್ಲ...' ಎಂದು ಹೇಳುತ್ತಾರೆ. ಆದರೆ ಕೆಲಸ ಹೀಗೇ ಆಗಬೇಕಲ್ಲವೇ, ಆಗ ಮಾತ್ರ ಗುರಿ ಮುಟ್ಟಲು ಸಾಧ್ಯ... ಪ್ರಗತಿಯಾಗಲು ಸಾಧ್ಯ...' ಎಂದು ಇಲ್ಲಿ ವಿಶಾಲ್ ಯೋಚಿಸುತ್ತಿದ್ದ. ಇನ್ನೊಂದೆಡೆ ಗಾಯತ್ರಿ ಆಂಟಿ ಮತ್ತಷ್ಟು ಹೇಳುತ್ತಿದ್ದರು.

ಸಲೋನಿ– ಆಂಟಿ, ನೀವಂತೂ ಇವರ ಎಲ್ಲಾ ಗುಣಗಳನ್ನು ಹೇಳಿದಿರಿ. ಇವರು ತಾವಂತೂ ಶಾಂತವಾಗಿ ಕುಳಿತುಕೊಳ್ಳುವುದಿಲ್ಲ, ಇತರರು ಶಾಂತವಾಗಿ ಕುಳಿತುಕೊಳ್ಳುವುದನ್ನೂ ಸಹಿಸುವುದಿಲ್ಲ. ನಮ್ಮ ನಡುವೆ ಬಹುತೇಕ ಜಗಳಗಳು ಇದೇ ವಿಚಾರಕ್ಕೆ ಆಗುತ್ತವೆ. ಮನೆಗೆ ಬಂದ ಮೇಲೂ ಆಫೀಸ್ ಕೆಲಸ ಮಾಡುತ್ತಲೇ ಇರುತ್ತಾರೆ. 'ನಾಳೆ ಮಾಡುವ ಕೆಲಸವನ್ನು ಇಂದೇ ಮುಗಿಸಿ ಮಲಗುವೆ, ನಾಳೆ ಬೇರೊಂದು ಬಾಕಿ ಇರುವ ಕೆಲಸ ಮಾಡಬಹುದಲ್ಲಾ' ಎಂದು ಯೋಚಿಸುತ್ತಾರೆ.

ಗಾಯತ್ರಿ– ಹೌದು ರಜೋಗುಣಿ ಹೀಗೆಯೇ ಯೋಚಿಸುತ್ತಾರೆ. 'ನಾಡಿದ್ದು ಮಾಡುವುದನ್ನು ಇಂದು ಮಾಡು, ಇಂದು ಮಾಡುವುದನ್ನು ಈಗಲೆ' ಎಂಬ ವಿಚಾರಧಾರೆಯವರಾಗಿರುತ್ತಾರೆ. ಆದರೆ ತಮೋಗುಣಿಯ ವಿಚಾರಧಾರೆ ಹೀಗಿರುತ್ತದೆ, 'ಇಂದು ಮಾಡುವುದನ್ನು ನಾಳೆ ಮಾಡು, ನಾಳೆ ಮಾಡುವುದನ್ನು ನಾಡಿದ್ದು, ಇನ್ನೂ ವರ್ಷಗಟ್ಟಲೆ ಇರುವೆವು ನಾವು, ಇಂತಹ ಅವಸರ ಸಲ್ಲದು'. ಇದನ್ನು ಕೇಳಿ ಎಲ್ಲರೂ ನಗತೊಡಗಿದರು.

ವಿಶಾಲ್– ಹಾಗಾದರೆ ಅದರಲ್ಲಿ ಕೆಟ್ಟದ್ದೇನಿದೆ? ನಿಜ ಹೇಳಬೇಕೆಂದರೆ ಈ ಜಗತ್ತು ನಡೆಯುತ್ತಿರುವುದು ರಜೋಗುಣಿಗಳ ಬಲದಿಂದಲೇ. ತಮೋಗುಣಿಯು ಅದನ್ನು ಬಹಳ ಹಿಂದೆಯೇ ಮುಳುಗಿಸಿಬಿಡುತ್ತಿದ್ದ. ಹೀಗೆ ಹೇಳುತ್ತಾ ಮನೀಷ್ ಕಡೆ ವ್ಯಂಗ್ಯವಾಗಿ ನೋಡಿದ.

ಗಾಯತ್ರಿ– ನೋಡು, ಇಲ್ಲಿ ಪ್ರಪಂಚವನ್ನು ನಡೆಸುವು ಬಗ್ಗೆ ಹೇಳುತ್ತಿಲ್ಲ, ಸಮತೋಲನದ ಜೀವನ ಬಗ್ಗೆ ಹೇಳಲಾಗುತ್ತಿದೆ. ರಜೋಗುಣಿಯ ಇನ್ನೊಂದು ವಿಶೇಷತೆ ಏನೆಂದರೆ ಅವನು ತನ್ನನ್ನು ತಾನು ಕರ್ತನೆಂದು ಭಾವಿಸಿ, ಕರ್ತೃವಿನ ಅಹಂಭಾವದಲ್ಲಿ ಮುಳುಗಿರುತ್ತಾನೆ. 'ನಾನು ಈ ಕೆಲಸ ಮಾಡದಿದ್ದರೆ ಅದು ಆಗುವುದೇ ಇಲ್ಲ, ಜಗತ್ತು ನಿಂತು ಬಿಡುತ್ತದೆ'... ಎಂದು ಭಾವಿಸುತ್ತಾನೆ. ಆದರೆ ಹಾಗೆ ಎಂದಿಗೂ ಆಗುವುದಿಲ್ಲ. ಇಂದು ಈ ಕಂಪನಿಯನ್ನು ಬಿಟ್ಟು ಮತ್ತೊಂದನ್ನು ಸೇರಿದರೂ ಈ ಕಂಪನಿ ಮುಚ್ಚುವುದಿಲ್ಲ, ಕೆಲಸ ಮುಂದುವರಿಯುತ್ತದೆ. ಆದರೆ ಈ ಆಲೋಚನೆಯಿಂದಾಗಿ, ರಜೋಗುಣಿ ಸಮತೋಲಿತ ಜೀವನವನ್ನು ಮರೆತು ಹೆಚ್ಚುವರಿ ಜವಾಬ್ದಾರಿಗಳನ್ನು ತೆಗೆದುಕೊಳ್ಳುತ್ತಾನೆ, ಇದರಿಂದಾಗಿ ಅವನ ದೇಹ ಮತ್ತು ಮನಸ್ಸು ಸಮಯಕ್ಕಿಂತ ಮುಂಚೆಯೇ ದಣಿಯುತ್ತವೆ. ಅವನು ಒತ್ತಡ, ನಿದ್ರಾಹೀನತೆ, ಕೋಪ, ಕಿರಿಕಿರಿ, ಅಧಿಕ ರಕ್ತದೊತ್ತಡದಂತಹ ಕಾಯಿಲೆಗಳಿಗೆ ತುತ್ತಾಗುತ್ತಾನೆ.

ಇದನ್ನು ಕೇಳಿದ ವಿಶಾಲ್ ಮೌನವಾದನು.

ಗಾಯತ್ರಿ– ಈಗ ಸತ್ವಗುಣದ ಸರದಿ ಬಂದಿದೆ. ಸತ್ವಗುಣವು ರಜಸ್ಸು ಮತ್ತು ತಮಸ್ಸಿಗಿಂತ ಉತ್ತಮ ಗುಣವಾಗಿದೆ. ಅದರ ಹೆಸರೇ ಸೂಚಿಸುವಂತೆ, ಇದು ಶಾಂತಿ, ನಿರ್ಮಲತೆ, ಸದ್ಬುದ್ಧಿ, ಉತ್ತಮ ಆಚರಣೆ, ಉತ್ತಮ ನಡತೆ, ಸೇವೆ, ಸಹಾನುಭೂತಿಯಂತಹ ಸದ್ಗುಣಗಳನ್ನು ಒಳಗೊಂಡಿದೆ. ಸತ್ವಗುಣದ ಪ್ರಭಾವದಲ್ಲಿರುವ ಮನುಷ್ಯನು ಯಾವುದೇ ಕೆಲಸವನ್ನು ಮಾಡಲು

ಸೋಮಾರಿತನ ತೋರುವುದಿಲ್ಲ ಅಥವಾ ಆತುರಪಡುವುದಿಲ್ಲ. ಅವನು ಪ್ರತಿಯೊಂದು ಕೆಲಸವನ್ನು ಸಮಯಕ್ಕೆ ಸರಿಯಾಗಿ ಮತ್ತು ಸರಿಯಾದ ರೀತಿಯಲ್ಲಿ ಮಾಡುತ್ತಾನೆ. ಅವನು ತನ್ನ ಬಗ್ಗೆ ಮಾತ್ರ ಯೋಚಿಸುವುದಿಲ್ಲ, ಇತರರ ಬಗ್ಗೆಯೂ ಯೋಚಿಸುತ್ತಾನೆ ಮತ್ತು ತನ್ನ ಒಳ್ಳೆಯ ಕಾರ್ಯಗಳ ಬಗ್ಗೆ ಜಾಗೃತನಾಗಿರುತ್ತಾನೆ.

ಅಂತಹ ಜನರು ಸಮಯಕ್ಕೆ ಸರಿಯಾಗಿ ಮಲಗುತ್ತಾರೆ, ಸಮಯಕ್ಕೆ ಸರಿಯಾಗಿ ಎಚ್ಚರಗೊಳ್ಳುತ್ತಾರೆ ಮತ್ತು ಸಾತ್ವಿಕ ಆಹಾರವನ್ನು ಸೇವಿಸುತ್ತಾರೆ. ಧರ್ಮ, ಜ್ಞಾನ, ಆಧ್ಯಾತ್ಮಿಕತೆಯಂತಹ ಸಾತ್ವಿಕ ಪುಸ್ತಕಗಳನ್ನು ಓದುತ್ತಾರೆ, ಸಾತ್ವಿಕವಾಗಿ ಮನನ-ಚಿಂತನೆಗೈಯ್ಯುತ್ತಾರೆ, ಸತ್ಸಂಗಕ್ಕೆ ಹೋಗುತ್ತಾರೆ. ಅವರು ಒಳ್ಳೆಯ ಸಮೂಹಗಳೊಂದಿಗೆ ಸೇರುತ್ತಾರೆ. ದುರ್ಗುಣಗಳು/ವಿಕಾರಗಳು ತಮ್ಮ ಮೇಲೆ ಪ್ರಾಬಲ್ಯ ಸಾಧಿಸಲು ಬಿಡುವುದಿಲ್ಲ. ಅವರ ಒಳ್ಳೆಯ ಆಲೋಚನೆ ಮತ್ತು ಒಳ್ಳೆಯ ಕಾರ್ಯಗಳಿಂದ ಸುತ್ತಮುತ್ತಲಿನ ಜನರು ಅವರನ್ನು ಬಹಳ ಗೌರವದಿಂದ ನೋಡುತ್ತಾರೆ. ಇವರಿಗೆ ಸಮಾಜದಲ್ಲಿ ಸಾಕಷ್ಟು ಪ್ರಶಂಸೆ ಸಿಗುತ್ತದೆ.

ಮಧು- ಆಂಟಿ, ನೀವು ನನ್ನ ತಂದೆಯ ಗುಣಲಕ್ಷಣಗಳನ್ನು ಹೇಳುತ್ತಿದ್ದೀರಿ. ಅವರೂ ಹೀಗೇ ಇದ್ದಾರೆ. ಅವನು ತನ್ನ ಜೀವನವನ್ನು ಹೀಗೆಯೇ ಜೀವಿಸಿದರು. ಅವರು ತಮ್ಮ ಆರೋಗ್ಯ ಮತ್ತು ಆಹಾರ ಪದ್ಧತಿಯ ಬಗ್ಗೆ ಸಂಪೂರ್ಣ ಕಾಳಜಿ ವಹಿಸುತ್ತಾರೆ. ಯಾವುದರಲ್ಲೂ ದುರಾಸೆ ಇಲ್ಲವೇ ಮೋಹವಿಲ್ಲ. ಹೇಳುವಾಗ ಮಧುವಿನ ಮುಖದಲ್ಲಿ ಹೆಮ್ಮೆ ಮೂಡುತ್ತಿತ್ತು.

ಮನೀಶ್- ಹಾಗಾದರೆ ಸತ್ವಗುಣಿಯಲ್ಲಿ ಯಾವ ಕೊರತೆಯೂ ಇರುವುದಿಲ್ಲವೇ?

ಗಾಯತ್ರಿ- ಖಂಡಿತವಾಗಿಯೂ ಇರುತ್ತದೆ. ಸತ್ವ ಗುಣದಿಂದಾಗಿ ಅವರು ಸುಖ, ಸಂತೃಪ್ತಿ, ಶಾಂತಿಯಿಂದ ಕೂಡಿದ ಜೀವನ ನಡೆಸುತ್ತಾರೆ, ಹೊಗಳಿಕೆಯನ್ನು ಪಡೆಯುತ್ತಾರೆ. ಆದರೆ ಸಮಸ್ಯೆಯೆಂದರೆ ಅದಕ್ಕವರು ಒಗ್ಗಿಕೊಂಡು ಬಿಡುತ್ತಾರೆ. ಇತರರಿಂದ ಪ್ರಶಂಸೆ ಪಡೆದ ನಂತರ, ಅವರು ತಮ್ಮನ್ನು ತಾವು ಪರಿಪೂರ್ಣ ಎಂದು ಪರಿಗಣಿಸಲು ಪ್ರಾರಂಭಿಸುತ್ತಾರೆ. ಅವರು ತಮ್ಮ ಜ್ಞಾನ, ಒಳ್ಳೆಯತನ ಮತ್ತು ಅವರ ಪ್ರತಿಷ್ಠೆಯ ಬಗ್ಗೆ ಹೆಮ್ಮೆಪಡುತ್ತಾರೆ.

ಸಲೋನಿ- ಪ್ರತಿಯೊಂದು ಗುಣದಲ್ಲೂ ಏನಾದರೊಂದು ಕೊರತೆ ಇರುವುದಾದರೆ ಸರಿಯಾದ ಸ್ಥಿತಿ ಯಾವುದು? ನಾವು ಏನಾಗಬೇಕು ಮತ್ತು ಹೇಗೆ? ಎಲ್ಲರೂ ಇದನ್ನು ತಿಳಿಯುವ ಕುತೂಹಲದಿಂದ ಗಾಯತ್ರಿ ಆಂಟಿಯ ಕಡೆಗೆ ನೋಡುತ್ತಿದ್ದರು.

ಗಾಯತ್ರಿ- ಯಶಸ್ವಿ ಜೀವನದ ಕೀಲಿಕೈ ಯಾವುದೆಂದರೆ ಮೂರು ಗುಣಗಳ (ಸತ್ವ, ರಾಜಸ್ಸು, ತಮಸ್ಸು) ಸರಿಯಾದ ಸಮತೋಲನ. ನಿಮ್ಮ ಮಗುವು ಮೊದಲಿನಿಂದಲೂ ಈ ಮೂರು ಗುಣಗಳನ್ನು ಸರಿಯಾದ ಸಮತೋಲನ ಹೊಂದಿದ್ದರೆ, ಅದರ ಜೀವನವು ಸುಲಭ, ಸರಳ ಮತ್ತು ಯಶಸ್ವಿಯಾಗುತ್ತದೆ. ಆದರೆ ಅದರ ತಂದೆತಾಯಿಗಳು ಸಹ ಈ ತ್ರಿಗುಣಗಳ ಸಮತೋಲಿತ ಜೀವನವನ್ನು ನಡೆಸಿದಾಗ ಮಾತ್ರ ಅದು ಸಾಧ್ಯವಾಗುತ್ತಾದೆ. ಅದಕ್ಕೇ ಮಗುವಿನ ಆಗಮನದ ಮೊದಲು, ನೀವು ನಿಮ್ಮ ಜೀವನದಲ್ಲಿ ಸಮತೋಲನವನ್ನು ಸ್ಥಾಪಿಸಬೇಕು, ಇದರ ಪ್ರಭಾವವು ಗರ್ಭದಲ್ಲಿಯೇ ಮಗುವಿನ ಮೇಲೆ ಬೀಳಲು ಪ್ರಾರಂಭಿಸುತ್ತದೆ.

ಈಗ ನೀವು ನಿಮ್ಮ ಗುಣಗಳನ್ನು ಗುರುತಿಸಿ ಅವುಗಳನ್ನು ಸಮತೋಲನಕ್ಕೆ ತರಬೇಕು ಮತ್ತು ಕ್ರಮೇಣ ನೀವು ಈ ಎಲ್ಲಾ ಗುಣಗಳ ಲಾಭವನ್ನು ಪಡೆದುಕೊಳ್ಳುವ ಮತ್ತು ಅವುಗಳಿಂದ ಉಂಟಾಗುವ ಅನಾನುಕೂಲಗಳನ್ನು ತಪ್ಪಿಸುವ ಹಂತವನ್ನು ತಲುಪಬೇಕು.

ಮನೀಶ್– ಹಾಗಾದರೆ ಇದಕ್ಕೆ ಏನು ಮಾಡಬೇಕು?

ಗಾಯತ್ರಿ– ಇದನ್ನು ಮಾಡಲು ಸುಲಭವಾದ ಮಾರ್ಗವೆಂದರೆ, ನೀವೆಲ್ಲರೂ ನಿಮ್ಮ 24–ಗಂಟೆಗಳ ದಿನಚರಿಯಲ್ಲಿ, ನೀವು ಎಷ್ಟು ನಿದ್ರಿಸುತ್ತೀರಿ, ವಿಶ್ರಾಂತಿ ಪಡೆಯುತ್ತೀರಿ, ಎಷ್ಟು ಕೆಲಸ ಮಾಡುತ್ತೀರಿ, ನೀವು ಮಾಡುವ ಕೆಲಸವು ನಿಜವಾಗಿಯೂ ಮಾಡಲು ಯೋಗ್ಯವಾದದ್ದೇ ಅಥವಾ ಕೇವಲ ಒಂದು ಸಮಯ ಕಳೆಯಲು ಮಾಡುತ್ತೀರೋ, ಮಾಡುವ ಕೆಲಸವನ್ನು ಯಾವ ಭಾವನೆಯಿಂದ ಮಾಡುತ್ತೀರಿ... ನಿಷ್ಪ್ರಯೋಜಕ ಆಲೋಚನೆಗಳಲ್ಲಿ ಸಿಕ್ಕಿಹಾಕಿಕೊಳ್ಳುತ್ತಾ ಅಥವಾ ಇತರರ ಬಗ್ಗೆ ಕೆಟ್ಟದಾಗಿ ಮಾತನಾಡುತ್ತಾ ಎಷ್ಟು ಸಮಯ ಕಳೆಯುತ್ತೀರಿ... ಮನರಂಜನೆಯಲ್ಲಿ (ಟಿವಿ, ಮೊಬೈಲ್, ಇಂಟರ್‌ನೆಟ್) ಎಷ್ಟು ಸಮಯ ವ್ಯರ್ಥವಾಗುತ್ತದೆ ಇತ್ಯಾದಿಗಳನ್ನು ಗಮನಿಸಬೇಕು.

ಈ ರೀತಿಯಾಗಿ, ನಿಮ್ಮ ದೈನಂದಿನ ಚಟುವಟಿಕೆಗಳನ್ನು ಪಟ್ಟಿ ಮಾಡಿ. ನಂತರ, ನಿಮ್ಮ ದಿನಚರಿಯಲ್ಲಿ ಯಾವ ರೀತಿಯ ಚಟುವಟಿಕೆಗಳು ಹೇರಳವಾಗಿವೆ ಮತ್ತು ಅವು ಯಾವ ಗುಣಗಳಿಂದ ಪ್ರೇರಿತವಾಗಿವೆ? ಎಂಬುದನ್ನು ಗಮನಿಸಿ. ಉದಾಹರಣೆಗೆ, ನೀವು ಅಗತ್ಯಕ್ಕಿಂತ ಹೆಚ್ಚು ನಿದ್ರೆ ಮಾಡುತ್ತಿದ್ದೀರಿ, ವಿಶ್ರಾಂತಿಯ ಹುಡುಕಾಟದಲ್ಲಿ ಕೆಲಸವನ್ನು ಮುಂದೂಡುತ್ತಿದ್ದೀರಿ ಅಥವಾ ಕೆಲಸ ಮಾಡುವಾಗಲೂ ನಿಮ್ಮ ಮನಸ್ಸು ಆಲಸ್ಯದೆಡೆ ಜಾರುತ್ತಿದೆ, ಮನರಂಜನೆ, ಟಿವಿ, ಮೊಬೈಲ್‌ನಲ್ಲಿ ನಿಮ್ಮ ಸಮಯ ವ್ಯರ್ಥ ಮಾಡುತ್ತಿದೆ. ಹೀಗಿದ್ದಲ್ಲಿ ಈ ಎಲ್ಲಾ ಕೆಲಸಗಳು ಹೆಚ್ಚುವರಿ ತಮೋಗುಣದಿಂದ ಆಗುತ್ತಿವೆ. ನೀವು ಅದನ್ನು ಸುಧಾರಿಸಬೇಕು.

ವಿಶಾಲ್– ಹಾಗಾದರೆ ನನ್ನಂತಹ ರಜೋಗುಣಿ ಏನು ಮಾಡಬೇಕು?

ಗಾಯತ್ರಿ– ರಜೋಗುಣ ಜಾಸ್ತಿಯಾದವರ ದೊಡ್ಡ ಕೊರತೆ ಏನು ಗೊತ್ತಾ? ಅವರು ಕೆಲಸ ಮಾಡದಿದ್ದರೆ ಜಗತ್ತಿನಲ್ಲಿ ಕೆಲಸಗಳೇ ಆಗುವುದಿಲ್ಲ ಅಥವಾ ಜಗತ್ತು ನಿಂತುಬಿಡುತ್ತದೆ ಎಂದು ಅವರು ಭಾವಿಸುತ್ತಾರೆ.

ಆದರೆ ಇದು ನಿಜವಲ್ಲ. ಎಲ್ಲಾ ಕೆಲಸಗಳು ತನ್ನದೇ ಆದ ಸಮಯದಲ್ಲಿ ಪೂರ್ಣಗೊಳ್ಳುತ್ತವೆ. ಈ ವಿಷಯಗಳನ್ನು ಅರ್ಥಮಾಡಿಕೊಳ್ಳಲು, ನಿಮ್ಮ ಕೆಲಸದ ನಡುವೆ ನೀವು ಕೆಲವು ಕ್ಷಣಗಳ ಮೌನವನ್ನು ಇಟ್ಟುಕೊಳ್ಳಬೇಕು. ನೀವು ಪ್ರತಿದಿನ ಕೆಲವು ನಿಮಿಷಗಳ ಕಾಲ ಧ್ಯಾನದಲ್ಲಿ ಕುಳಿತುಕೊಳ್ಳಬೇಕು ಮತ್ತು ನಿಗದಿತ ಸಮಯದಲ್ಲಿ ಕೆಲಸದಿಂದ ನಿಮ್ಮನ್ನು ಪ್ರತ್ಯೇಕಿಸಿಕೊಳ್ಳಬೇಕು.

ಇದಲ್ಲದೆ, ನಾವು ಇತರರನ್ನು ನಂಬುವುದನ್ನು ಕಲಿಯಬೇಕು. ರಜೋಗುಣಿ ಜನರು ಇತರರನ್ನು ಸುಲಭವಾಗಿ ನಂಬುವುದಿಲ್ಲ. ಇತರರು ಆ ಕೆಲಸವನ್ನು ಸರಿಯಾಗಿ ಮಾಡುವರೋ ಇಲ್ಲವೋ, ಸಮಯವಿರುವಾಗಲೇ ಪೂರ್ಣಗೊಳಿಸುವರೋ ಇಲ್ಲವೋ ಎಂಬ ಚಿಂತೆ ಅವರನ್ನು ಕಾಡುತ್ತಿರುತ್ತದೆ. ಹಾಗಾಗಿ ಅವರು ಇತರರ ಕೆಲಸವನ್ನೂ ತಾವೇ ಮಾಡಿ ಮುಗಿಸಿಬಿಡುತ್ತಾರೆ. ರಜೋಗುಣಿ ಮಹಿಳೆಯರು ಮನೆಯಲ್ಲಿ ಬೇರೆಯವರಿಗೆ ಯಾವುದೇ ಜವಾಬ್ದಾರಿಯನ್ನು ನೀಡುವುದಿಲ್ಲ. ಸ್ವತಃ ತಾವೇ ಬೆಳಿಗ್ಗೆಯಿಂದ ರಾತ್ರಿಯವರೆಗೆ ಎಲ್ಲ ಕೆಲಸಗಳನ್ನು ಮಾಡುತ್ತಿರುತ್ತಾರೆ ಮತ್ತು ನಂತರ ದೂರುತ್ತಾರೆ ಕೂಡ. ಈ ಅಭ್ಯಾಸವನ್ನು ನಿಲ್ಲಿಸಲು, ಎಲ್ಲರಿಗೂ ಜವಾಬ್ದಾರಿಯನ್ನು ಹಂಚುವ ಮೂಲಕ ಅವರ ಸ್ವಂತ ವಿಶ್ರಾಂತಿಯ ಕಡೆಗೂ ಗಮನ ಹರಿಸಬೇಕು.

'ದೇವರು ಈ ಕೆಲಸವನ್ನು ನನ್ನಿಂದ ಮಾಡಿಸುತ್ತಿದ್ದಾನೆ, ಈ ಕೆಲಸದಿಂದ ಜಗತ್ತಿಗೆ ಇಂತಿಂತಹ ಪ್ರಯೋಜನವಾಗುತ್ತದೆ, ಯಾರಿಗಾದರೂ ಒಳ್ಳೆಯದಾಗುತ್ತದೆ, ಈ ಕೆಲಸವು ಜನರ

ಅಭಿವೃದ್ಧಿಗೆ ಮೆಟ್ಟಿಲು ಆಗುತ್ತದೆ...' ಎಂಬಂತಹ ಭಾವನೆಯನ್ನು ಹೊಂದಿರಬೇಕು. ಅಂತಹ ನಿಸ್ವಾರ್ಥ ಮನೋಭಾವದಿಂದ ಮತ್ತು ಸೇವಾ ಮನೋಭಾವದಿಂದ ನಿಮ್ಮ ಎಲ್ಲಾ ಕೆಲಸಗಳನ್ನು ಮಾಡಲು ಪ್ರಾರಂಭಿಸಿದರೆ, ನಿಮ್ಮ ರಜೋಗುಣವು ಸಮತೋಲನಗೊಳ್ಳುತ್ತದೆ, ಸತ್ವಗುಣವು ಹೆಚ್ಚಾಗುತ್ತದೆ ಮತ್ತು ಕೆಲಸದ ಗುಣಮಟ್ಟವೂ ಹೆಚ್ಚಾಗುತ್ತದೆ. ಸತ್ವಗುಣಿಯು ತನ್ನ ಒಳ್ಳೆಯತನ, ಸೇವೆ, ಪೂಜೆ, ಭಕ್ತಿ ಇತ್ಯಾದಿಗಳ ಬಗ್ಗೆ ಎಂದಿಗೂ ಅಹಂಕಾರ ಪಡಬಾರದು ಎಂಬುದನ್ನು ನೆನಪಿನಲ್ಲಿಟ್ಟುಕೊಳ್ಳಬೇಕು.

ಮನೀಶ್– ಆಂಟಿ, ನಾನು ಏನು ಮಾಡಬೇಕೆಂದು ನನಗೆ ಅರ್ಥವಾಯಿತು. ವಿಶ್ರಾಂತಿಗೆ, ಮನರಂಜನೆಗೆ, ಹೇಗೆ ಎಲ್ಲದಕ್ಕೂ ಸಮಯವನ್ನು ನಿಗದಿಪಡಿಸಬೇಕು. ಕೆಲಸವನ್ನು ಮುಂದೂಡುವ ಪ್ರವೃತ್ತಿಯನ್ನು ತೊಡೆದುಹಾಕಬೇಕು.

ವಿಶಾಲ್– ನಾನು ಕೂಡ ನೀವು ಹೇಳಿದ್ದನ್ನು ಕಾರ್ಯರೂಪಕ್ಕೆ ತರಲು ಪ್ರಾರಂಭಿಸುತ್ತೇನೆ ಮತ್ತು ನನ್ನ ರಜೋಗುಣವನ್ನು ನಿಯಂತ್ರಿಸುವ ಮೂಲಕ ಮೂರು ಗುಣಗಳ ನಡುವೆ ಸಮತೋಲನವನ್ನು ಸೃಷ್ಟಿಸಲು ಪ್ರಯತ್ನಿಸುತ್ತೇನೆ.

ಗಾಯತ್ರಿ– ವಾಹ್! ಮಾನವ ದೇಹದ ಪ್ರಕೃತಿಯನ್ನು ನಿರ್ಧರಿಸುವ ಗುಣಗಳನ್ನು ಮತ್ತು ಅವುಗಳ ಪರಿಣಮಗಳನ್ನು ನೀವೆಲ್ಲರೂ ಅರ್ಥಮಾಡಿಕೊಂಡಿರುವುದು ಒಳ್ಳೆಯದು. ನೀವು ಇವುಗಳ ಮೇಲೆ ಕೆಲಸ ಮಾಡಿ ಮತ್ತು ನಿಮ್ಮ ಅನುಭವಗಳನ್ನು ಪರಸ್ಪರ ಹಂಚಿಕೊಳ್ಳಿ. ನಾಳೆ ನಾವು ಇನ್ನೊಂದು ಪ್ರಮುಖ ವಿಷಯವನ್ನು ಅರ್ಥಮಾಡಿಕೊಳ್ಳೋಣ. ಅದನ್ನು ಜೀವನದಲ್ಲಿ ಅಳವಡಿಸಿಕೊಂಡರೆ, ನಿಮ್ಮ ಜೀವನ ಇನ್ನಷ್ಟು ಸುಲಭವಾಗುತ್ತದೆ.

ಮನನ ಬಿಂದು...

* ನಿಮ್ಮ 24–ಗಂಟೆಗಳ ದಿನಚರಿ ಹೇಗಿದೆ ಎಂದು ಯೋಚಿಸಿ? ನೀವು ಕೆಲಸ ಮಾಡಲು ಎಷ್ಟು ಸಮಯವನ್ನು ನೀಡುತ್ತೀರಿ, ಮನರಂಜನೆಗೆ ಎಷ್ಟು ಮತ್ತು ಆಲಸ್ಯಕ್ಕೆ ಎಷ್ಟು ಸಮಯವನ್ನು ನೀಡುತ್ತೀರಿ? ನೀವು ಬೇರೆಯವರಿಗೆ ನಿಸ್ವಾರ್ಥ ಸೇವೆ ಸಲ್ಲಿಸಲು ಸಾಧ್ಯವೇ? ಬೇರೆಯವರಿಗಾಗಿ ನಿಸ್ವಾರ್ಥವಾಗಿ ದೇವರಲ್ಲಿ ಪ್ರಾರ್ಥಿಸುವುದು ಸಾಧ್ಯವೇ?

* ಮಾನವ ಸ್ವಭಾವವು ಮೂರು ಗುಣಗಳನ್ನು ಹೊಂದಿದೆ. ಇದು ಪ್ರತಿಯೊಬ್ಬ ವ್ಯಕ್ತಿಯ ನಡವಳಿಕೆ, ಆಲೋಚನೆಗಳು, ಬುದ್ಧಿವಂತಿಕೆ, ಭಾವನೆಗಳು ಮತ್ತು ಆಹಾರ ಪದ್ಧತಿಗಳನ್ನು ನಿರ್ಧರಿಸುತ್ತದೆ. ನಮ್ಮ ಮೂಲ ಗುಣವನ್ನು ಗುರುತಿಸುವುದು ನಮ್ಮ ಗುರಿಯಾಗಬೇಕು. ಒಳ್ಳೆಯ ಗುಣವು ಪ್ರಮಾಣದಲ್ಲಿ ಹೆಚ್ಚಾಗಬೇಕು ಮತ್ತು ಕೆಟ್ಟ ಗುಣವು ಕಡಿಮೆಯಾಗಿರಬೇಕು.

* ಜೀವನವು ಸಂತೋಷ, ಆರೋಗ್ಯಕರ, ಸಮೃದ್ಧ ಮತ್ತು ಸೃಜನಶೀಲವಾಗಿರಲು, ಪ್ರತಿಯೊಂದರ ಗುಣವೂ ಸಮತೋಲನದಲ್ಲಿರುವುದು ಮುಖ್ಯ. ಸಮತೋಲನ ಎಂದರೆ ಅಗತ್ಯವಿದ್ದಷ್ಟು. ಹೆಚ್ಚೂ ಅಲ್ಲ, ಕಡಿಮೆಯೂ ಅಲ್ಲ.

ಅಧ್ಯಾಯ ೯

ಪರಿಸ್ಥಿತಿಯನ್ನು ಅರ್ಥೈಸಿಕೊಳ್ಳುವ ಕಲೆ

ಸಹಾಯ ಮಾಡದಿರುವುದು ಕೂಡಾ ಒಂದು ಸಹಾಯವೇ ಆಗಿದೆ

ಬೆಳಿಗ್ಗೆ ಹತ್ತು ಗಂಟೆಯಾಗಿತ್ತು. ಇವತ್ತು ಸಂಜೆ ಗಾಯತ್ರಿ ಆಂಟಿಯ ಗರ್ಭ ಸಂಸ್ಕಾರ ತರಗತಿ ಇರಲಿಲ್ಲ. ಅಂದು ಮಧು ಮತ್ತು ಮನೀಷ್ ಮದುವೆಯ ವಾರ್ಷಿಕೋತ್ಸವವಿತ್ತು, ಹಾಗಾಗಿ ಅದರ ನಿಮಿತ್ತ ಸಂಜೆ ಒಂದು ಸಣ್ಣ ಪಾರ್ಟಿ ಇತ್ತು.

ಗಾಯತ್ರಿ ಆಂಟಿ ಅವರಿಗೆ ಒಂದು ಅರ್ಥಪೂರ್ಣ ಮತ್ತು ಆಕರ್ಷಕವಾಗಿರುವ ಉಡುಗೊರೆ ಕೊಡುವುದು ಎಂದು ಯೋಚಿಸುತ್ತಿದ್ದಾಗ, ಅವರ ಫೋನ್ ರಿಂಗಣಿಸಿತು. ಅದು ಮನೀಷ್‌ನ ಕರೆಯಾಗಿತ್ತು.

ಮನೀಷ್– ಹಲೋ, ನಮಸ್ತೆ ಆಂಟಿ. ನಿಮಗೆ ಬಿಡುವಿದ್ದರೆ, ನಾನು 2 ನಿಮಿಷ ಮಾತನಾಡಬಹುದೇ?

ಗಾಯತ್ರಿ– ಹಾಂ ಮನೀಷ್, ಹೇಳು ಏನಾಯಿತು?

ಮನೀಷ್– ಆಂಟಿ, ಒಂದು ಸಮಸ್ಯೆ ಉಂಟಾಗಿದೆ, ಅದನ್ನು ನೀವು ಮಾತ್ರ ಪರಿಹರಿಸಬಹುದು. ಮಧುಗೆ ನಿಮ್ಮ ಮೇಲೆ ನಂಬಿಕೆ ಇದೆ, ಅವಳು ನಿಮ್ಮ ಮಾತು ಕೇಳುತ್ತಾಳೆ. ಅವಳು ವಿನಾಕಾರಣ ಹಠ ಮಾಡುತ್ತಿದ್ದಾಳೆ, ಈಗ ನೀವೇ ಅವಳಿಗೆ ತಿಳಿಹೇಳಬೇಕು.

ಗಾಯತ್ರಿ– ಅರೆ, ಅಂಥದ್ದೇನಾಯಿತು? ಇಂದು ನಿಮ್ಮ ವಿವಾಹ ವಾರ್ಷಿಕೋತ್ಸವ, ಇಂದು ಸಹ ನಿಮ್ಮಿಬ್ಬರಿಗೂ ಜಗಳವಾಯಿತೇ?

ಮನೀಷ್– ಜಗಳವಿಲ್ಲ ಆಂಟಿ, ಆದರೆ ಒಂದು ವಿಷಯದಲ್ಲಿ ಖಂಡಿತಾ ಭಿನ್ನಾಭಿಪ್ರಾಯವಾಗಿದೆ. ನಿಮಗೆ ಗೊತ್ತೇ ಇದೆ, ಸಂಜೆ ಒಂದು

ಸಣ್ಣ 'ಗೆಟ್ ಟುಗೆದರ್ ಪಾರ್ಟಿ' ಆಯೋಜಿಸಿಕೊಂಡಿದ್ದೇವೆ. ಹೆಚ್ಚು ಜನರನ್ನು ಆಹ್ವಾನಿಸಿಲ್ಲ, ಕೆಲವೇ ಕೆಲವು ಆಪ್ತರನ್ನು ಮಾತ್ರ.

ಗಾಯತ್ರಿ – ಹೌದು, ಗೊತ್ತು. ಆದರೆ ಆದದ್ದಾದರೂ ಏನು?

ಮನೀಷ್ – ಇದೇ ಊರಿನಲ್ಲಿ ವಾಸಿಸುತ್ತಿರುವ ನಮ್ಮ ಸಂಬಂಧಿಯ ಬಗ್ಗೆ ಮಧು ಒಮ್ಮೆ ಹೇಳಿದ್ದು ನಿನಗೆ ನೆನಪಿದೆಯಾ? ಗರ್ಭಾವಸ್ಥೆಯ ಆರಂಭಿಕ ದಿನಗಳಲ್ಲಿ ಅವರು ತನಗೆ ಸಹಾಯ ಮಾಡದ ಕಾರಣ ಅವಳು ಅವರ ಮೇಲೆ ಕೋಪಗೊಂಡಿದ್ದಳು. ಬೆಳಿಗ್ಗೆ ಅವರು ನಮ್ಮನ್ನು ಅಭಿನಂದಿಸಲು ಕರೆ ಮಾಡಿದ್ದರು. ನಾನು ಫೋನ್ ಸ್ವೀಕರಿಸಿದೆ. ಅಭಿನಂದನೆಗಳನ್ನು ಸ್ವೀಕರಿಸಿದ ನಂತರ, ನಾನು ಅವರನ್ನು ಸಂಜೆ ಪಾರ್ಟಿಗೆ ಆಹ್ವಾನಿಸಿದೆ. ಅವರು ಇಲ್ಲಿ ನಮಗೆ ಪರಿಚಯವಿರುವ ಏಕೈಕ ಸಂಬಂಧಿಕರು. ಹಾಗಾಗಿ ಅವರನ್ನು ಕರೆಯದಿರಲು ಮನಸಾಗಲಿಲ್ಲ.

ಗಾಯತ್ರಿ– ಹೌದು, ಹಾಗಾದರೆ ಇದರಲ್ಲಿ ಏನು ಸಮಸ್ಯೆ?

ಮನೀಷ್– ಮಧು ಈಗ ಸಿಟ್ಟಿಗೆದ್ದು ನೀವೇಕೆ ಅವರನ್ನು ಕರೆದಿರಿ? ಅವರು ಬಂದರೆ ನಾನು ಪಾರ್ಟಿಗೆ ಬರುವುದಿಲ್ಲ ಎನ್ನುತ್ತಿದ್ದಾಳೆ. ಈಗ ನೀವೇ ಹೇಳಿ ನಾನೇನು ಮಾಡಬೇಕು ಅಂತ, ಯಾವ ಮುಖದಿಂದ ನಾನವರನ್ನು ನಿರಾಕರಿಸಲಿ? ನೀವು ನನ್ನ ಪರಿಸ್ಥಿತಿಯನ್ನು ಅರ್ಥಮಾಡಿಕೊಳ್ಳಬಲ್ಲಿರಿ ಮತ್ತು ನೀವು ಮಾತ್ರ ನನಗೆ ಸಹಾಯ ಮಾಡಬಲ್ಲಿರಿ.

ಮನೀಷ್ ಧ್ವನಿಯಲ್ಲಿ ಕ್ಷೀಣವಾದ ಮನವಿ ಇತ್ತು, ಅದನ್ನು ಕೇಳಿ ಗಾಯತ್ರಿ ಆಂಟಿ ಆಳವಾದ ಉಸಿರನ್ನು ತೆಗೆದುಕೊಂಡರು. ಸಮಸ್ಯೆ ನಿಜವಾಗಿಯೂ ಗಂಭೀರವಾಗಿತ್ತು.

ಗಾಯತ್ರಿ– ಚಿಂತಿಸಬೇಡ. ಏನೂ ಆಗುವುದಿಲ್ಲ. ಸಂಜೆ ನೋಡು, ಅವಳು ಅವರನ್ನು ತುಂಬಾ ಪ್ರೀತಿಯಿಂದ ಸ್ವಾಗತಿಸುತ್ತಾಳೆ ಮತ್ತು ಅವರೊಂದಿಗೆ ಚೆನ್ನಾಗಿ ಮಾತನಾಡುತ್ತಾಳೆ. ನಾನಿವತ್ತು ಮಧ್ಯಾಹ್ನವೇ ಬರುತ್ತೇನೆ. ಸಾಧ್ಯವಾದರೆ ವಿಶಾಲ್ ಮತ್ತು ಸಲೋನಿಗೂ ಫೋನ್ ಮಾಡಿ ಮಧ್ಯಾಹ್ನ ಬರಹೇಳು. ಸಲೋನಿ ಮತ್ತು ನಾನು ಮಧುಗೆ ಸಹಾಯವನ್ನೂ ಮಾಡುತ್ತೇವೆ, ಅದರೊಂದಿಗೆ ಗರ್ಭ ಸಂಸ್ಕಾರದ ಒಂದು ಪ್ರಮುಖ ಪಾಠವನ್ನೂ ಕಲಿಸುತ್ತೇನೆ.

ಇದನ್ನು ಕೇಳಿ ಮನೀಷ್‌ಗೆ ಸಮಾಧಾನವಾಯಿತು. ಗಾಯತ್ರಿ ಆಂಟಿಗೆ ಮನಸಾರೆ ಧನ್ಯವಾದ ಹೇಳಿ ಫೋನ್ ಕಟ್ ಮಾಡಿದ.

ಮಧ್ಯಾಹ್ನ ಗಾಯತ್ರಿ ಆಂಟಿ, ಸಲೋನಿ ಮತ್ತು ವಿಶಾಲ್ ಎಲ್ಲರೂ ಮಧು ಮತ್ತು ಮನೀಷ್ ಅವರ ಮನೆ ತಲುಪಿದರು. ಗಾಯತ್ರಿ ಆಂಟಿ ಎಲ್ಲರಿಗೂ ಮಧ್ಯಾಹ್ನದ ಊಟ ತಂದಿದ್ದರು, ಮಧುಗೆ ಹೆಚ್ಚು ಕೆಲಸದ ಹೊರ ಆಗದಿಲೆಂದು. ಊಟ ಮಾಡುವಾಗಲೂ ಏನೋ ಒಂದು ನೆಪದಿಂದ ಮಾತು ಆರಂಭಿಸಿದರು.

ಗಾಯತ್ರಿ– ಅರೆ ಮಧು, ಇವತ್ತು ಯಾಕೋ ನಿನ್ನ ಮನಸ್ಸು ಕೆಟ್ಟಂತಿದೆ? ಇಂದು ನೀನು ದುಪ್ಪಟ್ಟು ಖುಷಿಯಿಂದ ಇರಬೇಕು. ಒಂದು ನಿನ್ನ ಪರವಾಗಿ ಮತ್ತೊಂದು ನಿನ್ನ ಹೊಟ್ಟೆಯಲ್ಲಿ ಬೆಳೆಯುತ್ತಿರುವ ಮಗುವಿನ ಪರವಾಗಿ. ಇಂದು ಮಗು ಅದರ ಅಪ್ಪ–ಅಮ್ಮನ ವಿವಾಹ ವಾರ್ಷಿಕೋತ್ಸವವನ್ನು ಮೊದಲ ಬಾರಿಗೆ ಆಚರಿಸುತ್ತಿದೆ. ಇಂತಹ ಸಂತೋಷದ ಸಂದರ್ಭದಲ್ಲಿ ನನ್ನ ತಾಯಿ ಏಕೆ ದುಃಖಿತಳಾಗಿದ್ದಾಳೆ ಎಂದು ಅದೂ ಕೂಡ ಆಶ್ಚರ್ಯ ಪಡಬಹುದಲ್ಲವೆ?

ಮಧು– ದುಃಖ ಅಲ್ಲ ಕೋಪ. ಈಗ ನೀವೇ ಹೇಳಿ ಆಂಟಿ, ಮನೀಷ್ ಏನು

ಮಾಡಿದ್ದಾರೆ, ನನಗೆ ಸ್ವಲ್ಪವೂ ಇಷ್ಟವಿಲ್ಲದವರನ್ನು ಸಂಜೆ ಪಾರ್ಟಿಗೆ ಕರೆದಿದ್ದಾರೆ. ನನ್ನದಂತೂ ಇಡೀ ಸಂಜೆ ಹಾಳಾಗಿಬಿಡುತ್ತದೆ.

ಗಾಯತ್ರಿ– ಅವರು ಯಾರು?

ಮಧು– ಹತ್ತಿರದಲ್ಲಿ ವಾಸಿಸುವ ನನ್ನ ಸಂಬಂಧಿಕರೊಬ್ಬರ ಬಗ್ಗೆ ನಿಮಗೆ ಹೇಳಿದ್ದೆ. ಹಾಗೆ ನೋಡಿದರೆ ದೂರದಿಂದ ಬಹಳ ಪ್ರೀತಿ ತೋರಿಸುತ್ತಿದ್ದರು, ಆದರೆ ನನಗೆ ಸಹಾಯ ಬೇಕಾದಾಗ ನನ್ನ ಬಗ್ಗೆ ಕಿಂಚಿತ್ತೂ ಕಾಳಜಿ ವಹಿಸುತ್ತಿರಲಿಲ್ಲ. ಫೋನ್‌ನಲ್ಲಿಯೂ ಸಹ ನಮ್ಮ ಯೋಗಕ್ಷೇಮವನ್ನು ವಿಚಾರಿಸಿಕೊಳ್ಳಲಿಲ್ಲ. ಅವರ ಮುಖವನ್ನು ಸಹ ನೋಡಲು ನಾನು ಇಷ್ಟಪಡುವುದಿಲ್ಲ, ಅದರಲ್ಲೂ ನನ್ನ ಮಗುವಿನೊಂದಿಗೆ ಮೊದಲ ಬಾರಿಗೆ ವಿಶೇಷ ದಿನವನ್ನು ಆಚರಿಸುತ್ತಿರುವಾಗ. ನನ್ನ ಸುತ್ತ ಯಾವುದೇ ನಕಾರಾತ್ಮಕತೆಯನ್ನು ನಾನು ಬಯಸುವುದಿಲ್ಲ.

ಗಾಯತ್ರಿ – ಮಧು, ಋಣಾತ್ಮಕತೆ ಹೊರಗಡೆಗಿಂತ ಹೆಚ್ಚು ಒಳಗಿರುತ್ತದೆ. ಸರಿ, ನನಗೆ ಒಂದು ವಿಷಯ ಹೇಳು ನಿನ್ನ ಗರ್ಭಧಾರಣೆಯ ಮೊದಲು ಅವರೊಂದಿಗೆ ನಿಮ್ಮ ಸಂಬಂಧ ಹೇಗಿತ್ತು?

ಮಧು– ಚೆನ್ನಾಗಿತ್ತು. ತುಂಬಾ ಚೆನ್ನಾಗಿ ಮಾತನಾಡುತ್ತಿದ್ದರು. ನಾನು ಅವರಿಗೆ ಯಾವಾಗಲೂ ಸಹಾಯ ಮಾಡುತ್ತಿದ್ದೆ, ಅವರಿಂದ ಸಹಾಯ ಪಡೆಯುವ ಅವಕಾಶವೇ ನಮಗೆ ಸಿಗಲಿಲ್ಲ.

ಗಾಯತ್ರಿ– ಅವರು ನಿನಗೆ ಸಹಾಯ ಮಾಡದಿರುವುದರ ಹಿಂದೆ ಏನಾದರೂ ಕಾರಣವಿರಬಹುದು ಎಂದು ನೀನು ಎಂದಾದರೂ ಯೋಚಿಸಿದ್ದೀಯಾ? ವಿಷಯ ನೀನು ಅಂದುಕೊಂಡಂತೆ ಇಲ್ಲದಿರಬಹುದು, ಅವರೇ ಯಾವುದೋ ತೊಂದರೆಯಲ್ಲಿದ್ದಿರಬಹುದು. ಅವರು ನಿನ್ನನ್ನು ನಿರ್ಲಕ್ಷಿಸುತ್ತಿದ್ದಾರೆ ಎಂಬುದು ನಿನ್ನ ತಪ್ಪು ಕಲ್ಪನೆಯೂ ಆಗಿರಬಹುದು.

ಮನೀಷ್– ಅಂದಿನಿಂದ ಇವಳು ಅವರ ಜೊತೆ ಮಾತೇ ಆಡಿಲ್ಲ, ಅವರ ಸಮಸ್ಯೆ ಇವಳಿಗೆ ಹೇಗೆ ತಿಳಿಯುತ್ತದೆ. ಮನೀಷ್ ಗಟ್ಟಿಯಾಗಿ ಮಾತನಾಡಿದ. ಮಧು ಮೌನವಾದಳು.

ಗಾಯತ್ರಿ– ಮತ್ತು ನಿನ್ನನ್ನು ನಿರ್ಲಕ್ಷಿಸಿದರು ಎಂಬುದು ನಿನ್ನ ಭ್ರಮೆಯಾಗಿರಬಹುದು.

ಮಧು– ಅದು ಹೇಗೆ?

ಗಾಯತ್ರಿ– ನೋಡು, ಅಂತಹ ಸಂದರ್ಭ ಬಂದಾಗಲೆಲ್ಲಾ ನಾವು ಮೂರು ಪ್ರಶ್ನೆಗಳನ್ನು ಕೇಳಿಕೊಳ್ಳಬೇಕು. ಮೊದಲನೆಯದು– ನಾನು ಯೋಚಿಸುತ್ತಿರುವುದು ಭ್ರಮೆಯೇ? ಎರಡನೆಯದು– ಈ ಪರಿಸ್ಥಿತಿಯಲ್ಲಿ ತಥ್ಯ ಅಥವಾ ಫ್ಯಾಕ್ಟ್ ಏನು? ಮತ್ತು ಮೂರನೆಯದು– ಈ ಭ್ರಮೆ ಮತ್ತು ತಥ್ಯದ ಹೊರತಾದ ಸತ್ಯ ಯಾವುದು?

ಮಧು– ನನಗೆ ಅರ್ಥವಾಗಲಿಲ್ಲ.

ಗಾಯತ್ರಿ– ಸಾಮಾನ್ಯವಾಗಿ, ಯಾವುದೇ ತನಿಖೆ ನಡೆಸದೇ, ಯಾವುದೇ ದೃಢವಾದ ಸಾಕ್ಷ್ಯವಿಲ್ಲದೆ, ನಮ್ಮ ಮನಸ್ಸು ತನ್ನದೇ ಮಾತುಗಳನ್ನು ಸತ್ಯವೆಂದು ನಂಬಿಬಿಡುತ್ತದೆ. ಇದು ನಿಜವಲ್ಲದೆ, ಭ್ರಮೆಯೂ ಆಗಿರಬಹುದು. ಇಂತಹ ಪರಿಸ್ಥಿತಿಯಲ್ಲಿ ಯಾವುದೇ ಮಾತನ್ನು ಸತ್ಯವೆಂದು ಒಪ್ಪಿಕೊಳ್ಳುವ ಮುನ್ನ 'ಅದು ನಮ್ಮ ಭ್ರಮೆ ಇರಬಹುದೇ?' ಎಂದು ಕೂಲಂಕುಷವಾಗಿ ಪರಿಶೀಲಿಸಬೇಕು.

'ಅವರು ನನ್ನ ಸಂಬಂಧಿಕರು, ನಾನು ಯಾವಾಗಲೂ ಅವರಿಗೆ ಸಹಾಯ ಮಾಡಿದ್ದೇನೆ, ಹಾಗಾಗಿ ಅವರೂ ಸಹ ನನಗೆ ಸಹಾಯ ಮಾಡಬೇಕು ಎಂದು ನೀನು ಮನಸ್ಸಿನಲ್ಲಿ ಇಟ್ಟುಕೊಂಡಿದ್ದೀಯ. ಆದರೆ ಇದು ಸಂಭವಿಸಲಿಲ್ಲ, ಅಂದರೆ, ನಿನ್ನ ಮನಸ್ಸಿನಲ್ಲಿ ನೀನೇನು ಇಟ್ಟುಕೊಂಡಿದ್ದಿಯೊ ಅದು ಸತ್ಯವೇ ಆಗಿರಲಿಲ್ಲ. ಏಕೆಂದರೆ ಸತ್ಯವು ಪ್ರತಿಯೊಂದು ಸಂದರ್ಭದಲ್ಲೂ ಸತ್ಯವಾಗಿ ಉಳಿಯುತ್ತದೆ, ಇಲ್ಲವೆಂದರೆ ಅದು ಕೇವಲ ಭ್ರಮೆಯಷ್ಟೆ.

ಮಧು– ಹಾಗಾದರೆ ಸತ್ಯ ಏನು?

ಗಾಯತ್ರಿ – ಸತ್ಯವನ್ನು ತಿಳಿಯುವ ಮೊದಲು, ಈ ಇಡೀ ಪ್ರಕರಣದಲ್ಲಿ ತಥ್ಯ ಏನು? ಎಂದು ನೋಡೋಣ. ತಥ್ಯವೇನೆಂದರೆ 'ಅವರು ನಿನಗೆ ಸಹಾಯ ಮಾಡಲಿಲ್ಲ', ಕಾರಣ ಏನೇ ಇರಲಿ, ಇದು ಫ್ಯಾಕ್ಟ್ ಆಗಿದೆ. ಆದರೆ, ಅವರು ಸಹಾಯ ಮಾಡಲಿಲ್ಲ ಎಂಬ ಈ ಫ್ಯಾಕ್ಟ್, ಅದು ಸತ್ಯವೇ?

ಮಧು– ಏನರ್ಥ?

ಗಾಯತ್ರಿ – ಸರಿ, ಮೊದ್ಲು ಒಂದು ವಿಷಯ ಹೇಳು, ಆ ಕಷ್ಟದ ಸಮಯದಲ್ಲಿ ಅವರು ನಿನಗೆ ಸಹಾಯ ಮಾಡದಿದ್ದರೂ, ನೀನು ಹೇಗೋ ಆ ಸಮಯವನ್ನು ಕಳೆದೆ ಅಲ್ಲವೇ?

ಮಧು– ಹೌದು. ಅದಂತೂ ನಿಜ. ನನಗೆ ಅಡುಗೆ ಮಾಡಲಿಕ್ಕೇ ಆಗುತ್ತಿರಲಿಲ್ಲ, ಹೇಗೋ ಕಲಿತು ಮನೀಷ್ ಅಡುಗೆ ಮಾಡಿದರು.

ಮನೀಷ್ – ಹೌದು ಆಂಟಿ. ಮೂರು ತಿಂಗಳಲ್ಲಿ ನಾನು ನನ್ನ ಜೀವನದಲ್ಲಿ ಎಂದಿಗೂ ಮಾಡದ ಕೆಲಸವನ್ನು ಕಲಿತಿದ್ದೇನೆ. ಹಿಟ್ಟು ಕಲಸುವುದು, ರೊಟ್ಟಿ ಮಾಡುವುದು, ಅನ್ನ ಸಾರು ಮಾಡುವುದು... ನಗುತ್ತಾ ಹೇಳಿದ ಮನೀಷ್.

ಗಾಯತ್ರಿ – ಒಳ್ಳೆಯದು. ನೋಡಿದ್ರಾ, ಅವರು ನಿನಗೆ ಸಹಾಯ ಮಾಡದಿದ್ದರೂ ಬೇರೆ ಯಾರೂ ಮಾಡದ ರೀತಿಯಲ್ಲಿ ಸಹಾಯ ಮಾಡಿದ್ದಾರೆ. ಅವರು ನಿಮ್ಮೊಳಗೆ ಎಂತಹ ಸಾಮರ್ಥ್ಯವನ್ನು ಹುಟ್ಟಿಸಿದರು ಎಂದರೆ ನೀವು ಎಂತಹ ವಿಕಟ ಪರಿಸ್ಥಿತಿ ಬಂದರು ನಿಮ್ಮನ್ನು ನೀವು ನೋಡಿಕೊಳ್ಳಬಹುದು. ಸಹಾಯಕ್ಕಾಗಿ ನೀವು ಬೇರೆಯವರ ಕಡೆಗೆ ನೋಡಬೇಕಾಗಿಲ್ಲ.

ಒಂದು ವಿಷಯ ಹೇಳು, ಚಿಕ್ಕ ಮಗುವಿಗೆ ಆತನ ತಂದೆ ಸೈಕಲ್ ಓಡಿಸಲು ಕಲಿಸುವಾಗ, ತಂದೆಯು ಸ್ವಲ್ಪ ಸಮಯದ ಹಿಂದಿನಿಂದ ಸೈಕಲ್ಲನ್ನು ಬಿಟ್ಟುಬಿಡುತ್ತಾನೆ. ಅವರ ಉದ್ದೇಶ ಮಗುವಿಗೆ ಸಹಾಯ ಮಾಡದೇ ಇರುವುದಲ್ಲ ಆದರೆ ಮಗುವನ್ನು ಸ್ವಾವಲಂಬಿಯನ್ನಾಗಿ ಮಾಡುವುದು ಆಗಿರುತ್ತದೆ.

ಹಾಗೆಯೇ, ಯಾವುದೇ ದೊಡ್ಡ ಜವಾಬ್ದಾರಿಯನ್ನು ನೀಡುವ ಮೊದಲು, ಪ್ರಕೃತಿ ಕೂಡ ನಮ್ಮನ್ನು ಅದಕ್ಕೆ ಸಿದ್ಧಪಡಿಸುತ್ತದೆ. ಅದು ನಮಗಾಗಿ ಎಂತಹ ವ್ಯವಸ್ಥೆಯನ್ನು ಮಾಡುತ್ತದೆಂದರೆ ಇದರಿಂದ ನಾವು ನಮ್ಮ ಸಾಮರ್ಥ್ಯವನ್ನು ಹೆಚ್ಚಿಸಿಕೊಳ್ಳುತ್ತೇವೆ, ಬಲಶಾಲಿಗಳಾಗುತ್ತೇವೆ ಮತ್ತು ಪ್ರತಿಯೊಂದು ಜವಾಬ್ದಾರಿಯನ್ನು ತೆಗೆದುಕೊಳ್ಳಲು ಯೋಗ್ಯರಾಗುತ್ತೇವೆ.

ಮೊದಲ ಮೂರು ತಿಂಗಳುಗಳು ಮಾತ್ರ ಕಳೆದಿವೆ, ಇನ್ನೂ ಪ್ರಸವ ಆಗುವುದಿದೆ, ನಂತರ ಮಗುವನ್ನು ಬೆಳೆಸುವಲ್ಲಿ ವಿವಿಧ ರೀತಿಯ ಸಮಸ್ಯೆಗಳು ಉಂಟಾಗುತ್ತವೆ, ಎಲ್ಲಾ ರೀತಿಯ ಸನ್ನಿವೇಶಗಳು ಉದ್ಭವಿಸುತ್ತವೆ. ನೀವಿಬ್ಬರೂ ಆ ಸಂದರ್ಭಗಳನ್ನು ನೀವಾಗಿಯೇ ನಿಭಾಯಿಸುವ ಸಾಮರ್ಥ್ಯ ಹೊಂದಿರಬೇಕು. ಬೇರೊಬ್ಬರ ಮೇಲೆ ಅವಲಂಬಿತವಾಗಿ ಮಗುವನ್ನು ಬೆಳೆಸಲು

ಸಾಧ್ಯವಿಲ್ಲ, ಅಲ್ಲವೇ?

ಇದನ್ನು ಹೀಗೆ ತಿಳಿಯಿರಿ–'ಅವರು ನಿಮಗೆ ಸಹಾಯ ಮಾಡಲಿಲ್ಲ', ಇದು ಪ್ರಕೃತಿ ನಿಮಗೆ ನೀಡಿದ ದೊಡ್ಡ ಸಹಾಯವಾಗಿದೆ. ಇದು ಕಷ್ಟಕರ ಸಂದರ್ಭಗಳಲ್ಲಿ ನಿಮ್ಮನ್ನು ನೀವು ನಿಭಾಯಿಸಿಕೊಳ್ಳಲು ನಿಮಗೆ ಸಾಧ್ಯವಾಗುವಂತೆ ಮಾಡಿದೆ ಮತ್ತು ಇದೇ ಸತ್ಯ.

ಕೆಲವೊಮ್ಮೆ ಯಾರಾದರೂ ನಮಗೆ ಸಹಾಯ ಮಾಡದೆಯೂ ಸಹ ನಮಗೆ ಎಲ್ಲಕ್ಕಿಂತ ಹೆಚ್ಚಿನ ಸಹಾಯ ಮಾಡುತ್ತಾರೆ. ನಾವು ಕೆಲವು ಹೊಸ ಸಾಮರ್ಥ್ಯವನ್ನು ಪಡೆದುಕೊಳ್ಳುತ್ತೇವೆ, ಅದು ಯಾವಾಗಲೂ ನಮ್ಮೊಂದಿಗೆ ಇರುತ್ತದೆ ಮತ್ತು ನಮ್ಮನ್ನು ಉತ್ತಮಗೊಳಿಸುತ್ತದೆ. ಈಗ ಯಾವಾಗ ಬೇಕಾದರೂ ಅಡುಗೆಮನೆಯಲ್ಲಿ ಮನೀಷ್‌ನ ಸಹಾಯ ತೆಗೆದುಕೊಳ್ಳಬಹುದು, ಅಡುಗೆ ಮಾಡಿಸಬಹುದು... ಅಲ್ವಾ ಮನೀಷ್? ಆಂಟಿ ನಗುತ್ತಾ ಹೇಳಿದರು.

ಮನೀಷ್ – ಖಂಡಿತವಾಗಿ ಆಂಟಿ. ಹೇಗೂ ನಾನು ತಮೋಗುಣವನ್ನು ಕಡಿಮೆ ಮಾಡಿ ರಜೋಗುಣವನ್ನು ಹೆಚ್ಚಿಸಬೇಕೆಂದು ನಿರ್ಧರಿಸಿದ್ದೇನೆ, ಹಾಗಿದ್ದರೆ ಈ ಕೆಲಸದಿಂದಲೇ ಅದರ ಶುಭಾರಂಭ ಏಕಾಗಬಾರದು? ಮಧುವಿಗೂ ಸಹಾಯವಾಗುತ್ತದೆ ಮತ್ತು ನನ್ನ ತಮೋಗುಣವೂ ದೂರವಾಗುತ್ತದೆ. ಮನೀಷ್‌ನ ಸಕಾರಾತ್ಮಕ ಮಾತುಗಳನ್ನು ಕೇಳಿ ಮಧುವಿನ ಮುಖದಲ್ಲಿ ನಗು ತೇಲಾಡಿತು.

ಮಧು– ನೀವು ಸರಿಯಾಗಿಯೇ ಹೇಳಿದಿರಿ. ನಾನು ಈ ರೀತಿ ಯೋಚಿಸಿರಲೇ ಇಲ್ಲ. ಇಲ್ಲಿ ನಾವಿಬ್ಬರೇ ಇದ್ದೇವೆ. ಸಂಬಂಧಿಕರಿಗೂ ಮತ್ತೆ ಮತ್ತೆ ಬರಲಿಕ್ಕಾಗುವುದಿಲ್ಲ. ಭವಿಷ್ಯದಲ್ಲಿಯೂ ನಾವು ಒಬ್ಬರನ್ನೊಬ್ಬರು ನೋಡಿಕೊಳ್ಳಬೇಕು. ಮನೀಶ್ ನನ್ನ ಮಾತನ್ನು ಎಂದಿಗೂ ಕೇಳುತ್ತಿರಲಿಲ್ಲ, ಆದರೆ ಆ ಸಂಬಂಧಿಕರ ಕಾರಣದಿಂದಾಗಿ, ಅವರು ಅಡಿಗೆ ಕೆಲಸವನ್ನು ಕಲಿತಂತಾಯ್ತು.

ಗಾಯತ್ರಿ– ಆದ್ದರಿಂದ ಅವರು ಇಂದು ಬಂದಾಗ, ಅವರಿಗೆ ಧನ್ಯವಾದ ಹೇಳಿ, ಕೃತಜ್ಞತೆಯಿಂದ ಸ್ವಾಗತಿಸಿ.

ಇದನ್ನು ಕೇಳಿ ಮಧು ಮುಗುಳ್ನಕ್ಕಳು. ಮನೀಷ್ ಕೂಡ ನಿಟ್ಟುಸಿರು ಬಿಟ್ಟ. ಆದರೆ ಸಲೋನಿಯ ಮನಸ್ಸಿನಲ್ಲಿ ಏನೋ ನಡೆಯುತ್ತಿದ್ದುದು ಅವಳ ಮುಖದಲ್ಲೂ ಕಾಣುತ್ತಿತ್ತು. ಗಾಯತ್ರಿ ಆಂಟಿ ಸಲೋನಿಯ ಸಂದಿಗ್ಧತೆಯನ್ನು ಅರ್ಥಮಾಡಿಕೊಳ್ಳಲು ಪ್ರಯತ್ನಿಸುತ್ತಿದ್ದರು.

ಮನನ ಬಿಂದು...

* ಯಾವುದೇ ಪ್ರತಿಕೂಲ ಪರಿಸ್ಥಿತಿಯಲ್ಲಿ, ಮೂರು ಪ್ರಶ್ನೆಗಳನ್ನು ಕೇಳಿಕೊಳ್ಳಿ – 1) ನಾನು ಯೋಚಿಸುತ್ತಿರುವುದು ಭ್ರಮೆ? 2) ಈ ಪರಿಸ್ಥಿತಿಯ ತಥ್ಯಗಳು ಯಾವುವು? 3) ಸತ್ಯವು ಏನೋ ಬೇರೆಯೇ ಇರಬಹುದೇ, ನನಗೆ ಗೊತ್ತಿಲ್ಲದ್ದು?
* ಯಾವುದೇ ಸಮಸ್ಯೆಯಲ್ಲಿ 'ಮುಂದೆ ಏನಾಗುವುದೋ?' ಎಂದು ಚಿಂತಿಸುವ ಬದಲು 'ಹೊಸದನ್ನು ಕಲಿಯಲು ಸಿಗುತ್ತದೆ' ಎಂಬ ಭಾವನೆಯಿಂದ ಕೆಲಸ ಮಾಡಿ.
* ಕೆಲವೊಮ್ಮೆ ಯಾರೋ ನಿಮಗೆ ಸಹಾಯ ಮಾಡದೆಯೂ ಹೆಚ್ಚು ಸಹಾಯ ಮಾಡುತ್ತಾರೆ. ಇದರಿಂದಾಗಿ ಕಷ್ಟಕರ ಸಂದರ್ಭಗಳಲ್ಲಿಯೂ ನಿಮ್ಮನ್ನು ನೀವು ನಿಭಾಯಿಸಲು ಸಮರ್ಥರಾಗುತ್ತೀರಿ.

ಅಧ್ಯಾಯ 10

ಎಲ್ಲವನ್ನೂ ಕ್ಷಮಿಸಿ, ನಿಮ್ಮ ಹೃದಯವನ್ನು ಸ್ವಚ್ಛಗೊಳಿಸಿ

ಸುಖಿ ಸಂಬಂಧಗಳ ಅಗತ್ಯತೆ

ಮನುಷ್ಯನ ಮನಸ್ಸು ವಿಚಿತ್ರವಾದದ್ದು. ಕೆಲವೊಮ್ಮೆ ಅವನಿಗೆ ಇತ್ತೀಚಿನ ಘಟನೆಗಳು ನೆನಪಿರುವುದಿಲ್ಲ. ಒಂದು ಗಂಟೆಯ ಹಿಂದೆ ಎಲ್ಲೋ ಇಟ್ಟಿದ್ದ ವಸ್ತುವನ್ನು 'ಎಲ್ಲಿ ಇಟ್ಟಿದ್ದೆ' ಎಂಬುದನ್ನು ಮರೆತುಬಿಡುತ್ತದೆ, ಆದರೆ ಕೆಲವು ವರ್ಷಗಳ ಹಿಂದೆ ನಡೆದ ಘಟನೆಗಳನ್ನು ಹೇಗೆ ನೆನಪಿನಲ್ಲಿಟ್ಟುಕೊಳ್ಳುತ್ತಾನೆಂದರೆ ಅವು ನೆನ್ನೆ ಮೊನ್ನೆ ನಡೆದವೇನೋ ಎಂಬಂತೆ. ಮತ್ತು ಆ ಘಟನೆ ದುರಂತವಾಗಿದ್ದರಂತೂ ಹೇಳತೀರದು... ನಿತ್ಯವೂ ಅದನ್ನು ನೆನಪಿಸಿಕೊಳ್ಳುತ್ತಾನೆ ಮತ್ತು ನೋವಿನಲ್ಲಿಯೇ ಮುಳುಗಿ ಬಿಡುತ್ತಾನೆ. ನಮ್ಮ ಮತ್ತು ನಮ್ಮ ಭವಿಷ್ಯದ ಮಗುವಿನ ಮೇಲೆ ಯಾವುದೇ ಋಣಾತ್ಮಕ ಪರಿಣಾಮ ಬೀರದಿರಲು ಈ ದುರಂತ ಘಟನೆಗಳಿಂದ ಹೇಗೆ ಮುಕ್ತಿ ಪಡೆಯುವುದು ಎಂದು ಗಾಯತ್ರಿ ಆಂಟಿ ಇಂದು ನಮಗೆ ಹೇಳಲು ಪ್ರಯತ್ನಿಸುತ್ತಿದ್ದರು.

ಗಾಯತ್ರಿ– ಮಧು ನನಗೆ ನಿನ್ನ ಬಗ್ಗೆ ಹೆಮ್ಮೆ ಇದೆ. ಇಂದು ನೀನು ನಿನ್ನ ದೃಷ್ಟಿಕೋನವನ್ನು ಬದಲಿಸಿ, ನಕಾರಾತ್ಮಕತೆಯನ್ನು ಬಿಡುವ ನಿರ್ಧಾರವು ತೆಗೆದುಕೊಂಡಿದ್ದೀಯೋ ಅದು ನಿಮ್ಮಿಬ್ಬರಿಗೆ ಮಾತ್ರವಲ್ಲದೆ ನಿನ್ನ ಹೊಟ್ಟೆಯಲ್ಲಿ ಬೆಳೆಯುತ್ತಿರುವ ಮಗುವಿಗೆ ಸಹ ಮುಖ್ಯವಾಗಿದೆ. ಗರ್ಭದಲ್ಲಿರುವ ಮಗುವಿನ ಮೆದುಳಿನ ಬೆಳವಣಿಗೆಯು ಗರ್ಭಿಣಿ ಮಹಿಳೆಯ ಭಾವನೆಗಳು, ಆಲೋಚನೆಗಳು, ಆಹಾರ ಮತ್ತು ಪರಿಸರದೊಂದಿಗೆ ಸಂಬಂಧ ಹೊಂದಿದೆ ಎಂಬುದನ್ನು ಪ್ರತಿ ಗರ್ಭಿಣಿ ಮಹಿಳೆ ಅರ್ಥಮಾಡಿಕೊಳ್ಳುವುದು ಬಹಳ ಮುಖ್ಯ. ಅವಳು ಹೊಂದಿರುವ ಭಾವನೆಗಳು, ಅವಳು ನೋಡುವ, ಕೇಳುವ ಅಥವಾ ಯೋಚಿಸುವ ಎಲ್ಲದರ ನೇರ ಪರಿಣಾಮ ಭ್ರೂಣದ ಮೇಲಾಗುತ್ತದೆ. ಅವಳ ಭಾವನೆಗಳು

ಸಾತ್ವಿಕವಾಗಿದ್ದರೆ ಮಗುವಿನ ಭಾವನೆಗಳು ಕೂಡ ಸಾತ್ವಿಕವಾಗಿರುತ್ತವೆ. ತಾಯಿಯಲ್ಲಿ ಪ್ರತೀಕಾರದ ಆಲೋಚನೆ ಇದ್ದರೆ ಮಗುವೂ ಸೇಡು ತೀರಿಸಿಕೊಳ್ಳುವ ಮನೋಭಾವನೆ ಹೊಂದುತ್ತದೆ. ತಾಯಿಯಲ್ಲಿ ತಾಮಸಿಕ ವಿಚಾರಗಳಲ್ಲಿದ್ದರೆ ಮಗು ಕೂಡ ತಾಮಸಿಕವಾಗುತ್ತದೆ.

ತಾಯಿಯು ಎಷ್ಟು ಹೊತ್ತು ನಕಾರಾತ್ಮಕ ಭಾವನೆಗಳಲ್ಲಿರುತ್ತಾಳೋ, ಮನಸ್ಸಿನಲ್ಲಿ ಯಾರೊಬ್ಬರ ಬಗ್ಗೆ ಕೋಪ ಅಥವಾ ದ್ವೇಷವಿರಿಸಿಕೊಂಡಿರುತ್ತಾಳೋ, ಸ್ವತಃ ನಿರಾಶೆ ಅಥವಾ ದುಃಖದಲ್ಲಿರುತ್ತಾಳೋ, ಅಷ್ಟು ಹೊತ್ತು ಭ್ರೂಣದ ಮೆದುಳಿನ ಬೆಳವಣಿಗೆಯು ನಿಧಾನವಾಗುತ್ತದೆ ಎಂದು ಅರ್ಥಮಾಡಿಕೊಳ್ಳಿ. ತಾಯಿಯು ಎಷ್ಟು ಸಂತೋಷದಿಂದ ಮತ್ತು ಸಕಾರಾತ್ಮಕ, ಸದ್ಗುಣಶೀಲ, ಸಾತ್ವಿಕ ಜೀವನವನ್ನು ನಡೆಸುತ್ತಾಳೋ, ಭ್ರೂಣದ ಮಾನಸಿಕ ಮತ್ತು ದೈಹಿಕ ಬೆಳವಣಿಗೆಯು ಅಷ್ಟೇ ಉತ್ತಮವಾಗಿರುತ್ತದೆ.

ನೇರವಾಗಿ ನಾವು ಏನು ತಿಳಿದುಕೊಳ್ಳಬೇಕೆಂದರೆ ಮಗುವಿನ ಸ್ಥಿತಿಯು ತಾಯಿಯಂತೆಯೇ ಇರುತ್ತದೆ ಎಂದು. ತಾಯಿ ಸಂತೋಷವಾಗಿದ್ದರೆ ಮಗು ಸಂತೋಷವಾಗಿರುತ್ತದೆ. ತಾಯಿ ದುಃಖಿತಳಾಗಿದ್ದರೆ, ಮಗು ದುಃಖಿತವಾಗುತ್ತದೆ. ತಾಯಿಗೆ ಭಯವಾದರೆ ಆ ಭಯ ಮಗುವಿಗೆ ಹರಡುತ್ತದೆ. ಆದ್ದರಿಂದ, ಮಗುವಿನ ಬೆಳವಣಿಗೆಯ ಮೇಲೆ ಪರಿಣಾಮ ಬೀರುವ ಯಾವುದೇ ವಿಷಯವನ್ನು ಮನಸ್ಸಿನಲ್ಲಿ ಎಂದಿಗೂ ತಂದುಕೊಳ್ಳಬಾರದು, ಬಹಳ ಜಾಗರೂಕರಾಗಿರಬೇಕು.

ಹಾಗಾಗಿ ಮಧು ನೀನು ಇತರರನ್ನು ಕ್ಷಮಿಸಲು ಕಲಿಯಬೇಕು. ನೀನು ಜನರನ್ನು ಸುಲಭವಾಗಿ ಕ್ಷಮಿಸಲು ಸಾಧ್ಯವಿಲ್ಲ ಎಂದು ಹೇಳಿದ್ದಿ... ಮತ್ತು ಸಲೋನಿ, ಇದು ನಿನಗೂ ಮುಖ್ಯವಾಗಿದೆ... ಸಲೋನಿಗೆ ಇದ್ದಕ್ಕಿದ್ದಂತೆ ತನ್ನ ಹೆಸರನ್ನು ಕೇಳಿ ಸ್ವಲ್ಪ ಆಶ್ಚರ್ಯವಾಯಿತು.

ಸಲೋನಿ– ನನಗೂ?

ಗಾಯತ್ರಿ– ಹೌದು ನಿನಗೂ! ನಿಮ್ಮ ಪೋಷಕರು ಮತ್ತು ಒಡಹುಟ್ಟಿದವರ ಬಗ್ಗೆ ನಿನಗೆ ಬಹಳಷ್ಟು ನಕಾರಾತ್ಮಕ ಭಾವನೆಗಳಿವೆ ಎಂದು ನನಗೆ ಗೊತ್ತು. ಅವರು ನಿನಗೆ ಉತ್ತಮ ಪಾಲನೆಯನ್ನು ನೀಡಲಿಲ್ಲ ಎಂದು ನೀನು ಭಾವಿಸಿದ್ದಿಯಾ... ನಿನಗೆ ಸಿಗಬೇಕಾದ ಸೌಕರ್ಯಗಳು ಮತ್ತು ಅವಕಾಶಗಳು ನಿನಗೆ ಸಿಗಲಿಲ್ಲವೆಂದು... ನಿನಗೆ ಗೊತ್ತಾ, ಆ ಬಾಲ್ಯದ ಭಾವನೆಗಳು ನಿನ್ನ ವರ್ತಮಾನದ ಮೇಲೆ ಪ್ರಭಾವ ಬೀರುತ್ತಿವೆ. ಅದಕ್ಕಾಗಿಯೇ ನೀನು ನಿನ್ನ ವರ್ತಮಾನದಿಂದ ತೃಪ್ತಿಳಿಲ್ಲ, ಪೂರ್ಣತೆಯ ಭಾವನೆಯನ್ನು ಹೊಂದಿಲ್ಲ. ಹೆಚ್ಚಿನದನ್ನು ಬಯಸುವುದರಿಂದ ನೀನು ಅತೃಪ್ತಳಾಗಿರುವೆ ಮತ್ತು ಇದು ಹಾಗೆಯೇ ಮುಂದುವರಿಯಬಹುದು. ಇದನ್ನು ಕೇಳಿ ಸಲೋನಿ ತಲೆ ತಗ್ಗಿಸಿದಳು.

ಸಲೋನಿ– ಹಾಗಾದರೆ ನಾನೇನು ಮಾಡಲಿ ಆಂಟಿ? ಕೆಲವು ವಿಷಯಗಳು ಮನಸ್ಸಿನಲ್ಲಿ ಜಮೆಯಾಗಿ ಬಿಟ್ಟಿವೆ, ಅವುಗಳು ನನ್ನನ್ನು ಬಿಡಲೊಲ್ಲವು.

ಗಾಯತ್ರಿ– ನೋಡು, ಈಗ ನಿನಗೆ ಒಬ್ಬ ಮನುಷ್ಯ ಅವನು ಹೇಗಿದ್ದಾನೋ ಅವನು ಹಾಗೇಕಿದ್ದಾನೆ ಎಂದು ತಿಳಿದಿದೆಯಲ್ಲವೆ? ಅವನು ಹಾಗೆ ಇರಲು ಅನೇಕ ವಿಷಯಗಳು ಪ್ರಭಾವ ಬೀರಿರುತ್ತವೆ. ಪರಿಸರ, ಆನುವಂಶಿಕತೆ, ಕುಟುಂಬದ ಸಾಮೂಹಿಕ ಚಿಂತನೆ, ಅವನ ತ್ರಿಗುಣಿ ಸ್ವಭಾವ (ರಜಸ್ಸು, ಸತ್ವ, ತಮಸ್ಸು) ಮತ್ತು ಅವನ ಹಿಂದಿನ ಸಂಸ್ಕಾರಗಳು...ಹೀಗೆ ಅವನು ಹೇಗಿದ್ದಾನೋ, ಅವನು ಏನು ಮಾಡಿದ್ದಾನೋ ಅದು ಕೇವಲ ಅವನ ತಪ್ಪಿರಲಿಲ್ಲ, ಅವನು ತನ್ನ ನಿಯಂತ್ರಣದಲ್ಲಿರದ ಬಹಳಷ್ಟು ವಿಷಯಗಳ ಪ್ರಭಾವದಲ್ಲಿದ್ದನು. ಇದನ್ನು ತಿಳಿದುಕೊಂಡ ಮೇಲೆ ನೀನು ಅವನನ್ನು ಸುಲಭವಾಗಿ ಕ್ಷಮಿಸಬಹುದು.

ಹಾಗೆಯೇ ನಿನ್ನ ಹೆತ್ತವರು ಅವರಿಗೆ ಲಭ್ಯವಿರುವ ಎಲ್ಲಾ ಸಂಪನ್ಮೂಲಗಳೊಂದಿಗೆ ತಮ್ಮ ಅತ್ಯುತ್ತಮವಾದ ಕೊಡುಗೆಯನ್ನು ನಿನಗೆ ನೀಡಿದ್ದಾರೆ ಎಂಬುದು ಸಹ ನಿಜವೇ. ನಿನ್ನ ದೃಷ್ಟಿಯಲ್ಲಿ ಅವರು ಪೂರ್ಣವಾಗಿಲ್ಲದಿದ್ದರೂ, ಅವರು ಯಾವುದೇ ಕೊರತೆಯನ್ನು ಮಾಡಿಲ್ಲ, ಆದ್ದರಿಂದ ನಿನ್ನ ಬಾಲ್ಯವನ್ನು ಒಪ್ಪಿಕೊ. ನೀನು ಯಾರ ಬಗೆಗೆ ಕೆಟ್ಟ ಭಾವನೆಯನ್ನು ಹೊಂದಿದ್ದೀಯೋ ಅವರನ್ನು ಕ್ಷಮಿಸು ಮತ್ತು ಮನಸ್ಸಿನಲ್ಲಿ ಅಂಟಿಕೊಂಡಿರುವ ಹಳೆಯ ವಿಷಯಗಳನ್ನು ಬಿಟ್ಟುಬಿಡು. ನಿನ್ನ ಭವಿಷ್ಯದ ಮಗುವಿನ ಮೇಲೆ ನಕಾರಾತ್ಮಕ ಪರಿಣಾಮ ಬೀರುವ ಯಾವುದೇ ಕೆಟ್ಟದ್ದನ್ನು ನಿನ್ನೊಳಗೆ ಇಟ್ಟುಕೊಳ್ಳಬೇಡ.

ಇದನ್ನು ಕೇಳಿ ಸಲೋನಿ ಸುಮ್ಮನಾದಳು.

ವಿಶಾಲ್– ಆಂಟಿ, ನಿಜ ಹೇಳಬೇಕೆಂದರೆ ನಮ್ಮ ಜೀವನದಲ್ಲಿ ಈಗ ವರ್ತಮಾನದ ದುಃಖವೇನೂ ಇಲ್ಲ, ಏನಿದ್ದರೂ ಹಳೆಯ ನೆನಪುಗಳಿಂದಲೇ ಸೃಷ್ಟಿಯಾಗುತ್ತಿದೆ. ಇವಳು ತನ್ನ ಗತಜೀವನವನ್ನು ಬಿಟ್ಟು ಮುಂದೆ ಸಾಗಿದರೆ ಅನೇಕ ಸಮಸ್ಯೆಗಳು ತಾನಾಗಿಯೇ ಬಗೆಹರಿಯುತ್ತವೆ. ನಾವಿಬ್ಬರೂ ತುಂಬಾ ಸಂತೋಷವಾಗಿರುತ್ತೇವೆ.

ಗಾಯತ್ರಿ– ಕೇವಲ ಸಲೋನಿ ಮಾತ್ರವಲ್ಲ, ವಿಶಾಲ್, ಮನೀಷ್ ನೀವು ಕೂಡಾ ಯಾರ ವಿರುದ್ಧವೂ ಕಿಂಚಿತ್ತೂ ಕೋಪ ಮತ್ತು ಕೆಟ್ಟ ಭಾವನೆಯನ್ನು ಹೊಂದದೇ ಜನರನ್ನು ಕ್ಷಮಿಸಬೇಕು. ನಮ್ಮಿಂದ ಬೇರೆಯವರಿಗೆ ಏನಾದರೂ ನೋವುಂಟಾಗಿದ್ದರೆ ಅವರಲ್ಲಿ ಕ್ಷಮೆಯನ್ನೂ ಕೇಳಬೇಕು. ಹರಿಯುವ ನದಿ ಮಾತ್ರ ಸ್ವಚ್ಛವಾಗಿ ಉಳಿಯುತ್ತದೆ ಎಂಬುದು ನಿಮಗೆಲ್ಲರಿಗೂ ತಿಳಿದಿದೆ. ನದಿ ಎಲ್ಲಿಯಾದರೂ ನಿಂತುಬಿಟ್ಟರೆ ನೀರು ಸಂಗ್ರಹವಾಗಿ ಕ್ರಮೇಣ ಕಲುಷಿತಗೊಂಡು ವಿಷಪೂರಿತವಾಗುತ್ತದೆ. ಅದು ಕುಡಿಯಲು ಯೋಗ್ಯವಾಗಿರುವುದಿಲ್ಲ. ಅದೇ ವಿಷಯ ನಮ್ಮ ಮನಸ್ಸಿಗೂ ಅನ್ವಯಿಸುತ್ತದೆ. ಆಲೋಚನೆಗಳ ಹೊಳೆ ಹರಿಯುತ್ತಿದ್ದರೆ ಒಳ್ಳೆಯದು, ಆದರೆ ನಾವು ಹಿಡಿದಿಟ್ಟುಕೊಳ್ಳುವ ಸಂಗತಿಗಳು ಅಲ್ಲಿಯೇ ಸಿಕ್ಕಿಹಾಕಿಕೊಂಡು ಇಡೀ ಮನಸ್ಸನ್ನು ಕಲುಷಿತಗೊಳಿಸುತ್ತವೆ.

ಆದ್ದರಿಂದ, ನಾವು ನಮ್ಮ ಮನಸ್ಸಿನಲ್ಲಿ ಯಾರಿಗಾಗಿ ಯಾವ ಭಾವನೆಗಳನ್ನು ಮತ್ತು ಆಲೋಚನೆಗಳನ್ನು ಸಂಗ್ರಹಿಸಿದ್ದೇವೆ ಎಂಬುದನ್ನು ಪೂರ್ಣ ಪ್ರಜ್ಞೆಯಿಂದ ನೋಡಿ. 'ಅವನು ಹೀಗೆ ಹೇಳಿದ... ಅವನು ಹಾಗೆ ಮಾಡಿದ... ನಾನವನನ್ನು ಎಂದಿಗೂ ಕ್ಷಮಿಸುವುದಿಲ್ಲ... ಸೇಡು ತೀರಿಸಿಕೊಳ್ಳುತ್ತೇನೆ... ನನಗೆ ಆ ವ್ಯಕ್ತಿಯತ್ತ ನೋಡಲೂ ಆಗುವುವಿಲ್ಲ... ಇಂತಹ ವಿಷಯಗಳು ನಮ್ಮೊಳಗೆ ಮಾನಸಿಕ ಅಡಚಣೆಯನ್ನು ಉಂಟುಮಾಡುತ್ತವೆ. ಇದು ಅನೇಕ ಮಾನಸಿಕ ಮತ್ತು ದೈಹಿಕ ಕಾಯಿಲೆಗಳಿಗೆ ಕಾರಣವಾಗುತ್ತದೆ ಮತ್ತು ಇವೆಲ್ಲವನ್ನೂ ಭವಿಷ್ಯದ ಮಗುವಿಗೆ ವರ್ಗಾವಣೆಯಾಗುತ್ತದೆ. ನಮ್ಮ ಮನಸ್ಸು, ಬುದ್ಧಿ ಮತ್ತು ಭಾವನೆಗಳನ್ನು ಸ್ವಚ್ಛವಾಗಿ ಮತ್ತು ಆರೋಗ್ಯಕರವಾಗಿಟ್ಟುಕೊಳ್ಳಲು, ಜನರನ್ನು ಕ್ಷಮಿಸುವುದು, ನಿಮ್ಮ ತಪ್ಪುಗಳಿಗಾಗಿ ಕ್ಷಮೆಯಾಚಿಸಿ ಮತ್ತು ನಂತರ ಆ ವಿಷಯಗಳನ್ನು ಮರೆತುಬಿಡುವುದು ಇವೆಲ್ಲ ಬಹಳ ಮುಖ್ಯ. ಹೀಗೆ ಮಾಡಿದ ತಕ್ಷಣ ನಿಮಗೆ ಹಗುರವಾದಂತೆ ಅನುಭವವಾಗುತ್ತದೆ, ಕೆಲವು ವರ್ಷಗಳಿಂದ ಒಳಗಿದ್ದದ್ದು ಹೊರ ಬಂದಂತೆ ಅನಿಸುತ್ತದೆ. ನೀವು ಒತ್ತಡದಿಂದ ಮುಕ್ತರಾಗುತ್ತೀರಿ.

ಮನೀಷ್– ಆಂಟಿ, ನಾವು ಕ್ಷಮಿಸಿಬಿಡಬಹುದು, ಆದರೆ ಕ್ಷಮೆಯನ್ನು ಹೇಗೆ ಕೇಳುವುದು? ಇದಕ್ಕಾಗಿ ಯಾವುದಾದರೂ ವಿಶೇಷ ಮಾರ್ಗವಿದೆಯೇ? ಮತ್ತು ಎಲ್ಲರಿಂದಲೂ ಕ್ಷಮೆ ಕೇಳಲು ಸಾಧ್ಯವಾಗುವುದಿಲ್ಲ, ಆಗ ಏನು ಮಾಡಬೇಕು?

ಗಾಯತ್ರಿ– ನೋಡಿ, ಯಾರಿಗಾದರೂ ನೇರವಾಗಿ ಕ್ಷಮೆ ಕೇಳುವುದರಲ್ಲಿ ನಿಮಗೆ ಸಂಕೋಚವಿಲ್ಲದಿದ್ದರೆ, ನೀವು ಅವರೊಂದಿಗೆ ಮುಖಾಮುಖಿಯಾಗಿ ಕುಳಿತು ಕ್ಷಮೆಯಾಚಿಸಬೇಕು, 'ನನ್ನ ಭಾವನೆಗಳು, ಆಲೋಚನೆಗಳು, ಮಾತು, ಕ್ರಿಯೆಗಳಿಂದ ನಾನು ನಿಮಗೆ ಯಾವಾಗಲಾದರೂ, ಎಲ್ಲಿಯಾದರೂ, ತಿಳಿದೋ ತಿಳಿಯದೆಯೋ ಯಾವುದೇ ದುಃಖವನ್ನು ಉಂಟುಮಾಡಿದ್ದರೆ, ಅದಕ್ಕಾಗಿ ದಯವಿಟ್ಟು ನನ್ನನ್ನು ಕ್ಷಮಿಸಿ. ಮುಂದೆ ಇಂತಹ ತಪ್ಪು ಆಗದಂತೆ ನೋಡಿಕೊಳ್ಳುತ್ತೇನೆ'. ಕನಿಷ್ಟಪಕ್ಷ ನಿಕಟ ಸಂಬಂಧಗಳಲ್ಲಿ, ನೇರವಾಗಿ ಕ್ಷಮೆಯಾಚಿಸಬೇಕು.

ಕೆಲವೊಮ್ಮೆ ನೇರವಾಗಿ ಕ್ಷಮೆಯಾಚಿಸುವುದು ಸಹಜವೆನಿಸುವುದಿಲ್ಲ ಮತ್ತು ಕೆಲವೊಮ್ಮೆ ನಮ್ಮ ತಪ್ಪು ನಮಗೆ ನಂತರ ನಮಗೆ ಅರಿವಾಗುತ್ತದೆ. ಅಂತಹ ಪರಿಸ್ಥಿತಿಯಲ್ಲಿ, ನಾವು **ನಮ್ಮ ಮನಸ್ಸಿನಲ್ಲಿ** ಇನ್ನೊಬ್ಬ ವ್ಯಕ್ತಿಯಲ್ಲಿ ಕ್ಷಮೆಯಾಚಿಸಬಹುದು ಮತ್ತು ಅವರನ್ನು ಕ್ಷಮಿಸಬಹುದು. ಹೀಗೆ ಮಾಡುವುದರಿಂದ ನಿಮ್ಮ ಜೀವನದಲ್ಲಿ ನೀವು ಅದ್ಭುತ ಬದಲಾವಣೆಗಳನ್ನು ಕಾಣುತ್ತೀರಿ. 'ನನ್ನೊಂದಿಗೆ ನೇರವಾಗಿ ಮಾತನಾಡದ ಜನರ ನಡವಳಿಕೆಯು ನನ್ನ ಕಡೆಗೆ ಬದಲಾಗಲು ಪ್ರಾರಂಭಿಸಿದೆ, ಸಂಬಂಧಗಳು ಸುಧಾರಿಸುತ್ತಿವೆ, ಸಮಸ್ಯೆಗಳು ಕೊನೆಗೊಳ್ಳುತ್ತಿವೆ, ಜೀವನದಲ್ಲಿ ಎಲ್ಲವೂ ಸುಲಭವಾಗಿ ಬರುತ್ತಿದೆ, ನಾನು ಆಂತರಿಕ ಶಾಂತಿಯನ್ನು ಪಡೆಯುತ್ತಿದ್ದೇನೆ' ಎಂದು ನೀವು ಕಂಡುಕೊಳ್ಳುತ್ತೀರಿ. ಮತ್ತು ಇದೆಲ್ಲವೂ ನಿಮ್ಮ ಭವಿಷ್ಯದ ಮಗುವಿನ ಕಡೆಗೂ ತಲುಪುತ್ತದೆ, ಅದಕ್ಕೂ ಕ್ಷಮೆಯ ಸಂಸ್ಕಾರ ಸಿಗುತ್ತದೆ.

ಸಲೋನಿ– ಆಂಟಿ, ಇಂದು ನೀವು ನನ್ನ ಕಣ್ಣುಗಳನ್ನು ತೆರೆಸಿದಿರಿ. ನಾನು ಯಾವಾಗಲೂ ನನ್ನ ಕುಟುಂಬವನ್ನು ನನ್ನ ದೃಷ್ಟಿಕೋನದಿಂದಲೇ ನೋಡಿದೆ. ಅವರು ಏನು ಮಾಡಿದರೋ ಅದನ್ನವರು ಏಕೆ ಮಾಡಿದರು, ಏಕೆ ಮಾಡಿದರು, ಯಾವ ಸೀಮಿತ ಸಂಪನ್ಮೂಲಗಳೊಂದಿಗೆ ಮಾಡಿದರು? ಎಂದು ಅವರ ದೃಷ್ಟಿಕೋನದಿಂದ ನಾನು ಎಂದೂ ಯೋಚಿಸಲಿಲ್ಲ. ಅಷ್ಟು ಆದಾಯವಿಲ್ಲದಿದ್ದಾಗ ಏಕೆ ಇಷ್ಟೊಂದು ಮಕ್ಕಳನ್ನು ಹೇರಬೇಕಿತ್ತು? ಎಂದು ನನಗೆ ತುಂಬಾ ಕೋಪ ಬರುತ್ತಿತ್ತು. ಆದರೆ ಬಹುಶಃ ಆ ಸಮಯದಲ್ಲಿ, ಬಹುಶಃ ಆ ಪರಿಸರದಲ್ಲಿ 'ನಾವಿಬ್ಬರು ನಮಗಿಬ್ಬರು' ಎಂಬ ಅರಿವು ಇರಲಿಲ್ಲವೇನೊ. ಇದು ಸಮಾಜ ಮತ್ತು ಪರಿಸರದ ಪ್ರಭಾವವಾಗಿತ್ತು. ಇಂದು ನಾನು ಅವರೆಲ್ಲರನ್ನೂ ಕ್ಷಮಿಸಿದ್ದೇನೆ ಮತ್ತು ಕ್ಷಮೆಯನ್ನೂ ಕೇಳಿದ್ದೇನೆ. ಹೀಗೆ ಮಾಡಿ ನಿಜವಾಗಿಯೂ ನನಗೆ ತುಂಬಾ ಒಳ್ಳೆಯದೆನಿಸುತ್ತಿದೆ ಮತ್ತು ಮನಸ್ಸು ಕೂಡ ಹಗುರವಾಗಿದೆ.

ವಿಶಾಲ್– ಆಂಟಿ, ನಾನೂ ಒಬ್ಬರ ಬಳಿ ನೇರವಾಗಿ ಕ್ಷಮೆ ಕೇಳಬೇಕು. 'ಮನೀಷ್, ಅಂದು ನೀನು ನನ್ನ ಪಾರ್ಕಿಂಗ್ ಜಾಗದಲ್ಲಿ ನಿನ್ನ ಕಾರನ್ನು ನಿಲ್ಲಿಸಿದಾಗ ನಿನ್ನ ಮೇಲೆ ನನಗೆ ಅನಗತ್ಯವಾಗಿ ಕೋಪ ಬಂದಿತ್ತು. ನೀನು ಎರಡು ನಿಮಿಷ ಮಾತ್ರ ನಿಲ್ಲಿಸಿ, ನಂತರ ಹೊರಡುತ್ತೇನೆ ಎಂದು ಹೇಳಿದ್ದಿ. ಆದರೆ ಆಗ ನನಗೆ ನನ್ನ ರಜೋಗುಣದ ಕಾರಣ ತಾಳ್ಮೆ ಇರಲಿಲ್ಲ. ಆ ಕೆಟ್ಟ ನಡವಳಿಕೆಗಾಗಿ ನನ್ನನ್ನು ಕ್ಷಮಿಸು.

ಮನೀಶ್– ನಿಜ ಹೇಳಬೇಕೆಂದರೆ ನಾನು ಕ್ಷಮೆ ಕೇಳಬೇಕು. ನನ್ನ ತಮೋಗುಣದಿಂದಾಗಿ ಗಾಡಿಯನ್ನು ಪಾರ್ಕಿಂಗ್‌ಗೆ ತೆಗೆದುಕೊಂಡು ಹೋಗಲು ಸೋಮಾರಿತನವಾಯಿತು. ಇದು ನಿನಗೆ ಹೆಚ್ಚಿನ ಅನಾನುಕೂಲತೆಯನ್ನು ಉಂಟು ಮಾಡಿತು. ಸಾಧ್ಯವಾದರೆ, ದಯವಿಟ್ಟು ನನ್ನನ್ನು ಕ್ಷಮಿಸು.

ಇಬ್ಬರೂ ಪರಸ್ಪರ ಕ್ಷಮೆಯಾಚಿಸಿ ಒಬ್ಬರನ್ನೊಬ್ಬರು ಅಪ್ಪಿಕೊಂಡರು. ಎಲ್ಲರ ಮುಖದಲ್ಲೂ

ನಗು ಮೂಡಿತು.

ಮಧು– ಆಂಟಿ, ನನ್ನ ತಪ್ಪು ಭಾವನೆಗಳು ನನ್ನ ಮಗುವಿನ ಮೇಲೆ ಕೆಟ್ಟ ಪರಿಣಾಮ ಬೀರಿದ್ದಕ್ಕಾಗಿ ಇವತ್ತು ನಾನು ಕೂಡ ನನ್ನ ಹುಟ್ಟಲಿರುವ ಮಗುವಿನಲ್ಲಿ ಕ್ಷಮೆ ಕೇಳುತ್ತೇನೆ. ಮತ್ತು ಭವಿಷ್ಯದಲ್ಲಿ ನಾನು ಯಾರ ಬಗ್ಗೆಯೂ ಯಾವುದೇ ಕೆಟ್ಟ ಭಾವನೆಯನ್ನು ಹೊಂದುವುದಿಲ್ಲ ಎಂದು ನಾನದಕ್ಕೆ ಭರವಸೆ ನೀಡುತ್ತೇನೆ. ನಾನು ಅದಕ್ಕೆ ಅಭಿವೃದ್ಧಿ ಹೊಂದಲು ಮತ್ತು ಸಂತೋಷವಾಗಿರಲು ಸಾಕಷ್ಟು ಅವಕಾಶವನ್ನು ನೀಡುತ್ತೇನೆ.

ಗಾಯತ್ರಿ– ವಾಹ್! ಬಹಳ ಒಳ್ಳೆಯ ಮಾತು. ನೋಡಿ, ಇದು ಕ್ಷಮೆ ಕೇಳಿದ್ದರ ಪರಿಣಾಮ. ಹೃದಯ ಸ್ವಷ್ಟವಾಗುತ್ತದೆ, ನಿರ್ಮಲವಾಗುತ್ತದೆ, ಸಂಬಂಧಗಳು ಉತ್ತಮವಾಗುತ್ತವೆ, ಮುಖಗಳು ಅರಳುತ್ತವೆ. ಕುಟುಂಬದ ಸದಸ್ಯರು ಸಂತೋಷವಾಗಿದ್ದರೆ, ಮಗುವು ತಾನೇ ತಾನಾಗಿ ಸಂತೋಷ ಸ್ವಭಾವದಿಂದ ಹುಟ್ಟುತ್ತದೆ. ಅದಕ್ಕಾಗಿ ನೀವು ಯಾವುದೇ ಪರಿಶ್ರಮ ಮಾಡಬೇಕಾಗಿಲ್ಲ.

ಸರಿ, ನಾನಿನ್ನು ಹೊರಡುತ್ತೇನೆ. ಸಂಜೆ ನಿಮ್ಮಿಬ್ಬರಿಗೂ ಒಳ್ಳೆಯ ಉಡುಗೊರೆ ತರಬೇಕಲ್ಲ.

ಮಧು– ಅರೇ ಆಂಟೀ! ಇವತ್ತು ನಮಗೆ ಇಷ್ಟು ಒಳ್ಳೆಯ ಕಾಣಿಕೆ ಕೊಟ್ಟಿದ್ದೀರಿ. ಕ್ಷಮೆ ಕೇಳುವ ಕಲೆಯನ್ನು ನಮಗೆ ಕಲಿಸಿದ್ದೀರಿ. ಈ ಉಡುಗೊರೆ ನಮ್ಮ ಜೀವನದುದ್ದಕ್ಕೂ ಉಳಿಯುತ್ತದೆ. ಇದರಿಂದ ನಮಗೂ, ನಮ್ಮ ಮಗುವಿಗೂ ತುಂಬಾ ಉಪಯೋಗವಾಗುತ್ತದೆ. ಇದಕ್ಕಿಂತ ಇನ್ನೇನು ಬೇಕು?

ಕ್ಷಮೆಯ ಮಾಂತ್ರಿಕತೆಯಿಂದಾಗಿ, ಉದ್ವಿಗ್ನ ಫೋನ್ ಕರೆಯೊಂದಿಗೆ ಪ್ರಾರಂಭವಾಗಿದ್ದ ಮುಂಜಾನೆ, ಸಂತೋಷದ ಮಧ್ಯಾಹ್ನವಾಗಿ ಮಾರ್ಪಟ್ಟಿತ್ತು.

ಮನನ ಬಿಂದು...

* ಗರ್ಭದಲ್ಲಿರುವ ಮಗುವಿನ ಮೆದುಳಿನ ಬೆಳವಣಿಗೆಯು ಗರ್ಭಿಣಿ ಮಹಿಳೆಯ ಭಾವನೆಗಳು, ಆಲೋಚನೆಗಳು, ಆಹಾರ ಮತ್ತು ಪರಿಸರದೊಂದಿಗೆ ಸಂಬಂಧ ಹೊಂದಿದೆ. ಅವಳ ಭಾವನೆಗಳು ಸಾತ್ವಿಕವಾಗಿದ್ದರೆ ಮಗುವಿನ ಭಾವನೆಗಳು ಕೂಡ ಸಾತ್ವಿಕವಾಗಿರುತ್ತದೆ. ಒಂದುವೇಳೆ ತಾಯಿಯಲ್ಲಿ ತಾಮಸಿಕ ವಿಚಾರಗಳಿದ್ದರೆ ಮಗುವಿನಲ್ಲಿ ಕೂಡ ತಾಮಸಿಕ ಗುಣಗಳು ಬರುತ್ತವೆ.

* ಗರ್ಭಿಣಿ ಮಹಿಳೆಯು ಸ್ವೀಕಾರ ಮಂತ್ರದ ಪ್ರಯೋಜನವನ್ನು ಪಡೆದಾಗ, ತನ್ನ ವಿರುದ್ಧ ಕೆಟ್ಟ ಭಾವನೆಗಳನ್ನು ಹೊಂದಿರುವವರನ್ನು ಕ್ಷಮಿಸಿ ಮತ್ತು ಹಳೆಯ ಜಮೆಯಾಗಿರುವ ವಿಷ್ಯಗಳನ್ನು ಸುಲಭವಾಗಿ ಬಿಟ್ಟುಬಿಟ್ಟರೆ, ಆಗ ಅದು ಮುಂಬರುವ ಮಗುವಿನ ಮೇಲೂ ಸಕಾರಾತ್ಮಕ ಪರಿಣಾಮ ಬೀರುತ್ತದೆ.

* ಯಾರನ್ನಾದರೂ ಕ್ಷಮಿಸುವ ಮೂಲಕ ಅಥವಾ ತಪ್ಪು ಮಾಡಿದ ನಂತರ ಕ್ಷಮೆ ಕೇಳುವ ಮೂಲಕ, ಜೀವನದಲ್ಲಿ ಅದ್ಭುತ ಬದಲಾವಣೆಗಳನ್ನು ಕಾಣಬಹುದು, ಮತ್ತು ಇದು ಭವಿಷ್ಯದ ಮಗುವಿನ ಸುಪ್ತಪ್ರಜ್ಞಾಮನಸ್ಸು(ಆಂತರಿಕ ಮನಸ್ಸು) ಸಹ ತಲುಪುತ್ತದೆ, ಇದರಿಂದಾಗಿ ಅದು ಸಹ ಕ್ಷಮೆಯ ಸಂಸ್ಕಾರವನ್ನು ಪಡೆಯುತ್ತದೆ.

ಅಧ್ಯಾಯ 11

ಪ್ರತಿ ಸಂತಾನ, ಸಂತ ಸಂತಾನ

ಪ್ರಕೃತಿಯ ಇಚ್ಛೆಯೊಂದಿಗೆ ಹೊಂದಿಕೊಳ್ಳಿ

ಇಂದು ಭಾನುವಾರ ಮತ್ತು ಗಾಯತ್ರಿ ಆಂಟಿಯ ದಿವಂಗತ ಪತಿಯ ಹುಟ್ಟುಹಬ್ಬವೂ ಆಗಿತ್ತು. ಇಂದು ಅನಾಥಾಶ್ರಮಕ್ಕೆ ತೆರಳಿ ಮಕ್ಕಳೊಂದಿಗೆ ಹುಟ್ಟುಹಬ್ಬ ಆಚರಿಸುತ್ತಿದ್ದರು. ಈ ಸಂದರ್ಭದಲ್ಲಿ, ಅವರು ಮಕ್ಕಳಿಗೆ ಸಾಕಷ್ಟು ಉಡುಗೊರೆಗಳು, ಕೇಕ್, ಆಹಾರ ಮತ್ತು ಪಾನೀಯಗಳನ್ನು ತೆಗೆದುಕೊಂಡು ಹೋಗುತ್ತಿದ್ದರು. ಇಡೀ ದಿನ ಅವರೊಂದಿಗೆ ಕಳೆಯುತ್ತಿದ್ದರು. ಭಾನುವಾರ ರಜಾ ದಿನವಾದ್ದರಿಂದ ವಿಶಾಲ್, ಸಲೋನಿ, ಮಧು ಮತ್ತು ಮನೀಷ್ ಅವರಿಗೂ ಜೊತೆಗೆ ಬರುವಂತೆ ಹೇಳಿದರು. ಇಂದು ನಾವು ಅಲ್ಲಿ ಗರ್ಭ ಸಂಸ್ಕಾರದ ಬಗ್ಗೆ ಒಂದು ದೊಡ್ಡ ಪಾಠವನ್ನು ಕಲಿಯಲಿದ್ದೇವೆ ಎಂದೂ ಹೇಳಿದರು.

ಎಲ್ಲರೂ ಸಮಯಕ್ಕೆ ಸರಿಯಾಗಿ ತಲುಪಿದರು. ವಿಶಾಲ್, ಸಲೋನಿ, ಮಧು ಮತ್ತು ಮನೀಷ್ ಅವರಿಗೆ ಅನಾಥಾಶ್ರಮವನ್ನು ಹತ್ತಿರದಿಂದ ನೋಡುವ ಮೊದಲ ಅವಕಾಶ ಇದು. ಎಷ್ಟೋ ಮಕ್ಕಳು, ಅದೂ ವಿವಿಧ ವಯೋಮಾನದವರು ಅಲ್ಲಿ ಇಲ್ಲಿ ಓಡುತ್ತಿದ್ದರು. ಅವರೆಲ್ಲ ಗಾಯತ್ರಿ ಆಂಟಿಯನ್ನು ನೋಡಿ ತುಂಬಾ ಸಂತೋಷಪಟ್ಟರು. ಅವರು ಕೇಕ್ ಮತ್ತು ಆಹಾರ ಪದಾರ್ಥಗಳನ್ನು ತುಂಬಾ ಪ್ರೀತಿಯಿಂದ ಸ್ವೀಕರಿಸಿ ಸೇವಿಸಿದರು, ಎಲ್ಲರ ಆತ್ಮಕ್ಕೆ ತೃಪ್ತಿಯಾಯಿತು.

ಗಾಯತ್ರಿ– ಶೀಲಾ ಎಲ್ಲಿ? ಎಲ್ಲಿಯೂ ಕಾಣಿಸುತ್ತಿಲ್ಲ? ಅವರು ಅನಾಥಾಶ್ರಮದ ಪಾಲಕರನ್ನು ಕೇಳಿದರು.

ಕೇರ್ ಟೇಕರ್– ಅರೆ! ಬಹುಶಃ ನಾನು ನಿಮಗೆ ಹೇಳಲು ಮರೆತೆ, ಶೀಲಾ 10ನೇ ತರಗತಿಯಲ್ಲಿ ಉತ್ತಮ ಅಂಕಗಳನ್ನು ಪಡೆದಿದ್ದಾಳೆ. ಹೆಚ್ಚಿನ

ಅಧ್ಯಯನಕ್ಕಾಗಿ ಅವಳಿಗೆ ಒಂದು ಎನ್.ಜಿ.ಓ.ದಿಂದ ಸಹಾಯ ದೊರೆಯಿತು. ಈಗ ಇಂಟರ್ ಮೀಡಿಯೇಟ್ ಓದುವುದರ ಜೊತೆಗೆ ಅವಳು ಹಾಸ್ಟೆಲ್‌ನಲ್ಲಿಯೇ ಉಳಿದು ಮೆಡಿಕಲ್‌ಗೆ ತಯಾರಿ ನಡೆಸುತ್ತಿದ್ದಾಳೆ.

ಗಾಯತ್ರಿ– ಅರೆ ವ್ಹಾ... ಇದಂತೂ ನಮಗೆಲ್ಲರಿಗೂ ತುಂಬಾ ಸಂತೋಷ ಮತ್ತು ಹೆಮ್ಮೆಯ ವಿಷಯ... ಮತ್ತು ಸಚಿನ್, ಅವನು ಎಲ್ಲಿದ್ದಾನೆ? ಅವನ ಕಾಲುಗಳು ಈಗ ಹೇಗಿವೆ?

ಕೇರ್ ಟೇಕರ್– ಬಹಳಷ್ಟು ಸುಧಾರಣೆ ಇದೆ. ಅವನಿಗೆ ಉತ್ತಮ ವೈದ್ಯರು ಸಿಕ್ಕಿದ್ದು, ಉಚಿತವಾಗಿ ಚಿಕಿತ್ಸೆ ನೀಡುತ್ತಿದ್ದಾರೆ. ಶೀಘ್ರದಲ್ಲೇ ಅವನು ತನ್ನ ಕಾಲ ಮೇಲೆ ನಿಲ್ಲುತ್ತಾನೆ ಎಂದು ಅವರು ಹೇಳುತ್ತಾರೆ. ಅವನು ಅವರ ಕ್ಲಿನಿಕ್‌ಗೇ ಹೋಗಿದ್ದಾನೆ.

ಗಾಯತ್ರಿ– ಓಹ್, ಇಂದು ನೀವು ಒಟ್ಟಿಗೆ ಎರಡು ಒಳ್ಳೆಯ ಸುದ್ದಿಗಳನ್ನು ನೀಡಿದಿರಿ. ಮನಸ್ಸಿಗೆ ಸಂತೋಷವಾಯಿತು, ಎಂದು ಹೇಳುವಾಗ ಅವರ ಕಣ್ಣುಗಳು ಆನಂದಭಾಷ್ಪದಿಂದ ತುಂಬಿದವು.

ಗಾಯತ್ರಿ ಆಂಟಿ ಅನಾಥಾಶ್ರಮದ ತೋಟದ ಹಸಿರು ಹುಲ್ಲುಹಾಸಿನ ಮೇಲೆ ಆರಾಮವಾಗಿ ಕುಳಿತರು. ಪಕ್ಕದಲ್ಲಿ ಮಕ್ಕಳು ಆಟವಾಡುತ್ತಿದ್ದರು. ಅವರನ್ನು ನೋಡಿದ ಗಾಯತ್ರಿ ಆಂಟಿಯ ಮುಖದಲ್ಲಿ ಅಪಾರ ವಾತ್ಸಲ್ಯ, ಮಮತೆ ತುಂಬಿತ್ತು.

ಸಲೋನಿ– ಆಂಟಿ, ಇಲ್ಲಿ ಎಲ್ಲಾ ಮಕ್ಕಳ ಹೆಸರು ನಿಮಗೆ ತಿಳಿದಿದೆಯೇ?

ಗಾಯತ್ರಿ– ಎಲ್ಲಾ ಅಲ್ಲ, ಕೆಲವೊಬ್ಬರದ್ದು ಗೊತ್ತು. ವಾಸ್ತವವಾಗಿ, ಸಚಿನ್‌ನನ್ನು ಇಲ್ಲಿಗೆ ಕರೆತಂದದ್ದು ನಾನೇ. ಹುಟ್ಟಿನಿಂದಲೇ ಆತನ ಕಾಲಿಗೆ ರೋಗ ಕಾಣಿಸಿಕೊಂಡಿದ್ದರಿಂದ ನಡೆಯಲು ಸಾಧ್ಯವಾಗುತ್ತಿರಲಿಲ್ಲ, ಹಾಗಾಗಿ ಅವನ ತಂದೆ–ತಾಯಿ ಅವನನ್ನು ರಸ್ತೆಯಲ್ಲೇ ಬಿಟ್ಟು ಹೋಗಿದ್ದರು. ನಾನು ಅದನ್ನು ನೋಡಿ ಇಲ್ಲಿಗೆ ಕರೆ ತಂದಿದ್ದೇನೆ. ಶೀಲಾಳ ವಿಷಯದಲ್ಲೂ ಅದೇ ಆಯಿತು. ಆಕೆ ತನ್ನ ಕುಟುಂಬದಲ್ಲಿ ಜನಿಸಿದ ಮೂರನೇ ಹುಡುಗಿ. ಮಗನನ್ನು ಬಯಸಿದ ಅವಳ ತಂದೆ ಇದನ್ನು ಸಹಿಸಲಾರದೆ ಅವಳು ಹುಟ್ಟಿದ ತಕ್ಷಣ ಅವಳನ್ನು ಕಸದ ರಾಶಿಗೆ ಎಸೆದ. ಮನೆಯ ಸಮೀಪದಲ್ಲಿ ವಾಸಿಸುತ್ತಿದ್ದ ಒಬ್ಬ ಕೆಲಸದವಳು ಅವನು ಈ ರೀತಿ ಮಾಡುವುದನ್ನು ನೋಡಿದಳು. ಅವಳು ಮಗುವನ್ನು ಎತ್ತಿಕೊಂಡು ನನ್ನ ಬಳಿಗೆ ಬಂದಳು ಮತ್ತು ನಾನು ಅವಳನ್ನು ಇಲ್ಲಿ ಆಶ್ರಮಕ್ಕೆ ತಂದೆ. ನಾನು ಬಾಲ್ಯದಿಂದಲೂ ಈ ಇಬ್ಬರು ಮಕ್ಕಳನ್ನು ನೋಡುತ್ತಿದ್ದೇನೆ, ಆದ್ದರಿಂದ ನಾನು ಅವರ ಬಗ್ಗೆ ವಿಶೇಷ ಪ್ರೀತಿಯನ್ನು ಹೊಂದಿದ್ದೇನೆ.

ಮನೀಷ್– ಅಯ್ಯೋ ದೇವರೇ, ಜನರು ತಮ್ಮ ಮಕ್ಕಳನ್ನು ಹೇಗೆ ಈ ರೀತಿ ಬಿಡುತ್ತಾರೆ? ಅವರಿಗೇಕೆ ಮಕ್ಕಳ ಬಗ್ಗೆ ಕಿಂಚಿತ್ತೂ ಮಮತೆ, ಕರುಣೆ ಬರುವುದಿಲ್ಲ, ಇಷ್ಟು ದೊಡ್ಡ ಪಾಪವನ್ನು ಯಾರಾದರೂ ಹೇಗೆ ಮಾಡುತ್ತಾರೆ?

ಗಾಯತ್ರಿ– ಮಾಡಬಲ್ಲರು, ಅದ್ದರಿಂದಲೇ ಹಾಗೆ ಮಾಡುತ್ತಾರೆ ಅಲ್ಲವೇ... ಮತ್ತು ಹೀಗೇಕಾಗುತ್ತದೆ ಎಂದು ಗೊತ್ತೆ? ಏಕೆಂದರೆ ಮನುಷ್ಯನು ತನ್ನ ಇಚ್ಛೆಯಂತೆಯೇ ಎಲ್ಲವೂ ನಡೆಯುವುದನ್ನು ನೋಡಲು ಬಯಸುತ್ತಾನೆ. ಪ್ರತಿಯೊಂದು ವಿಷಯದಲ್ಲೂ ಒಳ್ಳೆಯದು ಅಥವಾ ಕೆಟ್ಟದು, ಸರಿ ಅಥವಾ ತಪ್ಪು ಎಂಬುದಕ್ಕೆ ತನ್ನದೇ ಆದ ಮಾನದಂಡವನ್ನು ಅವನು ಹೊಂದಿರುತ್ತಾನೆ. ಯಾವುದು ಅವನಿಗೆ ಇಷ್ಟವೋ, ತನ್ನ ಇಚ್ಛೆಯಂತೆ, ಯೋಜನೆಯಂತೆ ನಡೆಯುತ್ತದೆಯೋ ಅದೇ ಅವನಿಗೆ ಸ್ವೀಕಾರಾರ್ಹವಾಗಿರುತ್ತದೆ. ಆದರೆ ಪ್ರಕೃತಿ ಅವನಿಗೆ

ಬೇರೆ ಏನನ್ನಾದರೂ ನೀಡಿದರೆ, ಅದು ಕೆಟ್ಟದು ಎಂದು ಘೋಷಿಸಿ ಅದನ್ನು ತಿರಸ್ಕರಿಸುತ್ತಾನೆ. ವಿಶೇಷವಾಗಿ ಹೆಣ್ಣುಮಕ್ಕಳು ಈ ನಿರಾಕರಣೆಯನ್ನು ಎದುರಿಸಬೇಕಾಗುತ್ತದೆ, ಯಾರ ಪೋಷಕರು ಅವರನ್ನು ಹೊರೆ ಎಂದು ಪರಿಗಣಿಸುತ್ತಾರೆ.

ವಿಶಾಲ್– ಹಾಗಾದರೆ ಮನುಷ್ಯ ತನ್ನ ಸ್ವಂತ ಮಕ್ಕಳನ್ನು ಮತ್ತು ತನ್ನ ರಕ್ತವನ್ನು ಸಹ ತಿರಸ್ಕರಿಸಬಹುದೇ?

ಗಾಯತ್ರಿ– ಹೌದು. ಏಕೆಂದರೆ ಅವನ ಮಕ್ಕಳು ಅವನ ಯೋಜನೆಯಂತೆ ಇರುವುದಿಲ್ಲ, ಅವನು ಆಸೆ ಪಟ್ಟಂತೆ ಇರುವುದಿಲ್ಲ. ಈ ಸಂತಾನವು ತನ್ನ ಮನೆಗೆ ಬಂದಿದೆ ಎಂದರೆ ದೇವರೇ ಕೂಲಂಕುಷವಾಗಿ ಆಲೋಚಿಸಿ ಯಾವುದೋ ಒಂದು ಕಾರಣಕ್ಕಾಗಿ ಕಳುಹಿಸಿರಬೇಕು ಎಂದು ಅವನಿಗೆ ತನ್ನ ವಿವೇಕ ಬುದ್ಧಿಯಿಂದ ನೋಡಲು ಸಾಧ್ಯವೇ ಆಗುವುದಿಲ್ಲ. ಅವನು ದೇವರ ಯೋಜನೆಗಿಂತ ತನ್ನ ಸ್ವಂತ ಯೋಜನೆಗಳು ಮತ್ತು ಮಹತ್ವಾಕಾಂಕ್ಷೆಗಳಿಗೆ ಹೆಚ್ಚಿನ ಮಹತ್ವ ನೀಡುತ್ತಾನೆ. ತನ್ನ ಯೋಜನೆ ಮತ್ತು ಇಚ್ಛೆಯಂತೆ ಹುಟ್ಟಿಲ್ಲ ಎಂಬ ಕಾರಣಕ್ಕೆ ತಂದೆ–ತಾಯಿಯಿಂದ ಕೈಬಿಟ್ಟ ಎಷ್ಟೋ ಮಹಾನ್ ವ್ಯಕ್ತಿಗಳ ಕಥೆಗಳನ್ನು ನೀವು ಕೇಳಿರಬಹುದು. ಅವರು ಹುಟ್ಟಿನಿಂದಲೇ ತಿರಸ್ಕರಿಸಲ್ಪಟ್ಟವರು.

ಮಧು– ಆಂಟಿ, ನೀವು ಯಾವ ಮಹಾನ್ ವ್ಯಕ್ತಿಗಳ ಬಗ್ಗೆ ಹೇಳುತ್ತಿದ್ದೀರಿ, ದಯವಿಟ್ಟು ಹೇಳಿ.

ಗಾಯತ್ರಿ– ನೀವು ತುಳಸಿದಾಸರ ಬಗ್ಗೆ ಕೇಳಿರಬಹುದು. ರಾಮನ ಮಹಾ ಭಕ್ತ, 'ರಾಮಚರಿತಮಾನಸ'ದ ಕರ್ತೃ. ಈತ ಸಾಮಾನ್ಯ ಮಗುವಿನಂತೆ ಹುಟ್ಟಿಲ್ಲ ಎಂದು ಅವರ ಬಗ್ಗೆ ಹೇಳಲಾಗುತ್ತದೆ. ಅವರು ಹನ್ನೆರಡು ತಿಂಗಳು ತನ್ನ ತಾಯಿಯ ಹೊಟ್ಟೆಯಲ್ಲಿಯೇ ಇದ್ದರು ಮತ್ತು ತುಂಬಾ ಆರೋಗ್ಯವಾಗಿದ್ದರು. ಅವರ ಬಾಯಲ್ಲಿ ಹಲ್ಲುಗಳೂ ಕಾಣಿಸುತ್ತಿದ್ದವು. ಇವೆಲ್ಲವೂ ಅಸಹಜ ಲಕ್ಷಣಗಳಾಗಿದ್ದು, ಅವರ ಜನನದ ಮರುದಿನವೇ ಅವರ ತಾಯಿ ತೀರಿಕೊಂಡರು. ತಂದೆಯು ಅವರ ಜಾತಕವನ್ನು ತೋರಿಸಿದರು ಮತ್ತು ಅದನ್ನು ನೋಡಿದ ಜ್ಯೋತಿಷಿಯು 'ಈ ಮಗು ಅನಿಷ್ಟ' ಎಂದು ಘೋಷಿಸಿದರು. ಮೊದಲು ಅಸಹಜ ಹೆರಿಗೆ, ನಂತರ ಅವರ ತಾಯಿಯ ಸಾವು ಮತ್ತು ಜ್ಯೋತಿಷಿಯ ಭವಿಷ್ಯ, ಇವೆಲ್ಲವೂ ಅವರ ತಂದೆ ಅವರನ್ನು ತ್ಯಜಿಸಲು ಕಾರಣವಾಯಿತು. ಆದರೆ ಅವರು ಎಂತಹ ಸಂತ ಸಂತಾನ ಎಂದು ಸಿದ್ಧರಾಗಿದ್ದಾರೆ ನೋಡಿ. ಸ್ವಲ್ಪ ಊಹಿಸಿ, ತಂದೆಯು ತನ್ನ ಸ್ವಂತ ನಂಬಿಕೆಗಳ ಪ್ರಭಾವದಿಂದ ಅವರನ್ನು ತ್ಯಜಿಸದಿದ್ದರೆ, 'ಇಂತಹ ಮಹಾನ್ ಮಗನ ತಂದೆಯಾಗಲು ನಾನು ಎಷ್ಟು ಅದೃಷ್ಟವಂತ' ಎಂದು ಹೆಮ್ಮೆ ಪಡುತ್ತಿದ್ದರಲ್ಲವೆ?

ಅಂತೆಯೇ, ಕಬೀರದಾಸರ ಬಗ್ಗೆಯೂ ಒಂದು ಕಥೆ ಇದೆ. ಅವರು ಕಾಶಿಯ ಲಹರ್ತಾರಾ ಕೊಳದ ದಡದಲ್ಲಿ ನೀರು ಮತ್ತು ನೀಮಾ ಎಂಬ ನೇಕಾರ ದಂಪತಿಗಳಿಗೆ ಸಿಕ್ಕಿದ್ದರು, ಅಂದರೆ ಅವರನ್ನೂ ಅವರ ಹೆತ್ತವರು ತ್ಯಜಿಸಿದ್ದರು. ಕುಂತಿ ಕರ್ಣನನ್ನು ತ್ಯಾಗ ಮಾಡಿದ ಕಥೆ ಎಲ್ಲರಿಗೂ ಗೊತ್ತಿದೆ. ಮಹಾವೀರ, ಮಹಾದಾನಿ ಕರ್ಣನನ್ನು ಅವನ ತಾಯಿಯು ಸ್ವೀಕರಿಸದಿದ್ದ ಕಾರಣ ತನ್ನ ಜೀವನದಲ್ಲಿ ಅವನು ಅನೇಕ ತೊಂದರೆಗಳನ್ನು ಎದುರಿಸಬೇಕಾಯಿತು, ಆದರೂ ಅವನು ತನ್ನ ಹೆಸರನ್ನು ಮಹಾದಾನಿ ಎಂದು ಇತಿಹಾಸದಲ್ಲಿ ದಾಖಲಿಸಿದನು.

ಮಹಾನ್ ತತ್ವಜ್ಞಾನಿ ಅಷ್ಟಾವಕ್ರನ ದೇಹವು ಎಂಟು ಅಂಗಗಳಿಂದ ವಿಕೃತವಾಗಿತ್ತು. ಇದರಿಂದಾಗಿ ಅವನ ತಂದೆಗೆ ಅವನ ಮೇಲೆ ನಕಾರಾತ್ಮಕ ಭಾವನೆಗಳು ಮತ್ತು ಕೋಪವಿತ್ತು.

ದಂತಕಥೆಯ ಪ್ರಕಾರ, ಅವನು ಗರ್ಭದಲ್ಲಿದ್ದಾಗ, ಅವನ ತಂದೆ ಕೋಪದಿಂದ ಅವನಿಗೆ ವಿಕೃತನಾಗುವಂತೆ ಶಾಪ ಕೊಟ್ಟಿದ್ದನು. ಮುಂದೆ ಅವರು ಜ್ಞಾನದ ಉತ್ತುಂಗವನ್ನು ತಲುಪಿದರು. ಅಷ್ಟಾವ್ರಕನನ್ನು ಜನಕ ರಾಜನು ತನ್ನ ಗುರುವನ್ನಾಗಿ ಮಾಡಿಕೊಂಡನು.

ಗಾಯತ್ರಿ ಆಂಟಿಯ ಮಾತುಗಳನ್ನು ನಾಲ್ಕೂ ಜನ ತುಂಬ ಗಮನವಿಟ್ಟು ಕೇಳುತ್ತಿದ್ದರು. ಮನುಷ್ಯನು ತನ್ನ ಸ್ವಂತ ಮಕ್ಕಳ ಬಗೆಗಿನ ತಿರಸ್ಕಾರ ಮತ್ತು ದೇವರ ದೈವಿಕ ಯೋಜನೆಯ ಅವಮಾನವನ್ನು ಕಂಡು ಅವರು ದುಃಖಿತರಾಗಿದ್ದರು.

ಸಲೋನಿ– ಇದು ದೊಡ್ಡ ಅನ್ಯಾಯ.

ಗಾಯತ್ರಿ– ಹೌದು, ಅದು ಸರಿಯೆ. ನೀವೆಲ್ಲರೂ ಒಂದು ವಿಷಯ ಯೋಚಿಸಿ ಹೇಳಿ. ನಿಮ್ಮ ಮಗು ಎಲ್ಲ ರೀತಿಯಲ್ಲೂ ಆರೋಗ್ಯವಂತ, ಬುದ್ಧಿವಂತ ಮತ್ತು ಸದ್ಗುಣಶೀಲನಾಗಿರಬೇಕೆಂದು ನೀವೆಲ್ಲರೂ ಬಯಸುತ್ತೀರಿ, ಆದರೆ ದೇವರ ಯೋಜನೆಯ ಪ್ರಕಾರ ಅದು ದೈಹಿಕ ಅಂಗವೈಕಲ್ಯ ಅಥವಾ ಮಾನಸಿಕ ದೌರ್ಬಲ್ಯದಿಂದ ಜನಿಸಿದರೆ, ನೀವು ಅದನ್ನು ಹೇಗೆ ಸ್ವೀಕರಿಸುತ್ತೀರಿ? ನೀವು ಅದಕ್ಕೆ ಎಷ್ಟು ಪ್ರೀತಿ ನೀಡುತ್ತೀರಿ, ಅದರ ಜನ್ಮದಿಂದ ಎಷ್ಟು ಉತ್ಸಾಹಿತರಾಗುತ್ತೀರಿ, ಎಷ್ಟು ಸಂತೋಷವನ್ನು ಅನುಭವಿಸುತ್ತೀರಿ?

ಗಾಯತ್ರಿ ಆಂಟಿಯ ಈ ಪ್ರಶ್ನೆಗೆ ಅಲ್ಲಿ ಗಾಢ ಮೌನ ಆವರಿಸಿತು. ನಾಲ್ವರ ಮುಖವೂ ಬಣ್ಣ ಕಳೆದುಕೊಂಡಿತ್ತು. ಇದಕ್ಕೆ ಅವರ ಬಳಿ ಇನ್ನೂ ಉತ್ತರವಿರಲಿಲ್ಲ. ಕೆಲವು ಪ್ರಶ್ನೆಗಳ ಉತ್ತರಗಳಿಗೆ ಆಳವಾದ ತಯಾರಿಯ ಅಗತ್ಯವಿರುತ್ತದೆ.

ಮನನ ಬಿಂದು...

* ಮನುಷ್ಯನು ತನ್ನ ಇಚ್ಛೆಯಂತೆ ಎಲ್ಲವೂ ನಡೆಯುವುದನ್ನು ನೋಡಲು ಬಯಸುತ್ತಾನೆ. ಅವನ ಆಸೆಗೆ ವಿರುದ್ಧವಾಗಿ ಏನಾದರೂ ಸಂಭವಿಸಿದಾಗ, ಅವನು ಪ್ರಕೃತಿ ಮತ್ತು ದೇವರನ್ನು ಶಪಿಸುತ್ತಾನೆ. ನಾವು ಇದನ್ನು ಎಷ್ಟು ಬಾರಿ ಮಾಡಿದ್ದೇವೆ ಮತ್ತು ನಿಜವಾಗಿಯೂ ನಮ್ಮ ಜೀವನದಲ್ಲಿ ಎಲ್ಲವೂ ಕೊನೆಗೊಂಡಿತೇ? ಎಂದು ಯೋಚಿಸಿ.

* ತುಳಸಿದಾಸ, ಕಬೀರದಾಸ ಅಥವಾ ತತ್ವಜ್ಞಾನಿ ಅಷ್ಟಾವಕ್ರನ ಕಥೆಯನ್ನು ಓದಿ ಧ್ಯಾನಿಸಿ. ಅವರ ಬಾಲ್ಯವು ಅವರ ದೈವಿಕ ಯೋಜನೆಯಂತೆ ಸಾಗಿತು. ಏಕೆಂದರೆ ಅವರು ತಮ್ಮ ಹೆತ್ತವರ ಯೋಜನೆ ಮತ್ತು ಇಚ್ಛೆಯ ಪ್ರಕಾರ ಹುಟ್ಟಿರಲಿಲ್ಲ.

ಅಧ್ಯಾಯ 12

ಪ್ರತಿಯೊಂದು ಮಗುವೂ ಅನನ್ಯ

ವೈವಿಧ್ಯತೆಯ ಸ್ವೀಕಾರ

ಕೆಲವೊಂದು ಪ್ರಶ್ನೆಗಳು ಹೇಗಿರುತ್ತವೆ ಎಂದರೆ ಅವುಗಳನ್ನು ಕನಸಿನಲ್ಲಿಯೂ ಎದುರಿಸಲು ನಮಗೆ ಧೈರ್ಯ ಸಾಲದಾಗುತ್ತದೆ. ಹಾಗಾಗಿ ಅವುಗಳನ್ನು ನಾವು ಎಂದಿಗೂ ಎದುರಿಸಬೇಕಾಗುವುದಿಲ್ಲ ಎಂದು ನಾವು ನಂಬಿ ನಡೆಯುತ್ತೇವೆ. ಆದರೆ ಇದು ನಮ್ಮ ನಂಬಿಕೆಯೇ ಹೊರತು ಪ್ರಕೃತಿಯದ್ದಲ್ಲ. ಪ್ರಕೃತಿ ತನ್ನದೇ ಆದ ದೈವಿಕ ಯೋಜನೆಯನ್ನು ಹೊಂದಿರುತ್ತದೆ. ನಾವು ಅದನ್ನು ಒಪ್ಪಿಕೊಳ್ಳಲಿ ಅಥವಾ ಬಿಡಲಿ, ಅದು ತನ್ನದೇ ಆದ ನಿಯಮಗಳ ಮೇಲೆ ಚಲಿಸುತ್ತದೆ. ಆದಷ್ಟು ಬೇಗ ಪ್ರಕೃತಿಯೊಂದಿಗೆ ಹೊಂದಿಕೊಂಡು ಬಾಳುವುದೇ ಸಂತೋಷಕ್ಕೆ ದಾರಿ. ಅದರ ಯೋಜನೆಯನ್ನು ಸ್ವೀಕರಿಸಿ ನಿಮ್ಮ ಯೋಜನೆಯನ್ನು ಮಾಡಿ. ಆದರೆ ಇದು ಆಕಸ್ಮಿಕವಾಗಿ ನಡೆಯುವ ಕ್ರಿಯೆಯಲ್ಲ. ಇದಕ್ಕಾಗಿ, ಪೂರ್ವಭಾವಿ ಮಾನಸಿಕ ಮತ್ತು ಭಾವನಾತ್ಮಕ ಸಿದ್ಧತೆಯ ಅಗತ್ಯವಿದೆ. ಗಾಯತ್ರಿ ಆಂಟಿಯೂ ಇದೇ ಪ್ರಯತ್ನ ಮಾಡುತ್ತಿದ್ದರು.

ಗಾಯತ್ರಿ– ಭವಿಷ್ಯದ ಪೋಷಕರು ತಮ್ಮ ಮಗುವಿಗಾಗಿ ದೇವರ ಪ್ರತಿಯೊಂದು ಯೋಜನೆಯನ್ನು ಸ್ವೀಕರಿಸಲು ಮತ್ತು ಅದನ್ನು ದಿವ್ಯ ಸಂತಾನ ಎಂದು ಪರಿಗಣಿಸಲು ಮೊದಲಿನಿಂದಲೂ ಸಿದ್ಧರಾಗಿರಬೇಕು. ಜೊತೆಗೆ, ಪ್ರತಿ ಮಗುವೂ ಸಂತ ಸಂತಾನ ಎಂದು ಒಪ್ಪಿಕೊಳ್ಳುವ ಭಾವನೆ ಇರಬೇಕು. ಅಂಗವೈಕಲ್ಯ, ದೌರ್ಬಲ್ಯ ನಮ್ಮ ಭಾವನೆಗಳಲ್ಲಿದೆ, ಮಗುವಿನಲ್ಲಲ್ಲ. ದೇವರ ಒಂದು ವಿಶೇಷ ಯೋಜನೆಯಂತೆ ಅಂತಹ ದೇಹವನ್ನು ಧರಿಸಿ ಅದು ಭೂಮಿಗೆ ಬಂದಿದೆ. ಅದು ವಿಭಿನ್ನವಾಗಿದೆ ಏಕೆಂದರೆ ಅದು ಆ ದೇಹದೊಂದಿಗೆ ಜಗತ್ತಿನಲ್ಲಿ ವಿಭಿನ್ನವಾದದ್ದನ್ನು ಮಾಡಿ ತೋರಿಸಬೇಕಿದೆ. ಅಂತಹ ಸಂತ ಸಂತಾನವನ್ನು ಸಂತೋಷದಿಂದ

ಸ್ವಾಗತಿಸಲು, ಅದಕ್ಕೆ ಅರಳಲು, ತೆರೆದುಕೊಳ್ಳಲು ಮತ್ತು ತನ್ನನ್ನು ತಾನು ವ್ಯಕ್ತಪಡಿಸಲು ಸಾಕಷ್ಟು ಅವಕಾಶವನ್ನು ನೀಡಲು, ಪೋಷಕರು ತಮ್ಮ ಮಾನಸಿಕ ದೌರ್ಬಲ್ಯವನ್ನು ನಿಭಾಯಿಸಬೇಕು.

ಮನಸ್ಸಿನಲ್ಲಿ ಯಾವುದೇ ಸಂದೇಹ, ದುಃಖ ಉಂಟಾದಾಗ ತುಳಸೀದಾಸ, ಸೂರದಾಸ, ಕಬೀರ, ಅಷ್ಟಾವಕ್ರರ ಮಹಾನ್ ಕೃತಿಗಳನ್ನು ನೆನಪಿಸಿಕೊಳ್ಳಿ. 'ನನ್ನ ಸಂತಾನ ಸಂತ ಸಂತಾನ' ಎಂದು ನಿಮಗೆ ನೀವೇ ಹೇಳಿಕೊಳ್ಳಿ. ಅದು ಹೇಗೆ ಇರಲಿ, ಅದೇ ಉತ್ತಮವಾದುದು. ದೇವರು ನನಗೆ ಅದರ ತಾಯಿ ಅಥವಾ ತಂದೆ ಆಗುವ ಸೌಭಾಗ್ಯವನ್ನು ನೀಡಿದ್ದಾನೆ, ಅದನ್ನು ನಾನು ಪೂರ್ಣವಾಗಿ ಆನಂದಿಸಬೇಕು ಮತ್ತು ಅದಕ್ಕೆ ಸಂಪೂರ್ಣ ಬೆಂಬಲವನ್ನು ನೀಡಬೇಕಾಗಿದೆ.

ವಿಶಾಲ್- ಸರಿಯಾಗಿ ಹೇಳಿದಿರಿ ಆಂಟಿ. ಪ್ರತಿಯೊಬ್ಬ ಪೋಷಕರು ಇದನ್ನು ಅರ್ಥಮಾಡಿಕೊಂಡರೆ ಮಕ್ಕಳ ಜೀವನ ಖಂಡಿತವಾಗಿಯೂ ಸುಲಭವಾಗುತ್ತದೆ. ಇಲ್ಲವಾದರೆ, ಅಂತಹ ಮಕ್ಕಳನ್ನು ತ್ಯಜಿಸುವ ಕೆಲವು ಪೋಷಕರಿದ್ದಾರೆ ಮತ್ತು ಕೆಲವು ಮಕ್ಕಳು ತಮ್ಮ ದೌರ್ಬಲ್ಯಕ್ಕೆ ತಮ್ಮ ಜನರಿಂದಲೇ ಹಿಂಸೆಗೆ ಒಳಗಾಗುತ್ತಾರೆ. ಆ ಮಕ್ಕಳು ಅವರ ಕುಟುಂಬಗಳು ಬಯಸಿದ ಕೆಲಸವನ್ನು ಮಾಡುತ್ತಿಲ್ಲ, ಅವರು ಬಯಸಿದ ರೀತಿಯಲ್ಲಿ ಕಾಣುವುದಿಲ್ಲ, ಅವರು ಬಯಸಿದ ಅಂಕಗಳನ್ನು ಪಡೆಯುವುದಿಲ್ಲವೆಂದು ಅಂತಹ ಮಕ್ಕಳನ್ನು ಹೆತ್ತವರು ಕಡೆಗಣಿಸುತ್ತಾರೆ. ಅಂತಹ ಮಕ್ಕಳ ಜೀವನವು ಹತಾಶೆಯಿಂದ ತುಂಬಿರುತ್ತದೆ, ಅವರು ಯಾವಾಗಲೂ ಕೀಳರಿಮೆಗೆ ಬಲಿಯಾಗುತ್ತಾರೆ.

ಗಾಯತ್ರಿ- ಹೌದು ಇದು ಈ ಸಮಾಜದ ಕರಾಳ ಮುಖ. ಮಗು ನಮ್ಮ ಇಚ್ಛೆಗೆ ಅನುಗುಣವಾಗಿಲ್ಲದಿದ್ದರೂ, ನಾವು ನಮ್ಮ ಮಗುವನ್ನು ಸ್ವೀಕರಿಸಬೇಕು. ಅದಕ್ಕೆ ಪೂರ್ಣ ಪ್ರೀತಿ ಮತ್ತು ಗೌರವವನ್ನು ನೀಡಬೇಕು ಮತ್ತು ಅದರ ಬೆಳವಣಿಗೆಗೆ ಸಹಕಾರಿಯಾಗಬೇಕು, ವಿರೋಧಿಯಲ್ಲ. ಪ್ರತಿಯೊಬ್ಬ ಪೋಷಕರೂ ಮಗುವಿನ ಆಗಮನಕ್ಕೂ ಮೊದಲೇ ಈ ವಿಷಯಗಳನ್ನು ಗಟ್ಟಿಯಾಗಿ ತಮ್ಮ ಮಸ್ತಿಷ್ಕದಲ್ಲಿ ಇಟ್ಟುಕೊಳ್ಳಬೇಕು, ಆಗ ಮಾತ್ರ ಮಗು ಆರೋಗ್ಯಕರ ಬಾಲ್ಯವನ್ನು ಪಡೆಯಲು ಸಾಧ್ಯ.

ಮಹಾನ್ ಕೃಷ್ಣ ಭಕ್ತ ಸೂರದಾಸರು ಹುಟ್ಟಿನಿಂದ ಕುರುಡರಾಗಿದ್ದರು ಆದರೆ ಅವರು ಕೃಷ್ಣನ ಕಾಲಕ್ಷೇಪಗಳನ್ನು ಲೀಲೆಗಳನ್ನು ತಮ್ಮ ಮುಂದೆಯೇ ನಡೆಯುತ್ತಿರುವುದನ್ನು ನೋಡಿದಂತೆ ವಿವರಿಸಿದರು. ನಾವು ಇಂದಿನ ಕಾಲದ ಬಗ್ಗೆ ಹೇಳಬೇಕೆಂದರೆ, ಐನ್‌ಸ್ಟೈನ್, ಭೌತಶಾಸ್ತ್ರದ ಕ್ಷೇತ್ರದಲ್ಲಿ ಪ್ರಖ್ಯಾತವಾದ ಹೆಸರು, ಒಮ್ಮೆ ಮಾನಸಿಕವಾಗಿ ತುಂಬಾ ದುರ್ಬಲ ಎಂದು ಪರಿಗಣಿಸಲ್ಪಟ್ಟವರು. ಅವರು ಪದೇ ಪದೇ ಅನುತ್ತೀರ್ಣರಾಗುತ್ತಿದ್ದರು. ಇದರಿಂದಾಗಿ ಅವರಿಗೆ ಪ್ರಾಥಮಿಕ ಶಿಕ್ಷಣವನ್ನೂ ಪೂರ್ಣಗೊಳಿಸಲಾಗಲಿಲ್ಲ. ನಂತರ ಈ ಐನ್‌ಸ್ಟೈನ್ ವಿಶ್ವದ ಶ್ರೇಷ್ಠ ವಿಜ್ಞಾನಿಯಾದರು.

ವಿಶ್ವದ ಅಗ್ರಮಾನ್ಯ ವಿಜ್ಞಾನಿ ಸ್ಟೀಫನ್ ಹಾಕಿಂಗ್ ನಡೆಯಲು ಅಸಮರ್ಥರಾಗಿದ್ದರು ಮತ್ತು ಅವರಿಗೆ ಮಾತನಾಡಲೂ ಆಗುತ್ತಿರಲಿಲ್ಲ, ಆದರೆ ಅವರಿಗೆ ಅವರ ಕುಟುಂಬದ ಬೆಂಬಲ ಸಿಕ್ಕಿತು. ಇದು ಅವರ ಪ್ರತಿಭೆಯನ್ನು ಅಭಿವೃದ್ಧಿಪಡಿಸಲು ಸಹಾಯ ಮಾಡಿತು. ಅವರ ವೈಜ್ಞಾನಿಕ ಸಂಶೋಧನೆಗಳು ವಿಜ್ಞಾನದ ಜಗತ್ತನ್ನು ಶಾಶ್ವತವಾಗಿ ಬದಲಾಯಿಸಿದವು. ಹೆಲೆನ್ ಕೆಲ್ಲರ್ ಅವರನ್ನು ವಿಶ್ವದ ಮೊದಲ ಅಂಗವಿಕಲ ಪದವೀಧರೆ ಎಂದು ಪರಿಗಣಿಸಲಾಗಿದೆ. ನೋಡಲು, ಕೇಳಲು ಅಸಮರ್ಥಳಾಗಿದ್ದರೂ, ಅವರು ತನ್ನ ಅಧ್ಯಯನವನ್ನು ಪೂರ್ಣಗೊಳಿಸಿದ್ದು ಮಾತ್ರವಲ್ಲದೆ ಅಮೆರಿಕಕ್ಕೆ ಪ್ರಯಾಣ ಬೆಳೆಸಿದರು. ಉನ್ನತ ಬರಹಗಾರ್ತಿ ಮತ್ತು ಶಿಕ್ಷಕಿ ಎಂದು

ಸಾಬೀತಾದರು. ತಂದೆ-ತಾಯಿ ಮತ್ತು ಶಿಕ್ಷಕರ ಬೆಂಬಲದಿಂದ ಇದು ಸಾಧ್ಯವಾಯಿತು. ಅವರ ಹೆತ್ತವರು ಅವರ ಬಗ್ಗೆ ಎಂದಿಗೂ ನಾಚಿಕೆಪಡಲಿಲ್ಲ, ಬದಲಾಗಿ ಅವರ ಬಗ್ಗೆ ಹೆಮ್ಮೆಪಟ್ಟರು.

ಪ್ರಕೃತಿ ನಮಗೆ ಏನು ನೀಡುತ್ತಿದೆಯೋ ಅದನ್ನು ಸ್ವೀಕರಿಸಿದರೆ, ನಮ್ಮ ಜೀವನವು ತುಂಬಾ ಸುಲಭ, ಸರಳ ಮತ್ತು ಸುಂದರವಾಗುತ್ತದೆ. ಜೊತೆಗೆ ನಮ್ಮ ಮಕ್ಕಳ ಜೀವನವೂ ಸುಂದರವಾಗುತ್ತದೆ. ನಾವು ಸ್ವೀಕಾರ ಭಾವ ತಾಳಬೇಕಾದ ಇನ್ನೂ ಅನೇಕ ವಿಷಯಗಳಿವೆ. ಸ್ವೀಕಾರ ಭಾವವು ಸಂತೋಷ ಜೀವನದ ದೊಡ್ಡ ಮಂತ್ರವಾಗಿದೆ.

ಇಂದು ಗಂಭೀರ ವಿಷಯದ ಬಗ್ಗೆ ಚರ್ಚೆ ನಡೆದಿತ್ತು. ಎಲ್ಲರೂ ಉದ್ಯಾನವನದಲ್ಲಿ ಆಲೋಚಿಸುತ್ತಾ ಕುಳಿತಿದ್ದರು. ಅವರ ಸುತ್ತಲೂ ವಿವಿಧ ಬಗೆಯ ಹೂವುಗಳು ಅರಳಿದ್ದವು. ಅವುಗಳ ಮೇಲೆ ಕೆಲವು ಚಿಟ್ಟೆಗಳು ಸುಳಿದಾಡುತ್ತಿದ್ದವು. ಅವು ತುಂಬಾ ಚೆನ್ನಾಗಿ ಪರಿಮಳ ಬೀರುತ್ತಿದ್ದವು. ಕೇರ್ ಟೇಕರ್ ಅಲ್ಲಿದ್ದ ಎಲ್ಲರಿಗೂ ಟೀ ಆರ್ಡರ್ ಮಾಡಿದ್ದರು. ಅವರೂ ಅಲ್ಲೇ ಕುಳಿತರು.

ಸಲೋನಿ- ನೀವು ಉದ್ಯಾನವನ್ನು ತುಂಬಾ ಸುಂದರವಾಗಿ ಮಾಡಿದ್ದೀರಿ. ಇಲ್ಲಿ ತುಂಬಾ ಬಗೆಯ ಹೂಗಳಿವೆ... ಎಂದು ಸಲೋನಿ ಕೇರ್‌ಟೇಕರ್‌ಗೆ ಹೇಳಿದಾಗ ಅವರು ಧನ್ಯವಾದ ಹೇಳಿ ಮುಗುಳ್ನಕ್ಕರು.

ಗಾಯತ್ರಿ- ಹೌದು ನಿಜ. ಉದ್ಯಾನವು ಅದರ ವೈವಿಧ್ಯತೆಯಿಂದಲೇ ಸುಂದರವಾಗಿ ಕಾಣುತ್ತದೆ. ಅದೇ ರೀತಿ, ಮನುಷ್ಯರಲ್ಲಿ ವೈವಿಧ್ಯತೆ ಇರುವುದರಿಂದಲೇ ಈ ಜಗತ್ತು ಸುಂದರವಾಗಿದೆ, ಆದರೂ ಜನರು ಈ ವೈವಿಧ್ಯತೆಯನ್ನು ಸ್ವೀಕರಿಸುವುದಿಲ್ಲ. ಪ್ರತಿಯೊಬ್ಬ ವ್ಯಕ್ತಿಯು ಇನ್ನೊಬ್ಬರಿಗಿಂತ ಭಿನ್ನವಾಗಿರುತ್ತಾನೆ. ಅವನ ಆಲೋಚನೆ, ನಡವಳಿಕೆ, ಗುಣಗಳು ಮತ್ತು ನ್ಯೂನತೆಗಳು ವಿಭಿನ್ನವಾಗಿವೆ ಆದರೆ ನಾವು ಎಲ್ಲರನ್ನೂ ಒಂದೇ ತಕ್ಕಡಿಯಲ್ಲಿ ತೂಗುತ್ತೇವೆ. ನಮ್ಮ ಜೀವನದಲ್ಲಿ ಬರುವ ಎಲ್ಲಾ ಜನರು ನಮ್ಮ ಇಚ್ಛೆಯಂತೇ ವರ್ತಿಸಬೇಕು, ನಾವು ಇಷ್ಟಪಡುವ ಗುಣಗಳನ್ನು ಹೊಂದಿರಬೇಕು, ನಮಗೆ ಇಷ್ಟವಿಲ್ಲದವುಗಳನ್ನು ಹೊಂದಿರಬಾರದು ಎಂದು ನಾವು ಬಯಸುತ್ತೇವೆ. ಘಟನೆಗಳು ನಮ್ಮ ಆಶಯದಂತೆ ನಡೆಯಲಿ... ಎಲ್ಲವೂ ನಮ್ಮ ದಾರಿಯಲ್ಲಿಯೇ ನಡೆಯಲಿ ಎಂದು ಇಚ್ಛಿಸುತ್ತೇವೆ. ನಾವು ಬಯಸಿದ್ದು ನಡೆಯದಿದ್ದರೆ, ನಾವು ಅಸ್ವೀಕಾರ ಭಾವ ತಾಳುತ್ತೇವೆ, ಇರುವುದನ್ನು ನಾವು ಸ್ವೀಕರಿಸಲಾಗುವುದಿಲ್ಲ. ಇದರಿಂದಾಗಿ ನಾವು ಬಳಲುತ್ತೇವೆ, ತೊಂದರೆಗೆ ಒಳಗಾಗುತ್ತೇವೆ ಮತ್ತು ದೂರುತ್ತೇವೆ.

ಉದಾಹರಣೆಗೆ, ಆ ಸಂಬಂಧಿಕರು ಏಕೆ ಹಾಗೆ ವರ್ತಿಸುತ್ತಾರೆ, ಈ ಸಂಬಂಧಿಕರು ಏಕೆ ಹೀಗೆ ವರ್ತಿಸುತ್ತಾರೆ, ನನ್ನ ಮಗು ಇತರರಂತೆ ಏಕೆ ಇಲ್ಲ, ಇಂದು ನಾನು ಬಟ್ಟೆ ಒಗೆದಿದ್ದೇನೆ ಆದರೆ ಸೂರ್ಯನ ಬಿಸಿಲು ಬರಲೇ ಇಲ್ಲ... ಏಕೆ ಬರಲಿಲ್ಲ? ಈಗ ಹೊರಗೆ ಹೋಗ್ಬೇಕು ಅಂತ ಅಂದುಕೊಂಡರೆ ಮಳೆ ಬಂತು, ಇಂದು ಸೋಮವಾರ ಏಕಿದೆ, ಭಾನುವಾರ ಏಕಿಲ್ಲ... ಇಲ್ಲಿ ಇಷ್ಟೊಂದು ಟ್ರಾಫಿಕ್ ಏಕಿದೆ? ಸಿಗ್ನಲ್ ಏಕೆ ಕೆಂಪು ಬಣ್ಣದ್ದಾಗಿದೆ ... ಎಲ್ಲದರಲ್ಲೂ ನಿರಾಕರಣೆ ... ಮತ್ತು ಈ ನಿರಾಕರಣೆಯ ಅಭ್ಯಾಸವು ಒಬ್ಬ ವ್ಯಕ್ತಿಯನ್ನು ಅವನ ಜೀವನದುದ್ದಕ್ಕೂ ಅಸಂತೋಷಗೊಳಿಸುತ್ತದೆ. ಮಗುವೂ ಅದನ್ನೇ ಕಲಿಯುತ್ತದೆ, ಅದು ವಿಷಯಗಳನ್ನು ಮತ್ತು ಸನ್ನಿವೇಶಗಳನ್ನು ತಿರಸ್ಕರಿಸಲು ಪ್ರಾರಂಭಿಸುತ್ತದೆ. 'ನನಗೆ ಅದೇ ಆಟಿಕೆ ಬೇಕು, ಈ ಆಹಾರ ತಿನ್ನಲು ಇಷ್ಟವಿಲ್ಲ, ಈ ಬಟ್ಟೆಗಳು ನನಗೆ ಬೇಡ...' ನಾವು ನಮ್ಮ ಇಚ್ಛೆಯಂತೆ ಮಗುವನ್ನು ನಡೆಸಿಕೊಳ್ಳಬೇಕೆಂದು ಬಯಸುತ್ತೇವೆ ಆದರೆ ಅದು ನಮ್ಮ ದಾರಿಯನ್ನು ತಿರಸ್ಕರಿಸುತ್ತದೆ.

ಮಧು– ಆಂಟಿ, ನನಗೆ ಒಬ್ಬ ಸ್ನೇಹಿತೆ ಇದ್ದಾಳೆ. ಅವಳು ಫೋನ್‌ನಲ್ಲಿ ಮಾತನಾಡುವಾಗಲೆಲ್ಲಾ ಕೊರಗುತ್ತಲೇ ಇರುತ್ತಾಳೆ. ಚಳಿಗಾಲದಲ್ಲಿ ಚಳಿಗಾಲ ಏಕೆ ಬಂತು ಎಂದು ಕೊರಗುವುದು, 'ಬೇಸಿಗೆ ಉತ್ತಮವಾಗಿತ್ತು' ಎನ್ನುತ್ತಾಳೆ. ಬೇಸಿಗೆಯಲ್ಲಿ, 'ಅಯ್ಯೋ! ಮಳೆ ಬರಲಿ' ಎನ್ನುತ್ತಾಳೆ. ಮಳೆ ಬಂದರೆ 'ಬಟ್ಟೆ ಒಣಗುತ್ತಿಲ್ಲ' ಎಂದು ಮಳೆಯಲ್ಲಿ ಚಿಂತಾಕ್ರಾಂತಳಾಗುತ್ತಾಳೆ, 'ಎಲ್ಲೆಲ್ಲೂ ತೇವದ ಭಾವ, ಪಸೆ' ಎಂದು ಕೊರಗುತ್ತಾಳೆ. ಮನೆಯಲ್ಲಿದ್ದರೆ ತುಂಬಾ ಬೇಜಾರು ಎನ್ನುತ್ತಾಳೆ, ಅವಳಿಗೆ ಹೊರಗೆ ಹೋಗಬೇಕೆಂದು ಅನಿಸುತ್ತದೆ. ಅವಳು ಹೊರಗೆ ಹೋದಾಗ, 'ತುಂಬಾ ಟ್ರಾಫಿಕ್ ಮತ್ತು ಮಾಲಿನ್ಯವಿದೆ, ಮನೆಯಲ್ಲಿಯೇ ಇದ್ದಿದ್ದರೆ ಉತ್ತಮವಾಗಿತ್ತು' ಎನ್ನುತ್ತಾಳೆ. ಅವಳು ಏನನ್ನೂ ಸ್ವೀಕರಿಸುವುದಿಲ್ಲ. ಅವಳು ಗರ್ಭಿಣಿಯಾದರೆ, ಅವಳ ಮಗು ತನ್ನ ಪ್ರತಿರೋಧದ ಮಾದರಿಯನ್ನು ಗರ್ಭದಲ್ಲಿಯೇ ಕಲಿಯುತ್ತದೆ ಎಂದು ನನಗನ್ನಿಸುತ್ತದೆ.

ಗಾಯತ್ರಿ– ಹೌದು, ಹೀಗಾಗಬಹುದು. ಜೀವನದಲ್ಲಿ ಮತ್ತು ವಿಶೇಷವಾಗಿ ಸಂಬಂಧಗಳಲ್ಲಿ ದುಃಖಕ್ಕೆ ದೊಡ್ಡ ಕಾರಣವೆಂದರೆ ನಮ್ಮ ಸುತ್ತಲಿನ ಜನರಿಂದ ನಾವು ನಿರಾಕರಣೆ ಅನುಭವಿಸುತ್ತೇವೆ. ಪಾಲಕರು ತಮ್ಮ ಮಕ್ಕಳು ತಮ್ಮ ಆದೇಶವನ್ನು ಪಾಲಿಸುವುದಿಲ್ಲ ಎಂದು ದುಃಖಿಸುತ್ತಾರೆ, ಪೋಷಕರು ತಮ್ಮ ಮಾತನ್ನು ಕೇಳುವುದಿಲ್ಲ ಎಂದು ಮಕ್ಕಳು ದುಃಖಿಸುತ್ತಾರೆ. ಹೆಂಡತಿ ತನ್ನ ಇಚ್ಛೆಯಂತೆ ನಡೆದುಕೊಳ್ಳುವುದಿಲ್ಲ ಎಂದು ಗಂಡನು ದೂರಿದರೆ, ಪತಿ ತನಗಿಂತ ಹೆಚ್ಚಾಗಿ ತನ್ನ ತಾಯಿಯ ಮಾತನ್ನು ಕೇಳುತ್ತಾನೆ ಎಂದು ಹೆಂಡತಿ ಹೇಳುತ್ತಾಳೆ. ಬಾಸ್, ನನ್ನ ಉದ್ಯೋಗಿಗಳು ನನ್ನ ಮಾತನ್ನು ಕೇಳುವುದಿಲ್ಲ ಎಂದು ಹೇಳುತ್ತಾರೆ, ಉದ್ಯೋಗಿ, ಬಾಸ್ ತನ್ನದೇ ಮಾತನ್ನು ನಡೆಸುತ್ತಾನೆ, ಎಂದು ಹೇಳುತ್ತಾರೆ.

ಇಲ್ಲಿ ಅರ್ಥಮಾಡಿಕೊಳ್ಳಬೇಕಾದ ವಿಷಯವೆಂದರೆ, ಪ್ರಕೃತಿಯು ಪ್ರತಿಯೊಬ್ಬ ಮನುಷ್ಯನನ್ನು ಕೇವಲ ನೋಟದಲ್ಲಿ(ಆಕಾರ) ಮಾತ್ರವಲ್ಲದೆ ಸ್ವಭಾವದಲ್ಲಿಯೂ ಪರಸ್ಪರ ಭಿನ್ನವಾಗಿ ಮಾಡಿದೆ. ಅವರ ಆಲೋಚನೆ, ಬುದ್ಧಿಮತ್ತೆ, ಅನುಭವಗಳು ಎಲ್ಲವೂ ನಿಮ್ಮದಕ್ಕಿಂತ ಭಿನ್ನವಾಗಿವೆ... ಹಾಗಾದರೆ ಅವರು ನಿಮ್ಮ ಆಲೋಚನೆಗೆ ತಕ್ಕಂತೆ ಹೇಗೆ ವರ್ತಿಸುತ್ತಾರೆ? ವರ್ತಿಸಬಹುದು? ಮತ್ತು ನಿಮ್ಮನ್ನು ನೀವು ನೋಡಿಕೊಳ್ಳಿ, ಬೇರೆಯವರು ಬಯಸುವ ರೀತಿಯಲ್ಲಿ ನೀವು ವರ್ತಿಸುತ್ತೀರಾ? ಬೇರೊಬ್ಬರು ತಮ್ಮ ಪ್ರಕಾರ ನಿಮಗೆ ನಡೆಸಿಕೊಳ್ಳಲು ನೋಡಿದರೆ ನಿಮಗದು ಇಷ್ಟವಾಗುತ್ತದೆಯೆ?

ಪರಸ್ಪರ ವೈವಿಧ್ಯತೆಯು ನಮ್ಮನ್ನು ಅನನ್ಯಗೊಳಿಸುತ್ತದೆ. ಪ್ರತಿಯೊಬ್ಬ ವ್ಯಕ್ತಿಯು ವಿಭಿನ್ನವಾಗಿ ಕಾಣುತ್ತಲೂ, ತನ್ನಲ್ಲಿಯೇ ಪೂರ್ಣವಾಗಿರುತ್ತಾನೆ. ಇತರರಂತೆ ಯಾರೂ ಇರಬೇಕಾಗಿಲ್ಲ. ಈ ತಿಳುವಳಿಕೆಯನ್ನು ನೀವು ನಿಮ್ಮ ಮಕ್ಕಳ ಬಗ್ಗೆಯೂ ಇಟ್ಟುಕೊಳ್ಳಬೇಕು. ಅದು ಹೇಗೆ ಇರಲಿ ಏನೇ ಇರಲಿ, ಅದು ವಿಶಿಷ್ಟವಾಗಿರುತ್ತದೆ, ಅನನ್ಯವಾಗಿರುತ್ತದೆ, ಅವರನ್ನು ಯಾರೊಂದಿಗೂ ಹೋಲಿಕೆ ಮಾಡಕೂಡದು.

ನಿಮ್ಮ ಜೀವನದಲ್ಲಿ ಯಾವುದೇ ಘಟನೆ ನಡೆಯಲಿ, ಅದು ವರ್ತಮಾನದಲ್ಲೇ ಆಗಿರಲಿ ಅಥವಾ ಹಿಂದೆ ನಡೆದಿರಲಿ, ನೀವು ಮರೆಯಲು ಸಾಧ್ಯವಾಗದಿದ್ದರೆ, ಅದು ನೆನಪಾದಾಗಲೆಲ್ಲಾ ನಿಮಗೆ ನೋವಾಗುತ್ತಿದ್ದರೆ, ಅಂತಹ ಘಟನೆಯನ್ನು ಸ್ವೀಕರಿಸಿ, ಅದನ್ನು ಹೋಗಲು ಬಿಡಿ. 'ನಾನು ಈ ಘಟನೆ, ಈ ವಿಷಯ ಅಥವಾ ಈ ಕೊರತೆಯನ್ನು ಒಪ್ಪಿಕೊಳ್ಳುತ್ತೇನೆ' ಎಂದು ನಿಮಗೆ ನೀವೇ ಹೇಳಿಕೊಳ್ಳಿ. ನೀವು ಅದನ್ನು ಸ್ವೀಕರಿಸಿದ ತಕ್ಷಣ, ಅದು ತರುವ ಸಂಕಟವು ಕೊನೆಗೊಳ್ಳುವುದನ್ನು ನೀವು ನೋಡಬಹುದು. ಅದು ಸಂಪೂರ್ಣವಾಗಿ ಹೋಗದಿದ್ದರೂ, ನೋವಿನ ಪ್ರಮಾಣ ಕಡಿಮೆಯಾಗುತ್ತದೆ.

ಜೀವನದೆಡೆಗೆ ನಿಮ್ಮ ಸ್ವೀಕಾರವು ಹೆಚ್ಚಾದಷ್ಟೂ ಮಾನಸಿಕವಾಗಿ ಸ್ಥಿರತೆ, ಸಂತೋಷ ಮತ್ತು ಸಂತೃಪ್ತರಾಗಿರುತ್ತೀರಿ ಮತ್ತು ಅದೇ ಭಾವನೆಗಳು ಮಗುವಿಗೂ ರವಾನೆಯಾಗುತ್ತವೆ.

ಎಲ್ಲರೂ ಗಾಯತ್ರಿ ಆಂಟಿಯ ಮಾತನ್ನು ಒಪ್ಪಿದರು. ಎಲ್ಲರೂ ಮಾತನಾಡುತ್ತಿರುವಾಗ ಸಂಜೆಯಾಗಿದ್ದು ಯಾರ ಗಮನಕ್ಕೂ ಬರಲಿಲ್ಲ. ಇಂದು ಎಲ್ಲರಿಗೂ ಬಹಳ ಸಾರ್ಥಕ ದಿನವಾಗಿತ್ತು. ಎಲ್ಲರ ಮುಖದಲ್ಲೂ ಸಂತೃಪ್ತಿಯ ಭಾವವಿತ್ತು. ಸಲೋನಿ ಮಾತ್ರ ಚಿಂತಿತಳಾಗಿದ್ದಳು. ಆ ಅನಾಥ ಮಕ್ಕಳ ಬಗ್ಗೆ ಯೋಚಿಸುತ್ತಾ ಅವಳು ತುಂಬಾ ಚಿಂತಿತಳಾಗಿದ್ದಳು, ಒಳ್ಳೆಯ ಉದ್ಯೋಗವಿದ್ದರೂ, ಬದುಕಲು ಮತ್ತು ಅಗತ್ಯಗಳನ್ನು ಪೂರೈಸಿಕೊಳ್ಳಲು ಸಂಪನ್ಮೂಲಗಳ ಕೊರತೆ ನಮಗಾಗುತ್ತಿರುತ್ತದೆ, ಅಂಥದ್ದರಲ್ಲಿ ಈ ಮಕ್ಕಳ ಶಿಕ್ಷಣ ಮತ್ತು ಇತರ ಅಗತ್ಯಗಳನ್ನು ಹೇಗೆ ಪೂರೈಸಲಾಗುತ್ತದೆ? ಈ ಕಾಳಜಿಗೆ ಸಂಬಂಧಿಸಿದ ಮುಂದಿನ ಪ್ರಮುಖ ಪಾಠವನ್ನು ಅವಳು ಕಲಿಯಬೇಕಾಗಿತ್ತು.

ಮನನ ಬಿಂದು...

* ಪ್ರಕೃತಿಯು ತನ್ನದೇ ಆದ ದೈವಿಕ ಯೋಜನೆಯನ್ನು ಹೊಂದಿದೆ, ನೀವು ಅದನ್ನು ಸ್ವೀಕರಿಸುತ್ತೀರೋ ಇಲ್ಲವೋ, ಅದು ತನ್ನ ಪ್ರಕಾರವೇ ಕಾರ್ಯನಿರ್ವಹಿಸುತ್ತದೆ. ಆದಷ್ಟು ಬೇಗ ಪ್ರಕೃತಿಯೊಂದಿಗೆ ಹೊಂದಿಕೊಂಡು ಬಾಳುವುದೇ ಸಂತೋಷಕ್ಕೆ ದಾರಿ.

* ಪ್ರತಿ ಮಗುವೂ ಸಾತ್ವಿಕ ಮಗು(ಸಂತ ಸಂತಾನ). ಅಂಗವೈಕಲ್ಯ, ದೌರ್ಬಲ್ಯ ನಮ್ಮ ಭಾವನೆಗಳಲ್ಲಿದೆ, ಮಗುವಿನಲ್ಲಲ್ಲ. ದೇವರ ಕೆಲವು ವಿಶೇಷ ಯೋಜನೆಯಡಿಯಲ್ಲಿ ಅಂತಹ ದೇಹವನ್ನು ಧರಿಸಿ ಅವರು ಭೂಮಿಗೆ ಬಂದಿದ್ದಾರೆ. ಅಂತಹ ಸಾತ್ವಿಕ ಮಗುವನ್ನು ಸಂತೋಷದಿಂದ ಸ್ವಾಗತಿಸಲು ಪೋಷಕರು ತಮ್ಮ ಮಾನಸಿಕ ದೌರ್ಬಲ್ಯವನ್ನು ಸರಿಪಡಿಸಿಕೊಳ್ಳಬೇಕು.

* ಪ್ರಕೃತಿ ಪ್ರತಿಯೊಬ್ಬ ವ್ಯಕ್ತಿಯನ್ನು ವಿಭಿನ್ನವಾಗಿ ಮಾಡಿದೆ. ಪ್ರತಿಯೊಬ್ಬ ವ್ಯಕ್ತಿಯು, ವಿಭಿನ್ನವಾಗಿ ಕಾಣುವ ಹೊರತಾಗಿಯೂ, ತನ್ನಲ್ಲಿಯೇ ಅನನ್ಯನಾಗಿರುತ್ತಾನೆ, ಸಂಪೂರ್ಣವಾಗಿರುತ್ತಾನೆ. ಈ ತಿಳುವಳಿಕೆಯನ್ನು ನಿಮ್ಮ ಮಕ್ಕಳ ಬಗ್ಗೆಯೂ ಇರಿಸಿಕೊಳ್ಳಿ. ಹೇಗೇ ಇರಲಿ, ಅದು ವಿಶಿಷ್ಟವಾಗಿರುತ್ತದೆ. ಅವರನ್ನು ಯಾರೊಂದಿಗೂ ಹೋಲಿಸಬೇಡಿ. ಜೀವನ ಬಗ್ಗೆ ಸ್ವೀಕಾರ ಭಾವ ಹೆಚ್ಚಾದಂತೆಲ್ಲ, ನೀವು ಮಾನಸಿಕವಾಗಿ ಸ್ಥಿರವಾಗಿರುತ್ತೀರಿ, ಸಂತೋಷದಿಂದ, ಸಂತೃಪ್ತರಾಗಿರುತ್ತೀರಿ ಮತ್ತು ಅದೇ ಭಾವನೆಗಳು ಮಗುವಿಗೆ ರವಾನೆಯಾಗುತ್ತವೆ.

ಅಧ್ಯಾಯ 13

ಪೂರ್ಣತೆಯ ಭಾವನೆ

ಕೃಪೆಯ ಮಳೆಯಲ್ಲಿ ನೆನೆಯಿರಿ

ಸಂಜೆ ಸುಮಾರು 6 ಗಂಟೆಯಾಗಿತ್ತು. ಇಂದಿನ ಗರ್ಭ ಸಂಸ್ಕಾರ ತರಗತಿಯ ಸಮಯವಾಗಿತ್ತು. ಗಾಯತ್ರಿ ಆಂಟಿ ರೇಡಿಯೋದಲ್ಲಿ 'ಥೋಡಾ ಹೈ, ಥೋಡೆ ಕಿ ಜರೂರತ್ ಹೈ... ಜಿಂದಗಿ ಫಿರ್ ಭೀ ಯಹಾ ಖೂಬಸೂರತ್ ಹೈ...' (ಸ್ವಲ್ಪ ಇದೆ, ಇನ್ನೂ ಸ್ವಲ್ಪ ಬೇಕಾಗಿದೆ... ಆದರೂ ಜೀವನ ಸುಂದರವಾಗಿದೆ...) ಹಾಡನ್ನು ಕೇಳುತ್ತಿದ್ದರು. ಈ ಹಾಡಿನ ಜೊತೆಗೆ ಆಕೆಯೂ ಗುನುಗುತ್ತಿದ್ದರು. ಆಗ ವಿಶಾಲ್, ಸಲೋನಿ, ಮಧು, ಮನೀಷ್ ಅಲ್ಲಿಗೆ ತಲುಪಿದರು.

ಸಲೋನಿ– ಆಂಟಿ ಇದು ನನ್ನ ನೆಚ್ಚಿನ ಹಾಡು. ಹಾಡಿನ ಜೊತೆಗೆ ಸಲೋನಿ ಕೂಡ ಗುನುಗಲಾರಂಭಿಸಿದಳು.

ಗಾಯತ್ರಿ– ನನ್ನದೂ... (ಇದನ್ನು ಹೇಳುತ್ತಾ ಮುಗುಳ್ನಕ್ಕಳು) ಸರಿ, ಈ ಹಾಡು ಹೀಗೆ ಇದ್ದಿದ್ದರೆ ಚೆನ್ನಾಗಿರುತ್ತಿತ್ತು, 'ಉತನಾ ಹೈ ಜಿತನೆ ಕಿ ಜರೂರತ್ ಹೈ, ಜಿಂದಗಿ ಭರಪೂರ್ ಔರ್ ಖೂಬಸೂರತ ಹೈ' (ಎಷ್ಟು ಬೇಕೋ ಅಷ್ಟಿದೆ... ಜೀವನವು ಸಮೃದ್ಧ ಹಾಗು ಸುಂದರವಾಗಿದೆ...)

ಸಲೋನಿ– ಆದರೆ ಇದು ಎಲ್ಲಿ ನಡೆಯುತ್ತದೆ ಆಂಟಿ? ನಮಗೆ ಬೇಕಾದಷ್ಟು ಎಲ್ಲಿ ಸಿಗುತ್ತದೆ? ಎಲ್ಲವನ್ನೂ ಹೊಂದಿರುವ ಮತ್ತು ಸಂತೋಷವಾಗಿರುವವರು ಜಗತ್ತಿನಲ್ಲಿ ಯಾರೂ ಇಲ್ಲ ಎಂದು ನನಗನ್ನಿಸುತ್ತದೆ. ಪ್ರತಿಯೊಬ್ಬರೂ ಯಾವುದೋ ಒಂದು ರೀತಿಯ ಕೊರತೆಯನ್ನು ಅನುಭವಿಸುತ್ತಿರುತ್ತಾರೆ.

ಹೀಗೆ ಹೇಳುತ್ತಿರುವಾಗ ಸಲೋನಿಯ ಮುಖದಲ್ಲಿ ನಿರಾಶೆ ಎದ್ದು ಕಾಣುತ್ತಿತ್ತು. ಅವಳು ಯಾವಾಗಲೂ ಕೊರತೆಯನ್ನು ಅನುಭವಿಸುತ್ತಿದ್ದಳು. ಕೆಲವೊಮ್ಮೆ ಹಣದ ಬಗ್ಗೆ, ಕೆಲವೊಮ್ಮೆ ಸಂಪನ್ಮೂಲಗಳು, ಕೆಲವೊಮ್ಮೆ

ಉತ್ತಮ ಬಟ್ಟೆ, ಕೆಲವೊಮ್ಮೆ ಉತ್ತಮ ಸಂಬಂಧಗಳು ಮತ್ತು ಕೆಲವೊಮ್ಮೆ ಉತ್ತಮ ಸ್ನೇಹಿತರು... ಜೀವನವು ಅವಳಿಗೆ ಎಂದಿಗೂ ಸಮೃದ್ಧ ಮತ್ತು ಸುಂದರವಾಗಿರಲಿಲ್ಲ.

ಗಾಯತ್ರಿ– ಸರಿ, ನೀನು ಮಳೆ ಬೀಳುವುದನ್ನು ನೋಡಿರಬೇಕು ಅಲ್ಲವೇ?

ಸಲೋನಿ– ಹೌದು, ನೋಡಿದ್ದೇನೆ.

ಗಾಯತ್ರಿ– ಇಡೀ ನಗರದ ಮೇಲೆ ಆಕಾಶದಿಂದ ಮಳೆ ಬೀಳುತ್ತದೆ, ಆದರೆ ಎಲ್ಲರೂ ಅದರಲ್ಲಿ ಒದ್ದೆಯಾಗುತ್ತಾರೆಯೇ, ಎಲ್ಲರಿಗೂ ಅದರ ನೀರು ಸಿಗುತ್ತದೆಯೇ?

ಸಲೋನಿ– ಎಲ್ಲರೂ ಒದ್ದೆಯಾಗುವುದಿಲ್ಲ. ಕೆಲವರು ಕೊಡೆಯಿಂದಾಗಿ ಒದ್ದೆಯಾಗದಂತೆ ಉಳಿಯುತ್ತಾರೆ, ಕೆಲವರು ಭಾವಣಿಯ ಕಾರಣದಿಂದಾಗಿ ಉಳಿಯುತ್ತಾರೆ.

ಗಾಯತ್ರಿ– ಈಗ ಒದ್ದೆಯಾಗುವುದನ್ನು ತಪ್ಪಿಸಿಕೊಳ್ಳುವ ಇವರು 'ಮಳೆ ಸಾಕಷ್ಟು ಆಗಲೇ ಇಲ್ಲ, ನಾವೆಲ್ಲಿ ಒದ್ದೆಯಾಗಿದ್ದೇವೆ ನೋಡಿ' ಎಂದು ಹೇಳಿದರೆ ಅದು ಮಳೆಯ ತಪ್ಪೇ?

ಸಲೋನಿ– ನೀವು ಏನು ಹೇಳಲು ಬಯಸುತ್ತೀರಿ?

ಗಾಯತ್ರಿ– ಅಂದರೆ ಮೋಡವು ಎಲ್ಲರ ಮೇಲೂ ಒಂದೇ ತರಹ, ಸಮವಾಗಿ ಮಳೆಯನ್ನು ಸುರಿಸಿತ್ತು, ಆದರೆ ತನ್ನ ಮೇಲೆ ಯಾವುದೇ ರೀತಿಯ ಅಡೆತಡೆಗಳ ಕೊಡೆಯನ್ನು ಹಿಡಿದುಕೊಳ್ಳದವನು ಮಾತ್ರ ಆ ಮಳೆಯನ್ನು ಪಡೆದನು.

ಸಲೋನಿ– ಆದರೆ ಆಂಟಿ, ಜಗತ್ತಿನಲ್ಲಿ ಎಷ್ಟು ಜನರು ತುಂಬಾ ಕೊರತೆಯಿಂದ, ಬಡತನದಿಂದ ಬಳಲುತ್ತಿರುವಾಗ ಪೂರ್ಣತೆಯ ಭಾವನೆಯನ್ನು ಹೇಗೆ ಪಡೆಯಬಹುದು?

ಗಾಯತ್ರಿ – ಇದು ನಿಮ್ಮ ದೃಷ್ಟಿಕೋನ ಮತ್ತು ನಂಬಿಕೆಯ ವಿಷಯವಾಗಿದೆ ಸಲೋನಿ. ಪ್ರಕೃತಿಯ ಬಳಿ ಎಲ್ಲರಿಗೂ ಎಲ್ಲವೂ ಸಾಕಾಗುವಷ್ಟಿದೆ. ಅದು ಯಾರಿಗೂ ಕಡಿಮೆ ಮಾಡಿಲ್ಲ. ಆದರೆ ಜನರಿಗೆ ಇದರ ಮೇಲೆ ವಿಶ್ವಾಸವೇ ಇಲ್ಲ.

ವಾಸ್ತವವಾಗಿ, ನಾವು ಅನೇಕ ತಪ್ಪು ನಂಬಿಕೆಗಳ ಕೊಡೆಯ ಅಡಿಯಲ್ಲಿ ನಮ್ಮನ್ನು ಮರೆಮಾಡಿಕೊಂಡಿದ್ದೇವೆ, ಇದರಿಂದಾಗಿ ಆಶೀರ್ವಾದ ಮತ್ತು ಸಮೃದ್ಧಿಯ ಮಳೆಯು ನಮ್ಮನ್ನು ತಲುಪುತ್ತಿಲ್ಲ. 'ನನಗೆ ಯಾವಾಗಲೂ ಹಣದ ಕೊರತೆ ಇರುತ್ತದೆ... ಹಣ ಬರುತ್ತದೆ ಮತ್ತು ಹೋಗುತ್ತದೆ...' ಎಂಬಂತೆ ಸದಾ ಹೀಗೆಯೇ ಯೋಚಿಸುವ ವ್ಯಕ್ತಿಗೆ ಎಷ್ಟು ಸಿಕ್ಕರೂ ಅದು ಕಡಿಮೆಯೇ ಎನಿಸುತ್ತದೆ. ಸಣ್ಣಪುಟ್ಟ ಖರ್ಚು ಕೂಡ 'ನನ್ನ ಹಣ ಹೋಯಿತು...' ಎಂಬ ಋಣಾತ್ಮಕ ಭಾವನೆಯನ್ನು ಮೂಡಿಸುತ್ತದೆ. ಆ ಹಣದಿಂದ ಯಾವುದು ಮುಖ್ಯವಾದುದು ಆತನ ಬಳಿ ಬಂತು ಎಂದು ಅವನು ಎಂದಿಗೂ ನೋಡುವುದಿಲ್ಲ.

ಕೆಲವರು ಮಕ್ಕಳ ಶಾಲಾ ಶುಲ್ಕ, ಮನೆಯ ಪಡಿತರವನ್ನು ಖರ್ಚು ಎಂದು ಪರಿಗಣಿಸುತ್ತಾರೆ, ಆದರೆ ಕೆಲವರು ಅದನ್ನು ಹೂಡಿಕೆ ಎಂದು ಪರಿಗಣಿಸುತ್ತಾರೆ ಏಕೆಂದರೆ ಈ ಹಣ ಅವರಿಗೆ ಶಿಕ್ಷಣ ಮತ್ತು ಆರೋಗ್ಯವನ್ನು ತರುತ್ತಿದೆ ಎಂದು ಅವರಿಗೆ ತಿಳಿದಿದೆ.

ಸಂಬಂಧಗಳಲ್ಲಿಯೂ ಇದು ಅನ್ವಯಿಸುತ್ತದೆ. ಅನೇಕ ಜನರು ಅವರ ಸ್ವಂತ ಜನರು ಅವರನ್ನು ಪ್ರೀತಿಸುವುದಿಲ್ಲ, ಅವರ ಬಗ್ಗೆ ಕಾಳಜಿ ವಹಿಸುವುದಿಲ್ಲ ಎಂದು ಭಾವಿಸುತ್ತಾರೆ. ಅವರು ಯಾವಾಗಲೂ ಅಂತಹ ನಕಾರಾತ್ಮಕ ಆಲೋಚನೆಗಳ ಕೊಡೆಯನ್ನು ಹಿಡಿದುಕೊಂಡಿದ್ದರೆ, ಯಾರದೇ ಪ್ರೀತಿ ಮತ್ತು ಗೌರವವು ಅವರನ್ನು ಹೇಗೆ ತಲುಪುತ್ತದೆ? 'ಇತ್ತೀಚಿನ ದಿನಗಳಲ್ಲಿ ಒಳ್ಳೆಯವರು ಲೋಕದಲ್ಲಿ ಕಾಣಸಿಗುವುದಿಲ್ಲ' ಎಂಬ ಚಿಂತನೆಯ ಕೊಡೆಯ ಅಡಿಯಲ್ಲಿರುವವರ ಜೀವನದಲ್ಲಿ ಒಳ್ಳೆಯವರು, ಉದಾತ್ತರು ಬಯಸಿದರೂ ಬರಲಾರರು, ಏಕೆಂದರೆ ಸ್ವಯಂ ಅವರೇ ಅಂತಹ ಒಳ್ಳೆಯ ಜನರನ್ನು ತಮ್ಮ ಋಣಾತ್ಮಕ ಚಿಂತನೆಯಿಂದ ತಡೆಹಿಡಿದಿರುತ್ತಾರೆ.

ಇದಕ್ಕೆ ತದ್ವಿರುದ್ಧವಾಗಿ, ನೀವು ಪ್ರಕೃತಿಯ ಸಮೃದ್ಧಿಯನ್ನು ನಂಬಲು ಪ್ರಾರಂಭಿಸಿ, ತಿಳುವಳಿಕೆಯನ್ನು ಪಡೆದುಕೊಂಡು ನಿಮ್ಮ ಆಲೋಚನೆ ಮತ್ತು ಭಾವನೆಗಳನ್ನು ಬದಲಾಯಿಸಿದರೆ, ಆಗ ಕೊಡೆ ನಿಮ್ಮ ಮೇಲಿಂದ ಸರಿದು ದೂರ ಹೋಗುತ್ತದೆ ಮತ್ತು ಕೃಪೆಗಳು ನಿಮ್ಮನ್ನು ತಲುಪಲು ಪ್ರಾರಂಭಿಸುತ್ತವೆ.

ಪ್ರಕೃತಿಯು ನಮಗೆ ಎಲ್ಲಾ ವಸ್ತುಗಳನ್ನು ನೀಡಲು ಯಾವಾಗಲೂ ಸಿದ್ಧವಾಗಿರುತ್ತದೆ. ನಾವು ಅದರಲ್ಲಿ ವಿಶ್ವಾಸವಿಡಬೇಕು ಅಷ್ಟೇ. ಸಂಬಂಧಗಳಲ್ಲಿ ಸಾಮರಸ್ಯ, ಪ್ರೀತಿ, ಆರೋಗ್ಯ, ಶಾಂತಿ ಮತ್ತು ಸಮೃದ್ಧಿ ಹೇರಳವಾಗಿದೆ. ಮೊದಲು ಈ ಭಾವನೆಗಳನ್ನು ನೀವು ತರಲು ಸಾಧ್ಯವಾದರೆ ಉಳಿದಂತೆ ಎಲ್ಲವೂ ಅನುಸರಿಸಿ ಬರುತ್ತದೆ. ಎಲ್ಲದಕ್ಕೂ ಸಮೃದ್ಧಿಯ ಪ್ರಜ್ಞೆ ಇರಬೇಕು, ಅದು ಇದೆ, ಅದು ನಡೆಯುತ್ತಿದೆ, ಅದು ನನ್ನನ್ನು ತಲುಪುತ್ತಿದೆ... ಎಂದು ನಂಬಬೇಕು, ಉಳಿದ ಕೆಲಸವನ್ನು ಪ್ರಕೃತಿಗೆ ಬಿಟ್ಟುಬಿಡಬೇಕು.

ಸಲೋನಿ ಗಾಯತ್ರಿ ಆಂಟಿಯನ್ನು ಮೌನವಾಗಿ ಕೇಳುತ್ತಲೇ ಇದ್ದಳು. ಅವಳು ಏನನ್ನೂ ಹೇಳಲಿಲ್ಲ, ಆದರೆ ಬಹುಶಃ ಅವರ ಮಾತು ಅವಳಿಗೆ ತಾರ್ಕಿಕವಾಗಿ ತೋರಲಿಲ್ಲ. ಈ ಬಾರಿ ಗಾಯತ್ರಿ ಆಂಟಿ ಆಕೆಯ ಕಥೆಯನ್ನೇ ಹೇಳಿ ಅವಳನ್ನು ಒಪ್ಪಿಸಲು ಯೋಚಿಸಿದರು.

ಗಾಯತ್ರಿ– ಇಂದು ನಾನು ನಿಮಗೆಲ್ಲರಿಗೂ ಒಂದು ಕಥೆಯನ್ನು ಹೇಳುತ್ತೇನೆ. ಒಬ್ಬ ಮಹಿಳೆ ಇದ್ದಳು. ಅವಳು ವಿವಾಹಿತೆಯಾಗಿದ್ದಳು, ಸದಾ ಸಂತೋಷವಾಗಿದ್ದಳು. ಅವಳು ಗರ್ಭಿಣಿಯಾಗಲು ಬಯಸಿದ್ದಳು ಆದರೆ ಸಾಧ್ಯವಾಗಿರಲಿಲ್ಲ. ಎಲ್ಲ ರೀತಿಯ ಚಿಕಿತ್ಸೆ ನೀಡಿದರೂ ಪ್ರಯೋಜನವಾಗಲಿಲ್ಲ. ವೈದ್ಯರು ಸಹ ತುಂಬಾ ಆಶ್ಚರ್ಯಚಕಿತರಾದರು, ಇದು ಹೀಗೇಕಾಗುತ್ತಿದೆ? ಎಂದು ಅವರಿಗೆ ಅರ್ಥವಾಗಲಿಲ್ಲ. 'ವೈದ್ಯಕೀಯವಾಗಿ ಎಲ್ಲವೂ ಸರಿಯಾಗಿದೆ, ಯಾವುದೇ ಅಡ್ಡಿಯಿಲ್ಲ' ಎಂಬುದು ಅವರ ಹೇಳಿಕೆಯಾಗಿತ್ತು. ಮತ್ತೆ ಯಾವುದರ ಕೊರತೆ ಇತ್ತು? ಕೊರತೆಯಂತೂ ಇತ್ತು, ಅದನ್ನು ವೈದ್ಯರು ಪತ್ತೆಹಚ್ಚಲು ಸಾಧ್ಯವಾಗಲಿಲ್ಲ ಏಕೆಂದರೆ ನಮ್ಮ ವೈದ್ಯಕೀಯ ವಿಜ್ಞಾನವು ದೇಹದ ಕೊರತೆಯನ್ನು ಮಾತ್ರ ಪತ್ತೆ ಮಾಡುತ್ತದೆ, ಆಲೋಚನೆಗಳು... ಭಾವನೆಗಳ ಕೊರತೆಯನ್ನಲ್ಲ.

ಕೊರತೆ ಏನಿತ್ತೆಂದರೆ, ತನ್ನ ತಪ್ಪು ಆಲೋಚನೆಗಳಿಂದಾಗಿ, ಮಹಿಳೆ ತನ್ನೊಳಗೆ ಕೆಲವು ಮಾನಸಿಕ ನಿರ್ಬಂಧಗಳನ್ನು ಸೃಷ್ಟಿಸಿಕೊಂಡಿದ್ದಳು. ಇದರಿಂದಾಗಿ ಅವಳ ಜೀವನದಲ್ಲಿ ಬರುತ್ತಿರುವ ಸಂತೋಷ ನಿಂತುಹೋಗಿತ್ತು. ವಾಸ್ತವವಾಗಿ, ಅವಳು ಮುಂಬರುವ ಮಗುವಿನ ಬಗ್ಗೆ ಯೋಚಿಸುವಾಗ ಹೀಗೆ ಯೋಚಿಸುತ್ತಿದ್ದಳು, 'ಮಗುವನ್ನು ನೋಡಿಕೊಳ್ಳಲು ನನಗೆ ಸಾಧ್ಯವಾಗುತ್ತದೋ ಇಲ್ಲವೋ? ನನ್ನ ಬಳಿ ಸಾಕಷ್ಟು ಸೌಲಭ್ಯಗಳೂ ಇಲ್ಲ, ಮಗುವಿನ ಬರುವಿಕೆಯಿಂದ ನಮ್ಮ ಖರ್ಚು ಹೆಚ್ಚಾಗುತ್ತದೆ, ನಮ್ಮ ಆರ್ಥಿಕತೆಗೆ ತೊಂದರೆಯಾಗುತ್ತದೆ, ಅದಕ್ಕೆ ಬೇಕಾದ ಆದಾಯವೂ ನಮ್ಮಲ್ಲಿಲ್ಲ... ಎಂದಾದರೂ ದೊಡ್ಡ ವೈದ್ಯಕೀಯ ಖರ್ಚು ಬಂದರೆ ಏನಾಗಬಹುದು? ಮಗುವಿನ ಶಿಕ್ಷಣಕ್ಕಾಗಿ ನಾವು ಅದನ್ನು ಒಂದು ಒಳ್ಳೆಯ ಹಾಗು ದುಬಾರಿ ಶಾಲೆಗೆ ಕಳುಹಿಸಬೇಕಾದರೆ, ಹಣ ಎಲ್ಲಿಂದ ತರುವುದು? ಇತ್ಯಾದಿ.

ಈ ರೀತಿಯಾಗಿ, ಅಜ್ಞಾನದಿಂದ, ಅವಳು ತನ್ನ ಮುಂಬರುವ ಮಗುವನ್ನು ದೇವರ ಉಡುಗೊರೆಯಾಗಿ ಪರಿಗಣಿಸದೆ ಖರ್ಚುಗಳನ್ನು ಹೆಚ್ಚಿಸುವ ಕಾರಣವೆಂದು ಪರಿಗಣಿಸುತ್ತಿದ್ದಳು. ದಿನಗಳು ಕಳೆದಂತೆ ಮಗು ಮತ್ತು ಅದರ ಪಾಲನೆಯ ಬಗ್ಗೆ ಚಿಂತೆ ಮತ್ತು ನಕಾರಾತ್ಮಕ ಆಲೋಚನೆಗಳು ಅವಳಲ್ಲಿ ಹೆಚ್ಚಾಗುತ್ತಿದ್ದವು. ಈ ಆಲೋಚನೆಗಳು ಅವಳನ್ನು 'ಎಲ್ಲವೂ ಸಾಕಷ್ಟಿದೆ(ಸಮೃದ್ಧಿ)' ಎಂಬ ಭಾವನೆಯಿಂದ ದೂರ ಮಾಡಿಬಿಟ್ಟಿವೆ ಎಂದು ಅವಳಿಗೆ ತಿಳಿಯಲೇ ಇಲ್ಲ. ಈ ಆಲೋಚನೆಗಳೇ ಭೂಮಿಯ ಮೇಲೆ ಮಗುವಿನ ಆಗಮನಕ್ಕೆ ಅಡಚಣೆಗಳಾಗಿವೆ. 'ಮಗುವನ್ನು ಬರದಂತೆ ತಡೆದಿರುವುದು ನೀವೇ' ಎಂದು ಹೇಳಿದರೆ, ಅವಳು ಖಂಡಿತವಾಗಿಯೂ

ಒಪ್ಪುವುದಿಲ್ಲ. ಏಕೆಂದರೆ ಇದು ಅದೃಶ್ಯವಾಗಿ ಕಾರ್ಯನಿರ್ವಹಿಸುವ ಕಾರಣದಿಂದ ಅರಿವಿಗೆ ಬರುವುದಿಲ್ಲ. ಇದು ಪ್ರಕೃತಿಯ ನಿಯಮವಾಗಿದೆ, ನೀವು ಯಾವ ವಿಷಯ-ವಸ್ತುಗಳಿಗೆ 'ಸಾಕಷ್ಟಿದೆ' ಎಂಬ ಭಾವನೆಯಲ್ಲಿರುತ್ತೀರೋ, ಅದಕ್ಕಾಗಿ ಗ್ರಹಣಶೀಲರಾಗಿರುತ್ತೀರೋ ಅದು ನಿಮ್ಮ ಜೀವನದಲ್ಲಿ ಬಂದೇ ಬರುತ್ತದೆ.

ಕೇವಲ ನಮ್ಮ ಭಾವನೆಗಳನ್ನು ಬದಲಾಯಿಸುವುದರಿಂದ, ನಮ್ಮ ಶಕ್ತಿಯು ಬದಲಾಗುತ್ತದೆ, ನಾವು ರಿಸೀವರ್(ಪಡೆದುಕೊಳ್ಳುವವರು) ಆಗುತ್ತೇವೆ ಮತ್ತು ಎಲ್ಲವೂ ಸುಲಭವಾಗಿ ಲಭ್ಯವಾಗುತ್ತದೆ.

ಗಾಯತ್ರಿ ಆಂಟಿಯ ಕಥೆ ಕೇಳಿ ಸಲೋನಿಯ ಕಣ್ಣಲ್ಲಿ ನೀರು ಬಂತು. ಇಂದು ಆಂಟಿ ನನ್ನ ಕಥೆಯನ್ನೇ ನನಗೆ ಹೇಳಿ, ನನ್ನ ಆಲೋಚನೆಗಳು ಮತ್ತು ಭಾವನೆಗಳ ಕನ್ನಡಿಯನ್ನು ತೋರಿಸಿದ್ದಾರೆ. ತನ್ನ ಗರ್ಭದಾನಕ್ಕೆ ತನ್ನ ಕಲ್ಪನೆಗಳೇ ಅಡ್ಡಿಯಾಗುತ್ತಿವೆ ಎಂದು ಅವಳು ಅರ್ಥಮಾಡಿಕೊಂಡಳು.

ಗಾಯತ್ರಿ- ನೋಡು ಸಲೋನಿ, ಪ್ರಕೃತಿಯು ಪ್ರಪಂಚದ ಎಲ್ಲಾ ಜೀವಿಗಳನ್ನೂ ಪೊರೆಯುತ್ತದೆ. ಅದು ನಿನ್ನನ್ನು ಮತ್ತು ನಿನ್ನ ಮಗುವನ್ನು ಸಹ ನೋಡಿಕೊಳ್ಳುತ್ತದೆ. ಅದರ ಮೇಲೆ ವಿಶ್ವಾಸವಿಡು. ಪ್ರಕೃತಿಯು ಎಲ್ಲವನ್ನೂ ಹೇರಳವಾಗಿ ಹೊಂದಿದೆ. ನೀನು ನಿನ್ನ ಭಾವನೆಗಳನ್ನು, ನಿನ್ನ ಆಲೋಚನೆಗಳನ್ನು ಬದಲಿಸಿ ಅದನ್ನು ಸ್ವೀಕರಿಸುವವಳಾಗಬೇಕು. ಈ ಕೆಲಸ ಮಾಡ್ತೀಯಾ ಹೇಳು?

ಗಾಯತ್ರಿ ಆಂಟಿ ಸಲೋನಿಯ ತಲೆಯನ್ನು ಸವರುತ್ತಾ ಪ್ರೀತಿಯಿಂದ ಹೇಳಿದಾಗ ಅವಳು ನಕ್ಕು, ಆಯಿತು ಎಂಬಂತೆ ತಲೆಯಾಡಿಸಿದಳು, ಎಲ್ಲವೂ ಸಮೃದ್ಧವಾಗಿಯೇ ಇದೆ ಎಂಬ ವಿಶ್ವಾಸದೊಂದಿಗೆ... ಅವಳಿಗೆ ಈ ಮೊದಲು ಅದು ಕಾಣುತ್ತಿದ್ದಿಲ್ಲ, ಆದರೆ ಇನ್ನು ಮೇಲೆ ಹಾಗಾಗುವುದಿಲ್ಲ.

ಗಾಯತ್ರಿ- ಗರ್ಭಾವಸ್ಥೆಯಲ್ಲಿ ಸಮೃದ್ಧ ಸ್ಥಿತಿಯಲ್ಲಿ(ಭಾವನೆಯಲ್ಲಿ) ಇರುವ ತಾಯಂದಿರು ಸಂತೋಷ ಮತ್ತು ತೃಪ್ತಿಯನ್ನು ಹೊಂದಿರುತ್ತಾರೆ. ಪ್ರಕೃತಿಯು ತಮ್ಮ ಮತ್ತು ಮುಂದೆ ಬರುವ ತನ್ನ ಮಗುವಿನ ಕಾಳಜಿ ವಹಿಸುತ್ತದೆ ಎಂಬ ಸಂಪೂರ್ಣ ನಂಬಿಕೆ ಅವರಿಗೆ ಇರುತ್ತದೆ. ಅದೇ ನಂಬಿಕೆ ಮತ್ತು ಭಾವನೆಗಳು ಹೊಟ್ಟೆಯಲ್ಲಿ ಬೆಳೆಯುತ್ತಿರುವ ಮಗುವಿನಲ್ಲೂ ವ್ಯಕ್ತವಾಗುತ್ತವೆ. ಅದು ಆರಂಭದಿಂದಲೂ ಪೂರ್ಣತೆಯೊಂದಿಗೆ ಜೀವಿಸಲು ಪ್ರಾರಂಭಿಸುತ್ತದೆ. ಪ್ರತಿಯೊಬ್ಬ ತಾಯಿಯು ತನ್ನ ಮಗುವಿಗೆ ಗರ್ಭದಲ್ಲಿರುವಾಗಲೇ ಕೊಡಬೇಕಾದ ಸಂಸ್ಕಾರ ಇದು.

ಮನನ ಬಿಂದು...

* 'ಸಮೃದ್ಧಿಯ ಭಾವನೆ' ಉತ್ತಮ ಸಂಸ್ಕಾರವಾಗಿದ್ದು, ಪ್ರತಿಯೊಬ್ಬ ತಾಯಿಯು ತನ್ನ ಮಗುವಿಗೆ ಗರ್ಭದಲ್ಲಿಯೇ ನೀಡಬಹುದು ಮತ್ತು ಅವರ ಜೀವನದಲ್ಲಿ ಸಂತೋಷದ ಹಾದಿಯನ್ನು ತೆರೆಯಬಹುದು.

* ನಂಬಿಕೆ ಇರಲಿ, ನಿಮಗೆ ಮತ್ತು ನಿಮ್ಮ ಭವಿಷ್ಯದ ಮಗುವಿಗೆ- ಪ್ರೀತಿ, ಆರೋಗ್ಯ, ಶಾಂತಿ, ಹಣ, ಉತ್ತಮ ಸಂಬಂಧಗಳು... ಎಲ್ಲವೂ ಹೇರಳವಾಗಿದೆ.

* ಸಮೃದ್ಧಿ ಗೋಚರಿಸದಿದ್ದರೆ, ನಿಮ್ಮ ಭಾವನೆಗಳನ್ನು ಪರೀಕ್ಷಿಸಿ. ಅವುಗಳನ್ನು ಸಮೃದ್ಧಿಯ ಭಾವನೆಗೆ ವರ್ಗಾಯಿಸಿ ಮತ್ತು ಭ್ರೂಣದಲ್ಲಿ ಅದೇ ಭಾವನೆಯನ್ನು ಸ್ಥಾಪಿಸಿ.

ಅಧ್ಯಾಯ 14

ಗರ್ಭಸ್ಥ ಶಿಶುವಿನಲ್ಲಿ ಸದ್ಗುಣ ಸಂಸ್ಕಾರ

ಸುಂದರ ಭವಿಷ್ಯಕ್ಕೆ ಅಡಿಪಾಯ ಹಾಕಿ

ಮನುಷ್ಯನಿಗೆ ಇರುವ ಮನಸ್ಸನ್ನು ಎರಡು ಭಾಗಗಳಾಗಿ ವಿಂಗಡಿಸಬಹುದು. ನಾವು ಮೊದಲ ಭಾಗವನ್ನು ಬಾಹ್ಯ ಮನಸ್ಸು ಅಂದರೆ ಜಾಗೃತ ಮನಸ್ಸು ಎಂದು ಕರೆಯಬಹುದು. ನಾವು ಯೋಚಿಸುವ ಎಲ್ಲಾ ಆಲೋಚನೆಗಳನ್ನು ಇದು ಒಳಗೊಂಡಿದೆ. ಎರಡನೇ ಭಾಗವು ಉಪಪ್ರಜ್ಞೆ ಮನಸ್ಸು. ಇದನ್ನು ನಾವು ಗುಪ್ತ ಮನಸ್ಸು ಎಂದೂ ಕರೆಯಬಹುದು. ಇದರ ಮೇಲೆ ನಮಗೆ ನೇರ ನಿಯಂತ್ರಣವಿರುವುದಿಲ್ಲ. ಈ ರೀತಿ ಅರ್ಥಮಾಡಿಕೊಳ್ಳಿ, ಮನಸ್ಸು 100% ಆಗಿದ್ದರೆ ಬಾಹ್ಯ ಮನಸ್ಸು 10% ಮತ್ತು ಆಂತರಿಕ ಮನಸ್ಸು 90%.

ಹೊರ ಮನಸ್ಸು, ಮನಸ್ಸಿನ ಮೇಲಿನ ಹಂತವಾಗಿದೆ. ನಾವು ಎಚ್ಚರವಾಗಿರುವಾಗ ಅದು ಕಾರ್ಯನಿರ್ವಹಿಸುತ್ತದೆ. ಆದರೆ ನಾವು ಮಲಗಿದ ನಂತರವೂ ನಮ್ಮ ಆಂತರಿಕ ಮನಸ್ಸು ಎಚ್ಚರವಾಗಿರುತ್ತದೆ. ಈ ಮನಸ್ಸು ಸಾರ್ವತ್ರಿಕ ಮನಸ್ಸಿಗೆ ಅಂದರೆ ಸಾರ್ವತ್ರಿಕ ಪ್ರಜ್ಞೆಗೆ ಹತ್ತಿರವಾಗಿದೆ. ನಮ್ಮ ದೃಢ ವಿಶ್ವಾಸ(ನಂಬಿಕೆಗಳ ವ್ಯವಸ್ಥೆ), ಅಂದರೆ ನಾವು ಯಾವುದನ್ನು ಉತ್ಕಟವಾಗಿ ನಂಬುತ್ತೇವೆಯೋ ಅದು ನಮ್ಮ ಒಳಮನಸ್ಸನ್ನು ತಲುಪುತ್ತದೆ ಮತ್ತು ನಮ್ಮ ಜೀವನದಲ್ಲಿ ಪರಿಣಾಮವನ್ನು ನೀಡುತ್ತದೆ. ಅಂದರೆ, ನಮ್ಮ ಅಂತರಂಗಕ್ಕೆ ಆಹಾರವಾದದ್ದೇ ನಮ್ಮ ಜೀವನದಲ್ಲಿ ನಡೆಯಲು ಪ್ರಾರಂಭಿಸುತ್ತದೆ.

ಆಂತರಿಕ ಮನಸ್ಸು- ಸುಪ್ತಪ್ರಜ್ಞಾ ಮನಸ್ಸು, ಉಪಪ್ರಜ್ಞಾ ಮನಸ್ಸು, ಒಳ ಮನಸ್ಸು, ಅಂತರಂಗ, ಅವಚೇತನ ಮನಸ್ಸು

ಬಾಹ್ಯ ಮನಸ್ಸು – ಚೇತನ ಮನಸ್ಸು, ಹೊರ ಮನಸ್ಸು, ಚೇತನ ಮನಸ್ಸು

ನೀವು 'ನನಗೆ ಜನರಿಂದ ಸಹಕಾರ ಸಿಗುವುದಿಲ್ಲ' ಅಥವಾ 'ಜೀವನವು ಎಂದಿಗೂ ಮುಗಿಯದ ಹೋರಾಟ' ಎಂದು ಯಾವುದೇ ಕಾರಣಕ್ಕಾಗಿ ಈ ನಂಬಿಕೆಯನ್ನು ಬಲಪಡಿಸಿದರೆ ನಿಮ್ಮ ಆಂತರಿಕ ಮನಸ್ಸಿನ(ಒಳಮನಸ್ಸು) ಶಕ್ತಿಯು ಈ ನಂಬಿಕೆಯನ್ನು ವಾಸ್ತವಕ್ಕೆ ತರುತ್ತದೆ ಮತ್ತು ನಿಮ್ಮ ಜೀವನವು ಅಸಹಕಾರ ಮತ್ತು ಹೋರಾಟದಿಂದ ತುಂಬಿರುತ್ತದೆ. ಇದಕ್ಕೆ ವ್ಯತಿರಿಕ್ತವಾಗಿ, 'ನನ್ನ ಜೀವನದಲ್ಲಿ ಎಲ್ಲವೂ ಸುಲಭವಾಗಿ ಮತ್ತು ಸುಗಮವಾಗಿ ನಡೆಯುತ್ತಿದೆ' ಎಂಬುದುನ್ನು ನೀವು ದೃಢವಾಗಿ ನಂಬಿದ್ದರೆ, ನಿಮ್ಮ ಜೀವನವು ನಿಜವಾಗಿ ಹಾಗೆಯೇ ಇರುತ್ತದೆ. ಒಳಮನಸ್ಸಿನ ಶಕ್ತಿಯೇ ಅಂಥದ್ದು. ಇದು ಅಂತಹ ಪ್ರತಿಭೆ(ಜಿನ್), ನೀವು ಅದಕ್ಕೆ ಯಾವ ನಂಬಿಕೆಯನ್ನು ನೀಡುತ್ತೀರೋ, ಅದು ಅದನ್ನು ವಾಸ್ತವಕ್ಕೆ ತಿರುಗಿಸಿ ನಿಮ್ಮ ಮುಂದಿಡುತ್ತದೆ.

ತಾಯಿಯ ಆಂತರಿಕ ಮನಸ್ಸು ಭ್ರೂಣದ ಆಂತರಿಕ ಮನಸ್ಸಿನೊಂದಿಗೆ ಸಂಪರ್ಕ ಹೊಂದಿರುತ್ತದೆ. ತಾಯಿಯ ಆಂತರಿಕ ಮನಸ್ಸಿನ ಸ್ಥಿತಿಯು ಮಗುವಿನ ಆಂತರಿಕ ಮನಸ್ಸನ್ನು ಸಹ ಸಿದ್ಧಪಡಿಸುತ್ತದೆ. ಅಂದರೆ, ತಾಯಿಯ ಮನಸ್ಸಿನಲ್ಲಿರುವ ಪ್ರತಿಯೊಂದು ಸಕಾರಾತ್ಮಕ ಅಥವಾ ನಕಾರಾತ್ಮಕ ದೃಢ ವಿಶ್ವಾಸವು ಮಗುವಿನ ಒಳಮನಸ್ಸಿನ ಮೇಲೆ ಪ್ರಭಾವ ಬೀರುತ್ತದೆ ಮತ್ತು ಸಂಸ್ಕಾರದ ರೂಪದಲ್ಲಿ ನೆಲೆಗೊಳ್ಳುತ್ತದೆ. ತಾಯಿಯ ಪ್ರತಿಯೊಂದು ಭಾವನೆಯು ಮಗುವಿನ ಆಂತರಿಕ ಮನಸ್ಸಿನಲ್ಲಿ ನೆಲೆಗೊಳ್ಳುತ್ತದೆ ಮತ್ತು ಆ ಭಾವನೆಗಳೇ ಅದರ ಜೀವನವನ್ನು ನಡೆಸುತ್ತದೆ, ಅದಕ್ಕಾಗಿಯೇ ಗರ್ಭ ಸಂಸ್ಕಾರವು ಇಷ್ಟೊಂದು ಮಹತ್ವದ್ದಾಗಿದೆ.

ತಾಯಿಗೆ ತನ್ನ ಮಗುವಿನಲ್ಲಿ ಉತ್ತಮ ಗುಣಗಳನ್ನು ತುಂಬಲು ಇದೊಂದು ಸುವರ್ಣಾವಕಾಶ. ಅವಳು ಇದನ್ನು ಮಾಡಲು ಸಾಧ್ಯವಾಗಬೇಕಾದರೆ, ಅವಳು ಮೊದಲು ತನ್ನ ಸ್ವಂತ ಭಾವನೆಗಳನ್ನು ಮತ್ತು ಆಲೋಚನೆಗಳನ್ನು ಬದಲಾಯಿಸುವುದು, ಅವಳ ದೃಷ್ಟಿಯನ್ನು ಬದಲಾಯಿಸುವುದು ಅವಶ್ಯಕ. ಇತರರಲ್ಲಿ ಸದ್ಗುಣಗಳನ್ನು ನೋಡಿದಾಗ ಮಾತ್ರ ಅವಳು ಮಗುವಿನ ಅಂತರಂಗಕ್ಕೆ(ಒಳಮನಸ್ಸಿಗೆ) ಸದ್ಗುಣಗಳನ್ನು ತಲುಪಿಸಲು ಸಾಧ್ಯವಾಗುತ್ತದೆ. ಅವಳ ಗಮನ ಇತರರ ದುರ್ಗುಣಗಳ ಮೇಲೆ ಇರದೆ ಸದ್ಗುಣಗಳ ಮೇಲೆ ಇರಬೇಕು; ಕೊರತೆಗಳ ಮೇಲೆ ಇರದೆ ಹೇರಳತೆಯ/ಸಮೃದ್ಧಿಯ ಮೇಲಿರಬೇಕು. ತಾಯಿಯು ಯಾವ ಗುಣ ಅಥವಾ ಲೋಪದ ಮೇಲೆ ಗಮನವನ್ನು ಕೇಂದ್ರೀಕರಿಸುತ್ತಾರೋ, ಅದೇ ಗುಣ ಅಥವಾ ದೋಷವು ಮಗುವಿನ ಮನಸ್ಸಿನಲ್ಲಿ ನೆಲೆಗೊಳ್ಳುತ್ತದೆ, ಅದು ಮಗು ಹೊರ ಬಂದಾಗ ಅದರ ಜೀವನದಲ್ಲಿ ಪ್ರಕಟವಾಗುತ್ತದೆ.

ಪ್ರತಿಯೊಬ್ಬ ತಾಯಿಯೂ ಇದನ್ನೇ ಬಯಸುತ್ತಾಳೆ, ಆದರೆ ತನ್ನ ಮಗು ಉತ್ತಮ ಗುಣಗಳು ಮತ್ತು ಮೌಲ್ಯಗಳನ್ನು(ಸಂಸ್ಕಾರ) ಬೆಳೆಸಿಕೊಳ್ಳಬೇಕಾದರೆ, ಅವಳು ಇತರರ ಗುಣಗಳನ್ನು ನೋಡಬೇಕು ಮತ್ತು ಅಳವಡಿಸಿಕೊಳ್ಳಬೇಕು. ಇದನ್ನೇ ಗಾಯತ್ರಿ ಆಂಟಿ ವಿವರಿಸಲು ಹೊರಟಿದ್ದರು.

ಮಧು– ಆಂಟಿ, ಮುಂದಿನ ತಿಂಗಳು ಒಂದು ಕಾರ್ಯಕ್ರಮಕ್ಕೆ ನನ್ನ ಅತ್ತೆಯ ಮನೆಗೆ ಹೋಗಬೇಕು. ಸುಮಾರು ಒಂದು ತಿಂಗಳ ಕಾಲ ಅಲ್ಲಿಯೇ ಇರಬೇಕಾಗುತ್ತದೆ. ನಂತರ ನಾನು ನನ್ನ ತವರು ಮನೆಗೂ ಹೋಗುತ್ತೇನೆ. ಆದರೆ ನನಗೆ ಒಂದು ಸಮಸ್ಯೆ ಕಾಡುತ್ತಿದೆ. ನೀವು ಇಲ್ಲಿ ಒಳ್ಳೆಯ ವಿಷಯಗಳನ್ನು ಕಲಿಸುತ್ತಿದ್ದೀರಿ. ಮನಸ್ಸು ತುಂಬಾ ಸಕಾರಾತ್ಮಕವೆನಿಸುತ್ತಿದೆ, ಆದರೆ ಅಲ್ಲಿ ಎಲ್ಲಾ ರೀತಿಯ ಸಂಬಂಧಿಕರನ್ನು ಭೇಟಿಯಾಗುತ್ತೇನೆ. ಕೆಲವರಂತೂ ನನ್ನಲ್ಲಿ ತಪ್ಪುಗಳನ್ನೇ ಹುಡುಕುತ್ತಿರುತ್ತಾರೆ ಮತ್ತು ಅವರೇ ದುರ್ಗುಣಗಳ ಮೂಟೆ ಆಗಿದ್ದರೂ ನನ್ನನ್ನು ನಿಂದಿಸಲು ಕಾರಣ ಹುಡುಕುತ್ತಾರೆ. ಅಂತಹ ಜನರೊಂದಿಗೆ ಒಡನಾಟ ನನಗೆ ಇಷ್ಟವಿಲ್ಲ. ನನ್ನ

ಮನಃಸ್ಥಿತಿಗೆ ಅಲ್ಲಿ ಹೊಂದಾಣಿಕೆ ಆಗುವುದಿಲ್ಲ. ಕೆಟ್ಟ ಮನಸ್ಥಿತಿ ಇದ್ದರೆ, ಅದು ಮಗುವಿನ ಮೇಲೆ ನಕಾರಾತ್ಮಕ ಪರಿಣಾಮ ಬೀರುತ್ತದೆ ಅಲ್ಲವೆ? ಅಲ್ಲಿ ನಾನು ಈ ಪರಿಸ್ಥಿತಿಯನ್ನು ಹೇಗೆ ನಿಭಾಯಿಸಬೇಕು, ನಾನು ಹೇಗೆ ಸಕಾರಾತ್ಮಕವಾಗಿರಬೇಕು?

ಗಾಯತ್ರಿ– ಈ ಪ್ರಕ್ರಿಯೆಯಲ್ಲಿ ನಿಮ್ಮ ಮಗುವಿಗೆ ನೀನು ಎಷ್ಟು ಗುಣಗಳನ್ನು ಸಂಗ್ರಹಿಸಬಹುದು ಎಂಬುದಕ್ಕೆ ಇದು ನಿನಗೆ ಒಂದು ರೀತಿಯ ಪರೀಕ್ಷೆಯಾಗಿದೆ ಮಧು. ಸದ್ಗುಣಗಳನ್ನು ಸಂಗ್ರಹಿಸಬೇಕೋ ಅಥವಾ ದುರ್ಗುಣಗಳನ್ನು ಸಂಗ್ರಹಿಸಬೇಕೋ, ಅದು ಸಂಪೂರ್ಣವಾಗಿ ನಿನ್ನ ಕೈಯಲ್ಲಿದೆ. ಒಂದು ವಿಷಯವನ್ನು ಎಚ್ಚರಿಕೆಯಿಂದ ಅರ್ಥಮಾಡಿಕೋ, ಗರ್ಭಿಣಿಯರು ತಿಳಿದೋ ಅಥವಾ ತಿಳಿಯದೆಯೋ ಕುಟುಂಬದ ಸದಸ್ಯರು, ಸಂಬಂಧಿಕರು ಅಥವಾ ಬೇರೆಯವರ ಬಗ್ಗೆ ಯಾವ ಭಾವನೆಗಳನ್ನು ಹೊಂದಿರುತ್ತಾರೋ, ಮಗು ಕೂಡ ತನ್ನ ಹೃದಯದಲ್ಲಿ ಆ ಜನರ ಬಗ್ಗೆ ಅದೇ ಭಾವನೆಗಳನ್ನು ಸ್ವೀಕರಿಸುತ್ತದೆ ಮತ್ತು ನಂತರ ಅದನ್ನು ವ್ಯಕ್ತಪಡಿಸುತ್ತದೆ.

ನೋಡು, ಕೆಟ್ಟ ಗುಣಗಳು ಮಾತ್ರ ಇರುವವರು ಯಾರೂ ಇಲ್ಲ, ಹೆಚ್ಚಲ್ಲದಿದ್ದರೂ ಅವರಲ್ಲಿಯೂ ಕೆಲವು ಒಳ್ಳೆಯ ಗುಣಗಳಿರುತ್ತವೆ. ಈ ಸಮಯದಲ್ಲಿ, ಏನು ಮಾಡಬೇಕೆಂದರೆ ಕೆಟ್ಟ ವ್ಯಕ್ತಿ ಎಂದು ನೀನು ಪರಿಗಣಿಸುವ ಅಥವಾ ಇಷ್ಟಪಡದ ವ್ಯಕ್ತಿಯಲ್ಲಿ ಕೆಲವು ಒಳ್ಳೆಯ ಗುಣಗಳನ್ನು ನೋಡುವುದು ಮತ್ತು ಆ ಗುಣಗಳ ಮೇಲೆ ಗಮನವಿರಿಸುವುದು. ನೀನು ಯಾವ ಗುಣವನ್ನು ಗಮನಿಸುವಿಯೋ, ಅದನ್ನು ನಿನ್ನ ಮಗುವಿಗೆ ಕೊಡುತ್ತಿರುವಿ ಎಂಬುದನ್ನು ಅರ್ಥಮಾಡಿಕೋ. ನೀನು ಇತರ ವ್ಯಕ್ತಿಯಲ್ಲಿ ಯಾವುದೇ ಕೆಟ್ಟದ್ದರ ಮೇಲೆ ಕೇಂದ್ರೀಕರಿಸಿದರೆ, ನೀನು ನಿನ್ನ ಮಗುವಿಗಾಗಿ ಆ ಕೆಟ್ಟದ್ದನ್ನು ಆಹ್ವಾನಿಸುತ್ತಿದ್ದಿ ಎಂದರ್ಥ. ಆದ್ದರಿಂದ, ತಾಯಿಯಾಗಿ, ನೀನು ಯಾರನ್ನೇ ಭೇಟಿಯಾಗಲಿ ಅವರಲ್ಲಿ ಒಳ್ಳೆಯತನ ಮತ್ತು ಒಳ್ಳೆಯ ಗುಣಗಳನ್ನು ಮಾತ್ರ ನೋಡುವುದು ನಿನ್ನ ಕರ್ತವ್ಯ. ಅವರ ಎಲ್ಲಾ ದುಷ್ಕೃತ್ಯಗಳನ್ನು ನಿರ್ಲಕ್ಷಿಸು. ಹೀಗೆ ಮಾಡುವುದರಿಂದ ಆಗಮಿಸುವ ಮಗುವಿನ ಮುಂಬರುವ ಜೀವನಕ್ಕೆ ತುಂಬಾ ಒಳ್ಳೆಯದು.

ಯೋಚಿಸು, ಮಗುವಿನ ಅಂತರಂಗವು/ಆಂತರಿಕ ಮನಸ್ಸು ಒಂದು ಬುಟ್ಟಿಯಾಗಿದ್ದರೆ, ನೀನು ಅದರಲ್ಲಿ ಉತ್ತಮ ಗುಣಗಳ ಸಂಸ್ಕಾರಗಳನ್ನು ಆಯ್ದು ಅದರಲ್ಲಿ ಹಾಕಬೇಕು. ಈ ಎಲ್ಲಾ ಉತ್ತಮ ಗುಣಗಳನ್ನು ನೀನು ನಿನ್ನ ಸುತ್ತಲಿರುವ ಜನರಲ್ಲಿ ಕಾಣಬಹುದು. ನೀನು ಅವುಗಳ ಮೇಲೆ ನಿನ್ನ ಗಮನವನ್ನು ಇಟ್ಟುಕೊಳ್ಳಬೇಕು ಅಷ್ಟೆ, ಉಳಿದಂತೆ ತಾನೇ ತಾನಾಗಿ ಎಲ್ಲವೂ ನಡೆಯುತ್ತದೆ. ಈ ಸಮಯದಲ್ಲಿ, ನೀನು ನಿನ್ನ ಕುಟುಂಬ ಸದಸ್ಯರು, ಸಂಬಂಧಿಕರು ಮತ್ತು ನಿನ್ನ ಮಗುವಿನ ನಡುವಿನ ಕೊಂಡಿಯಾಗಿದ್ದಿ. ನೀನು ಮಗುವಿನಲ್ಲಿ ಎಲ್ಲಾ ಸಂಬಂಧಿಕರ ಬಗ್ಗೆ ಪ್ರೀತಿ ಮತ್ತು ಗೌರವವನ್ನು ತುಂಬಬೇಕು.

ಮಧು– ಸರಿ ಆಂಟಿ. ನನ್ನ ಕೈಲಾದ ಪ್ರಯತ್ನ ಮಾಡುತ್ತೇನೆ. ಆದರೆ ಒಂದು ವಿಷಯ ಹೇಳಿ, ನನಗೆ ಗುಣಗಳ ಗಣಿಯಾಗಿರುವ ಅನೇಕ ಜನರು ಗೊತ್ತಿದ್ದಾರೆ, ಅವರನ್ನು ನಾನು ತುಂಬಾ ಗೌರವಿಸುತ್ತೇನೆ, ನನ್ನ ಮಗುವಿಗೆ ಅವರಂತಹ ಗುಣಗಳು ಇರಬೇಕು ಎಂದು ನಾನು ಬಯಸುತ್ತೇನೆ ಆದರೆ ನಾನು ಅವರನ್ನು ವೈಯಕ್ತಿಕವಾಗಿ ಭೇಟಿಯಾಗಲು ಸಾಧ್ಯವಿಲ್ಲ... ಹಾಗಾದರೆ ನಾನು ಏನು ಮಾಡಬೇಕು?

ಗಾಯತ್ರಿ– ಇದಕ್ಕಾಗಿ, ವ್ಯಕ್ತಿಯು ನಿಮ್ಮ ಮುಂದೆ ಇರಬೇಕೆಂಬ ಅಗತ್ಯವಿಲ್ಲ, ನೀನು ಅವರನ್ನು ಧ್ಯಾನಿಸುವ ಮೂಲಕವೂ ಅವರ ಗುಣಗಳ ಮೇಲೆ ಗಮನ ಕೇಂದ್ರೀಕರಿಸಬಹುದು.

ಅದಕ್ಕಾಗಿಯೇ ಗರ್ಭಿಣಿಯ ಕೋಣೆಯಲ್ಲಿ ಮಹಾನ್ ವ್ಯಕ್ತಿಗಳ ಪೋಸ್ಟರ್ ಮತ್ತು ಛಾಯಾಚಿತ್ರಗಳನ್ನು ಹಾಕುವ ಸಂಪ್ರದಾಯವಿದೆ, ಇದರಿಂದ ಅವಳು ಅವರನ್ನು ಗಮನವಿಟ್ಟು ನೋಡುತ್ತಾಳೆ ಮತ್ತು ಅವರ ಗುಣಗಳು ಮಕ್ಕಳಲ್ಲಿಯೂ ಜಾಗೃತಗೊಳ್ಳುತ್ತವೆ. ಗರ್ಭಿಣಿಯರು ಮಾತ್ರವಲ್ಲ, ಮಕ್ಕಳು, ಹದಿಹರೆಯದವರು ಮತ್ತು ವಯಸ್ಕರು ಸಹ ಈ ಉದ್ದೇಶಕ್ಕಾಗಿ ತಮ್ಮ ಮಾದರಿ ವ್ಯಕ್ತಿಗಳ ಛಾಯಾಚಿತ್ರಗಳನ್ನು ತಮ್ಮ ಕೊಠಡಿಗಳಲ್ಲಿ ನೇತುಹಾಕುತ್ತಾರೆ, ತಮ್ಮ ಪರ್ಸ್‌ಗಳಲ್ಲಿ ಇಟ್ಟುಕೊಳ್ಳುತ್ತಾರೆ ಮತ್ತು ಅವರ ಆತ್ಮಚರಿತ್ರೆಗಳನ್ನು ಓದುತ್ತಾರೆ.

ನೀವೆಲ್ಲರೂ ಇದನ್ನು ನಿಯೋಜನೆಯಾಗಿ (ಅಸೈನ್ಮೆಂಟ್‌ನಂತೆ) ಮಾಡಬಹುದು. ನಿಮ್ಮ ಎಲ್ಲಾ ಹತ್ತಿರದ ಸಂಬಂಧಿಗಳನ್ನು, ನೆಚ್ಚಿನ ವ್ಯಕ್ತಿಗಳನ್ನು ಒಬ್ಬೊಬ್ಬರನ್ನಾಗಿ ಧ್ಯಾನಿಸಿ ಮತ್ತು ಅವರಲ್ಲಿ ಯಾವುದಾದರೂ ಐದು ಗುಣಗಳನ್ನು ನೋಡಿ. ಆ ಗುಣಗಳನ್ನು ಬರೆದಿಟ್ಟುಕೊಳ್ಳಿ ಮತ್ತು ಅವುಗಳತ್ತ ಪದೇ-ಪದೇ ಗಮನ ಹರಿಸಿ. ನೀವು ಇದನ್ನು 10 ಜನರೊಂದಿಗೆ ಮಾಡಿದರೂ ಸಹ ನಿಮ್ಮ ಮಗುವಿಗೆ ನೀವು 50 ಗುಣಗಳನ್ನು ಸಂಗ್ರಹಿಸಿದ್ದೀರಿ ಎಂದು ಅರ್ಥಮಾಡಿಕೊಳ್ಳಿ.

ಸಲೋನಿ, ನಿಮ್ಮ ಅತ್ತೆಯು ಬಾಲ ಗೋಪಾಲನ ಚಿತ್ರವನ್ನು ನೋಡಲು ಕೊಟ್ಟ ಕಾರಣ ಅದೇ. ಅವರ ಗುಣಗಳು ನಿನ್ನ ಮೇಲೆ ಮತ್ತು ನಿನ್ನ ಭವಿಷ್ಯದ ಮಗುವಿನ ಮೇಲೆ ಪ್ರಭಾವ ಬೀರಲಿ ಎಂದು. ವಿಗ್ರಹಾರಾಧನೆಯ ಹಿಂದಿಯೂ ಇದೇ ವಿಜ್ಞಾನವಿದೆ, ಅದೇನೆಂದರೆ ನಾವು ನಮ್ಮ ಆರಾಧ್ಯ ದೈವದ ದೈವಿಕ ಗುಣಗಳನ್ನು ಪದೇ-ಪದೇ ಗಮನಿಸಿ, ಆರಾಧಿಸಿ ನಮ್ಮ ಒಳಮನಸ್ಸಿನಲ್ಲಿ ಧಾರಣೆ ಮಾಡುವುದು, ಅದರಿಂದ ಆ ಗುಣಗಳು ನಮ್ಮ ಜೀವನದಲ್ಲಿ ಪ್ರಕಟವಾಗುತ್ತವೆ.

ಮನೀಷ್- ಮಧು ಮತ್ತು ಸಲೋನಿಗೆ ಮಾತ್ರವಲ್ಲ, ಈ ವಿಧಾನವು ನಮಗೆಲ್ಲರಿಗೂ ಪರಿಣಾಮಕಾರಿಯಾಗಿದೆ. ನಾವೆಲ್ಲರೂ ಇದರ ಪ್ರಯೋಜನವನ್ನು ಪಡೆದುಕೊಳ್ಳಬಹುದು. ನಾನು ಕೂಡ ಇಂದಿನಿಂದ ಜನರಲ್ಲಿರುವ ಗುಣಗಳನ್ನು ನೋಡಲು ಪ್ರಾರಂಭಿಸುತ್ತೇನೆ.

ವಿಶಾಲ್- ನಾನೂ (ಎಲ್ಲರೂ ಸಂತೋಷದಿಂದ ಒಪ್ಪಿಕೊಂಡರು.)

ಗಾಯತ್ರಿ- ಮಗುವಿಗೆ ಉತ್ತಮ ಗುಣಗಳನ್ನು ಅಳವಡಿಸಿಕೊಳ್ಳಲು ಮತ್ತು ಮಗುವಿನಲ್ಲಿ ಅವುಗಳನ್ನು ಜಾಗೃತಗೊಳಿಸಲು ಒಂದು ಕಾರ್ಯ ಯೋಜನೆಯನ್ನು ಮಾಡಬಹುದು. ಇದರಲ್ಲಿ ಇಡೀ ಕುಟುಂಬ ಕುಳಿತು ಮುಂಬರುವ ಮಗುವಿನಲ್ಲಿ ಯಾವ ಗುಣಗಳು ಬೇಕೆಂದು ನಿರ್ಧರಿಸಬಹುದು. ಆ ಗುಣಗಳನ್ನು ತೆಗೆದುಕೊಂಡು, ಆ ಗುಣಗಳುಳ್ಳ ಪ್ರಭಾವಿ ವ್ಯಕ್ತಿಗಳ ಚಿತ್ರಗಳನ್ನು ಅವುಗಳೊಂದಿಗೆ ಇರಿಸಬಹುದು. ಶಾಂತಿಯ ಗುಣವಿರುವ ಗೌತಮ ಬುದ್ಧನದ್ದು, ಘನತೆಗೆ/ಮರ್ಯಾದೆಗೆ ಬದ್ಧವಾಗಿರುವ ಶ್ರೀರಾಮನದ್ದು, ಕರುಣೆಮಯಿಯಾದ ಮದರ್ ತೆರೇಸಾರದ್ದು... ಹೀಗೆ ನೀವು ದೃಷ್ಟಿ ಫಲಕವನ್ನು(ವಿಜನ್ ಬೋರ್ಡ್) ತಯಾರಿಸಬಹುದು ಮತ್ತು ಅದನ್ನು ಮನೆಯಲ್ಲಿ ಯಾವ ಸ್ಥಳದಲ್ಲಿ ಎಲ್ಲರ ದೃಷ್ಟಿ ಸತತವಾಗಿ ಬೀಳುವುದೋ ಅಲ್ಲಿ ಇರಿಸಬಹುದು. ಆ ಗುಣಗಳನ್ನು ಮತ್ತೆ ಮತ್ತೆ ಧ್ಯಾನಿಸುವ ಮೂಲಕ, ನೀವು ಅವುಗಳನ್ನು ನಿಮ್ಮ ಮಗುವಿನೊಳಗೆ ಬೀಜಗಳಂತೆ ನೆಡಬಹುದು.

ಮಧು- ನಾವು ಇಂದಿನಿಂದಲೇ ಈ ಕೆಲಸವನ್ನು ಪ್ರಾರಂಭಿಸುತ್ತೇವೆ.

ಸಲೋನಿ- ನಾವೂ. (ಎಲ್ಲರೂ ಇಂದಿನ ಸಭೆಯಿಂದ ಉತ್ಸುಕರಾಗಿದ್ದರು ಮತ್ತು ಭವಿಷ್ಯದ ಯೋಜನೆಗಳನ್ನು ಪ್ರಾರಂಭಿಸಿದರು.)

ಗಾಯತ್ರಿ– ಮಧು, ಇಂದು ನಿನ್ನ ಮಗು ನಿನ್ನ ಉತ್ಸಾಹವನ್ನು ನೋಡಿ ಮತ್ತು ನಿಮ್ಮ ಮಾತನ್ನು ಕೇಳಿ ತುಂಬಾ ಸಂತೋಷವಾಗಿರುತ್ತದೆ, ನನ್ನ ಸಂತೋಷದ ಭವಿಷ್ಯಕ್ಕಾಗಿ ನನ್ನ ಪೋಷಕರು ಏನೆಲ್ಲ ಮಾಡುತ್ತಿದ್ದಾರೆ! ಎಂದು ಆನಂದಿಸುತ್ತದೆ.

ಇದನ್ನು ಕೇಳಿ ಎಲ್ಲರಿಗೂ ಆಶ್ಚರ್ಯವಾಯಿತು.

ಮಧು– ಮಗು ಎಲ್ಲವನ್ನೂ ಕೇಳುತ್ತಿದೆಯೇ?

ಗಾಯತ್ರಿ ಆಂಟಿ ನಗಲು ಪ್ರಾರಂಭಿಸಿದರು. ಮುಂದಿನ ತರಗತಿಯಲ್ಲಿ ಭ್ರೂಣವು ಎಲ್ಲವನ್ನೂ ನೋಡುತ್ತದೆ, ಕೇಳುತ್ತದೆ ಎಂಬ ಅದೇ ರಹಸ್ಯವನ್ನು ಅವರು ಬಹಿರಂಗಪಡಿಸಲು ಹೊರಟಿದ್ದರು.

ಮನನ ಬಿಂದು...

* ಗರ್ಭಿಣಿ ಮಹಿಳೆಯು ಗಮನಹರಿಸುವ ಇತರರ ಗುಣಗಳು ಅಥವಾ ನ್ಯೂನತೆಗಳು ತನ್ನ ಆಂತರಿಕ ಮನಸ್ಸಿನ ಸಹಾಯದಿಂದ ತನ್ನ ಭ್ರೂಣಕ್ಕೆ ವರ್ಗಾಯಿಸುತ್ತಾಳೆ. ಅದಕ್ಕಾಗಿಯೇ ಗರ್ಭಾವಸ್ಥೆಯಲ್ಲಿ ಯಾವಾಗಲೂ ಸದ್ಗುಣಗಳ ಮೇಲೆ ಕೇಂದ್ರೀಕರಿಸಬೇಕು.
* ಗರ್ಭಿಣಿ ಮಹಿಳೆಯು ತನ್ನ ಕುಟುಂಬ ಸದಸ್ಯರು ಮತ್ತು ಸಂಬಂಧಿಕರ ಬಗ್ಗೆ ಹೊಂದಿರುವ ಅದೇ ಭಾವನೆಗಳು ಮಗುವಿಗೆ ಸಹ ಹರಡುತ್ತವೆ. ಆದ್ದರಿಂದ, ಪ್ರತಿಯೊಬ್ಬರ ಬಗ್ಗೆ ಪ್ರೀತಿ ಮತ್ತು ಗೌರವದ ಭಾವನೆಯನ್ನು ಹೊಂದಿರಿ.
* ನಿಮಗೆ ಹತ್ತಿರವಿರುವ ಪ್ರತಿಯೊಬ್ಬ ವ್ಯಕ್ತಿಯ ಕನಿಷ್ಠ ಐದು ಗುಣಗಳನ್ನು ಪಟ್ಟಿ ಮಾಡಿ ಮತ್ತು ಆ ಗುಣಗಳನ್ನು ಗಮನಿಸಿ. ಇದರೊಂದಿಗೆ, ಆ ಗುಣಗಳು ಮಗುವಿನ ಆಂತರಿಕ ಮನಸ್ಸನ್ನು ತಲುಪುತ್ತವೆ ಮತ್ತು ನಂತರ ಜೀವನದಲ್ಲಿ ಪ್ರಕಟವಾಗುತ್ತವೆ.
* ಮಗುವಿಗೆ ನೀವು ಹೊಂದಲು ಬಯಸುವ ಎಲ್ಲಾ ಗುಣಗಳ ಚಿತ್ರಸಹಿತ ದೃಷ್ಟಿ ಫಲಕವನ್ನು (ವಿಜನ್ ಬೋರ್ಡ್) ರಚಿಸಿ ಮತ್ತು ಅವುಗಳನ್ನು ಆಗಾಗ್ಗೆ ಅವಲೋಕಿಸಿ.

ಅಧ್ಯಾಯ 15

ಗರ್ಭಸ್ಥ ಶಿಶುವಿನೊಂದಿಗೆ ಅರ್ಥಪೂರ್ಣ ಸಂವಹನ

ಅದು ಎಲ್ಲವನ್ನೂ ಕೇಳುತ್ತದೆ

ಹಿಂದಿನ ಕಾಲದಲ್ಲಿ, ತಾಯಿ ಮತ್ತು ಅವಳ ಹೊಟ್ಟೆಯಲ್ಲಿರುವ ಮಗು 'ಎರಡು ದೇಹಗಳು, ಒಂದು ಆತ್ಮ' ಎಂದು ಹಿರಿಯರು ಹೇಳುತ್ತಿದ್ದರು. ಇಬ್ಬರಿಗೂ ಒಂದೇ ಹೊಟ್ಟೆ ಇರುತ್ತದೆ, ಕಣ್ಣುಗಳು-ಕಿವಿಗಳು ಕೂಡ ಜೋಡಿಯಾಗಿರುತ್ತವೆ, ಕಣ್ಣುಗಳು ಸಹ ಒಂದೇ ಜೋಡಿ ಇರುತ್ತವೆ, ಆದ್ದರಿಂದ ಅವರ ಇಂದ್ರಿಯಗಳು, ಮನಸ್ಸು ಮತ್ತು ಬುದ್ಧಿ ಕೂಡಾ ಒಂದೇ ಆಗಿರುತ್ತವೆ. ತಾಯಿ ಏನು ತಿನ್ನುತ್ತಾಳೋ ಅದನ್ನೇ ಮಗು ತಿನ್ನುತ್ತದೆ. ತಾಯಿ ಏನು ಕೇಳುತ್ತಾಳೋ, ಅದನ್ನೇ ಮಗು ಕೇಳುತ್ತದೆ. ತಾಯಿ ಏನು ಹೇಳಿದರೂ, ಮಗು ಅದನ್ನು ಬ್ರಹ್ಮವಾಕ್ಯವೆಂದುಕೊಂಡು ಸ್ವೀಕರಿಸುತ್ತದೆ ಮತ್ತು ಭವಿಷ್ಯದಲ್ಲಿ ಅದನ್ನೇ ಯೋಚಿಸುತ್ತದೆ ಮತ್ತು ಹೇಳುತ್ತದೆ.

ಆದ್ದರಿಂದ, ಗರ್ಭದಲ್ಲಿನ ಶಿಶುವಿನೊಂದಿಗೆ ಆರೋಗ್ಯಕರ ಮತ್ತು ಸಕಾರಾತ್ಮಕ ಸಂವಹನವನ್ನು ನಡೆಸುವುದು, ತಾಯಿಯ ಇಂದ್ರಿಯಗಳ ಮೂಲಕ ಮಗುವಿಗೆ ಅರ್ಥಪೂರ್ಣ ಮತ್ತು ಉತ್ತಮ ಮಾಹಿತಿ, ಸದ್ಗುಣಗಳನ್ನು ನೀಡುವುದು, ಇದೇ ಗರ್ಭ ಸಂಸ್ಕಾರದ ಮೂಲ ಉದ್ದೇಶವಾಗಿದೆ. ಅದಕ್ಕೆ ನೇರವಾಗಿ ಹೇಳಿದರೂ ಮತ್ತು ಅದರ ಬಗ್ಗೆ ಏನೇ ಹೇಳಿದರೂ ಎರಡನ್ನೂ ಅದು ಕೇಳುತ್ತದೆ ಎಂದು ಕುಟುಂಬದವರು ಯಾವಾಗಲೂ ನೆನಪಿನಲ್ಲಿಟ್ಟುಕೊಳ್ಳಬೇಕು. ಆದರೆ ಇದೆಲ್ಲವೂ ಅಗೋಚರವಾಗಿ ನಡೆಯುತ್ತದೆ, ಆದ್ದರಿಂದ ಇದು ತರ್ಕಕ್ಕೆ ನಿಲ್ಲುವುದಿಲ್ಲ. ಈ ಕಾರಣಕ್ಕೆ ಮಧುಗೂ ಇವತ್ತಿನ ತರಗತಿಯಲ್ಲಿ ಗಾಯತ್ರಿ ಆಂಟಿಯ ಮುಂದೆ ಇಡಲು ಕೆಲವು ಅನುಮಾನಗಳು ಇದ್ದವು.

ಮಧು– ಆಂಟಿ, ನಾನು ಏನು ಹೇಳಿದರೂ ನನ್ನ ಮಗುವೂ ಕೇಳುತ್ತಿದೆ ಅಥವಾ ಮನೆಯಲ್ಲಿ ನಡೆಯುವ ಸಂಭಾಷಣೆಯನ್ನು ಕೇಳುತ್ತಿದೆ ಎಂದು ನೀವು ನಿನ್ನೆ ಹೇಳಿದ ಬಗ್ಗೆ ನಾನು ಮತ್ತೆ ಮತ್ತೆ ಯೋಚಿಸುತ್ತಿದ್ದೇನೆ. ಇದು ನಿಜವಾಗಿಯೂ ಸಂಭವಿಸುತ್ತದೆಯೇ? ಯಾಕೆಂದರೆ ಯಾರದಾದರೂ ಮಾತನ್ನು ಕೇಳಲು ನಮಗೆ ದೇಹ ಮತ್ತು ಕಿವಿ ಬೇಕು. ಯಾರಾದರೂ ಬೇರೆ ಕೋಣೆಯಲ್ಲಿರುವಾಗ ನಾವು ಮಾತನಾಡಿದರೆ, ನಾವು ಹೇಳುವುದು ಅವರಿಗೆ ಕೇಳಿಸುವುದಿಲ್ಲ, ಹೀಗಿರುವಾಗ ಮಗುವಂತೂ ಗರ್ಭದೊಳಗಿದೆ, ಅದು ಹೇಗೆ ಕೇಳಲು ಸಾಧ್ಯ?

ಗಾಯತ್ರಿ– ಮಹಾಭಾರತದಲ್ಲಿ ಒಂದು ಉದಾಹರಣೆಯನ್ನು ನೀವು ಓದಿಲ್ಲವೇ? ಅದರಲ್ಲಿ ಅರ್ಜುನನು ಸುಭದ್ರೆಗೆ ಚಕ್ರವ್ಯೂಹವನ್ನು ಭೇದಿಸುವ ಮಾರ್ಗವನ್ನು ಹೇಳುತ್ತಾನೆ ಮತ್ತು ಭ್ರೂಣದಲ್ಲಿದ್ದ ಅಭಿಮನ್ಯು ಅದನ್ನು ಕೇಳುತ್ತದೆ. ಆದರೆ ಸುಭದ್ರೆ ನಡುವೆ ನಿದ್ದೆಗೆ ಜಾರುತ್ತಾಳೆ ಮತ್ತು ಅರ್ಜುನನ ಮಾತು ಕೇಳುವುದನ್ನು ನಿಲ್ಲಿಸುತ್ತಾಳೆ. ಇದರಿಂದಾಗಿ ಚಕ್ರವ್ಯೂಹದಿಂದ ಹೊರಬರುವ ದಾರಿಯ ಬಗ್ಗೆ ಅಭಿಮನ್ಯುವಿಗೆ ಕೇಳಲು ಸಾಧ್ಯವಾಗಲಿಲ್ಲ.

ಮಧು– ನಾನು ಈ ಘಟನೆಯನ್ನು ಕೇಳಿದ್ದೇನೆ. ಆ ಸಮಯದಲ್ಲೂ, ಇದು ಹೇಗೆ ಸಂಭವಿಸಬಹುದು ಎಂದು ನನಗೆ ತಾರ್ಕಿಕವಾಗಿ ತೋರಲಿಲ್ಲ. ನಾನು ಇದನ್ನು ಕಥೆಯ ಒಂದು ಕಾಲ್ಪನಿಕ ಭಾಗವೆಂದುಕೊಂಡು ಬಿಟ್ಟುಬಿಟ್ಟಿದ್ದೆ. ನೀವೇ ಹೇಳಿ, ಇನ್ನೂ ಹೊಟ್ಟೆಯಿಂದ ಹೊರಬರದ, ಭಾಷೆ ಅರಿಯದ, ಇನ್ನೂ ಕಿವಿ ಬೆಳೆಯದ ಮಗು ನಮ್ಮ ಮಾತುಗಳನ್ನು ಹೇಗೆ ಕೇಳುತ್ತದೆ?

ಗಾಯತ್ರಿ– ಮಧು ಪದಗಳಿಗೂ ಅವರದ್ದೇ ಆದ ಶಕ್ತಿ, ಭಾವನೆಗಳಿರುತ್ತವೆ. ಭಾಷೆ ಬರಲಿ ಬರದಿರಲಿ, ಭಾವನೆ ಮತ್ತು ಶಕ್ತಿಯು ಒಂದು ಪ್ರಜ್ಞೆಯಿಂದ ಇನ್ನೊಂದು ಪ್ರಜ್ಞೆಗೆ ತಲುಪುತ್ತದೆ. ಮಗುವಿನ ದೇಹವು ಸಂಪೂರ್ಣವಾಗಿ ಬೆಳವಣಿಗೆಯಾಗದಿದ್ದರೂ, ಅದು ನಿನ್ನ ಮತ್ತು ನನ್ನಂತೆಯೇ ಸಂಪೂರ್ಣವಾಗಿ ಜಾಗೃತವಾಗಿರುತ್ತದೆ. ಹಿಂದಿನ ತರಗತಿಯಲ್ಲಿ ನೀವು ಉಪಪ್ರಜ್ಞೆ ಮನಸ್ಸಿನ ಪರಿಕಲ್ಪನೆಯನ್ನು ಈಗಾಗಲೇ ಅರ್ಥಮಾಡಿಕೊಂಡಿದ್ದೀಯಲ್ಲವೇ? ಮಗುವಿಗೆ ಭಾಷೆ ತಿಳಿದಿಲ್ಲ ಆದರೆ ತಾಯಿಯ ಇಂದ್ರಿಯಗಳ ಮೂಲಕ ಸ್ವೀಕರಿಸುವ ಅಥವಾ ಕಳುಹಿಸುವ ಪ್ರತಿಯೊಂದು ಮಾಹಿತಿಯ ಸಾರವನ್ನು ಅದು ಅರ್ಥಮಾಡಿಕೊಳ್ಳಬಹುದು. ಯಾವ ಭಾವನೆಯಿಂದ ಮಾತನಾಡುತ್ತಿದ್ದಾರೆ ಮತ್ತು ಏನು ಹೇಳುತ್ತಿದ್ದಾರೆ ಎಂಬುದನ್ನು ಅದು ಅರಿಯಬಲ್ಲದು. ಹಾಗೂ ನೆನಪಿನಲ್ಲಿ ಸಂಗ್ರಹಿಸಿ ಇಟ್ಟುಕೊಳ್ಳಬಲ್ಲದು.

ಮಧು– ಸರಿ! ಈಗ ನಾನು ಮಗುವಿನೊಂದಿಗೆ ಹೇಗೆ ಮಾತನಾಡಬಹುದು, ಏನಾದರೂ ಮಾರ್ಗವಿದೆಯೇ?

ಗಾಯತ್ರಿ– ಗರ್ಭದಲ್ಲಿನ ಶಿಶುವಿನೊಂದಿಗೆ ಮಾತನಾಡುವ ವಿಧಾನವು ಬೇರೆಯವರೊಂದಿಗೆ ಮಾತನಾಡುವಂತೆಯೇ ಇರುತ್ತದೆ–ನೇರವಾಗಿ ಅಥವಾ ಫೋನ್ ಮೂಲಕ. ನೀವು ನಿಮ್ಮ ಮಗುವಿಗೆ ಕರೆ ಮಾಡಿದ್ದೀರಿ ಎಂದು ತಿಳಿಯಿರಿ ಮತ್ತು ಅವರೊಂದಿಗೆ ಮಾತನಾಡಲು ಪ್ರಾರಂಭಿಸಿಬಿಡಿ. ಅದು ಕೇಳುತ್ತಿದೆಯೋ ಇಲ್ಲವೋ, ಯಾರಾದರೂ ಪ್ರತಿಕ್ರಿಯಿಸುತ್ತಿದ್ದಾರೋ ಇಲ್ಲವೋ ಎಂದು ಯೋಚಿಸಬೇಡಿ. ಅದು ಕೇಳುತ್ತದೆ ಮತ್ತು ಪ್ರತಿಕ್ರಿಯಿಸುತ್ತದೆ ಎಂಬುದನ್ನು ನಂಬಿ.

ಮನೀಷ್– ನಾನು ಸಹ ನನ್ನ ಮಗುವಿನೊಂದಿಗೆ ಮಾತನಾಡಬಹುದೇ? (ತನ್ನ ಮಗು ತಾನು ಏನು ಹೇಳಿದರೂ ಕೇಳುತ್ತದೆ ಮತ್ತು ತನ್ನ ತಂದೆಯ ಧ್ವನಿಯನ್ನು ಗುರುತಿಸುತ್ತದೆ ಎಂಬ

ಆಲೋಚನೆಯೊಂದಿಗೆ ಮನೀಷ್ ತುಂಬಾ ಉತ್ಸುಕನಾಗಿದ್ದನು.)

ಗಾಯತ್ರಿ– ಹೌದು, ಖಂಡಿತ. ಮಧು ಮಾತನಾಡುವ ಹಾಗೆ ನೀನೂ ಮಾತನಾಡಬಹುದು. (ಅಪ್ಪನ ಆತಂಕ ನೋಡಿ ಗಾಯತ್ರಿ ಆಂಟಿ ನಗುತ್ತಾ ಹೇಳಿದರು).

ಮಧು– ಆದರೆ ನಾವು ಅದರೊಂದಿಗೆ ಏನು ಮಾತನಾಡಬೇಕು?

ಗಾಯತ್ರಿ– ನಿಮ್ಮ ಮಗುವಿನೊಂದಿಗೆ ನೀವು ಏನು ಬೇಕಾದರೂ ಮಾತನಾಡಬಹುದು. ನೀವು ಅದರ ಯೋಗಕ್ಷೇಮವನ್ನು ವಿಚಾರಿಸಬಹುದು. ನಿಮ್ಮ ದಿನ ಹೇಗಿತ್ತು ಎಂದು ಅದಕ್ಕೆ ಹೇಳಬಹುದು. ನಿಮ್ಮ ಜೀವನದಲ್ಲಿ ಅದನ್ನು ಪಡೆದು ನೀವು ಎಷ್ಟು ಸಂತೋಷದಿಂದಿದ್ದೀರಿ, ನೀವು ಎಷ್ಟು ಉತ್ಸುಕರಾಗಿದ್ದೀರಿ, ನೀವು ಅದಕ್ಕಾಗಿ ಎಷ್ಟು ಕಾಯುತ್ತಿದ್ದೀರಿ, ಅದು ನಿಮಗೆ ಎಷ್ಟು ವಿಶೇಷ... ಅದರ ಬಗ್ಗೆ ನಿಮಗೆ ಹೇಗನ್ನಿಸುತ್ತದೆ ಅದೆಲ್ಲವನ್ನೂ ನೀವದಕ್ಕೆ ಹೇಳಬಹುದು. ನಿಮ್ಮ ಜೀವನದ ಯಾವುದೇ ಸ್ಮರಣೀಯ ಕಥೆ, ಬಾಲ್ಯದ ಕಥೆಗಳು, ನಿಮ್ಮ ಕನಸುಗಳು, ನಿಮ್ಮ ಯೋಜನೆಗಳು... ಯಾವುದನ್ನಾದರೂ, 'ಅದು ನಿಮ್ಮ ಮಾತನ್ನು ಕೇಳುತ್ತಿದೆ' ಎಂಬ ವಿಶ್ವಾಸದೊಂದಿಗೆ ನೀವು ಅದರೊಂದಿಗೆ ಹಂಚಿಕೊಳ್ಳಬಹುದು. ನಿಮ್ಮ ಮುಂದೆ ನಿಂತಿರುವ ಆಪ್ತ ವ್ಯಕ್ತಿ ಕೇಳುವಂತೆ ಅದೂ ಕೇಳುತ್ತದೆ.

ನೀವು ಮಗುವಿಗೆ ಸ್ಫೂರ್ತಿದಾಯಕ ಕಥೆಗಳು, ಮಹಾನ್ ಪುರುಷರ ಜೀವನಚರಿತ್ರೆಗಳನ್ನು ಓದಬಹುದು. ನೀವು ಅದಕ್ಕೆ ಉತ್ತಮ ಸಕಾರಾತ್ಮಕ ಸೂಚನೆಗಳು ಮತ್ತು ಉತ್ತಮ ಭಾವನೆಗಳನ್ನು ನೀಡಬಹುದು. ಜ್ಞಾನದಿಂದ ಕೂಡಿದ ವಚನಗಳು, ದ್ವಿಪದಿಗಳು, ಕವಿತೆಗಳು, ಭಜನೆಗಳು ಇತ್ಯಾದಿಗಳನ್ನು ಹೇಳುವುದರಿಂದ ನೀವು ಮಗುವಿನೊಳಗೆ ಆಧ್ಯಾತ್ಮಿಕತೆಯ ಬೀಜವನ್ನು ಮೊಳಕೆಯೊಡೆಯಬಹುದು.

ಮನೀಷ್– ಆಂಟಿ, ನಾವು ಭ್ರೂಣಕ್ಕೆ ಹೇಗೆ ಒಳ್ಳೆಯ ಭಾವನೆಗಳನ್ನು ನೀಡಬಹುದು ಎಂಬುದಕ್ಕೆ ನೀವು ನಮಗೆ ಯಾವುದಾದರೂ ಉದಾಹರಣೆ ನೀಡುತ್ತೀರಾ?

ಗಾಯತ್ರಿ– ಸರಿ. ನಾನು ನಿಮಗೆ ಒಂದು ಅಥವಾ ಎರಡು ಉದಾಹರಣೆಗಳನ್ನು ನೀಡುತ್ತೇನೆ ಆದರೆ ನೀವು ಅದನ್ನು ನಿಮ್ಮದೇ ಆದ ರೀತಿಯಲ್ಲಿ ಹೇಳಬಹುದು. ಇದನ್ನು ಮಾಡಲು ಯಾವುದೇ ಸ್ಥಿರ ನಿಯಮವಿಲ್ಲ. ನಿಮ್ಮ ಆಯ್ಕೆಯ ಪ್ರಕಾರ ನೀವು ಅದರಲ್ಲಿ ಬದಲಾವಣೆಗಳನ್ನು ಸಹ ಮಾಡಬಹುದು. ಇದಕ್ಕಾಗಿ ತಾಯಿಯು ತನ್ನ ಗರ್ಭದ ಮೇಲೆ ಪ್ರೀತಿಯಿಂದ ಕೈಯಿಟ್ಟು ಮಗುವಿನ ಸ್ಪರ್ಶವನ್ನು ಅನುಭವಿಸಬಹುದು. ತಂದೆಯೂ ಹೀಗೆ ಮಾಡಬಹುದು. ಹೀಗೆ ಮಾಡುವುದರಿಂದ ಮಗುವೂ ತಾಯಿ ಮತ್ತು ತಂದೆಯ ಸ್ಪರ್ಶವನ್ನು ಅನುಭವಿಸುತ್ತದೆ. ಈ ಸ್ಪರ್ಶವು ಇಬ್ಬರ ನಡುವೆ ಉತ್ತಮ ಸಂಪರ್ಕವನ್ನು ಸೃಷ್ಟಿಸುತ್ತದೆ. ನೀವು ಅದಕ್ಕೆ ಕೆಲವು ಒಳ್ಳೆಯ ನಂಬಿಕೆಯ ಮಾತುಗಳನ್ನು ಹೀಗೆ ಹೇಳಬಹುದು–

ನನ್ನ ಪ್ರೀತಿಯ ಮಗು,

ನಾನು ನಿನ್ನೊಂದಿಗೆ ಮಾತನಾಡುತ್ತಿರುವ ನಿನ್ನ ತಾಯಿ. ನಾನು ನಿನ್ನನ್ನು ಎಷ್ಟು ಪ್ರೀತಿಸುತ್ತೇನೆ ಹೇಳಲು ಬಯಸುತ್ತೇನೆ. ನಾನು ನಿನ್ನ ಬಗ್ಗೆ ತುಂಬಾ ಕಾಳಜಿ ವಹಿಸುತ್ತೇನೆ. ನಿನ್ನನ್ನು ಪಡೆಯಲು ನನಗೆ ತುಂಬಾ ಸಂತೋಷವಾಗುತ್ತಿದೆ. ನಾನು ಪ್ರತಿ ಕ್ಷಣ, ಎಲ್ಲಾ ಸಮಯದಲ್ಲೂ ನಿನ್ನೊಂದಿಗೆ ಇರುತ್ತೇನೆ, ನಿನ್ನ ಅನುಭೂತಿಯನ್ನು ಪಡೆಯುತ್ತೇನೆ, ನಿನ್ನನ್ನು ನೋಡಿಕೊಳ್ಳುತ್ತೇನೆ. ನನ್ನ ಗರ್ಭದಲ್ಲಿ ನೀನು ಸಂಪೂರ್ಣ ಸುರಕ್ಷಿತ. ನೀನು ಚೆನ್ನಾಗಿ

ವಿಕಾಸವಾಗುತ್ತಿದ್ದಿ. ನಿಮ್ಮ ವಿಕಾಸಕ್ಕೆ ಯಾವುದು ಅಗತ್ಯವೋ ಅದನ್ನು ನೀನು ಸರಿಯಾಗಿ ಪಡೆಯುತ್ತಿದ್ದಿ. ನೀನು ಯಾವಾಗಲೂ ಸಂತೋಷವಾಗಿರು, ಖುಷಿಯಿಂದಿರು.

ಇಂತಹ ಸಂವಹನಗಳು ಮಗುವಿಗೆ ಭದ್ರತೆ ಮತ್ತು ಆತ್ಮವಿಶ್ವಾಸವನ್ನು ನೀಡುತ್ತವೆ. ಅಂತೆಯೇ, ಅವನಲ್ಲಿ ದೈವಿಕ ಗುಣಗಳನ್ನು ಜಾಗೃತಗೊಳಿಸುವಂತಹ ಕೆಲವು ಮಾತುಗಳನ್ನು ಅವನಿಗೆ ಹೇಳಬಹುದು –

ನನ್ನ ಪ್ರೀತಿಯ ಮಗುವೇ,

ನಮಗಾಗಿ, ನಮ್ಮ ಜೀವನದಲ್ಲಿ ಬಂದಿದ್ದಕ್ಕಾಗಿ ನಾವು ನಿನಗೆ ತುಂಬಾ ಕೃತಜ್ಞರಾಗಿರುತ್ತೇವೆ. ನೀನು ದೇವರು ನಮಗೆ ನೀಡಿದ ದೈವಿಕ ಕೊಡುಗೆ. ನೀನು ದೇವರ ಭಾಗ, ಸಾತ್ವಿಕ ಮಗು. ದೇವರಲ್ಲಿರುವ ಆ ಎಲ್ಲಾ ಗುಣಗಳು ನಿನ್ನೊಳಗೆ ಇವೆ ಮತ್ತು ನೀನು ಅವುಗಳನ್ನೇ ವ್ಯಕ್ತಪಡಿಸಲು ಜಗತ್ತಿಗೆ ಬರುತ್ತಿದ್ದಿ. ನಿನ್ನ ಜನ್ಮ ದೇವರ ಕೆಲವು ವಿಶೇಷ ಕಾರ್ಯಗಳನ್ನು ಮಾಡಲು ಆಗುತ್ತಿದೆ. ನಿನ್ನ ಜೀವನವು ದೈವಿಕ ಮಾರ್ಗದರ್ಶನದಿಂದ ನಿರ್ದೇಶಿಸಲ್ಪಡುತ್ತದೆ ಮತ್ತು ಆ ಮಾರ್ಗದರ್ಶನವನ್ನು ತೆಗೆದುಕೊಳ್ಳುವಲ್ಲಿ ನೀನು ಸಂಪೂರ್ಣವಾಗಿ ಸಮರ್ಥನಾಗಿದ್ದಿ.

ನಿನ್ನ ಹೃದಯದಲ್ಲಿ ಎಲ್ಲರಿಗೂ ಪ್ರೀತಿ ಮತ್ತು ಸಹಾನುಭೂತಿ ತುಂಬಿದೆ. ನೀನು ಯಾವಾಗಲೂ ಇತರರಿಗೆ ಸಹಾಯ ಮಾಡಲು ಮತ್ತು ಸೇವೆ ಮಾಡಲು ತತ್ಪರನಾಗಿದ್ದಿ. ನಿನ್ನ ತರ್ಕಬದ್ಧ ಮನಸ್ಸು ಜಾಗೃತಗೊಂಡಿದೆ, ಆದ್ದರಿಂದ ನೀನು ಯಾವಾಗಲೂ ಜೀವನದಲ್ಲಿ ಸರಿಯಾದ ನಿರ್ಧಾರಗಳನ್ನು ತೆಗೆದುಕೊಳ್ಳುವ ಸಾಮರ್ಥ್ಯವನ್ನು ಹೊಂದಿರುತ್ತಿ. ನೀನು ಎಲ್ಲರನ್ನೂ ಗೌರವಿಸುತ್ತಿ. ಎಲ್ಲರೂ ನಿನ್ನನ್ನು ಗೌರವಿಸುತ್ತಾರೆ. ನೀನು ಇತರರ ಸಂತೋಷದಲ್ಲಿ ಸಂತೋಷವಾಗಿರುವಿ, ಆದ್ದರಿಂದ ಇತರರು ಸಹ ನಿನ್ನ ಸಂತೋಷದಲ್ಲಿ ಸಂತೋಷವಾಗಿರುತ್ತಾರೆ. ನೀನು ಜ್ಞಾನ ಮತ್ತು ಭಕ್ತಿಯ ಅನನ್ಯ ಸಂಯೋಜನೆ. ನಿನ್ನೊಳಗೆ ನಮ್ರತೆ, ಕರುಣೆ, ಧೈರ್ಯ, ದೃಢತೆ ಮುಂತಾದ ದೈವಿಕ ಗುಣಗಳಿವೆ. ನೀನು ಭೂಮಿಗೆ ಬರುವುದು ಈ ಜಗತ್ತಿಗೆ, ಈ ಸಮಾಜಕ್ಕೆ ಅನೇಕ ರೀತಿಯಲ್ಲಿ ಪ್ರಯೋಜನವನ್ನು ನೀಡುತ್ತದೆ, ಆದ್ದರಿಂದ ನಾವು ನಿನ್ನ ಬಗ್ಗೆ ಹೆಮ್ಮೆಪಡುತ್ತೇವೆ, ನನ್ನ ಪ್ರೀತಿಯ ಮಗು, ಯಾವಾಗಲೂ ಸಂತೋಷವಾಗಿರು.

ಮಧು– ವಾವ್! ಆಂಟಿ. ಮಗುವಿನೊಂದಿಗೆ ಮಾತನಾಡಲು ನೀವು ಬಹಳ ಉತ್ತಮವಾದ ಮಾರ್ಗವನ್ನು ತೋರಿಸಿದ್ದೀರಿ. ನಿಜವಾಗಿಯೂ ನನಗನ್ನಿಸುತ್ತಿದೆ, ನಾನು ನನ್ನ ಮಗುವಿನೊಂದಿಗೆ ಎಷ್ಟೊಂದು ವಿಷಯಗಳನ್ನು ಹಂಚಿಕೊಳ್ಳಬಹುದು ಎಷ್ಟೊಂದು ಮಾತನಾಡಬಹುದು, ನನ್ನ ಮಾತುಗಳಿಂದ ಮಗುವಿನಲ್ಲಿ ಎಷ್ಟೊಂದು ನಂಬಿಕೆ ಮತ್ತು ಒಳ್ಳೆಯ ಭಾವನೆಗಳನ್ನು ಹುಟ್ಟುಹಾಕಬಹುದು! ಅಲ್ಲವೇ?

ಗಾಯತ್ರಿ– ಹೌದು ಇದಂತೂ ಸರಿಯಾದ ಮಾತು. ನಿಮ್ಮ ಮಗುವಿಗೆ ನೀವು ಯಾವ ನಂಬಿಕೆಯನ್ನು ನೀಡುತ್ತೀರೋ, ಅದು ಹಾಗೆ ಆಗುತ್ತದೆ. ಗರ್ಭದಿಂದಲೇ ಅದರೊಂದಿಗೆ ಮಾತನಾಡುವ ಮೂಲಕ ನಾವು ಅದರಲ್ಲಿ ಬಲವಾದ ಆತ್ಮವಿಶ್ವಾಸವನ್ನು ತುಂಬಬಹುದು. ನಾವು ಈ ಬಗ್ಗೆ ಮುಂದೆಯೂ ಮಾತನಾಡಲಿದ್ದೇವೆ. ನಾಳೆಯಿಂದ ನಾನು ಒಂದು ವಾರ ಹೊರಗೆ ಹೋಗಬೇಕು. ಮರಳಿ ಬಂದ ನಂತರ ಮುಂದಿನ ತರಗತಿ.

ಗಾಯತ್ರಿ ಆಂಟಿಯ ಇಂದಿನ ತರಗತಿ ಮುಗಿಸಿ ಎಲ್ಲರೂ ಅವರವರ ಮನೆಗಳಿಗೆ ತೆರಳಿದರು.

ಮನನ ಬಿಂದು...

* ನಿಮ್ಮ ಭ್ರೂಣವು ನಿಮ್ಮನ್ನು ಆಲಿಸುತ್ತದೆ, ಆದ್ದರಿಂದ ಅದರೊಂದಿಗೆ ಆರೋಗ್ಯಕರ ಮತ್ತು ಅರ್ಥಪೂರ್ಣ ಸಂಭಾಷಣೆಗಳನ್ನು ಮಾಡಿ.
* ಯಾವುದೇ ಮನುಷ್ಯರೊಂದಿಗೆ ಮಾತನಾಡುವಂತೆಯೇ ಭ್ರೂಣದೊಂದಿಗೆ ಮಾತನಾಡಬಹುದು.
* ನಿಮ್ಮ ಸಂಭಾಷಣೆಗಳ ಮೂಲಕ ನೀವು ಅದಕ್ಕೆ ರಕ್ಷಣೆ, ಸದ್ಗುಣಗಳು, ಮಾಹಿತಿ, ನಂಬಿಕೆ ಇತ್ಯಾದಿಗಳನ್ನು ನೀಡಬಹುದು.

ಅಧ್ಯಾಯ 16

ಮಗುವಿನ ಮೇಲೆ ಲಿಂಗ ತಾರತಮ್ಯದ ಪರಿಣಾಮ

ನಿರಾಕರಣೆಯ ಅರ್ಥ

ಗಾಯತ್ರಿ ಆಂಟಿ ಒಂದು ವಾರದಿಂದ ಸಂಬಂಧಿಕರ ಮನೆಗೆ ಹೋಗಿದ್ದರು. ಅವರು ಇಂದು ಹಿಂತಿರುಗಬೇಕಾಗಿತ್ತು. 'ನಿಮಗೊಂದು ಅಚ್ಚರಿಯ ಸುದ್ದಿಯಿದೆ' ಎಂದು ಸಲೋನಿ ಎರಡು ದಿನಗಳ ಹಿಂದೆ ಅವರಿಗೆ ಸಂದೇಶ ಕಳುಹಿಸಿದ್ದಳು. ಗಾಯತ್ರಿ ಆಂಟಿ ತುಂಬಾ ಕೇಳಿದ ನಂತರವೂ ಆಶ್ಚರ್ಯ ಏನೆಂದು ಆಕೆ ಹೇಳಲಿಲ್ಲ. ಫೋನಿನಲ್ಲಿ ಹೇಳಲಾಗದ್ದು ಏನಿರಬಹುದು ಎಂದು ಗಾಯತ್ರಿ ಆಂಟಿ ಊಹೆ ಮಾಡುತ್ತಿದ್ದರು. ಆದುದರಿಂದ ಮನೆಗೆ ಬಂದ ಕೂಡಲೇ ಮೊದಲು ಹೋಗಿದ್ದು ಸಲೋನಿಯ ಮನೆಗೆ.

ವಿಶಾಲ್ ಬಾಗಿಲು ತೆರೆದ. ಅವನು ಇಂದು ಕಚೇರಿಗೆ ಹೋಗಿರಲಿಲ್ಲ. ಸಲೋನಿ ಮಲಗುವ ಕೋಣೆಯಲ್ಲಿ ವಿಶ್ರಾಂತಿ ಪಡೆಯುತ್ತಿದ್ದಳು. ಕಾಕತಾಳೀಯವೆಂಬಂತೆ ಮಧು ಕೂಡ ಅವರ ಮನೆಗೆ ಬಂದಿದ್ದಳು. ಗಾಯತ್ರಿ ಆಂಟಿಯನ್ನು ನೋಡಿ ಇಬ್ಬರೂ ಮುಗುಳ್ನಕ್ಕರು. ಸಾಯಂಕಾಲದ ಸಮಯ ಸಲೋನಿ ಹಾಸಿಗೆಯ ಮೇಲೆ ಮಲಗಿರುವುದನ್ನು ನೋಡಿ ಗಾಯತ್ರಿ ಆಂಟಿ ಗಾಬರಿಯಾದರು.

ಗಾಯತ್ರಿ– ಹೇ, ಏನಾಯಿತು, ನಿನಗೆ ಹುಷಾರಿಲ್ಲವೇ? ಇದನ್ನು ಕೇಳಿ ಮಧು ನಕ್ಕಳು.

ಮಧು– ಆರೋಗ್ಯ ಚೆನ್ನಾಗಿದೆ ಆಂಟಿ. ನಾವು ನಿಮಗಾಗಿ ಎಷ್ಟು ದಿನದಿಂದ ಕಾಯುತ್ತಿದ್ದೇವೆ. ನಿಮಗೊಂದು ಸುದ್ದಿ ಹೇಳಬೇಕಿತ್ತು.

ಗಾಯತ್ರಿ– ಏನದು ಸುದ್ದಿ? ಗಾಯತ್ರಿ ಆಂಟಿಯ ಧ್ವನಿಯಲ್ಲಿ

ಸಲೋನಿಯ ಬಗ್ಗೆ ಕಾಳಜಿ ಬೆರೆತಿತ್ತು. ಅಷ್ಟರಲ್ಲಾಗಲೇ ವಿಶಾಲ್ ಎಲ್ಲರಿಗೂ ಟೀ ತಂದಿದ್ದ.

ವಿಶಾಲ್– ಇದು ಸಲೋನಿಗೆ ನೀವು ನೀಡಿದ ಗರ್ಭ ಸಂಸ್ಕಾರದ ಪರಿಣಾಮ. ನೀವು ಅವಳಿಗೆ ಕಲಿಸಿದ ಸಮೃದ್ಧಿಯ ಮಂತ್ರವು ಅವಳ ಮಾನಸಿಕ ಅಡೆತಡೆಗಳನ್ನು ತೆಗೆದುಹಾಕಿತು. ಕೊರತೆಯ ಭಾವನೆ ದೂರವಾಯಿತು, ಭವಿಷ್ಯದ ಚಿಂತೆಗಳು ಕೊನೆಗೊಂಡವು ಮತ್ತು ನೋಡಿ, ನಮ್ಮ ಮನೆಗೂ ಒಳ್ಳೆಯ ಸುದ್ದಿ ಬಂದಿತು... ಅಂದರೆ, ನಾವು ಅಪ್ಪ–ಅಮ್ಮ ಆಗಲಿದ್ದೇವೆ. ಹೀಗೆ ಹೇಳುತ್ತಿರುವಾಗ ವಿಶಾಲ್ ಮುಖದಲ್ಲಿ ಸಂತೋಷ ಮತ್ತು ಹೆಮ್ಮೆ ಮೂಡುತ್ತಿತ್ತು.

ಗಾಯತ್ರಿ– ಓಹ್! ಇದು ತುಂಬಾ ಒಳ್ಳೆಯ ಸುದ್ದಿ. ನೋಡಿ, ನಿಮ್ಮ ಮಗುವಿಗೆ 'ತಾಯಿ ತುಂಬಾ ಕಲಿಯುತ್ತಿದ್ದಾಳೆ' ಎಂದು ಅನಿಸಿದೆ. 'ನಾನು ಬೇಗನೆ ಅವಳ ಗರ್ಭಕ್ಕೆ ಹೋಗಿ ಮುಂದಿನ ತರಗತಿಗಳನ್ನು ತೆಗೆದುಕೊಳ್ಳುತ್ತೇನೆ. ಯಾರಿಗೆ ಗೊತ್ತು, ನನಗೆ ಉಪಯುಕ್ತವಾದುದು ಏನಾದರು ಕಂಡುಕೊಳ್ಳಬಹುದು. ಇಲ್ಲವಾದರೆ ಒಳ್ಳೆಯದನ್ನೇನೋ ಕಳೆದುಕೊಳ್ಳುವೆನೇನೋ... .'ಎಂದು ಮಗು ಗರ್ಭಕ್ಕೆ ಬಂದಿದೆ. ಅವರ ಮಾತಿಗೆ ಎಲ್ಲರೂ ನಕ್ಕರು.

ವಿಶಾಲ್ – ಆಂಟಿ, 'ಈಗ ಅಮ್ಮ ಸುಧಾರಿಸಿದ್ದಾಳೆ, ಈಗ ಹೋಗುವುದು ಸುರಕ್ಷಿತ' ಎಂದು ಅದಕ್ಕೂ ಅನಿಸಿರಬೇಕು.

ಸಲೋನಿ – 'ಅಪ್ಪನೂ ಸುಧಾರಿಸಿದ್ದಾರೆ, ಈಗ ಅನಾವಶ್ಯಕವಾಗಿ ಬೈಯುವುದಿಲ್ಲ' ಎಂದೂ ಅನಿಸಿರಬಹುದು.

ಸಲೋನಿಯ ಪ್ರತಿದಾಳಿಗೆ ಎಲ್ಲರೂ ನಗತೊಡಗಿದರು. ಅಷ್ಟರಲ್ಲಿ ಅವಳ ಫೋನ್ ರಿಂಗಣಿಸಿತು. ಅವಳ ಅತ್ತೆ–ಮಾವ ಫೋನ್ ಮಾಡುತ್ತಿದ್ದರು. ಸಲೋನಿ ಅನುಕೂಲಕ್ಕಾಗಿ ಫೋನ್ ಅನ್ನು ಸ್ಪೀಕರ್‌ಗೆ ಹಾಕಿದಳು. ಇಬ್ಬರೂ ಅವಳ ಯೋಗಕ್ಷೇಮವನ್ನು ವಿಚಾರಿಸಿದರು.

ಅತ್ತೆ– ಸಲೋನಿ, ಮಗಳೇ, ವಿಶಾಲ್ ಫೋನ್‌ಗೆ ಮೆಸೇಜ್‌ನಲ್ಲಿ ರಾಮಾಯಣ ದ್ವಿಪದಿ ಮತ್ತು ಮಂತ್ರವನ್ನು ಕಳುಹಿಸಿದ್ದೇನೆ. ಅವುಗಳನ್ನು ಬೆಳಿಗ್ಗೆ ಮತ್ತು ಸಂಜೆ 21 ಬಾರಿ ಜಪಿಸು. ಈ ಮಂತ್ರಗಳನ್ನು ಪಠಿಸುವುದರಿಂದ ಗಂಡು ಮಗುವೇ ಹುಟ್ಟುತ್ತದೆ ಎಂದು ಪಂಡಿತರು ಹೇಳುತ್ತಿದ್ದರು.

ಮಾವ– ಮಗಳೇ, ನೀನು ಮಂತ್ರವನ್ನು ಎಚ್ಚರಿಕೆಯಿಂದ ಜಪಿಸು. ನಮ್ಮ ವಂಶವನ್ನು ಮುಂದುವರೆಸುವವರು ನೀವು. ನನ್ನ ಮೊಮ್ಮಗನ ಮುಖವನ್ನು ಆದಷ್ಟು ಬೇಗ ನೋಡಬೇಕೆಂದು ನಾನು ಬಯಸುತ್ತೇನೆ, ಈಗ ಇದು ದೇವಿಯಲ್ಲಿ ನನ್ನ ಏಕೈಕ ಪ್ರಾರ್ಥನೆಯಾಗಿದೆ.

ಅತ್ತೆ– ನಮಗೆ ಮೊಮ್ಮಗ ಹುಟ್ಟಿದರೆ ಪೂಜೆಯನ್ನು ಮಾಡಿಸುತ್ತೇವೆ ಎಂದು ಹರಕೆ ಹೊತ್ತಿದ್ದೇವೆ.

ಸಲೋನಿ– ಮಾವ ಒಂದು ವೇಳೆ ನಿಮಗೆ ಮೊಮ್ಮಗಳಾದರೆ?

ಅತ್ತೆ– ಶುಭವನ್ನೇ ನುಡಿ ಸಲೋನಿ. ಮಗಳು ಬೇರೆಯವರ ಸಂಪತ್ತು/ ಸ್ವತ್ತು. ಮೊದಲು ವೃದ್ಧಾಪ್ಯದಲ್ಲಿ ಆಸರೆಯಾಗುವ ಮಗ ಹುಟ್ಟಲಿ, ಅವನ ಬೆನ್ನ ಹಿಂದೆ ಮಗಳೂ ಹುಟ್ಟುತ್ತಾಳೆ.

ಸಲೋನಿಗೆ ಆಶೀರ್ವಾದ ಮಾಡಿದ ನಂತರ ಫೋನ್ ಕಟ್ ಮಾಡಿದರು. ವಿಶಾಲ್ ಫೋನ್ ಚೆಕ್ ಮಾಡಿ ಮೆಸೇಜ್ ನಲ್ಲಿ ಬರೆದ ಮಂತ್ರವನ್ನು ಸಲೋನಿಗೆ ಫಾರ್ವರ್ಡ್ ಮಾಡಿದ.

ವಿಶಾಲ್– ಸಲೋನಿ, ನೋಡು, ನನಗೆ ಬೆಳಿಗ್ಗೆ ಮತ್ತು ಸಂಜೆಯ ಹೋಂವರ್ಕ್ ಬಂತು ಎಂದು ಅವನು ನಗುತ್ತಾ ಹೇಳಿದನು. ಗಾಯತ್ರಿ ಆಂಟಿ ಇದನ್ನೆಲ್ಲಾ ಗಂಭೀರವಾಗಿ ಕೇಳುತ್ತಿದ್ದರು.

ಗಾಯತ್ರಿ– ವಿಶಾಲ್, ನಿನಗೂ ಗಂಡು ಮಗುವೇ ಬೇಕು ಎಂದು ಅನಿಸುತ್ತಿದೆಯೇ?

ವಿಶಾಲ್– ಇಲ್ಲ ಆಂಟಿ. ನನಗೆ ಮಗ ಮತ್ತು ಮಗಳು ಇಬ್ಬರೂ ಸಮಾನರು. ಏನೇ ಆಗಲಿ, ಅದು ಆರೋಗ್ಯವಾಗಿರಲಿ ಮತ್ತು ಸುರಕ್ಷಿತವಾಗಿ ಹೆರಿಗೆಯಾಗಲಿ ಎಂದು ನಾವು ಬಯಸುತ್ತೇವೆ.

ಗಾಯತ್ರಿ– ಹಾಗಾದರೆ ಮಗನೇ ಬೇಕೆಂಬ ಆಸೆಯಲ್ಲಿ ಈ ಮಂತ್ರ ಹೇಳಲು ಕಾರಣವೇನು?

ವಿಶಾಲ್– ಹಿರಿಯರು ಹೇಳಿದ್ದಾರೆಯಾದ್ದರಿಂದ ಅವರ ಸಂತೋಷಕ್ಕೆ ಓದುತ್ತೇವೆ. ಆದರೆ ಏನು ಆಗಬೇಕಿದೆಯೋ ಅದೇ ಆಗುತ್ತದೆ ಅಲ್ಲವೆ?

ಗಾಯತ್ರಿ– ಅದು ಸರಿ. ಏನಾಗುತ್ತದೆ ಎಂಬುದು ಪ್ರಕೃತಿ ನಿರ್ಧರಿಸಿದೆ ಮತ್ತು ಆ ನಿರ್ಣಯವನ್ನು ಗರ್ಭಧಾರಣೆಯ ಸಮಯದಲ್ಲಿಯೇ ಮಾಡಲಾಗುತ್ತದೆ. ಆದ್ದರಿಂದ ಇದನ್ನು ಈಗಾಗಲೇ ಮಾಡಲಾಗಿದೆ. ಗರ್ಭದಲ್ಲಿರುವ ಮಗು ಹೆಣ್ಣು ಮಗು ಎಂದಿಟ್ಟುಕೊಳ್ಳಿ, ಗಂಡು ಮಗುವಿನ ಆಸೆಗಾಗಿ ಪಠಿಸುತ್ತಿರುವ ಈ ಮಂತ್ರ ಮತ್ತು ಸ್ತೋತ್ರವನ್ನು ಕೇಳಿದಾಗ, ಅವಳಿಗೆ ಹೇಗೆ ಅನಿಸುತ್ತದೆ? ಎಂದು ಊಹಿಸಿ. ಭ್ರೂಣವು ತನ್ನ ಹೆತ್ತವರ ಭಾವನೆಗಳನ್ನು ಸ್ವೀಕರಿಸುತ್ತದೆ ಎಂದು ಈಗ ನಿಮಗೆಲ್ಲರಿಗೂ ತಿಳಿದಿದೆ, ಆದ್ದರಿಂದ ಅದು ತಿರಸ್ಕಾರ ಭಾವನೆಯ ಹೊಂದುವುದಿಲ್ಲವೇ? ತಾನು ಹೆಣ್ಣಾಗಿರುವುದು ತನ್ನ ಹೆತ್ತವರಿಗೆ ಒಪ್ಪಿಗೆಯಾಗುತ್ತಿಲ್ಲ ಎಂದು ಅವಳಿಗೆ ಅನಿಸುವುದಿಲ್ಲವೇ? ಈ ಭಾವನೆಯು ಆ ಮುಗ್ಧ ಮಗುವಿಗೆ ತನ್ನ ಸ್ವಂತ ತಂದೆತಾಯಿಗಳು ತನ್ನನ್ನು ತಾನಿದ್ದ ಹಾಗೆಯೇ ಸ್ವೀಕರಿಸುತ್ತಿಲ್ಲ ಎಂಬ ದುಃಖಕ್ಕೆ ಕಾರಣವಾಗುವುದಿಲ್ಲವೇ?

ಲಿಂಗದ ಕಾರಣದಿಂದ ನೀವು ಗರ್ಭದಲ್ಲಿರುವ ಮಗುವನ್ನು ತಿರಸ್ಕರಿಸಿದರೆ, ಅದು ನಿರಾಕರಣೆಯ ಭಾವನೆಯನ್ನು ಅನುಭವಿಸುತ್ತದೆ ಎಂದು ಎಲ್ಲಾ ಪೋಷಕರು ತಿಳಿದಿರಬೇಕು. ಅದಕ್ಕೆ ಕೆಟ್ಟ ಭಾವನೆ ಮೂಡುತ್ತದೆ. ಕೀಳರಿಮೆ, ಹತಾಶೆ ಅಥವಾ ಇತರ ಯಾವುದೇ ರೀತಿಯ ಅಸ್ವಸ್ಥತೆಗಳು ಗರ್ಭದಲ್ಲಿಯೇ ಅದರೊಳಗೆ ಸಂಗ್ರಹವಾಗಬಹುದು. ನಿಮ್ಮ ಮಗುವಿನೊಂದಿಗೆ ಹೀಗಾಗಲಿ ಎಂದು ನೀವು ಬಯಸುವಿರಾ? ಇದನ್ನು ಕೇಳಿದ ಸಲೋನಿ ಮತ್ತು ವಿಶಾಲ್ ಸ್ಥಂಭೀಭೂತರಾದರು.

ಸಲೋನಿ– ಇಲ್ಲ! ಎಂದಿಗೂ ಇಲ್ಲ. ಆಂಟಿ, ನಿಜ ಹೇಳಬೇಕೆಂದರೆ, ನಾವು ಎಂದಿಗೂ ಅಷ್ಟು ಆಳವಾಗಿ ಯೋಚಿಸಿರಲಿಲ್ಲ. ನಮ್ಮ ಮಗು ಏನೇ ಇರಲಿ, ಹೇಗೆ ಇರಲಿ, ನಾವದನ್ನು ಸಂಪೂರ್ಣವಾಗಿ ಒಪ್ಪಿಕೊಳ್ಳುತ್ತೇವೆ. ಗಂಡಾಗಲಿ ಅಥವಾ ಹೆಣ್ಣಾಗಲೀ ಅದರ ಮೇಲಿನ ನಮ್ಮ ಪ್ರೀತಿ ಅಥವಾ ಪಾಲನೆಯಲ್ಲಿ ಯಾವುದೇ ವ್ಯತ್ಯಾಸವಿರುವುದಿಲ್ಲ.

ವಿಶಾಲ್ ಮತ್ತು ಸಲೋನಿಯ ಮಾತನ್ನು ಕೇಳಿ ಗಾಯತ್ರಿ ಆಂಟಿಯವರು ನೆಮ್ಮದಿಯ ನಿಟ್ಟುಸಿರು ಬಿಟ್ಟರು.

ಗಾಯತ್ರಿ– ನಾನು ನಿಮ್ಮಿಬ್ಬರಿಂದಲೂ ಅದನ್ನೇ ನಿರೀಕ್ಷಿಸಿದ್ದೆ. ನೋಡಿ, ಮಂತ್ರಗಳನ್ನು ಪಠಿಸುವುದರಿಂದ ಯಾವುದೇ ಹಾನಿ ಇಲ್ಲ. ಯಾವುದೇ ಪ್ರಾರ್ಥನೆ ಸಲ್ಲಿಸುವುದರಿಂದ ಯಾವುದೇ ಹಾನಿ ಇಲ್ಲ ಆದರೆ ಅದರ ಹಿಂದಿನ ಭಾವನೆಯ ಬಗ್ಗೆ ಜಾಗರೂಕರಾಗಿರಬೇಕು.

ನೀವು ಓದುವ ಯಾವುದೇ ಪ್ರಾರ್ಥನೆ, ಮಂತ್ರ, ಮಗುವಿನ ಲಿಂಗವನ್ನು ನಿರ್ಧರಿಸಲು ಅಲ್ಲ, ಅದಕ್ಕೆ ಒಳ್ಳೆಯ ಭಾವನೆಗಳನ್ನು ನೀಡಲು, ನಿಮ್ಮ ಪ್ರೀತಿಯನ್ನು ತೋರಿಸಲು ಮತ್ತು ಅದರ ಯೋಗಕ್ಷೇಮಕ್ಕಾಗಿ ಎಂದು ನೆನಪಿರಲಿ.

ನಿಮ್ಮ ಜೀವನದಲ್ಲಿ ಬರುವ ಮೂಲಕ ಮಗುವು ನಿಮಗೆ ಪೋಷಕರಾಗುವ ಅವಕಾಶವನ್ನು ನೀಡಿದೆ ಎಂದು ಅದಕ್ಕೆ ಧನ್ಯವಾದಗಳು ಹೇಳಿ. ಅದು ನಿಮ್ಮ ಸಂತೋಷಕ್ಕೆ ಕಾರಣವಾಯಿತು. ಅದರ ಆಗಮನದಿಂದ ನೀವು ಬಹಳಷ್ಟು ಕಲಿಯುವಿರಿ, ನಿಮ್ಮ ತಿಳುವಳಿಕೆ ಹೆಚ್ಚಾಗುತ್ತದೆ, ನಿಮ್ಮಲ್ಲಿ ಗುಣಗಳು ಬೆಳೆಯುತ್ತವೆ. ನೀವು ಅದಕ್ಕೆ ಎಲ್ಲವನ್ನೂ ಈ ರೀತಿ ಸರಳ ಪದಗಳಲ್ಲಿ ಹೇಳಬಹುದು–

ನನ್ನ ಪ್ರೀತಿಯ ಮಗು,

ನಮ್ಮ ಜೀವನದಲ್ಲಿ ಬಂದಿದ್ದಕ್ಕಾಗಿ ತುಂಬಾ ಧನ್ಯವಾದಗಳು. ನೀನು ಏನೇ ಇರು, ಹೇಗೇ ಇರು, ನೀನು ಸಂಪೂರ್ಣವಾಗಿದ್ದಿ, ಶ್ರೇಷ್ಠವಾಗಿದ್ದಿ ಮತ್ತು ಸುರಕ್ಷಿತವಾಗಿದ್ದಿ.

ನೀನು ಶುದ್ಧನಾಗಿದ್ದು, ಬುದನಾಗಿದ್ದಿ. ಪವಿತ್ರವಾಗಿದ್ದಿ, ದೇವರ ಅಂಶವಾಗಿದ್ದಿ. ನಿನ್ನ ಆಗಮನದಿಂದ ಭೂಮಿಯಲ್ಲಿ ಚೇತನಾ ಶಕ್ತಿ ಹೆಚ್ಚಾಗುತ್ತದೆ.

ನೀನು ಹೇಗಿದ್ದೀಯೋ ಅದೇ ರೀತಿ ನಿನ್ನನ್ನು ಸ್ವೀಕರಿಸುತ್ತೇವೆ. ನಿನ್ನನ್ನು ಪ್ರೀತಿಸುತ್ತೇವೆ, ನಿನ್ನನ್ನು ಗೌರವಿಸುತ್ತೇವೆ. ಯಾವಾಗಲೂ ಸಂತೋಷದಿಂದಿರು, ಖುಷಿಯಿಂದಿರು.

ಮಧು– ಆಂಟಿ, ನನ್ನ ಜೊತೆನೂ ಇದೇ ರೀತಿ ಆಗುತ್ತಿದೆ. ಅನೇಕ ಸಂಬಂಧಿಕರು ಗಂಡು ಮಗುವಾಗಲಿ ಎಂದು ನನ್ನನ್ನು ಆಶೀರ್ವದಿಸುತ್ತಾರೆ. ಅವರು ನನಗೆ ಎಂತಹ ಉಪಾಯಗಳನ್ನು ಹೇಳುತ್ತಾರೆಂದರೆ, ಅದರಿಂದ ಅವರ ಪ್ರಕಾರ, ಗಂಡು ಮಗುವೇ ಆಗತ್ತದೆ. ಅದಕ್ಕೇ ನನಗೆ ಅವರ ಮೇಲೆ ವಿಪರೀತ ಕೋಪ. ಅವರನ್ನು ನೋಡ್ಬೇಕು ಅಥವಾ ಮಾತನಾಡಿಸಬೇಕು ಅಂತ ಅನಿಸುವುದಿಲ್ಲ.

ಗಾಯತ್ರಿ– ನೋಡು, ನಾನು ನಿನಗೆ ಮೊದಲೇ ವಿವರಿಸಿದ್ದೆ, ನೀನು ಯಾರನ್ನೂ ದ್ವೇಷಿಸುವುದಾಗಲೀ ಅಥವಾ ಯಾರ ಬಗ್ಗೆಯೂ ಯಾವುದೇ ಕೆಟ್ಟ ಭಾವನೆಗಳನ್ನು ಇಟ್ಟುಕೊಳ್ಳುವುದಾಗಲಿ ಮಾಡಬೇಡ. ಕೆಲವರು ಈ ರೀತಿ ಯೋಚಿಸುತ್ತಾರೆ ಏಕೆಂದರೆ ಅವರಿಗೆ ಅದೇ ಪರಿಸರ ಸಿಕ್ಕಿದೆ, ಹೆಣ್ಣು ಮಕ್ಕಳ ಸಂಬಂಧವಾಗಿ ಅದೇ ತಿಳುವಳಿಕೆ ಸಮಾಜದಿಂದ ಸಿಕ್ಕಿದೆ. ಆದರೆ ಈಗ ಕಾಲ ಬದಲಾಗುತ್ತಿದೆ. ಹೊಸ ಪೀಳಿಗೆಯಲ್ಲಿ ಜನರ ಆಲೋಚನಾ ಕ್ರಮ ಬದಲಾಗುತ್ತಿದೆ. ನೀವಿಬ್ಬರೂ ಇದಕ್ಕೆ ಉದಾಹರಣೆ.

ಈ ಕಾರಣದಿಂದ, ನೀವು ಯಾರಿಂದ ದ್ವೇಷವನ್ನು ಅನುಭವಿಸುತ್ತೀರೋ ಅವರೆಲ್ಲರನ್ನು ನಿಮ್ಮ ಧ್ಯಾನ ಕ್ಷೇತ್ರಕ್ಕೆ ಕರೆತನ್ನಿ ಮತ್ತು ಅವರಲ್ಲಿರುವ ಐದೈದು ಒಳ್ಳೆಯ ಗುಣಗಳನ್ನು ನೋಡಲು ಪ್ರಯತ್ನಿಸಿ. ಆ ಗುಣಗಳ ಮೇಲೆ ಕೇಂದ್ರೀಕರಿಸಿ. ಮೊದಲೇ ವಿವರಿಸಿದಂತೆ ಪ್ರತಿಯೊಬ್ಬರಿಂದಲೂ ನಮ್ಮ ಮಗುವಿಗೆ ಸದ್ಗುಣಗಳ ವಜ್ರಗಳನ್ನು ಸಂಗ್ರಹಿಸಿ ಅವರಿಂದ ಮಗುವಿಗೆ ಮಾಲೆಯನ್ನು ಮಾಡಬೇಕು. ಯಾರು ಹೇಗೆಯೇ ಇರಲಿ, ನಮ್ಮನ್ನು ನಾವು ಸಂಭಾಳಿಸಬೇಕು ಏಕೆಂದರೆ ಅದು ನಮ್ಮ ಮಗುವಿನ ಬಗ್ಗೆ ನಮ್ಮ ಜವಾಬ್ದಾರಿಯಾಗಿದೆ.

ಸಲೋನಿ, ನೀನು ಈಗ ವಿಶ್ರಾಂತಿ ತೆಗೆದುಕೋ. ನಿನಗೆ ಸ್ವಲ್ಪ ಆರಾಮವೆನಿಸಿದಾಗ ನಾವು ಮುಂದಿನ ತರಗತಿಯನ್ನು ನಡೆಸೋಣ. ಅದರಲ್ಲಿ ನಾವು ತಾಯಿ ಮತ್ತು ಮಗುವಿಗಾಗಿ ಕೆಲವು

ಧ್ಯಾನ ಮತ್ತು ಪ್ರಾರ್ಥನೆಯ ತಂತ್ರಗಳನ್ನು ಕಲಿಯೋಣ, ಇದರಿಂದ ಇಬ್ಬರಿಗೂ ಮಾನಸಿಕವಾಗಿ ಮತ್ತು ದೈಹಿಕವಾಗಿ ಪ್ರಯೋಜನವಾಗುತ್ತದೆ. ಸಲೋನಿಗೆ ಆಶೀರ್ವಾದ ಮಾಡಿ ಅಲ್ಲಿಂದ ಗಾಯತ್ರಿ ಆಂಟಿ ಹೊರಟರು.

ಮನನ ಬಿಂದು...

* ಪಾಲಕರು ತಮ್ಮ ಮಕ್ಕಳ ಲಿಂಗಗಳ ನಡುವೆ ಎಂದಿಗೂ ತಾರತಮ್ಯ ಮಾಡಬಾರದು. ಇದು ಭ್ರೂಣದ ಮಾನಸಿಕ ಮತ್ತು ದೈಹಿಕ ಬೆಳವಣಿಗೆಗೆ ಅಡ್ಡಿಯಾಗಬಹುದು.
* ಭ್ರೂಣವು ಅದರ ಲಿಂಗದ ಆಧಾರದ ಮೇಲೆ ಅಥವಾ ಯಾವುದೇ ಕಾರಣಕ್ಕಾಗಿ ತಿರಸ್ಕರಿಸಲ್ಪಟ್ಟರೆ, ಅದು ಅದರ ಮೇಲೆ ನಕಾರಾತ್ಮಕ ಪರಿಣಾಮ ಬೀರುತ್ತದೆ. ಅದು ನಿರಾಕರಣೆಯ ಭಾವನೆಯನ್ನು ಅನುಭವಿಸುತ್ತದೆ, ಈ ಭಾವನೆ ಅದನ್ನು ನೋಯಿಸುತ್ತದೆ.

ಅಧ್ಯಾಯ 17

ಮಾನಸಿಕ ಆರೋಗ್ಯ

ಧ್ಯಾನ ವಿಧಾನಗಳು

ಇಂದು ಭಾನುವಾರ, ರಜೆ. ಸೊಸೈಟಿಯ ಜಾಗರ್ಸ್ ಪಾರ್ಕ್‌ನಲ್ಲಿ ಗಾಯತ್ರಿ ಆಂಟಿ ಪ್ರತಿದಿನ ಬೆಳಿಗ್ಗೆ ವಾಕ್ ಮಾಡುತ್ತಿದ್ದರು. ಇಂದಿನಿಂದ ಮಧು ಮತ್ತು ಸಲೋನಿಯನ್ನೂ ತನ್ನೊಂದಿಗೆ ವಾಕಿಂಗ್‌ಗೆ ಬರುವಂತೆ ಹೇಳಿದ್ದರು. ಮುಂಜಾನೆ ಶುದ್ಧ ಗಾಳಿ, ಹಚ್ಚ ಹಸಿರಿನ ಪರಿಸರ, ಉದಯಿಸುವ ಸೂರ್ಯನ ಹಿತವಾದ ಕಿರಣಗಳು, ಪಕ್ಷಿಗಳ ಚಿಲಿಪಿಲಿ, ಅರ್ಧ ಗಂಟೆ ನಡಿಗೆ... ಇವೆಲ್ಲವೂ ಅವರ ಮಾನಸಿಕ ಮತ್ತು ದೈಹಿಕ ಆರೋಗ್ಯಕ್ಕೆ ಮುಖ್ಯವಾಗಿದ್ದವು.

ಕೆಲವು ಯುವಕರು ಜಾಗರ್ಸ್ ಪಾರ್ಕ್‌ನಲ್ಲಿ ಓಡುತ್ತಿದ್ದರು. ಕೆಲವರು ಯೋಗ, ವ್ಯಾಯಾಮ ಮಾಡುತ್ತಿದ್ದರು. ಒಂದೆಡೆ ಕೆಲವರು ಪ್ರಾಣಾಯಾಮ, ಧ್ಯಾನ ಇತ್ಯಾದಿಗಳನ್ನು ಮಾಡುತ್ತಿದ್ದರು. ಉದ್ಯಾನದ ಇನ್ನೊಂದು ಮೂಲೆಯಲ್ಲಿ ಲಾಫಿಂಗ್ ಕ್ಲಬ್‌ನ ಒಂಬತ್ತು-ಹತ್ತು ಸದಸ್ಯರು ಹಾಸ್ಯ ವ್ಯಾಯಾಮಗಳನ್ನು ಮಾಡುತ್ತಿದ್ದರು. ಸಲೋನಿ ಮತ್ತು ಮಧು ಇಷ್ಟು ಬೇಗ ಎದ್ದು ಉದ್ಯಾನಕ್ಕೆ ಬಂದಿದ್ದು ಇದೇ ಮೊದಲ ಬಾರಿಯಾಗಿತ್ತು. ಅಲ್ಲಿನ ವೈಭವವನ್ನು ಕಂಡು ಇಬ್ಬರೂ ಪ್ರಪುಲ್ಲಿತವಾಗಿದ್ದರು.

ಸಲೋನಿ- ಆಂಟಿ, ಈ ಮೆಟ್ರೋ ನಗರದ ಮುಂಜಾನೆಯೂ ಇಷ್ಟು ಸುಂದರವಾಗಿರಬಹುದು ಅಂತ ಇವತ್ತೇ ನಮಗೆ ಗೊತ್ತಾಗಿದ್ದು. ಇದಕ್ಕಾಗಿ ತುಂಬಾ ಧನ್ಯವಾದಗಳು.

ಮಧು- ನಿಜವಾಗಿಯೂ ಆಂಟಿ. ಇಲ್ಲಿಯವರೆಗೆ ಬೆಳಿಗ್ಗೆ ಎದ್ದು ಒಂದೂವರೆ ಗಂಟೆ ಟೀ ಕುಡಿಯುತ್ತಾ ದಿನಪತ್ರಿಕೆ ಓದುತ್ತಾ ಕಳೆಯುತ್ತಿದ್ದೆ. ನಂತರ ಮನೆಕೆಲಸಗಳಲ್ಲಿ ನಿರತಳಾಗಿಬಿಡುತ್ತಿದ್ದೆ. ಆದರೆ ಇವತ್ತು ಇಲ್ಲಿಗೆ

ಬಂದು ಅನಿಸುತ್ತಿದೆ ಪ್ರತಿ ಮುಂಜಾವು ಎಷ್ಟು ಸುಂದರವಾಗಿರುತ್ತದೆ, ನಾನು ವಿನಾಕಾರಣ ಇದನ್ನು ಕಳೆದುಕೊಳ್ಳುತ್ತಿದ್ದೆ ಎಂದು.

ಗಾಯತ್ರಿ– ಹೌದು ಅದಂತೂ ಸತ್ಯ. ವಾಸ್ತವವಾಗಿ, ಬೆಳಗಿನ ಸಮಯವು ನಮ್ಮ ದಿನದ ಶ್ರೇಷ್ಠ ಸಮಯವಾಗಿರುತ್ತದೆ. ಎಚ್ಚರವಾದ ನಂತರ, ನಮ್ಮ ಮನಸ್ಸು ಶಾಂತವಾಗುತ್ತದೆ ಮತ್ತು ಹೊಸ–ಹೊಸ ಮಾಹಿತಿಗಳಿಗೆ ಗ್ರಹಣಶೀಲವಾಗಿರುತ್ತದೆ. ಈ ಸಮಯದಲ್ಲಿ, ನಾವು ಅದಕ್ಕೆ ಮಾಹಿತಿಯ ರೂಪದಲ್ಲಿ ಏನನ್ನು ನೀಡುತ್ತೇವೋ, ಅದು ಇಡೀ ದಿನವನ್ನು ಅದೇ ರೀತಿಯಲ್ಲಿ ಕಳೆಯುತ್ತದೆ.

ನಾವು ದಿನಪತ್ರಿಕೆಗಳನ್ನು ಓದುವ ಮೂಲಕ ದಿನವನ್ನು ಪ್ರಾರಂಭಿಸುತ್ತೇವೆ ಎಂದು ತಿಳಿಯೋಣ, ಅಲ್ಲಿ ಹೆಚ್ಚಾಗಿ ರಾಜಕೀಯ, ಹಿಂಸೆ ಮತ್ತು ನಕಾರಾತ್ಮಕತೆಯ ಸುದ್ದಿಗಳೇ ಇರುತ್ತವೆ. ಇವುಗಳನ್ನು ಓದಿದ ನಂತರ ನಮ್ಮ ಮನಸ್ಸು ಬೆಳಿಗ್ಗೆ–ಬೆಳಿಗ್ಗೆ ನಕಾರಾತ್ಮಕವಾಗುತ್ತದೆ. ಪ್ರಪಂಚವು ಎಷ್ಟು ಕೆಟ್ಟದಾಗಿದೆ ಎಂಬ ಕಾರಣದಿಂದಾಗಿ ಅದು ಬದುಕಲು ಯೋಗ್ಯವಾಗಿಲ್ಲ ಎಂದು ನಾವು ಭಾವಿಸುತ್ತೇವೆ. ಗರ್ಭಾವಸ್ಥೆಯಲ್ಲಿ ಇಂತಹ ನಕಾರಾತ್ಮಕ ಭಾವನೆಗಳು ಮಗುವಿಗೆ ತುಂಬಾ ಹಾನಿಕಾರಕವಾಗಿದೆ. ಏಕೆಂದರೆ ನಾವು ಈ ಜಗತ್ತಿನಲ್ಲಿ ಹೊಸ ಚೇತನ ಶಕ್ತಿಯನ್ನು ತರಲಿದ್ದೇವೆ. ನಾವು ಅದಕ್ಕೆ ಈ ಪ್ರಪಂಚದ ಬಗ್ಗೆ ನಕಾರಾತ್ಮಕ ಭಾವನೆಗಳನ್ನೇ ನೀಡಿದರೆ, ಅದು ಯಾವ ಪ್ರೋಗ್ರಾಮಿಂಗ್ ಜೊತೆಗೆ ಜಗತ್ತಿಗೆ ಬರುತ್ತದೆ ಎಂದು ಊಹಿಸಿ. ಅದು ಬಂದಾಗ, ಮೊದಲಿನಿಂದಲೂ ಈ ಪ್ರಪಂಚದ ಬಗ್ಗೆ ಮನಸ್ಸಿನಲ್ಲಿ ಪ್ರತಿರೋಧವಿರುತ್ತದೆ... ಈ ಪ್ರಪಂಚವನ್ನು ಅದು ಇಷ್ಟಪಡುವುದಿಲ್ಲ... ಅದಕ್ಕಂತೂ ಇಲ್ಲಿ ಬರಲು ಮನಸ್ಸೇ ಬರುವುದಿಲ್ಲ ಅಲ್ಲವೇ. ಆದ್ದರಿಂದ, ನಮ್ಮಲ್ಲಿ ನಕಾರಾತ್ಮಕತೆ ಸೇರಿಕೊಂಡು ಮಗುವಿಗೆ ಅದನ್ನೇ ವರ್ಗಾಯಿಸುವಂತಹ ವಾತಾವರಣ ತಪ್ಪಿಸಬೇಕು.

ಉದಯಿಸುವ ಸೂರ್ಯನಿಂದ ದಿನ ಪ್ರಾರಂಭವಾಗುತ್ತದೆ ಮತ್ತು ಉದಯಿಸುವ ಸೂರ್ಯ ಜ್ಞಾನ ಮತ್ತು ಪ್ರಜ್ಞೆಯ ಪ್ರತೀಕವಾಗಿದೆ. ಅದರ ಬರುವಿಕೆಯಿಂದ ನಾವು ಸಹ ನಮ್ಮ ಪ್ರಜ್ಞೆ, ತಿಳುವಳಿಕೆ ಮತ್ತು ಆರೋಗ್ಯವನ್ನು ಹೆಚ್ಚಿಸುವಂತಹ ಕೆಲಸಗಳನ್ನು ಮಾಡಬೇಕು. ಏಕೆಂದರೆ ನಮ್ಮ ಜೀವನದಲ್ಲಿ ಕತ್ತಲೆ ದೂರವಾಗಲಿ ಮತ್ತು ಸಕಾರಾತ್ಮಕತೆ ಹರಡಲಿ ಎಂದು. ಇದೀಗ ಜಾಗರ್ಸ್ ಪಾರ್ಕ್‌ನಲ್ಲಿರುವ ಇವರೆಲ್ಲರೂ ಇದೇ ಉದ್ದೇಶದಿಂದ ತಮ್ಮ ದಿನವನ್ನು ಪ್ರಾರಂಭಿಸುತ್ತಿದ್ದಾರೆ. ಕೆಲವರು ತಮ್ಮ ಮನಸ್ಸಿಗೆ, ಕೆಲವರು ದೇಹಕ್ಕೆ ಶಕ್ತಿ ನೀಡುತ್ತಿದ್ದಾರೆ.

ಸಲೋನಿ– ಹಾಗಾದರೆ ನೀವೇ ಹೇಳಿ ಆಂಟಿ ನಾವು ನಮ್ಮ ದಿನವನ್ನು ಹೇಗೆ ಪ್ರಾರಂಭಿಸಬೇಕು? ನೀವು ಏನು ಹೇಳುತ್ತೀರೋ ಅದನ್ನು ಮಾಡುತ್ತೇವೆ.

ಗಾಯತ್ರಿ– ನಮ್ಮ ಈ ದೇಹ ಒಂದು ದೇವಸ್ಥಾನ ಎಂದು ತಿಳಿಯಿರಿ. ಈ ಸಮಯದಲ್ಲಿ, ಶುದ್ಧ ಪ್ರಜ್ಞೆಯು ಈ ದೇವಾಲಯದಂತಹ ದೇಹದಲ್ಲಿ ಭ್ರೂಣದ ರೂಪದಲ್ಲಿ ನಮ್ಮೊಂದಿಗೆ ನೆಲೆಸಿದೆ. ಆ ಶುದ್ಧ ಪ್ರಜ್ಞೆಗೆ ನಾವು ಕೆಲವು ಹೂವುಗಳನ್ನು ಪೂಜೆಯಾಗಿ ಅರ್ಪಿಸಬೇಕು. ಇವು ಯಾವ ರೀತಿಯ ಹೂವುಗಳಾಗಿರಬೇಕು? ಅದರ ದೇಹ ಮತ್ತು ಮನಸ್ಸನ್ನು ಗುಣಪಡಿಸುವ, ಅದರ ಬುದ್ಧಿಯನ್ನು ಶುದ್ಧೀಕರಿಸುವ, ಅದರ ಪ್ರಜ್ಞೆಯನ್ನು ಹೆಚ್ಚಿಸುವ ಮತ್ತು ಉತ್ತಮ ಸಂಸ್ಕಾರಗಳನ್ನು ನೀಡುವ ಹೂವುಗಳು. ಅಂತಹ ಎಲ್ಲಾ ಹೂವುಗಳನ್ನು ನೀವು ಮುಂಜಾನೆಯ ಸಮಯದಲ್ಲಿ ಆರಿಸಿಕೊಳ್ಳಬೇಕು. ಮುಂಜಾನೆ ಸಾಧ್ಯವಾಗದಿದ್ದರೆ, ಹಗಲಿನಲ್ಲಿ ಇಡೀ ದಿನದಲ್ಲಿ ಸಾಧ್ಯವಾದಾಗಲೆಲ್ಲಾ ಹೇಗೆ ಮಾಡಬಹುದು.

ಪ್ರಕೃತಿಯ ಜೊತೆಯಲ್ಲಿ ನಡಿಗೆ ಮತ್ತು ವೈದ್ಯರು ಸೂಚಿಸಿದಂತೆ ಅಂತಹ ವ್ಯಾಯಾಮಗಳೊಂದಿಗೆ ದಿನ ಪ್ರಾರಂಭಿಸಬೇಕು. ಇದು ಗರ್ಭಸ್ಥ ಶಿಶುವಿನ ಉತ್ತಮ ದೈಹಿಕ ಬೆಳವಣಿಗೆಯ ಮೇಲೆ ಪರಿಣಾಮ ಬೀರುತ್ತದೆ. ಮನಸ್ಸು ಮತ್ತು ಬುದ್ಧಿಯನ್ನು ಸ್ವಸ್ಥವಾಗಿಡಲು, ಸ್ವಲ್ಪ ಧ್ಯಾನ, ಪ್ರಾಣಾಯಾಮ ಇತ್ಯಾದಿಗಳನ್ನು ಮಾಡಿ. ಒಳ್ಳೆಯ ಆಧ್ಯಾತ್ಮಿಕ ಪುಸ್ತಕಗಳನ್ನು ಓದಿ ಮತ್ತು ಅವುಗಳನ್ನು ಧ್ಯಾನಿಸಿ. ನೀವು ಮಹಾತ್ಮರ ಜೀವನ ಚರಿತ್ರೆಗಳನ್ನು ಓದಬಹುದು. ಹೀಗೆ ಮಾಡುವುದರಿಂದ ನಿಮ್ಮಲ್ಲಿ ಒಳ್ಳೆಯ ಆಲೋಚನೆಗಳು ಮೂಡುತ್ತವೆ. ಸ್ಮೃತಿಯಲ್ಲಿ ಒಳ್ಳೆಯ ಮಾಹಿತಿ ಸಂಗ್ರಹವಾಗುತ್ತದೆ. ನೀವು ಏನನ್ನಾದರೂ ಕೇಳಲು ಬಯಸಿದರೆ, ಉತ್ತಮ ಭಜನೆಗಳು, ಮಂತ್ರಗಳು, ವಚನಗಳು, ಉಪದೇಶಗಳು ಇತ್ಯಾದಿಗಳನ್ನು ಕೇಳಬಹುದು. ಪದಗಳು ಮತ್ತು ಮಂತ್ರಗಳು ತಮ್ಮದೇ ಆದ ತರಂಗಗಳನ್ನು ಹೊಂದಿವೆ. ನಮ್ಮ ಪೂರ್ವಜರು ಗರ್ಭಾವಸ್ಥೆಯಲ್ಲಿ ಕೇಳಲು ಅನೇಕ ಮಂತ್ರಗಳನ್ನು ರಚಿಸಿದ್ದಾರೆ, ಅದನ್ನು ಕೇಳುವ ಮೂಲಕ ಮಗುವಿಗೆ ಅತ್ಯುತ್ತಮವಾದ ತರಂಗಗಳನ್ನು ರವಾನಿಸಬಹುದು.

ಮಧು– ಆಂಟಿ, ನಾನು ಧ್ಯಾನದ ಬಗ್ಗೆ ತುಂಬಾ ಕೇಳಿದ್ದೇನೆ, ಧ್ಯಾನವು ಮನಸ್ಸನ್ನು ಶಾಂತವಾಗಿ ಮತ್ತು ಸಕಾರಾತ್ಮಕವಾಗಿ ಇರಿಸುತ್ತದೆ ಎಂದೂ ಕೇಳಿದ್ದೇನೆ. ಆದರೆ ಧ್ಯಾನ ಅಂದರೆ ಏನು, ಅದನ್ನು ಹೇಗೆ ಮಾಡಬೇಕು ಎಂಬುದು ನನಗೆ ತಿಳಿದಿಲ್ಲ. ದಯವಿಟ್ಟು ಅದರ ಬಗ್ಗೆ ಸ್ವಲ್ಪ ವಿವರಿಸಿ, ಅದರಿಂದ ನಾವು ಇದನ್ನು ಮಾಡಲು ಪ್ರಾರಂಭಿಸಬಹುದು.

ಗಾಯತ್ರಿ– ಧ್ಯಾನದ ಅರ್ಥವು ತುಂಬಾ ಆಳವಾಗಿದೆ ಮತ್ತು ನೀವು ಊಹಿಸಲೂ ಸಾಧ್ಯವಾಗದಂತಹ ಪ್ರಯೋಜನಗಳನ್ನು ಹೊಂದಿದೆ. ಆದರೆ ನಾವು ಮೇಲ್ಮೇಲಿನ ಪ್ರಯೋಜನಗಳ ಬಗ್ಗೆ ಮಾತನಾಡುವುದಾದರೆ, ಧ್ಯಾನದ ಮೂಲಕ ನಮ್ಮ ಮನಸ್ಸು ಶಾಂತವಾಗುತ್ತದೆ ಮತ್ತು ಏಕಾಗ್ರತೆ ಹೆಚ್ಚುತ್ತದೆ. ಮನದ ಸಂಕಲ್ಪ ಶಕ್ತಿ ಹೆಚ್ಚುತ್ತದೆ. ಧ್ಯಾನವು ನಮ್ಮ ಕೆಲಸದ ಸಾಮರ್ಥ್ಯವನ್ನು ಹೆಚ್ಚಿಸುತ್ತದೆ. ನಮ್ಮ ಮಾನಸಿಕ ಮತ್ತು ದೈಹಿಕ ಆರೋಗ್ಯ ಸುಧಾರಿಸುತ್ತದೆ. ಧ್ಯಾನವು ನಮ್ಮ ಜೀವನದಲ್ಲಿ ಸಕಾರಾತ್ಮಕ ಬದಲಾವಣೆಗಳನ್ನು ತರುತ್ತದೆ. ಸಂತೋಷ, ಶಾಂತಿ, ಸಮೃದ್ಧಿ, ಯಶಸ್ಸು, ಸದ್ಗುಣಗಳಂತಹ ಒಳ್ಳೆಯ ವಿಷಯಗಳು ನಮ್ಮ ಕಡೆಗೆ ಆಕರ್ಷಿತವಾಗುತ್ತವೆ... ಧ್ಯಾನದ ಶಕ್ತಿಯಿಂದ ನಾವು ಇವೆಲ್ಲವನ್ನೂ ಸಾಧಿಸಬಹುದು.

ಆದರೆ ಇದು ಧ್ಯಾನದ ಮೂಲ ಪ್ರಯೋಜನವಲ್ಲ. ಇವು ಹೆಚ್ಚುವರಿ ಪ್ರಯೋಜನಗಳಾಗಿವೆ. ಧ್ಯಾನದ ಮೂಲ ಉದ್ದೇಶವೇನೆಂದರೆ– ನಮ್ಮನ್ನು ನಾವು ಅರಿತುಕೊಳ್ಳುವುದು ಮತ್ತು ಸ್ವಾನುಭವವನ್ನು ಪಡೆಯುವುದು. ಇದು ಅನೇಕ ಯೋಗಿಗಳು ಮತ್ತು ಸಂತರಿಂದ ಸಾಧಿಸಲ್ಪಟ್ಟ ಪ್ರಾಪ್ತಿಯಾಗಿದೆ. ಸಧ್ಯಕ್ಕೆ ನಾವು ಧ್ಯಾನದ ಬಗ್ಗೆ ವಿವರವಾಗಿ ಮಾತನಾಡುವುದು ಬೇಡ. ನಾವು ಅದನ್ನು ಸಣ್ಣ–ಸಣ್ಣ ಕ್ರಿಯೆಗಳೊಂದಿಗೆ ಪ್ರಾರಂಭಿಸೋಣ.

ಮೊದಲನೆಯದಾಗಿ, ಉಸಿರಾಟದ ಆಧಾರದ ಮೇಲೆ ಇರುವ ಸರಳವಾದ ಧ್ಯಾನದ ವಿಧಾನವನ್ನು ನಾವು ಅರ್ಥಮಾಡಿಕೊಳ್ಳೋಣ. ವಾಸ್ತವವಾಗಿ, ಉಸಿರನ್ನು ನಿಯಂತ್ರಿಸಿ ಮನಸ್ಸನ್ನು ಶಾಂತಗೊಳಿಸುವ, ಶರೀರವನ್ನು ಸ್ವಸ್ಥಗೊಳಿಸುವ ಅನೇಕ ಜನಪ್ರಿಯ ಪ್ರಾಣಾಯಾಮಗಳಿವೆ, ಅನುಲೋಮ–ವಿಲೋಮ, ಭ್ರಾಮರಿ ಮುಂತಾದವುಗಳು. ಆದರೆ ಇಲ್ಲಿ ನಾನು ನಿಮಗೆ ಸರಳವಾದ ಉಸಿರಾಟದ ಧ್ಯಾನ ವಿಧಾನವನ್ನು ಹೇಳುತ್ತಿದ್ದೇನೆ, ಅದನ್ನು ನೀವು ಸುಲಭವಾಗಿ ಮಾಡಬಹುದು.

ಗಾಯತ್ರಿ ಆಂಟಿ, ಮಧು ಮತ್ತು ಸಲೋನಿ ಉದ್ಯಾನದ ಮರದ ಕೆಳಗೆ ಸ್ವಚ್ಛವಾದ, ವಿಶಾಲವಾದ ಸ್ಥಳದಲ್ಲಿ ಕುಳಿತರು.

ಗಾಯತ್ರಿ– ಧ್ಯಾನ ಮಾಡುವ ಮೊದಲು, ಧ್ಯಾನದ ಆರಂಭಿಕ ವಿಧಾನಗಳು ಉಸಿರಾಟದ ಮೇಲೆಯೇ ಏಕೆ ಆಧಾರಿತವಾಗಿವೆ ಎಂಬುದನ್ನು ಅರ್ಥಮಾಡಿಕೊಳ್ಳುವುದು ಮುಖ್ಯವಾಗಿದೆ. ವಾಸ್ತವವಾಗಿ, ಉಸಿರಾಟವು ನಮ್ಮ ಭೌತಿಕ ದೇಹ ಮತ್ತು ಮನಸ್ಸನ್ನು ಸಂಪರ್ಕಿಸುವ ಮುಖ್ಯ ಕೊಂಡಿಯಾಗಿದೆ. ನಮ್ಮ ಮನಸ್ಸು ಮತ್ತು ಉಸಿರು ಒಂದಕ್ಕೊಂದು ಸಂಪರ್ಕ ಹೊಂದಿರುತ್ತವೆ. ನಮ್ಮ ಮನಸ್ಸು ತೊಂದರೆಗೊಳಗಾದಾಗ ಅಥವಾ ನಾವು ಒತ್ತಡ, ಚಿಂತೆ ಅಥವಾ ಕೋಪಗೊಂಡಾಗ, ನಮ್ಮ ಉಸಿರಾಟ ವೇಗವಾಗಿ ಚಲಿಸುತ್ತವೆ ಎಂಬುದನ್ನು ನೀವಿಬ್ಬರೂ ಅನೇಕ ಬಾರಿ ಅನುಭವಿಸಿರಬಹುದು. ಮನಸ್ಸು ಶಾಂತ, ಸ್ಥಿರ ಮತ್ತು ಸಂತೋಷವಾಗಿದ್ದರೆ ಉಸಿರಾಟವು ನಿಧಾನ, ಶಾಂತ ಮತ್ತು ಆಳವಾಗಿರುತ್ತದೆ.

ಸಲೋನಿ– ಹೌದು ನಾನು ಅದನ್ನು ಅನುಭವಿಸಿದ್ದೇನೆ. ಕೆಲವೊಮ್ಮೆ, ಕೋಪಗೊಂಡಾಗ, ಉಸಿರಾಟವು ತುಂಬಾ ಭಾರವಾಗಿರುತ್ತದೆ ಮತ್ತು ಉಸಿರುಗಟ್ಟಿದ ಅನುಭವವಾಗುತ್ತದೆ.

ಗಾಯತ್ರಿ– ಹೌದು ಏಕೆಂದರೆ ನಮ್ಮ ಮನಸ್ಸು ನಮ್ಮ ಉಸಿರಿನೊಂದಿಗೆ ಸಂಪರ್ಕ ಹೊಂದಿದೆ. ಮನಸ್ಸಿಗೆ ತೊಂದರೆಯಾದರೆ ಉಸಿರಾಟದ ಲಯವೂ ಹೆಚ್ಚು–ಕಮ್ಮಿ ಆಗುತ್ತದೆ. ನಾವು ನಮ್ಮ ಉಸಿರಾಟವನ್ನು ಹೇಗಾದರೂ ನಿಯಂತ್ರಿಸಿದರೆ, ಅದು ನಮ್ಮ ಮನಸ್ಸಿನ ಮೇಲೂ ಪರಿಣಾಮ ಬೀರುತ್ತದೆ. ಉಸಿರಾಟವು ನಿಯಂತ್ರಿತವಾಗಿದ್ದರೆ ಮನಸ್ಸು ಶಾಂತ ಮತ್ತು ಸ್ಥಿರವಾಗಿರುತ್ತದೆ. ಗರ್ಭಾವಸ್ಥೆಯಲ್ಲಿ ಹಾರ್ಮೋನುಗಳ ಬದಲಾವಣೆಯಿಂದ ಮನಸ್ಥಿತಿಯ ಬದಲಾವಣೆ ಸಾಮಾನ್ಯವಾಗಿದೆ. ಅಂದರೆ ಕೆಲವೊಮ್ಮೆ ವಿನಾಕಾರಣ ಸಿಟ್ಟು ಬರುವುದು, ಕೆಲವೊಮ್ಮೆ ಸಿಡಿಮಿಡಿಗೊಳ್ಳುವುದು, ಕೆಲವೊಮ್ಮೆ ವಿನಾಕಾರಣ ಅಳುವುದು, ಕೆಲವೊಮ್ಮೆ ತುಂಬಾ ಲವಲವಿಕೆಯಿಂದಿರುವುದು ನಡೆಯುತ್ತಿರುತ್ತದೆ. ದೇಹದಲ್ಲಿ ಆಗುವ ಈ ಬದಲಾವಣೆಗಳು ನಿದ್ರೆಯ ಮೇಲೂ ಪರಿಣಾಮ ಬೀರಬಹುದು, ಇದು ಒತ್ತಡವನ್ನು ಹೆಚ್ಚಿಸಬಹುದು... ಈ ಸಂದರ್ಭದಲ್ಲಿ, ಮನಸ್ಥಿತಿಯೊಂದಿಗೆ (ಮೂಡ್) ಹರಿದು ಹೋಗುವ ಬದಲು, ನಾವು ಉಸಿರಾಟದ ಮೇಲೆ ಧ್ಯಾನಿಸಿ, ಮನಸ್ಸನ್ನು ಶಾಂತ ಮತ್ತು ಸ್ಥಿರಗೊಳಿಸಿದರೆ ಎಲ್ಲವೂ ಸರಿ ಹೋಗುತ್ತದೆ.

ಮಧು– ಅರೆ ವ್ಹಾ! ಹಾಳಾದ ನಮ್ಮ ಮನಸ್ಥಿತಿಯನ್ನು ಸುಧಾರಿಸಲು ಇದು ಉತ್ತಮ ವಿಧಾನವಾಗಿದೆ. ನನಗೆ ಮೊದಲೇ ತಿಳಿದಿದ್ದರೆ ಒಳ್ಳೆಯದಿತ್ತು. ಗರ್ಭಾವಸ್ಥೆಯ ಮೊದಲ ಎರಡು ತಿಂಗಳಲ್ಲಿ ನಾನು ಬಹಳಷ್ಟು ಮೂಡ್ ಸ್ವಿಂಗ್ಸ್(ಮನಃಸ್ಥಿತಿ ಹೆಚ್ಚು–ಕಮ್ಮಿ ಆಗುವುದು) ಮತ್ತು ಖಿನ್ನತೆಯನ್ನು ಅನುಭವಿಸಿದೆ. ಈಗಲೂ ಕೆಲವೊಂದು ದಿನ ಇಂತಹ ಪರಿಸ್ಥಿತಿ ಎದುರಾಗುತ್ತದೆ. ಹಾಗಾಗಿ ಈ ಧ್ಯಾನವನ್ನು ಹೇಗೆ ಮಾಡಬೇಕೆಂದು ಬೇಗ ಹೇಳಿ.

ಗಾಯತ್ರಿ– ಸರಿ ನಾನು ಹೇಳುತ್ತೇನೆ. ನೋಡಿ, ನಾನು ನಿಮಗೆ ಸರಳವಾದ ಮಾರ್ಗವನ್ನು ಹೇಳುತ್ತಿದ್ದೇನೆ. ಇದರಲ್ಲಿ ನೀವು ಉಸಿರುಗಳನ್ನು ಎಣಿಸಬೇಕು ಅಷ್ಟೆ, ಬೇರೇನೂ ಮಾಡಬೇಕಿಲ್ಲ. ಹೀಗೆ ಮಾಡುವುದರಿಂದ ಮನಸ್ಸು ಇತರ ವಿಷಯಗಳಿಂದ ದೂರ ಸರಿದು ವರ್ತಮಾನಕ್ಕೆ ಬರುತ್ತದೆ ಮತ್ತು ಉಸಿರಾಟದ ಮೇಲೆ ಕೇಂದ್ರಿತವಾಗುತ್ತದೆ.

ಮೊದಲನೆದಾಗಿ, ನಿಗದಿತ ಸಮಯದವರೆಗೆ ನಿಮ್ಮ ಕಣ್ಣುಗಳನ್ನು ಮುಚ್ಚಿ ಕುಳಿತುಕೊಳ್ಳುವುದು. ಇದಕ್ಕಾಗಿ ನೀವು ಟೈಮರ್‌ನ ಸಹಾಯವನ್ನು ತೆಗೆದುಕೊಳ್ಳಬಹುದು. ನಾವು ಸಾಮಾನ್ಯವಾಗಿ ಉಸಿರಾಡುವಂತೆಯೇ, ಉಸಿರನ್ನು ತೆಗೆದುಕೊಳ್ಳಿ ಮತ್ತು ನಂತರ ಅದನ್ನು ಬಿಡಿ. ಇದು ಉಸಿರಾಟದ ಒಂದು ಪೂರ್ಣ ಆವರ್ತನೆ. ಉಸಿರನ್ನು ತೆಗೆದುಕೊಂಡು

ಬಿಡುವುದು ಎರಡೂ ಸೇರಿ ಒಂದು ಎಂದು ಲೆಕ್ಕ ಹಾಕಿ. ಮುಂದಿನ ಪೂರ್ಣ ಉಸಿರಾಟವನ್ನು (ಪೂರ್ಣ ಆವರ್ತನೆ) ಎರಡು ಎಂದು ಲೆಕ್ಕ ಹಾಕಿ. ಅಂತೆಯೇ, ಸ್ವಲ್ಪ ನಿಗದಿತ ಸಮಯದವರೆಗೆ ನಿಮ್ಮ ಉಸಿರನ್ನು ಎಣಿಸಿರಿ.

ಹೀಗೆ ಮಾಡುವುದರಿಂದ ನಿಮ್ಮ ವಿಚಲಿತ ಮನಸ್ಸು ಶಾಂತವಾಗಿದೆ ಮತ್ತು ಪ್ರಸ್ತುತಕ್ಕೆ ಬಂದಿದೆ ಎಂದು ನಿಮ್ಮ ಅನುಭವಕ್ಕೆ ಬರುತ್ತದೆ. ಉಸಿರಾಟವು ಸಮತೋಲಿತವಾಗಿದೆ. ಆಲೋಚನೆಗಳಲ್ಲಿ ಶಾಂತಿ ಆವರಿಸುದೆ ಮತ್ತು ದೇಹವು ಒತ್ತಡ ಮುಕ್ತವಾಗಿದೆ. ಇದು ಮನಸ್ಸು ಮತ್ತು ದೇಹ ಎರಡಕ್ಕೂ ವಿಶ್ರಾಂತಿ ನೀಡುತ್ತದೆ. ಈ ವಿಧಾನವನ್ನು ಬೆಳಿಗ್ಗೆ ಮಾತ್ರ ಮಾಡುವುದು ಅನಿವಾರ್ಯವಲ್ಲ. ನಿಮ್ಮ ಮನಸ್ಸಿಗೆ ತೊಂದರೆಯಾದಾಗ ನೀವು ದಿನದ ಯಾವುದೇ ಸಮಯದಲ್ಲಿ ಇದನ್ನು ಅಭ್ಯಾಸ ಮಾಡಬಹುದು. ರಾತ್ರಿ ಮಲಗುವ ಮುನ್ನ ಹೀಗೆ ಮಾಡುವುದರಿಂದ ನಿದ್ದೆ ಕೂಡ ಸುಲಭವಾಗಿ ಮತ್ತು ಚೆನ್ನಾಗಿ ಬರುತ್ತದೆ.

ಮರದ ಕೆಳಗೆ ಕುಳಿತು, ಹಕ್ಕಿಗಳ ಚಿಲಿಪಿಲಿಯೊಂದಿಗೆ, ಹದಿನೈದು ನಿಮಿಷಗಳ ಕಾಲ ತಮ್ಮ ಮೊಬೈಲ್‌ನಲ್ಲಿ ಟೈಮರ್ ಹೊಂದಿಸಿ, ಗಾಯತ್ರಿ ಆಂಟಿ, ಮಧು ಮತ್ತು ಸಲೋನಿ ಇಬ್ಬರೊಂದಿಗೆ ಉಸಿರು ಎಣಿಸುವ ಧ್ಯಾನವಿಧಿಯನ್ನು ಅಭ್ಯಾಸ ಮಾಡಿದರು. ಹೀಗೆ ಮಾಡುವುದರಿಂದ ಇಬ್ಬರಿಗೂ ದೇಹ ಮತ್ತು ಮನಸ್ಸಿನಲ್ಲಿ ತುಂಬಾ ತಾಜಾತನದ ಅನುಭವವಾಯಿತು. ನಾಳೆಯ ಬೆಳಗಿನ ನಡಿಗೆಯಲ್ಲಿ ಇನ್ನೂ ಕೆಲವು ಸರಳವಾದ ಧ್ಯಾನ ವಿಧಾನಗಳನ್ನು ಕಲಿಸುವ ಭರವಸೆ ನೀಡುತ್ತಾ ಗಾಯತ್ರಿ ಆಂಟಿ ಅಲ್ಲಿಂದ ನಡೆದರು.

ಮನನ ಬಿಂದು...

* ಗರ್ಭಿಣಿ ಮಹಿಳೆಯು ನಕಾರಾತ್ಮಕ ಸುದ್ದಿಗಳನ್ನು ಓದುವುದು, ಕೇಳುವುದು ಅಥವಾ ನೋಡುವುದರ ಮೂಲಕ ಬೆಳಗ್ಗೆ ಪ್ರಾರಂಭಿಸಬಾರದು, ಅದರ ಬದಲಿಗೆ ಸಕಾರಾತ್ಮಕ ಮತ್ತು ಆಧ್ಯಾತ್ಮಿಕ ವಿಚಾರ ಆಲಿಸುವಿಕೆ, ಚಿಂತನೆ, ಧ್ಯಾನ ಇತ್ಯಾದಿಗಳಿಂದ ಪ್ರಾರಂಭಿಸಬೇಕು. ಅದು ಅವಳ ಮತ್ತು ಮಗುವಿನ ಪ್ರಜ್ಞೆಯನ್ನು ಹೆಚ್ಚಿಸುತ್ತದೆ.

* ಗರ್ಭಿಣಿ ಮಹಿಳೆ ತನ್ನ ದಿನಚರಿಯಲ್ಲಿ ನಿಯಮಿತ ನಡಿಗೆ, ಅನುಮತಿಸಲಾದ ವ್ಯಾಯಾಮ, ಪ್ರಾಣಾಯಾಮ, ಧ್ಯಾನ ಇತ್ಯಾದಿಗಳನ್ನು ಸೇರಿಸಿಕೊಳ್ಳಬೇಕು. ಇದು ತಾಯಿ ಮತ್ತು ಮಗುವಿನ ದೈಹಿಕ ಮತ್ತು ಮಾನಸಿಕ ಆರೋಗ್ಯವನ್ನು ಸುಧಾರಿಸುತ್ತದೆ.

अध्याय 18

ಅಧ್ಯಾಯ 18

ಮೆಚ್ಚುಗೆ ಮತ್ತು ಕೃತಜ್ಞತೆಯ ಆಚರಣೆಗಳು

ಸಾತ್ವಿಕ ಮಕ್ಕಳ ಸೃಷ್ಟಿ: ಭಾಗ-1

'ಸಾತ್ವಿಕ' ಎಂಬ ಪದವನ್ನು ಉಚ್ಚರಿಸಿದ ತಕ್ಷಣ, ಶಾಂತ, ವಿನಮ್ರ ಮತ್ತು ಸದ್ಗುಣಗಳಿಂದ ಕೂಡಿದ ಚಿತ್ರವು ಹೊರಹೊಮ್ಮುತ್ತದೆ; ಯಾರ ಹೃದಯದಲ್ಲಿ ಎಲ್ಲರ ಬಗ್ಗೆ ಪ್ರೀತಿ, ಸಹಾನುಭೂತಿ ಮತ್ತು ದಯೆ ಇರುತ್ತದೆಯೋ ಅದೇ ಸಾತ್ವಿಕತೆ. ಪ್ರತಿಯೊಂದು ಸಂದರ್ಭದಲ್ಲೂ ಎಲ್ಲರ ಕಲ್ಯಾಣವನ್ನು ಬಯಸುವ, ಯಾರ ಮೇಲೂ ದ್ವೇಷ ಇಟ್ಟುಕೊಳ್ಳದ, ಸದಾ ಜನಕಲ್ಯಾಣದ ಭಾವನೆಯನ್ನು ಹೊಂದುವ ಮತ್ತು ಸತ್ಕಾರ್ಯಗಳನ್ನು ಮಾಡುವವನ ದೃಷ್ಟಿಯಲ್ಲಿ ಈ ಗುಣಗಳು ಪ್ರತಿಫಲಿಸುತ್ತದೆ.

ಹೌದು! ಇವು ಸಾತ್ವಿಕ ಆಚರಣೆಗಳು. ಗರ್ಭಾವಸ್ಥೆಯು ಮಗುವಿನಲ್ಲಿ ಸಾತ್ವಿಕನ ಮೌಲ್ಯಗಳನ್ನು ಅಳವಡಿಸುವ ಅವಕಾಶವಾಗಿದೆ, ಅದನ್ನು ಸಾತ್ವಿಕ ಮಗುವನ್ನಾಗಿ ಮಾಡುವ ಅವಕಾಶವಾಗಿದೆ. ಇದಕ್ಕಾಗಿ ಹೆಚ್ಚೇನೂ ಮಾಡಬೇಕಿಲ್ಲ, ನಿಮ್ಮ ತಿಳುವಳಿಕೆಯನ್ನು ಬದಲಾಯಿಸಬೇಕು, ನಿಮ್ಮ ದೃಷ್ಟಿಕೋನವನ್ನು ಬದಲಾಯಿಸಿಕೊಳ್ಳಬೇಕು ಅಷ್ಟೇ!

ಇಂದು ಬೆಳಗಿನ ನಡಿಗೆಯಲ್ಲಿ, ಗಾಯತ್ರಿ ಆಂಟಿ ಸಲೋನಿಗೆ ಮತ್ತು ಮಧುಗೆ ಅಂತಹ ಕೆಲವು ಧ್ಯಾನ ವಿಧಾನಗಳ ಬಗ್ಗೆ ಹೇಳಲು ಹೊರಟಿದ್ದರು.

ಸಲೋನಿ– ಆಂಟಿ, ನಿನ್ನೆ ಒಂದು ವಿಚಿತ್ರ ಘಟನೆ ನಡೆಯಿತು. ಪಕ್ಕದ ಅಪಾರ್ಟ್ಮೆಂಟ್‌ನಲ್ಲಿ ನನ್ನ ಸ್ನೇಹಿತೆಯೊಬ್ಬಳಿದ್ದಾಳೆ, ಅವಳ ಗರ್ಭಧಾರಣೆಯ ಬಗ್ಗೆ ನನಗೆ ನಿನ್ನೆಯಷ್ಟೇ ತಿಳಿಯಿತು. ನಾನು ಅವಳಿಗೆ ನಿಮ್ಮ ಗರ್ಭ ಸಂಸ್ಕಾರ ತರಗತಿ ಬಗ್ಗೆ ಹೇಳಿದೆ ಮತ್ತು ಈ ತರಗತಿಯ ಪ್ರಯೋಜನವನ್ನು ಅವಳೂ ಪಡೆಯಬಹುದು, ತನ್ನ ಭವಿಷ್ಯದ

ಮಗುವಿನಲ್ಲಿ ಸಂತರ ಎಲ್ಲಾ ಉತ್ತಮ ಗುಣಗಳನ್ನು ಮತ್ತು ಮೌಲ್ಯಗಳನ್ನು ನೀಡಬಹುದು ಎಂದು ಹೇಳಿದೆ. ಆಗ ಅವಳು ನೀಡಿದ ಉತ್ತರವೇನು ಗೊತ್ತೆ?

ಅವಳು ಹೇಳಿದಳು, "ಬೇಡಪ್ಪ ಬೇಡ, ನನ್ನ ಮಗುವನ್ನು ಸಾತ್ವಿಕನನ್ನಾಗಿ ಮಾಡಲು ನಾನು ಬಯಸುವುದಿಲ್ಲ. ಇವೆಲ್ಲವೂ ಪುಸ್ತಕದ ವಿಷಯಗಳು, ಅವು ಪುಸ್ತಕಗಳಲ್ಲಿ ಮಾತ್ರ ಚೆನ್ನಾಗಿ ಕಾಣುತ್ತವೆ. ಈ ಜಗತ್ತು ಸಾತ್ವಿಕರು ವಾಸಿಸಲು ಯೋಗ್ಯವಾಗಿಲ್ಲ. ಇಲ್ಲಿ ಬದುಕಲು, ಒಬ್ಬ ವ್ಯಕ್ತಿಯು ಕುತಂತ್ರ ಮತ್ತು ಅವಕಾಶವಾದವನ್ನು ಕಲಿಯಬೇಕು. ನೀನೂ ಆ ತರಗತಿಗೆ ಹೋಗಬೇಡ, ಮಗು ಅತಿಯಾಗಿ ಒಳ್ಳೆಯದಾದರೆ, ಪ್ರಪಂಚವು ಅವನನ್ನು ತಪ್ಪಾಗಿ ಬಳಸಿಕೊಳ್ಳುತ್ತದೆ, ಅವನು ಜೀವನದಲ್ಲಿ ಏನನ್ನೂ ಮಾಡಲು ಸಾಧ್ಯವಾಗುವುದಿಲ್ಲ. ಯಾರಿಗೆ ಗೊತ್ತು, ಒಂದು ದಿನ ಎಲ್ಲವನ್ನೂ ಬಿಟ್ಟು ಸನ್ಯಾಸಿಯಾಗಿಬಿಡಬಹುದು, ಆಗ ನೀವು ಏನು ಮಾಡುತ್ತೀರಿ?'

ಇದನ್ನು ಕೇಳಿದ ಗಾಯತ್ರಿ ಆಂಟಿ ನಗಲು ಪ್ರಾರಂಭಿಸಿದರು.

ಗಾಯತ್ರಿ– ಅ ರೀತಿ ಮಾತನಾಡುತ್ತಿರುವುದು ತಾಯಿಯಲ್ಲ ಆಕೆಯೊಳಗೆ ಅಡಗಿರುವ ಅಭದ್ರತೆಯ ಭಾವನೆ. ತನ್ನ ಮಗುವು ಸಾತ್ವಿಕ ಗುಣಗಳನ್ನು ಬೆಳೆಸಿಕೊಂಡರೆ, ಅವನು ಅವರನ್ನು ಬಿಟ್ಟು ಹೋಗಬಹುದೆಂದು ಅವರು ಭಾವಿಸುತ್ತಾರೆ. ಮಗು ಭವಿಷ್ಯದಲ್ಲಿ ಅವರ ತಪ್ಪು ಮನಸ್ಥಿತಿ ಅಥವಾ ತಪ್ಪು ಕ್ರಮಗಳನ್ನು ಪ್ರಶ್ನಿಸಲು ಪ್ರಾರಂಭಿಸಬಹುದು. ಸಂವೇದನಾಶೀಲ ಮಗು ಬೆಳೆದು ವರದಕ್ಷಿಣೆ, ಲಂಚ, ಭ್ರಷ್ಟಾಚಾರ, ಧಾರ್ಮಿಕ ಬೂಟಾಟಿಕೆ ಇತ್ಯಾದಿಗಳನ್ನು ವಿರೋಧಿಸಬಹುದು, ವಿಭೀಷಣನಂತೆ ಈ ವಿಷಯಗಳಲ್ಲಿ ತನ್ನ ಕುಟುಂಬದ ವಿರುದ್ಧ ಹೋಗಬಹುದು. ಆದರೆ ಪೋಷಕರಿಗೆ ಸತ್ಯ ತಿಳಿದಿಲ್ಲದಿದ್ದರೆ ಅವರು ತಮ್ಮ ಮಕ್ಕಳಿಗೆ ಸತ್ಯದ ತಿಳುವಳಿಕೆಯನ್ನು ಹೇಗೆ ನೀಡಲು ಸಾಧ್ಯ?

ಭಗವಾನ್ ಬುದ್ಧನ ವಿಷಯದಲ್ಲೂ ಅದೇ ಸಂಭವಿಸಿತ್ತು. ಅವನ ತಂದೆ, ಅವನ ಬಗ್ಗೆ ಅಭದ್ರತೆಯಿಂದಾಗಿ, ಅವನನ್ನು ಜೀವನದ ಸತ್ಯದಿಂದ ದೂರವಿರಿಸಲು ಪ್ರಯತ್ನಿಸಿದರು, ಆದರೆ ಏನಾಯಿತು? ಅವರು ಅವನಿಗೆ ಸರಿಯಾದ ಮತ್ತು ಸಮತೋಲಿತ ಪಾಲನೆಯನ್ನು ನೀಡಿದ್ದರೆ, ಸಿದ್ಧಾರ್ಥ ಗೌತಮನು, ಮಹಾರಾಜ ಜನಕನಂತೆ ಆತ್ಮಸಾಕ್ಷಾತ್ಕಾರಿಯಾದ ಮತ್ತು ಕುಶಲತೆಯಿಂದ ಕೂಡಿದ ರಾಜನಾಗುವ ಸಾಧ್ಯತೆಯಿತ್ತು. ಅದಕ್ಕೇ ನಾನು ನಿನಗೆ ಹೇಳಿದ್ದು, ಗರ್ಭಧಾರಣೆಯ ಮೊದಲು, ಪೋಷಕರು ತಮ್ಮ ತಪ್ಪುಗ್ರಹಿಕೆಗಳಿಂದ ಮಗುವಿಗೆ ಹಾನಿಯಾಗದಂತೆ ಅವರ ತಿಳುವಳಿಕೆ ಮತ್ತು ಪ್ಯಾಟರ್ನ್‌ಗಳ ಮೇಲೆ ಶ್ರಮಿಸಬೇಕು. ಅಂದರೆ ತಮ್ಮ ತಿಳುವಳಿಕೆಯನ್ನು ಹೆಚ್ಚಿಸಬೇಕು ಮತ್ತು ತಪ್ಪು ಪ್ರವೃತ್ತಿಗಳನ್ನು ತೊಡೆದುಹಾಗಬೇಕು. ಸರಿ ಅದು ಬಿಡು, ನಿಮ್ಮಿಬ್ಬರಿಗೂ ಸಾತ್ವಿಕ ಸಂತಾನವೇ ಬೇಕು ಅಲ್ವಾ?

ಮಧು– ಹೌದು, ಖಂಡಿತಾ. ಸಲೋನಿ ಕೂಡ ಒಪ್ಪಿಕೊಂಡಳು.

ಗಾಯತ್ರಿ– ಹಾಗಾದರೆ ಹೋಗೋಣ. ಸಾತ್ವಿಕ ಮಗುವಿನ ರಚನೆಯ ಕಡೆಗೆ ಮುಂದಡಿ ಇಡೋಣ, ಅದಕ್ಕೆ ಪ್ರಶಂಸಿಸಲು ಕಲಿಸೋಣ.

ಸಲೋನಿ– ಪ್ರಶಂಸೆ? ಯಾವುದರ ಬಗ್ಗೆ?

ಗಾಯತ್ರಿ– ಪ್ರತಿಯೊಂದು ವಿಷಯದ ಬಗ್ಗೆಯೂ. ಈ ಗುಣವು ಮಕ್ಕಳಲ್ಲಿ ಹುಟ್ಟಿನಿಂದಲೇ ಇರುತ್ತದೆ. ಅವರು ಎಲ್ಲವನ್ನೂ ಆಶ್ಚರ್ಯದಿಂದ ನೋಡುತ್ತಾರೆ ಮತ್ತು ಪ್ರಶಂಸಿಸುತ್ತಾರೆ.

ಯಾವಾಗಲಾದರೂ ಚಿಕ್ಕ ಮಗು ಏನನ್ನಾದರೂ ನೋಡುತ್ತಿರುವುದನ್ನು ಗಮನಿಸು. ಮರದ ಎಲೆಯ ಮೇಲೆ ಬಿದ್ದಿರುವ ಹನಿಯನ್ನು ಅವರು ಹೇಗೆ ನೋಡುತ್ತಾರೆ? ಅದನ್ನು ಮುಟ್ಟಿ ನಂತರ ಹೇಗೆ ನಗುತ್ತಾರೆ! ಪಕ್ಷಿಗಳು, ಚಿಟ್ಟೆಗಳು, ಹೂವುಗಳು, ಕೀಟಗಳು, ಇರುವೆಗಳು, ಪ್ರಾಣಿಗಳು ಚಿಲಿಪಿಲಿ ಮಾಡುವುದನ್ನು ಮಕ್ಕಳು ಹೇಗೆ ಆಶ್ಚರ್ಯದಿಂದ ನೋಡುತ್ತವೆ!

ತನ್ನನ್ನು ತಾನು ಸರ್ವಜ್ಞನೆಂದು ಭಾವಿಸುವ ಮನುಷ್ಯನು ಹೀಗೆ ನೋಡುವುದನ್ನು ಮರೆತಿದ್ದಾನೆ. ಅದಕ್ಕಾಗಿಯೇ ಹೂವುಗಳು ಅರಳುವುದು, ಸೂರ್ಯೋದಯ, ಚಂದ್ರ ಮತ್ತು ನಕ್ಷತ್ರಗಳ ಹೊಳಪು.. ಎಲ್ಲವೂ ನಮ್ಮ ಮುಂದೆ ಪ್ರತಿದಿನ ಎಷ್ಟು ಸುಂದರವಾಗಿ ನಡೆಯುತ್ತಿದ್ದರೂ ನಾವು ಅದನ್ನು ನೋಡುತ್ತಲೇ ಇಲ್ಲ, ಅದನ್ನು ಪ್ರಶಂಸಿಸಲು ನಮ್ಮಿಂದ ಸಾಧ್ಯವಾಗುತ್ತಲೇ ಇಲ್ಲ. ಅದಕ್ಕಾಗಿಯೇ ವಯಸ್ಸಾದ ಜನರು ಅತೃಪ್ತಿ ಹೊಂದಿರುತ್ತಾರೆ ಏಕೆಂದರೆ ಅವರು ಪ್ರಶಂಸಿಸುವುದನ್ನು ಮರೆತುಬಿಡುತ್ತಾರೆ ಮತ್ತು ಎಲ್ಲವನ್ನು ಲಘುವಾಗಿ ತೆಗೆದುಕೊಂಡು ಅದರತ್ತ ನೋಡುವುದೂ ಇಲ್ಲ.

ಮಕ್ಕಳು ಸಹ ವಯಸ್ಕರೊಂದಿಗೆ ಇರುತ್ತಾ-ಇರುತ್ತಾ ಆಶ್ಚರ್ಯ ಮತ್ತು ಮೆಚ್ಚುಗೆಯನ್ನು ತೋರಿಸಲು ಮರೆಯುತ್ತಾರೆ. ಆದರೆ ಈಗ ನಾವು ಈ ದೃಷ್ಟಿಕೋನವನ್ನು ಬದಲಾಯಿಸಬೇಕಾಗಿದೆ. ಭಗವಂತನ ಸೃಷ್ಟಿಗಳತ್ತ ಗಮನ ಹರಿಸುವುದರಿಂದ, ಚಿಕ್ಕ ಚಿಕ್ಕ ವಿಷಯಗಳಲ್ಲಿಯೂ ನೀವು ಆಶ್ಚರ್ಯವನ್ನು ಕಾಣುವಿರಿ... ಎಲ್ಲೆಲ್ಲಿಯೂ, ಪ್ರತಿಯೊಂದು ಸಣ್ಣ ವಿಷಯದಲ್ಲೂ ಆತನ ಸಾನ್ನಿಧ್ಯವನ್ನು ಅನುಭವಿಸುವಿರಿ. ಅಂತಹ ಭಾವನೆಯು ಸೃಷ್ಟಿಕರ್ತನ ಕಡೆಗೆ ಮೆಚ್ಚುಗೆ ಮತ್ತು ಕೃತಜ್ಞತೆಯನ್ನು ಮನುಷ್ಯನಲ್ಲಿ ತುಂಬುತ್ತದೆ. ಇದರಿಂದಾಗಿ ಅವನು ವರ್ತಮಾನದಲ್ಲಿ ಅದೇ ಭಾವನೆಯಲ್ಲಿ ಮುಳುಗಲು ಬಯಸುತ್ತಾನೆ. ಈ ಸ್ಥಿತಿಯಿಂದ, ಸ್ತೋತ್ರಗಳು, ದ್ವಿಪದಿಗಳು ಮತ್ತು ಧನ್ಯವಾದಗಳು ಸೃಷ್ಟಿಕರ್ತನ ಸ್ತುತಿಯಲ್ಲಿ ಹೊರಹೊಮ್ಮುತ್ತವೆ.

ಸ್ತುತಿಸುವುದರಿಂದ ಬೇಗನೇ ದೇವರ ಕೃಪೆಗೆ ಪಾತ್ರರಾಗಬಹುದು, ಆ ಕೃಪೆಯಲ್ಲಿ ಮುಳುಗಬಹುದು. ಪರಿಣಾಮವಾಗಿ, ಸಕಾರಾತ್ಮಕತೆಯೂ ಹೆಚ್ಚಾಗುತ್ತದೆ. ನಮ್ಮ ಈ ದೃಷ್ಟಿಕೋನವು ನಮ್ಮ ಮಗುವಿಗೆ ಹೊಸ ದೃಷ್ಟಿಯನ್ನು ನೀಡುತ್ತದೆ. ಹಾಗಾಗಿ ಇಂದಿನಿಂದ, ನಿಮ್ಮ ಸುತ್ತಲೂ, ಈ ಪ್ರಕೃತಿಯಲ್ಲಿ, ಮನುಷ್ಯರಲ್ಲಿ ನೀವು ಕಾಣುವ ಒಳ್ಳೆಯದನ್ನು ಪ್ರಶಂಸಿಸಿ.

ಗಾಯತ್ರಿ ಆಂಟಿಯ ಮಾತು ಕೇಳಿ ಮಧು ಮತ್ತು ಸಲೋನಿ ಗಾರ್ಡನ್‌ನಲ್ಲಿ ನಡೆಯುತ್ತಾ ಸುತ್ತಲೂ ನೋಡಿದರು. ವಾಸ್ತವವಾಗಿ, ಇಂದು ಬೆಳಿಗ್ಗೆ ಅವರು ಭಿನ್ನತೆಯನ್ನು ಅನುಭವಿಸಿದರು. ಮೊಟ್ಟಮೊದಲ ಬಾರಿಗೆ ತೋಟದಲ್ಲಿ ಎಷ್ಟು ಬಗೆಯ ಹೂವುಗಳು ಅರಳಿವೆ ಎಂಬುದನ್ನು ಅವರು ನೋಡಿದರು. ವಿವಿಧ ಪಕ್ಷಿಗಳ ನಾದವಿದೆ. ಮೃದುವಾದ ಹುಲ್ಲಿನ ಮೇಲೆ ಬೀಳುವ ಇಬ್ಬನಿಯ ಹನಿಗಳು ತುಂಬಾ ಸುಂದರವಾಗಿ ಕಾಣುತ್ತಿವೆ. ಗಾಳಿಯಲ್ಲಿ ಎಂತಹ ಉಲ್ಲಾಸಕರ ಪರಿಮಳವಿದೆ. ಸೂರ್ಯನ ಚಿನ್ನದ ಕಿರಣಗಳು ಹೇಗೆ ಹೊಳೆಯುತ್ತಿವೆ... ಇಬ್ಬರ ಮುಖವೂ ಬೆಳಗಿತು ಮತ್ತು ಅದೇ ಪರಿಸರದಲ್ಲಿ ಹಿಂದೆಂದೂ ಅನುಭವಿಸದಂತಹ ದೈವಿಕತೆಯನ್ನು ಅವರು ಅನುಭವಿಸಿದರು.

ಗಾಯತಿ- ಜಗತ್ತನ್ನು ಮೆಚ್ಚುಗೆಯ ಕಣ್ಣುಗಳಿಂದ ನೋಡುವುದು ಹೇಗೆನ್ನಿಸುತ್ತಿದೆ?

ಸಲೋನಿ, ಮಧು- ತುಂಬಾ ಸುಂದರ, ಸಂಪೂರ್ಣವಾಗಿ ಹೊಸದಾಗಿ ಕಾಣುತ್ತಿದೆ.

ಗಾಯತ್ರಿ- ಚೆನ್ನಾಗಿದೆ ಆದರೆ ಅರ್ಧ ಕೆಲಸ ಮಾತ್ರ ಮುಗಿದಿದೆ. ಮೆಚ್ಚುಗೆಯ ಜೊತೆಗೆ ಧನ್ಯವಾದವನ್ನೂ ಸಲ್ಲಿಸಬೇಕು.

ಮಧು– ಧನ್ಯವಾದಗಳು? ಯಾವುದಕ್ಕಾಗಿ! ಇದನ್ನು ಕೇಳಿ ಗಾಯತ್ರಿ ಆಂಟಿ ಮುಗುಳ್ನಕ್ಕರು.

ಗಾಯತ್ರಿ– ಯಾವುದಕ್ಕಾಗಿ ಧನ್ಯವಾದಗಳನ್ನು ಹೇಳಬೇಕಿತ್ತೋ, ಅದರೂ ಇನ್ನೂ ಹೇಳಿಲ್ಲವೋ ಅದೆಲ್ಲದ್ದಕ್ಕೂ ಧನ್ಯವಾದಗಳನ್ನು ನೀಡಬೇಕು.

ನಿಮ್ಮನ್ನು ತನ್ನ ತಾಯಿಯಾಗಿ ಆಯ್ಕೆ ಮಾಡಿದ ಮಗುವಿಗೆ, ನಿಮ್ಮ ಮಗುವನ್ನು ಹೊರಲು ಬೆಂಬಲಿಸುತ್ತಿರುವ ನಿಮ್ಮ ದೇಹಕ್ಕೆ, ನಿಮ್ಮ ಅಸ್ತಿತ್ವಕ್ಕೆ ಕಾರಣವಾಗಿರುವ ಗಾಳಿ, ನೀರು, ಬೆಳಕು, ಮಣ್ಣು, ಆಕಾಶ ಮುಂತಾದ ಪ್ರಾಕೃತಿಕ ಅಂಶಗಳಿಗೆ, ಯಾರ ಅಸ್ತಿತ್ವದಿಂದಾಗಿ ನಿಮ್ಮ ಜೀವನವು ಸುಗಮವಾಗಿ ಸಾಗುತ್ತಿದೆಯೋ ಅಂತಹ ಜನರಲ್ಲಿ, ನೀವು ಪಡೆದ ಎಲ್ಲಾ ಗುಣಗಳು, ಕಲೆಗಳು, ಸಮೃದ್ಧಿ, ಆರೋಗ್ಯ, ಮನೆ... ನೀವು ಬಯಸಿದ್ದನ್ನು ನೀವು ಪಡೆದಿದ್ದೀರಿ... ನೀವು ಬಯಸದಿದ್ದರೂ ಸಹ ಕೃಪೆಯಿಂದ ಸಿಕ್ಕಿದೆ... ಈ ಎಲ್ಲ ವಿಷಯಗಳಿಗೆ ದೇವರಿಗೆ ಮತ್ತು ಪ್ರಕೃತಿಗೆ ಕೃತಜ್ಞತೆ ಸಲ್ಲಿಸಬೇಕು.

ಇದನ್ನು ಕೃತಜ್ಞತೆಯ ಧ್ಯಾನ ಎಂದೂ ಕರೆಯಬಹುದು. ಇದನ್ನು ಮಾಡಲು ಯಾವುದೇ ವಿಶೇಷ ವಿಧಾನವಿಲ್ಲ. ತೆರೆದ ಕಣ್ಣುಗಳೊಂದಿಗೆ ನಡೆಯುವಾಗ ಅಥವಾ ಒಂದೇ ಸ್ಥಳದಲ್ಲಿ ಶಾಂತವಾಗಿ ಕುಳಿತಾಗಲೂ ಇದನ್ನು ಮಾಡಬಹುದು. ನಿಮ್ಮ ಕಣ್ಣುಗಳು ತೆರೆದಿರುವಾಗ ನೀವು ಎಲ್ಲಿದ್ದರೂ, ನಿಮಗೆ ದೊರೆತಿರುವ ಕೃಪೆಗಳನ್ನು ಗಮನಿಸಿ. ನೀವು ಪಡೆದಿರುವ ಎಲ್ಲಾ ವಿಷಯಗಳನ್ನು ನೋಡಿ. ಮನೆ, ಕುಟುಂಬ, ಪೋಷಕರು, ಸಂಪನ್ಮೂಲಗಳು, ನೀರು, ಆಹಾರ, ಶಿಕ್ಷಣ, ಭದ್ರತೆ, ಉತ್ತಮ ನೆರೆಹೊರೆಯವರು, ಉತ್ತಮ ಸಹೋದ್ಯೋಗಿಗಳು, ಸೌಲಭ್ಯಗಳು, ಸಹಾಯ ಇತ್ಯಾದಿ. ನಿಮ್ಮ ಧ್ಯಾನಕ್ಷೇತ್ರದಲ್ಲಿ ಬಂದಿರುವ ಯಾವುದೇ ಕೃಪೆಗಳಿಗಾಗಿ ದೇವರಿಗೆ ಧನ್ಯವಾದಗಳನ್ನು ಅರ್ಪಿಸಿ. ಪ್ರತಿಯೊಂದು ಕೃಪೆಗಾಗಿ ಸಂಪೂರ್ಣ ಧನ್ಯವಾದಗಳನ್ನು ನೀಡಿ, ನಿಮ್ಮ ಕೃತಜ್ಞತೆಯನ್ನು ವ್ಯಕ್ತಪಡಿಸಿ. ಆರೋಗ್ಯ, ವೃತ್ತಿ, ಸಂಬಂಧಗಳು, ಕುಟುಂಬ, ಸ್ನೇಹಿತರು, ಮನೆ, ಐಷಾರಾಮ, ಸತ್ಸಂಗ, ಗುರುವಿನ ಕೃಪೆ ಮುಂತಾದ ಅನುಗ್ರಹಗಳಿಗಾಗಿ ಕೃತಜ್ಞತೆಯನ್ನು ವ್ಯಕ್ತಪಡಿಸಿ.

ಈಗ, ಒಂದೊಂದಾಗಿ, ನೀವು ಜೀವನದಲ್ಲಿ ಸಾಧಿಸಲು ಬಯಸುವ ಆ ಅನುಗ್ರಹಗಳನ್ನು ಅಥವಾ ಇಚ್ಛೆಗಳನ್ನು ನಿಮ್ಮ ಗಮನಕ್ಕೆ ತನ್ನಿ. ಅವುಗಳ ಆಗಮನದಿಂದ ನಿಮ್ಮ ಜೀವನದಲ್ಲಿ ಯಾವ-ಯಾವ ಆಹ್ಲಾದಕರ ಬದಲಾವಣೆಗಳು ಸಂಭವಿಸುತ್ತವೆ, ಆ ಅನುಭವವನ್ನು ಕೆಲ ಹೊತ್ತು ಆಸ್ವಾದಿಸಿ. ನಿಮ್ಮ ಮೇಲೆ ಆ ವಿಶೇಷ ಕೃಪೆ ಆಗಿದೆ ಎಂದು ಯೋಚಿಸಿ. ನಂತರ ದೇವರಿಗೆ ನಿಮ್ಮ ಹೃದಯದಿಂದ, ಆ ಕೃಪೆಗಾಗಿ ಧನ್ಯವಾದಗಳನ್ನು ನೀಡುವ ಮೂಲಕ ನಿಮ್ಮ ಕೃತಜ್ಞತೆಯನ್ನು ಮುಂಚಿತವಾಗಿಯೇ ವ್ಯಕ್ತಪಡಿಸಿ. ಈ ರೀತಿ ಮಾಡುವುದರಿಂದ ನೀವು ಆ ಕೃಪೆಗೆ ಹೆಚ್ಚು ಪಾತ್ರರಾಗುತ್ತೀರಿ ಮತ್ತು ಅವು ಬೇಗನೆ ನಿಮ್ಮ ಬಳಿಗೆ ಬರುತ್ತವೆ.

ಕೃತಜ್ಞತೆಯನ್ನು ಅನುಭವಿಸುವ ಮತ್ತು ಧನ್ಯವಾದ ಹೇಳುವ ಅಭ್ಯಾಸವನ್ನು ಬೆಳೆಸಿಕೊಳ್ಳುವುದರಿಂದ, ನಿಮಗೆ ಎಂತೆಂತಹ ಅನುಗ್ರಹಗಳ ಅನುಭವವಾಗುತ್ತದೆ ಎಂದರೆ ಅವುಗಳನ್ನು ನೀವು ಈ ಮೊದಲು ಗಮನಿಸಿಯೇ ಇರಲಿಲ್ಲ. ದೇವರು ನಿಮಗೆ ಎಷ್ಟೊಂದು ಕೊಟ್ಟಿದ್ದಾನೆ ಮತ್ತು ಅದಕ್ಕಾಗಿ ನೀವು ಈ ವರೆಗು ದೇವರಿಗೆ ಧನ್ಯವಾದ ಹೇಳಲಿಲ್ಲ ಎಂದು ಆಗ ನಿಮಗೆ ಅರ್ಥವಾಗುತ್ತದೆ. ಈ ಧ್ಯಾನವು ಜೀವನದ ಎಲ್ಲಾ ನಿರಾಶೆಗಳು ಮತ್ತು ನ್ಯೂನತೆಗಳಿಂದ ನಿಮ್ಮನ್ನು ಮೇಲಕ್ಕೆತ್ತುತ್ತದೆ. ನೀವು ಜೀವನದಲ್ಲಿ ಏನಾದರೂ ಕೊರತೆಯನ್ನು ಅನುಭವಿಸಿದಾಗ, ಧನ್ಯವಾದಗಳನ್ನು ನೀಡಲು ಪ್ರಾರಂಭಿಸಿ. ನಿಮ್ಮ ಭಾವನೆಯು ತಕ್ಷಣವೇ ಬದಲಾಗುತ್ತದೆ ಮತ್ತು

ನೀವು ಎಷ್ಟೊಂದು ಪಡೆದಿದ್ದೀರಿ ಎಂದು ನಿಮ್ಮ ಗಮನಕ್ಕೆ ಬರುತ್ತದೆ. ಈ ಭಾವನೆಯೇ ಕೃಪೆಗಳನ್ನು ಮತ್ತು ನಿಮ್ಮ ಜೀವನದಲ್ಲಿ 'ನಿಮಗೆ ಬೇಕಾದುದನ್ನು' ಅಯಸ್ಕಾಂತದಂತೆ ಆಕರ್ಷಿಸುತ್ತದೆ.

ಅಂತಹ ಯಾವುದೇ ಧ್ಯಾನ ಮಾಡುವಾಗ, ನಿಮ್ಮ ಗರ್ಭದಲ್ಲಿನ ಶಿಶುವೂ ನಿಮ್ಮೊಂದಿಗೆ ಇದೆಲ್ಲವನ್ನೂ ಮಾಡುತ್ತಿದೆ ಎಂಬ ಭಾವನೆ ನಿಮ್ಮಲ್ಲಿರಬೇಕು. ನೀವು ಏನನ್ನಾದರೂ ಮೆಚ್ಚುತ್ತಿರುವಾಗ, ಅದರ ದೃಷ್ಟಿ ನಿಮ್ಮ ದೃಷ್ಟಿಯೊಂದಿಗೆ ಸೇರುತ್ತದೆ. ಗರ್ಭಸ್ಥ ಶಿಶುವೂ ಅದನ್ನು ತನ್ನ ದೃಷ್ಟಿಯಿಂದ ನೋಡುತ್ತಾ ನಿಮ್ಮೊಂದಿಗೆ ಮೆಚ್ಚುಗೆ ಸೂಚಿಸುತ್ತದೆ. ಯಾವಾಗ ನೀವು ಯಾವುದೇ ಕೃಪೆಯನ್ನು ನೆನೆದು ಅದಕ್ಕಾಗಿ ಕೃತಜ್ಞರಾಗುತ್ತಿದ್ದೀರೋ, ಅದೂ ಸಹ ನಿಮ್ಮೊಂದಿಗೆ ಕೃತಜ್ಞವಾಗುತ್ತಿದೆ. ನೀವು ದೇವರಿಗೆ ಕೃತಜ್ಞತೆ ಸಲ್ಲಿಸುವಾಗ, ನಿಮ್ಮ ಧ್ವನಿಯಲ್ಲಿ ಅದರ ಧ್ವನಿಯೂ ಕಂಡುಬರುತ್ತದೆ. ಅದರ ಭಾವನೆಗಳು ನಿಮ್ಮ ಭಾವನೆಗಳೊಂದಿಗೆ ಬೆರೆತಿವೆ.

ಇದರ ನಂತರ, ಗಾಯತ್ರಿ ಆಂಟಿ, ಮಧು ಮತ್ತು ಸಲೋನಿಯೊಂದಿಗೆ ಲಾನ್‌ನಲ್ಲಿ ಕುಳಿತರು. ಮೂವರೂ ಸ್ವಲ್ಪ ಸಮಯ ಕೃತಜ್ಞತೆಯ ಧ್ಯಾನ ಮಾಡಿದರು. ನಂತರ ಮೂವರೂ ಅಪಾರ ಸಂತೋಷದಿಂದ ಮನೆಗೆ ತೆರಳಿದರು.

ಮನನ ಬಿಂದು...

* ಮಗುವಿಗೆ ಮೆಚ್ಚುಗೆ ಮತ್ತು ಕೃತಜ್ಞತೆಯ ಮೌಲ್ಯಗಳನ್ನು ನೀಡಬೇಕು.
* ತಾನು ಬರುವ ಈ ಜಗತ್ತಿನ ಪ್ರತಿಯೊಂದು ಒಳ್ಳೆಯದನ್ನು ಮೆಚ್ಚುವ ಸಂಸ್ಕೃತಿಯನ್ನು ಮಗುವಿನಲ್ಲಿ ಮೂಡಿಸಬೇಕು. ಇದಕ್ಕಾಗಿ ಪೋಷಕರು ಪ್ರಶಂಸಿಸಲು ಪ್ರಾರಂಭಿಸಬೇಕು.
* ಎಲ್ಲಾ ಕೃಪೆಗಳನ್ನು ನಮ್ಮ ಗಮನಕ್ಕೆ ತಂದುಕೊಂಡು ಅವುಗಳಿಗೆ ಕೃತಜ್ಞರಾಗಿರಬೇಕು ಎಂಬ ಸಂಸ್ಕೃತಿಯನ್ನು ಬೆಳೆಸಿಕೊಳ್ಳಬೇಕು.
* ಇದನ್ನು ಮಾಡುವಾಗ, ತಾಯಿಯು ತನ್ನೊಂದಿಗೆ ತನ್ನ ಮಗುವೂ ಮೆಚ್ಚುಗೆಯನ್ನು ವ್ಯಕ್ತಪಡಿಸುತ್ತಿದೆ, ಅದೂ ಕೂಡ ಕೃತಜ್ಞತೆಯನ್ನು ಅನುಭವಿಸುತ್ತಿದೆ ಮತ್ತು ಧನ್ಯವಾದಗಳನ್ನು ಅರ್ಪಿಸುತ್ತಿದೆ ಎಂದು ಭಾವಿಸಬೇಕು.

ಅಧ್ಯಾಯ 19

'ದಯೆ'-'ಕರುಣೆ' ಸರ್ವಮಂಗಳ ಸಂಸ್ಕಾರ

ಸಾತ್ವಿಕ ಮಕ್ಕಳ ಸೃಷ್ಟಿ: ಭಾಗ-2

ಇವತ್ತು ಸಂಜೆ ಗಾಯತ್ರಿ ಆಂಟಿ ಮನೆಯಲ್ಲಿ ತರಗತಿ ಇತ್ತು. ಮಧು ಮತ್ತು ಸಲೋನಿ ಜೊತೆಗೆ ವಿಶಾಲ್ ಮತ್ತು ಮನೀಷ್ ಕೂಡ ಬಂದಿದ್ದರು. ಸಲೋನಿ ಸ್ವಲ್ಪ ಅಸಮಾಧಾನ, ಸ್ವಲ್ಪ ಕೋಪಗೊಂಡಂತೆ ಕಾಣುತ್ತಿದ್ದಳು. ಗಾಯತ್ರಿ ಆಂಟಿಗೆ ತಕ್ಷಣ ಅವಳನ್ನು ವಿಚಾರಣೆ ಮಾಡುವುದು ಸರಿಯೆನಿಸಲಿಲ್ಲ. ಇಂದು ಅವರು ಮಾತನಾಡಬೇಕಾದ ಮೌಲ್ಯಗಳು ದಯೆ ಮತ್ತು ಕರುಣೆಯ ದೃಷ್ಟಿ. ಇವು ಪ್ರತಿಯೊಬ್ಬ ಮನುಷ್ಯನು ಹೊಂದಿರಬೇಕಾದ ದೈವಿಕ ಗುಣಗಳಾಗಿವೆ, ಆಗ ಮಾತ್ರ ಅವನು ಮಾನವನಾಗಿ ತನ್ನ ಕರ್ತವ್ಯವನ್ನು ಪೂರೈಸಲು ಸಾಧ್ಯವಾಗುತ್ತದೆ. ಎಲ್ಲರ ಬಗ್ಗೆ ದಯೆ ಮತ್ತು ಎಲ್ಲರನ್ನೂ ಸಹಾನುಭೂತಿಯ ಕಣ್ಣುಗಳಿಂದ ನೋಡುವುದು ಅಂತಹ ಮೌಲ್ಯಗಳಾಗಿವೆ, ಅದು ವ್ಯಕ್ತಿಯ ಮನಸ್ಸನ್ನು ಯಾವಾಗಲೂ ಶುದ್ಧವಾಗಿಡುತ್ತದೆ. ಏಕೆಂದರೆ ಈ ಸಂಸ್ಕಾರದಿಂದ ತನ್ನ ಮನಸ್ಸಿನಲ್ಲಿ ಯಾರಿಗಾಗಿಯೂ ಕಲ್ಮಶವನ್ನು ತುಂಬಿಕೊಳ್ಳಲು ಸಾಧ್ಯವಾಗುವುದಿಲ್ಲ. ಗಾಯತ್ರಿ ಆಂಟಿ ಇದನ್ನು ವಿವರಿಸಲು ಪ್ರಾರಂಭಿಸಿದರು.

ಗಾಯತ್ರಿ- ನೀವು ಯಾರನ್ನಾದರೂ ನೋಡುವುದೇ ಧ್ಯಾನ, ಪ್ರಾರ್ಥನೆಯಾಗಬಹುದೇ? ಅದು ನಿಮ್ಮನ್ನು ಬದಲಾಯಿಸುವುದು ಮಾತ್ರವಲ್ಲದೆ ನಿಮ್ಮ ಎದುರಿನ ವ್ಯಕ್ತಿಯನ್ನೂ ಬದಲಾಯಿಸುವಂಥದ್ದು, ಇದು ಸಾಧ್ಯವಾಗಬಹುದೇ?

ವಿಶಾಲ್- ಇದು ಹೇಗೆ ಸಾಧ್ಯ ಆಂಟಿ?

ಗಾಯತ್ರಿ- ಯಾಕೆ ಆಗಬಾರದು? ಅಂದಹಾಗೆ, ನೀವು

ಯಾರಿಗೋಸ್ಕರವಾದರೂ ಪ್ರಾರ್ಥಿಸಿದರೆ, ಅದು ನಡೆಯುತ್ತದೆ ಮತ್ತು ಅದರ ಪರಿಣಾಮವನ್ನು ತೋರಿಸುತ್ತದೆ ಎಂದು ನೀವು ನಂಬುತ್ತೀರಾ?

ವಿಶಾಲ್- ಹೌದು, ಸಂಪೂರ್ಣವಾಗಿ.

ಗಾಯತ್ರಿ- ಹಾಗಾದರೆ ನೀವು ಯಾರನ್ನು ನೋಡಿದರೂ ನಿಮ್ಮ ಆ ನೋಟವು ಒಂದು ಪ್ರಾರ್ಥನೆಯಾಗುತ್ತದೆ, ಅದು ಅದರ ಪರಿಣಾಮವನ್ನು ತೋರಿಸುತ್ತದೆ ಎಂದು ನಂಬುವುದರಲ್ಲಿ ಏನು ತೊಂದರೆ ಇದೆ?

ಇದನ್ನು ಕೇಳಿ ಎಲ್ಲರೂ ಮೌನವಾದರು. ಅವನಿಗೆ ಏನೂ ಅರ್ಥವಾಗಲಿಲ್ಲ.

ಗಾಯತ್ರಿ - ಹೀಗೆ ಅರ್ಥ ಮಾಡಿಕೋ, ನಿನಗೆ ಎರಡು ಕಣ್ಣುಗಳಿವೆ. ಇದರಲ್ಲಿ ಒಂದು ನೋಟವು ಸಹಾನುಭೂತಿ, ದಯೆ ಮತ್ತು ಇನ್ನೊಂದು ನೋಟವು ಪ್ರೀತಿಯದ್ದಾಗಿದೆ. ನೀನು ಯಾರನ್ನಾದರೂ ನೋಡಿದಾಗ, ನೀನು ಅವರನ್ನು ಹಾಗೆಯೇ ನೋಡುವುದಿಲ್ಲ, ನೀನು ಅವರ ಮೇಲೆ ಪ್ರೀತಿ ಮತ್ತು ಸಹಾನುಭೂತಿ ಸುರಿಸುತ್ತಾ ನೋಡುತ್ತೀ. ಈ ದೃಷ್ಟಿ ವ್ಯತ್ಯಾಸವೇ ನಮ್ಮ ದೃಷ್ಟಿಯನ್ನು ಪ್ರಾರ್ಥನೆಯಾಗಿ, ಶುಭ ಹಾರೈಕೆಯಾಗಿ ಪರಿವರ್ತಿಸುತ್ತದೆ. ಅದಕ್ಕಾಗಿಯೇ ಜನರು ಮಹಾಪುರುಷರ ಮತ್ತು ಸಂತರ ಒಂದು ನೋಟಕ್ಕಾಗಿ ಹಪಹಪಿಸುತ್ತಾರೆ. ನಮ್ಮನ್ನು ನೋಡಿದ ಮಾತ್ರಕ್ಕೆ ನಾವು ಗುಣಮುಖರಾಗುತ್ತೇವೆ, ನಮಲ್ಲಿ ಬದಲಾವಣೆಯಾಗುತ್ತದೆ ಎಂದು ಅವರು ಭಾವಿಸುತ್ತಾರೆ.

ಈ ರೀತಿ ಖಂಡಿತ ಸಂಭವಿಸುತ್ತದೆ, ಏಕೆಂದರೆ ನಿಮ್ಮ ಪ್ರಜ್ಞೆ ಮತ್ತು ಭಾವನೆಗಳು ನಿಮ್ಮ ದೃಷ್ಟಿಯ ಮೂಲಕ ಇತರರನ್ನು ತಲುಪುತ್ತದೆ ಮತ್ತು ಅವರ ಮೇಲೆ ಪರಿಣಾಮ ಬೀರುತ್ತದೆ. ಆದ್ದರಿಂದ ಇಂದಿನಿಂದ ನೀವೆಲ್ಲರೂ ನಿಮ್ಮ ದೃಷ್ಟಿಯನ್ನು ಬದಲಾಯಿಸಬೇಕಾಗಿದೆ. ಅದಕ್ಕೆ ದಯೆ, ಸಹಾನುಭೂತಿ ಮತ್ತು ಪ್ರೀತಿಯ ಶಕ್ತಿಯನ್ನು ನೀಡಬೇಕು. ಇದಕ್ಕಾಗಿ ನೀವು ಯಾರನ್ನಾದರೂ ನೋಡಲು ಬಯಸಿದರೆ ನೀವು ಈ ರೀತಿ ನೋಡಬೇಕು-

ನೀವು ಕಚೇರಿಯಲ್ಲಿ ಅಥವಾ ರಸ್ತೆಯಲ್ಲಿ, ಮಾರುಕಟ್ಟೆಯಲ್ಲಿ ಅಥವಾ ಮನೆಯಲ್ಲಿ ಎಲ್ಲೋ ಹೋಗುತ್ತಿದ್ದೀರಿ ಎಂದು ಭಾವಿಸೋಣ... ನಂತರ ನಿಮ್ಮ ಮುಂದೆ ಇರುವ ವ್ಯಕ್ತಿಯನ್ನು ಸಹಾನುಭೂತಿಯಿಂದ ನೋಡಿ, ಶುಭ ಹಾರೈಕೆಗಳಿಂದ, ದಯೆ ಮತ್ತು ಪ್ರೀತಿಯಿಂದ ನೋಡಿ. ನಿಮ್ಮ ವೀಕ್ಷಣೆಯು ಅವರನ್ನು ಗುಣಪಡಿಸುತ್ತದೆ, ಅವರ ಪ್ರಜ್ಞೆಯನ್ನು ಹೆಚ್ಚಿಸುತ್ತದೆ, ಒಳ್ಳೆಯದನ್ನು ಮಾಡುತ್ತದೆ ಎಂಬ ಭಾವನೆಯನ್ನು ಹೊಂದಿರಿ.

ಯಾರ ಮೇಲಾದರೂ ನಿಮ್ಮ ಮನಸ್ಸಿನಲ್ಲಿ ನಕಾರಾತ್ಮಕ ಭಾವನೆಗಳು, ಕೋಪ, ದ್ವೇಷವಿದ್ದರೆ ಅವರನ್ನು ಸಹ ನಿಮ್ಮ ಧ್ಯಾನ ಕ್ಷೇತ್ರದ ಪ್ರಭಾವದಲ್ಲಿ ತಂದು ಅವರ ಮೇಲೂ ಒಳ್ಳೆಯ ಭಾವನೆಗಳು, ದಯೆ ಮತ್ತು ಸಹಾನುಭೂತಿಯ ಕಿರಣಗಳನ್ನು ಸುರಿಸಿ. ಅದಕ್ಕೋಸ್ಕರ ಮನಸ್ಸಿನಲ್ಲಿ ಈ ರೀತಿ ಹೇಳಿ, "ನೀವು ಒಳ್ಳೆಯವರು, ಸಮರ್ಥರು, ಆರೋಗ್ಯವಂತರು, ಸತ್ಯದ ಮಾರ್ಗದಲ್ಲಿ ನಡೆಯುವವರು, ನೀವು ಶುದ್ಧರು, ಬುದ್ಧರು, ಪವಿತ್ರರು, ಪರಿಪೂರ್ಣರು. ನಿಮ್ಮಲ್ಲಿ ಒಳ್ಳೆಯ ಗುಣಗಳು ಬೆಳೆಯುತ್ತಿವೆ ಮತ್ತು ಎಲ್ಲಾ ವಿಕಾರಗಳು ಕಣ್ಮರೆಯಾಗುತ್ತಿವೆ." ಈ ರೀತಿಯಲ್ಲಿ ಎಲ್ಲರಿಗೂ ಶುಭ ಹಾರೈಕೆಗಳನ್ನು ಕಳುಹಿಸಿ.

ಅಂತಹ ದೃಷ್ಟಿಯನ್ನು ನೀವು ಇತರರಿಗೆ ಮಾತ್ರವಲ್ಲದೇ ನಿಮ್ಮ ಮತ್ತು ನಿಮ್ಮ ಗರ್ಭಸ್ಥ ಶಿಶುವಿನ ಬಗ್ಗೆಯೂ ಇಡಬೇಕು. ನಿಮ್ಮ ಮತ್ತು ನಿಮ್ಮ ಮಗುವನ್ನು ಧ್ಯಾನಿಸಿ ಅದನ್ನು ಸಹ

ದಯೆ, ಸಹಾನುಭೂತಿ ಮತ್ತು ಪ್ರೀತಿಯಿಂದ ನೋಡಿ. ಅದರೊಂದಿಗೆ ಮತ್ತು ನಿಮ್ಮೊಂದಿಗೆ, 'ನೀನು ಶುದ್ಧ, ಬುದ್ಧ, ಪವಿತ್ರ, ಪರಿಪೂರ್ಣರಾಗಿರುವಿ ಆರೋಗ್ಯಕರವಾಗಿರುವಿ, ದೈವಿಕ ಗುಣಗಳ ಸ್ವಾಮಿಯಾಗಿರುವಿ' ಎಂದು ಹೇಳಿಕೊಳ್ಳಿ. ಇದನ್ನು, ನಿಮ್ಮ ಸ್ವಂತ ದೃಷ್ಟಿಯಿಂದಲೇ ಗುಣಪಡಿಸುವುದು, ಎಂದು ಕರೆಯಲಾಗುತ್ತದೆ.

ಈ ರೀತಿಯಾಗಿ, ಕೇವಲ ನೋಡುವ ರೀತಿಯನ್ನು ಬದಲಾಯಿಸುವುದರಿಂದ, ನಿಮಗೆ, ನಿಮ್ಮ ಮಗುವಿಗೆ ಮತ್ತು ಎದುರುಗಡೆಯ ವ್ಯಕ್ತಿಗೆ ಹೀಗೆ ಮೂರು ಜನರಿಗೆ ಪ್ರಯೋಜನವಾಗುತ್ತದೆ. ಅವರು ಬದಲಾಗಲು ಪ್ರಾರಂಭಿಸಿದ್ದಾರೆ, ಅವರು ಇನ್ನೂ ಉತ್ತಮವಾಗತೊಡಗಿದ್ದಾರೆ ಎಂದು ನೀವು ಕಂಡುಕೊಳ್ಳುತ್ತೀರಿ.

ಸಲೋನಿ– ಆದರೆ ಕೆಲವರಿಗೆ ಕರುಣೆ ಮತ್ತು ಸಹಾನುಭೂತಿಯನ್ನು ತೋರಿಸಲು ಮನಸ್ಸೇ ಬರುವುದಿಲ್ಲ, ಆಗ ಏನು ಮಾಡಬೇಕು?

ಗಾಯತ್ರಿ– ಆಗಲೂ ಅದನ್ನೇ ಮಾಡಬೇಕು.

ಸಲೋನಿ– ಆದರೆ ಆಂಟಿ, ಯಾರಾದರೂ ನಿರಂತರವಾಗಿ ತಪ್ಪು ಮಾಡಿದರೆ, ನಮಗೆ ಮೋಸ ಮಾಡಿದರೆ, ಕಿರುಕುಳ ನೀಡಿದರೆ, ನಮ್ಮ ಕಣ್ಣುಗಳು ಅವರ ಬಗ್ಗೆ ಪ್ರೀತಿ ಮತ್ತು ಕರುಣೆಯನ್ನು ಹೇಗೆ ಸುರಿಯುತ್ತವೆ? ಸಲೋನಿಯ ಕಣ್ಣುಗಳಿಂದ ಸಿಟ್ಟು ಜಿನುಗುತ್ತಿತ್ತು.

ಗಾಯತ್ರಿ– ಮೊದಲು ಹೇಳು ನೀನೇಕೆ ಇಷ್ಟೊಂದು ಸಿಟ್ಟಿನಲ್ಲಿದ್ದಿ, ಏನು ಸಮಸ್ಯೆ?

ಸಲೋನಿ– ನೋಡಿ ಆಂಟಿ, ನನ್ನ ಕೆಲಸದಾಕೆ ನನ್ನ ಸ್ಥಿತಿ ಗೊತ್ತಿದ್ದರೂ ಮೂರು ದಿನಗಳಿಂದ ಕೆಲಸಕ್ಕೆ ಬರದೇ ನನ್ನನ್ನು ತೊಂದರೆಗೊಳಗಾಗಿಸಿದ್ದಾಳೆ. ಸುಳ್ಳು ಹೇಳಿ ರಜೆ ಹಾಕಿದ್ದಾಳೆ, ಅದಲ್ಲದೇ ಇಲ್ಲಿಗಿಂತ ಹೆಚ್ಚಿನ ಹಣಕ್ಕಾಗಿ ಬೇರೆ ಕಡೆ ಕೆಲಸ ಮಾಡಿದ್ದಾಳೆ. ನಾನು ಅವಳೊಂದಿಗೆ ಸಾಕಷ್ಟು ಜಗಳವಾಡಿದೆ. ಅವಳನ್ನು ಕೆಲಸದಿಂದ ತೆಗೆಯಬೇಕೆಂದು ಅನಿಸುತ್ತಿದೆ. ಈಗ ಹೇಳಿ ಇಂತಹ ಸುಳ್ಳುಗಾರರಿಗೆ ನಾನು ಹೇಗೆ ಕರುಣೆ ತೋರಿಸಲಿ?

ವಿಶಾಲ್– ಇದು ಆಫೀಸಿನಲ್ಲಿ ನನಗೂ ಆಗುತ್ತೆ. ಕೆಲವು ಜನರು ಹೇಗಿರುತ್ತಾರೆಂದರೆ ನೀವು ಅವರಿಗೆ ಕರುಣೆ ತೋರಿಸಲು ಸಾಧ್ಯವಾಗುವುದಿಲ್ಲ.

ಗಾಯತ್ರಿ– ಯಾವಾಗಲೂ ಒಂದು ವಿಷಯವನ್ನು ನೆನಪಿನಲ್ಲಿಡಿ. ದಯೆ ಮತ್ತು ಕರುಣೆಯಿಂದ ನಡೆಸಿಕೊಳ್ಳಲಾಗದವರು ಯಾರೂ ಇಲ್ಲ. ಅವರು ಈ ರೀತಿ ತಪ್ಪಾಗಿ ವರ್ತಿಸುತ್ತಿದ್ದಾರೆ ಎಂದರೆ ಅವರು ತುಂಬಾ ಅನಾರೋಗ್ಯದಿಂದ ಬಳಲುತ್ತಿದ್ದಾರೆ ಎಂದರ್ಥ, ದೈಹಿಕವಾಗಿ ಅಲ್ಲದಿದ್ದರೂ, ಮಾನಸಿಕವಾಗಿ. ಅವರನ್ನು ಹೆಚ್ಚು ಕನಿಕರದಿಂದ ನೋಡಬೇಕು, ಇದರಿಂದ ಅವರು ಗುಣಮುಖರಾಗುತ್ತಾರೆ.

ನೋಡಿ, ಅಂತಹ ಜನರೊಂದಿಗೆ ನೀವು ಯಾವುದು ಸರಿಯೋ ಅದನ್ನೇ ಮಾಡಬೇಕು. ಇವು ಮಾಡಬೇಕಾದ ಕ್ರಮಗಳನ್ನು ಕೈಗೊಳ್ಳಬೇಕು. ಉದಾಹರಣೆಗೆ, ಯಾರಾದರೂ ಏನಾದರೂ ತಪ್ಪು ಮಾಡುತ್ತಿದ್ದರೆ, ಅವರು ಅದರ ಪರಿಣಾಮವನ್ನು ಎದುರಿಸಬೇಕಾಗುತ್ತದೆ ಮತ್ತು ಅಲ್ಲಿ ನೀವು ಸರಿಯಾದ ನಿರ್ಧಾರವನ್ನು ತೆಗೆದುಕೊಳ್ಳಬೇಕಾಗುತ್ತದೆ ಆದರೆ ದ್ವೇಷ ಅಥವಾ ಕೋಪದಿಂದ ಅಲ್ಲ. ಹೊರಗೆ ಏನೇ ಇರಲಿ ಒಳಗಿನಿಂದ ಎಲ್ಲರ ಬಗ್ಗೆಯೂ ಪ್ರೇಮ ಭಾವನೆಯನ್ನು ಇಟ್ಟುಕೊಳ್ಳಬೇಕು. ವಿಶೇಷವಾಗಿ ನೀವು ನಕಾರಾತ್ಮಕವಾಗಿ ನೋಡುವ ಜನರ ಬಗ್ಗೆ; ಯಾರನ್ನು ನೀವು ಇಷ್ಟಪಡುವುದಿಲ್ಲವೋ ಅಥವಾ ಯಾರಲ್ಲಿ ನ್ಯೂನತೆಗಳನ್ನು ನೋಡುತ್ತೀರೋ ಅವರ ಬಗ್ಗೆ

ದಯೆ, ಸಹಾನುಭೂತಿ, ಪ್ರೀತಿಯನ್ನು ಹೊಂದಬೇಕು. ನೀವು ಅವರೆಲ್ಲರನ್ನೂ ಒಬ್ಬೊಬ್ಬರನ್ನಾಗಿ ನಿಮ್ಮ ಕಣ್ಣುಗಳ ಮುಂದೆ, ನಿಮ್ಮ ಧ್ಯಾನ ಕ್ಷೇತ್ರದಲ್ಲಿ ತರಬೇಕು ಮತ್ತು ಅವರ ಮೇಲೆ ಸಹಾನುಭೂತಿ ಮತ್ತು ಪ್ರೀತಿಯ ನೋಟವನ್ನು ಬೀರಬೇಕು. ದೃಷ್ಟಿ ಹರಿಯುವ ಕಡೆಯಲ್ಲೆಲ್ಲಾ ದಯೆ, ಪ್ರೀತಿ ಮತ್ತು ಕರುಣೆಯ ಕಿರಣಗಳು ಮಾತ್ರ ಹೊರಹೊಮ್ಮಬೇಕು, ಈ ಅಭ್ಯಾಸವನ್ನು ರೂಢಿಸಿಕೊಳ್ಳಬೇಕು. ನಿಮ್ಮ ದೃಷ್ಟಿಯಲ್ಲಿಯೇ ಎಲ್ಲರಿಗೂ ಶುಭ ಹಾರೈಕೆಗಳು ಮತ್ತು ಒಳ್ಳೆಯ ಭಾವನೆಗಳು ಮಾತ್ರ ಪ್ರತಿಬಿಂಬಿಸಿದರೆ, ನಿಮ್ಮ ಕಣ್ಣುಗಳು ಯಾರ ಮೇಲೆ ಬೀಳುತ್ತವೆಯೋ ಅವರಿಗಾಗಿ ಹೃದಯದಿಂದ ಪ್ರಾರ್ಥನೆ ಸಲ್ಲಿಸಿದರೆ, ನಿಮ್ಮ ನೋಟವೇ ಧ್ಯಾನವಾಗುತ್ತದೆ.

ಸಲೋನಿ, ನೀನು ನಿನ್ನ ಕೆಲಸದವಳನ್ನು ಅವಳ ತಪ್ಪನ್ನು ತಡೆದು, ಎಚ್ಚರಿಕೆ ನೀಡು, ಅಗತ್ಯವಿದ್ದರೆ ಅವಳನ್ನು ಕೆಲಸದಿಂದ ತೆಗೆದುಹಾಕು. ಇದು ನಿನ್ನ ವ್ಯವಹಾರಿಕ ನಿರ್ಧಾರವಾಗಿರುತ್ತದೆ. ಆದರೆ ಒಳಗಿನಿಂದ, ಅವಳು ವಿಕಾರಗಳಿಂದ ಪೀಡಿತಳಾಗಿದ್ದಾಳೆ, ಆದ್ದರಿಂದ ಅವಳು ದಯೆ, ಸಹಾನುಭೂತಿ ಮತ್ತು ಪ್ರೀತಿಗೆ ಅರ್ಹಳು, ಎಂಬ ಸ್ಪಷ್ಟತೆ ಇರಬೇಕು. ಗದರಿಸುವಾಗಲೂ ಸಹ, ನಿಮ್ಮ ಮನಸ್ಸಿನಲ್ಲಿ ವ್ಯಕ್ತಿಯ ಬಗ್ಗೆ ಒಳ್ಳೆಯ ಭಾವನೆಗಳನ್ನು ಇಟ್ಟುಕೊಳ್ಳಿ. ಅಂದರೆ, ಹೊರಗಿನ ನಿಮ್ಮ ಕರ್ತವ್ಯದಿಂದಾಗಿ ನೀವು ಯಾವುದೇ ನಡವಳಿಕೆಯನ್ನು ಮಾಡಬೇಕಾಗಿದ್ದರೂ, ಇನ್ನೊಬ್ಬ ವ್ಯಕ್ತಿಗೆ 'ನೀನು ಶುದ್ಧ, ನೀನು ದೇವರ ಅಂಶವಾಗಿದ್ದೀ, ನಿನಗೆ ಯಾವಾಗಲೂ ಒಳ್ಳೆಯದಾಗಲಿ, ನಿನ್ನಲ್ಲಿ ದೈವಿಕ ಅಂಶ ಬೆಳೆಯಲಿ' ಎಂಬ ಒಳ್ಳೆಯ ಭಾವನೆಯನ್ನೇ ಕಳುಹಿಸುತ್ತಿರಬೇಕು.

ಹೀಗೆ ಅಭ್ಯಾಸ ಮಾಡುವುದರಿಂದ ಯಾರ ಮೇಲೂ ನಿಮಗೆ ಕೋಪವೇ ಬರುತ್ತಿಲ್ಲ ಎಂಬುದನ್ನು ನೀವು ಕಂಡುಕೊಳ್ಳುವಿರಿ. ನಿಮ್ಮ ಪ್ರತಿಕ್ರಿಯೆಗಳು ಬದಲಾಗಲು ಪ್ರಾರಂಭಿಸುತ್ತವೆ, ನಿಮ್ಮ ಮನಸ್ಸಿನಲ್ಲಿ ಉಂಟಾಗುವ ಕಿರಿಕಿರಿಯು ಕೊನೆಗೊಳ್ಳಲು ಪ್ರಾರಂಭಿಸುತ್ತದೆ. ನೀವು ಒಳಗಿನಿಂದಲೇ ಶುದ್ಧ, ಬುದ್ಧ ಮತ್ತು ಪವಿತ್ರರಾಗತೊಡಗುತ್ತೀರಿ ಮತ್ತು ಇದೇ ರೀತಿಯ ಮೌಲ್ಯಗಳು ನಿಮ್ಮ ಮಗುವಿನಲ್ಲಿ ಜನ್ಮಸಿದ್ಧವಾಗಿ ಬರುತ್ತವೆ.

ಗಾಯತ್ರಿ ಆಂಟಿ, ಕರುಣೆ ಮತ್ತು ಪ್ರೀತಿಯ ನೋಟದ ಮಹತ್ವವನ್ನು ವಿವರಿಸಿದ ನಂತರ, ನಾಲ್ವರೂ ಸ್ವಲ್ಪ ಸಮಯದವರೆಗೆ ಈ ಧ್ಯಾನವನ್ನು ಮಾಡಿದರು, ಅದರಲ್ಲಿ ಒಬ್ಬೊಬ್ಬರನ್ನಾಗಿ ಕೆಲವು ಜನರನ್ನು, ತಮ್ಮನ್ನು ಮತ್ತು ಬರಲಿರುವ ಮಗುವನ್ನು ತಮ್ಮ ಧ್ಯಾನ ಕ್ಷೇತ್ರಕ್ಕೆ ಕರೆತಂದು ಪ್ರೀತಿ ಮತ್ತು ಕರುಣೆಯ ನೋಟವನ್ನು ಅವರ ಮೇಲೆ ಬೀರಿದರು. ಸಲೋನಿ ಕೂಡ ತನ್ನ ಮನೆಗೆಲಸದವಳನ್ನು ಕರುಣೆಯಿಂದ ನೋಡಿದಳು, ಅವಳ ಬಗ್ಗೆ ಮನಸ್ಸಿನಲ್ಲಿ ಒಳ್ಳೆಯ ಆಲೋಚನೆಗಳನ್ನು ತಂದುಕೊಂಡಳು. ಇದರಿಂದ ಅವಳ ಕೋಪವು ದೂರವಾಯಿತು ಮತ್ತು ಅವಳು ತನ್ನಲ್ಲಿ ಒಳ್ಳೆಯತನವನ್ನು ಗಮನಿಸಿದಳು.

ಮನೀಷ್– ನನಗೆ ತುಂಬಾ ಇಷ್ಟವಾಯಿತು ಆಂಟಿ. ಮನದಲ್ಲಿದ್ದ ಕಹಿಯೆಲ್ಲ ತೊಳೆದಂತೆ ಭಾಸವಾಯಿತು. ನಾವು ಸ್ಪಷ್ಟವಾದ, ಸ್ವಚ್ಛ ದೈವಿಕ ಬೆಳಕಿನ ಕಾರಂಜಿಯಲ್ಲಿ ಸ್ನಾನ ಮಾಡಿದೆವು.

ಗಾಯತ್ರಿ– ಹೌದು, ತುಂಬಾ ಚೆನ್ನಾಗಿದೆ. ಈಗ ನಾವು ಪ್ರಾರ್ಥನೆಯ ಉನ್ನತ ಮಟ್ಟಕ್ಕೆ ಹೋಗಬೇಕು, ಅದನ್ನು ಪರಿಪೂರ್ಣಗೊಳಿಸಬೇಕು.

ಮಧು– ಅರೆ! ಇನ್ನೂ ಏನಾದರೂ ಮಾಡುವುದು ಉಳಿದಿದೆಯೇ? ಮಧುವಿನೊಂದಿಗೆ ಎಲ್ಲರಿಗೂ ಆಶ್ಚರ್ಯವಾಯಿತು. ಇದನ್ನು ನೋಡಿ ಗಾಯತ್ರಿ ಆಂಟಿ ನಗಲು ಪ್ರಾರಂಭಿಸಿದರು.

ಗಾಯತ್ರಿ– ಅರೆ ಅರೆ ಚಿಂತಿಸಬೇಡಿ, ಇನ್ನೇನೂ ಹೆಚ್ಚು ಮಾಡುವುದು ಬಾಕಿ ಇಲ್ಲ. ನಿಮ್ಮ ಪ್ರಾರ್ಥನೆಯಲ್ಲಿ ಪೂರ್ಣ ಭಾವದಿಂದ ಕೇವಲ ಒಂದು ವಿಷಯವನ್ನು ಸೇರಿಸಿಕೊಳ್ಳಬೇಕು. ಅದೇನೆಂದರೆ, ನಿಮಗಾಗಿ ಅಥವಾ ನಿಮ್ಮ ಮಗುವಿಗೆ ನೀವು ಪ್ರಾರ್ಥಿಸಿದಾಗಲೆಲ್ಲಾ, ಇತರರನ್ನೂ ಅದರಲ್ಲಿ ಸೇರಿಸಿಕೊಳ್ಳಿ. ಇದರಿಂದ ಪ್ರಾರ್ಥನೆಯು ಅತ್ಯುನ್ನತ ಮಟ್ಟವನ್ನು ತಲುಪುತ್ತದೆ ಮತ್ತು ಪರಿಪೂರ್ಣವಾಗುತ್ತದೆ.

ಉದಾಹರಣೆಗೆ, ನೀವು 'ಓ ದೇವರೇ! ನನ್ನ ಮಗು ಆರೋಗ್ಯವಾಗಿರಲಿ'. ಎಂದು ಪ್ರಾರ್ಥಿಸುತ್ತೀರಿ.

ಅದನ್ನು ಹೀಗೆ ಹೇಳಿ – 'ಓ ದೇವರೇ! ನನ್ನ ಮಗುವಿಗೆ ಉತ್ತಮ ಆರೋಗ್ಯ ಸಿಗಲಿ ಮತ್ತು ಎಲ್ಲ ಮಕ್ಕಳೂ ಉತ್ತಮ ಆರೋಗ್ಯ ಹೊಂದಲಿ'.

ನೀವು ಈ ರೀತಿ ಪ್ರಾರ್ಥಿಸುತ್ತಿದ್ದರೆ, 'ಓ ದೇವರೇ! ನನಗೆ ಗೌರವ, ಪ್ರತಿಷ್ಠೆ ಮತ್ತು ಸಮೃದ್ಧಿ ಸಿಗಲಿ'

ಅದನ್ನು ಹೀಗೆ ಹೇಳಿ – 'ಓ ದೇವರೇ! ನನಗೆ ಗೌರವ, ಪ್ರತಿಷ್ಠೆ ಮತ್ತು ಸಮೃದ್ಧಿ ಸಿಗಲಿ, ಮತ್ತು ಎಲ್ಲರಿಗೂ ಗೌರವ, ಪ್ರತಿಷ್ಠೆ ಮತ್ತು ಸಮೃದ್ಧಿ ಸಿಗಲಿ.

ನೀವು ಈ ರೀತಿ ಕೇಳಿಕೊಳ್ಳುತ್ತಿದ್ದರೆ, 'ಓ ದೇವರೇ! ನನ್ನ ಜೀವನದಲ್ಲಿ ಸತ್ಯದ ಬೆಳಕು ಇರಲಿ, ನನಗೆ ಸದ್ಬುದ್ಧಿಯನ್ನು ಕರುಣಿಸು'.

ಅದನ್ನು ಹೀಗೆ ಕೇಳಿ– 'ಓ ದೇವರೇ! ನನ್ನ ಜೀವನದಲ್ಲಿ ಸತ್ಯದ ಬೆಳಕು ಇರಲಿ, ನನಗೆ ಸದ್ಬುದ್ಧಿಯನ್ನು ಕರುಣಿಸು ಮತ್ತು ಪ್ರತಿಯೊಬ್ಬರ ಜೀವನದಲ್ಲಿ ಸತ್ಯದ ಬೆಳಕು ಇರಲಿ, ಎಲ್ಲರಿಗೂ ಸದ್ಬುದ್ಧಿಯನ್ನು ಕರುಣಿಸು'.

ಈ ರೀತಿಯಾಗಿ, ನಿಮ್ಮ ಪ್ರಾರ್ಥನೆಯಲ್ಲಿ ಎಲ್ಲರನ್ನೂ ಸೇರಿಸಿ. ಎಲ್ಲರಿಗೂ ಶುಭವಾಗಲಿ. ಎಲ್ಲರಿಗೂ ಜ್ಞಾನ, ಭಕ್ತಿ, ಸಮೃದ್ಧಿ, ಆರೋಗ್ಯ, ಸದ್ಗುಣಗಳು ಸಿಗಲಿ. ಇದು ನಿಮ್ಮ ವೈಯಕ್ತಿಕ ಪ್ರಾರ್ಥನೆಯನ್ನು ಸಾರ್ವಜನಿಕ ಕಲ್ಯಾಣಕ್ಕಾಗಿ, ನಿಸ್ವಾರ್ಥ ಪ್ರಾರ್ಥನೆಯನ್ನಾಗಿ ಮಾಡುತ್ತದೆ. ಪ್ರತಿಯೊಬ್ಬರ ಯೋಗಕ್ಷೇಮವನ್ನು ಬಯಸುವ ಮೌಲ್ಯಗಳು ಮೊದಲಿನಿಂದಲೂ ಮಗುವಿನಲ್ಲಿ ಅಳವಡಿಸಲ್ಪಡುತ್ತವೆ, ಇದರಿಂದಾಗಿ ಭೂಮಿಯ ಮೇಲಿನ ಅದರ ಅಸ್ತಿತ್ವವು ಅದ್ಭುತಗಳನ್ನು ಮಾಡುತ್ತದೆ. ಅದರ ಜೀವನ ಸಾರ್ಥಕವಾಗುತ್ತದೆ. ಆ ಮಗು ಇಡೀ ಜಗತ್ತಿಗೆ ಶಾಂತಿ, ಪ್ರೀತಿ ಮತ್ತು ಸದ್ಭಾವನೆಯನ್ನು ತರಲು ಸಾಧನವಾಗುತ್ತದೆ.

ಸಲೋನಿ– ಆಂಟಿ, ಇವತ್ತಿನ ಕ್ಲಾಸ್ ನನಗೆ ತುಂಬಾ ಕಲಿಸಿದೆ. ನಾನು ಯಾವಾಗಲೂ ಇತರರಿಗಾಗಿ ಏನನ್ನಾದರೂ ಮಾಡಲು ಬಯಸುತ್ತಿದ್ದೆ ಆದರೆ ಏನು ಮತ್ತು ಹೇಗೆ ಮಾಡಬೇಕೆಂದು ತಿಳಿದಿರಲಿಲ್ಲ. ಕೆಲವೊಮ್ಮೆ ಸಂಪನ್ಮೂಲಗಳ ಕೊರತೆ, ಕೆಲವೊಮ್ಮೆ ಸಮಯ, ಕೆಲವೊಮ್ಮೆ ಅವಕಾಶಗಳು ಕಾಣಿಸುತ್ತಿರಲಿಲ್ಲ... ಆದರೆ ಇಂದು ನೀವು ನನಗೆ ಕಲಿಸಿದ ಎಲ್ಲವೂ ತುಂಬಾ ಸುಲಭವಾಗಿದೆ. ನಮ್ಮ ದೃಷ್ಟಿ ಮತ್ತು ನಮ್ಮ ಪ್ರಾರ್ಥನೆಗಳಿಂದ ನಾವು ಇತರರ ಜೀವನದಲ್ಲಿ ಸಕಾರಾತ್ಮಕ ಬದಲಾವಣೆಗಳನ್ನು ತರಬಹುದು. ಎಲ್ಲರೂ ಹೀಗೆ ಯೋಚಿಸಿದರೆ ಈ ಜಗತ್ತು ಎಷ್ಟು ಸುಂದರವಾಗಬಹುದು ಅಲ್ಲವೆ!

ಗಾಯತ್ರಿ– ಹೌದು. ಇದನ್ನು ನಮ್ಮಿಂದಲೇ ಆರಂಭಿಸಬೇಕು, ನಮ್ಮ ದೃಷ್ಟಿ, ನಮ್ಮ ದೃಷ್ಟಿಕೋನವನ್ನು ಬದಲಾಯಿಸುವ ಮೂಲಕ ಮತ್ತು ಈ ಜಗತ್ತಿಗೆ ಸಾತ್ವಿಕ ಮಕ್ಕಳನ್ನು ನೀಡುವ ಮೂಲಕ.

ಎಲ್ಲರ ಮುಖದಲ್ಲೂ ಶಾಂತಿ, ನಿಮ್ಮದಿ ಮೂಡಿತ್ತು. ಅದನ್ನು ಮಧು ಮತ್ತು ಸಲೋನಿಯ ಗರ್ಭಸ್ಥ ಮಕ್ಕಳೂ ಕೂಡ ಅನುಭವಿಸುತ್ತಿದ್ದವು.

ಮನನ ಬಿಂದು...

* ನಿಮ್ಮ ಮಗು ಉತ್ತಮ ಮನುಷ್ಯನಾಗಲು, ಈ ಜಗತ್ತಿನ ಪ್ರತಿಯೊಂದು ಜೀವಿಯನ್ನೂ ಪ್ರೀತಿ, ಕರುಣೆಯಿಂದ ನೋಡುವ ಸಂಸ್ಕೃತಿಯನ್ನು ಮಗುವಿನಲ್ಲಿ ಮೂಡಿಸಬೇಕು.
* ಇದಕ್ಕಾಗಿ, ಪೋಷಕರು ವಿಷಯಗಳನ್ನು ನೋಡುವ ವಿಧಾನವನ್ನು ಬದಲಾಯಿಸಬೇಕು. ಅವರು ಯಾರನ್ನು ನೋಡುತ್ತಾರೋ – ಅವರನ್ನು ಪ್ರೀತಿ, ದಯೆ ಮತ್ತು ಸಹಾನುಭೂತಿಯಿಂದ ನೋಡಬೇಕು. ಈ ರೀತಿಯಾಗಿ ಅವರ ದೃಷ್ಟಿಯೇ ಧ್ಯಾನ ಮತ್ತು ಪ್ರಾರ್ಥನೆ ಆಗುತ್ತದೆ.
* ಇತರರನ್ನು, ತನ್ನ ಮಗುವನ್ನು ಮತ್ತು ತನ್ನನ್ನು ಸಹ ಇದೇ ದೃಷ್ಟಿಯಿಂದ ನೋಡುವ ಮೂಲಕ ಗುಣಪಡಿಸಬೇಕು.
* ನೀವು ಇಷ್ಟಪಡದ ಅಥವಾ ಕೋಪಗೊಳ್ಳುವ ಜನರನ್ನು ನೀವು ನಿಮ್ಮ ಧ್ಯಾನ ಕ್ಷೇತ್ರಕ್ಕೆ ಕರೆತಂದು ಅವರನ್ನು ಪ್ರೀತಿ, ದಯೆ ಮತ್ತು ಸಹಾನುಭೂತಿಯಿಂದ ನೋಡಬೇಕು.
* ನಮ್ಮ ಪ್ರಾರ್ಥನೆಯಲ್ಲಿ ಇತರರನ್ನೂ ಸೇರಿಸಿಕೊಳ್ಳುವುದರ ಮೂಲಕ ಆ ಪ್ರಾರ್ಥನೆಯ ಶಕ್ತಿಯನ್ನು ಹೆಚ್ಚಿಸಬೇಕು, ನಾವು ಅದನ್ನು ನಿಸ್ವಾರ್ಥಗೊಳಿಸಬೇಕು ಮತ್ತು ಎಲ್ಲರ ಕಲ್ಯಾಣಕ್ಕಾಗಿ ಪ್ರಾರ್ಥಿಸಬೇಕು. ಇದರಿಂದ ಬರುವ ಮಗು ಇಡೀ ಜಗತ್ತಿನಲ್ಲಿ ಶಾಂತಿ, ಪ್ರೀತಿ ಮತ್ತು ಸದ್ಭಾವನೆಯನ್ನು ತರಲು ಸಾಧನವಾಗುತ್ತದೆ.

ಅಧ್ಯಾಯ 20

ನಿಮ್ಮ ಪೆನ್ ಡ್ರೈವ್ ಹೇಗಿರಬೇಕು

ನೀವು ಸ್ವಯಂ ಖಾಲಿಯಾಗಿ ನಿಮ್ಮ ಮಗುವಿಗೆ ಪೇಯ್ಸ್ ಫ್ರೀ ಮಾಡಿರಿ

ಇಂದು ಸಲೋನಿ ಮತ್ತು ಗಾಯತ್ರಿ ಅವರ ಕಟ್ಟಡದಲ್ಲಿ ವಾಸಿಸುವ ಶ್ರೀಮತಿ ಸೇಠಿ ಅವರ ಮನೆಯಲ್ಲಿ ಪೂಜೆಯನ್ನು ಆಯೋಜಿಸಲಾಗಿತ್ತು. ಗಾಯತ್ರಿ, ಸಲೋನಿ ಮತ್ತು ಮಧು ಮೂವರೂ ಅಲ್ಲಿಗೆ ಹೋಗಿದ್ದರು. ಪೂಜೆಯ ನಂತರ ಚಹಾ ಮತ್ತು ಉಪಹಾರ ನಡೆಯುತ್ತಿತ್ತು. ಸಲೋನಿ ಉತ್ಸಾಹದಿಂದ ಸೇಠಿ ಆಂಟಿಗೆ ಗಾಯತ್ರಿ ಆಂಟಿಯ ಗರ್ಭ ಸಂಸ್ಕಾರ ತರಗತಿಗಳ ಬಗ್ಗೆ ಹೇಳಿದಳು. ಮತ್ತು ಗಾಯತ್ರಿ ಆಂಟಿಯ ಮಾತುಗಳು ಅವಳ ಜೀವನದಲ್ಲಿ ಎಷ್ಟು ಸಕಾರಾತ್ಮಕ ಬದಲಾವಣೆಯನ್ನು ತಂದವು, ಜಗತ್ತು ತುಂಬಾ ಸುಂದರವಾಗಿ ಕಾಣತೊಡಗಿತು, ಇಡೀ ದೃಷ್ಟಿಕೋನವೇ ಬದಲಾಯಿತು ಮತ್ತು ಈಗ ತನ್ನ ಭವಿಷ್ಯದ ಮಗುವಿಗೆ ಉತ್ತಮ ಜೀವನ ಮತ್ತು ಪಾಲನೆ ಸಿಗುತ್ತದೆ ಎಂಬ ಭರವಸೆ ಅವಳಲ್ಲಿ ಮೂಡಿದೆ ಎಂದು ಸಹ ಹೇಳಿದಳು.

ಈ ವಿಷಯಗಳನ್ನು ಕೇಳಿದ ಸೇಠಿ ಆಂಟಿ ಸಂಪೂರ್ಣವಾಗಿ ವಿರುದ್ಧವಾದ ಪ್ರತಿಕ್ರಿಯೆಯನ್ನು ನೀಡಿದರು. ಅವರು ನಗುತ್ತಾ ಹೇಳಿದರು, ಮನಸ್ಸನ್ನು ರಂಜಿಸಲು ಗಾಲಿಬ್‌ನ ಕವನ ಚೆನ್ನಾಗಿದೆ.

ಸಲೋನಿ– ನಿಮ್ಮ ಮಾತಿನ ಅರ್ಥವೇನು ಆಂಟಿ?

ಸೇಠಿ ಆಂಟಿ– ಬೆಕ್ಕನ್ನು ನೋಡಿ ಪಾರಿವಾಳ ಕಣ್ಣು ಮುಚ್ಚಿ ಕುಳಿತರೆ ಬೆಕ್ಕು ಇಲ್ಲ ಎಂದಲ್ಲ. ಅದಕ್ಕೆ ಅಪಾಯವಿಲ್ಲ ಎಂದಲ್ಲ! ನಿಮಗೆ ಇಲ್ಲಿ ಕಣ್ಣು ಮುಚ್ಚಿಕೊಳ್ಳುವುದನ್ನಷ್ಟೇ ಹೇಳಿಕೊಡುತ್ತಿದ್ದಾರೆ. ಈ ಸಕಾರಾತ್ಮಕತೆ, ಪ್ರೀತಿ ಮತ್ತು ಕರುಣೆಯ ಮಾತುಗಳು ಬರೀ ಭ್ರಮೆ. ಈಗಿನ ಕಾಲದಲ್ಲಿ ಹೊರಗಿನವರನ್ನು ಬಿಡು ಸಂಬಂಧಿಕರೂ ಜೊತೆಯಲ್ಲಿ ಇರುವುದಿಲ್ಲ.

ಮಕ್ಕಳು ಕೂಡ ದೊಡ್ಡವರಾದ ಮೇಲೆ ತಂದೆ–ತಾಯಿಯನ್ನು ಬಿಟ್ಟು ಹೋಗುತ್ತಾರೆ. ನೀವು ಅವರಿಗಾಗಿ ಹಾತೊರೆಯುತ್ತೀರಿ, ಅವರು ಹಿಂತಿರುಗಿ ನೋಡುವುದಿಲ್ಲ. ನನ್ನ ಮಕ್ಕಳನ್ನು ನೋಡಿ ಇಬ್ಬರೂ ವಿದೇಶಕ್ಕೆ ಹೋಗಿದ್ದಾರೆ, ನಾವಿಲ್ಲಿ ಒಬ್ಬರೇ ಎಲ್ಲ ಹಬ್ಬಗಳನ್ನು ಆಚರಿಸುತ್ತಿದ್ದೇವೆ.

ಸೇಠಿ ಅಂಕಲ್– ನೀವು ಹೊಟ್ಟೆಯಲ್ಲಿರುವ ಮಕ್ಕಳಿಗೆ ಎಷ್ಟು ಮೌಲ್ಯಗಳನ್ನು ನೀಡಿದರೂ ಅವರು ಈ ಜಗತ್ತಿನಲ್ಲಿ ಏನು ನೋಡುತ್ತಾರೋ ಅದನ್ನೇ ಕಲಿಯುತ್ತಾರೆ ಮತ್ತು ಇಂದಿನ ದಿನಗಳಲ್ಲಿ ಏನಾಗುತ್ತದೆಯೋ ಅದನ್ನೇ ಮಾಡುತ್ತಾರೆ. ಹಿಂದಿನಿಂದ ಬಂದ ಸೇಠಿ ಅಂಕಲ್, ಆಂಟಿಯ ಮಾತಿಗೆ ತಮ್ಮ ಧ್ವನಿ ಸೇರಿಸಿದರು.

ಇದನ್ನು ಕೇಳಿ ಸಲೋನಿ ಸುಮ್ಮನಾದಳು. ವಿದೇಶದಲ್ಲಿರುವ ತನ್ನ ಮಕ್ಕಳ ಮೇಲೆ ಆಂಟಿ–ಅಂಕಲ್‌ಗೆ ಕೋಪವಿದೆ ಎಂದು ಅವಳಿಗೆ ಮೊದಲೇ ಗೊತ್ತಿತ್ತು. ಜೊತೆಗೆ ಆಂಟಿ ಎಲ್ಲರನ್ನೂ ಅನುಮಾನಿಸುತ್ತಲೇ ಇರುತ್ತಾರೆ. ಅವಳ ಕೆಲಸದವಳೇ ಆಂಟಿಯ ಮನೆಯಲ್ಲಿಯೂ ಕೆಲಸ ಮಾಡುತ್ತಾಳೆ. ಆಕೆ ತಾನು ಕೆಲಸ ಮಾಡುತ್ತಿರುವಾಗ ಆಂಟಿ ತನ್ನನ್ನೇ ಸದಾ ಗಮನಿಸುತ್ತಿರುತ್ತಾರೆ ಎಂದು ಹೇಳುತ್ತಾಳೆ. ಕೆಲಸದವಳು ಏನನ್ನಾದರೂ ಕದಿಯಬಹುದು ಎಂಬುದು ಅವರ ಅನುಮಾನ. ಯಾರನ್ನೂ ನಂಬುವುದಿಲ್ಲ, ಯಾರನ್ನೂ ಪ್ರೀತಿಸುವುದಿಲ್ಲ, ಬೇರೊಬ್ಬರ ಬಗ್ಗೆಯೂ ಕೆಟ್ಟದಾಗಿ ಮಾತನಾಡುತ್ತಾರೆ, ಎಲ್ಲರನ್ನೂ ಶಪಿಸುತ್ತಲಿರುತ್ತಾರೆ. ಅವರು ಪೂಜೆಯಲ್ಲಿ ಮನಸ್ಸಿನ ಶಾಂತಿಯನ್ನು ಹುಡುಕುತ್ತಾರೆ ಆದರೆ ವಾಸ್ತವದಲ್ಲಿ ತುಂಬಾ ಅಶಾಂತರಾಗಿದ್ದಾರೆ ಎಂಬುದು ಸಹ ಅವಳಿಗೆ ತಿಳಿದ ವಿಷಯವೇ.

ಈ ಸಮಯದಲ್ಲಿ ಸಲೋನಿಗೆ ಅವರಿಗೆ ಏನನ್ನೂ ಹೇಳುವುದು ಸರಿಯೆನಿಸಲಿಲ್ಲ. ಪೂಜೆಯ ನಂತರ ಗಾಯತ್ರಿ, ಮಧು ಮತ್ತು ಸಲೋನಿ ಅಪಾರ್ಟ್ಮೆಂಟಿನ ತೋಟದಲ್ಲಿ ವಿಹಾರಕ್ಕೆ ಬಂದರು. ಸಲೋನಿ ಮೌನವಾಗಿದ್ದಳು. ಬಹುಶಃ ಸೇಠಿ ಆಂಟಿಯ ಮಾತಿನ ಬಗ್ಗೆ ಇನ್ನೂ ಯೋಚಿಸುತ್ತಿದ್ದಳು. ಗಾಯತ್ರಿ ಆಂಟಿಗೆ ಅವಳ ಮನಸ್ಥಿತಿ ಅರ್ಥವಾಗಿತ್ತು.

ಗಾಯತ್ರಿ– ನಾನೊಂದು ಕಥೆ ಹೇಳುತ್ತೇನೆ. ಪೆನ್ ಮತ್ತು ಪೆನ್ಸಿಲ್‌ನ ಕಥೆ. ಒಂದು ಪೆನ್ನು ಮತ್ತು ಒಂದು ಪೆನ್ಸಿಲ್ ಇತ್ತು. ಎರಡೂ ಲೈಬ್ರರಿಯಲ್ಲಿ ಭೇಟಿಯಾದವು. ಒಬ್ಬರೂ ಭೇಟಿಯಾಗಿ ಮಾತನಾಡಿದ ಮೇಲೆ ಅವರಿಗೆ ತಮ್ಮಲ್ಲಿ ಬಹಳಷ್ಟು ಸಾಮ್ಯತೆಗಳಿವೆ ಎಂಬುದು ಅರಿವಿಗೆ ಬಂತು. ಇಬ್ಬರಲ್ಲೂ 'ಪೆನ್' ಎಂಬುದು ಸಾಮಾನ್ಯವಾಗಿದೆ ಎಂದು ಕಂಡುಬಂತು. ಇದರ ಆಧಾರದ ಮೇಲೆ ಪರಸ್ಪರ ವಿವಾಹ ಮಾಡಿಕೊಂಡರು. ಹೀಗಾಗುತ್ತದೆ ಅಲ್ಲವೇ? ಇಬ್ಬರು ವ್ಯಕ್ತಿಗಳು ಭೇಟಿಯಾಗುತ್ತಾರೆ, ಇಬ್ಬರಲ್ಲೂ ಒಂದಿಷ್ಟು ಅಭ್ಯಾಸಗಳು, ಇಷ್ಟ–ಕಷ್ಟಗಳು ಸಾಮಾನ್ಯವಾಗಿದ್ದರೆ, ಆಗ ಅವರು, 'ನಮ್ಮಲ್ಲಿ ಸಾಕಷ್ಟು ಹೋಲಿಕೆಗಳಿವೆ, ಇದು ಪರ್ಫೆಕ್ಟ್ ಮ್ಯಾಚ್, ಮದುವೆ ಆಗೋಣ' ಎಂದು ಯೋಚಿಸುತ್ತಾರೆ. ಅದೇ ರೀತಿ ಪೆನ್ನು ಮತ್ತು ಪೆನ್ಸಿಲ್ ಹಾಗೆಯೇ ಮಾಡಿದವು. ಅವು ಮದುವೆಯಾದವು. ಈಗ ಮದುವೆಯ ನಂತರ ತಂತಮ್ಮ 'ಪೇಯ್ನ್'(ನೋವು)ಗೆ ಔಷಧಿಯಾಗುವ ಅವಕಾಶವಿತ್ತು. ಆದರೆ ಔಷಧಿಯನ್ನು ತಯಾರಿಸುವ ಮೊದಲು ಅವೆರಡೂ ಸೇರಿ ಪೆನ್‌ಡ್ರೈವ್ ತಯಾರು ಮಾಡಿದವು. ನೀವು ಡೇಟಾವನ್ನು ಸಂಗ್ರಹಿಸುವ ಪೆನ್‌ಡ್ರೈವ್ ನಿಮಗೆ ತಿಳಿದಿದೆಯಲ್ಲವೇ? ಪ್ರಮುಖ ಪತ್ರಗಳು, ವೀಡಿಯೊಗಳು, ಆಡಿಯೊಗಳು, ಫೋಟೋಗಳು... ಯಾವುದಾದರೂ ಅದರಲ್ಲಿ ಸಂಗ್ರಹಿಸಬಹುದು. ಅವುಗಳು ಸಾಮಾನ್ಯ ಪೆನ್‌ಡ್ರೈವ್ ಅನ್ನು ರಚಿಸಿದವು ಮತ್ತು ಅದರಲ್ಲಿ ಸಂಪೂರ್ಣವಾಗಿ 'ಪೇಯ್ನ್'(ನೋವು)ನ್ನು ತುಂಬಿಸಿದವು. ಈಗ ಈ ಪೆನ್‌ಡ್ರೈವ್ ಅನ್ನು ಅವರ ಮಗುವಿಗೆ ವರ್ಗಾಯಿಸಲಾಯಿತು ಏಕೆಂದರೆ ಗರ್ಭಾವಸ್ಥೆಯಲ್ಲಿ ವೀಕ್ಷಿಸುತ್ತಿದ್ದ, ಓದುತ್ತಿದ್ದ ಮತ್ತು ಕೇಳುತ್ತಿದ್ದ

ಅದೇ ವಿಷಯಗಳನ್ನು ಪೆನ್‌ಡ್ರೈವ್‌ನಲ್ಲಿ ಸಂಗ್ರಹಿಸಲಾಗಿತ್ತು. 'ಪೇಯ್ನ್'ಗೆ ಔಷಧಿ ಮಾಡಿದ್ದರೆ ಆ ಮಗು ತನ್ನ ಪೇಯ್ನ್ ನಿಂದ ಮುಕ್ತಿ ಪಡೆಯುತ್ತಿತ್ತು. ಆದರೆ ಮಗುವಿಗೆ ಅದರದ್ದಲ್ಲದ 'ಪೇಯ್ನ್' ಕೊಟ್ಟರು, ಅದೂ ಗರ್ಭಾವಸ್ಥೆಯಲ್ಲಿ.

ಮಧು– ನನಗೆ ಅರ್ಥವಾಗುತ್ತಿಲ್ಲ ಆಂಟಿ, ಏನು ಹೇಳಲು ಹೊರಟಿದ್ದೀರಿ? ಪೆನ್ನು ಮತ್ತು ಪೆನ್ಸಿಲ್ ಹೆಸರಿನಲ್ಲಿ ನೀವು ಏನನ್ನೋ ವಿವರಿಸಲು ಪ್ರಯತ್ನಿಸುತ್ತಿದ್ದೀರಿ ಎಂದಷ್ಟೇ ನನಗೆ ಅರ್ಥವಾಗುತ್ತಿದೆ.

ಸಲೋನಿ– ಈ ಕಥೆಯ ಪೆನ್–ಪೆನ್ಸಿಲ್‌ಗಳು ಯಾರೆಂದು ನನಗೆ ಸ್ವಲ್ಪ ಅರ್ಥವಾಗುತ್ತಿದೆ. ಈ ಹಿಂದೆ ವಿಶಾಲ್ ಮತ್ತು ನಾನು ಕೂಡ ಹೀಗೆಯೇ ಇದ್ದೆವು, 'ಪೇಯ್ನ್' ಗಳನ್ನು ತುಂಬಿಕೊಂಡು... ಇದನ್ನು ಹೇಳಿ ಸಲೋನಿ ನಗತೊಡಗಿದಳು.

ಗಾಯತ್ರಿ– ನೋಡು, ಮದುವೆಯಲ್ಲಿ ಇಬ್ಬರು ಸೇರುತ್ತಾರೆ. ಇಬ್ಬರಿಗೂ ಅವರದೇ ಆದ ಆಲೋಚನೆಗಳು ಮತ್ತು ನಂಬಿಕೆಗಳಿರುತ್ತವೆ. ಜೀವನವನ್ನು ನೋಡುವ... ಜಗತ್ತನ್ನು ನೋಡುವ... ತಮ್ಮದೇ ಆದ ದೃಷ್ಟಿಕೋನವಿರುತ್ತದೆ. ಅವುಗಳಲ್ಲಿ ಕೆಲವು ಸಕಾರಾತ್ಮಕ ಮತ್ತು ಕೆಲವು ನಕಾರಾತ್ಮಕವಾಗಿರುತ್ತವೆ. ಈಗ ನಕಾರಾತ್ಮಕ ಆಲೋಚನೆಗಳನ್ನು ಹೊಂದಿರುವ ಇಬ್ಬರು ಸೇರಿದರೆ ಏನಾಗುತ್ತದೆ? ಅವರು ಅದೇ ನಕಾರಾತ್ಮಕವಾದ, ನಿರಾಶೆಯಿಂದ ಕೂಡಿದ ಮಾತುಗಳನ್ನು ಆಡುತ್ತಾರೆ... ಮತ್ತು ಜಗತ್ತು ಹೀಗಿಯೇ ಇದೆ ಎಂಬ ಪದಗಳಿಂದ ಅಭಿಪ್ರಾಯದ ಮುದ್ರೆ ಹಾಕುತ್ತಾರೆ.

ತಮ್ಮ ಆಲೋಚನೆಯ ಮೇಲೆ ಕೆಲಸ ಮಾಡುವ ಬದಲು, ಅವರು 'ಜಗತ್ತು ಕೆಟ್ಟದಾಗಿದೆ, ಜನರು ಕೆಟ್ಟವರು, ಎಲ್ಲರೂ ಆಸೆ ಬುರುಕರು, ಸುಳ್ಳುಗಾರರು, ಮೋಸಗಾರರು' ಎಂಬ ತಮ್ಮ ನಂಬಿಕೆಯನ್ನು ಮತ್ತಷ್ಟು ಗಟ್ಟಿಗೊಳಿಸುತ್ತಾರೆ. 'ಮಕ್ಕಳು ದೊಡ್ಡವರಾದಾಗ ತಮ್ಮ ತಂದೆ–ತಾಯಿಯನ್ನು ನೋಡಿಕೊಳ್ಳುವುದಿಲ್ಲ, ಅವರನ್ನು ಮರೆತುಬಿಡುತ್ತಾರೆ. ಯಾವುದೇ ಸಂಬಂಧಿಕರು ಸಮಯಕ್ಕೆ ಉಪಯುಕ್ತವಾಗುವುದಿಲ್ಲ, ಈ ಜಗತ್ತಿನಲ್ಲಿ ಬದುಕಲು ಚಾಲಾಕಿತನ ಅಗತ್ಯ. ಒಳ್ಳೆಯ ವ್ಯಕ್ತಿ ಎನ್ನುವವರು ಯಾರೂ ಇಲ್ಲ, ಯಾರನ್ನೂ ನಂಬಬೇಡಿ...' ಅವರು ಇಂತಹ ಅನೇಕ ಅಪನಂಬಿಕೆಗಳು, ನೋವುಗಳು ಮತ್ತು ತಪ್ಪು ನಂಬಿಕೆಗಳನ್ನು ಇಟ್ಟುಕೊಂಡಿರುತ್ತಾರೆ ಮತ್ತು ಅವುಗಳನ್ನು ತಮ್ಮ ಮಕ್ಕಳಿಗೆ ವರ್ಗಾಯಿಸುತ್ತಾರೆ.

ಮನೆಯಲ್ಲಿರುವ ಇಬ್ಬರಲ್ಲಿ ಒಬ್ಬರಾದರೂ ಸಕಾರಾತ್ಮಕವಾಗಿದ್ದರೆ, ಅವರು ಇನ್ನೊಬ್ಬರು ಸುಧಾರಿಸುವ ಸಾಧ್ಯತೆಗಳಿರುತ್ತವೆ, ಏಕೆಂದರೆ ಅವರು ಇನ್ನೊಬ್ಬರನ್ನು ತಡೆಯುತ್ತಾರೆ, ಅವರಿಗೆ ತಿಳಿಹೇಳುತ್ತಾರೆ... ಆದರೆ ಇಬ್ಬರ ಆಲೋಚನೆಯೂ ನಕಾರಾತ್ಮಕವೇ ಆಗಿದ್ದರೆ ಅವರ ಪೆನ್‌ಡ್ರೈವ್ ಅಂದರೆ ಮೆಮೊರಿ, ನಂಬಿಕೆಯ ವ್ಯವಸ್ಥೆ ಅದೇ ಆಗಿರುತ್ತದೆ, ಅದೇ ರೀತಿಯ ಆಲೋಚನೆಗಳಿಂದ ತುಂಬಿರುತ್ತದೆ. ಪರಿಣಾಮವಾಗಿ, ಮಗು ಹುಟ್ಟಿನಿಂದಲೇ ಅದೇ ವಾತಾವರಣವನ್ನು ಪಡೆಯುತ್ತದೆ. ಅದು ಕೂಡ ಅದೇ ಅಥವಾ ಇನ್ನೂ ಹೆಚ್ಚಿನ 'ಪೇಯ್ನ್' ಗಳಿಂದ(ದುಃಖ, ನೋವು, ನಿರಾಶೆ, ಅಪನಂಬಿಕೆ, ಅನುಮಾನ, ನಕಾರಾತ್ಮಕತೆ...)ತುಂಬಿದ ಮತ್ತೊಂದು ಪೆನ್ ಅಥವಾ ಪೆನ್ಸಿಲ್ ಆಗುತ್ತದೆ. ಆದ್ದರಿಂದ, ಮಗು ಬರುವ ಮೊದಲು ನಿಮ್ಮ ಪೆನ್‌ಡ್ರೈವ್ ಅನ್ನು ಖಾಲಿ ಮಾಡುವುದು ಬಹಳ ಮುಖ್ಯ.

ಈ ಜೀವನವು ಒಂದು ಪರ್ವತ ಎಂದುಕೊಳ್ಳಿ. ನಾವು ಎತ್ತರಕ್ಕೆ ಏರಬೇಕಾದರೆ, ನಮ್ಮ ಭುಜ ಮತ್ತು ಸೊಂಟದ ಮೇಲೆ ನಾವು ಕಡಿಮೆ ಭಾರ ಇರುವಂತೆ ನೋಡಿಕೊಳ್ಳುತ್ತೇವೆ.

ಭಾರವಾದಷ್ಟೂ ಪ್ರಯಾಣವು ಹೆಚ್ಚು ನೋವಿನಿಂದ ಕೂಡಿರುತ್ತದೆ. ನಾವು ಮಧ್ಯದಲ್ಲಿ ಆಯಾಸಗೊಳ್ಳುತ್ತೇವೆ. ಆದ್ದರಿಂದ ಹೃದಯದ ಮೇಲೆ, ಮನಸ್ಸಿನ ಮೇಲೆ, ನೆನಪಿನ ಮೇಲೆ... ಭಾರವನ್ನು ಕನಿಷ್ಠ ಮಟ್ಟಕ್ಕೆ ಇಟ್ಟುಕೊಳ್ಳುವುದು ಉತ್ತಮ. ನಮ್ಮ ಹೊರೆ ಮಗುವಿನ ಮೇಲೆ ಕಿಂಚಿತ್ತೂ ಪ್ರಭಾವ ಬೀರಬಾರದು. ಅದನ್ನು ಮುಕ್ತ ಸ್ಥಿತಿಯಲ್ಲಿ ಬೆಳೆಸಬೇಕು. ಅದಕ್ಕೆ ತನ್ನ ಅನುಭವಗಳನ್ನು ಸಂಗ್ರಹಿಸಲು ಅವಕಾಶ ನೀಡಬೇಕು. ನಿಮಗೆ ನಿಮ್ಮ ಆಲೋಚನೆಯ ಪುರಾವೆಗಳು ಹೇಗೆ ಸಿಕ್ಕವೋ, ಬಹುಶಃ ಮಗುವಿಗೂ ಕೂಡ ಜಗತ್ತು ಒಳ್ಳೆಯದು, ಜನರು ಒಳ್ಳೆಯವರು, ಜೀವನವನ್ನು ಸುಲಭವಾಗಿ ಮತ್ತು ಸಂತೋಷದಿಂದ ಬದುಕಬಹುದು ಎಂಬ ಅದರದೇ ಆದ ಆಲೋಚನೆಯ ಪುರಾವೆಗಳು ಸಿಗುತ್ತವೆ. ನಿಮ್ಮ ಹೊರೆಯನ್ನು ಅದರ ಮೇಲೆ ಹಾಕದಿರುವುದರಿಂದ, ಅದರ ಪ್ರಯಾಣವು ಸುಗಮ, ಸುಲಭ ಮತ್ತು ಆಹ್ಲಾದಕರವಾಗಿರುವ ಸಾಧ್ಯತೆಗಳು ಹೆಚ್ಚಾಗುತ್ತವೆ.

ಸಲೋನಿ– ನನಗೆ ಸೇಠಿ ಅಂಕಲ್ ಮತ್ತು ಆಂಟಿ ಬಹಳ ದಿನಗಳಿಂದ ಗೊತ್ತು. ಮಕ್ಕಳು ವಿದೇಶದಲ್ಲಿ ನೆಲೆಸಿರುವ ಕಾರಣ ಅವರ ಬಗ್ಗೆ ಅವರಿಗೆ ಹಲವು ದೂರುಗಳಿವೆ. 'ಮಗನಿಗೆ ಎಷ್ಟೆಲ್ಲಾ ಮಾಡಿದೆವು ಆದರೆ ಸಮಯ ಬಂದಾಗ ಹೊರಗೆ ಹೋಗಿ ಸೆಟಲ್ ಆದನು' ಎಂದು ಪದೇ ಪದೇ ಹೇಳುತ್ತಿರುತ್ತಾರೆ. ಇದನ್ನು ಕೇಳಿದ ಗಾಯತ್ರಿ ಆಂಟಿ ಮುಗುಳ್ನಕ್ಕರು.

ಗಾಯತ್ರಿ – ಹೌದು ನನಗೂ ಗೊತ್ತು ಆದರೆ ನಿನಗೆ ಗೊತ್ತಿಲ್ಲದ ಒಂದು ಮಾತು ಕೇಳು. ಅವರ ಮಗ ಇಂಜಿನಿಯರಿಂಗ್ ಮಾಡುವಾಗ ಈ ಊರಿನಲ್ಲೇ ಕೆಲಸ ಸಿಕ್ಕಿತು. ಆದರೆ ಸೇಠಿ ಸಾಹೇಬರು ತಮ್ಮ ಸಂಬಂಧಿಯೊಬ್ಬರನ್ನು ಮಾತನಾಡಿಸಿದಾಗ ಅವರ ಮಗ ಇಂಜಿನಿಯರಿಂಗ್ ಮುಗಿಸಿ ಅಮೆರಿಕದಲ್ಲಿ ಎಂ.ಎಸ್ ಮಾಡುತ್ತಿರುವುದು ಇವರಿಗೆ ಗೊತ್ತಾಯಿತು. ಆಮೇಲೆ ಏನಾಯ್ತು ಗೊತ್ತಾ! ಸಂಬಂಧಿಕರ ಮಗ ಹೊರಗೆ ವಿದೇಶಕ್ಕೆ ಹೋಗುತ್ತಿದ್ದಾನೆ, ಮುಂದೆ ಓದುತ್ತಿದ್ದಾನೆ, ಆತ ಹೆಚ್ಚಿನ ದುಡ್ಡು ಸಂಪಾದಿಸುತ್ತಾನೆ... ಅವರ ಮಗನಂತೆ ನೀನೇಕೆ ಮಾಡಬಾರದು? ಎಂದು ಮಗನ ಹಿಂದೆ ಬಿದ್ದರು.

ಇವರ ಮಗ ತನ್ನ ಕೆಲಸದಿಂದ ಸಂತೋಷವಾಗಿದ್ದನು, ಆದರೆ ಅವರು ಆ ಸಂಬಂಧಿಕರೊಂದಿಗೆ ಹೋಲಿಕೆ ಮಾಡಿಕೊಂಡು ಮತ್ತು ಅವರ ಮಹತ್ವಾಕಾಂಕ್ಷೆಯಿಂದಾಗಿ, ಅವನು ವಿದೇಶದಲ್ಲಿ ಎಂ.ಎಸ್ ಮಾಡುವಂತೆ ಮಗನನ್ನು ಒತ್ತಾಯಿಸಿದರು. ಅವನು ಹಾಗೆಯೇ ಮಾಡಿದ. ಈಗ ಹೊರಗೆ ಒಳ್ಳೆ ಕೆಲಸ ಸಿಕ್ಕಾಗ ಅಲ್ಲಿ ವಾಸ ಮಾಡತೊಡಗಿದ. ನನಗೆ ತಿಳಿದ ಮಟ್ಟಿಗೆ, ಅವರ ಮಗ ಅವರನ್ನು ತನ್ನ ಬಳಿಗೆ ಕರೆಸಿಕೊಳ್ಳಲು ಬಯಸುತ್ತಾನೆ ಆದರೆ ಇವರು ತಮ್ಮ ಮನೆಯ ಮೋಹದ ಕಾರಣದಿಂದ ಇಲ್ಲಿಂದ ಹೋಗಲು ಬಯಸುತ್ತಿಲ್ಲ. ಇಷ್ಟು ಕಷ್ಟಪಟ್ಟು ಕಟ್ಟಿದ ಈ ಮನೆಯನ್ನು ಹೇಗೆ ಬಿಡುವುದು? ಎಂಬುದು ಇವರ ಆಲೋಚನೆ. ಈಗ ಹೇಳು, ತಪ್ಪು ಯಾರದು?

ಮಧು– ನಿಸ್ಸಂಶಯವಾಗಿ ಇದು ಆಂಟಿ ಮತ್ತು ಅಂಕಲ್ ರದ್ದೇ ತಪ್ಪು. ಅವರು ತಮ್ಮ ಮಗನ ಬಳಿ ಹೋಗಿಬಿಡಬೇಕು.

ಗಾಯತ್ರಿ– ವಾಸ್ತವವಾಗಿ ಇದರಲ್ಲಿ ದೋಷವೆಂದರೆ ವ್ಯಾಮೋಹ. ಮಗನ ವ್ಯಾಮೋಹ, ಮನೆಯ ವ್ಯಾಮೋಹ... ವ್ಯಾಮೋಹವು ಎಂತಹ ವಿಕಾರಯಾಗಿದೆಯೆಂದರೆ ಅದು ವ್ಯಕ್ತಿಯನ್ನು ಸರಪಳಿಯಂತೆ ಬಂಧಿಸುತ್ತದೆ ಮತ್ತು ಅವನನ್ನು ಅಸಂತೋಷಗೊಳಿಸುತ್ತಿರುತ್ತದೆ. ಅಲ್ಲದೆ, ಮಗುವಿನ ವ್ಯಾಮೋಹಕ್ಕೆ ಮಮತೆಯ ಹೆಸರನ್ನು ನೀಡಿ, ವ್ಯಾಮೋಹವನ್ನು ಸ್ವಾಭಾವಿಕವೆಂಬಂತೆ ತೋರಲಾಗಿದೆ, ಇದರಿಂದಾಗಿ ಜನರಿಗೆ ಇದು ವಿಕಾರದಂತೆ ಕಾಣುವುದಿಲ್ಲ. ಆದರೆ ಇದು

ದೊಡ್ಡ ದುಃಖಕ್ಕೆ ಕಾರಣವಾಗಿದೆ.

ನನ್ನ ಮಗ ನನ್ನ ನಿರೀಕ್ಷೆಗಳನ್ನು ಪೂರೈಸಬೇಕು, ನನ್ನ ಸೂಚನೆಗಳನ್ನು ಅನುಸರಿಸಬೇಕು, ನಾನು ಹೇಳಿದಾಗ ಹೊರಗೆ ಹೋಗಬೇಕು. ನಾನು ಕರೆದಾಗ ಇಲ್ಲಿಗೆ ಪುನಃ ಹಿಂತಿರುಗಬೇಕು... ಅರೆರೆ... ಅವನಿಗೆ ತನ್ನದೇ ಆದ ಜೀವನವಿದೆ. ಈ ವ್ಯಾಮೋಹವೇ 'ನನ್ನದು, ತನ್ನದು' ಎಂಬ ಭಾವನೆಯನ್ನು ಉಂಟುಮಾಡುತ್ತದೆ ಮತ್ತು ಈ ಭಾವನೆಯೊಂದಿಗೆ, ಪೋಷಕರು ತಮ್ಮ ಮಕ್ಕಳ ಬಗ್ಗೆ ತಮ್ಮ ಜೀವನದುದ್ದಕ್ಕೂ ಒತ್ತಡವನ್ನು ಅನುಭವಿಸುತ್ತಾರೆ. ನನ್ನ ಮಗು ಮೇಲುಗೈ ಸಾಧಿಸಲಿ, ನನ್ನ ಮಗು ನಾನು ಹೇಳಿದಂತೆ ಕೇಳಲಿ, ನನ್ನ ಮಗು ಯಶಸ್ವಿಯಾಗಲಿ, ನಾನು ಏನು ಹೇಳಿದರೂ ಅವನು ಒಪ್ಪಿಕೊಳ್ಳಲಿ... ಈ ರೀತಿಯ ಅಪೇಕ್ಷೆಗಳನ್ನು ಇಟ್ಟುಕೊಂಡಿರುತ್ತಾರೆ. ಆದರೆ ಮಗು ತನ್ನದೇ ಆದ ಪ್ರಯಾಣದಲ್ಲಿದೆ ಎಂದು ಪೋಷಕರು ಅರ್ಥಮಾಡಿಕೊಳ್ಳಬೇಕು. ನಿಮ್ಮ ಕೈಲಾದಷ್ಟು ಸಹಾಯ ಮಾಡಿ, ಉತ್ತಮ ರೀತಿಯಲ್ಲಿ ಬೆಳೆಸಿ, ಉತ್ತಮ ಸಂಸ್ಕಾರ ನೀಡಿ, ಒಳ್ಳೆಯ ಆಲೋಚನೆಗಳನ್ನು ನೀಡಿ, ಉತ್ತಮ ಮೌಲ್ಯಗಳನ್ನು ನೀಡಿ... ಇದಕ್ಕಿಂತ ಹೆಚ್ಚಿನದನ್ನು ನಿರೀಕ್ಷಿಸುವುದು ತಪ್ಪು. ಹೀಗೆ ಮಾಡುವುದರಿಂದ, ನೀವು ನಿಮ್ಮ ಮಗುವನ್ನು ಅಂಧಕಾರದಲ್ಲಿಡುತ್ತೀರಿ, ಪಾಪಪ್ರಜ್ಞೆಯಲ್ಲಿಡುತ್ತೀರಿ ಮತ್ತು ಜೀವನದುದ್ದಕ್ಕೂ ನೀವೂ ಕೂಡ ದುಃಖವನ್ನು ಅನುಭವಿಸುತ್ತೀರಿ.

ಸ್ವಲ್ಪ ಯೋಚಿಸಿ, ನಿಮ್ಮ ಜೀವನವನ್ನು ನೀವು ಸಂಪೂರ್ಣವಾಗಿ ನಿಮ್ಮ ಹೆತ್ತವರ ಪ್ರಕಾರ ಬದುಕಿದ್ದೀರಾ? ಮತ್ತು ನಿಮ್ಮ ಮಗು ನಿಮ್ಮ ಸೂಚನೆಗಳನ್ನು ಸಂಪೂರ್ಣವಾಗಿ ಅನುಸರಿಸಿದರೆ, ಅದು ತನ್ನ ಜೀವನದ ಸ್ವಂತಿಕೆಯು ಕಳೆದುಹೋಗುವುದಿಲ್ಲವೇ? ಆಗ ಅದು ಮನುಷ್ಯನಾಗದೆ ಕೈಗೊಂಬೆಯಾಗುವುದಿಲ್ಲವೇ? ಮಕ್ಕಳನ್ನು ನಮ್ಮ ನಿರೀಕ್ಷೆಗಳ ಹೊರೆಯಿಂದ ಮುಕ್ತಗೊಳಿಸಬೇಕು, ನಮ್ಮ ಪ್ರೋಗ್ರಾಮಿಂಗ್‌ನಿಂದ ಮುಕ್ತಗೊಳಿಸಬೇಕು, ಅದರ ಸ್ವಂತ ಅನುಭವಗಳನ್ನು ಒಟ್ಟಾಗಿಸಲು ಅದಕ್ಕೆ ಅವಕಾಶ ನೀಡಬೇಕು, ಇದೇ ಅರ್ಥಪೂರ್ಣ/ಸಾರ್ಥಕ ಪಾಲನೆ.

ಮನನ ಬಿಂದು...

* ಮಗುವನ್ನು ನಿಮ್ಮ ನಂಬಿಕೆಗಳ ಹೊರೆಯಿಂದ ಮುಕ್ತಗೊಳಿಸಬೇಕು, ಇಲ್ಲದಿದ್ದರೆ ನಿಮ್ಮ ಜೀವನದಲ್ಲಿ ಇರುವ ಎಲ್ಲಾ ದುಃಖಗಳು ಮತ್ತು ನೋವುಗಳು ಅದರ ಜೀವನದಲ್ಲಿಯೂ ಗೋಚರಿಸುತ್ತವೆ.

* ಮಗುವಿನ ಆಗಮನದ ಮೊದಲು ನಿಮ್ಮ ನಕಾರಾತ್ಮಕ ಆಲೋಚನೆ ಮತ್ತು ತಪ್ಪು ನಂಬಿಕೆಗಳನ್ನು ಸರಿಯಾದ ಜ್ಞಾನ ಪಡೆಯುವುದರ ಮೂಲಕ ತೆಗೆದುಹಾಕುವುದು ಉತ್ತಮ, ಇದರಿಂದ ಅವು ಮಗುವಿನ ಮೇಲೆ ನಕಾರಾತ್ಮಕ ಪರಿಣಾಮ ಬೀರುವುದಿಲ್ಲ.

* ಮಕ್ಕಳನ್ನು ಪ್ರೀತಿಸಿ ಆದರೆ ವ್ಯಾಮೋಹ ಇಟ್ಟುಕೊಳ್ಳಬೇಡಿ. ವ್ಯಾಮೋಹ ಮತ್ತು ನಿರೀಕ್ಷೆಗಳು ಎಂತಹ ವಿಕಾರಗಳಾಗಿವೆ ಎಂದರೆ, ಇದು ಪೋಷಕರನ್ನೂ ಅತೃಪ್ತಗೊಳಿಸುತ್ತದೆ ಮತ್ತು ಮಕ್ಕಳ ಬೆಳವಣಿಗೆಗೂ ಅಡ್ಡಿಯಾಗುತ್ತದೆ.

* ಮಗು ನಿಮ್ಮ ಕೈಗೊಂಬೆಯಾಗಿ ಬದುಕಲು ಬಂದಿಲ್ಲ, ಅದರದ್ದು ಸ್ವಾವಲಂಬಿ ವ್ಯಕ್ತಿತ್ವ, ತನ್ನದೇ ಆದ ಪಯಣ. ಅದರ ಸಹಯೋಗಿಯಾಗಿರಿ, ಅದರ ಮಾಲೀಕನಲ್ಲ.

ಅಧ್ಯಾಯ 21

ಗರ್ಭಧಾರಣೆಗೆ ಸಂಬಂಧಿಸಿದ ಆಚರಣೆಗಳು ಮತ್ತು ನಂಬಿಕೆಗಳು

ಅರ್ಥಮಾಡಿಕೊಳ್ಳಿ ನಂತರ ಆಚರಿಸಿ

ಇಂದು ಮಧು ಮತ್ತು ಸಲೋನಿ ಗಾಯತ್ರಿ ಆಂಟಿಯ ಮನೆಗೆ ಬಂದಾಗ ಅವರು ಯಾವುದೋ ಕೆಲಸದಲ್ಲಿ ವ್ಯಸ್ತರಾಗಿದ್ದರು. ಇಬ್ಬರನ್ನೂ ಕುಳಿತುಕೊಳ್ಳಲು ಹೇಳಿದರು. ಅವರು ತಮ್ಮ ಕೋಣೆಯಲ್ಲಿ ಕೆಲವು ಕೆಲಸಗಳನ್ನು ಮುಗಿಸುತ್ತಿದ್ದರು, ಆದರೆ ಸಲೋನಿ ಮತ್ತು ಮಧು ಜೋರಾಗಿ ನಗುವ ಶಬ್ದಗಳು ಅವರಿಗೆ ಕೇಳಿಸಿತು. ಅವರ ನಡುವೆ ಏನೋ ತಮಾಷೆ ನಡೆಯುತ್ತಿರುವುದು ಸ್ಪಷ್ಟವಾಗಿತ್ತು. ಅವರು ಕೆಲಸ ಮುಗಿಸಿ ಹೊರಗೆ ಬಂದರು.

ಗಾಯತ್ರಿ– ಏನಪ್ಪಾ... ಇಷ್ಟು ನಗುತ್ತಿದ್ದೀರಾ, ನನಗೂ ಹೇಳಿ.

ಮಧು– ಥ್ಯಾಂಕ್ ಗಾಡ್ ಆಂಟೀ 'ಜೋರಾಗಿ ನಗಬೇಡಿ, ಅದು ಮಗುವಿನ ಮೇಲೆ ಕೆಟ್ಟ ಪರಿಣಾಮ ಬೀರುತ್ತದೆ' ಅಥವಾ 'ಅಕಾಲಿಕ ಹೆರಿಗೆಗೆ ಕಾರಣವಾಗುತ್ತದೆ', ಎಂದು ನೀವು ಹೇಳಲಿಲ್ಲ. ಇಲ್ಲವಾದರೆ ಇತ್ತೀಚಿನ ದಿನಗಳಲ್ಲಿ ಯಾರನ್ನು ಕಂಡರೂ ಎಲ್ಲದಕ್ಕೂ ನಿಷೇಧ ಹೇರಲು ಸಿದ್ದವಾಗಿದ್ದಾರೆ... ಕೆಲವೊಮ್ಮೆ ನಂಬಿಕೆಗಳ ಹೆಸರಲ್ಲಿ, ಕೆಲವೊಮ್ಮೆ ಸಂಪ್ರದಾಯಗಳ ಹೆಸರಲ್ಲಿ. ನಾವು ಬರೀ ಗರ್ಭಿಣಿಯರಲ್ಲ... ಯಾವುದೋ ಮಿಷನ್‌ನಲ್ಲಿ ಭಾಗವಹಿಸುತ್ತಿದ್ದೇವೇನೋ, ನಮ್ಮ ಒಂದು ಸಣ್ಣ ತಪ್ಪಿನಿಂದ ಈ ಮಿಷನ್ ಫೇಲ್ ಆಗಿ ಬಿಡುತ್ತೇವೇನೋ ಎಂಬಂತೆ ವರ್ತಿಸುತ್ತಾರೆ.

ಸಲೋನಿ– ನಿಜವಾಗಿಯೂ ಆಂಟಿ, ನಾನು ಗರ್ಭಿಣಿಯಾಗಿ ಮೂರು ತಿಂಗಳಾಗಿದೆ ಅಷ್ಟೇ, ಆದರೆ ನಾನು ಈಗಾಗಲೇ ಎಲ್ಲರ ನಿಷೇಧದಿಂದ ಬೇಸತ್ತಿದ್ದೇನೆ. ಈಗ ನೋಡಿ ನಿನ್ನೆ ಏನಾಯ್ತು ಅಂತ, ಗೆಳತಿಯ ಮನೆಗೆ ಹೋಗಿದ್ದೆ. ನನಗೆ ಟೀ ಕುಡಿಯಬೇಕೆನಿಸಿತು, ಆದರೆ

ಟೀ ಕುಡಿದರೆ ಮಗು ಕಪ್ಪಾಗುತ್ತದೆ ಎಂದು ಅವಳ ಅತ್ತೆ ನನಗೆ ಟೀ ಕುಡಿಯಲು ಬಿಡಲಿಲ್ಲ. ಅದರ ಬದಲು ಕೊಬ್ಬರಿ ಇರುವ ಎಳನೀರನ್ನು ತಂದುಕೊಟ್ಟರು, ಕೊಬ್ಬರಿ ಎಷ್ಟು ತಿನ್ನುತ್ತೀಯೋ ಅಷ್ಟು ಮಗು ಬೆಳ್ಳಗೆ ಹುಟ್ಟುತ್ತದೆ ಎಂದು ಹೇಳಿದರು. ಜೊತೆಗೆ ಅವರು ಯಾವುದೇ ರೀತಿಯ ಕಪ್ಪು ಬಣ್ಣದ ಆಹಾರವನ್ನು ತಿನ್ನುವುದನ್ನು ಸಹ ನಿಷೇಧಿಸಿದರು. ಕಪ್ಪು ಬೇಳೆ, ಕಪ್ಪು ದ್ರಾಕ್ಷಿ, ಕರಿಮೆಣಸು ಇನ್ನು ಏನೇನೋ...

ಮಧು– ನಿಜವಾಗಲೂ ನಮ್ಮ ದೇಶದಲ್ಲಿ ಗರ್ಭಿಣಿಯರು ಮತ್ತು ಮಕ್ಕಳ ವಿಚಾರದಲ್ಲಿ ಎಷ್ಟೊಂದು ನಿರ್ಬಂಧಗಳಿವೆ. ಇದೇನೋ ಒಂದು ತೀರಾ ಅನಿರೀಕ್ಷಿತ ಮತ್ತು ಅಪರೂಪದ ಘಟನೆ ಎಂಬಂತೆ. ಈಗ ನನ್ನ ಕೆಲಸದವಳನ್ನು ನೋಡಿ, ಇಂದು ನನ್ನ ಹೊಟ್ಟೆಯನ್ನು ನೋಡುತ್ತಾ, ಅವಳು ಹೇಳುತ್ತಾಳೆ, 'ಅಕ್ಕಾ, ನಿಮ್ಮ ಹೊಟ್ಟೆ ಬೆಳೆಯುತ್ತಿರುವ ರೀತಿ ನೋಡಿದರೆ ನಿಮಗೆ ಗಂಡು ಮಗುವೇ ಆಗುತ್ತದೆ ಎಂದು ನಾನು ಈಗಲೇ ಖಚಿತವಾಗಿ ಹೇಳಬಲ್ಲೆ. ಹೆಣ್ಣು ಮಗುವಿದ್ದಿದ್ದರೆ ಹೊಟ್ಟೆ ಬೇರೆ ರೀತಿಯೇ ಬೆಳೆಯುತ್ತಿತ್ತು'. ಈಗ ಹೇಳಿ, ಇದು ಸಾಧ್ಯವೇ? ಹೊಟ್ಟೆಯ ಗಾತ್ರಕ್ಕೂ ಗಂಡು ಅಥವಾ ಹೆಣ್ಣು ಮಗುವಿಗೂ ನಡುವಿನ ಸಂಬಂಧವೇನು? ನಿಜ, ನಮ್ಮ ದೇಶದಲ್ಲಿ ಮಕ್ಕಳ ಬಗ್ಗೆ ಹಲವು ಮೂಢನಂಬಿಕೆಗಳಿವೆ. ಡಾಕ್ಟರ್ ಬ್ರಿಸ್ಕ್‌ವಾಕ್ ಅಂದರೆ ವೇಗವಾಗಿ ನಡೆಯಿರಿ ಎಂದು ಹೇಳುತ್ತಾರೆ, ಇದು ಅತ್ಯುತ್ತಮ ವ್ಯಾಯಾಮ ಎನ್ನುತ್ತಾರೆ. ಆದರೆ ನಮ್ಮ ಕೆಲಸದವಳು ಹೇಳುತ್ತಾಳೆ, 'ಅಕ್ಕ, ನಿಧಾನವಾಗಿ ನಡೆಯಿರಿ ಇಲ್ಲದಿದ್ದರೆ ಮಗು ಹೊರಬರುತ್ತದೆ...' ಮಧು ತಲೆ ಚಚ್ಚಿಕೊಳ್ಳುತ್ತಾ ಹೇಳಿದಳು.

ಸಲೋನಿ– ಗರ್ಭಿಣಿಯರು ತುಪ್ಪ ಮತ್ತು ಬೆಣ್ಣೆಯನ್ನು ಹೆಚ್ಚು ತಿನ್ನಬೇಕು, ಇದರಿಂದ ಅವಳ ಹೆರಿಗೆ ತುಂಬಾ ಸುಗಮವಾಗುತ್ತದೆ ಎಂದು ನಾನು ಕೇಳಿದ್ದೇನೆ ಮತ್ತು ಅವಳು ತನ್ನ ಹಸಿವಿಗಿಂತ ಎರಡು ಪಟ್ಟು ಹೆಚ್ಚು ತಿನ್ನಬೇಕು, ಒಂದು ಅವಳಿಗಾಗಿ, ಇನ್ನೊಂದು ಅವಳ ಮಗುವಿಗಾಗಿ... ಎನ್ನುತ್ತಾರೆ. ಆಂಟಿ ನೀವೇ ಹೇಳಿ, ತಿಂದು ಜೀರ್ಣಿಸಿಕೊಳ್ಳಬೇಕಾದವಳು ನಾನೇ ಅಲ್ಲವೇ? ಎರಡರಷ್ಟು ತಿನ್ನಲು ಶುರು ಮಾಡಿದರೆ ಅಜೀರ್ಣ ಆಗುವುದಿಲ್ಲವೇ?

ಮಧು– ಅರೆ, ನನ್ನ ಅತ್ತೆಯಂತೂ ನನಗೆ ಸಂಪೂರ್ಣ ಪಟ್ಟಿಯನ್ನೇ ನೀಡಿದ್ದಾರೆ. ಉದಾಹರಣೆಗೆ, ಸಂಜೆ ಏಕಾಂಗಿಯಾಗಿ ಹೊರ ಹೋಗಬೇಡ, ಹೋದರೆ ದುಷ್ಟಶಕ್ತಿಗಳಿಂದ ಪ್ರಭಾವಿತಳಾಗುತ್ತಿ... ಮನೆಯಿಂದ ಹೊರಗೆ ಹೋದಾಗಲೆಲ್ಲ ಬೇವಿನ ಎಲೆಯನ್ನು ಬಾಯಲ್ಲಿ ಇಟ್ಟುಕೊ.... ಹೀಗೆ. ಈಗ ನೀವೇ ಹೇಳಿ, ಇದರಿಂದ ನನ್ನ ಬಾಯಿ ಕಹಿಯಾಗುವುದಿಲ್ಲವೇ? ನಾಲ್ಕು ತಿಂಗಳವರೆಗೂ ಅವರು ನನ್ನ ಗರ್ಭಧಾರಣೆಯ ಬಗ್ಗೆ ಯಾರಿಗೂ ತಿಳಿಸಲು ಬಿಡಲಿಲ್ಲ, ಜನರ ಕೆಟ್ಟ ದೃಷ್ಟಿ ಬೀಳುತ್ತದೆ ಎಂದು ಅವರು ಹೇಳುತ್ತಿದ್ದರು. ಆದರೆ ಎಲ್ಲರಿಗೂ ಗೊತ್ತಾಗುತ್ತೆ ಅಲ್ವಾ, ಯಾರಾದ್ರೂ ಕೇಳಿದರೆ ಅದೆಷ್ಟು ನೆಪ ಮಾಡಿ ಸುಳ್ಳು ಹೇಳಬೇಕಿತ್ತು, ಅದೂ ನನ್ನದೇ ಸ್ನೇಹಿತೆಯರ ಬಳಿ.

ಗಾಯತ್ರಿ– ಹೌದು, ನಮ್ಮ ದೇಶದಲ್ಲಿ ಗರ್ಭಾವಸ್ಥೆಯನ್ನು ಪ್ರಾಚೀನ ಕಾಲದಿಂದಲೂ ಬಹಳ ಸೂಕ್ಷ್ಮವಾಗಿ ಪರಿಗಣಿಸಲಾಗಿದೆ, ಆದರೆ ಇತರ ದೇಶಗಳಲ್ಲಿ ಹಾಗಿಲ್ಲ. ಅಲ್ಲಿ ಎಲ್ಲರೂ ಸಾಮಾನ್ಯ ಜೀವನ ನಡೆಸುತ್ತಾರೆ. ಇಲ್ಲಿ ಈ ರೀತಿ ಇರಲು ಕಾರಣವೆಂದರೆ ಅಜ್ಞಾನ ಮತ್ತು ಭಯ, ಇಲ್ಲದಿದ್ದರೆ ಅದು ಜೀವನದ ಸಾಮಾನ್ಯ ಮತ್ತು ಸಂತೋಷದ ಪ್ರಕ್ರಿಯೆಯಾಗಿದೆ. ನಮ್ಮ ದೇಶದ ಬಹುದೊಡ್ಡ ಸಮಸ್ಯೆ ಏನೆಂದರೆ, ಯಾವುದೇ ರೀತಿ-ನೀತಿಯ ಹಿಂದಿರುವ ವಿಜ್ಞಾನವನ್ನು ಅರ್ಥಮಾಡಿಕೊಳ್ಳದೆ ಎಲ್ಲವನ್ನೂ ಸಂಪ್ರದಾಯಗಳ ಹೆಸರಿನಲ್ಲಿ ಹೇರಲಾಗುತ್ತಿದೆ. ಯಾರಾದರು ಇದನ್ನು ಪ್ರಶ್ನಿಸಿದರೆ, 'ತಲೆಮಾರುಗಳಿಂದ ಹೀಗೆಯೇ ನಡೆದುಕೊಂಡು ಬಂದಿದೆ, ಅದರ ಬಗ್ಗೆ ಪ್ರಶ್ನೆ ಕೇಳಬೇಡಿ' ಎಂದು ಸುಮ್ಮನಾಗಿಸುತ್ತಾರೆ.

ವಾಸ್ತವವಾಗಿ, ನಮ್ಮ ಪೂರ್ವಜರು ಗರ್ಭಿಣಿ ಮಹಿಳೆ ಮತ್ತು ಮಗು ಸುರಕ್ಷಿತವಾಗಿರಲು ಗರ್ಭಧಾರಣೆಗೆ ಸಂಬಂಧಿಸಿದ ಕೆಲವು ಆಚರಣೆಗಳನ್ನು ರಚಿಸಿದ್ದರು. ಅವರ ಮಾನಸಿಕ ಮತ್ತು ದೈಹಿಕ ಬೆಳವಣಿಗೆ ಉತ್ತಮವಾಗಿರಬೇಕು. ಅವರು ಉತ್ತಮ ಆರೋಗ್ಯವನ್ನು ಹೊಂದಲಿ. ಅವರು ಯಾವುದೇ ರೀತಿಯ ನಕಾರಾತ್ಮಕತೆಯಿಂದ ದೂರವಿರಬೇಕು. ಆದ್ದರಿಂದ, ಕೆಲವು ವಿಧಾನಗಳು ಮತ್ತು ಆಚರಣೆಗಳನ್ನು ಸಂಪ್ರದಾಯಗಳಾಗಿ ಮುಂದಿನ ಪೀಳಿಗೆಗೆ ರವಾನಿಸಲಾಯಿತು. ಅದು ಆ ಸಮಯದಲ್ಲಿ ಸೂಕ್ತವಾಗಿತ್ತು ಮತ್ತು ತಾಯಿ ಮತ್ತು ಮಗುವಿನ ರಕ್ಷಣೆಯೇ ಉದ್ದೇಶವಾಗಿತ್ತು. ಆದರೆ ಈಗ ಕಾಲ ಬದಲಾಗಿದೆ. ಇಂದಿನ ಕಾಲದಲ್ಲಿ ಕೆಲವು ಆಚರಣೆಗಳ ಅಗತ್ಯವಿಲ್ಲ. ಅವರ ಜಾಗದಲ್ಲಿ ಹೊಸ ಆಚರಣೆಗಳು ಬರಬೇಕು.

ಉದಾಹರಣೆಗೆ, ಮಧು ಅತ್ತೆ, ಅವಳು ಹೊರಗೆ ಹೋದಾಗಲೆಲ್ಲಾ ಬೇವಿನ ಎಲೆಯನ್ನು ಬಾಯಿಯಲ್ಲಿ ಇಡಬೇಕು ಎಂದು ಹಳೆಯ ವಿಧಾನವನ್ನು ಹೇಳಿದರು. ಬೇವಿನಲ್ಲಿ ಎಷ್ಟು ಗುಣಗಳಿವೆ ಎಂಬುದು ಎಲ್ಲರಿಗೂ ಗೊತ್ತು. ಇದು ರೋಗಾಣುಗಳನ್ನು ನಾಶಪಡಿಸುವ ವನಸ್ಪತಿಯಾಗಿದೆ. ಸೋಂಕಿನಿಂದ ನಿಮ್ಮನ್ನು ರಕ್ಷಿಸುತ್ತದೆ. ಇದರ ಹಿಂದಿರುವ ವಿಜ್ಞಾನ ಇದೇ ಇರಬೇಕು. ಆದರೆ ಇಂದಿನ ಸಮಯದಲ್ಲಿ, ಹೊಸ ನಿಯಮವನ್ನು ಸೇರಿಸಲಾಗಿದೆ – ನೀವು ಮನೆಯಿಂದ ಹೊರಗೆ ಹೋದಾಗ, ಮಾಸ್ಕ್ ಧರಿಸಿ. ಮನೆಗೆ ಬಂದ ಮೇಲೆ, ಕೈಗಳನ್ನು ಚೆನ್ನಾಗಿ ತೊಳೆದುಕೊಳ್ಳಿ, ಬಟ್ಟೆ ಬದಲಿಸಿ, ಮನೆಯ ಸುತ್ತಲಿನ ಪರಿಸರವನ್ನು ಸ್ವಚ್ಛಗೊಳಿಸಿ. ಇದು ಇಂದಿನ ಮಹಾಮಾರಿಯ ಕಾಲದ ಬೇಡಿಕೆಯಾಗಿದೆ, ಆದ್ದರಿಂದ ಇಂದಿನ ಪ್ರಜ್ಞಾವಂತರು ಇದನ್ನೇ ಹೇಳುತ್ತಾರೆ.

ಈಗ ಊಹಿಸಿಕೊಳ್ಳಿ, ಮುಂದಿನ ದಿನಗಳಲ್ಲಿ ಇದನ್ನು ಮಾಡುವ ಅಗತ್ಯವಿಲ್ಲ. ಸಾಂಕ್ರಾಮಿಕ ರೋಗವನ್ನು ತಡೆಗಟ್ಟುವ ಕೆಲವು ಔಷಧಿ ಅಥವಾ ತಂತ್ರಜ್ಞಾನ ಮುಂದಿನ ದಿನಗಳಲ್ಲಿ ಲಭ್ಯವಿದ್ದರೆ, ಈ ತಡೆಗಟ್ಟುವಿಕೆಯನ್ನು ಸಂಪ್ರದಾಯವನ್ನಾಗಿ ಮಾಡುವುದರಲ್ಲಿ ಯಾವುದೇ ಅರ್ಥವಿಲ್ಲ. ಏಕೆಂದರೆ ಅತಿಯಾದ ರಕ್ಷಣೆಯು ನಮ್ಮ ರೋಗನಿರೋಧಕ ಶಕ್ತಿಯನ್ನು ದುರ್ಬಲಗೊಳಿಸುತ್ತದೆ.

ಪ್ರಾಚೀನ ಕಾಲದಲ್ಲಿ, ಗರ್ಭಿಣಿಯರು ಸಂಜೆ ಹೊರಗೆ ಹೋಗುವುದನ್ನು ನಿಷೇಧಿಸಿದ ಒಂದು ಕಾರಣವೆಂದರೆ, ಹಿಂದೆ ಇಷ್ಟು ವಿದ್ಯುತ್ ವ್ಯವಸ್ಥೆ ಇರಲಿಲ್ಲ. ಬೆಳಕಿನ ವ್ಯವಸ್ಥೆ ಇರಲಿಲ್ಲ. ರಾತ್ರಿ ಕತ್ತಲೆಯಲ್ಲಿ ಎಡವಿ ಬೀಳುವ ಭಯವಿರಬಹುದು. ಆದರೆ ಇಂದಿನ ಕಾಲದಲ್ಲಿ ಅಂತಹ ಸಮಸ್ಯೆ ಇಲ್ಲ. ಎಲ್ಲಿ ಬೆಳಕಿನ ವ್ಯವಸ್ಥೆ ಇದೆಯೋ ಅಲ್ಲಿ ಹೋಗಬಹುದು. ನಿನ್ನ ಗೆಳತಿಯ ಅತ್ತೆ ಟೀ ಕೊಡಲಿಲ್ಲ. ವಾಸ್ತವವಾಗಿ ಚಹಾ – ಕಾಫಿಯಂತಹ ಪಾನೀಯಗಳು ಖಂಡಿತವಾಗಿಯೂ ಹಾನಿಕಾರಕ. ಇದಲ್ಲದೆ, ಗರ್ಭಾವಸ್ಥೆಯಲ್ಲಿ ಹಾರ್ಮೋನುಗಳ ಬದಲಾವಣೆಯಿಂದ ಅಸಿಡಿಟಿ ಸಮಸ್ಯೆಯೂ ಹೆಚ್ಚಾಗುತ್ತದೆ. ಅಂತಹ ಪರಿಸ್ಥಿತಿಯಲ್ಲಿ, ಚಹಾ ಮತ್ತು ಕಾಫಿ ಅದನ್ನು ಮತ್ತಷ್ಟು ಹೆಚ್ಚಿಸುತ್ತದೆ. ಆದರೆ ಸರಿಯಾದ ಕಾರಣ ತಿಳಿಯದೇ, ಅಥವಾ ಒಂದು ಪೀಳಿಗೆಯಿಂದ ಇನ್ನೊಂದು ಪೀಳಿಗೆಗೆ ಸರಿಯಾದ ಅರ್ಥದೊಂದಿಗೆ ರವಾನಿಸಲು ಆಗದೆ, ಕೇವಲ ಗರ್ಭಿಣಿಗೆ ಮಗುವಿನ ಮೈಬಣ್ಣದ ಮೇಲೆ ಪರಿಣಾಮ ಬೀರುತ್ತದೆ ಎಂಬ ಭಯವನ್ನು ನೀಡಲಾಯಿತು. ಏಕೆಂದರೆ ಭಯ ನೀಡಿದರೆ ಜನರು ಪಾಲಿಸಿಯೇ ಪಾಲಿಸುತ್ತಾರೆ ಎಂಬ ಭರವಸೆಯಿಂದ. ನಮ್ಮ ದೇಶದಲ್ಲಿ ಮಗುವಿನ ಚೆಂದದ ಮೈಬಣ್ಣದ ಬಗ್ಗೆ ಹೆಚ್ಚಿನ ವ್ಯಾಮೋಹವಿದೆ, ಹಾಗಾಗಿ ಈ ಭಯವನ್ನು ನೀಡಲಾಯಿತು. ಆದರೆ ಇದರ ಮೂಲ ಕಾರಣ ತಾಯಿ–ಮಗುವಿನ ಆರೋಗ್ಯದ ರಕ್ಷಣೆಯೇ ಆಗಿದೆ.

ಈಗ ನನ್ನ ಗರ್ಭಾವಸ್ಥೆಯಲ್ಲಿ ನನಗೆ ಏನು ಹೇಳಿದ್ದರು ಅದನ್ನು ಕೇಳಿ. 'ಗರ್ಭಾವಸ್ಥೆಯಲ್ಲಿ ನೀನು ನಿನ್ನ ಗಂಡನ ಚಪ್ಪಲಿಗಳನ್ನು ಧರಿಸಬೇಕು, ನಿನ್ನ ಸ್ವಂತ ಚಪ್ಪಲಿಯನ್ನು ಧರಿಸಬಾರದು, ಇದರಿಂದ ಹೆರಿಗೆ ಸುಲಭವಾಗುತ್ತದೆ' ಎಂದು ಹೇಳಲಾಯಿತು. ನನಗೆ ಇದು ತುಂಬಾ ವಿಚಿತ್ರವೆನಿಸಿತು. ಆಮೇಲೆ ಆಲೋಚಿಸಿದಾಗ ಈ ಸಲಹೆ ನೀಡಿದವರು –ಗಂಡಸರು ಸಮವಾದ ಅಂದರೆ ಫ್ಲಾಟ್ ಚಪ್ಪಲಿಯನ್ನು ಧರಿಸುತ್ತಾರೆ, ಹೆಂಗಸರು ಸ್ವಲ್ಪ ಎತ್ತರದ ಹಿಮ್ಮಡಿಯ ಚಪ್ಪಲಿಯನ್ನು ಧರಿಸುತ್ತಾರೆ, ಹಾಗಾಗಿ ಗರ್ಭಾವಸ್ಥೆಯಲ್ಲಿ ಗಂಡಸರು ಹಾಕುವಂತಹ ಪ್ಲಾಟ್ ಚಪ್ಪಲಿಯನ್ನು ಧರಿಸಬೇಕು, ಹೆಂಗಸರು ಹಾಕುವಂತಹ ಹಿಮ್ಮಡಿ ಎತ್ತರವಿರುವ ಚಪ್ಪಲಿಯನ್ನಲ್ಲ' ಎಂದು ಹೇಳಿರಬೇಕು ಎಂಬುದು ಅರ್ಥವಾಯಿತು. ಮಾತು ಮುಂದುವರೆದಂತೆ 'ಗಂಡನ ತರಹದ ಚಪ್ಪಲಿ'ಯ ಬದಲು 'ಗಂಡನ ಚಪ್ಪಲಿ' ಆಯಿತು. ಆದರೆ ಇದನ್ನೇ ಮೂಢನಂಬಿಕೆ ಎಂದು ಯಾರಾದರೂ ಅನುಸರಿಸಿದರೆ, ಗಂಡನ ಚಪ್ಪಲಿಯ ಗಾತ್ರ ದೊಡ್ಡದಾಗಿದ್ದರೆ, ಮಹಿಳೆ ಎಡವಿ ಬೀಳುವ ಅಪಾಯ ಹೆಚ್ಚು. ಅದರಿಂದ ಅವಳಿಗೇ ನಷ್ಟವಾಗುತ್ತದೆ.

ಗುಂಪಲ್ಲಿ ಆಡುವ ಒಂದು ಆಟ ಇದೆಯಲ್ವಾ ಅದು ನಿಮಗೂ ಗೊತ್ತಿರಬಹುದು, ಯಾರಾದರೂ ಒಬ್ಬರು ಮತ್ತೊಬ್ಬರ ಕಿವಿಯಲ್ಲಿ ಏನಾದರೂ ಹೇಳಿದರೆ ಅವರು ಇನ್ನೊಬ್ಬರ ಕಿವಿಯಲ್ಲಿ ಅದನ್ನೇ ಹೇಳಬೇಕು. ಎರಡನೆಯವರು ಮೂರನೆಯವರಿಗೆ ಹೇಳುತ್ತಾರೆ... ಮತ್ತು ಈ ರೀತಿಯಲ್ಲಿ, ಕೊನೆಯವರ ಕಿವಿಯನ್ನು ತಲುಪುವ ಹೊತ್ತಿಗೆ, ಇಡೀ ವಿಷಯ ಬದಲಾಗಿರುತ್ತದೆ. ಗರ್ಭಧಾರಣೆ ಮತ್ತು ನವಜಾತ ಶಿಶುವಿಗೆ ಸಂಬಂಧಿಸಿದ ತಂತ್ರಗಳು ಮತ್ತು ಸಂಪ್ರದಾಯಗಳೊಂದಿಗೆ ಇದೇ ರೀತಿಯಾಗಿದೆ ಎಂದು ಅರ್ಥಮಾಡಿಕೊಳ್ಳಿ. ಕಾಲದ ಬೇಡಿಕೆಯನ್ನು ಗಮನದಲ್ಲಿಟ್ಟುಕೊಂಡು, ಯಾವುದೋ ಸರಿಯಾದ ಉದ್ದೇಶದಿಂದ ಅವುಗಳನ್ನು ರಚಿಸಲಾಗಿತ್ತು, ಆದರೆ ಕ್ರಮೇಣ ಸಮಯ ಬದಲಾದಂತೆ ಅವುಗಳು ತಮ್ಮ ನೈಜ ಅರ್ಥವನ್ನು ಕಳೆದುಕೊಂಡಿವೆ.

ಸಲೋನಿ – ಆಂಟಿ, ನಾನು ಸೂರ್ಯಗ್ರಹಣ ಮತ್ತು ಚಂದ್ರಗ್ರಹಣಕ್ಕೆ ಸಂಬಂಧಿಸಿದ ಅನೇಕ ವಿಷಯಗಳನ್ನು ಕೇಳಿದ್ದೇನೆ. ಇಂಟರ್‌ನೆಟ್, ಟಿವಿ, ಎಲ್ಲೆಂದರಲ್ಲಿ ನೋಡಿದರೆ ಗರ್ಭಿಣಿಯರಿಗೆ ಅದೆಂಥಾ ಕೆಟ್ಟ ಕಾಲ ಎಂಬಂತಹ ವಾತಾವರಣ. ಆ ಸಮಯದಲ್ಲಿ ನೀವು ಏನಾದರೂ ತಿಂದರೆ ಅಥವಾ ಕುಡಿದರೆ ಅದು ಮಗುವಿನ ಮಾನಸಿಕ ಬೆಳವಣಿಗೆಯ ಮೇಲೆ ಪರಿಣಾಮ ಬೀರುತ್ತದೆ ಎಂದು ಕೆಲವರು ಹೇಳುತ್ತಾರೆ. ಮಗುವಿನ ಆರೋಗ್ಯ ಹದಗೆಡುತ್ತದೆ ಎಂದು ಕೆಲವರು ಹೇಳುತ್ತಾರೆ. ಗ್ರಹಣದ ಸಮಯದಲ್ಲಿ ಇಷ್ಟೊಂದು ಭಯ ಏಕೆ ಎಂದು ನನಗೆ ಅರ್ಥವಾಗುತ್ತಿಲ್ಲ?

ಗಾಯತ್ರಿ– ಸೂರ್ಯಗ್ರಹಣ ಅಥವಾ ಚಂದ್ರಗ್ರಹಣವಾಗಿರಲಿ, ಇವು ಖಗೋಳ ಘಟನೆಗಳು, ಇದು ನೈಸರ್ಗಿಕ. ವಿಜ್ಞಾನದ ಪ್ರಕಾರ ಆ ಸಮಯದಲ್ಲಿ ಭೂಮಿಗೆ ಬರುವ ಕಿರಣಗಳಲ್ಲಿ ಸ್ವಲ್ಪ ಬದಲಾವಣೆ ಇರುತ್ತದೆ. ಕೆಲವು ಗ್ರಹಣಗಳಲ್ಲಿ ಸೂರ್ಯನ ಕಿರಣಗಳನ್ನು ನೇರವಾಗಿ ನೋಡುವುದರಿಂದ ಕಣ್ಣಿಗೆ ಹಾನಿಯಾಗಬಹುದು ಮತ್ತು ಹಳೆಯ ಕಾಲದಲ್ಲಿ ಪ್ರತಿಯೊಬ್ಬರ ಮನೆಗಳು, ಅಂಗಳಗಳು ಮತ್ತು ಅಡುಗೆಮನೆಗಳು ತೆರೆದಿರುತ್ತಿದ್ದವು. ತೆರೆದ ಅಂಗಳದಲ್ಲಿ ಒಲೆ ಉರಿಯುತ್ತಿತ್ತು. ಆ ಸಮಯದಲ್ಲಿ ಹಾನಿಕಾರಕ ಕಿರಣಗಳಿಂದ ರಕ್ಷಿಸಲು ಈ ಎಲ್ಲಾ ನಿಬಂಧನೆಗಳನ್ನು ಮಾಡಲಾಗಿತ್ತು. ಆದರೆ ಈಗ ಮನೆಗಳು ಮುಚ್ಚಿವೆ. ನೀವು ಫ್ಲಾಟ್‌ನಲ್ಲಿ ವಾಸಿಸುತ್ತಿದ್ದೀರಿ. ವಿಜ್ಞಾನಿಗಳು ಹೇಳುವಷ್ಟು ಜಾಗರೂಕತೆ ಇರಲಿ, ಆದರೆ ಭಯಪಡುವ ಅಗತ್ಯವಿಲ್ಲ.

ನಿಜವಾಗಿ ಹೇಳಬೇಕೆಂದರೆ, ಆ ಸಮಯದಲ್ಲಿ ಸುದ್ದಿ ವಾಹಿನಿಗಳಲ್ಲಿ ನಡೆಯುವ ಜನರ ನಕಾರಾತ್ಮಕ ಮಾತುಗಳು ಮತ್ತು ಜ್ಯೋತಿಷಿಗಳ ವ್ಯಾಖ್ಯಾನಗಳನ್ನು ಕೇಳಿದಾಗ ಮನಸ್ಸಿಗೆ ಉಂಟಾಗುವ ಭಯವು ಸೂರ್ಯನ ಕಿರಣಗಳಿಗಿಂತ ಕೆಟ್ಟ ಪರಿಣಾಮವನ್ನು ಬೀರುತ್ತದೆ. ಹೆಚ್ಚು ಹಾನಿಕಾರಕವಾದವು ಈ ಆಲೋಚನೆಗಳು 'ಇದು ತುಂಬಾ ಅಶುಭ ಸಮಯ, ನಮಗೆ ಏನಾದರೂ ಕೆಟ್ಟದು ಸಂಭವಿಸಬಹುದು, ನನ್ನ ಮಗುವಿಗೆ ಏನಾದರೂ ಸಮಸ್ಯೆ ಎದುರಾಗಬಹುದು...' ಇತ್ಯಾದಿ. ಇಂತಹ ಮಾತುಗಳು ಹೆಚ್ಚು ನಕಾರಾತ್ಮಕತೆಯನ್ನು ಉಂಟುಮಾಡುತ್ತವೆ ಮತ್ತು ಈಗ ಭಾವನೆಗಳು ಮತ್ತು ಆಲೋಚನೆಗಳು ಗರ್ಭಕ್ಕೆ ಯಾವ ರೀತಿಯ ಪರಿಣಾಮ ಉಂಟುಮಾಡುತ್ತವೆ ಎಂಬುದು ನಿಮಗೆ ಈಗಾಗಲೇ ತಿಳಿದಿದೆ!

ನಮ್ಮ ಪೂರ್ವಜರು ಬಹಳ ದೂರದೃಷ್ಟಿಯುಳ್ಳವರಾಗಿದ್ದರು, ಆದ್ದರಿಂದ ಅವರು ಕೆಲವು ಆಚರಣೆಗಳನ್ನು ಪ್ರಾರಂಭಿಸಿದರು ಮತ್ತು ಮಗುವಿನ ಮತ್ತು ತಾಯಿಯ ಆರೋಗ್ಯಕ್ಕೆ ಅನುಗುಣವಾಗಿ ಕೆಲವು ಸಂಪ್ರದಾಯಗಳನ್ನು ರಚಿಸಿದರು. ಇವುಗಳು ಅವರಿಬ್ಬರಿಗೂ ಸಂತೋಷವನ್ನು ತರಲಿ ಮತ್ತು ಧನಾತ್ಮಕತೆಯನ್ನು ಹೆಚ್ಚಿಸಲಿ ಎಂದು. ಈ ನೆಪದಲ್ಲಿ, ಕೆಲವು ಸಾಮಾಜಿಕ ಕಾರ್ಯಕ್ರಮಗಳನ್ನು ಆಯೋಜಿಸಬೇಕು, ಇದರಿಂದ ಮಹಿಳೆ ತನ್ನ ದೈಹಿಕ ಸಮಸ್ಯೆಗಳನ್ನು ಮರೆತುಬಿಡಬಹುದು ಮತ್ತು ಮಗುವಿಗೆ ತನ್ನ ಸಮಾಜ ಮತ್ತು ಸಂಬಂಧಿಕರು ಸ್ವಾಗತಿಸುತ್ತಿದ್ದಾರೆ ಎಂದು ಭಾವಿಸಬಹುದು ಎಂಬುದು ಅವರ ಆಲೋಚನೆಯಾಗಿತ್ತು. ಸೀಮಂತ ಸಮಾರಂಭವನ್ನು ವಿಜೃಂಭಣೆಯಿಂದ ಆಚರಿಸುವುದು ಇದಕ್ಕಾಗಿಯೇ. ಗರ್ಭಿಣಿ ಮಹಿಳೆಯನ್ನು ಆಶೀರ್ವದಿಸಲು, ಉಡುಗೊರೆಗಳನ್ನು ನೀಡಲು ಮತ್ತು ಮುಂಬರುವ ಮಗುವಿಗೆ ನಾವು ನಿಮ್ಮನ್ನು ಸ್ವಾಗತಿಸಲು ಸಿದ್ಧರಿದ್ದೇವೆ ಎಂದು ಸಂಕೇತಿಸಲು ಇದು ಒಂದು ಅವಕಾಶ.

ಅದೇ ರೀತಿ ಚೌಲ ಸಂಸ್ಕಾರ, ನಾಮಕರಣ ಸಂಸ್ಕಾರ, ಕಿವಿ ಚುಚ್ಚುವ ಸಂಸ್ಕಾರ ಕೂಡ ಹೊಸ ಮಗುವಿನ ಆಗಮನದ ಸಂಭ್ರಮವನ್ನು ಅದರ ಕುಟುಂಬ, ಬಂಧುಗಳು ಮತ್ತು ಸಮಾಜದವರು ಆಚರಿಸುತ್ತಾರೆ. ಚೌಲ ಸಂಸ್ಕಾರದಲ್ಲಿ, ಗರ್ಭಾವಸ್ಥೆಯ ಅವಧಿಯ ಕೂದಲನ್ನು ತೆಗೆಯಲಾಗುತ್ತದೆ. ಕಿವಿ ಚುಚ್ಚುವ ಸಮಾರಂಭದಲ್ಲಿ, ಆಕ್ಯುಪ್ರೆಶರ್ ತಂತ್ರದ ಪ್ರಕಾರ ಬುದ್ಧಿವಂತಿಕೆಯನ್ನು ವಿಕಾಸಗೊಳಿಸುವ ಕಿವಿಯ ಆ ಜಾಗದಲ್ಲಿ ರಂಧ್ರವನ್ನು ಮಾಡಲಾಗುತ್ತದೆ. ನಾಮಕರಣ ಸಮಾರಂಭದಲ್ಲಿ ಮಗುವಿನ ಹೆಸರನ್ನು ಇಡೀ ಸಮಾಜದಲ್ಲಿ ಘೋಷಿಸಲಾಗುತ್ತದೆ. ಆಚರಣೆ ಇಲ್ಲದೇ ಹೋದರೆ ಜೀವನ ನೀರಸವಾಗುತ್ತದೆ. ಹಿಂದಿನ ಕಾಲದಲ್ಲಿ, ಸಂಬಂಧಿಕರನ್ನು ಭೇಟಿ ಮಾಡಲು, ಒಟ್ಟಿಗೆ ಸೇರಲು ಮತ್ತು ಪಾರ್ಟಿಗಳಿಗೆ ಇವೇ ಸಂದರ್ಭಗಳಾಗಿದ್ದವು. ಈ ಸಂದರ್ಭಗಳಿಗೆ ಕೆಲವು ರೀತಿಯ ಪೂಜೆ, ಹೋಮ-ಹವನ ಇತ್ಯಾದಿಗಳನ್ನು ಸೇರಿಸುತ್ತಿದ್ದರೆ. ಏಕೆಂದರೆ ಈ ನೆಪದಲ್ಲಿ ಭಕ್ತಿ, ದೇವರಿಗೆ ಮತ್ತು ಪ್ರಕೃತಿ ಕೃತಜ್ಞತೆ ಸಲ್ಲಿಸುವುದು, ಮಗುವಿನ ಯೋಗಕ್ಷೇಮಕ್ಕಾಗಿ ಪ್ರಾರ್ಥನೆಗಳನ್ನು ಸಲ್ಲಿಸುವುದು, ಇವೆಲ್ಲವೂ ಸಂಪನ್ನವಾಗಲಿ ಎಂದು.

ನಾನು ಹೇಳುವುದು ಇಷ್ಟೇ, ನೀವು ಏನೇ ಮಾಡಿದರೂ ಅದನ್ನು ಪೂರ್ಣ ತಿಳುವಳಿಕೆಯಿಂದ ಮಾಡಿ...ಇದು ಜೀವನದ ಅಮೂಲ್ಯ ಸಮಯ, ಹೊಸದನ್ನು ಕಲಿಯಲು, ಅನುಭವಿಸಲು. ಇದನ್ನು ಪೂರ್ಣ ಆನಂದದಿಂದ ಕಳೆಯಿರಿ.

ಗಾಯತ್ರಿ ಆಂಟಿಯ ಮಾತು ಕೇಳಿ ಇಬ್ಬರ ಮುಖದಲ್ಲೂ ಸಮಾಧಾನವಿತ್ತು.

ಸಲೋನಿ– ನಿಜ ಆಂಟಿ, ನೀವು ಇಷ್ಟು ಚೆನ್ನಾಗಿ ವಿವರಿಸಿದಿರಿ, ಹೀಗೆ ಇಲ್ಲಿಯವರೆಗೆ

ಯಾರೂ ವಿವರಿಸಿರಲಿಲ್ಲ. ಆದ್ದರಿಂದಲೇ ಸಂಪ್ರದಾಯದ ಹೆಸರಿನಲ್ಲಿ ಹೇರಿದ್ದನ್ನು ಮನಸ್ಸು ವಿರೋಧಿಸುತ್ತಲೇ ಇತ್ತು. ಆದರೆ ಈಗ ನಾನು ಅದರ ಹಿಂದಿನ ವಿಜ್ಞಾನವನ್ನು ಅರ್ಥಮಾಡಿಕೊಳ್ಳಲು ಪ್ರಯತ್ನಿಸುತ್ತೇನೆ. ಏನು ಮಾಡಬೇಕೋ ಅದನ್ನು ಮಾಡುತ್ತೇನೆ ಆದರೆ ಪೂರ್ಣ ತಿಳುವಳಿಕೆಯೊಂದಿಗೆ.

ಗಾಯತ್ರಿ– ಖಂಡಿತ ಅದೇ ಮಾಡಬೇಕು. ಅವರು ನಗುತ್ತಾ ಹೇಳಿದರು.

ಮಧು– ಆಂಟಿ ಸಂಜೆಯಾಗುತ್ತಿದೆ.

ಗಾಯತ್ರಿ– ಹೌದಾ?

ಮಧು– ಮನೆಯಲ್ಲಿ ದೀಪ ಹಚ್ಚಬೇಕು ಅಂತ ಅಮ್ಮ ಹೇಳ್ತಾರೆ, ಸಂಜೆ ಮನೆಯಲ್ಲಿ ಕತ್ತಲಿದ್ದರೆ ಒಳ್ಳೆಯದಲ್ಲ, ಬಡತನ ಬರುತ್ತೆ... ಮಧು ತಮಾಷೆಯಾಗಿ ಹೇಳಿದ ರೀತಿ ಕೇಳಿ ಎಲ್ಲರೂ ನಕ್ಕರು.

ಮನನ ಬಿಂದು...

* ಗರ್ಭಿಣಿ ಮಹಿಳೆ ಮತ್ತು ನವಜಾತ ಶಿಶುವಿಗೆ ಸಂಬಂಧಿಸಿದಂತೆ ನಮ್ಮ ಸಮಾಜದಲ್ಲಿ ಹಲವಾರು ವಿಧದ ಆಚರಣೆಗಳು, ಪದ್ಧತಿಗಳು ಮತ್ತು ನಂಬಿಕೆಗಳು ಚಾಲ್ತಿಯಲ್ಲಿವೆ.

* ಆ ಕಾಲಕ್ಕೆ ಅನುಗುಣವಾಗಿ ಪ್ರತಿಯೊಂದು ಆಚರಣೆ ಮತ್ತು ನಂಬಿಕೆಯನ್ನು ರಚಿಸಲಾಗಿದೆ. ಇಂದು ಅದು ಅನಿವಾರ್ಯವಲ್ಲ.

* ನಂಬಿಕೆಯ ಹಿಂದಿನ ವಿಜ್ಞಾನ ಮತ್ತು ಆಧಾರವನ್ನು ಅರ್ಥಮಾಡಿಕೊಂಡ ನಂತರ ಪ್ರತಿಯೊಂದು ಆಚರಣೆಯನ್ನು ಅನುಸರಿಸಬೇಕು.

* ಯಾವುದೇ ರೀತಿಯ ಭಯವನ್ನು ಮನಸ್ಸಿನಲ್ಲಿ ಇಟ್ಟುಕೊಳ್ಳಬಾರದು. ಏಕೆಂದರೆ ಪ್ರತಿ ಆಚರಣೆ ಅಥವಾ ನಂಬಿಕೆಯ ಮೂಲ ಉದ್ದೇಶವು ಗರ್ಭಿಣಿ ಮಹಿಳೆ ಮತ್ತು ಮಗುವಿನ ಸುರಕ್ಷತೆ, ಆರೋಗ್ಯ, ಸಂತೋಷ ಮತ್ತು ಸಕಾರಾತ್ಮಕತೆಯನ್ನು ಹೆಚ್ಚಿಸುವುದು, ಕಡಿಮೆ ಮಾಡುವುದಿಲ್ಲ. ಮನಸ್ಸಿನಲ್ಲಿ ಭಯವನ್ನು ಉಂಟುಮಾಡುವ ಆ ಆಚರಣೆಗಳು ಅಥವಾ ನಂಬಿಕೆಗಳನ್ನು ಬಿಡುವುದು ಉತ್ತಮ.

* ಇಂದು ಅನ್ವಯವಾಗುವ ಸಲಹೆಗಳನ್ನು ಅನುಸರಿಸಬೇಕು, ಅದು ಯಾವುದೇ ನಂಬಿಕೆ, ಸಂಪ್ರದಾಯ ಅಥವಾ ಆಚರಣೆಯ ಭಾಗವಾಗಿರಲಿ ಅಥವಾ ಇಲ್ಲದಿರಲಿ.

ಅಧ್ಯಾಯ 22

ಗರ್ಭಾವಸ್ಥೆಯಲ್ಲಿ ನಿಮ್ಮ ಆಹಾರದ ಬಗ್ಗೆ ಗಮನ ಕೊಡಿ

ನಿಮ್ಮ ಶರೀರದ ಮಾತನ್ನು ಆಲಿಸಿ

ಗರ್ಭಾವಸ್ಥೆಯು ಬಹಳ ನಾಜೂಕಾದ ಸಮಯವಾಗಿದೆ, ಈ ಸಮಯದಲ್ಲಿ ಹೆಚ್ಚಿನ ಎಚ್ಚರಿಕೆಯಿಂದ ಇರಬೇಕು. ಸೂಕ್ಷ್ಮ ಏಕೆಂದರೆ ಗರ್ಭದೊಳಗೆ ಬೆಳೆಯುವ ಜೀವ ಬಹಳ ಸೂಕ್ಷ್ಮವಾಗಿರುತ್ತದೆ. ದೊಡ್ಡದಾಗಿ ಬೆಳೆದ ಮರವು ಬಿರುಗಾಳಿಗಳನ್ನು ಮತ್ತು ಎಲ್ಲಾ ರೀತಿಯ ಹವಾಮಾನವನ್ನು ತಡೆದುಕೊಳ್ಳುತ್ತದೆ, ಆದರೆ ಬೀಜದಿಂದ ಹೊಸದಾಗಿ ಅಂಕುರಿತವಾದ ಸಸ್ಯವು ತುಂಬಾ ದುರ್ಬಲವಾಗಿರುತ್ತದೆ. ಅದಕ್ಕೆ ಆರೈಕೆ, ಸರಿಯಾದ ಸಮಯಕ್ಕೆ ಸರಿಯಾದ ಪ್ರಮಾಣದ ಸೂರ್ಯನ ಬೆಳಕು, ರಸಗೊಬ್ಬರ, ನೀರು ಇತ್ಯಾದಿಗಳ ಅಗತ್ಯವಿರುತ್ತದೆ ಮತ್ತು ಸ್ವಲ್ಪ ಅಜಾಗರೂಕತೆಯಾದರೂ ಅದು ಒಣಗಿ ನಾಶವಾಗಬಹುದು. ಅಂತೆಯೇ, ವಯಸ್ಕ ಮಾನವನು ಹವಾಮಾನದ ಪ್ರತಿಕೂಲ ಪರಿಣಾಮಗಳನ್ನು, ಆಹಾರ ಪದ್ಧತಿಯಲ್ಲಿ ಅಜಾಗರೂಕತೆ ಮತ್ತು ಇತರ ಪ್ರತಿಕೂಲ ಪರಿಸ್ಥಿತಿಗಳನ್ನು ಸಹಿಸಿಕೊಳ್ಳಬಹುದು, ಆದರೆ ಭ್ರೂಣವಲ್ಲ. ಒಬ್ಬ ವ್ಯಕ್ತಿಯು ನಡೆಯುವಾಗ ಎಡವಿ ಬಿದ್ದರೂ ಅವನು ಚೇತರಿಸಿಕೊಳ್ಳಬಹುದು, ಆದರೆ ಅಂತಹ ಅಜಾಗರೂಕತೆ ಭ್ರೂಣಕ್ಕೆ ಹಾನಿಯನ್ನುಂಟುಮಾಡುತ್ತದೆ. ಈ ಕಾರಣಕ್ಕಾಗಿ, ಭ್ರೂಣವು ಸುರಕ್ಷಿತವಾಗಿ ಉಳಿಯಲು ಗರ್ಭಾವಸ್ಥೆಯಲ್ಲಿ ನಿಮ್ಮ ದೇಹವನ್ನು ಪ್ರತಿಯೊಂದು ರೀತಿಯಲ್ಲಿಯೂ ಹೆಚ್ಚು ಕಾಳಜಿ ವಹಿಸುವುದು ಮುಖ್ಯವಾಗಿದೆ. ಗಾಯತ್ರಿ ಆಂಟಿ ಮಧು ಮತ್ತು ಸಲೋನಿ ಜೊತೆ ಈ ವಿಷಯಗಳ ಬಗ್ಗೆ ಚರ್ಚಿಸುತ್ತಿದ್ದರು.

ಸಲೋನಿ– ಆಂಟಿ, ಇಂದು ನಾನು ವೈದ್ಯರ ಬಳಿ ನನ್ನ ಮಾಸಿಕ ತಪಾಸಣೆ ಮಾಡಿಸಿದೆ. ಕೆಲವು ಪೂರಕ ಮಾತ್ರೆಗಳನ್ನು ತೆಗೆದುಕೊಳ್ಳುವಂತೆ ವೈದ್ಯರು ಹೇಳಿದರು. ಆದರೆ ನನ್ನ ತಾಯಿ ಗರ್ಭಾವಸ್ಥೆಯಲ್ಲಿ ಯಾವುದೇ

ಔಷಧಿ, ಮಾತ್ರೆ ಇತ್ಯಾದಿಗಳನ್ನು ತೆಗೆದುಕೊಳ್ಳಬೇಡ, ಮಗುವಿಗೆ ಹಾನಿಯಾಗುತ್ತದೆ ಎಂದು ಹೇಳುತ್ತಿದ್ದಾರೆ. ಸಾಕಷ್ಟು ಆಹಾರ, ಹಣ್ಣುಗಳನ್ನು ಸೇವಿಸು ಮತ್ತು ದಿನಕ್ಕೆ ಎರಡು ಬಾರಿ ಹಾಲು ಕುಡಿ ಎನ್ನುತ್ತಾರೆ. ಆದರೆ ಹಾಲು ಕುಡಿದ ತಕ್ಷಣ ನನಗೆ ವಾಂತಿಯಾಗುತ್ತದೆ. ಏನು ಮಾಡಬೇಕೆಂದೇ ಅರ್ಥವಾಗುತ್ತಿಲ್ಲ.

ಗಾಯತ್ರಿ– ನೋಡು ಇವತ್ತಿನ ಕಾಲದಲ್ಲಿ ಡಾಕ್ಟರುಗಳು ಏನೇನು ಹೇಳ್ತಾರೋ, ಅದೆಲ್ಲವನ್ನು ನೀನು ತೆಗೆದುಕೊಳ್ಳಲೇಬೇಕು. ಕಬ್ಬಿಣ, ಫೋಲಿಕ್ ಆಸಿಡ್, ಕ್ಯಾಲ್ಸಿಯಂ, ಮಲ್ಟಿವಿಟಮಿನ್ ಇತ್ಯಾದಿ ಮಾತ್ರೆಗಳನ್ನು ಸೇವಿಸುವುದರಿಂದ ಯಾವುದೇ ದುಷ್ಪರಿಣಾಮಗಳಿಲ್ಲ. ಇವುಗಳು ಮಗುವನ್ನು ಮತ್ತು ಗರ್ಭಿಣಿ ಮಹಿಳೆಯನ್ನು ದೈಹಿಕವಾಗಿ ಬಲಗೊಳಿಸುತ್ತವೆ ಮತ್ತು ಅವರ ವಿಟಮಿನ್ ಮತ್ತು ಖನಿಜಗಳ ಕೊರತೆಯನ್ನು ಸರಿದೂಗಿಸುತ್ತದೆ. ಗರ್ಭಾವಸ್ಥೆಯ ಸಮಯದಲ್ಲಿ ಅವು ಅಗತ್ಯವಾಗಿವೆ. ಅದಕ್ಕಾಗಿಯೇ ಡಾಕ್ಟರ್ ನಿನಗೆ ಅವುಗಳನ್ನು ತೆಗೆದುಕೊಳ್ಳಲು ಹೇಳಿದ್ದಾರೆ. ಇನ್ನು ತಿನ್ನುವ ವಿಷಯ ಬಂದರೆ, ಏನು ತಿನ್ನಬೇಕು, ಏನು ತಿನ್ನಬಾರದು ಎಂಬುದನ್ನು ನಿನ್ನ ದೇಹವನ್ನು ಕೇಳಿದ ನಂತರವೇ ನೀನು ನಿರ್ಧರಿಸಬೇಕು. ನೀನು ಏನು ತಿಂದರೂ, ನಿನ್ನ ದೇಹವನ್ನು ಕೇಳಿದ ನಂತರ ತಿನ್ನು, ಅದರ ಬೇಡಿಕೆಯ ಮೇಲೆ ತಿನ್ನು.

ಮಧು– ಹಾಗೆಂದರೇನು ಆಂಟಿ?

ಗಾಯತ್ರಿ– ನೋಡು, ಜನರು ಸಾಮಾನ್ಯವಾಗಿ ತಮ್ಮ ಇಂದ್ರಿಯಗಳನ್ನು ಕೇಳಿಕೊಂಡು ತಿನ್ನುತ್ತಾರೆ. ಇಂದ್ರಿಯಗಳು ನಮ್ಮನ್ನು ಕುರಿತು– 'ಓಹ್, ಆಹಾರವು ತುಂಬಾ ಪರಿಮಳಯುಕ್ತವಾಗಿದೆ... ಸಮೋಸಾಗಳು ತುಂಬಾ ರುಚಿಯಾಗಿ ಕಾಣುತ್ತವೆ... ಚೈನಿಸ್ ಫುಡ್ ಬಣ್ಣವು ಆಕರ್ಷಕವಾಗಿದೆ... ನನಗೆ ಇದನ್ನು ಹೆಚ್ಚು ತಿನ್ನಿಸು... ನನ್ನ ಹೊಟ್ಟೆಗೆ ಸಾಧ್ಯವಾಗದಿದ್ದರೂ ಸಹ ಅದನ್ನು ಸಹಿಸಿಕೊ, ಎಂದು ಹೇಳುತ್ತವೆ. 'ತಿಂದ ನಂತರ ಜೀರ್ಣವಾಗದಿದ್ದರೆ ಜೀರ್ಣಕ್ರಿಯೆ ಮಾತ್ರೆಗಳನ್ನು ತೆಗೆದುಕೋ ಆದರೆ ಈಗ ಹೆಚ್ಚು ಆಹಾರವನ್ನು ತಿನ್ನು...' ಎನ್ನುತ್ತವೆ. ಮತ್ತು ಜನರು ತಮ್ಮ ಇಂದ್ರಿಯಗಳು ಮಾತನ್ನು ಕೇಳಿ ಯದ್ವಾ–ತದ್ವಾ ತಿನ್ನುತ್ತಾರೆ ಆದರೆ ಇದು ಸರಿಯಾದ ಮಾರ್ಗವಲ್ಲ.

ಪ್ರತಿಯೊಬ್ಬರೂ ತಮ್ಮ ದೇಹವನ್ನು ಕೇಳಬೇಕು ಮತ್ತು ಅದರ ಅಗತ್ಯಗಳಿಗೆ ಅನುಗುಣವಾಗಿ ತಿನ್ನಬೇಕು, ಇಲ್ಲದಿದ್ದರೆ ತಿಂದ ಆಹಾರ ಜೀರ್ಣವಾಗುವುದಿಲ್ಲ. ಜೀರ್ಣವಾಗದ ಆಹಾರವು ಹೊಟ್ಟೆಯಲ್ಲಿ ಉಳಿಯುತ್ತದೆ, ಕೊಳೆಯುತ್ತದೆ ಮತ್ತು ಹತ್ತು ಹಲವು ರೋಗಗಳನ್ನು ಉಂಟುಮಾಡುತ್ತದೆ. ದೇಹಕ್ಕೆ ಏನಾದರೂ ಅಗತ್ಯವಿದ್ದಾಗ, ಅದು ತನ್ನದೇ ಆದ ಸಂಕೇತವನ್ನು ನೀಡುತ್ತದೆ. ಉದಾಹರಣೆಗೆ, ದೇಹವು ಕ್ಯಾಲ್ಸಿಯಂ, ಖನಿಜಗಳು ಇತ್ಯಾದಿಗಳನ್ನು ಬಯಸಿದಾಗ, ಮಗು ಅದನ್ನು ತಾನೇ ತಾನಾಗಿ ಗೋಡೆಯಿಂದ ಗೀಚಿ ಸುಣ್ಣವನ್ನು ತಿನ್ನುತ್ತದೆ. ಇದನ್ನು ಮಾಡಲು ಯಾರೂ ಅದಕ್ಕೆ ಹೇಳುವುದಿಲ್ಲ. ಅಂತಹ ವಸ್ತುಗಳನ್ನು ತಿನ್ನುವ ಮೂಲಕ ಅದು ದೇಹದಲ್ಲಿನ ನ್ಯೂನತೆಗಳನ್ನು ಸರಿದೂಗಿಸುತ್ತದೆ. ಅದೇ ರೀತಿ ಬೆಳಗ್ಗೆ ಎದ್ದಾಗ ನಮಗೆ ಬಾಯಾರಿಕೆಯಾಗುತ್ತದೆ. ನಮ್ಮ ದೇಹವು ನಿರ್ಜಲೀಕರಣಗೊಂಡಿದೆ ಎಂದು ಹೇಳುತ್ತದೆ, ದೇಹಕ್ಕೆ ನೀರು ನೀಡಲು ನಾವು ನೀರನ್ನು ಕುಡಿಯುತ್ತೇವೆ. ದೇಹವು ನೀರಿನ ಬಣ್ಣ ಅಥವಾ ರುಚಿಯನ್ನು ಆಧರಿಸಿ ಇದನ್ನು ಹೇಳುವುದಿಲ್ಲ. ಈ ಪ್ರಕ್ರಿಯೆಯು ಪ್ರಾಣಿಗಳಲ್ಲಿ ಸಹಜವಾಗಿ ನಡೆಯುತ್ತದೆ, ಅವು ತಮ್ಮ ದೇಹದ ಬೇಡಿಕೆಗೆ ಅನುಗುಣವಾಗಿ ತಿನ್ನುತ್ತವೆ.

ಕೆಲವರು ಗಡಿಯಾರ ನೋಡಿಕೊಂಡು ಊಟ ಮಾಡುತ್ತಾರೆ, ಊಟದ ಸಮಯವಾದರೆ,

ಆ ಸಮಯದಲ್ಲಿ ಹಸಿವಾಗದಿದ್ದರೂ ತಿನ್ನುತ್ತಾರೆ, ಹೀಗೆ ಮಾಡಬಾರದು. ನಿಮಗೆ ಹಸಿವಾದಾಗಲೆಲ್ಲ ಪೌಷ್ಟಿಕಾಂಶವುಳ್ಳ, ಸುಲಭವಾಗಿ ಜೀರ್ಣವಾಗುವ ಮತ್ತು ಸಮತೋಲಿತ ಆಹಾರವನ್ನು ಸೇವಿಸಬೇಕು. ಎಷ್ಟು ಹಸಿವಾಗಿದೆಯೋ ಅಷ್ಟೇ ತಿನ್ನಬೇಕು. ಗರ್ಭಿಣಿಯಾಗಿದ್ದರೆ ದುಪ್ಪಟ್ಟು ತಿನ್ನಬೇಕು ಅಂತಲ್ಲ. ದೇಹವು 'ಮತ್ತೆ ಬೇಕು' ಎಂದೆನಿಸಿದರೆ, ಅದು ಮತ್ತೆ ಆಹಾರ ಕೇಳುತ್ತದೆ. ಹಾಗೆ ಕೇಳಿದಾಗ, 'ಇದು ತಿನ್ನುವ ಸಮಯವಲ್ಲ ಈಗ ನಾನು ಹೇಗೆ ತಿನ್ನುವುದು?' ಎಂದು ಯೋಚಿಸಬೇಡಿ, ಅಗತ್ಯಕ್ಕೆ ತಕ್ಕ ಆಹಾರ ಸೇವಿಸಿದರೆ, ಸರಿಯಾಗಿ ತಿಂದರೆ ಔಷಧವಾಗುತ್ತದೆ, ದೇಹವನ್ನು ಆರೋಗ್ಯವಾಗಿಡುತ್ತದೆ, ಇಲ್ಲದಿದ್ದರೆ ರೋಗಗಳ ಮನೆಯಾಗುತ್ತದೆ.

ಸಲೋನಿ– ಆಂಟಿ, ಈ ಅಂಶಗಳ ಬಗ್ಗೆ ತಿಳಿದುಕೊಂಡೆ, ಇನ್ನೂ ಯಾವುದೇ ಪ್ರಮುಖ ವಿಷಯಗಳಿದ್ದರೆ, ದಯವಿಟ್ಟು ನನಗೆ ತಿಳಿಸಿ... ಏನು ಮಾಡಬೇಕು, ಏನು ಮಾಡಬಾರದು.

ಗಾಯತ್ರಿ– ಸಾಧ್ಯವಾದಷ್ಟು ಪ್ರಕೃತಿಯೊಂದಿಗೆ ಸಂಪರ್ಕದಲ್ಲಿರಿ ಮತ್ತು ಅದರ ಮಾರ್ಗದರ್ಶನವನ್ನು ತೆಗೆದುಕೊಳ್ಳಿ. ಪ್ರಕೃತಿಗಿಂತ ಉತ್ತಮ ಮಾರ್ಗದರ್ಶಕರಿಲ್ಲ, ಅದು ನಮ್ಮ ಹೊರಗಿನ ಪ್ರಕೃತಿಯಾಗಿರಲಿ ಅಥವಾ ನಮ್ಮ ಆಂತರಿಕ ಪ್ರಕೃತಿಯಾಗಿರಲಿ. ಉದಾಹರಣೆಗೆ, ನಿನಗೆ ಹಾಲು ಕುಡಿಯುವುದರಿಂದ ವಾಂತಿಯಾಗುತ್ತದೆ, ಹಾಲು ಜೀರ್ಣವಾಗದಿದ್ದರೆ, ನಿಮ್ಮ ಸ್ವಭಾವಕ್ಕೆ ಅನುಗುಣವಾಗಿ ಅದರ ಬದಲಿ ಆಹಾರವನ್ನು ಕಂಡುಕೋ, ಹಾಲಿನಲ್ಲಿನ ಪೌಷ್ಟಿಕಾಂಶವನ್ನು ನೀಡುವಂತಹ ಮೊಸರು, ಮಜ್ಜಿಗೆ ಅಥವಾ ಇನ್ನಾವುದಾದರೂ ಆಹಾರ ಸೇವಿಸು.

ನಮ್ಮ ದೇಹವು ಮೂರು ರೀತಿಯ ಪ್ರಕೃತಿಯನ್ನು ಹೊಂದಿರುತ್ತದೆ. ವಾತ, ಪಿತ್ತ ಮತ್ತು ಕಫ. ಈ ಮೂರು ಗುಣಗಳ ಸಮತೋಲನವಿದ್ದರೆ ದೇಹವು ಆರೋಗ್ಯಕರ ಮತ್ತು ಸದೃಢವಾಗಿರುತ್ತದೆ. ಪ್ರತಿಯೊಂದು ದೇಹಕ್ಕೂ ಒಂದು ಪ್ರಾಥಮಿಕ ಸ್ವಭಾವವಿದೆ. ನೀನು ನಿನ್ನ ಪ್ರಧಾನ ಸ್ವಭಾವವನ್ನು (ವಾತ, ಪಿತ್ತ ಅಥವಾ ಕಫ) ಗುರುತಿಸಬೇಕು ಮತ್ತು ಅದಕ್ಕೆ ಅನುಗುಣವಾಗಿ ನಿನ್ನ ಆಹಾರ ಪದ್ಧತಿಯನ್ನು ನಿರ್ಧರಿಸಬೇಕು. ಏಕೆಂದರೆ ಕಫ ಪ್ರಕೃತಿಗೆ ಉತ್ತಮವಾದ ಆಹಾರವು ವಾತ ಸ್ವಭಾವದ ವ್ಯಕ್ತಿಗೆ ಒಳ್ಳೆಯದಲ್ಲ. ಒಂದು ನಿರ್ದಿಷ್ಟ ಹಣ್ಣನ್ನು ತಿಂದ ನಂತರ ಒಬ್ಬ ವ್ಯಕ್ತಿಯು ಕೆಲವು ಸಮಸ್ಯೆಗಳನ್ನು ಎದುರಿಸುತ್ತಿದ್ದರೆ, ಇನ್ನೊಬ್ಬರು ಅದನ್ನು ಆರಾಮವಾಗಿ ತಿನ್ನುವುದನ್ನು ನೀನು ಎಷ್ಟು ಬಾರಿ ನೋಡಿರುತ್ತಿ. ಆದ್ದರಿಂದ, ನಮ್ಮ ದೇಹ, ಅದರ ಸ್ವಭಾವ ಮತ್ತು ಅದರ ಅಗತ್ಯಗಳನ್ನು ತಿಳಿದುಕೊಳ್ಳುವುದು ಮುಖ್ಯವಾಗಿದೆ. ಅದಕ್ಕೆ ತಕ್ಕಂತೆ ನಮ್ಮ ಆಹಾರ ಪದ್ಧತಿಯನ್ನು ನಿರ್ಧರಿಸಬೇಕು. ಅಗತ್ಯವಿದ್ದರೆ, ಇದಕ್ಕಾಗಿ ಆಹಾರ ತಜ್ಞರ ಸಹಾಯವನ್ನು ತೆಗೆದುಕೊಳ್ಳಬಹುದು.

ಇನ್ನೂ ಒಂದು ವಿಷಯ, ಆಹಾರವನ್ನು ಯಾವಾಗಲೂ ಸಂತೋಷದಿಂದ ಮತ್ತು ಕೃತಜ್ಞತೆಯ ಭಾವನೆಯಿಂದ ತಿನ್ನಬೇಕು. ನಮ್ಮ ಸಂಸ್ಕೃತಿಯಲ್ಲಿ ಊಟದ ಸಮಯದಲ್ಲಿ ಪ್ರಾರ್ಥನೆಗೆ ಹೆಚ್ಚಿನ ಮಹತ್ವವಿತ್ತು. ಅದರಂತೆ, ಊಟವನ್ನು ಪ್ರಾರಂಭಿಸುವ ಮೊದಲು ಸಾಮೂಹಿಕ ಪ್ರಾರ್ಥನೆಗಳನ್ನು ಸಲ್ಲಿಸಲಾಗುತ್ತಿತ್ತು. ಆ ಆಹಾರವನ್ನು ದೇವರಿಗೆ ಅರ್ಪಿಸಲಾಗುತ್ತಿತ್ತು. ಅದರ ಸ್ವಲ್ಪ ಭಾಗವನ್ನು ಪ್ರಾಣಿಗಳಾದ ಹಸು, ಕಾಗೆ, ನಾಯಿ, ಇರುವೆ ಇತ್ಯಾದಿಗಳಿಗಾಗಿ ತೆಗೆದಿರಿಸಲಾಗುತ್ತಿತ್ತು.

ಹೀಗೆ ಮಾಡುವುದರಿಂದ ಅನೇಕ ಪ್ರಯೋಜನಗಳಾಗುತ್ತಿದ್ದವು. ಮೊದಲನೆಯದಾಗಿ, ತಿನ್ನುವ ಮೊದಲು ನಮ್ಮ ಭಾವನೆಗಳು ಶುದ್ಧವಾಗುತ್ತಿದ್ದವು. ನಾವು ಆ ಆಹಾರದ ಬಗ್ಗೆ

ಗೌರವ ಮತ್ತು ಕೃತಜ್ಞತೆಯ ಭಾವನೆಗಳನ್ನು ಹೊಂದುತ್ತಿದ್ದೆವು, ಅದು ಅದರ ಒಳ್ಳೆಯತನವನ್ನು ಹೆಚ್ಚಿಸುತ್ತಿತ್ತು. ಆ ಆಹಾರ ಪ್ರಸಾದವಾಗುತ್ತಿತ್ತು. ಇಂತಹ ಆಹಾರ ಆರೋಗ್ಯಕರವಾಗಿದ್ದು ಮನಸ್ಸಿಗೆ ಹಾಗೂ ದೇಹಕ್ಕೆ ಸಂತೃಪ್ತಿ ನೀಡುತ್ತಿತ್ತು. ನಮ್ಮ ಬುದ್ಧಿಯನ್ನೂ ಶುದ್ಧವಾಗಿಡುತ್ತಿತ್ತು. ನಮ್ಮ ಸುತ್ತಲಿನ ಜೀವಿಗಳ ಬಗ್ಗೆ ನಾವು ಸಹ ದಯೆ ಮತ್ತು ಸಂವೇದನಾಶೀಲರಾಗಿದ್ದೆವು.

ಪ್ರಾರ್ಥನೆ ಮತ್ತು ದಾನ, ಅನ್ನವನ್ನು ಪ್ರಸಾದವಾಗಿ ಮಾಡುತ್ತದೆ, ಔಷಧಿಯಾಗಿ ಮಾಡುತ್ತದೆ. ದೇಹ, ಮನಸ್ಸು ಮತ್ತು ಬುದ್ಧಿಯನ್ನು ಆರೋಗ್ಯಕರವಾಗಿ ಮತ್ತು ಶುದ್ಧವಾಗಿಡುತ್ತದೆ. ಆದ್ದರಿಂದ ಈ ಅಭ್ಯಾಸವನ್ನು ನಮ್ಮ ದಿನಚರಿಯಲ್ಲಿ ಸೇರಿಸಿಕೊಳ್ಳಬೇಕು. ಗರ್ಭಾವಸ್ಥೆಯಲ್ಲಿ ಮಾತ್ರ ನಾನು ಅದನ್ನು ಅನುಸರಿಸಿ ನಂತರ ಅದನ್ನು ಬಿಡಬಹುದು ಎಂದಲ್ಲ. ಆಹಾರ-ಪ್ರಾರ್ಥನೆ ನಮ್ಮ ದಿನಚರಿಯ ಭಾಗವಾಗಿರಬೇಕು.

ಸಲೋನಿ- ಆಂಟಿ, ನಾವು ಇಲ್ಲಿಯವರೆಗೆ ಇದನ್ನು ಮಾಡಿಲ್ಲ, ಅಥವಾ ತಿನ್ನುವ ಮೊದಲು ಹೇಳಬೇಕಾದ ಪ್ರಾರ್ಥನೆ ಅಥವಾ ಮಂತ್ರ ನಮಗೆ ತಿಳಿದಿಲ್ಲ, ದಯವಿಟ್ಟು ನಾವು ಏನು ಮಾಡಬೇಕು ಎಂದು ನಮಗೆ ತಿಳಿಸಿ.

ಗಾಯತ್ರಿ - ನೋಡು, ಸರಳವಾದ ಮತ್ತು ಚಿಕ್ಕದಾದ ಪ್ರಾರ್ಥನೆಯೆಂದರೆ ಧನ್ಯವಾದಗಳನ್ನು ನೀಡುವುದಾಗಿದೆ. ಊಟ ಮಾಡುವುದಕ್ಕಿಂತ ಮೊದಲು, ನಿನಗೆ ಆಹಾರವನ್ನು ನೀಡಿದ ಎಲ್ಲರಿಗೂ ಧನ್ಯವಾದಗಳನ್ನು ತಿಳಿಸು. ಹೇಗೆಂದರೆ-

ಈ ಪ್ರಕೃತಿಯನ್ನು ಸೃಷ್ಟಿಸಿದ ದೇವರಿಗೆ ಧನ್ಯವಾದಗಳು.

ಈ ಆಹಾರವನ್ನು ಸೃಷ್ಟಿಸಿದ ಪ್ರಕೃತಿಗೆ ಧನ್ಯವಾದಗಳು.

ಬೆವರು ಸುರಿಸಿ ಈ ಅನ್ನ ಬೆಳೆದ ರೈತನಿಗೆ ಕೃತಜ್ಞತೆಗಳು.

ಈ ಪಡಿತರ ದಿನಸಿಯನ್ನು ನಮ್ಮ ಮನೆಗೆ ತಲುಪಿಸಿದ ಎಲ್ಲ ಜನರಿಗೆ ಧನ್ಯವಾದಗಳು.

ಅದನ್ನು ಬೇಯಿಸಿದ ವ್ಯಕ್ತಿಗೆ ಧನ್ಯವಾದಗಳು.

ಅದೇ ಸಮಯದಲ್ಲಿ ಪೂರ್ಣ ಭಾವನೆಯಿಂದ ಹೇಳಿ, 'ನಾನು ಈ ಆಹಾರವನ್ನು ಪೂರ್ಣ ಗೌರವ ಮತ್ತು ಕೃತಜ್ಞತೆಯಿಂದ ಸ್ವೀಕರಿಸುತ್ತೇನೆ. ಇದು ನನ್ನ ಮತ್ತು ನನ್ನ ಮಗುವಿನ ಮನಸ್ಸನ್ನು ಶುದ್ಧಗೊಳಿಸುತ್ತದೆ ಎಂದು ನನಗೆ ಸಂಪೂರ್ಣ ನಂಬಿಕೆ ಇದೆ. ನಮಗೆ ಬೇಕಾದ ಎಲ್ಲಾ ಪೋಷಕಾಂಶಗಳನ್ನು ನೀಡುತ್ತದೆ. ನಮಗೆ ಸಾಕಷ್ಟು ಶಕ್ತಿಯನ್ನು ನೀಡುತ್ತದೆ. ಈ ಎಲ್ಲಾ ಗುಣಗಳನ್ನು ನೀಡುವ ಈ ಆಹಾರಕ್ಕೆ ಧನ್ಯವಾದಗಳು, ಧನ್ಯವಾದಗಳು, ಧನ್ಯವಾದಗಳು.

ಈ ರೀತಿಯಾಗಿ ನೀವು ನಿಮ್ಮ ಸ್ವಂತ ಆಹಾರ ಪ್ರಾರ್ಥನೆಗಳನ್ನು ಮಾಡಬಹುದು. ಪದಗಳು ಏನೇ ಇರಲಿ, ಭಾವನೆಯು ಮುಖ್ಯವಾಗಿದೆ, ಇದು ಧನ್ಯವಾದ ಮತ್ತು ಕೃತಜ್ಞತೆಯನ್ನು ಒಳಗೊಂಡಿರಬೇಕು. ಹಾಗೆಯೇ ಸಾಧ್ಯವಾದಾಗಲೆಲ್ಲಾ ಅರ್ಹರಿಗೆ ಅನ್ನದಾನ ಮಾಡಬೇಕು. ದಾನ ಮಾಡುವುದು ಪ್ರಕೃತಿಗೆ ಧನ್ಯವಾದ ಹೇಳುವ ಒಂದು ಮಾರ್ಗವಾಗಿದೆ, ಅದು ನಮಗೆ ಎಲ್ಲವನ್ನೂ ಹೇರಳವಾಗಿ ನೀಡುತ್ತಿದೆ.

ಮಧು- ನನಗೆ ಇವತ್ತು ತುಂಬಾ ಒಳ್ಳೆಯ ವಿಷಯ ಗೊತ್ತಾಯ್ತು. ನನ್ನ ಅಜ್ಜಿ ಹಸುವಿನ ಮೊದಲ ರೊಟ್ಟಿ ಮತ್ತು ನಾಯಿಗೆ ಎರಡನೇ ರೊಟ್ಟಿ ಮಾಡುತ್ತಿದ್ದಳು. ಅವಳು ತನ್ನ ಬೀದಿಯಲ್ಲಿ

ಬರುವ ಹಸುಗಳು ಮತ್ತು ನಾಯಿಗಳಿಗೆ ಆಹಾರವನ್ನು ನೀಡುತ್ತಿದ್ದಳು. ನನಗೂ ಹಾಗೆಯೇ ಮಾಡು ಎಂದು ಕೇಳುತ್ತಿದ್ದಳು. ಈಗ ನಾವಿರುವ ಸಮಾಜದಲ್ಲಿ ಅಂಥದ್ದು ಸಾಧ್ಯವೇ ಇಲ್ಲವಾದ್ದರಿಂದ ಅವರು ಹೇಳಿದ್ದಕ್ಕೆ ಅಷ್ಟೊಂದು ಗಮನಹರಿಸಲಿಲ್ಲ. ಆದರೆ ಅನ್ನದಾನವನ್ನು ಯಾವುದೇ ಅಗತ್ಯವಿರುವ ವ್ಯಕ್ತಿಗೆ ಮತ್ತು ಯಾವುದೇ ಸಮಯದಲ್ಲಿ ಮಾಡಬಹುದು.

ಗಾಯತ್ರಿ– ಹೌದು. ಹಳೆಯ ಸಂಪ್ರದಾಯಗಳನ್ನು ತ್ಯಜಿಸುವ ಬದಲು, ಅವುಗಳ ಉದ್ದೇಶವನ್ನು ಅರ್ಥಮಾಡಿಕೊಳ್ಳುವುದು ಮತ್ತು ಸಮಯಕ್ಕೆ ಅನುಗುಣವಾಗಿ ಅನುಸರಿಸುವುದು ಉತ್ತಮ, ಏಕೆಂದರೆ ಅವುಗಳನ್ನು ನಮ್ಮ ಮತ್ತು ಪ್ರತಿಯೊಬ್ಬರ ಒಳಿತಿಗಾಗಿ ರಚಿಸಲಾಗಿದೆ.

ಸಲೋನಿ– ನಾವು ತಿಳಿದುಕೊಳ್ಳಬೇಕಾದ ಆಹಾರಕ್ಕೆ ಸಂಬಂಧಿಸಿದ ಇನ್ನೇನಾದರೂ ಇದೆಯೇ?

ಗಾಯತ್ರಿ– ಇದು ಚಿಕ್ಕ ವಿಷಯ ಆದರೆ ಬಹಳ ಪರಿಣಾಮಕಾರಿ ಮತ್ತು ಮುಖ್ಯವಾಗಿದೆ. ನೀವು ತಿನ್ನುವ ಆಹಾರ, ಅದರ ನೋಟ, ಗುಣಗಳು ಮತ್ತು ಗುಣಲಕ್ಷಣಗಳ ಬಗ್ಗೆ ನಿಮ್ಮ ಭ್ರೂಣದೊಂದಿಗೆ ಮಾತನಾಡಿ. ನೀವು ಏನು ತಿನ್ನುತ್ತಿದ್ದೀರಿ, ಏಕೆ ತಿನ್ನುತ್ತಿದ್ದೀರಿ, ಅದು ನಿಮಗೆ ಮತ್ತು ಅದಕ್ಕೆ ಯಾವ ಪ್ರಯೋಜನಗಳನ್ನು ತರುತ್ತದೆ ಎಂಬುದನ್ನು ಅದಕ್ಕೆ ತಿಳಿಸಿ. ಇದನ್ನು ಮಾಡುವುದರಿಂದ ನಂತರ ಅದ್ಭುತ ಫಲಿತಾಂಶಗಳು ಬರುತ್ತದೆ. ಹುಟ್ಟಿದ ನಂತರ, ಅದು ತಿನ್ನುವುದು ಮತ್ತು ಕುಡಿಯುವುದರಲ್ಲಿ ಯಾವುದೇ ನಾಟಕವಿಲ್ಲದೇ ಮಗುವು ಪೂರ್ಣ ಆಸಕ್ತಿಯಿಂದ ಆ ವಸ್ತುಗಳನ್ನು ತಿನ್ನುತ್ತದೆ. ಅದರ ಆಹಾರ ಪದ್ಧತಿ ಸರಿಯಾಗಿಯೇ ಇರುತ್ತದೆ. ಆದರೆ ನೀವು ಕೂಡ ಆ ಆಹಾರವನ್ನು ಸಂಪೂರ್ಣ ಆಸಕ್ತಿ ಮತ್ತು ಪ್ರೀತಿಯಿಂದ ಸೇವಿಸಿದಾಗ ಮಾತ್ರ ಇದು ಸಾಧ್ಯವಾಗುತ್ತದೆ. ಇದು ಮತ್ತೊಂದು ಪ್ರಯೋಜನವನ್ನು ತರುತ್ತದೆ. ಯಾವುದೇ ಸದ್ಗುಣಗಳನ್ನು ಕಾಣದ ಆಹಾರವು, ತಿನ್ನಲು ಹಾನಿಕಾರಕವೆನಿಸುವ ಆಹರವು, ನಿಮ್ಮಿಂದ ತಾನೇ ತಾನಾಗಿ ತಪ್ಪಿ ಹೋಗುತ್ತದೆ. ಏಕೆಂದರೆ ನಿಮಗೇ ತಿಳಿದಿಲ್ಲದಿದ್ದರೆ ನಿಮ್ಮ ಮಗುವಿಗೆ ಅದರ ಬಗ್ಗೆ ಯಾವ ಮಾಹಿತಿಯನ್ನು ನೀಡುತ್ತೀರಿ! ಅಲ್ಲವೆ?

ಸಲೋನಿ – ವಾವ್ ಆಂಟಿ! ಇಂದಿನ ತರಗತಿ ಬಹಳ ಮುಖ್ಯವಾಗಿತ್ತು. ತಿನ್ನುವುದು ಎಂತಹ ಪ್ರಕ್ರಿಯೆಯೆಂದರೆ, ನಾವು ದಿನಕ್ಕೆ ಕನಿಷ್ಠ ಮೂರು ಬಾರಿಯಾದರೂ ಮಾಡುತ್ತೇವೆ, ಆದರೆ ಎಷ್ಟು ಅರಿವಿಲ್ಲದೆ ಮಾಡುತ್ತಿದ್ದೇವೆ! ಆದರೆ ಇಂದು ನಾನು ಅದನ್ನು ಎಷ್ಟು ಪ್ರಜ್ಞಾಪೂರ್ವಕವಾಗಿ ಮಾಡಬೇಕೆಂದು ಅರ್ಥಮಾಡಿಕೊಂಡಿದ್ದೇನೆ. ನೀವು ಕಲಿಸಿದ ವಿಷಯಗಳು ಇಂದಿನಿಂದಲೇ ಕಾರ್ಯರೂಪಕ್ಕೆ ತರುತ್ತೇನೆ. ಸಲೋನಿಯ ಮಾತಿಗೆ ಮಧು ಕೂಡ ಸಮ್ಮತಿಸಿದಳು.

ಗಾಯತ್ರಿ– ಅರ್ಥ ಮಾಡಿಕೊಳ್ಳಬೇಕಾದ ಇನ್ನೂ ಕೆಲವು ಮುಖ್ಯವಾದ ವಿಷಯಗಳಿವೆ, ಅವುಗಳ ಬಗ್ಗೆ ನಾಳೆ ಮಾತನಾಡೋಣ. ಎಂದು ಗಾಯತ್ರಿ ಆಂಟಿ ಇಂದಿನ ತರಗತಿಯನ್ನು ಮುಗಿಸಿದರು.

ಮನನ ಬಿಂದು...

* ಗರ್ಭಾವಸ್ಥೆಯಲ್ಲಿ, ವೈದ್ಯರು ಸೂಚಿಸಿದ ಆಹಾರ ಪೂರಕಗಳು ಮತ್ತು ಔಷಧಿಗಳನ್ನು ತೆಗೆದುಕೊಳ್ಳಬೇಕು.

* ಏನು ತಿನ್ನಬೇಕು, ಎಷ್ಟು ತಿನ್ನಬೇಕು, ಯಾವಾಗ ತಿನ್ನಬೇಕು ಎಂಬುದನ್ನು ಅವರು-ಇವರು ಮಾತುಗಳಿಂದ ಅಲ್ಲ, ಬದಲಿಗೆ ನಿಮ್ಮ ದೇಹವನ್ನು ಕೇಳಿ ಮತ್ತು ಅದರ ಅಗತ್ಯಗಳ ಅನುಸಾರವಾಗಿ ತಿನ್ನಿರಿ.

* ಎಲ್ಲರ ದೇಹ ಒಂದೇ ಆಗಿರುವುದಿಲ್ಲ ಹಾಗಾಗಿ ಎಲ್ಲರ ಆಹಾರ ಪದ್ಧತಿಯೂ ಒಂದೇ ಆಗಿರಬೇಕು ಎಂದೇನೂ ಇಲ್ಲ.

* ತಿನ್ನುವ ಮೊದಲು ಪ್ರಾರ್ಥನೆ ಮಾಡುವ ಅಭ್ಯಾಸವನ್ನು ಮಾಡಿಕೊಳ್ಳಿ, ಇದು ಆಹಾರದ ಶಕ್ತಿಯನ್ನು ಧನಾತ್ಮಕ ಮತ್ತು ಆರೋಗ್ಯಕರವಾಗಿಸುತ್ತದೆ.

* ಆಹಾರವನ್ನು ದಾನ ಮಾಡುವ ಮೂಲಕ ಪ್ರಕೃತಿಗೆ ಕೃತಜ್ಞತೆಯನ್ನು ವ್ಯಕ್ತಪಡಿಸಿ.

* ನೀವು ತಿನ್ನುವ ಆಹಾರದ ಬಣ್ಣ, ರೂಪ ಮತ್ತು ಗುಣಲಕ್ಷಣಗಳ ಬಗ್ಗೆ ನಿಮ್ಮ ಭ್ರೂಣಕ್ಕೆ ತಿಳಿಸಿ. ಹೀಗೆ ಮಾಡುವುದರಿಂದ ಮಗುವಿಗೆ ಪೌಷ್ಟಿಕ ಆಹಾರದಲ್ಲಿ ಆಸಕ್ತಿ ಬೆಳೆಯುತ್ತದೆ ಮತ್ತು ಅದರ ಆಹಾರ ಪದ್ಧತಿಯು ಉತ್ತಮವಾಗಿರುತ್ತದೆ.

ಅಧ್ಯಾಯ 23

ಕೆಲವು ಗರ್ಭಧಾರಣೆಯ ಮುನ್ನೆಚ್ಚರಿಕೆಗಳು

ಏನು ಮಾಡಬೇಕು ಮತ್ತು ಏನು ಮಾಡಬಾರದು

ಗರ್ಭಾವಸ್ಥೆಯು ಒಂದು ರೋಗವಲ್ಲ ಆದರೆ ಇದು ಖಂಡಿತವಾಗಿಯೂ ಬದಲಾವಣೆಯ ಸಮಯ. ಇಡೀ ಗರ್ಭಾವಸ್ಥೆಯ ಅವಧಿಯಲ್ಲಿ ಮಹಿಳೆಯಲ್ಲಿ ಅನೇಕ ದೈಹಿಕ ಮತ್ತು ಮಾನಸಿಕ ಬದಲಾವಣೆಗಳು ಸಂಭವಿಸುತ್ತವೆ. ಆ ಬದಲಾವಣೆಗಳನ್ನು ಅರ್ಥಮಾಡಿಕೊಳ್ಳುತ್ತಾ, ಸ್ವೀಕರಿಸುತ್ತಾ, ಈ ಹಂತದಲ್ಲಿ ಹಾದುಹೋಗುತ್ತಾ ನಾವು ಕೆಲವು ಮುನ್ನೆಚ್ಚರಿಕೆಗಳನ್ನು ತೆಗೆದುಕೊಳ್ಳಬೇಕು. ಇದರಿಂದ ಗರ್ಭಾವಸ್ಥೆಯು ಸುರಕ್ಷಿತವಾಗಿ ಪೂರ್ಣಗೊಳ್ಳುತ್ತದೆ ಮತ್ತು ತಾಯಿ ಮತ್ತು ಮಗು ಇಬ್ಬರೂ ಆರೋಗ್ಯವಾಗಿರುತ್ತಾರೆ. ಯಾವ ಮುನ್ನೆಚ್ಚರಿಕೆಗಳನ್ನು ತೆಗೆದುಕೊಳ್ಳಬೇಕು ಮತ್ತು ಯಾವುದನ್ನು ಮಾಡಬಾರದು ಎಂಬುದು ವ್ಯಕ್ತಿ ಮತ್ತು ಅವನ ಪರಿಸ್ಥಿತಿಯನ್ನು ಅವಲಂಬಿಸಿರುತ್ತದೆ. ಉದಾಹರಣೆಗೆ, ದೂರದ ಪ್ರಯಾಣವನ್ನು ಸಾಧ್ಯವಾದಷ್ಟು ತಪ್ಪಿಸಬೇಕು, ಆದರೆ ಕೆಲವೊಮ್ಮೆ ಅದನ್ನು ಮಾಡಲೇಬೇಕಾದ ಪರಿಸ್ಥಿತಿ ಬರುತ್ತದೆ, ಆಗ ಅಗತ್ಯ ಮುನ್ನೆಚ್ಚರಿಕೆಗಳನ್ನು ತೆಗೆದುಕೊಳ್ಳಬೇಕು. ನಾವು ಸಾಮಾನ್ಯ ಜ್ಞಾನವನ್ನು ಬಳಸಿಕೊಂಡು ಎಲ್ಲಾ ನಿರ್ಧಾರಗಳನ್ನು ತೆಗೆದುಕೊಳ್ಳಬೇಕು ಏಕೆಂದರೆ ಒಬ್ಬ ವ್ಯಕ್ತಿಗೆ ಸೂಕ್ತವಾದದ್ದು ಇನ್ನೊಬ್ಬರಿಗೂ ಸರಿ ಹೊಂದಬೇಕೆಂದಿಲ್ಲ.

ಇಂದು ಬೆಳಗ್ಗೆ ಗಾಯತ್ರಿ ಆಂಟಿ ವಾಕಿಂಗ್‌ಗೆಂದು ತೋಟಕ್ಕೆ ಬಂದಾಗ ಸಲೋನಿ ಮೊಬೈಲಿನಲ್ಲಿ ಏನನ್ನೋ ನೋಡುತ್ತಾ ಕಾಲುಗಳನ್ನು ಒಂದರ ಮೇಲೆ ಒಂದಿಟ್ಟು ಬಾಗಿ ಕೂತಿರುವುದು ಕಂಡಿತು. ಅವಳ ಕುಳಿತುಕೊಳ್ಳುವ ಭಂಗಿ ಹೊಟ್ಟೆಯ ಮೇಲೆ ಒತ್ತಡ ಹೇರುವಂತಿತ್ತು. ಇದನ್ನು ನೋಡಿದ ಗಾಯತ್ರಿ ಆಂಟಿ ಬೇಗನೆ ಅವಳ ಬಳಿಗೆ ಹೋಗಿ ಕಾಲುಗಳನ್ನು ಬಿಡಿಸಿಕೊಂಡು ನೇರವಾಗಿ ಕುಳಿತುಕೊಳ್ಳಲು ಹೇಳಿದರು.

ಗಾಯತ್ರಿ– ಸಲೋನಿ ನನಗೆ ಗೊತ್ತು ನೀನು ಗರ್ಭಿಣಿಯಾಗಿ ಹೆಚ್ಚು ಸಮಯವಾಗಿಲ್ಲ. ಅದಕ್ಕಾಗಿಯೇ ನೀನು ಈಗ ನಿನ್ನ ಹೊಟ್ಟೆಯ ಮೇಲೆ ಒತ್ತಡವನ್ನುಂಟುಮಾಡುವ ಭಂಗಿಯಲ್ಲಿ ಕುಳಿತುಕೊಳ್ಳಬಾರದು ಎಂಬುದನ್ನು ಮರೆತುಬಿಡುತ್ತೀ. ಕಾಲುಗಳನ್ನು ಎಂದಿಗೂ ಒಂದರ ಮೇಲೊಂದು ಇಡಬಾರದು. ಕುಳಿತುಕೊಳ್ಳುವಾಗ ಬೆನ್ನೆಲುಬು ನೇರವಾಗಿರಬೇಕು. ಗರ್ಭಾವಸ್ಥೆಯಲ್ಲಿ, ನಾವು ನಮ್ಮ ದೈಹಿಕ ಭಂಗಿ ಮತ್ತು ಚಲಿಸುವ ರೀತಿಯನ್ನು ನೋಡಿಕೊಳ್ಳಬೇಕು. ನಾವು ಏನೇ ಮಾಡಿದರೂ ಅದನ್ನು ಪ್ರಜ್ಞಾಪೂರ್ವಕವಾಗಿ ಮಾಡಬೇಕು, ಎಚ್ಚರಿಕೆಯಿಂದ ಮಾಡಬೇಕು. ಆಂಟಿ ಸಲೋನಿಗೆ ವಿವರಿಸುತ್ತಿರುವಾಗ ಮಧು ಕೂಡ ಬಂದಳು.

ಗಾಯತ್ರಿ– ಬಾ ಮಧು, ಎಲ್ಲ ಹೇಗಿದೆ, ಮೂರು ದಿನ ಎಲ್ಲಿ ಕಾಣೆಯಾಗಿದ್ದೆ?

ಮಧು– ಆಂಟಿ, ನನಗೆ ಮೂತ್ರದ ಸೋಂಕು ಇತ್ತು. ಎರಡು ದಿನಗಳ ಹಿಂದೆ ನಾನು ಹೊರಗೆ ಹೋಗಿದ್ದೆ. ಅಲ್ಲಿ ಅನೈರ್ಮಲ್ಯದ ಕಾರಣಗಳಿಂದ, ನಾನು ಹೊರಗಿನ ಶೌಚಾಲಯವನ್ನು ಬಳಸುವುದು ಸೂಕ್ತವೆಂದು ಪರಿಗಣಿಸಲಿಲ್ಲ, ಆದ್ದರಿಂದ ನಾನು ದೀರ್ಘಕಾಲದವರೆಗೆ ಮೂತ್ರದ ಒತ್ತಡವನ್ನು ನಿಯಂತ್ರಣದಲ್ಲಿ ಇರಿಸಿದೆ. ಒತ್ತಡ ಹೆಚ್ಚಾಗಬಾರದು ಎಂದು ದೀರ್ಘಕಾಲ ನೀರು ಕೂಡ ಕುಡಿಯಲಿಲ್ಲ. ಕಡಿಮೆ ನೀರು ಕುಡಿದು ಮೂತ್ರದ ಒತ್ತಡವನ್ನು ನಿಯಂತ್ರಿಸಿದ್ದರಿಂದ ಮೂತ್ರದ ಸೋಂಕು ಕಾಣಿಸಿಕೊಂಡಿದೆ ಎಂದು ವೈದ್ಯರು ತಿಳಿಸಿದ್ದಾರೆ.

ಗಾಯತ್ರಿ– ಈ ಸಮಯದಲ್ಲಿ ನೀವಿಬ್ಬರೂ ಹಲವು ಮುನ್ನೆಚ್ಚರಿಕೆಗಳನ್ನು ಇಟ್ಟುಕೊಳ್ಳಬೇಕು. ಉದಾಹರಣೆಗೆ, ಮಲ–ಮೂತ್ರದ ಒತ್ತಡವನ್ನು ತಡೆಯಬಾರದು, ದಿಢೀರನೆ ಏಳುವುದು ಅಥವಾ ಕುಳಿತುಕೊಳ್ಳುವುದನ್ನು ಮಾಡಬಾರದು. ಉತ್ತಮ ಸಮತೋಲನವನ್ನು ಕಾಪಾಡಿಕೊಳ್ಳಲು ಸಹಾಯ ಮಾಡುವ ಪಾದರಕ್ಷೆಗಳನ್ನು ಧರಿಸಬೇಕು. ಸಾಧ್ಯವಾದಷ್ಟು ಆರಾಮದಾಯಕವಾಗಿರುವ ಹತ್ತಿ ಬಟ್ಟೆಗಳನ್ನು ಧರಿಸಬೇಕು. ಹೊಟ್ಟೆಗೆ ಏನನ್ನೂ ಬಿಗಿಯಾಗಿ ಕಟ್ಟಬೇಡಿ, ಭಾರವಾದ ಸೀರೆ, ಬಿಗಿಯಾದ ಜೀನ್ಸ್ ಇತ್ಯಾದಿಗಳನ್ನು ಧರಿಸಬೇಡಿ. ಹೆಚ್ಚು ಶಬ್ದ ಮಾಡಬೇಡಿ, ಸದ್ದು ಗದ್ದಲದಿಂದ ದೂರ ಇರಿ. ಇದರಿಂದ ಮಗುವಿಗೆ ಹಾನಿ ಉಂಟಾಗಬಹುದು.

ಸಾಧ್ಯವಾದಷ್ಟು ಶುದ್ಧ, ತಾಜಾ ಗಾಳಿಯಲ್ಲಿ ಇರಿ, ಲಘು ಪ್ರಾಣಾಯಾಮ ಮಾಡಿ. ಇದು ಉಸಿರಾಟದ ವ್ಯವಸ್ಥೆಯನ್ನು ಬಲಪಡಿಸುತ್ತದೆ. ದೇಹದ ಪ್ರತಿಯೊಂದು ಜೀವಕೋಶವೂ ಆಮ್ಲಜನಕವನ್ನು ಪಡೆಯುತ್ತದೆ. ಬೆಳಿಗ್ಗೆ ಸೂರ್ಯನ ಬೆಳಕನ್ನು ತೆಗೆದುಕೊಳ್ಳಿ, ಇದು ವಿಟಮಿನ್ ಡಿ ಯ ಅತ್ಯುತ್ತಮ ಮೂಲವಾಗಿದೆ, ಇದು ಗರ್ಭಿಣಿ ಮಹಿಳೆ ಮತ್ತು ಆಕೆಯ ಮಗುವಿನ ಮೂಳೆಗಳ ಬಲಕ್ಕೆ ಬಹಳ ಮುಖ್ಯವಾಗಿದೆ. ಗರ್ಭಧಾರಣೆಯನ್ನು ಕಾಯಿಲೆ ಎಂದು ಪರಿಗಣಿಸಿ ಕುಳಿತುಕೊಳ್ಳಬೇಡಿ. ನಿಮ್ಮ ವೈದ್ಯರನ್ನು ಸಂಪರ್ಕಿಸಿ, ಅವರು ಸಲಹೆಯಂತೆ ಸರಳ ವ್ಯಾಯಾಮ ಮಾಡಿ, ಬೆಳಿಗ್ಗೆ ಮತ್ತು ಸಂಜೆ ನಡೆಯಿರಿ. ಸಾಮಾನ್ಯ ಜೀವನದ ಕಾರ್ಯಗಳನ್ನು ಆತುರದಿಂದ ಮಾಡದೆ, ಆರಾಮವಾಗಿ ಮತ್ತು ಅರಿವಿನಿಂದ ಮಾಡಿ. ನಿಮ್ಮ ಸುತ್ತಮುತ್ತಲಿನ ಪರಿಸರ ಮತ್ತು ಮನೆಯನ್ನು ಸ್ವಚ್ಛವಾಗಿಡಿ. ಮನೆಯಲ್ಲಿ ತಾಜಾ ಗಾಳಿ ಮತ್ತು ಸೂರ್ಯನ ಬೆಳಕು ಇರಲಿ.

ಸಲೋನಿ– ಆಂಟಿ, ಇತ್ತೀಚೆಗೆ ನನಗೆ ತುಂಬಾ ಮೂಡ್ ಸ್ವಿಂಗ್ (ಮನಸ್ಥಿತಿಯಲ್ಲಿ ತ್ವರಿತ ಬದಲಾವಣೆಗಳು) ಆಗುತ್ತಿದೆ. ಅಂದರೆ, ಕೆಲವೊಮ್ಮೆ ನಾನು ಸಣ್ಣ ವಿಷಯಗಳಿಗೆ ಅಸಮಾಧಾನಗೊಳ್ಳುತ್ತೇನೆ, ಕೆಲವೊಮ್ಮೆ ನನಗೆ ತುಂಬಾ ಸಂತೋಷವಾಗುತ್ತದೆ, ಕೆಲವೊಮ್ಮೆ ನನ್ನ ಹೃದಯ ತುಂಬಾ ದುಃಖತಪ್ತವಾಗುತ್ತದೆ... ಇದನ್ನು ನಾನು ಹೇಗೆ ನಿಭಾಯಿಸಬೇಕು?

ಗಾಯತಿ– ಗರ್ಭಾವಸ್ಥೆಯ ಮೊದಲ 3–4 ತಿಂಗಳು, ನಮ್ಮಲ್ಲಿ ಹಾರ್ಮೋನುಗಳು

ಬಹಳಷ್ಟು ಬದಲಾವಣೆಗಳಾಗುತ್ತವೆ, ಅದು ನಮ್ಮ ಭಾವನೆಗಳ ಮೇಲೂ ಪರಿಣಾಮ ಬೀರುತ್ತದೆ. ಹಾಗೆ ಕೆಲವೊಮ್ಮೆ ನಗುವಂತೆಯೂ ಕೆಲವೊಮ್ಮೆ ಅಳುವಂತೆಯೂ ಅನಿಸುತ್ತದೆ. ಕೆಲವೊಮ್ಮೆ ನೀವು ತುಂಬಾ ಸಂತೋಷವನ್ನು ಅನುಭವಿಸುವಿರಿ ಮತ್ತು ಕೆಲವೊಮ್ಮೆ ನಿರಾಶೆಯನ್ನು. ಬರುತ್ತಿರುವ ಭಾವನೆಯನ್ನು ಸ್ವೀಕರಿಸಿ, ಅದರಲ್ಲಿ ಸಿಲುಕಿಕೊಳ್ಳಬೇಡಿ. ಹಾಗೆಯೇ ನೀವು ಅದನ್ನು ತಡೆಯಬಾರದು, ಅಂದರೆ, ನಿಮಗೆ ಅಳಬೇಕೆನಿಸಿದರೆ ಅತ್ತುಬಿಡಿ, ನಗಬೇಕು ಎನಿಸಿದರೆ ನಕ್ಕುಬಿಡಿ. ನಿಮ್ಮ ಭಾವನೆಗಳನ್ನು ನಿಕಟ ವ್ಯಕ್ತಿಯೊಂದಿಗೆ ಹಂಚಿಕೊಳ್ಳಬಹುದು. ನೀವು ಹಂಚಿಕೊಳ್ಳಲು ಬಯಸದಿದ್ದರೆ, ನಿಮ್ಮ ವೈಯಕ್ತಿಕ ಡೈರಿಯಲ್ಲಿ ಬರೆಯಬಹುದು. ಹಂಚಿಕೊಳ್ಳುವ ಅಥವಾ ಬರೆಯುವ ಮೂಲಕ, ಆ ಭಾವನೆಯ ಶಕ್ತಿಯು ಕಡಿಮೆಯಾಗುತ್ತದೆ ಮತ್ತು ಮನಸ್ಸು ಹಗುರವಾಗುತ್ತದೆ. ಗರ್ಭಾವಸ್ಥೆಯಲ್ಲಿ ಹಾರ್ಮೋನುಗಳ ಕಾರಣದಿಂದ ಮೂಡ್ ಸ್ವಿಂಗ್ ಸಾಮಾನ್ಯವಾಗಿದೆ ಎಂದು ಅರ್ಥಮಾಡಿಕೊಳ್ಳಿ. ಆದರೂ, ನೀವು ನಿಮ್ಮನ್ನು ನಿಯಂತ್ರಿಸಲು ಸಾಧ್ಯವಾಗದಿದ್ದರೆ, ವೈದ್ಯರು ಅಥವಾ ಆಪ್ತ ಸಲಹಾಕರರ ಸಹಾಯವನ್ನು ಪಡೆಯಲೇನು ಅಡ್ಡಿ ಇಲ್ಲ.

ದೇಹ ಮತ್ತು ಮನಸ್ಸಿನ ಮಟ್ಟದಲ್ಲಿ ಏನೆಲ್ಲಾ ಪ್ರಕ್ಷುಬ್ಧತೆ ನಡೆಯುತ್ತಿದೆ ಎಂಬುದನ್ನು ಗಮನಿಸಿ ಅದನ್ನು ಹೋಗಲು ಬಿಡುವುದು ಅತ್ಯಂತ ಮುಖ್ಯವಾದ ವಿಷಯ. ಅದರಲ್ಲಿ ಸಿಲುಕಿಕೊಳ್ಳಬೇಡಿ. ಸೃಜನಶೀಲ ಕೆಲಸದಲ್ಲಿ ನಿರತರಾಗಿರಿ. ಹೀಗೆ ಮಾಡುವುದರಿಂದ ನೀವು ಸಹ ಸಂತೋಷವಾಗಿರುತ್ತೀರಿ ಮತ್ತು ನಿಮ್ಮ ಮಗುವಿನ ಹೃದಯ ಮತ್ತು ಮನಸ್ಸು ಚೆನ್ನಾಗಿ ಅಭಿವೃದ್ಧಿ ಹೊಂದುತ್ತದೆ. ಅದರಲ್ಲಿಯೂ ಸೃಜನಶೀಲ ಗುಣಗಳು ಬೆಳೆಯುತ್ತವೆ.

ಮಧು– ಆಂಟಿ, ಕೆಲವು ಉಪಾಯಗಳನ್ನು ಕೊಡಿ, ಏನೇನು ಮಾಡಬಹುದು?

ಗಾಯತ್ರಿ– ನೋಡು, ಅನೇಕ ಕೈ ಮತ್ತು ಬೆರಳಿನ ವ್ಯಾಯಾಮಗಳಿವೆ, ಅವುಗಳನ್ನು ಮಾಡುವುದರಿಂದ ನಮ್ಮ ಮೆದುಳಿನ ಎಡ ಮತ್ತು ಬಲ ಭಾಗಗಳು ಸಕ್ರಿಯವಾಗುತ್ತವೆ. ಇವುಗಳನ್ನು ಮೆದುಳಿನ ಜಿಮ್ ವ್ಯಾಯಾಮ ಎಂದು ಕರೆಯಲಾಗುತ್ತದೆ. ಅದರ ಅನೇಕ ವೀಡಿಯೊಗಳು ಅಂತರ್ಜಾಲದಲ್ಲಿ ಲಭ್ಯವಿವೆ. ಇವುಗಳನ್ನು ಅಭ್ಯಾಸ ಮಾಡಬಹುದು. ಇದಲ್ಲದೆ, ನಮ್ಮ ಮೆದುಳನ್ನು ಚುರುಕುಗೊಳಿಸಲು ಒಗಟುಗಳು, ಪದಬಂಧ ಇತ್ಯಾದಿಗಳನ್ನು ಬಿಡಿಸಬಹುದು. ಇದರಿಂದ ಮಗುವಿನ ಮೆದುಳು ಕೂಡ ಅಭಿವೃದ್ಧಿ ಹೊಂದುತ್ತದೆ. ಇಡೀ ಕುಟುಂಬದೊಂದಿಗೆ ಕುಳಿತು ಕೇರಂ, ಚೆಸ್, ಲುಡೋ ಆಡಬಹುದು. ಇಡೀ ಕುಟುಂಬದೊಂದಿಗೆ ಆಟವಾಡುವುದರಿಂದ, ಮಗು ತಾನು ಇಡೀ ಕುಟುಂಬದ ಭಾಗವೆಂದು ಭಾವಿಸುತ್ತದೆ.

ಸಾಧ್ಯವಾದರೆ, ಪ್ರತಿದಿನ ಬೆಳಿಗ್ಗೆ ಮತ್ತು ವಿಶೇಷವಾಗಿ ಮಲಗುವ ಮೊದಲು, ಮಗುವಿಗೆ ಉತ್ತಮ ಮೌಲ್ಯಗಳನ್ನು, ಉತ್ತಮ ಶಿಕ್ಷಣವನ್ನು ನೀಡುವ ಮಕ್ಕಳ ಕಥೆಗಳನ್ನು ಓದಿ. ಇದರಿಂದ ಮಗುವಿನ ಬುದ್ಧಿ ಶುದ್ಧಿಯಾಗಿ ಅದರಲ್ಲಿ ಒಳ್ಳೆಯ ಗುಣಗಳು ಬೆಳೆಯುತ್ತವೆ.

ನೀವು ಖಿನ್ನತೆಗೆ ಒಳಗಾದಾಗ ಅಥವಾ ಕೆಟ್ಟ ಮನಸ್ಥಿತಿಯಲ್ಲಿದ್ದಾಗ, ನಿಮ್ಮ ನೆಚ್ಚಿನ ಸಂಗೀತವನ್ನು ಆಲಿಸಿ. ಸಂಗೀತವು ಉತ್ತಮ ಚಿಕಿತ್ಸೆಯಾಗಿದೆ, ಇದು ಮನಸ್ಸನ್ನು ಶಾಂತಗೊಳಿಸುತ್ತದೆ ಮತ್ತು ಸಂತೋಷಪಡಿಸುತ್ತದೆ. ಗದ್ದಲದ ಸಂಗೀತವನ್ನು ಕೇಳಬೇಡಿ, ಲಘು ಹಾಡುಗಳನ್ನು ಅಥವಾ ಭಜನೆಗಳನ್ನು ಕೇಳಿ. ಸಂಗೀತ, ಚಿತ್ರಕಲೆ, ತೋಟಗಾರಿಕೆ, ಒಳ್ಳೆಯ ಪುಸ್ತಕಗಳನ್ನು ಓದುವುದು, ಆತ್ಮಚರಿತ್ರೆ ಮುಂತಾದ ಯಾವುದೇ ಕಲೆಯಲ್ಲಿ ಆಸಕ್ತಿ ಇದ್ದರೆ, ಅದನ್ನು ಮಾಡಿ. ತನ್ನ ಆಸಕ್ತಿಗೆ ಅನುಗುಣವಾಗಿ ಸೃಜನಶೀಲ ಕೆಲಸವನ್ನು ಮಾಡುವುದರಿಂದ,

ಮನುಷ್ಯನಿಗೆ ಸಂತೋಷಕ್ಕಾಗಿ ಯಾವುದೇ ಬಾಹ್ಯ ಕಾರಣದ ಅಗತ್ಯ ಬೀಳುವುದಿಲ್ಲ. ಅವನು ತನ್ನೊಂದಿಗೇ ತುಂಬಾ ಸಂತೋಷವಾಗಿರುತ್ತಾನೆ ಮತ್ತು ಈ ಸಂತೋಷವು ಮಗುವಿನ ಮೇಲೆ ಸಕಾರಾತ್ಮಕ ಪರಿಣಾಮವನ್ನು ಬೀರುತ್ತದೆ. ಇಷ್ಟೆಲ್ಲ ಆದರೂ, ನಿಮಗೆ ಇನ್ನೂ ಏನನ್ನೂ ಮಾಡಲು ಮನಸ್ಸಿಲ್ಲದಿದ್ದರೆ ಮತ್ತು ದುಃಖವಾಗುತ್ತಿದ್ದರೆ, ನಿಮ್ಮ ಆತ್ಮೀಯ ಸ್ನೇಹಿತರಿಗೆ ಕರೆ ಮಾಡಿ ಮತ್ತು ಸ್ವಲ್ಪ ಹೊತ್ತು ಮಾತನಾಡಿ. ಇದು ನಿಮ್ಮ ಮನಸ್ಸನ್ನು ಹಗುರಗೊಳಿಸುತ್ತದೆ ಮತ್ತು ನೀವು ಒಳ್ಳೆಯದನ್ನು ಅನುಭವಿಸುವಿರಿ.

ಮನನ ಬಿಂದು...

* ಗರ್ಭಾವಸ್ಥೆಯಲ್ಲಿ, ನಿಮ್ಮ ದೇಹದ ಭಂಗಿ, ನೀವು ಕುಳಿತುಕೊಳ್ಳುವ ಮತ್ತು ನಡೆಯುವ ರೀತಿಯನ್ನು ಸಂಪೂರ್ಣವಾಗಿ ನೋಡಿಕೊಳ್ಳಿ. ಪ್ರತಿ ಕೆಲಸವನ್ನು ಪ್ರಜ್ಞಾಪೂರ್ವಕವಾಗಿ ಮಾಡಿ.
* ಗರ್ಭಾವಸ್ಥೆಯಲ್ಲಿ ಹಾರ್ಮೋನುಗಳ ಬದಲಾವಣೆಯಿಂದಾಗಿ ಮೂಡ್ ಸ್ವಿಂಗ್‌ಗಳು ಹೆಚ್ಚಾಗಿ ಸಂಭವಿಸುತ್ತವೆ. ಇದಕ್ಕೆ ಅಂಟಿಕೊಳ್ಳದೆ, ಸಹಜವಾಗಿ ಸ್ವೀಕರಿಸಿ.
* ಈ ಭಾವನಾತ್ಮಕ ಏರಿಳಿತವನ್ನು ನಿಭಾಯಿಸಲು ಸಾಧ್ಯವಾಗುತ್ತಿಲ್ಲ ಎಂದು ನೀವು ಭಾವಿಸಿದಾಗ, ವೈದ್ಯರು, ಆಪ್ತ ಸಲಹೆಗಾರರು ಅಥವಾ ಯಾವುದೇ ಹಿತೈಷಿಗಳಿಂದ ಸಹಾಯ ಪಡೆಯಿರಿ.
* ನಿಮ್ಮ ದೇಹ ಮತ್ತು ಮನಸ್ಸನ್ನು ಸಂತೋಷವಾಗಿ ಮತ್ತು ಸಮತೋಲಿತವಾಗಿರಿಸಲು, ನಿಮ್ಮ ನೆಚ್ಚಿನ ಸೃಜನಶೀಲ ಕೆಲಸವನ್ನು ಮಾಡಿ. ಕುಟುಂಬದೊಂದಿಗೆ ಚೆಸ್‌ನಂತಹ ಬೋರ್ಡ್ ಆಟಗಳನ್ನು ಆಡಿ, ಒಗಟುಗಳನ್ನು ಬಿಡಿಸಿ. ಆತ್ಮಚರಿತ್ರೆಗಳನ್ನು ಓದಿ.

ಅಧ್ಯಾಯ 24

ಪ್ರಸವಪೂರ್ವ ತಯಾರಿ

ಅಗತ್ಯ ಯೋಜನೆಗಳನ್ನು ಮಾಡಿ

ಯಾವುದೇ ಕೆಲಸವನ್ನು ಸರಿಯಾಗಿ ಪೂರ್ಣಗೊಳಿಸಲು, ಆ ಕೆಲಸವನ್ನು ಪ್ರಾರಂಭಿಸುವ ಮೊದಲು ಎರಡು ವಿಷಯಗಳನ್ನು ಹೊಂದಿರುವುದು ಬಹಳ ಮುಖ್ಯ. ಮೊದಲನೆಯದು– ಆ ಕೆಲಸವನ್ನು ಮಾಡುವ ಸರಿಯಾದ ತಿಳುವಳಿಕೆ ಮತ್ತು ಎರಡನೆಯದು– ಕೆಲಸವನ್ನು ಪ್ರಾರಂಭಿಸುವ ಮೊದಲು ಅದರ ಪೂರ್ವ ತಯಾರಿ. ಸಂಪೂರ್ಣ ತಯಾರಿಯೊಂದಿಗೆ ಮೈದಾನಕ್ಕೆ ಇಳಿಯುವ ಆಟಗಾರರ ಯಶಸ್ಸಿನ ಪ್ರಮಾಣವೂ ಅಷ್ಟೇ ಉತ್ತಮವಾಗಿರುತ್ತದೆ.

ಇದಕ್ಕೆ ವ್ಯತಿರಿಕ್ತವಾಗಿ, 'ಮೊದಲು ಕೆಲಸ ಶುರು ಮಾಡೋಣ, ಆಮೇಲೆ ಏನಾಗುತ್ತೆ ನೋಡೋಣ...' ಎಂಬ ಮನಸ್ಥಿತಿ ಹೊಂದಿರುವ ಜನರು ಎದುರಿಸುತ್ತಿರುವ ಪ್ರಮುಖ ಸಮಸ್ಯೆಗಳೆಂದರೆ –ನಡುನಡುವೆ ಆತ್ಮವಿಶ್ವಾಸದ ಕೊರತೆ, ಆತಂಕ, ಭಯ, ನಿರಾಶೆ, ಚಡಪಡಿಕೆ ಇರುತ್ತದೆ, 'ಕೆಲಸ ಹೇಗಾಗುತ್ತೋ ಏನೋ? ಇದು ಪೂರ್ಣಗೊಳ್ಳುತ್ತದೋ ಇಲ್ಲವೋ, ಯಶಸ್ವಿಯಾಗುತ್ತದೆಯೋ ಇಲ್ಲವೋ?' ಎಂಬುದಾಗಿ.

ಹೆರಿಗೆಯ ಪರಿಸ್ಥಿತಿಯೂ ಇದೇ ಆಗಿದೆ. ಗರ್ಭಿಣಿಯರು ಹೆರಿಗೆಗೆ ಸಂಬಂಧಿಸಿದಂತೆ ಅನೇಕ ಧೋರಣೆಗಳು ಮತ್ತು ನಂಬಿಕೆಗಳನ್ನು ಕೇಳುತ್ತಲೇ ಇರುತ್ತಾರೆ. ಇದರಿಂದಾಗಿ ಅವರು ಹೆರಿಗೆಯ ಹೆಸರು ಕೇಳುತ್ತಿದ್ದಂತೆ ಹೆದರುತ್ತಾರೆ. ಹೆರಿಗೆಯ ಸಮಯ ಸಮೀಪಿಸುತ್ತಿದ್ದಂತೆ ಅವರಲ್ಲಿ ಆತಂಕ ಹೆಚ್ಚಾಗುವುದು ಸಹಜವಾಗಿದೆ. ಏನಾಗುತ್ತದೆ, ಹೇಗಾಗುತ್ತದೆ? ಇದ್ದಕ್ಕಿದ್ದಂತೆ ಏನಾದರೂ ತಪ್ಪಾದಲ್ಲಿ, ಅದನ್ನು ಹೇಗೆ ನಿರ್ವಹಿಸುವುದು? ಹೆರಿಗೆ ನೋವು ಇದ್ದಕ್ಕಿದ್ದಂತೆ ಪ್ರಾರಂಭವಾದರೆ ಏನು

ಮಾಡುವುದು? ಕೊನೆಯ ಗಳಿಗೆಯಲ್ಲಿ ಆಸ್ಪತ್ರೆಗೆ ಹೋಗಲು ಸಾಧ್ಯವಾಗುತ್ತದೋ ಇಲ್ಲವೊ? ಆಸ್ಪತ್ರೆ ತಲುಪುವ ಮುನ್ನವೇ ಹೆರಿಗೆಯಾದರೆ? ಸಿಸೇರಿಯನ್ ಹೆರಿಗೆ ಆಗುವುದೋ ಅಥವಾ ಸಾಮಾನ್ಯ ಹೆರಿಗೆಯೋ?

ಆದರೆ, ಒಂದು ವೇಳೆ, ಹೇಗೋ ಏನೋ... ಇಂತಹ ಅನೇಕ ಪ್ರಶ್ನೆಗಳು ಮನಸ್ಸಿನಲ್ಲಿ ಓಡುತ್ತಲೇ ಇರುತ್ತವೆ. ಇದು ಗರ್ಭಿಣಿ ಮಹಿಳೆಯನ್ನು ತೊಂದರೆಗೊಳಿಸುತ್ತದೆ ಮತ್ತು ಅವಳ ಪ್ಯಾನಿಕ್ ಅಟ್ಯಾಕ್ ಗೆ ಕಾರಣವಾಗುತ್ತದೆ. ಈ ದಿನಗಳಲ್ಲಿ ಮಧುವಿನ ಸ್ಥಿತಿಯೂ ಅದೇ ಆಗಿತ್ತು ಏಕೆಂದರೆ ಅವಳ ಹೆರಿಗೆಗೆ ಹೆಚ್ಚು ದಿನಗಳು ಉಳಿದಿರಲಿಲ್ಲ. ಎರಡು ದಿನಗಳ ನಂತರ ಅವರ ತಾಯಿ ಹೆರಿಗೆಗೆಂದು ಮನೆಗೆ ಬರುವವರಿದ್ದರು. ಇಂದು ಅವಳು ಗಾಯತ್ರಿ ಆಂಟಿಯ ಗರ್ಭ ಸಂಸ್ಕಾರ ತರಗತಿಯಲ್ಲಿ ಸ್ವಲ್ಪ ತಳಮಳಗೊಂಡಿದ್ದಳು.

ಗಾಯತ್ರಿ– ಏನಾಯ್ತು ಮಧು, ಇವತ್ತು ಯಾಕೆ ಇಷ್ಟು ಆತಂಕಗೊಂಡಿದ್ದೀಯ?

ಮಧು– ಆಂಟಿ, ಕಳೆದ ಒಂದೆರಡು ದಿನಗಳಿಂದ ಏಕೋ ಏನೋ ನನ್ನ ಮನಸ್ಸಿನಲ್ಲಿ ಪ್ರಸವದ ಆಲೋಚನೆಗಳು ಮತ್ತೆ ಮತ್ತೆ ಬರುತ್ತಿವೆ. ಎಲ್ಲವೂ ಸರಿಯಾಗಿ ನಡೆಯುತ್ತಿದೆಯೋ ಇಲ್ಲವೋ ಎಂದು ನನಗೆ ತುಂಬಾ ಗಾಬರಿಯಾಗುತ್ತಿದೆ. ನಾನು ಇಂಟರ್ನೆಟ್ನಲ್ಲಿ ಹೆರಿಗೆಯ ಸಮಯದ ಬಗ್ಗೆ ಬರೆದ ಕೆಲವು ಲೇಖನಗಳನ್ನು ಓದಿದ್ದೇನೆ. ಸ್ವಲ್ಪ ಜ್ಞಾನವನ್ನು ಪಡೆದುಕೊಂಡರೆ, ಸ್ವಲ್ಪ ತಿಳುವಳಿಕೆ ಹೆಚ್ಚಾದರೆ ನನ್ನ ಆತ್ಮವಿಶ್ವಾಸ ಹೆಚ್ಚಾಗುತ್ತದೆ ಎಂದು ನಾನು ಭಾವಿಸಿದ್ದೆ, ಆದರೆ ಇದರ ವಿರುದ್ಧವೇ ಅಯಿತು. ಅದರಲ್ಲಿ ಪ್ರಸವದ ಕುರಿತು ಎಂತಹ ಜಟಿಲವಾದ ಸಮಸ್ಯೆಗಳ ಬಗ್ಗೆ ಬರೆದಿದ್ದಾರೆ ಎಂದರೆ ಓದಿದ ಕೂಡಲೇ ಎದೆಯಲ್ಲಿ ತಳಮಳ ಆರಂಭವಾಯಿತು. ಈಗ ನನಗೆ ಭಯವಾಗುತ್ತಿದೆ, ಅದೆಲ್ಲವೂ ನನಗೆ ಸಂಭವಿಸಿದರೆ ಏನು ಮಾಡುವುದು?

ಗಾಯತ್ರಿ– ಸರಿ ಒಂದು ವಿಷಯ ಹೇಳು, ನಿನಗೆ ಈಗ ಉಸಿರಾಡಲು ಭಯವಾಗುತ್ತಿದೆಯಾ?

ಮಧು– ಇಲ್ಲಪ್ಪ, ಉಸಿರಾಟಕ್ಕೆ ಯಾಕೆ ಭಯ?

ಗಾಯತ್ರಿ– ಒಮ್ಮೆ ಇಂಟರ್‌ನೆಟ್‌ಗೆ ಹೋಗಿ ಈ ನಗರದ ಗಾಳಿಯಲ್ಲಿನ ಮಾಲಿನ್ಯ ಮತ್ತು ಅದರ ದುಷ್ಪರಿಣಾಮಗಳ ಬಗ್ಗೆ ಓದು, ಆಗ ಉಸಿರಾಡಲೂ ಭಯಪಡುತ್ತೀಯಾ, ಪ್ರತಿ ಉಸಿರು ವಿಷವಾಗಿ ಕಾಣಿಸುತ್ತದೆ...! ಗಾಯತ್ರಿ ಆಂಟಿ ನಗುತ್ತಾ ಹೇಳಿದರು.

ಅಂತೆಯೇ, ಪ್ಯಾರಸಿಟಮಾಲ್ ಅನ್ನು ಸುರಕ್ಷಿತ ಔಷಧವೆಂದು ಪರಿಗಣಿಸಲಾಗಿದೆ. ಜ್ವರ ಮತ್ತು ನೋವಿಗೆ ಪ್ರಿಸ್ಕ್ರಿಪ್ಷನ್ ಇಲ್ಲದೆ ಇದನ್ನು ಸೇವಿಸಬಹುದು ಎಂದು ಹೇಳಲಾಗುತ್ತದೆ, ಆದರೆ ನೀವು ಒಮ್ಮೆ ಇಂಟರ್ನೆಟ್‌ಗೆ ಹೋಗಿ ಇದರ ಅಡ್ಡಪರಿಣಾಮಗಳನ್ನು ಓದಿದರೆ ಇದು ತುಂಬಾ ಅಪಾಯಕಾರಿ ಔಷಧ ಎಂದು ನಿಮಗೆ ಅನಿಸುತ್ತದೆ. ನಾನು ಈ ಮಾತನ್ನು ಹೇಳುವುದು ನಿನ್ನನ್ನು ಹೆದರಿಸುವುದಕ್ಕಲ್ಲ, ಜನರು ತಮ್ಮ ಮನಸ್ಸಿಗೆ ಬಂದದ್ದನ್ನು ಇಂಟರ್‌ನೆಟ್‌ನಲ್ಲಿ ಬರೆಯುತ್ತಾರೆ ಎಂದು ಹೇಳುವುದಕ್ಕೆ. ಅದೆಲ್ಲವೂ ಸರಿಯಾಗಿಯೇ ಇರುತ್ತದೆ ಎಂದೇನಿಲ್ಲ, ಅವುಗಳನ್ನು ಓದುವುದು ಅನಿವಾರ್ಯವಲ್ಲ. ಪ್ರತಿಯೊಂದು ಮಾಹಿತಿಯು ಎಲ್ಲರಿಗಾಗಿಯೂ ಇರುವುದಿಲ್ಲ. ದೇಹದ ಬಗ್ಗೆ ವೈದ್ಯರಿಗೆ ತಿಳಿದಿರುವಷ್ಟು ಮಾಹಿತಿ ಜನಸಾಮಾನ್ಯನಿಗೆ ತಿಳಿದಿರಬೇಕಿಲ್ಲ. ಕೆಲವೊಮ್ಮೆ ಅವಶ್ಯಕತೆಗಿಂತ ಹೆಚ್ಚಿನ ಮಾಹಿತಿಯು ಹಾನಿಕಾರಕವೂ ಆಗಬಹುದು.

ಹೆರಿಗೆ ಕಷ್ಟದ ಸಮಯ ಎಂದು ನಾನು ಒಪ್ಪುತ್ತೇನೆ, ಆದರೆ ಇತ್ತೀಚಿನ ದಿನಗಳಲ್ಲಿ

ಹಲವಾರು ವೈದ್ಯಕೀಯ ಸೌಲಭ್ಯಗಳಿವೆ ಮತ್ತು ನಮ್ಮ ದೇಹದ ಬಗ್ಗೆಯೂ ಮಾಹಿತಿ ಇದೆ, ತಯಾರಿಯ ಬಗ್ಗೆಯೂ ಮಾಹಿತಿ ಇದೆ. ನಿಮ್ಮ ಮನಸ್ಸಿನಲ್ಲಿ ಯಾವುದೇ ರೀತಿಯ ಭಯವನ್ನು ಉಂಟುಮಾಡುವ ಅಂತಹ ಲೇಖನಗಳನ್ನು ನೀವು ಓದಬಾರದು, ಬದಲಿಗೆ ಸಾವಿರದಲ್ಲಿ ಒಬ್ಬರು ಅಂತಹ ಸಮಸ್ಯೆ ಎದುರಿಸಿದರೂ, ಉಳಿದ 999 ಹೆರಿಗೆಗಳು ಸುರಕ್ಷಿತವಾಗಿ ಪೂರ್ಣಗೊಂಡಿವೆ ಮತ್ತು ಆ 999 ರಲ್ಲಿ ನೀವು ಒಬ್ಬರು ಎಂದು ನೀವು ಭಾವಿಸಬೇಕು.

ಸಲೋನಿ– ಆಂಟಿ, ನೀವು ಹೇಳುವುದು ಸರಿ ಎಂದು ನಾನು ಒಪ್ಪುತ್ತೇನೆ ಆದರೆ ಹೆರಿಗೆಯ ಬಗ್ಗೆ ಯೋಚಿಸುವಾಗ ನನಗೂ ಭಯವಾಗುತ್ತಿದೆ.

ಗಾಯತ್ರಿ– ನೋಡು, ನಿನಗೆ ಭಯ ಅನಿಸಿದರೆ ಹೆರಿಗೆಗೆ ಪೂರ್ವ ತಯಾರಿ ಇಲ್ಲ ಎಂದರ್ಥ. ಹೆರಿಗೆಯ ಸಮಯ ಬರುವ ಮೊದಲು ತಯಾರಿ ನಡೆಸಬೇಕು. ಅದೂ ಮೂರೂ ರೀತಿಯಲ್ಲಿ. ದೇಹ, ಮನಸ್ಸು ಮತ್ತು ಸಂಪನ್ಮೂಲಗಳೊಂದಿಗೆ. ತಯಾರಿ ಪೂರ್ಣಗೊಂಡರೆ ಭಯ ಸಮಾಪ್ತಗೊಂಡು ಆತ್ಮವಿಶ್ವಾಸ ಉಳಿಯುತ್ತದೆ.

ಮಧು – ದೇಹ, ಮನಸ್ಸು ಮತ್ತು ಸಂಪನ್ಮೂಲಗಳೊಂದಿಗೆ ಪ್ರಸವ ತಯಾರಿ!

ಗಾಯತ್ರಿ– ನೋಡು, ಹೆರಿಗೆಗೆ ದೈಹಿಕ ಸಿದ್ಧತೆ ಎಂದರೆ ನಿಮ್ಮ ದೇಹವನ್ನು ಸದೃಢವಾಗಿ ಮತ್ತು ಪ್ರಸವಕ್ಕೆ ಸಕ್ರಿಯವಾಗಿರಿಸಿಕೊಳ್ಳುವುದು. ದೇಹವು ಕ್ಯಾಲ್ಸಿಯಂ, ಕಬ್ಬಿಣ, ಜೀವಸತ್ವಗಳು ಮತ್ತು ಖನಿಜಗಳಂತಹ ಎಲ್ಲಾ ಪೋಷಕಾಂಶಗಳಲ್ಲಿ ಸಮೃದ್ಧವಾಗಿರಬೇಕು. ದೇಹವನ್ನು ಹೆರಿಗೆಗೆ ಸಂಪೂರ್ಣವಾಗಿ ಸಿದ್ಧಪಡಿಸಬೇಕು.

ಮಾನಸಿಕವಾಗಿ ಸಿದ್ಧರಾಗಿರುವುದು ಎಂದರೆ ಹೆರಿಗೆಗೆ ಸಂಬಂಧಿಸಿದಂತೆ ಮನಸ್ಸಿನಲ್ಲಿ ಯಾವುದೇ ರೀತಿಯ ಭಯ, ಚಿಂತೆ, ಒತ್ತಡ, ಪೂರ್ವಾಗ್ರಹ ಇರಕೂಡದು, ಬದಲಿಗೆ ಆತ್ಮವಿಶ್ವಾಸ ಮತ್ತು ಸಕಾರಾತ್ಮಕತೆ ಇರಬೇಕು. ಉಲ್ಲಾಸ ಮತ್ತು ಉತ್ಸಾಹ ಇರಬೇಕು ಏಕೆಂದರೆ ನಿಮ್ಮ ಮಗುವನ್ನು ನೀವು ಮೊದಲ ಬಾರಿಗೆ ನೋಡುವ ಸಮಯವೇ ಇದು. ಕೆಲವು ತಂತ್ರಗಳು ಮತ್ತು ವಿಧಾನಗಳನ್ನು ಪಾಲಿಸುವ ಮೂಲಕ, ಮನಸ್ಸನ್ನು ಹೆರಿಗೆಗೆ ಸಿದ್ಧಪಡಿಸಬಹುದು ಮತ್ತು ಅನಗತ್ಯ ಚಿಂತೆಗಳಿಂದ, ಆತಂಕಗಳಿಂದ ದೂರವಿರಬಹುದು. ನಾವು ಈ ಬಗ್ಗೆ ಮುಂದೆ ಮಾತನಾಡಲಿದ್ದೇವೆ.

ಸಂಪನ್ಮೂಲಗಳ ಪೂರ್ವ ತಯಾರಿ ಎಂದರೆ ಹೆರಿಗೆಯ ಮೊದಲು ಅಗತ್ಯವಿರುವ ಎಲ್ಲಾ ಸಂಪನ್ಮೂಲಗಳನ್ನು ಸಂಗ್ರಹಿಸುವುದು. ಹೆರಿಗೆಯ ಸಮಯದಲ್ಲಿ ಮತ್ತು ನಂತರ ಉಪಯುಕ್ತವಾಗುವ ಎಲ್ಲಾ ಮಾಹಿತಿಯನ್ನು ತಿಳಿದುಕೊಳ್ಳಿ. ಹೆರಿಗೆ ನೋವು ಉಂಟಾದಾಗ ಅವಸರದಲ್ಲಿ ಏನಾದರು ಹೆಚ್ಚು–ಕಮ್ಮಿಯಾಗದಂತೆ ಆತಂಕರಹಿತರಾಗಿರಲು ಎಲ್ಲಾ ಯೋಜನೆಗಳನ್ನು ಮಾಡಿಕೊಳ್ಳಿ. ಡಾಕ್ಟರ್ ಕೊಟ್ಟ ಹೆರಿಗೆಯ ದಿನಾಂಕದ 15 ದಿನಗಳ ಮುಂಚಿತವಾಗಿ ಎರಡು ಚೀಲಗಳನ್ನು ಸಿದ್ಧವಾಗಿರಿಸಿ. ಒಂದು ನಿಮಗಾಗಿ, ಇನ್ನೊಂದು ಮಗುವಿಗಾಗಿ. ಇವುಗಳು ನಿಮ್ಮೊಂದಿಗೆ ಆಸ್ಪತ್ರೆಗೆ ಹೋಗುವ ಚೀಲಗಳಾಗಿವೆ. ಇವುಗಳು ನಿಮಗೆ ಮತ್ತು ನಿಮ್ಮ ಮಗುವಿಗೆ ಆಸ್ಪತ್ರೆಯಲ್ಲಿ ಬೇಕಾಗುವ ಎಲ್ಲಾ ವಸ್ತುಗಳನ್ನು ಒಳಗೊಂಡಿರುತ್ತವೆ.

ಮೊದಲು ಎಲ್ಲಾ ಅಗತ್ಯ ವಸ್ತುಗಳ ಪಟ್ಟಿಯನ್ನು ಮಾಡಿ, ನಂತರ ಚೀಲವನ್ನು ಅದಕ್ಕೆ ಅನುಗುಣವಾಗಿ ಜೋಡಿಸಿ. ನಿಮ್ಮ ಚೀಲವು ಗೌನ್, ಚಪ್ಪಲಿಗಳು, ಸಾಕ್ಸ್, ಬೆಡ್‌ಶೀಟ್, ಟೂತ್ ಬ್ರಷ್, ಟೂತ್‌ಪೇಸ್ಟ್ ಮುಂತಾದ ಎಲ್ಲಾ ದೈನಂದಿನ ಅಗತ್ಯ ವಸ್ತುಗಳನ್ನು ಒಳಗೊಂಡಿರಬೇಕು.

ಮಗುವಿನ ಚೀಲದಲ್ಲಿ ಬಟ್ಟೆ, ಟೋಪಿ, ಸಾಕ್ಸ್, ಬೇಬಿ ಆಯಿಲ್, ಬೇಬಿ ನ್ಯಾಪಿ ಕ್ರೀಮ್, ಡೈಪರ್, ಶಾಲು, ಹಾಸಿಗೆ, ಬೆಡ್ ಶೀಟ್, ಕೆಲವು ಮೃದುವಾದ ಬಟ್ಟೆಗಳು, ಒರೆಸುವ ಬಟ್ಟೆಗಳು ಮುಂತಾದ ಎಲ್ಲಾ ವಸ್ತುಗಳು ಇರಬೇಕು.

ಯಾವ ಆಸ್ಪತ್ರೆಯಲ್ಲಿ ಹೆರಿಗೆ ಆಗಲಿದೆ ಎಂಬುದನ್ನು ಮೊದಲೇ ನಿರ್ಧರಿಸಬೇಕು. ಅಲ್ಲಿಗೆ ಹೋಗಿ ಎಲ್ಲ ಸೌಲಭ್ಯ ಇತ್ಯಾದಿಗಳನ್ನು ಪರಿಶೀಲಿಸಬೇಕು. ಅಲ್ಲಿಗೆ ಹೋಗಲು ಯಾವುದೇ ಗಡಿಬಿಡಿ ಅಥವಾ ತೊಂದರೆಯಾಗದಂತೆ ಹತ್ತಿರದ ಆಸ್ಪತ್ರೆಯನ್ನು ಆಯ್ಕೆ ಮಾಡಿಕೊಳ್ಳುವುದು ಮತ್ತು ವೈದ್ಯರೊಂದಿಗೆ ಮುಂಚಿತವಾಗಿ ಚರ್ಚಿಸುವುದು ಉತ್ತಮ. ಆಸ್ಪತ್ರೆಗೆ ಹೋಗುವಾಗ ಅಗತ್ಯವಿರುವ ಎಲ್ಲಾ ಪ್ರಮುಖ ದಾಖಲೆಗಳು, ಗುರುತಿನ ಚೀಟಿಗಳು, ಭಾವಚಿತ್ರಗಳು, ವೈದ್ಯಕೀಯ ವರದಿಗಳು ಇತ್ಯಾದಿಗಳನ್ನು ಸಹ ಒಂದೇ ಸ್ಥಳದಲ್ಲಿ ಇಟ್ಟುಕೊಳ್ಳಬೇಕು.

ಏನಾದರೂ ವೈದ್ಯಕೀಯ ಕವರೇಜ್ ಯೋಜನೆ ಇದ್ದರೆ, ಅದನ್ನು ಸರಿಯಾಗಿ ಅರ್ಥಮಾಡಿಕೊಳ್ಳಿ. ಇದು ನಿಮಗೆ ಲಭ್ಯವಿರುವ ಆರೋಗ್ಯ ಸೌಲಭ್ಯಗಳನ್ನು ಅರ್ಥಮಾಡಿಕೊಳ್ಳಲು ಸಹಾಯ ಮಾಡುತ್ತದೆ. ಅಲ್ಲದೆ, ನವಜಾತ ಶಿಶುವನ್ನು ವೈದ್ಯಕೀಯ ಕವರೇಜ್ ಯೋಜನೆಯಲ್ಲಿ ಸೇರಿಸಲಾಗುತ್ತದೆಯೇ ಇಲ್ಲವೇ ಎಂಬುದನ್ನು ಪರಿಶೀಲಿಸಿ. ಇಲ್ಲದಿದ್ದರೆ, ಅದನ್ನೂ ಸಹ ವ್ಯಾಪ್ತಿಗೆ ಸೇರಿಸುವ ಪ್ರಕ್ರಿಯೆಯನ್ನು ವಿವರವಾಗಿ ಅರ್ಥಮಾಡಿಕೊಳ್ಳಿ, ಮಗುವಿನ ಜನನದ ನಂತರ, ಅದರ ಜನನ ಪ್ರಮಾಣಪತ್ರವನ್ನು ತಯಾರಿಸಲಾಗುತ್ತದೆ. ಇದಕ್ಕೆ ಯಾವ ದಾಖಲೆಗಳು ಬೇಕು, ಯಾವ ಔಪಚಾರಿಕತೆಗಳನ್ನು ಪೂರ್ಣಗೊಳಿಸಬೇಕು, ಆ ಸಮಯದಲ್ಲಿ ಯಾವುದೇ ತೊಂದರೆಯಾಗದಂತೆ ಈ ಪ್ರಕ್ರಿಯೆಯ ಬಗ್ಗೆ ಮುಂಚಿತವಾಗಿ ತಿಳಿದುಕೊಳ್ಳಿ.

ಹೆರಿಗೆಗೆ ಹೋಗುವ ಮೊದಲು, ಮನೆಯಲ್ಲಿಯೂ ಸಂಪೂರ್ಣ ಸಿದ್ಧತೆಗಳನ್ನು ಮಾಡಿಕೊಳ್ಳಿ. ಉದಾಹರಣೆಗೆ, ನಿಮ್ಮ ಮಗುವಿನ ಮಲಗುವ ಸ್ಥಳ, ಅದರ ಹಾಸಿಗೆ, ಸೊಳ್ಳೆ ಪರದೆ, ಸ್ನಾನದ ಟಬ್, ನ್ಯಾಪಿಗಳು, ಬಟ್ಟೆ, ಸ್ನಾನದ ಪರಿಕರಗಳು ಮತ್ತು ಇತರ ವಸ್ತುಗಳಿಗೆ ಪ್ರತ್ಯೇಕ ಬೀರು ಅಥವಾ ಡ್ರಾಯರ್ ಅನ್ನು ಇರಿಸಿ. ಮಗುವಿನ ಸಾಮಾನುಗಳನ್ನು ಗೊತ್ತುಪಡಿಸಿದ ಸ್ಥಳದಲ್ಲಿ ಇರಿಸುವುದರಿಂದ ಮಗುವಿನೊಂದಿಗೆ ಆಸ್ಪತ್ರೆಯಿಂದ ಮನೆಗೆ ಹಿಂದಿರುಗಿದಾಗ ಎಲ್ಲರಿಗೂ ಸುಲಭವಾಗುತ್ತದೆ. ಅದರ ವಸ್ತುಗಳನ್ನು ಯಾರಿಗೂ ಹುಡುಕಬೇಕಾಗುವುದಿಲ್ಲ.

ಸಾಧ್ಯವಾದರೆ ಒಂದು ತಿಂಗಳಿಗೆ ಬೇಕಾದ ಪಡಿತರ ಹಾಗೂ ಇತರೆ ಅಗತ್ಯ ವಸ್ತುಗಳನ್ನು ಖರೀದಿಸಿ ಮನೆಯಲ್ಲಿ ಇಟ್ಟುಕೊಳ್ಳಿ, ಇದರಿಂದ ಕನಿಷ್ಠ ಒಂದು ತಿಂಗಳಾದರೂ ಮಾರುಕಟ್ಟೆಗೆ ಓಡಬೇಕಾಗುವುದಿಲ್ಲ. ಆದ್ದರಿಂದ, ಈ ಸಮಯದಲ್ಲಿ ಸಾಧ್ಯವಾದಷ್ಟು ತಯಾರಿ ಮಾಡುವುದು ಉತ್ತಮ. ಹೆರಿಗೆಯ ನಂತರ, ನಿಮ್ಮ ಹತ್ತಿರ ಸಾಧ್ಯವಾದಷ್ಟು ಸಹಾಯಕರನ್ನು ಇಟ್ಟುಕೊಳ್ಳಿ. ಈ ಸಹಾಯಕರು ಮನೆಯವರಾದರೂ ಆಗಿರಬಹುದು ಅಥವಾ ವೇತನ ಕೊಟ್ಟು ಹೊರಗಿನಿಂದ ಕರೆಸಿಕೊಳ್ಳುವ ಮನೆ ಸಹಾಯಕರಾದರೂ ಆಗಿರಬಹುದು. ಅಮ್ಮ ಅಥವಾ ಅತ್ತೆ (ವಯಸ್ಸಾದವರು) ಅವರಿಗೆ ಯಾವುದೇ ಕೆಲಸದಲ್ಲಿ ಹೊರೆಯಾಗದಂತೆ ನೋಡಿಕೊಳ್ಳಿ ಏಕೆಂದರೆ ಅವರು ಮಗುವಿನ ಮತ್ತು ನಿಮ್ಮ ಆರೈಕೆಯಲ್ಲೇ ನಿರತರಾಗಿರುತ್ತಾರೆ. ಇದರಲ್ಲಿ ಅವರ ನಿದ್ದೆ ಮತ್ತು ಏಳುವ ದಿನಚರಿ ಬದಲಾಗುತ್ತದೆ. ಅವರು ಮನೆಯನ್ನು ನೋಡಿಕೊಳ್ಳುವ ಸ್ಥಿತಿಯಲ್ಲಿರುವುದಿಲ್ಲ.

ಮಧು – ವಾಹ! ಆಂಟಿ, ನೀವು ನನಗೆ ತುಂಬಾ ಉಪಯುಕ್ತವಾದ ವಿಷಯಗಳನ್ನು ಹೇಳಿದಿರಿ. ಈ ಎಲ್ಲಾ ಸಿದ್ಧತೆಗಳ ಬಗ್ಗೆ ನಾನು ಯೋಚಿಸಿಯೇ ಇರಲಿಲ್ಲ. ಇಂದಿನಿಂದಲೇ

ನಾನು ಮತ್ತು ಮನೀಷ್ ಈ ಎಲ್ಲಾ ಸಿದ್ಧತೆಗಳನ್ನು ಪ್ರಾರಂಭಿಸುತ್ತೇವೆ.

ಸಲೋನಿ– ಹಾಗಾದ್ರೆ ಮನದ ತಯಾರಿ ಬಗ್ಗೆ ಏನು ಆಂಟಿ?

ಗಾಯತ್ರಿ– ಅರೆ, ಅದನ್ನೂ ಹೇಳುತ್ತೇನೆ, ನಿನ್ನ ಹೆರಿಗೆಗೆ ಇನ್ನೂ ಸಮಯವಿದೆ! ಗಾಯತ್ರಿ ಆಂಟಿಯ ತಮಾಷೆಗೆ ಮೂವರೂ ನಕ್ಕರು.

ಮನನ ಬಿಂದು...

* ಹೆರಿಗೆಯ ಬಗ್ಗೆ ಮನಸ್ಸಿನಲ್ಲಿ ಭಯ ಮತ್ತು ಒತ್ತಡವನ್ನು ಉಂಟುಮಾಡುವ ಲೇಖನಗಳು ಮತ್ತು ಮಾಹಿತಿಯನ್ನು ಓದಬಾರದು. ಯಾವುದೇ ಸಂದೇಹವಿದ್ದರೆ ವೈದ್ಯರು ಅಥವಾ ಜ್ಞಾನವುಳ್ಳ ವ್ಯಕ್ತಿಯೊಂದಿಗೆ ಮಾತನಾಡುವುದು ಉತ್ತಮ.
* ಹೆರಿಗೆಗೆ ಹೋಗುವ ಮೊದಲು ಸಾಕಷ್ಟು ಪೂರ್ವ ತಯಾರಿಯ ಅಗತ್ಯವಿರುತ್ತದೆ. ಇದರಿಂದ ಹೆರಿಗೆ ಸಮಯದಲ್ಲಿ ಯಾವುದೇ ಗಡಿಬಿಡಿ ಅಥವಾ ಗಾಬರಿ ಇರುವುದಿಲ್ಲ.
* ಹೆರಿಗೆಯ ಸಮಯಕ್ಕೆ ಮುಂಚಿತವಾಗಿ ಮಾಡಬೇಕಾದ ಪ್ರಮುಖ ಸಿದ್ಧತೆಗಳಲ್ಲಿ ಒಂದು ಸರಿಯಾದ ಆಸ್ಪತ್ರೆಯನ್ನು ಆಯ್ಕೆ ಮಾಡುವುದು. ತಾಯಿ, ಮಗು ಮತ್ತು ಮನೆಗೆ ಅಗತ್ಯವಾದ ವಸ್ತುಗಳನ್ನು ಖರೀದಿ ಮಾಡಿ ಮತ್ತು ಜೋಡಿಸಿಟ್ಟುಕೊಳ್ಳಿ.
* ಹೆರಿಗೆಯ ಸಮಯದಲ್ಲಿ ಮತ್ತು ಮನೆಗೆ ಹಿಂದಿರುಗಿದ ನಂತರ, ಸಹಾಯಕರ ವ್ಯವಸ್ಥೆ, ಪಡಿತರ ಮತ್ತು ಅಗತ್ಯ ವಸ್ತುಗಳನ್ನು ಸಂಗ್ರಹಿಸುವುದು ಇತ್ಯಾದಿಗಳನ್ನು ಮುಂಚಿತವಾಗಿಯೇ ಮಾಡಿಕೊಳ್ಳಿ.

ಅಧ್ಯಾಯ 25

ಹೆರಿಗೆಗಾಗಿ ಮನಸ್ಸಿನ ಪೂರ್ವ ತಯಾರಿ

ಮನಸ್ಸಿನ ಸಹಾಯಕ ಅಭ್ಯಾಸ

ಗರ್ಭಿಣಿ ಮಹಿಳೆ ಮತ್ತು ಅವಳ ಕುಟುಂಬ ಸೇರಿದಂತೆ ಮತ್ತೆ ಯಾರಾದರೂ ಹೆರಿಗೆಗೆ ಹೆಚ್ಚು ತಯಾರಿ ನಡೆಸಬೇಕಾದವರೆಂದರೆ, ಅದು ಅವರ ಮನಸ್ಸು. ಮನಸ್ಸು ಸದಾ ಚಿಲಿಪಿಲಿಗುಟ್ಟುವ ಹಕ್ಕಿ. ಇದರ ಚಿಲಿಪಿಲಿ ಗರ್ಭಿಣಿ ಮಹಿಳೆಯ ದೇಹದ ಮೇಲೆ ಬಹಳ ಪ್ರಭಾವ ಬೀರುತ್ತದೆ. ಈ ಚಿಲಿಪಿಲಿಯನ್ನು ಕುಟುಂಬದ ಸದಸ್ಯರು ಮಾಡುತ್ತಿದ್ದರೂ ಅದು ಪ್ರಭಾವ ಬೀರುತ್ತದೆ ಮತ್ತು ಅವಳ ಸ್ವಂತ ಮನಸ್ಸು ಮಾಡುತ್ತಿದ್ದರೂ ಅದರ ಪ್ರಭಾವ ಇರುತ್ತದೆ. ಆ ಪರಿಣಾಮ ಸಕಾರಾತ್ಮಕ ಇಲ್ಲವೆ ನಕಾರಾತ್ಮಕವಾಗಿರಬಹುದು. ಆದ್ದರಿಂದ, ಮನಸ್ಸಿಗೆ, ಅದು ಸದಾ ಒಳ್ಳೆಯದೇ ಹೇಳಬೇಕು ಎಂದು ಮತ್ತು ಉತ್ತಮ ಪರಿಣಾಮ ಬೀರವಂತಿರಬೇಕು ಎಂದು ಕಲಿಸುವುದು ಬಹಳ ಮುಖ್ಯ.

ಆದಾಗ್ಯೂ, ಹಿಂದಿನ ಅಧ್ಯಾಯದಲ್ಲಿ ನೀಡಲಾದ ಅಂಶಗಳನ್ನು ಹೆರಿಗೆಯ ಮೊದಲು ಮನಸ್ಸಿನಲ್ಲಿಟ್ಟುಕೊಂಡರೆ, ಸಂಪನ್ಮೂಲಗಳನ್ನು ಮುಂಚಿತವಾಗಿ ಸಿದ್ಧಪಡಿಸಿದರೆ, ಅಗತ್ಯವಿರುವ ಎಲ್ಲಾ ಮಾಹಿತಿಯನ್ನು ಮುಂಚಿತವಾಗಿ ಸಂಗ್ರಹಿಸಿದರೆ, ಕೊನೆಯ ಕ್ಷಣದ ಆತಂಕವನ್ನು ಹೆಚ್ಚಿನ ಪ್ರಮಾಣದಲ್ಲಿ ತಪ್ಪಿಸಬಹುದು. ಆದರೂ ಮನಸ್ಸಿಗೆ ಇನ್ನೂ ವಿಶ್ವಾಸವಿಲ್ಲದಿದ್ದರೆ, ಮನಸ್ಸು ಎಲ್ಲದಕ್ಕೂ ಹೆದರಬಹುದು. ಹೆರಿಗೆಯ ಮೊದಲು ಈ ಮನಸ್ಸನ್ನು ಹೇಗೆ ಸಿದ್ಧಪಡಿಸುವುದು, ಆತಂಕ ಮತ್ತು ನಕಾರಾತ್ಮಕ ಆಲೋಚನೆಗಳು ಉದ್ಭವಿಸಿದರೆ ಅವುಗಳನ್ನು ಯಾವ ವಿಧಾನಗಳಿಂದ ನಿಯಂತ್ರಿಸಬೇಕು? ಈ ವಿಷಯವನ್ನು ಗಾಯತ್ರಿ ಆಂಟಿ ಮುಂದೇ ಇದೇ ವಿಷಯದ ಮೇಲೆ ಚರ್ಚೆ ನಡೆಸುವವರಿದ್ದರು. ಅಷ್ಟರಲ್ಲಾಗಲೇ ಮನೀಷ್ ಮತ್ತು ವಿಶಾಲ್ ಕೂಡ ಆಫೀಸಿನಿಂದ ಬಂದಿದ್ದರು.

ಮಧು– ಆಂಟಿ, ನಾನು ತುಂಬಾ ಸಕಾರಾತ್ಮಕವಾಗಿದ್ದೇನೆ ಎಂದುಕೊಳ್ಳಿ, ನನಗೆ ಹೆರಿಗೆಯ ಬಗ್ಗೆ ನಕಾರಾತ್ಮಕ ಆಲೋಚನೆಗಳಿಲ್ಲ, ಆದರೆ ನನ್ನ ಸುತ್ತಮುತ್ತಲಿನ ಜನರನ್ನು ಏನು ಮಾಡಬೇಕು? ಕೆಲವೊಮ್ಮೆ ಅವರು ಎಂತಹ ವಿಷಯಗಳನ್ನು ಹೇಳುತ್ತಾರೆ ಮತ್ತು ಎಂತಹ ಅನುಭವಗಳನ್ನು ಹೇಳಲು ಪ್ರಾರಂಭಿಸುತ್ತಾರೆಂದರೆ, ಮನದಲ್ಲಿ ಭಯ ಉಂಟಾಗುತ್ತದೆ.

ಮನೀಶ್– ಹೌದು ಆಂಟಿ. ನಾಲ್ಕು ದಿನಗಳ ಹಿಂದೆ, ನನ್ನ ಚಿಕ್ಕಮ್ಮ ಮನೆಗೆ ಬಂದಿದ್ದರು ಮತ್ತು ಅವರು ನಮಗೆ ಎಂತೆಂತಹ ಕಥೆಗಳನ್ನು ಹೇಳಲು ಪ್ರಾರಂಭಿಸಿದರೆಂದರೆ ನಾನು ನಿಜಕ್ಕೂ ಗಾಬರಿಯಾದೆ. ಉದಾಹರಣೆಗೆ, ತನಗೆ ಪರಿಚಯವಿರುವವರ ಪ್ರಕರಣದಲ್ಲಿ, ಹೆರಿಗೆಗೆ ಹೋಗುವಾಗ ಕುಟುಂಬದ ಕಾರು ಟ್ರಾಫಿಕ್‌ನಲ್ಲಿ ಸಿಲುಕಿಕೊಂಡಿತು ಮತ್ತು ಗರ್ಭಿಣಿ ಮಹಿಳೆಗೆ ರಸ್ತೆಯಲ್ಲಿಯೇ ತೀವ್ರ ಹೆರಿಗೆ ನೋವು ಕಾಣಿಸಿಕೊಂಡಿತು. ಇನ್ನಾರಿಗೋ ಕೊನೆ ಕ್ಷಣದಲ್ಲಿ ಆಸ್ಪತ್ರೆಯಲ್ಲಿ ರೂಮ್ ಸಿಗಲಿಲ್ಲ, ಮತ್ತಾರಿಗೋ ಹೆರಿಗೆ ಮಾಡಿಸುವಾಗ ಡಾಕ್ಟರ್ ನಿರ್ಲಕ್ಷ ತೋರಿದರು... ಇತ್ಯಾದಿ ಇತ್ಯಾದಿ. ನಾನು ರಾತ್ರಿಯಿಡೀ 'ನಮ್ಮೊಂದಿಗೆ ಹೀಗಾಗಬಾರದು' ಎಂಬ ಯೋಚನೆಯಲ್ಲಿಯೇ ಇದ್ದೆ. ಗರ್ಭಿಣಿ ಮಹಿಳೆಯ ಮುಂದೆ ಇಂತಹ ನಕಾರಾತ್ಮಕ ವಿಷಯಗಳನ್ನು ಹೇಳಬಾರದು ಎಂದು ಎಲ್ಲರೂ ಅರ್ಥಮಾಡಿಕೊಳ್ಳುತ್ತಾರೆ ಎಂದು ಹೇಳಲಾಗುವುದಿಲ್ಲ. ಹಾಗಾಗಿ, ಅಂತಹವರು ಸಂಪರ್ಕಕ್ಕೆ ಬಂದರೆ ಅವರನ್ನು ಹೇಗೆ ಎದುರಿಸುವುದು?

ಗಾಯತ್ರಿ– ಇಂದಿನ ದಿನಗಳಲ್ಲಿ ಇದು ಜನರ ಸ್ವಭಾವವಾಗಿಬಿಟ್ಟಿದೆ. ನೂರು ಒಳ್ಳೆಯ ವಿಷಯಗಳ ನಡುವೆ ನಾವು ಪಟ್ಟಿಯಿಂದ ಒಂದು ಕೆಟ್ಟ ವಿಷಯವನ್ನು ಆರಿಸಿಕೊಳ್ಳುತ್ತಾರೆ ಮತ್ತು ಅದರದೇ ಗುಣಗಾನ ಮಾಡುತ್ತಿರುತ್ತಾರೆ. ಅವರಿಗೆ ತಿಳಿದಿಲ್ಲ, ಕೆಟ್ಟ ವಿಷಯಗಳನ್ನು ಪುನರಾವರ್ತಿಸುವ ಮೂಲಕ ಮತ್ತು ಅವುಗಳ ಮೇಲೆ ಕೇಂದ್ರೀಕರಿಸುವ ಮೂಲಕ, ಅವರು ಅವುಗಳನ್ನು ಇನ್ನೂ ಹೆಚ್ಚು ಆವಾಹನೆ ಮಾಡುತ್ತಾರೆ. ಈಗ ನೋಡಿ, ಅದೇ ಸಮಯದಲ್ಲೇ ನಗರದಲ್ಲಿ ಇತರ ಎಷ್ಟೊಂದು ಹೆರಿಗೆಗಳು ಸುರಕ್ಷಿತವಾಗಿ ನಡೆಯುತ್ತಿರಬಹುದು, ಅದರ ಬಗ್ಗೆ ಅವರಿಗೆ ತಿಳಿದಿಲ್ಲ ಅಥವಾ ಅದರ ಬಗ್ಗೆ ಅವರು ಮಾತನಾಡುತ್ತಿಲ್ಲ. ಇಂತಹವರಿಂದ ದೂರ ಇರುವುದೇ ಲೇಸು, ಯಾವುದಾದರೂ ನೆಪ ಮಾಡಿ ಗರ್ಭಿಣಿ ಮಹಿಳೆಯಿಂದ ಅಂತಹ ವ್ಯಕ್ತಿಯನ್ನು ದೂರವಿಡಿ ಅಥವಾ ಸಕಾರಾತ್ಮಕವಾಗಿ ಏನನ್ನಾದರೂ ಪ್ರಾರಂಭಿಸಿ ಅವರ ಮಾತುಗಳ ದಿಶೆಯನ್ನು ಬದಲಿಸಿ. ಕೇಳಿದ, ನೋಡಿದ ಅಥವಾ ಓದಿದ ಯಾವುದೇ ವಿಷಯಗಳಿಂದಾಗಿ ಪ್ರಸವದ ಸಮಯದ ಬಗ್ಗೆ ಭಯ, ಅನಿಶ್ಚಿತತೆ ಅಥವಾ ಅನುಮಾನಗಳು ಮನಸ್ಸಿನಲ್ಲಿ ಉದ್ಭವಿಸಿದರೆ, ಕೆಲವು ಅಭ್ಯಾಸಗಳು ಅಥವಾ ವಿಧಾನಗಳಿವೆ, ಅವುಗಳ ಸಹಾಯದಿಂದ ಭಯವನ್ನು ಜಯಿಸಬಹುದು. ಯಾವುದೇ ಭಯವಿಲ್ಲದಿದ್ದರೂ, ಮುಂದೆಯೂ ಯಾವುದೇ ರೀತಿಯ ಭಯ ಉಂಟಾಗದಂತೆ ಹೆರಿಗೆಗೆ ಮುಂಚೆಯೇ ಈ ಪದ್ಧತಿಗಳನ್ನು ಅಳವಡಿಸಿಕೊಳ್ಳಬೇಕು. ಮನಸ್ಸು ಯಾವಾಗಲೂ ಸಕಾರಾತ್ಮಕವಾಗಿರಬೇಕು. ಅಂತಹ ಕೆಲವು ಉಪಯುಕ್ತ ವಿಧಾನಗಳ ಬಗ್ಗೆ ನಾನು ನಿಮಗೆ ಹೇಳುತ್ತೇನೆ. ನಿಮಗೆ ಯಾವುದು ಸರಿ ಎನಿಸುತ್ತದೆಯೋ, ಅನುಕೂಲಕರ ಎನಿಸುತ್ತದೆಯೇ, ಸಮಯದ ಬೇಡಿಕೆ ಎನಿಸುತ್ತದೆಯೋ ಅದರ ಅನುಗುಣವಾಗಿ ನೀವು ಅವುಗಳ ಸಹಾಯ ತೆಗೆದುಕೊಳ್ಳಬಹುದು.

ಎಲ್ಲರೂ ಒಪ್ಪಿ ಆಂಟಿಯ ಮಾತನ್ನು ಗಮನವಿಟ್ಟು ಕೇಳಲು ಕುಳಿತರು. ಗಾಯತ್ರಿ ಆಂಟಿಯ ಒಪ್ಪಿಗೆಯೊಂದಿಗೆ, ಮನೀಷ್ ತನ್ನ ಫೋನ್‌ನಲ್ಲಿ ರೆಕಾರ್ಡಿಂಗ್‌ನ್ನು ಸಹ ಹಾಕಿದನು, ಎಲ್ಲಾ ಆಚರಣೆಗಳನ್ನು ರೆಕಾರ್ಡ್ ಮಾಡಿಕೊಳ್ಳಲು.

ಗಾಯತ್ರಿ– ಮೊದಲ ಅಭ್ಯಾಸ ಸಂಗೀತ ಚಿಕಿತ್ಸೆ. ಇದು ಎಲ್ಲಕ್ಕಿಂತ ಸುಲಭ. ಆದರೆ

ಇದಕ್ಕಾಗಿ ಯಾವ ಸಂಗೀತವನ್ನು ಆರಿಸಬೇಕು? ಎಂತಹ ಸಂಗೀತವನ್ನು ಕೇಳಿದ ನಂತರ ನಿಮ್ಮ ಎಲ್ಲಾ ಭಯಗಳು ದೂರವಾಗುತ್ತವೋ; ಎಲ್ಲಾ ಅನಿಶ್ಚಿತತೆಗಳು, ಅನುಮಾನಗಳು ಮತ್ತು ಚಿಂತೆಗಳು ದೂರವಾಗುತ್ತವೋ ಅದನ್ನು ಕೇಳಬೇಕು. ಎಲ್ಲವೂ ಚೆನ್ನಾಗಿಯೇ ಆಗುತ್ತದೆ ಎಂದು ನಿಮಗೆ ನಿಮ್ಮಲ್ಲಿ ಮತ್ತು ದೇವರಲ್ಲಿ ನಂಬಿಕೆ ಬರಬೇಕು. ಅಂತಹ ಸಂಗೀತವು ದಿವ್ಯ ಸಂಗೀತವಾಗಿರುತ್ತದೆ, ಭಕ್ತಿ ಸಂಗೀತವಾಗಿರುತ್ತದೆ, ಪ್ರಾರ್ಥನಾ ಸಂಗೀತವಾಗಿರುತ್ತದೆ, ಇವುಗಳನ್ನು ಕೇಳುವ ಮಾತ್ರದಿಂದಲೇ ನೀವು ಪರಮ ಪ್ರಜ್ಞೆಯೊಂದಿಗೆ ಸಾಮರಸ್ಯ ಹೊಂದುವಿರಿ.

ದೇವರ ಯಾವುದೇ ರೂಪದ ಮೇಲೆ ನಿಮಗೆ ನಂಬಿಕೆ ಇದ್ದರೆ, ಅದಕ್ಕೆ ಸಂಬಂಧಿಸಿದ ಯಾವುದೇ ಜಪ, ಮಂತ್ರ, ಭಜನೆ, ಪ್ರಾರ್ಥನೆ, ಗುರುಗಳ ಉಪದೇಶಗಳು, ವಚನಗಳು ಇತ್ಯಾದಿಗಳನ್ನು ಆಲಿಸಿ. ನಿಮ್ಮ ಭಾವನೆಗಳಿಗೆ ಹೊಂದಿಕೆಯಾಗುವ ಭಜನೆ ಅಥವಾ ಪ್ರಾರ್ಥನೆಯನ್ನು ಆಲಿಸಿ ಮತ್ತು ಅದರೊಂದಿಗೆ ಗುನುಗುನಿಸಿ. ಹೀಗೆ ಮಾಡುವುದರಿಂದ ನಿಮ್ಮ ಅನುಭವಕ್ಕೆ ಬರುವುದೇನೆಂದರೆ–ಮನಸ್ಸು ಪ್ರಶಾಂತವಾಗುತ್ತಿದೆ, ಅದರ ಕಳೆದು ಹೋದ ಲಯ ಮರಳುತ್ತಿದೆ, 'ದೇವರು ನಮ್ಮೊಂದಿಗಿದ್ದಾನೆ, ಎಲ್ಲವನ್ನೂ ಸರಿ ಮಾಡುತ್ತಾನೆ' ಎಂಬ ನಂಬಿಕೆ ಮರಳಿ ಬರುತ್ತಿದೆ ಎಂಬುದು.

ಎರಡನೆಯ ಅಭ್ಯಾಸವೆಂದರೆ 'ಶ್ವೇತ ಪ್ರಕಾಶವನ್ನು ಪಡೆಯುವುದು'. ಇದು ತುಂಬಾ ಪರಿಣಾಮಕಾರಿಯಾಗಿದೆ. ಇದರಲ್ಲಿ ನಾವು ದೇವರ ದಿವ್ಯ ಆಶೀರ್ವಾದ ಮತ್ತು ಆರೋಗ್ಯವನ್ನು (ಚಿಕಿತ್ಸೆ ಮತ್ತು ಆಶೀರ್ವಾದ) ಬಿಳಿ ಹೊಳೆಯುವ ಕಿರಣಗಳ ರೂಪದಲ್ಲಿ ನೋಡಬೇಕು. ನೀವು ಆತಂಕವನ್ನು ಅನುಭವಿಸಿದಾಗ, ಸ್ವಲ್ಪ ಸಮಯದವರೆಗೆ ನಿಮ್ಮ ಕಣ್ಣುಗಳನ್ನು ಮುಚ್ಚಿ ಕುಳಿತುಕೊಳ್ಳಿ ಮತ್ತು ಈಶ್ವರೀಯ ಶ್ವೇತ ದೈವಿಕ ಪ್ರಕಾಶ ನಿಮ್ಮ ಮೇಲೆ ಬೀಳುತ್ತಿದೆ ಎಂದು ಕಲ್ಪಿಸಿಕೊಳ್ಳಿ. ಆ ಬೆಳಕು ದೈವಿಕ ರಕ್ಷಣೆ, ಆರೋಗ್ಯ ಮತ್ತು ಆಶೀರ್ವಾದಗಳನ್ನು ಒಳಗೊಂಡಿದೆ. ಅದರ ಕಿರಣಗಳು ನಿಮ್ಮ ಮೇಲೆ ಮಳೆಯಂತೆ ಸುರಿಸುತ್ತಿವೆ. ಅದು ನಿಮ್ಮನ್ನು ಮತ್ತು ನಿಮ್ಮ ಮಗುವನ್ನು ಸಂಪೂರ್ಣವಾಗಿ ತೋಯಿಸುತ್ತಿದೆ. ನಿಮ್ಮ ಮತ್ತು ನಿಮ್ಮ ಮಗುವಿನ ಪ್ರತಿಯೊಂದು ಕೋಶವು ಆ ದೈವಿಕ ಪ್ರಕಾಶವನ್ನು ಪಡೆಯುತ್ತಿದೆ. ಅದು ನಿಮ್ಮ ಮೇಲೆ ಬೀಳುತ್ತಿದ್ದಂತೆ, ನಿಮ್ಮಿಬ್ಬರಲ್ಲಿ ಪ್ರಜ್ಞೆ/ಚೈತನ್ಯ ಹೆಚ್ಚುತ್ತಿದೆ, ಎಲ್ಲಾ ನಕಾರಾತ್ಮಕತೆ, ಚಿಂತೆ, ಚಂಚಲತೆ ದೂರವಾಗುತ್ತಿದೆ. ಆ ಪ್ರಕಾಶದ ರಕ್ಷಾಕವಚದಿಂದ ನೀವು ದೇವರ ಸಂಪೂರ್ಣ ರಕ್ಷಣೆ, ಆರೋಗ್ಯ, ಸಕಾರಾತ್ಮಕತೆಯನ್ನು ಪಡೆಯುತ್ತಿದ್ದೀರಿ. ನಿಮ್ಮ ರೋಮ ರೋಮವೂ ಈ ಕೃಪೆಗಾಗಿ ದೇವರಿಗೆ ಕೃತಜ್ಞತೆ ಸಲ್ಲಿಸುತ್ತಿದೆ ಧನ್ಯವಾದಗಳು... ಧನ್ಯವಾದಗಳು... ಧನ್ಯವಾದಗಳು...!

ಅರ್ಥವಾಯಿತೇ? ಗಾಯತ್ರಿ ಆಂಟಿ ನಾಲ್ವರನ್ನೂ ಕೇಳಿದಾಗ 'ಹೌದು' ಎಂದು ತಲೆಯಾಡಿಸಿದರು. ನಂತರ ಎಲ್ಲರೂ ಹತ್ತು ನಿಮಿಷಗಳ ಕಾಲ ಶ್ವೇತ ಪ್ರಕಾಶವನ್ನು ಪಡೆಯುವ ಅಭ್ಯಾಸ ಮಾಡಿದರು.

ಮಧು– ವಾಹ್, ಇದು ನಿಜವಾಗಿಯೂ ಚೆನ್ನಾಗಿದೆ ಆಂಟಿ. ಮನಸ್ಸು ಸಂಪೂರ್ಣವಾಗಿ ಶಾಂತ ಮತ್ತು ಧನಾತ್ಮಕವಾಯಿತು. ದೇವರಲ್ಲಿ ಧನ್ಯತಾ ಭಾವ ಮೂಡುತ್ತಿದೆ. ಮಧು ಹೇಳಿದ ಮಾತನ್ನು ಎಲ್ಲರೂ ಒಪ್ಪಿದರು.

ಗಾಯತ್ರಿ– ದೇವರ ಆಶೀರ್ವಾದ ಯಾವಾಗಲೂ ನಮ್ಮ ಮೇಲೆ ಸುರಿಯುತ್ತಿರುತ್ತದೆ. ನಾವು ಸ್ವೀಕರಿಸುವವರಾಗಿರಬೇಕು ಅಷ್ಟೆ. ನಾವು ಸ್ವೀಕರಿಸುವವರಾದ ತಕ್ಷಣ, ಆ ಆಶೀರ್ವಾದಗಳನ್ನು ಸ್ವೀಕರಿಸಲು ಮತ್ತು ನಮ್ಮ ಜೀವನದಲ್ಲಿ ಅವುಗಳ ಪರಿಣಾಮವನ್ನು ನೋಡಲು ನಮಗೆ ಸಾಧ್ಯವಾಗುತ್ತದೆ. ಈಗ ಮೂರನೇ ಅಭ್ಯಾಸವನ್ನು ನೋಡೋಣ.

ಮೂರನೆಯ ಅಭ್ಯಾಸವು ಸ್ವಯಂ–ಸೂಚನೆ ಆಗಿದೆ. ಅಂದರೆ ನಿಮ್ಮ ಆಂತರಿಕ ಮನಸ್ಸಿಗೆ ಸ್ವಯಂ–ಸೂಚನೆಗಳನ್ನು ನೀಡುವುದು. ಸ್ವಯಂ–ಸೂಚನೆ ಎಂದರೆ ನಮಗೆ ಬೇಕಾದುದನ್ನು ಪದಗಳಲ್ಲಿ ಪೋಣಿಸುವುದು ಮತ್ತು ಅದನ್ನು ನಮಗೆ ನಾವೇ ಹೇಳಿಕೊಳ್ಳುವುದು. ಇದರಿಂದ ಕ್ರಮೇಣ ಆ ಪದಗಳು, ಆ ಆಲೋಚನೆಗಳು ನಮ್ಮ ಆಂತರಿಕ ಮನಸ್ಸಿಗೆ ನೇರವಾಗಿ ಹೋಗುತ್ತವೆ. ಒಳಗೆ ತಲುಪಿದ ಮಾಹಿತಿಯು ವಿಶ್ವಾಸವಾಣಿ ಆಗುತ್ತದೆ, ಅದು ಜೀವನದಲ್ಲಿ ತನ್ನ ಪ್ರಭಾವವನ್ನು ತೋರಿಸುತ್ತದೆ. ಆಂತರಿಕ ಮನಸ್ಸನ್ನು ತಲುಪುವ ಸ್ವಯಂ–ಸೂಚನೆಗಳು ವಾಸ್ತವಕ್ಕೆ ತಿರುಗುತ್ತವೆ.

ಉದಾಹರಣೆಗೆ, ಒಬ್ಬ ಅಸ್ವಸ್ಥ ವ್ಯಕ್ತಿಯು ಪದೇ ಪದೇ ಗಟ್ಟಿಯಾಗಿ, 'ನಾನು ದಿನದಿಂದ ದಿನಕ್ಕೆ ಸುಧಾರಿಸುತ್ತಿದ್ದೇನೆ, ಸ್ವಸ್ಥವಾಗುತ್ತಿದ್ದೇನೆ', (day by bay I am getting better and better) ಎಂದು ಹೇಳಿಕೊಂಡರೆ ಆಗ ಈ ನಂಬಿಕೆಯು ಅವನ ಆಂತರಿಕ ಮನಸ್ಸಿನಲ್ಲಿ ನೆಲೆಗೊಳ್ಳುತ್ತದೆ ಮತ್ತು ಅವನು ನಿಜವಾಗಿ ಗುಣವಾಗಲು ಪ್ರಾರಂಭಿಸುತ್ತಾನೆ. ಅದೇ ರೀತಿ ಆರೋಗ್ಯವಂತ ವ್ಯಕ್ತಿಯು ಪದೇ ಪದೇ 'ನನಗೆ ಹುಷಾರಿಲ್ಲ, ಏನೋ ಸಮಸ್ಯೆಯಿದೆ' ಎಂದು ಹೇಳಿಕೊಳ್ಳುತ್ತಿದ್ದರೆ, ಸ್ವಲ್ಪ ಸಮಯದ ನಂತರ ಅವನ ಆರೋಗ್ಯವು ಹದಗೆಡಲು ಪ್ರಾರಂಭಿಸುತ್ತದೆ. ಆದ್ದರಿಂದಲೇ ಹಿರಿಯರು ಕೂಡ ಹೇಳುತ್ತಾರೆ, 'ನೀವು ಏನು ಹೇಳಿದರೂ, ಯೋಚಿಸಿ ಹೇಳಿ ಮತ್ತು ಕೆಟ್ಟ ಮಾತುಗಳನ್ನು ಎಂದಿಗೂ ಹೇಳಬೇಡಿ ಏಕೆಂದರೆ ನೀವು ಏನು ಹೇಳಿದರೂ ನಿಮ್ಮ ಆಂತರಿಕ ಮನಸ್ಸು ಅದನ್ನು ಹಿಡಿದಿಟ್ಟುಕೊಂಡು ವಾಸ್ತವಕ್ಕೆ ತರುತ್ತದೆ' ಎಂದು.

ನೀವು ಯಾವಾಗ ಬೇಕಾದರೂ ಮತ್ತು ಯಾವುದಕ್ಕೆ ಬೇಕಾದರೂ ಸ್ವಯಂ–ಸೂಚನೆಗಳನ್ನು ನೀಡುವ ಕೆಲಸವನ್ನು ಮಾಡಬಹುದು... ಆರೋಗ್ಯ, ಯಶಸ್ಸು, ಸಮೃದ್ಧಿ, ಸಂಬಂಧಗಳು, ಸದ್ಗುಣಗಳು, ಅಭ್ಯಾಸಗಳು ಇತ್ಯಾದಿ. ಗರ್ಭಾವಸ್ಥೆಯಲ್ಲಿ, ನೀವು ಸ್ವಯಂ–ಸಲಹೆಗಳನ್ನು ನೀಡುವ ಮೂಲಕ ನಿಮಗೆ ಮತ್ತು ನಿಮ್ಮ ಮಗುವಿಗೆ ಆರೋಗ್ಯ, ಉತ್ತಮ ಗುಣಗಳು, ಉತ್ತಮ ಅಭ್ಯಾಸಗಳನ್ನು ಆಕರ್ಷಿಸಬಹುದು. ಕುಶಲ ಹೆರಿಗೆಯ ಬಗ್ಗೆ ಸ್ವಯಂ–ಸೂಚನೆಗಳನ್ನು ಸಹ ನೀಡಬಹುದು, ಅವುಗಳು ಈ ಕೆಳಗಿನಂತಿವೆ:

- ಜಗತ್ತಿನ ಸಕಲ ಜೀವರಾಶಿಗಳ ರಕ್ಷಣೆ ಮಾಡುವ ಭಗವಂತ ನನ್ನನ್ನೂ ನನ್ನ ಮಗುವನ್ನೂ ಕಾಪಾಡುತ್ತಿದ್ದಾನೆ, ಆರೈಕೆಯನ್ನೂ ಮಾಡುತ್ತಿದ್ದಾನೆ. ನಾನು ಮತ್ತು ನನ್ನ ಮಗು ದೇವರ ರಕ್ಷಣೆಯಲ್ಲಿದ್ದೇವೆ ಮತ್ತು ಸಂಪೂರ್ಣವಾಗಿ ಸುರಕ್ಷಿತರಾಗಿದ್ದೇವೆ.
- ನಾನು ಮತ್ತು ನನ್ನ ಮಗು ದೇವರ ಸಂಪತ್ತು. ಯಾವುದೇ ಕೆಟ್ಟ ಘಟನೆ ನಮ್ಮನ್ನು ಮುಟ್ಟಲಿಕ್ಕೂ ಸಾಧ್ಯವಿಲ್ಲ.
- ನನ್ನ ಮಗು ದೈವಿಕ ಮಗು ಮತ್ತು ದೇವರ ರಕ್ಷಣೆಯಲ್ಲಿ ಸಂಪೂರ್ಣವಾಗಿ ಸುರಕ್ಷಿತವಾಗಿದೆ. ಅವನು/ಅವಳು ಪ್ರೀತಿ ಮತ್ತು ಸಂತೋಷದ ಆಶೀರ್ವಾದದೊಂದಿಗೆ ಜಗತ್ತಿನಲ್ಲಿ ಜನಿಸುತ್ತಾನೆ/ಜನಿಸುತ್ತಾಳೆ. ಅದರ ಅಭಿವ್ಯಕ್ತಿಗೆ ಬೇಕಾದ ಎಲ್ಲಾ ಸೌಕರ್ಯಗಳು ಮತ್ತು ಸೌಲಭ್ಯಗಳನ್ನು ಅದು ಪಡೆಯುತ್ತದೆ. ಅದರ ಜನ್ಮವು ಸಹಜವಾಗಿ ಮತ್ತು ಸುರಕ್ಷಿತವಾಗಿ ನಡೆಯುತ್ತದೆ.

ಈ ರೀತಿಯಾಗಿ, ನೀವು ನಿಮ್ಮ ಮತ್ತು ನಿಮ್ಮ ಮಗುವಿನ ಆಂತರಿಕ ಮನಸ್ಸಿನೊಳಗೆ ಕೆಲವು ಮಂಗಳಕರ ಮತ್ತು ಸಕಾರಾತ್ಮಕ ಸ್ವಯಂ–ಸೂಚನೆಗಳನ್ನು ತಲುಪಿಸಿರಿ. ಇದು ಹೆರಿಗೆಗೆ ಸಂಬಂಧಿಸಿದ ಎಲ್ಲಾ ಅಭದ್ರತೆಗಳು, ಭಯಗಳು ಮತ್ತು ಆತಂಕಗಳನ್ನು ತೆಗೆದುಹಾಕುತ್ತದೆ.

ನಿಮ್ಮ ಮನಸ್ಸು ಯಾವುದೇ ನಕಾರಾತ್ಮಕ ಭಾವನೆಯಲ್ಲಿ ಸಿಲುಕಿಕೊಂಡಿದ್ದರೂ, ಅದನ್ನು ಮುರಿಯುವ ಸಕಾರಾತ್ಮಕ ಸ್ವಯಂ ಸಲಹೆಯನ್ನು ಪೂರ್ಣ ವಿಶ್ವಾಸ ಮತ್ತು ದೃಢತೆಯೊಂದಿಗೆ ಪುನರಾವರ್ತಿಸಿ. ಇದು ನಕಾರಾತ್ಮಕ ಭಾವನೆಗಳನ್ನು ನಿವಾರಿಸುತ್ತದೆ.

ಸಲೋನಿ– ವಾವ್ ಆಂಟಿ. ನನ್ನ ಮನಸ್ಸು ನನಗೆ ಎಷ್ಟು ಹಾನಿ ಮಾಡುತ್ತಿದೆ ಎಂದು ಇಂದು ನನಗೆ ತಿಳಿಯಿತು. ಇಲ್ಲಿಯವರೆಗೆ ನನ್ನ ಮನಸ್ಸು ಯಾವುದಾದರೂ ತಪ್ಪು ಮಾತುಗಳ ಮೂಲಕ ಅಥವಾ ಏನನ್ನಾದರೂ ಬಡಬಡಿಸುವ ಮೂಲಕ ನನ್ನನ್ನು ರಂಜಿಸುತ್ತಿತ್ತು ಅಥವಾ ಹೆದರಿಸುತ್ತಿತ್ತು, ಇಂದಿನಿಂದ ನಾನು ಅದನ್ನು ನಿಯಂತ್ರಿಸಬೇಕು ಮತ್ತು ಯಾವಾಗಲೂ ಒಳ್ಳೆಯದನ್ನು ಯೋಚಿಸುವಂತೆ ಒತ್ತಾಯಿಸಬೇಕು ಎಂದು ನಾನು ದೃಢವಾಗಿ ನಿರ್ಧರಿಸಿದ್ದೇನೆ.

ಗಾಯತ್ರಿ– ಒಳ್ಳೆಯದು ಸಲೋನಿ. ಇಂದಿನಿಂದ ನಿನ್ನ ಮನಸ್ಸಿನ ಮೇಲೆ ಹಿಡಿತ ಸಾಧಿಸು, ನೀವು ಯಾವಾಗಲೂ ಸಂತೋಷವಾಗಿರುತ್ತೀಯಾ ಮತ್ತು ನಿನ್ನ ಮಗುವಿಗೂ ತುಂಬಾ ಒಳ್ಳೆಯದಾಗುತ್ತದೆ. ಏಕೆಂದರೆ ಇಂದು ನೀನು ಏನನ್ನು ಕಲಿಯುತ್ತಿದ್ದೀಯೋ ಅದನ್ನು ಗರ್ಭಸ್ಥ ಶಿಶುವೂ ಕಲಿಯುತ್ತಿದೆ ಅಲ್ಲವೆ... ಇದಂತೂ ದುಪ್ಪಟ್ಟು ಲಾಭವಾಯಿತು. ಇದನ್ನು ಹೇಳುತ್ತಾ ಆಂಟಿ ಮುಗುಳ್ನಕ್ಕರು. ಅವರ ಮಾತಿಗೆ ಎಲ್ಲರೂ ನಕ್ಕರು.

ನಾಳೆ ಭಾನುವಾರ, ಮನೀಷ್ ಮತ್ತು ವಿಶಾಲ್‌ಗೂ ರಜೆ ಇರುತ್ತದೆ. ನಾಳೆ ನಾನು ನಿಮಗೆ ಇನ್ನೂ ಕೆಲವು ಉತ್ತಮ ತಂತ್ರಗಳ ಬಗ್ಗೆ ಹೇಳುತ್ತೇನೆ, ಇದನ್ನು ಹೆರಿಗೆಗೆ ತಯಾರಿ ಮಾಡಲು ಮಾತ್ರವಲ್ಲದೆ ನಿಮ್ಮ ಜೀವನದುದ್ದಕ್ಕೂ ನಿಮಗೆ ಉಪಯುಕ್ತವಾಗಬಹುದು.

ಎಲ್ಲರೂ ಒಪ್ಪಿ ಇಂದಿನ ಗರ್ಭ ಸಂಸ್ಕಾರ ತರಗತಿಯಲ್ಲಿ ಕಲಿತ ತಂತ್ರಗಳನ್ನು ಇಂದಿನಿಂದಲೇ ಬಳಸಲು ಪ್ರಾರಂಭಿಸುತ್ತೇವೆ ಎಂಬ ಪ್ರಮಾಣ ಮಾಡಿಕೊಂಡು ಹೊರಟರು.

ಮನನ ಬಿಂದು...

* ಮನಸ್ಸನ್ನು ಪ್ರಜ್ಞಾಪೂರ್ವಕವಾಗಿ ಪ್ರಸವಕ್ಕೆ ಸಂಬಂಧಿಸಿದ ನಕಾರಾತ್ಮಕ ಆಲೋಚನೆಗಳಿಂದ ದೂರವಿಡಬೇಕು ಮತ್ತು ಸಕಾರಾತ್ಮಕ ಆಲೋಚನೆಗಳತ್ತ ಸಾಗಬೇಕು.

* ಮನಸ್ಸಿಗೆ ಧನಾತ್ಮಕ ಚಿಂತನೆಯನ್ನು ಕಲಿಸುವುದು ಮುಖ್ಯವಾಗಿದೆ ಏಕೆಂದರೆ ಮನಸ್ಸು ಪದೇ ಪದೇ ಯೋಚಿಸುವ ವಿಷಯಗಳು ಆಂತರಿಕ ಮನಸ್ಸಿಗೆ ಆಹಾರವನ್ನು ನೀಡುತ್ತವೆ ಮತ್ತು ವಾಸ್ತವವಾಗುವ ಎಲ್ಲಾ ಸಾಧ್ಯತೆಗಳನ್ನು ಹೊಂದಿರುತ್ತವೆ.

* ಮನಸ್ಸಿಗೆ ಸರಿಯಾದ ನಿರ್ದೇಶನವನ್ನು ನೀಡುವ ಮೂಲಕ, ನಾವು ಅದನ್ನು ನಕಾರಾತ್ಮಕ ಆಲೋಚನೆಗಳಿಂದ ದೂರವಿರಿಸುವುದು ಮಾತ್ರವಲ್ಲದೆ ನಮ್ಮ ಜೀವನದಲ್ಲಿ ಸುರಕ್ಷಿತ ಪ್ರಸವ, ಆರೋಗ್ಯ, ಯಶಸ್ಸು, ಸಮೃದ್ಧಿ, ಸದ್ಗುಣ ಮುಂತಾದ ಒಳ್ಳೆಯ ವಿಷಯಗಳನ್ನು ತರಲು ಸಾಧನವನ್ನಾಗಿ ಮಾಡಬಹುದು.

* ಇದಕ್ಕಾಗಿ 'ಶ್ವೇತ ಬೆಳಕನ್ನು ಸ್ವೀಕರಿಸುವುದು', 'ಸ್ವಯಂ-ಸೂಚನೆ'ಯಂತಹ ತಂತ್ರಗಳನ್ನು ಬಳಸಬೇಕಾಗುತ್ತದೆ.

ಅಧ್ಯಾಯ 26

ದೃಶ್ಯೀಕರಣ ಮತ್ತು ಓಂ ನಾಭಿ ಧ್ಯಾನ

ವರ್ತಮಾನದಲ್ಲಿ ಜೀವಿಸುವ ತಂತ್ರಗಳು

ಅಂದು ಭಾನುವಾರವಾಗಿತ್ತು. ಇಂದು ಸಂಜೆ ನಾಲ್ಕು ಜನರೂ ಬಂದು ಗಾಯತ್ರಿ ಆಂಟಿಯೊಂದಿಗೆ ಅಪಾರ್ಟ್ಮೆಂಟ್ ಪಾರ್ಕ್‌ನಲ್ಲಿ ಕುಳಿತುಕೊಂಡರು, ಇದರಿಂದ ಮನಸ್ಸಿನ ಸಹಾಯಕ ಧ್ಯಾನ ತಂತ್ರಗಳನ್ನು ಪ್ರಕೃತಿಯ ಸುಂದರವಾದ ನೆರಳಿನಲ್ಲಿ ಕುಳಿತು ಕಲಿಯಬಹುದಾಗಿತ್ತು. ಹಿಂದಿನ ದಿನ ವಿವರಿಸಿದ ಅಭ್ಯಾಸಗಳಿಂದ ಪ್ರತಿಯೊಬ್ಬರೂ ಹೆಚ್ಚಿನ ಪ್ರಯೋಜನವನ್ನು ಅನುಭವಿಸಿದರು. ಎಲ್ಲರ ಆಲೋಚನೆಗಳು ಸಕಾರಾತ್ಮಕವಾದವು, ಮನಸ್ಸು ಶಾಂತವಾಯಿತು, ಆತ್ಮವಿಶ್ವಾಸ ಹೆಚ್ಚಿತು. ಗಾಯತ್ರಿ ಆಂಟಿ ಮನಸ್ಸನ್ನು ಕರಗತ ಮಾಡಿಕೊಳ್ಳುವ ನಾಲ್ಕನೇ ಅಭ್ಯಾಸವನ್ನು ಹೇಳಲಾರಂಭಿಸಿದರು.

ಗಾಯತ್ರಿ– ನಾಲ್ಕನೆಯ ಅಭ್ಯಾಸವೆಂದರೆ ದೃಶ್ಯೀಕರಣ ಅಂದರೆ ಮೆದುಳಿನಲ್ಲಿ ಕೆಲವು ಪ್ರಕ್ರಿಯೆ ಅಥವಾ ಘಟನೆಯ ಚಿತ್ರವನ್ನು ನೋಡುವುದು. ನಾವು ಚಲನಚಿತ್ರದಂತೆ ನಮ್ಮಲ್ಲಿ ಹಿಂದಿನ ಕೆಲವು ಘಟನೆಗಳನ್ನು ಪುನರಾವರ್ತಿಸುತ್ತೇವೆ ಅಥವಾ ಭವಿಷ್ಯದ ಯಾವುದನ್ನಾದರೂ ಕಲ್ಪಿಸಿಕೊಳ್ಳುತ್ತೇವೆ. ಅಂತೆಯೇ, ಆ ಪ್ರಕ್ರಿಯೆಯು ಸರಿಯಾಗಿ, ಕುಶಲವಾಗಿ ಮತ್ತು ಯಶಸ್ವಿಯಾಗಿ ಮಾಡುವ ಚಿತ್ರ ಅಥವಾ ಕಲ್ಪನೆಯನ್ನು ನಾವು ನಮ್ಮ ಮನಸ್ಸಿನಲ್ಲಿ ಪುನರಾವರ್ತಿಸಬಹುದು. ಸ್ವಯಂ ಸೂಚನೆಯಲ್ಲಿ, ವಾಣಿಯ ಮೂಲಕ ನೀವು ಮಾಡುವ ಕೆಲಸವನ್ನು, ದೃಶ್ಯೀಕರಣದಲ್ಲಿ ನೀವು ಚಿತ್ರಗಳು ಮತ್ತು ಚಲನಚಿತ್ರಗಳ ಮೂಲಕ ಅದೇ ಕೆಲಸವನ್ನು ಮಾಡುತ್ತೀರಿ. ಅಂದರೆ, ಭವಿಷ್ಯದಲ್ಲಿ ನಿಮ್ಮೊಂದಿಗೆ ಏನು ಜರುಗಬೇಕೆಂದು ನೀವು ಬಯಸುತ್ತೀರೋ ಅದೇ ಸೂಚನೆಗಳನ್ನು ನೀವು ನಿಮ್ಮ ಆಂತರಿಕ ಮನಸ್ಸಿಗೆ ತಲುಪಿಸುತ್ತೀರಿ. ನೀವು ನಿಮ್ಮ ಆಂತರಿಕ

ಮನಸ್ಸಿಗೆ ಭವಿಷ್ಯದ ಚಿತ್ರಗಳನ್ನು ತೋರಿಸುತ್ತೀರಿ ಮತ್ತು ಅವುಗಳನ್ನು ನಿಜವೆಂದು ನಂಬಿ ಅದು ವಾಸ್ತವಕ್ಕೆ ಪರಿವರ್ತಿಸುತ್ತದೆ.

ವಿಶಾಲ್– ಆಂಟಿ, ನನ್ನ ಕಛೇರಿಯಲ್ಲಿ ಈ ತಂತ್ರದ ಬಗ್ಗೆ ಒಂದು ಕಾರ್ಯಾಗಾರ ಇತ್ತು, ಅದರಲ್ಲಿ ಹೆಚ್ಚಿನ ಯಶಸ್ವಿ ಜನರು ಯಾವುದೇ ಪ್ರಮುಖ ಕೆಲಸವನ್ನು ಮಾಡಲು ಹೋಗುತ್ತಿರುವಾಗ, ಆ ಸಂಪೂರ್ಣ ಪ್ರಕ್ರಿಯೆಯ ಚಿತ್ರವನ್ನು ಮೊದಲು ಅವರ ಮನಸ್ಸಿನಲ್ಲಿ ರಚಿಸಿಕೊಂಡಿದ್ದರು ಎಂದು ಹೇಳಲಾಗಿದೆ. ಹೇಗೆಂದರೆ, ಲವಲವಿಕೆಯಿಂದ ಕೆಲಸ ಮಾಡಲು ಹೊರಟಿದ್ದಾರೆ, ಸಮಯಕ್ಕೆ ಸರಿಯಾಗಿ ಅಲ್ಲಿಗೆ ತಲುಪುತ್ತಿದ್ದಾರೆ, ಎಲ್ಲವೂ ಯೋಜಿತವಾಗಿ ಮತ್ತು ಅವರ ಪರವಾಗಿ ನಡೆಯುತ್ತಿದೆ. ಎಲ್ಲೂ ಅಡ್ಡಿಯಾಗಲಿಲ್ಲ. ಎಲ್ಲರೂ ಸಹಕರಿಸಿದರು. ಕೆಲಸವು ಉತ್ತಮವಾಗಿ ಪೂರ್ಣಗೊಂಡಿತು ಮತ್ತು ಅವರು ಉತ್ತಮ ಫಲಿತಾಂಶಗಳೊಂದಿಗೆ ಸಂತೋಷದಿಂದ ಹಿಂತಿರುಗುತ್ತಿದ್ದಾರೆ....ಹೀಗೆ. ಕಚೇರಿಯಲ್ಲಿ ಯಾವುದೇ ಹೊಸ ಯೋಜನೆಯನ್ನು ಪ್ರಾರಂಭಿಸುವ ಮೊದಲು ಅಥವಾ ಕ್ಲೈಂಟ್ ಮೀಟಿಂಗ್‌ಗೆ ಹೋಗುವ ಮೊದಲು ನಾವು ಸಹ ಇದನ್ನು ಮಾಡಬೇಕು, ಇದರಿಂದ ಅದರ ಯಶಸ್ಸು ನಿಶ್ಚಿತ ಎಂದು ಎಲ್ಲರಿಗೂ ತಿಳಿಸಲಾಯಿತು.

ಗಾಯತ್ರಿ– ಹೌದು, ಸಂಪೂರ್ಣವಾಗಿ ಸರಿ. ಇದು ದೃಶ್ಯೀಕರಣ ತಂತ್ರ. ಸುರಕ್ಷಿತ ಮತ್ತು ಸಾಮಾನ್ಯ ಹೆರಿಗೆಯನ್ನು ಖಚಿತಪಡಿಸಿಕೊಳ್ಳಲು ಇಡೀ ಕುಟುಂಬದವರು ಇದನ್ನು ಬಳಸಬೇಕು. ಹೇಗೆಂದರೆ, ನೀವೆಲ್ಲರೂ ಸಂತೋಷದಿಂದ ಆಸ್ಪತ್ರೆಗೆ ಹೋಗುತ್ತಿದ್ದೀರಿ. ಅಲ್ಲಿ ನಿಮಗೆ ಸಮಯಕ್ಕೆ ಸರಿಯಾಗಿ ಎಲ್ಲಾ ವ್ಯವಸ್ಥೆಗಳು ದೊರೆಯುತ್ತಿವೆ. ವೈದ್ಯರು, ದಾದಿಯರು ಎಲ್ಲರೂ ಸಹಾನುಭೂತಿಯುಳ್ಳವರು, ನಿಮ್ಮನ್ನು ಚೆನ್ನಾಗಿ ನೋಡಿಕೊಳ್ಳುತ್ತಾರೆ. ನೀವು ಸುರಕ್ಷಿತವಾದ ಸಾಮಾನ್ಯ ಹೆರಿಗೆಯನ್ನು ಹೊಂದಿದ್ದೀರಿ ಮತ್ತು ನಿಮಗೆ ಆರೋಗ್ಯವಂತ ಸಾತ್ವಿಕ ಮಗು ಜನಿಸಿತು. ತಾಯಿ ಮತ್ತು ಮಗು ಇಬ್ಬರೂ ಆರೋಗ್ಯವಾಗಿದ್ದಾರೆ, ಸಂತೋಷದಿಂದ ಮತ್ತು ಸುರಕ್ಷಿತವಾಗಿ ಮನೆಗೆ ಮರಳಿದ್ದಾರೆ. ಅಂತಹ ಚಿತ್ರವನ್ನು ನೀವು ಪ್ರಜ್ಞಾಪೂರ್ವಕವಾಗಿ ನಿಮ್ಮ ಅಂತರಂಗಕ್ಕೆ ತೋರಿಸಬೇಕು. ಇಲ್ಲದಿದ್ದರೆ, ಸಾಮಾನ್ಯವಾಗಿ ಮೆದುಳಿನಲ್ಲಿ ರಿವರ್ಸ್ ಚಿತ್ರವು ರೂಪುಗೊಳ್ಳುತ್ತದೆ, ಅದು ಭಯವನ್ನು ಹೊಂದಿರುತ್ತದೆ. ಉದಾಹರಣೆಗೆ, ಸಮಯಕ್ಕೆ ಸರಿಯಾಗಿ ಕಾರು ಕೆಟ್ಟು ಹೋದರೆ... ಆಸ್ಪತ್ರೆಯಲ್ಲಿ ಸ್ಥಳ ಸಿಗದಿದ್ದರೆ... ಟ್ರಾಫಿಕ್ ಜಾಮ್ ಉಂಟಾದರೆ... ಹೆರಿಗೆಯಲ್ಲಿ ತೊಂದರೆಗಳು ಬಂದರೆ... ಇತ್ಯಾದಿ. ಈ ರೀತಿಯಾಗಿ, ಜನರು ತಮ್ಮ ಮಿದುಳಿನಲ್ಲಿ ಅಂತಹ ಸಂಘರ್ಷ ಮತ್ತು ತೊಡಕುಗಳ ಚಿತ್ರಗಳನ್ನು ರಚಿಸುತ್ತಾರೆ, ಇದರಿಂದಾಗಿ ಅದೇ ಅವರ ಮುಂದೆ ವಾಸ್ತವದಲ್ಲಿ ಸೃಷ್ಟಿಯಾಗುತ್ತದೆ. ನಂತರ ಅವರು, 'ನನ್ನೊಂದಿಗೆ ಹೀಗೆಯೇ ಆಗುತ್ತದೆ ಎಂದು ನನಗೆ ತಿಳಿದಿತ್ತು' ಎನ್ನುತ್ತಾರೆ. ಆದರೆ ಅವರ ಕಲ್ಪನೆಯೇ ಅವರ ಮುಂದೆ ವಾಸ್ತವವನ್ನು ಸೃಷ್ಟಿಸುತ್ತದೆ ಎಂದು ಅವರು ಅರ್ಥಮಾಡಿಕೊಳ್ಳಬೇಕು. ಆದುದರಿಂದ ಇಂದಿನಿಂದಲೇ ಪ್ರತಿಯೊಬ್ಬರೂ ವಾಣಿ ಮತ್ತು ಕಲ್ಪನೆಯ(ದೃಶ್ಯ) ಮೂಲಕ ಅಂತರಂಗಕ್ಕೆ ಸರಿಯಾದ ಆದೇಶಗಳನ್ನು ಕಳುಹಿಸುವುದನ್ನು ಅಭ್ಯಾಸಮಾಡಬೇಕು. ನಿಮ್ಮಲ್ಲಿ ಮತ್ತು ದೇವರಲ್ಲಿ ನಂಬಿಕೆ ಇಡಿ. ಎಲ್ಲವೂ ಸರಿ ಹೋಗುತ್ತದೆ, ಭಯಪಡುವ ಅಗತ್ಯವಿಲ್ಲ.

ಇದರ ನಂತರ, ಗಾಯತ್ರಿ ಆಂಟಿ, ಎಲ್ಲಾ ನಾಲ್ವರೂ ಸುರಕ್ಷಿತ ಮತ್ತು ಸುಲಭವಾದ ಪ್ರಸವಕ್ಕಾಗಿ ದೃಶ್ಯೀಕರಣ ಅಭ್ಯಾಸವನ್ನು ಮಾಡುವಂತೆ ಮಾಡಿದರು, ಇದನ್ನು ಮಾಡಿ ಎಲ್ಲರೂ ತುಂಬಾ ಸಂತೋಷಪಟ್ಟರು.

ಗಾಯತ್ರಿ– ನೋಡು, ಭೂತಕಾಲ ಅಥವಾ ಭವಿಷ್ಯತ್ತಿನಲ್ಲಿ ಅಲೆದಾಡುವ ಅವಕಾಶವನ್ನು

ಕೊಟ್ಟಾಗ ಮಾತ್ರ ಮನಸ್ಸು ಅಲೆದಾಡುತ್ತದೆ. ನಮ್ಮ ಮನಸ್ಸು ವರ್ತಮಾನದಲ್ಲಿ ಉಳಿಯಲು ಬಯಸುವುದಿಲ್ಲ. ವರ್ತಮಾನದಲ್ಲಿ ಬದುಕಬಲ್ಲ ಮನಸ್ಸು ಅತ್ಯಂತ ಸಮತೋಲಿತ ಮನಸ್ಸು ಆಗಿರುತ್ತದೆ ಏಕೆಂದರೆ ನಮ್ಮ ಜೀವನವು ವರ್ತಮಾನದಲ್ಲಿಯೇ ನಡೆಯುತ್ತಿದೆ. ನಾವು ಭೂತಕಾಲದಲ್ಲಿಯೂ ಇಲ್ಲ, ಭವಿಷ್ಯದಲ್ಲಿಯೂ ಇಲ್ಲ. ನಾವು ಬದುಕುತ್ತಿರುವ ಜೀವನವು ಈ ಕ್ಷಣದಲ್ಲಿದೆ, ವರ್ತಮಾನದಲ್ಲಿದೆ.

ಮನಸ್ಸು ವರ್ತಮಾನದ ಮೇಲೆ ಕೇಂದ್ರೀಕೃತವಾಗಿದ್ದರೆ ಅದು ನಿಮಗೆ ತನ್ನ 100% ಕೊಡುಗೆಯನ್ನು ನೀಡುತ್ತದೆ. ವರ್ತಮಾನದ ಮೇಲೆ ಕೇಂದ್ರೀಕೃತವಾಗಿರುವ ಮನಸ್ಸಿನಲ್ಲಿ ದೊಡ್ಡ ಶಕ್ತಿಯಿದೆ. ನಿಮ್ಮ ಮನಸ್ಸನ್ನು ವರ್ತಮಾನದಲ್ಲಿ ಇರಿಸುವ ಮೂಲಕ, ನಿಮ್ಮ ಎಲ್ಲಾ ಕೆಲಸಗಳನ್ನು ನೀವು ಪೂರ್ಣ ಶಕ್ತಿ ಮತ್ತು ದಕ್ಷತೆಯಿಂದ ಮಾಡಬಹುದು. ಇಲ್ಲದಿದ್ದರೆ, ಹಿಂದಿನದನ್ನು ನೆನಪಿಸಿಕೊಳ್ಳುವುದರಲ್ಲಿ ಅಥವಾ ಭವಿಷ್ಯದ ಬಗ್ಗೆ ಚಿಂತಿಸುವುದರಲ್ಲಿ ಅರ್ಧಕ್ಕಿಂತ ಹೆಚ್ಚು ಶಕ್ತಿಯು ವ್ಯರ್ಥವಾಗುತ್ತದೆ. ಆದ್ದರಿಂದ, ಇಂದು ನಾನು ನಿಮಗೆ ಅಂತಹ ಮತ್ತೊಂದು ಧ್ಯಾನ ತಂತ್ರವನ್ನು ಹೇಳುತ್ತೇನೆ, ಅದರ ಮೂಲಕ ನಿಮ್ಮ ಇಡೀ ಜೀವನವು ಧ್ಯಾನಮಯವಾಗುತ್ತದೆ. ನಡೆಯುವಾಗ, ಎದ್ದೇಳುವಾಗ ಅಥವಾ ಕುಳಿತುಕೊಳ್ಳುವಾಗ ನೀವು ಎಲ್ಲಾ ಸಮಯದಲ್ಲೂ ಧ್ಯಾನದಲ್ಲಿ ಇರುತ್ತೀರಿ.

ಈ ಧ್ಯಾನವು ನಿಮ್ಮ ಮಗುವಿನ ಮೇಲೂ ಪರಿಣಾಮ ಬೀರುತ್ತದೆ. ನೀವು ಧ್ಯಾನಸ್ಥರಾಗಲು ಅದು ಸಾಧನವಾಗುತ್ತದೆ. ಅದರಲ್ಲಿಯೂ ಧ್ಯಾನದ ಸಂಸ್ಕಾರ ಮೂಡುತ್ತದೆ. ಈ ಧ್ಯಾನ ತಂತ್ರದ ಮೂಲಕ, ನೀವು ವರ್ತಮಾನದಲ್ಲಿ ಹೆಚ್ಚು ಇರುತ್ತೀರಿ, ನೀವು ಹೆಚ್ಚು ಚಿಂತೆ-ಮುಕ್ತರಾಗಿರುತ್ತೀರಿ ಮತ್ತು ನೀವು ಹೆಚ್ಚು ಶಕ್ತಿಯಿಂದ ತುಂಬಿರುತ್ತೀರಿ. ನಿಮ್ಮ ಎಲ್ಲಾ ಕೆಲಸಗಳನ್ನು ನೀವು ಪೂರ್ಣ ದಕ್ಷತೆಯಿಂದ ಮಾಡಲು ಸಾಧ್ಯವಾಗುತ್ತದೆ. ಅದಲ್ಲದೆ, ಮುಂದೆ ಮಗುವನ್ನು ಬೆಳೆಸುವಲ್ಲಿ ಈ ಅಭ್ಯಾಸವು ನಿಮಗೆ ಉಪಯುಕ್ತವಾಗುತ್ತದೆ ಏಕೆಂದರೆ ಆ ಸಮಯದಲ್ಲಿ, ಧ್ಯಾನದ ಮೂಲಕ ಸಾಧಿಸುವ ಸಂಯಮ, ಸಹನೆ, ಚಿಂತೆ-ಮುಕ್ತತೆಯ ಅವಶ್ಯಕತೆ ಬಹಳವಿರುತ್ತದೆ.

ಮಧು- ನಾವು ವರ್ತಮಾನದಲ್ಲಿ ಬದುಕಲು ಸಿದ್ಧರಿದ್ದೇವೆ ಆಂಟಿ, ಏನು ಮಾಡಬೇಕೆಂದು ಹೇಳಿ.

ಗಾಯತ್ರಿ – ಧ್ಯಾನಿಗಳು ಮತ್ತು ಯೋಗಿಗಳು 'ಓಂ' ಶಬ್ದವನ್ನು ಧ್ಯಾನದ ಆಧಾರವನ್ನಾಗಿ ಇಟ್ಟುಕೊಳ್ಳುತ್ತಾರೆ. ಈ ಧ್ಯಾನದಲ್ಲಿ ನಾವು ನಾಭಿಯನ್ನು ಆಸರೆಯಾಗಿಸಿಕೊಳ್ಳಬೇಕು. ಏಕೆಂದರೆ ಹೊಕ್ಕುಳಬಳ್ಳಿಯ ಮೂಲಕ ಮಗುವನ್ನು ತಾಯಿಯೊಂದಿಗೆ ಸಂಪರ್ಕಿಸುವ ಭಾಗವೆಂದರೆ ಹೊಕ್ಕುಳು(ನಾಭಿ). ಹೊಕ್ಕುಳು ನಿಮ್ಮ ಮಗು ಮತ್ತು ನಿಮ್ಮ ನಡುವಿನ ಸಂಪರ್ಕದ ಬಿಂದುವಾಗಿದೆ. ಹೇಗೂ, ಮಗು ಹೊಟ್ಟೆಯಲ್ಲಿದ್ದಾಗ, ತಾಯಿಯ ಗಮನವು(ಧ್ಯಾನವು) ಮತ್ತೆ ಮತ್ತೆ ಗರ್ಭದ ಕಡೆಗೆ ಅಂದರೆ ಹೊಟ್ಟೆಯ ಕಡೆಗೆ ಹೋಗುತ್ತದೆ. ಅವಳು ಅಲ್ಲಿ ಚಲನೆಯನ್ನು ಅನುಭವಿಸುತ್ತಾಳೆ. ತನ್ನ ಮಗು ಇದೆ ಎಂಬ ಭಾವನೆ ಸದಾ ಇರುತ್ತದೆ.

ಈಗ ಈ ಧ್ಯಾನಕ್ಕೆ(ಗಮನಕ್ಕೆ) ಅರಿವು ನೀಡಬೇಕಾಗಿದೆ. ಒಳಗೂ ಅಲ್ಲ ಹೊರಗೂ ಅಲ್ಲ ಹೊಕ್ಕುಳ (ನಾಭಿ) ಮೇಲೆ ಗಮನವನ್ನು ಇಡಬೇಕು. ನಾವು ಉಸಿರಾಡುವಾಗ ಏನಾಗುತ್ತದೆ? ಹೊಟ್ಟೆಯು ಹೊರಗೆ ಬರುತ್ತದೆ, ನಾವು ಉಸಿರನ್ನು ಹೊರಹಾಕಿದಾಗ ಹೊಟ್ಟೆಯು ಒಳಗೆ ಹೋಗುತ್ತದೆ. ಹೊಕ್ಕುಳಿನ ಮೇಲೆ ನಮ್ಮ ಗಮನವನ್ನು ಇರಿಸುವ ಮೂಲಕ ನಾವು ಹೊಟ್ಟೆಯ ಚಲನೆಯನ್ನು ಒಳಗೆ ಮತ್ತು ಹೊರಗೆ ಹೋಗುವುದನ್ನು ಅನುಭವಿಸಬಹುದು. ನೀವು

ಈ ಧ್ಯಾನವನ್ನು 'ಓಂ ನಾಭಿ ಧ್ಯಾನ' (OM = Object of Meditation) ಎಂದೂ ಕರೆಯಬಹುದು. ಏಕೆಂದರೆ ಹೊಕ್ಕುಳಿನ ಸಹಾಯವನ್ನು ತೆಗೆದುಕೊಳ್ಳುವ ಮೂಲಕ ನೀವು ಅದರ ಪ್ರಯೋಜನಗಳನ್ನು 'ಓಂ'ನಂತೆಯೇ ತೆಗೆದುಕೊಳ್ಳುತ್ತೀರಿ. ಈ ಧ್ಯಾನವು ವರ್ತಮಾನದಲ್ಲಿ ಉಳಿಯಲು ನಿಮಗೆ ಸಹಾಯ ಮಾಡುತ್ತದೆ ಮತ್ತು ನಿಮ್ಮ ಪ್ರಯತ್ನಗಳ ಪರಿಣಾಮವನ್ನು ಹೊಕ್ಕುಳಕ್ಕೆ ಜೋಡಿಸಲಾದ ಮಗುವೂ ಅನುಭವಿಸುತ್ತದೆ. ಆದ್ದರಿಂದ ಬನ್ನಿ, ನಾವು ಅದನ್ನು ಹಂತ ಹಂತವಾಗಿ ಅರ್ಥಮಾಡಿಕೊಳ್ಳೋಣ, ನಂತರ ನೀವು ಅದನ್ನು ನಿಮ್ಮ ಸಮಯಕ್ಕೆ ತಕ್ಕಂತೆ ಮಾಡಬಹುದು.

ಓಂ ನಾಭಿ ಧ್ಯಾನ

1. ಮೊದಲು, ನಿಶ್ಚಿತವಾದ ಸಮಯವನ್ನು ನಿಗದಿಪಡಿಸಿ ಮತ್ತು ಧ್ಯಾನಕ್ಕೆ ಕುಳಿತುಕೊಳ್ಳಿ. ಆ ಸಮಯದಲ್ಲಿ ದೇಹದಲ್ಲಿ ಯಾವುದೇ ಚಲನೆ ಇರಬಾರದು. ಹೊಟ್ಟೆಯಲ್ಲಿ ಆಗುವ ಚಲನೆಯನ್ನು ಮಾತ್ರ ನಮ್ಮ ಉಸಿರಾಟದ ಮೂಲಕ ತಿಳಿಯಬೇಕು. ಉಸಿರಾಟವು ಹೊಕ್ಕುಳಿನಿಂದ ಮಾತ್ರ ಬರುತ್ತದೆ ಮತ್ತು ಹೋಗುತ್ತಿದೆ ಆಗುತ್ತಿದೆ ಎಂದು ಯೋಚಿಸಬೇಕು. ಎಲ್ಲಾ ಗಮನವನ್ನು ಹೊಕ್ಕುಳಿನ ಮೇಲೆ ಕೇಂದ್ರೀಕರಿಸಿ, ಹೊಕ್ಕುಳಿನಿಂದ ಉಸಿರು ಬಂದು ಹೋಗುವುದನ್ನು ಅನುಭವಿಸಿ. ಪೂರ್ಣ ಜಾಗೃತಿಯಿಂದ ಈ ಕೆಲಸ ಆಗಬೇಕಿದೆ.

2. ಕೆಲವೊಮ್ಮೆ ಮನಸ್ಸು ಅಲೆದಾಡುತ್ತದೆ, ಚಂಚಲವಾಗುತ್ತದೆ ಕೆಲವೊಮ್ಮೆ ದೇಹದಲ್ಲಿ ಕೆಲವು ಸಂವೇದನೆಗಳಿರುತ್ತವೆ, ಕೆಲವೊಮ್ಮೆ ಕೆಲವು ಆಲೋಚನೆಗಳು ಅಲೆದಾಡುತ್ತವೆ, ಆದರೆ ಅವುಗಳ ಬಗ್ಗೆ ಚಿಂತಿಸಬೇಡಿ, ಕೇವಲ ಒಂದು ಮುಗುಳ್ನಗೆ ನೀಡಿ ಮತ್ತು ಧ್ಯಾನಕ್ಕೆ ಹಿಂತಿರುಗಿ(OM). ಧ್ಯಾನದ ಸಮಯದಲ್ಲಿ ಉಂಟಾಗುವ ಅಡಚಣೆಗಳಲ್ಲಿ ನೀವು ಸಿಕ್ಕಿಹಾಕಿಕೊಂಡರೆ, ನಿಮ್ಮ ಧ್ಯಾನದ ಶಕ್ತಿಯು ಕಡಿಮೆಯಾಗುತ್ತದೆ. ಆದ್ದರಿಂದ ಅವುಗಳಲ್ಲಿ ಸಿಕ್ಕಿಹಾಕಿಕೊಳ್ಳಬೇಡಿ. ನಗುತ್ತಲೇ ಧ್ಯಾನಕ್ಕೆ ಹಿಂತಿರುಗಿ. ಆಲಸ್ಯ, ನಿದ್ರಾಹೀನತೆ, ಕೆಲವು ಆಲೋಚನೆಗಳು ಮನಸ್ಸಿನಲ್ಲಿ ಓಡುವುದು...ಇವೆಲ್ಲ ಧ್ಯಾನದ ಸಮಯದಲ್ಲಿ ಉಂಟಾಗಬಹುದಾದಂತಹ ಅಡಚಣೆಗಳು.

3. ಮನಸ್ಸು ಅಲೆದಾಡುತ್ತಿದೆ ಚಂಚಲವಾಗುತ್ತದೆ ಎಂದು ನಿಮಗೆ ಅರಿವಾದ ತಕ್ಷಣ, ನೀವು ಆರಾಮವಾಗಿ ಮತ್ತು ನಗುವಿನೊಂದಿಗೆ ಧ್ಯಾನಕ್ಕೆ ಹಿಂತಿರುಗಬೇಕು (OM = ಹೊಕ್ಕುಳು, ನಾಭಿ). ಯಾವುದೇ ರೀತಿಯ ಒತ್ತಡ ಇರಬಾರದು. ಈ ರೀತಿಯಾಗಿ, ನಿಮ್ಮ ಮನಸ್ಸನ್ನು ಶಾಂತವಾಗಿರಿಸಿಕೊಳ್ಳುವ ಮೂಲಕ, ನೀವು ಕ್ರಮೇಣವಾಗಿ ವರ್ತಮಾನದಲ್ಲಿ ಬದುಕಲು ಕಲಿಯುತ್ತೀರಿ.

4. ಮೊದಲು ಸ್ವಲ್ಪ ಸಮಯದವರೆಗೆ ಇದರ ಅಭ್ಯಾಸ ಕುಳಿತುಕೊಡು ಎಚ್ಚರಿಕೆಯಿಂದ ಮಾಡಬೇಕು. ನಂತರ ಮನಸ್ಸಿಗೆ ವರ್ತಮಾನದಲ್ಲಿ ಉಳಿಯಲು ಅಭ್ಯಾಸವಾದಾಗ, ನಡೆದಾಡುವಾಗಲೂ ನೀವು ಈ ಧ್ಯಾನವನ್ನು ಮಾಡಬಹುದು. ನೀವು ಎಷ್ಟು ಜಾಗರೂಕರಾಗಿರುತ್ತೀರಿ, ಅಷ್ಟು ನೀವು ವರ್ತಮಾನದಲ್ಲಿರುತ್ತೀರಿ.

5. ಈ ಧ್ಯಾನವು ಈಗ ನಿಮಗೆ ಕೇಳಲು ಅಷ್ಟೊಂದು ಪ್ರಯೋಜನಕಾರಿ ಅನಿಸದಿರಬಹುದು, ಆದರೆ ಇದನ್ನು ಮಾಡಲು ಪ್ರಾರಂಭಿಸಿದಾಗ, ನೀವು ಅದ್ಭುತ ಫಲಿತಾಂಶಗಳನ್ನು ಪಡೆಯುತ್ತೀರಿ. ನಿಮ್ಮಲ್ಲಿ ಅನೇಕ ಗುಣಗಳು ಸುಲಭವಾಗಿ ಬೆಳೆಯುತ್ತವೆ. ನೀವು ಶಕ್ತಿಯುತ, ಸಹಿಷ್ಣು, ಶಾಂತ, ಸ್ಥಿರ, ಪ್ರಸನ್ನಚಿತ್ತರಾಗುತ್ತೀರಿ. ನಿಮ್ಮ ನಿರ್ಧಾರ

ತೆಗೆದುಕೊಳ್ಳುವ ಸಾಮರ್ಥ್ಯವು ಹೆಚ್ಚಾಗುತ್ತದೆ, ನೀವು ವಿಷಯಗಳನ್ನು ಹೆಚ್ಚು ಸ್ಪಷ್ಟವಾಗಿ ಅರ್ಥಮಾಡಿಕೊಳ್ಳಲು ಸಾಧ್ಯವಾಗುತ್ತದೆ ಮತ್ತು ಯಾವುದೇ ರೀತಿಯ ಭಯ, ಒತ್ತಡ, ಆತಂಕದಿಂದ ದೂರವಿರುತ್ತೀರಿ.

ಸಲೋನಿ– ಆಂಟಿ, ನೀವು ಹೇಳುತ್ತೀರೆಂದರೆ, ನಾವು ಅದನ್ನು ಖಂಡಿತವಾಗಿ ಮಾಡುತ್ತೇವೆ ಮತ್ತು ಅದರ ಹೆಸರೂ ತುಂಬಾ ಸುಂದರವಾಗಿದೆ 'ಓಂ ನಾಭಿ ಧ್ಯಾನ', ಅದರಿಂದ ಏನೋ ಒಂದು ವಿಭಿನ್ನ ತರಂಗದ ಅನುಭವವಾಗುತ್ತಿದೆ.

ಗಾಯತ್ರಿ– ತುಂಬಾ ಒಳ್ಳೆಯದು. ಇದನ್ನು ಮಾಡಿದ ನಂತರ ನಿಮಗೆ ಹೇಗೆ ಅನಿಸಿತು ಮತ್ತು ಏನು ಪ್ರಯೋಜನಗಳಾದವು ಎಂಬುದನ್ನು ದಯವಿಟ್ಟು ತಿಳಿಸಿ. ಎಂದು ಹೇಳಿ ಗಾಯತ್ರಿ ಆಂಟಿ ಇಂದಿನ ತರಗತಿಯನ್ನು ಮುಗಿಸಿದರು.

ಮನನ ಬಿಂದು...

* ಯಾವುದೇ ಕೆಲಸ ಅಥವಾ ಹೆರಿಗೆಯ ಬಗ್ಗೆ ನೀವು ಯಾವುದೇ ಭಯ ಅಥವಾ ಆತಂಕವನ್ನು ಅನುಭವಿಸಿದರೆ, ದೃಶ್ಯೀಕರಣ ತಂತ್ರವನ್ನು ಅಳವಡಿಸಿಕೊಳ್ಳಬೇಕು.
* ಈ ತಂತ್ರದಲ್ಲಿ, ನಿರೀಕ್ಷಿತ ಫಲಿತಾಂಶಗಳೊಂದಿಗೆ ಕೆಲಸವನ್ನು ಪರಿಣಾಮಕಾರಿಯಾಗಿ, ಸುಲಭವಾಗಿ, ಯಶಸ್ವಿಯಾಗಿ ಮಾಡುವ ಸಂಪೂರ್ಣ ಪ್ರಕ್ರಿಯೆಯ ಚಿತ್ರವನ್ನು ಮೊದಲು ನಿಮ್ಮ ಮೆದುಳಿನಲ್ಲಿ ರಚಿಸಿ. ಆ ಚಿತ್ರವನ್ನು ಮೆದುಳಿನಲ್ಲಿ ಮತ್ತೆ ಮತ್ತೆ ನೋಡಬೇಕು.
* ವರ್ತಮಾನದಲ್ಲಿ ಬದುಕಲು ಕಲಿಯುವ ಮನಸ್ಸು ಭಯ, ಆತಂಕ, ಗಾಬರಿ ಮುಂತಾದ ಆಲೋಚನೆಗಳನ್ನು ಹುಟ್ಟು ಹಾಕುವುದಿಲ್ಲ.
* ಮನಸ್ಸನ್ನು ವರ್ತಮಾನದಲ್ಲಿಡಲು 'ಓಂ ನಾಭಿ ಧ್ಯಾನ'ವನ್ನು ಅಭ್ಯಾಸ ಮಾಡಬೇಕು.

ಅಧ್ಯಾಯ 27

ಹೆರಿಗೆಯಲ್ಲಿ ಮಹಿಳೆಯ ಹೊಸ ಜನ್ಮ

ತಾಯಿಯ ಒಂಭತ್ತು ರೂಪಗಳು – ಭಾಗ 1

ಮಧು ಗರ್ಭಿಣಿಯಾಗಿ ಒಂಭತ್ತನೇ ತಿಂಗಳು ಶುರುವಾಗಿತ್ತು. ಗಾಯತ್ರಿ ಆಂಟಿ ನೀಡಿದ ಪೂರ್ವ ತಯಾರಿಯಿಂದಾಗಿ ಯಶಸ್ವಿ ಹೆರಿಗೆಗೆ ದೇಹ, ಮನಸ್ಸು ಮತ್ತು ಸಂಪನ್ಮೂಲಗಳಲ್ಲಿ ಅವಳು ಸಂಪೂರ್ಣವಾಗಿ ಸಿದ್ಧಳಾಗಿದ್ದಳು. ಗಾಯತ್ರಿ ಆಂಟಿ ಅವಳಿಗೆ ಮತ್ತು ಸಲೋನಿಗೆ ತಮ್ಮ ವತಿಯಿಂದ ಎಲ್ಲವನ್ನೂ ವಿವರಿಸಿದ್ದರಿಂದ ಮುಂದಿನ ತರಗತಿಗಳು ನಡೆಯವುದಿರಲಿಲ್ಲ. ಆದರೆ ಅವರು ಮಧು ಮತ್ತು ಸಲೋನಿಗೆ ಏನಾದರೂ ಮಾತನಾಡುವುದಿದ್ದರೆ ಅಥವಾ ಸಲಹೆ ಪಡೆಯುವುದಿದ್ದರೆ ಯಾವಾಗ ಬೇಕಾದರೂ ತಮ್ಮ ಬಳಿಗೆ ಬರಬಹುದು ಎಂದು ಹೇಳಿದ್ದರು. ಇಂದು ಮಧು ಮತ್ತು ಸಲೋನಿ ಗಾಯತ್ರಿ ಆಂಟಿಗೆ ಒಂದು ಮುಖ್ಯವಾದ ವಿಷಯ ಹೇಳಬೇಕು ಎಂಬ ಕಾರಣಕ್ಕೆ ಅವರ ಮನೆಗೆ ಇದ್ದಕ್ಕಿದ್ದಂತೆ ಬಂದರು.

ಮಧು– ಆಂಟಿ, ಇವತ್ತು ನಾನು ಡಾಕ್ಟರ್ ಬಳಿ ಚೆಕಪ್‌ಗೆ ಹೋಗಿದ್ದೆ. ಎಲ್ಲಾ ವರದಿಗಳನ್ನು ನೋಡಿದ ಅವರು ನನಗೆ ಸಿಸೇರಿಯನ್ ಹೆರಿಗೆ ಮಾಡಬೇಕಾಗುತ್ತದೆ ಎಂದು ಹೇಳಿದರು, ಮತ್ತು ಇದನ್ನು ಮಾಡುವುದು ನನಗೆ ಏಕೆ ಮುಖ್ಯ ಎಂದು ನನಗೆ ಸಂಪೂರ್ಣವಾಗಿ ವಿವರಿಸಿದರು. ನೀವು ಕೂಡಾ ನನಗೆ ಹೆರಿಗೆಯ ಬಗ್ಗೆ ಎಷ್ಟೊಂದು ವಿಷಯ ತಿಳಿಸಿದ್ದರಿಂದ, ಇದನ್ನು ಕೇಳಿದ ನಂತರ ನನಗೆ ಯಾವುದೇ ಭಯವಾಗಲೀ, ಗಾಬರಿಯಾಗಲೀ ಆಗಲಿಲ್ಲ. ಪ್ರತಿ ಸನ್ನಿವೇಶಕ್ಕೂ ನಾನು ಸಿದ್ಧಳಾಗಿದ್ದೇನೆ. ನನ್ನ ಮನಸ್ಸು ಕೂಡ ಸಂಪೂರ್ಣವಾಗಿ ಶಾಂತ, ಸ್ಥಿರ ಮತ್ತು ಸಂತೋಷದಿಂದ ಕೂಡಿದೆ. ಅದಕ್ಕೇ ಮತ್ತೊಮ್ಮೆ ಧನ್ಯವಾದ ಹೇಳಲು ಬಂದೆ. ನನ್ನ ಎಲ್ಲಾ ತಯಾರಿ ಸಾಧ್ಯವಾಗಿದ್ದು ನಿಮ್ಮಿಂದಲೇ.

ಗಾಯತ್ರಿ – ನೀನು ತಯಾರಾಗಿದ್ದೀ ಎಂದು ತಿಳಿದು ನನಗೆ ತುಂಬಾ ಸಂತೋಷವಾಯಿತು. ಆದರೆ ಭ್ರೂಣಕ್ಕಾಗಿಯೂ ಕೆಲವು ಸಿದ್ಧತೆಗಳನ್ನು ಮಾಡಬೇಕು. ಏಕೆಂದರೆ ಅದು ತನ್ನ ಸ್ವಂತ ಯೋಜನೆಯ ಪ್ರಕಾರ ತನ್ನ ಸಮಯಕ್ಕೆ ಬರುತ್ತಿಲ್ಲ. ನಾವು ಮೊದಲೇ ನಿರ್ಧರಿಸಿದ ಸಮಯದಲ್ಲಿ ಅದನ್ನು ಹೊರ ಪ್ರಪಂಚಕ್ಕೆ ತರಲಾಗುತ್ತಿದೆ.

ಮಧು– ಹಾಗಾದರೆ ಇದಕ್ಕೆ ಏನು ಮಾಡಬೇಕು?

ಗಾಯತ್ರಿ – ಹೆಚ್ಚೇನೂ ಇಲ್ಲ, ಡಾಕ್ಟರರು ನಿಮ್ಮೊಂದಿಗೆ ಏನು ಮಾಡಿದರೋ ಅದನ್ನೇ ಮಾಡಬೇಕು. ಡಾಕ್ಟರರು ನಿನ್ನೊಂದಿಗೆ ಮಾತನಾಡಿ ಏನಾಗುತ್ತಿದೆಯೋ ಅದು ನಿನ್ನ ಒಳಿತಿಗಾಗಿ ಎಂದು ನಿನಗೆ ಅರ್ಥಮಾಡಿಸಿದಂತೆ, ನಿನ್ನ ಮಗುವಿನೊಂದಿಗೆ ಮಾತನಾಡಿ 'ಏನಾಗುತ್ತಿದೆಯೋ ಅದು ನಿನ್ನ ಒಳಿತಿಗಾಗಿ' ಎಂದು ಅದಕ್ಕೆ ಅರ್ಥಮಾಡಿಸಬೇಕು. 'ನೀನು ಯಾವುದೇ ಭಯ ಅಥವಾ ಆತಂಕ ಪಡುವ ಅಗತ್ಯವಿಲ್ಲ. ಇಡೀ ಕುಟುಂಬವು ನಿನಗಾಗಿ ಹೊರಗೆ ಕಾಯುತ್ತಿದೆ. ಎಲ್ಲರೂ ನಿನ್ನನ್ನು ಪ್ರೀತಿಸುತ್ತಾರೆ ಮತ್ತು ನಿನ್ನ ಬಗ್ಗೆ ಬಹಳ ಕಾಳಜಿ ವಹಿಸುತ್ತಾರೆ. ಎಲ್ಲಾ ವೈದ್ಯರು ಮತ್ತು ದಾದಿಯರು ನಿನ್ನ ಸುರಕ್ಷಿತ ಆಗಮನವನ್ನು ಬಯಸುತ್ತಾರೆ. ನೀನು ಸಂಪೂರ್ಣವಾಗಿ ಸುರಕ್ಷಿತರಾಗಿದ್ದೀ. ನೀನು ಹೊರಗೆ ಬಹಳ ಸುಂದರವಾದ ಪರಿಸರವನ್ನು ಕಾಣುತ್ತೀ, ಅದು ನಮ್ಮಿಬ್ಬರಿಗೂ ಒಂದು ಅನನ್ಯ, ಅದ್ಭುತ ಮತ್ತು ಆಹ್ಲಾದಕರ ಭಾವನೆಯಾಗಿರುತ್ತದೆ. ನಾವಿಬ್ಬರೂ ಪರಸ್ಪರ ಪೂರಕವಾಗಿರುತ್ತೇವೆ, ಆದ್ದರಿಂದ ಈ ಪ್ರಕ್ರಿಯೆಯಲ್ಲಿ ನಾವಿಬ್ಬರೂ ಪರಸ್ಪರ ಸಹಕಾರಿಯಾಗೋಣ'. ಈ ರೀತಿಯಾಗಿ ಅದಕ್ಕೆ ಪ್ರತಿದಿನ ಇದೇ ಸಂದೇಶವನ್ನು ಇದೇ ಶುಭಭಾವನೆಯನ್ನು ತುಂಬಬೇಕು.

ಮಧು– ಆಂಟಿ, ನಾನೂ ಹಾಗೆಯೇ ಮಾಡುತ್ತೇನೆ. ಸರಿ ಇನ್ನೂ ಒಂದು ವಿಷಯ ಹೇಳಿ, ಹೆರಿಗೆಯಾದ ಮೇಲೆ ಮಗುವಿನ ಜೊತೆಗೆ ಆ ಮಹಿಳೆಯೂ ಹೊಸ ಜನ್ಮವನ್ನು ಪಡೆಯುತ್ತಾಳೆ ಎಂದು ಹಿರಿಯರ ಬಾಯಿಂದ ಹಲವು ಬಾರಿ ಕೇಳಿದ್ದೇನೆ. ಈ ವಿಷಯ ಯಾವಾಗಲೂ ನನ್ನನ್ನು ಕಾಡುತ್ತದೆ, 'ಸ್ತ್ರೀ ಕೂಡ ಹೊಸ ಜನ್ಮ ತಾಳುತ್ತದೆ' ಎಂದು ಹೇಳಲಾಗಿದೆ? ಹೆರಿಗೆಯ ಸಮಯದಲ್ಲಿ ಸಾವಿನ ಅಪಾಯಗಳ ದೃಷ್ಟಿಯಿಂದ ಇದನ್ನು ಹೇಳಲಾಗಿದೆಯೇ?

ಗಾಯತ್ರಿ– ಅಪಾಯ, ಈ ಪದವೇ ನಕಾರಾತ್ಮಕ ಚಿಂತನೆ. ಜೀವನ ನಿರಂತರವಾಗಿ ಸಾಗುತ್ತಿದೆ. ಅದರಲ್ಲಿ ಏನೇ ನಡೆಯುತ್ತಿದ್ದರೂ ಅದನ್ನು ಕೆಲವರು 'ಜೀವನದ ಭಾಗ' ಅಂತಾರೆ, ಇನ್ನು ಕೆಲವರು 'ಹೆಜ್ಜೆ–ಹೆಜ್ಜೆಗೂ ಅಪಾಯವಿದೆ' ಎನ್ನುತ್ತಾರೆ. ಅಪಾಯವಂತೂ ವಾಹನ ಚಾಲನೆ, ಪ್ರಯಾಣ, ಹೀಗೆ ಯಾವುದರಲ್ಲಿಯೂ ಇರಬಹುದು. ನೀವು ಖಾಲಿ ಮೈದಾನದಲ್ಲಿ ನಿಂತಿದ್ದರೂ ಕೂಡ ನೀವು ಅಪಾಯದಲ್ಲಿರಬಹುದು ಏಕೆಂದರೆ ಅಲ್ಲಿ ನಿಮಗೆ ಮಿಂಚು ಹೊಡೆಯಬಹುದು. ಹೇಳುವ ತಾತ್ಪರ್ಯವೇನೆಂದರೆ ಇಂತಹ ನಕಾರಾತ್ಮಕ ವಿಷಯಗಳಲ್ಲಿ ಸಿಲುಕಿಕೊಳ್ಳಬಾರದು. ದೇವರ ರಕ್ಷಣೆಯಲ್ಲಿ ನಾವು ಸುರಕ್ಷಿತವಾಗಿರುತ್ತೇವೆ ಎಂದು ನಾವು ನಂಬಬೇಕು. ಈ ಬ್ರಹ್ಮಾಂಡವು ಮುಂದುವರಿಯುತ್ತಿರುವುದು ಪ್ರಸವದಿಂದಲೇ. ಪ್ರತಿಯೊಂದು ಜೀವಿಯೂ ಪ್ರಸವದಿಂದಲೇ ಮುಂದಿನ ಪೀಳಿಗೆಯನ್ನು ಜಗತ್ತಿಗೆ ತರುತ್ತಿದೆ. ಇದು ಸಂಪೂರ್ಣವಾಗಿ ನೈಸರ್ಗಿಕ ಪ್ರಕ್ರಿಯೆ ಮತ್ತು ನೈಸರ್ಗಿಕವಾದದ್ದರಲ್ಲಿ ಅಪಾಯ ಏನು!

ವಾಸ್ತವವಾಗಿ, ಮಗುವಿನೊಂದಿಗೆ ಮಹಿಳೆಯ ಹೊಸ ಜನನದ ಬಗ್ಗೆ ಮೊದಲ ಬಾರಿ ಹೇಳಲಾದಾಗ ಅದರ ಹಿಂದೆ ಏನೋ ಸರಿಯಾದ ತಿಳುವಳಿಕೆಯೇ ಇದ್ದಿರಬಹುದು. ಓರ್ವ ಮಹಿಳೆ ಮಗುವಿಗೆ ಜನ್ಮ ನೀಡಿದಾಗ, ಅವಳದೂ ಹೊಸ ಜನ್ಮ ಎಂದು ಏಕೆ ಕರೆಯಲಾಗುತ್ತದೆ ಎಂದರೆ ಆ ದಿನ ಅವಳು ಮಹಿಳೆಯಿಂದ ತಾಯಿಯಾಗಿ ಬದಲಾಗುತ್ತಾಳೆ. ಅವಳು ತಾಯಿಯ

ರೂಪವನ್ನು ಪಡೆದಿದ್ದಾಳೆ. ಹಾಗೆ ನೋಡಿದರೆ, ಮಗುವಿನ ಜನನದ ನಂತರ, ಮಹಿಳೆ ಒಂದು ಹೊಸ ಜನ್ಮವನ್ನು ತೆಗೆದುಕೊಳ್ಳುವುದಿಲ್ಲ, ಬದಲಿಗೆ ಒಂಭತ್ತು ಜನ್ಮಗಳನ್ನು ತೆಗೆದುಕೊಳ್ಳುತ್ತಾಳೆ, ಅಂದರೆ ಅವಳು ಒಂಭತ್ತು ರೂಪಗಳನ್ನು ತೆಗೆದುಕೊಳ್ಳುತ್ತಾಳೆ. ಮಹಿಳೆಯು ಜಾಗೃತವಾಗಿಲ್ಲದಿದ್ದರೆ, ಮಗುವಿನ ಜನನದ ನಂತರ, ಪ್ರಕೃತಿ ಮಾತೆ ಸ್ವಯಂಚಾಲಿತವಾಗಿ ಅವಳನ್ನು ಒಂಭತ್ತು ಜನ್ಮಗಳನ್ನು ತೆಗೆದುಕೊಳ್ಳುವಂತೆ ಮಾಡುತ್ತದೆ, ಆದರೆ ಮಹಿಳೆಯು ನಿನ್ನಂತೆ ಜಾಗೃತವಾಗಿದ್ದರೆ, ಅವಳು ಗರ್ಭಧಾರಣೆಯೊಂದಿಗೇ ಒಂಭತ್ತು ಜನ್ಮಗಳನ್ನು ತೆಗೆದುಕೊಳ್ಳುತ್ತಾಳೆ.

ಸಲೋನಿ– ಗರ್ಭಧಾರಣೆಯೊಂದಿಗೆಯೇ ಒಂಭತ್ತು ಜನ್ಮಗಳು! ಅದು ಹೇಗೆ ಆಂಟಿ?

ಗಾಯತ್ರಿ– ಹೇಳುತ್ತೇನೆ. ನೋಡು, ಹೆಣ್ಣಿಗೆ ತಾನು ಗರ್ಭಿಣಿ ಎಂಬ ಸುದ್ದಿ ಬಂದ ತಕ್ಷಣ ಅವಳು ಒಂದು ಹೊಸ ಜನ್ಮ ತಾಳುತ್ತಾರೆ, **ಪ್ರೇಮಾ** ಆಗುತ್ತಾಳೆ, ಅಂದರೆ ಪ್ರೇಮ +ಮಾ(ಮಾತೆ/ತಾಯಿ)=ಪ್ರೇಮಾ ರೂಪದಲ್ಲಿ. ಪ್ರೇಮ ಎಂದರೆ ಶುದ್ಧ, ಪವಿತ್ರ, ನಿಸ್ವಾರ್ಥ ಪ್ರೀತಿ. ಅವಳು ತನ್ನ ಹುಟ್ಟಲಿರುವ ಮಗುವಿನ ಬಗ್ಗೆ ಇದೇ ರೀತಿಯ ಭಾವನೆಗಳನ್ನು ಬೆಳೆಯುತ್ತವೆ ಅಲ್ಲವೇ... ಅದು ಭಕ್ತಿಯ ಅಂದರೆ ಪ್ರೀತಿಯ ಪರಾಕಾಷ್ಠೆಯಾಗುತ್ತದೆ. ಪ್ರೇಮವಿಲ್ಲದ ತಾಯಿಯ ರೂಪವನ್ನು ಪಡೆದ ಒಬ್ಬ ಮಹಿಳೆ, ಮಗುವಿಗೆ ತಾಯಿ ತನ್ನ ಮಕ್ಕಳಿಗೆ ನೀಡುವಷ್ಟು ಗಮನ ಮತ್ತು ಪ್ರೀತಿಯನ್ನು ನೀಡಲಾರಳು.

ಇದರ ನಂತರ ಅವಳ ಎರಡನೇ ರೂಪ **ಸಂಕಲ್ಪನಿ** ತಾಯಿ/ಮಾತೆ. ಸಂಕಲ್ಪನಿ ಎಂದರೆ ದೃಢತೆ, ಧಾರಣೆ. ಈ ಅವತಾರದಲ್ಲಿ ಅವಳು ತನ್ನ ಮಕ್ಕಳಿಗೆ ಶುದ್ಧ ಸಂಕಲ್ಪಗಳು ಮತ್ತು ಸಂಸ್ಕಾರಗಳನ್ನು ನೀಡುತ್ತಾಳೆ. ನೀವಿಬ್ಬರೂ ಇಷ್ಟು ದಿನ ಗರ್ಭ ಸಂಸ್ಕಾರವನ್ನು ಪಡೆಯುತ್ತಿದ್ದೀರಿ ಮತ್ತು ಮಗುವಿನ ಮೇಲಿನ ಪ್ರೀತಿಯಿಂದ ಆ ಸಂಸ್ಕಾರಗಳನ್ನು ನೀವು ಕೂಡ ಅಳವಡಿಸಿಕೊಳ್ಳುತ್ತಿದ್ದೀರಿ, ಇದು ನಿಮ್ಮ ಭಕ್ತಿ ಮತ್ತು ಸಂಕಲ್ಪದ್ದೇ ರೂಪವಾಗಿದೆ. ಯಾವುದೇ ಮಗುವಿನ ಸರಿಯಾದ ಪಾಲನೆ-ಪೋಷಣೆಗೆ ಭಕ್ತಿ ಮತ್ತು ಸಂಕಲ್ಪಶಕ್ತಿ ಬಹಳ ಅವಶ್ಯಕವಾದ ಗುಣಗಳು. ತಿಳುವಳಿಕೆಯುಳ್ಳ ಮಹಿಳೆ ತಾಯಿಯಾದ ತಕ್ಷಣ ಈ ಗುಣಗಳನ್ನು ತನ್ನದಾಗಿಸಿಕೊಳ್ಳುತ್ತಾಳೆ.

ತಾಯಿಯ ಮೂರನೇ ರೂಪ **ಶ್ರಾವಣಿ.** ಶ್ರಾವಣಿ ಎಂದರೆ ಶ್ರವಣ ಮಾಡುವವಳು ಎಂದರ್ಥ. ತಾಯಿಯಾಗುವ ಪ್ರಕ್ರಿಯೆಯಲ್ಲಿ, ಅವಳು ತನ್ನ ಮಗುವಿಗೆ ಉತ್ತಮ ಸಂಸ್ಕಾರವನ್ನು ನೀಡಲು ಅನೇಕ ವಿಷಯಗಳನ್ನು ಕೇಳುತ್ತಾಳೆ ಅಂದರೆ ಶ್ರವಣ ಮಾಡುತ್ತಾಳೆ ಮತ್ತು ಕಲಿಯುತ್ತಾಳೆ. ಏಕೆಂದರೆ ಮಗುವನ್ನು ಉತ್ತಮ ರೀತಿಯಲ್ಲಿ ನೋಡಿಕೊಳ್ಳಬಹುದು ಎಂಬ ಕಾರಣದಿಂದ. ನೀವಿಬ್ಬರೂ ಗರ್ಭ ಸಂಸ್ಕಾರ ತೆಗೆದುಕೊಳ್ಳುತ್ತಿದ್ದೀರಿ ಅಥವಾ ವೈದ್ಯರು ಮತ್ತು ತಜ್ಞರೊಂದಿಗೆ ಮಾತನಾಡಿ ಮಗುವಿಗೆ ಅಗತ್ಯವಿರುವ ಎಲ್ಲಾ ಅವಶ್ಯಕ ಮಾಹಿತಿಯನ್ನು ಪಡೆಯುತ್ತಿದ್ದೀರಿ. ಈ ರೀತಿಯಾಗಿ, ಮಹಿಳೆಯು ಗರ್ಭಾವಸ್ಥೆಯ ಜೊತೆಗೆ ಶ್ರಾವಣಿ ಮಾತೆಯ ರೂಪವನ್ನೂ ಪಡೆಯುತ್ತಾಳೆ.

ಶ್ರವಣವು ಅತ್ಯಂತ ಶಕ್ತಿಯುತವಾದ ಪ್ರಕ್ರಿಯೆಯಾಗಿದ್ದು ಅದು ನಿಮ್ಮ ಆಂತರಿಕ ಮನಕ್ಕೆ ಯಾವುದೇ ಸೂಚನೆಯನ್ನು ರವಾನಿಸುತ್ತದೆ. ಅದರ ಶಕ್ತಿಯನ್ನು ಅರ್ಥಮಾಡಿಕೊಂಡ ನಮ್ಮ ಪೂರ್ವಜರು ಮುಂದಿನ ಪೀಳಿಗೆಗೆ ಉನ್ನತ ಮೌಲ್ಯಗಳನ್ನು ನೀಡಲು ಬಹಳ ಸುಂದರವಾದ ಕಥೆಗಳು ಮತ್ತು ಮಂತ್ರಗಳನ್ನು ರಚಿಸಿದರು. ನಮ್ಮ ಪುರಾಣಗಳು, ಪೌರಾಣಿಕ ಕಥೆಗಳು ಮತ್ತು ಧರ್ಮಗ್ರಂಥಗಳ ಉದ್ದೇಶವೇನೆಂದರೆ ಅವುಗಳನ್ನು ಕೇಳುತ್ತಾ-ಕೇಳುತ್ತಾ ಜನರು ಸಂಸ್ಕಾರಗಳನ್ನು ಪಡೆಯಬೇಕು, ಮೌಲ್ಯಗಳನ್ನು ಪಡೆಯಬೇಕು, ಅವರ ವಿವೇಕ

ಬುದ್ಧಿಯು ಜಾಗೃತಗೊಳ್ಳಬೇಕು, ಅವರು ಸರಿ ಮತ್ತು ತಪ್ಪುಗಳ ನಡುವಿನ ವ್ಯತ್ಯಾಸವನ್ನು ಗುರುತಿಸುವಂತಾಗಬೇಕು ಮತ್ತು ಅವರನ್ನು ದೈವಿಕ ಗುಣಗಳಿಂದ ತುಂಬುವುದು. ಜನರು ಸಂಯಮ, ಘನತೆ, ಪ್ರಾಮಾಣಿಕತೆ, ನೈತಿಕತೆ, ಸಹಾನುಭೂತಿ, ನಿಸ್ವಾರ್ಥತೆ ಮತ್ತು ಪ್ರೀತಿಯನ್ನು ಬೆಳೆಸಿಕೊಳ್ಳಬೇಕು. ಕೇಳುವ ಮೂಲಕ, ಮೌಲ್ಯಗಳನ್ನು ಸುಲಭವಾಗಿ ಒಂದು ಪೀಳಿಗೆಯಿಂದ ಮುಂದಿನ ಪೀಳಿಗೆಗೆ ರವಾನಿಸಲಾಗುತ್ತದೆ ಮತ್ತು ಇದು ತಲೆಮಾರುಗಳಿಂದ ನಡೆಯುತ್ತಲೇ ಬಂದಿದೆ.

ಬಾಲಕ ಧ್ರುವ, ಭಕ್ತ ಪ್ರಹ್ಲಾದ, ಅರುಣಿ, ಶ್ರೀರಾಮ ಮತ್ತು ಶ್ರೀ ಕೃಷ್ಣನ ಕಥೆಗಳು ಇನ್ನೂ ಹೊಸ ಪೀಳಿಗೆಗೆ ಮೌಲ್ಯಗಳನ್ನು ತರುತ್ತಿವೆ. ಮೊದಲು ತಾಯಿ ಕೇಳುತ್ತಾಳೆ ಮತ್ತು ತಾಯಿಯ ಮೂಲಕ ಅವಳ ಗರ್ಭಸ್ಥ ಶಿಶುವು ಕೇಳುತ್ತದೆ. ಪದೇ ಪದೇ ಕೇಳಿದ ವಿಷಯಗಳು ನಮ್ಮ ನಂಬಿಕೆಗಳಾಗುತ್ತವೆ ಮತ್ತು ನಮ್ಮ ಆಂತರಿಕ ಮನಸ್ಸಿನಲ್ಲಿ ನೆಲೆಗೊಳ್ಳುತ್ತವೆ ಎಂಬುದು ನಿಮಗೆ ತಿಳಿದೇ ಇದೆ.

ಶ್ರವಣವು ಎಂತಹ ಸಂಗೀತವಾಗಿದೆಯೆಂದರೆ ಅದು ನಿಮ್ಮೊಳಗೆ ಸೇರಿಕೊಂಡು ಬಿಡುತ್ತದೆ, ಆದ್ದರಿಂದ ಶ್ರಾವಣಿ ರೂಪವು ತಾಯಿಯ ಅತ್ಯಂತ ಪ್ರಮುಖ ರೂಪವಾಗಿದೆ. ತಾಯಿಯು ಯಾವಾಗಲೂ ತನ್ನ ಕಿವಿಗಳನ್ನು ತೆರೆದಿರಬೇಕು ಮತ್ತು ತನಗಾಗಿ ಮತ್ತು ಮಗುವಿಗಾಗಿ ಯಾವುದೇ ಒಳ್ಳೆಯ, ಸಕಾರಾತ್ಮಕ ವಿಷಯಗಳು ಕೇಳಲು ಸಿಕ್ಕರೂ ಅವುಗಳನ್ನು ಸ್ವೀಕರಿಸಬೇಕು. ಅರ್ಥಪೂರ್ಣ ಆಲಿಸುವಿಕೆಯಲ್ಲಿ ನಾವು ಯಾವ ವಿಷಯಗಳನ್ನು ಕೇಳಬಾರದು ಎಂಬುದನ್ನು ಸಹ ಕಲಿಯಬೇಕು. ಇಂದಿನ ಕಾಲದಲ್ಲಿ ಟಿವಿ, ರೇಡಿಯೋ, ಇಂಟರ್‌ನೆಟ್ ಎಲ್ಲೆಲ್ಲೂ ನಕಾರಾತ್ಮಕ ಸುದ್ದಿಗಳೇ ಚಾಲ್ತಿಯಲ್ಲಿವೆ. ಇಂತಹ ಪರಿಸ್ಥಿತಿಯಲ್ಲಿ ಶ್ರಾವಣಿ ಮಾತೆ ಯಾವ್ಯಾವ ವಿಷಯಗಳಿಗೆ ಕಿವಿಗೊಡಬಾರದು ಎಂಬುದರ ಬಗ್ಗೆ ಎಚ್ಚರಿಕೆ ವಹಿಸುವುದು ಬಹಳ ಮುಖ್ಯ. ಅಂದಹಾಗೆ, ಈಗ ನೀವಿಬ್ಬರೂ 'ಕೇಳಬಾರದ ಮಾತು'ಗಳನ್ನು ಕೇಳುವುದಿಲ್ಲ ಎಂದು ನನಗೆ ನಿಮ್ಮಿಬ್ಬರ ಮೇಲೆ ಸಂಪೂರ್ಣ ನಂಬಿಕೆ ಇದೆ.

ಸಲೋನಿ – ಖಂಡಿತ ಆಂಟಿ. ನಮ್ಮ ಮಗು ನಮ್ಮಿಂದ ಒಳ್ಳೆಯದನ್ನು ಮಾತ್ರ ಕಲಿಯುತ್ತಿದೆ. ಸಲೋನಿಯ ಮಾತು ಕೇಳಿ ಎಲ್ಲರೂ ನಕ್ಕರು.

ಮನನ ಬಿಂದು...

* ಅಕಾಲಿಕವಾಗಿ ಅಂದರೆ ಶಸ್ತ್ರಚಿಕಿತ್ಸೆಯ ಮೂಲಕ ಹೆರಿಗೆ ಆಗುತ್ತಿದ್ದರೆ, ಭ್ರೂಣದೊಂದಿಗೆ ಮಾತನಾಡಿ ಅದನ್ನು ಅಕಾಲಿಕ ಆಗಮನಕ್ಕೆ ಸಿದ್ಧಪಡಿಸಬೇಕು. ಅದಕ್ಕೆ ಒಳ್ಳೆಯ ಸಂದೇಶಗಳನ್ನು ಮತ್ತು ಒಳ್ಳೆಯ ಭಾವನೆಗಳನ್ನು ಕಳುಹಿಸಬೇಕು, ಅವು ಗರ್ಭಸ್ಥ ಶಿಶುವಿಗೆ ಸುರಕ್ಷಿತ ಭಾವನೆಯನ್ನು ನೀಡುತ್ತದೆ.

* ಹೆರಿಗೆಯ ನಂತರ, ಮಹಿಳೆಯು ಮತ್ತೊಂದು ಜನ್ಮವನ್ನು ತೆಗೆದುಕೊಳ್ಳುವುದಷ್ಟೇ ಅಲ್ಲ, ಬದಲಿಗೆ ಅವಳು ಒಂಬತ್ತು ರೂಪಗಳಲ್ಲಿ ಜನ್ಮ ಪಡೆಯುತ್ತಾಳೆ. ಗರ್ಭಧಾರಣೆಯ ನಂತರ ಅವಳು ಈ ಒಂಬತ್ತು ರೂಪಗಳನ್ನು ಯಾವುದೇ ಸಮಯದಲ್ಲಿ ತೆಗೆದುಕೊಳ್ಳಬಹುದು.

* ತಾಯಿಯ ಈ ಒಂಬತ್ತು ರೂಪಗಳಲ್ಲಿ, ಮೊದಲ ಮೂರು ರೂಪಗಳು: ಪ್ರೇಮ ಮಾತೆ– ಪ್ರೀತಿಯ ಪರಾಕಾಷ್ಠೆ, ಸಂಕಲ್ಪನಿ ಮಾತೆ– ಮಗುವಿಗೆ ಶುದ್ಧ ಮೌಲ್ಯಗಳನ್ನು ನೀಡುವ ಸಂಕಲ್ಪವನ್ನು ಹೊಂದಿರುವ ತಾಯಿ ಮತ್ತು ಶ್ರಾವಣಿ ಮಾತೆ – ಶ್ರವಣದ ಮೂಲಕ ತನ್ನಲ್ಲಿ ಮತ್ತು ಮಗುವಿನಲ್ಲಿ ಶುಭ ಪರಿವರ್ತನೆಯನ್ನು ತರುವ ತಾಯಿ.

ಅಧ್ಯಾಯ 28

ತಾಯಿ! ನಿನ್ನ ರೂಪಗಳೆಷ್ಟೋ?

ತಾಯಿಯ ಒಂಭತ್ತು ರೂಪಗಳು – ಭಾಗ 2

ಗಾಯತ್ರಿ ಆಂಟಿ ಮಧು ಮತ್ತು ಸಲೋನಿಗೆ ಗರ್ಭಾವಸ್ಥೆಯಲ್ಲಿ ಮಹಿಳೆ ತೆಗೆದುಕೊಳ್ಳುವ ವಿಭಿನ್ನ ಅವತಾರಗಳು ಅಥವಾ ರೂಪಗಳ ಬಗ್ಗೆ ಹೇಳುವುದನ್ನು ಮುಂದುವರೆಸಿದರು.

ಗಾಯತ್ರಿ– ತಾಯಿಯ ನಾಲ್ಕನೇ ರೂಪ **ಮನನಿ** ಮಾತೆ. ಮನನಿ ಮಾತೆ ಎಂದರೆ ಮನನ ಮಾಡಬಲ್ಲ ತಾಯಿ. ಮನನ ಮಾಡುವುದು ಬಹಳ ಮುಖ್ಯವಾದ ಚಟುವಟಿಕೆಯಾಗಿದೆ. ನೀವು ಕೇಳುವ ಮೂಲಕ ಅಥವಾ ದೃಶ್ಯೀಕರಣ/ದೃಷ್ಯದ ಮೂಲಕ ನೀವು ತೆಗೆದುಕೊಳ್ಳುವ ಯಾವುದೇ ಮಾಹಿತಿಯನ್ನು ನೀವು ಮನನ ಮಾಡಿಕೊಳ್ಳದ ಹೊರತು, ಅದು ನಿಮ್ಮ ಜೀವನದಲ್ಲಿ ಕಾರ್ಯರೂಪಕ್ಕೆ ಬರುವುದಿಲ್ಲ. ನಿಮ್ಮ ನಡವಳಿಕೆ ಮತ್ತು ನಿಮ್ಮ ಕ್ರಿಯೆಗಳಲ್ಲಿ ಇದು ಗೋಚರಿಸುವುದಿಲ್ಲ. ಮನನವಿಲ್ಲದೆ ವಜ್ರಗಳೂ ಕಲ್ಲಿದ್ದಲು ಇದ್ದಂತೆ. ಮಾಡುವ ಕ್ರಿಯೆಗಳ/ಕರ್ಮಗಳ ಬಗ್ಗೆಯೂ ಮನನ ಮಾಡುವುದು ಮುಖ್ಯ, ಆಗ ಮಾತ್ರ ಜೀವನದಲ್ಲಿ ಬದಲಾವಣೆಗಳು ಪ್ರಾರಂಭವಾಗುತ್ತವೆ ಮತ್ತು ಸರಿಯಾದ ದಿಶೆ ಸಿಗುತ್ತದೆ.

ಉದಾಹರಣೆಗೆ, ಒಬ್ಬ ವ್ಯಕ್ತಿಯು ದಿನವಿಡೀ ಟಿವಿ ನೋಡುತ್ತಾನೆ. ಅದರೆದುರು ಕುಳಿತು ಬಹಳ ಸಮಯ ಕಳೆಯುತ್ತಾನೆ. ಆ ಸಮಯದಲ್ಲಿ ಅವನಿಗೆ ಚೆನ್ನಾಗಿ ಅನ್ನಿಸುತ್ತಿತ್ತು. ಆದರೆ ಟಿ.ವಿ.ಯನ್ನು ಸ್ವಿಚ್ ಆಫ್ ಮಾಡಿದ ನಂತರ, 'ನಾನು ಇಂದು ಏನು ಮಾಡಿದೆ? ನಾನು ಇಡೀ ದಿನ ಯಾವುದೇ ಸರಿಯಾದ ಕೆಲಸ ಮಾಡಲಿಲ್ಲ. ನಾನು ಇಂದು ಟಿ.ವಿ ನೋಡಿರದಿದ್ದರೆ ಏನು ನಷ್ಟವಾಗುತ್ತಿತ್ತು? ಮತ್ತು ನಾನು ಟಿವಿ ವೀಕ್ಷಿಸಿದ ಸಮಯದಲ್ಲಿ ಯಾವ್ಯಾವ ಕೆಲಸಗಳನ್ನು ಮಾಡಬಹುದಿತ್ತು?'

ಈ ರೀತಿಯಾಗಿ ಅವನು ತನ್ನ ದಿನದ ಚಟುವಟಿಕೆಗಳನ್ನು ಮನನ ಮಾಡಿಕೊಳ್ಳುತ್ತಾನೆ ಮತ್ತು ಅವುಗಳ ನಿರರ್ಥಕತೆ ಅವನಿಗೆ ಅರಿವಾಗತೊಡಗುತ್ತದೆ.

ಆಗ ಅವನ ಆಲೋಚನೆಗಳು ತನ್ನ ಸಮಯವನ್ನು ಹಾಳುಮಾಡುವ ಬದಲು ತಾನು ಬೇರೆ ಯಾವ ಒಳ್ಳೆಯ ಕೆಲಸ ಮಾಡಬಲ್ಲೆ, ಅದು ನನಗೆ ಹೇಗೆ ಪ್ರಯೋಜನಕಾರಿ ಎಂಬ ದಿಕ್ಕಿನಲ್ಲಿ ಸಾಗತೊಡಗಿತು. ಹೀಗೆ ಮನನ ಮಾಡುವ ಮೂಲಕ ತನ್ನ ಬದುಕಿಗೆ ಹೊಸ ದಿಕ್ಕನ್ನು ಕಂಡುಕೊಂಡನು. ಗರ್ಭಾವಸ್ಥೆಯು ಹೊಸದನ್ನು ಕಲಿಯಲು, ಮಗುವಿಗೆ ಮೌಲ್ಯಗಳನ್ನು ನೀಡಲು ಒಂದು ಅವಕಾಶವಾಗಬೇಕು ಎಂದು ನೀವು ಮನನ ಮಾಡಿದಿರಲ್ಲಾ ಹಾಗೆ, ಇಲ್ಲದಿದ್ದರೆ ಈ ಯೋಚನೆಯೇ ಬಾರದ ಅನೇಕ ತಾಯಂದಿರಿದ್ದಾರೆ.

ಮಧು- ಹೌದು ಆಂಟಿ, ನನಗೂ ಅದೇ ಆಯಿತು. ಮನೀಷ್ ಆಫೀಸಿಗೆ ಹೋದ ಮೇಲೆ ಒಂದಷ್ಟು ಕೆಲಸ ಮುಗಿಸಿ ಮೊಬೈಲ್ ಹಿಡಿದು ಕೂರುತ್ತಿದ್ದೆ. ಸೋಶಿಯಲ್ ಮೀಡಿಯಾದಲ್ಲಿ ಎಷ್ಟು ಸಮಯ ಕಳೆದುಹೋಗುತ್ತಿತ್ತೋ ನನಗೇ ಗೊತ್ತಾಗುತ್ತಿರಲಿಲ್ಲ. ನಂತರ ನಾನು ಗರ್ಭಿಣಿಯಾದಾಗ, ನಾನು ಫೋನ್‌ನಲ್ಲಿ ಎಷ್ಟು ಸಮಯವನ್ನು ವ್ಯರ್ಥ ಮಾಡುತ್ತಿದ್ದೇನೆ ಎಂದು ಯೋಚಿಸಲು ಪ್ರಾರಂಭಿಸಿದೆ. ಹೀಗೆ ಮಾಡಿದರೆ ನನ್ನ ಮಗುವೂ ನನ್ನನ್ನು ನೋಡಿ ಹೀಗೆಯೇ ಆಗುತ್ತದೆ. ನಾನು ಎಲ್ಲೆಲ್ಲಿ ಸಮಯ ಹಾಳು ಮಾಡುತ್ತಿದ್ದೇನೆ ಎಂದು ಯೋಚಿಸಿದಾಗ, ನಾನು ನನ್ನ ದೈನಂದಿನ ಜವಾಬ್ದಾರಿಗಳನ್ನು ಹೊರತುಪಡಿಸಿ ಬೇರೆ ಯಾವುದೇ ಉಪಯುಕ್ತವಾದ ಕೆಲಸ ಮಾಡುತ್ತಿಲ್ಲ ಎಂದು ನನಗೆ ಅನಿಸಿತು. ನನ್ನ ಈ ಚಿಂತನೆಯು ನನ್ನನ್ನು ನಿಮ್ಮ ಗರ್ಭ ಸಂಸ್ಕಾರ ತರಗತಿಗೆ ಕರೆದು ತಂದಿತು, ಅದರಿಂದ ನಾನು ತುಂಬಾ ಕಲಿಯಲು ಸಾಧ್ಯವಾಯಿತು, ಅದು ನನಗೆ ಮಾತ್ರವಲ್ಲದೆ ನನ್ನ ಕುಟುಂಬ ಮತ್ತು ಭವಿಷ್ಯದ ಸಂತಾನಕ್ಕೂ ಯಾವಾಗಲೂ ಉಪಯುಕ್ತವಾಗಿರುವುದು.

ಗಾಯತ್ರಿ- ಹೌದು, ಯಾವ ದಿನ ನೀನು ಆ ಅರ್ಥಪೂರ್ಣ ಮನನ ಮಾಡಿದೆಯೋ, ಆ ದಿನ ನೀನು ಮನನಿ ಮಾತೆಯಾಗಿ ತನ್ಮ ತಾಳಿದೆ ಎಂದು ತಿಳಿದುಕೋ. ಗಾಯತ್ರಿ ಆಂಟಿ ನಗುತ್ತಾ ಹೇಳಿದರು.

ತಾಯಿಯ ಐದನೇ ಜನ್ಮವೆಂದರೆ **ಸೇವಾನಿ** ಮಾತೆ. ಒಬ್ಬ ಮಹಿಳೆ ತಾಯಿಯಾದಾಗ, ಅವಳ ಸಂತಾನದ ಮುಂದೆ ಅವಳ ಸ್ವಂತ ಜೀವನವು ಗೌಣವಾಗುತ್ತದೆ. ತನ್ನ ವೈಯಕ್ತಿಕ ಸ್ವಾರ್ಥಗಳನ್ನು ಹಿಂದೆ ತಳ್ಳಿ, ಅವಳು ಯಾವಾಗಲೂ ಮಗುವಿನ ಸೇವೆಯಲ್ಲಿ ಉಳಿಯುತ್ತಾಳೆ. ಯಾವುದೇ ಸ್ವಾರ್ಥ ಅಥವಾ ಬಯಕೆಯಿಲ್ಲದೆ, ಅವಳು ತನ್ನ ಮಗುವಿಗೆ ಪ್ರಯೋಜನವಾಗುವ ಎಲ್ಲವನ್ನೂ ಮಾಡುತ್ತಾಳೆ. ತಾಯಿಯ ಸೇವಾ ಮನೋಭಾವದಿಂದಾಗಿಯೇ ತಾಯಿಯ ಪ್ರೀತಿಯು, ನಿಸ್ವಾರ್ಥತೆ ಮತ್ತು ಭಕ್ತಿಗೆ ಸಮಾನಾರ್ಥಕವಾಗಿದೆ ಎಂದು ಹೇಳಿದ್ದಾರೆ. ಮಗುವಿಗೆ ತಾಯಿ ಮಾಡುವಷ್ಟು ಸೇವೆಯನ್ನು ಬೇರೆ ಯಾರೂ ಮಾಡಲು ಸಾಧ್ಯವಿಲ್ಲ. ಇದರೊಂದಿಗೆ ಅವಳಲ್ಲಿ ಸಹಿಷ್ಣುತೆ ಬರುತ್ತದೆ. ಮಗುವಿನ ಕಾರಣದಿಂದಾಗಿ, ಅವಳು ಪ್ರತಿ ದುಃಖವನ್ನು ಮತ್ತು ಪ್ರತಿ ಸಮಸ್ಯೆಯನ್ನು ನಗುವಿನೊಂದಿಗೆ ಸಹಿಸಿಕೊಳ್ಳುತ್ತಾಳೆ. ತನಗೆ ಏನಾದರಾಗಲಿ, ತನ್ನ ಮಗುವನ್ನು ಬೆಳೆಸುವಲ್ಲಿ ಅವಳು ಯಾವುದೇ ರಾಜಿ ಮಾಡಿಕೊಳ್ಳುವುದಿಲ್ಲ. ಕ್ರಮೇಣ ಈ ಸೇವಾ ಮನೋಭಾವವು ಅವಳ ಸ್ವಭಾವದ ಭಾಗವಾಗಿಬಿಡುತ್ತದೆ, ಅದು ಯಾವಾಗಲೂ ಅವಳೊಂದಿಗೆ ಇರುತ್ತದೆ.

ತಾಯಿಯ ಆರನೇ ರೂಪ **ಸಂತೋಷಿ** ಮಾತೆ. ಗರ್ಭಧಾರಣೆಯ ಮೊದಲು ತಾವು

ಅನೇಕ ಮಹತ್ವಾಕಾಂಕ್ಷೆಗಳನ್ನು ಹೊಂದಿರುತ್ತೇವೆ ಎಂಬುದು ಬಹುತೇಕ ಎಲ್ಲ ಮಹಿಳೆಯರ ಅನುಭವವಾಗಿದೆ. ವೈಯಕ್ತಿಕ ಜೀವನ ಮತ್ತು ವೃತ್ತಿ ಜೀವನದಲ್ಲಿ ಅನೇಕ ನಿರೀಕ್ಷೆಗಳು ಮತ್ತು ಕನಸುಗಳಿರುತ್ತವೆ. ಆದರೆ ಅವರು ಗರ್ಭಿಣಿಯಾದ ತಕ್ಷಣ, ಅವರ ಎಲ್ಲಾ ಗಮನವು ಅವರ ಮಗುವಿನ ಕಡೆಗೇ ಕೇಂದ್ರೀಕೃತವಾಗುತ್ತದೆ. ಅವರು ತಮ್ಮ ವೈಯಕ್ತಿಕ ಜೀವನದಲ್ಲಿ ಸುಲಭವಾಗಿ ಸಾಕಷ್ಟು ರಾಜಿ ಮಾಡಿಕೊಳ್ಳುತ್ತಾರೆ ಆದರೆ ತಮ್ಮ ಮಕ್ಕಳ ಪಾಲನೆಯಲ್ಲಿ ಸ್ವಲ್ಪವೂ ರಾಜಿ ಮಾಡಿಕೊಳ್ಳುವುದಿಲ್ಲ. ಈ ರೀತಿಯಾಗಿ, ಮಗುವಿನ ಆಗಮನವು ಅವರ ಜೀವನದಲ್ಲಿ ತೃಪ್ತಿಯನ್ನು ತರುತ್ತದೆ, ಅವರನ್ನು ಸಂತೋಷ ಪಡಿಸುತ್ತದೆ. ನಿಜವಾದ ಸಂತೋಷವು ಮಹತ್ವಾಕಾಂಕ್ಷೆಗಳ ನೆರವೇರಿಕೆಯಲ್ಲಿಲ್ಲ, ಆದರೆ ತೃಪ್ತಿ/ಸಂತೋಷ ಮತ್ತು ಸೇವೆಯಲ್ಲಿದೆ ಎಂದು ಅವರಿಗೆ ಅರ್ಥಮಾಡಿಕೊಳ್ಳಲು ಮಗು ಒಂದು ಸಾಧನವಾಗುತ್ತದೆ. ಇದನ್ನು ತಿಳಿದ ನಂತರ, ತಾಯಿಯ ಭಾವನೆಗಳು, ಆಲೋಚನೆಗಳು, ಮಾತು ಮತ್ತು ಕಾರ್ಯಗಳು ಎಲ್ಲವೂ ಏಕಾಭಿಪ್ರಾಯವನ್ನು ಹೊಂದುತ್ತವೆ ಮತ್ತು ಕಾರ್ಯರೂಪಕ್ಕೆ ಬರುತ್ತವೆ. ಇದರಿಂದ ಅವರು ಸೇವೆ ಮಾಡುತ್ತಾರೆ ಮತ್ತು ಜೀವನದಲ್ಲಿ ಸಂತುಷ್ಟರಾಗುತ್ತಾರೆ.

ಸಂತೋಷಿಯ ನಂತರ, ತಾಯಿ **ಸಾಕ್ಷಿ** ಮಾತೆ ಎಂದು ಏಳನೇ ಜನ್ಮವನ್ನು ತೆಗೆದುಕೊಳ್ಳುತ್ತಾಳೆ. ಸಾಕ್ಷಿ ಎಂದರೆ ಸುಮ್ಮನೆ ಉಪಸ್ಥಿತಿವಾಗಿರುವುದು, ಏನಾಗುತ್ತಿದೆ ಎಂಬುದನ್ನು ನಿರ್ಣಯಿಸದೆ ಸುಮ್ಮನೆ ಆಗುತ್ತಿರುವುದನ್ನು ನೋಡುವುದು. ತಾಯಿಯಾದ ನಂತರ, ನೀವೆಲ್ಲರೂ ಕಲಿತಂತೆ ಮಹಿಳೆಯು ವರ್ತಮಾನದಲ್ಲಿ ಬದುಕುವ ಮೂಲಕ ಜೀವನವನ್ನು ನೋಡಲು ಕಲಿಯುತ್ತಾಳೆ. ಅವಳ ಗರ್ಭದೊಳಗೆ ಆಗುವ ಅನುಭವ, ಅದು ಯಾವ ಅನುಭವ, ಅವಳು ಅದನ್ನು ಅನುಭವಿಸುತ್ತಾಳೆ, ಅರ್ಥಮಾಡಿಕೊಳ್ಳುತ್ತಾಳೆ, ಆ ಅನುಭವದೊಂದಿಗೆ ಬದುಕುತ್ತಾಳೆ, ಓಡಾಡುತ್ತಾಳೆ, ಎಚ್ಚರ ಸ್ಥಿತಿಯಲ್ಲೂ ಮಲಗಿದಾಗಲೂ ಅನುಭವಿಸುತ್ತಾಳೆ.

ಆ ಅನುಭವವನ್ನು ನಿರಂತರವಾಗಿ ಅನುಭವಿಸುವುದು, ಅದನ್ನು ಸಾಕ್ಷಿಯಾಗಿ ನೋಡುವುದು ಮತ್ತು ಅದಕ್ಕೆ ತಕ್ಕಂತೆ ತನ್ನ ನಡವಳಿಕೆ, ತನ್ನ ಕಾರ್ಯಗಳು, ಆಲೋಚನೆಗಳನ್ನು ಬದಲಾಯಿಸುವುದು... ಒಬ್ಬ ತಾಯಿ ಸಾಕ್ಷಿಯಾಗಿ ಇದನ್ನು ಮಾಡಲು ಸಾಧ್ಯವಾಗುತ್ತದೆ. ಗರ್ಭಧಾರಣೆಯು ಒಂಭತ್ತು ತಿಂಗಳು ಇರುತ್ತದೆ, ಈ ಅವಧಿಯನ್ನು ಕಡಿಮೆ ಮಾಡಲು ಅಥವಾ ವಿಸ್ತರಿಸಲು ಸಾಧ್ಯವಿಲ್ಲ ಎಂಬುದು ಅವಳಿಗೆ ತಿಳಿದಿದೆ... ಏನಾಗುತ್ತಿದೆಯೋ, ಹೇಗೆ ಆಗುತ್ತಿದೆಯೋ ಅದನ್ನು ಕೇವಲ ನೋಡಬೇಕಷ್ಟೆ. ಅವಳು ಆ ಸಮಯವನ್ನು ಸಂಪೂರ್ಣ ಸಾಕ್ಷಿಭಾವದಲ್ಲಿ ಕಳೆಯುತ್ತಾಳೆ. ಹಾಗೆಯೇ ಒಂದು ಮಗು ಹುಟ್ಟಿ ಅದು ನಿಧಾನವಾಗಿ ಬೆಳೆಯುತ್ತಾ ಹೋದಾಗ ಅದರೊಂದಿಗೆ ತಾಯಿಯ ಜೀವನವು ಮಗುವನ್ನು ಸಾಕ್ಷಿಯಾಗಿ ನೋಡುತ್ತಾ ಮುಂದುವರಿಯುತ್ತದೆ. ಈ ಭಾವನೆಯು ನಿದ್ರೆಯ ಸಮಯದಲ್ಲಿಯೂ ಜಾಗ್ರತವಾಗಿರುತ್ತದೆ. ನಿದ್ರೆಯಲ್ಲಿಯೂ ಮಗುವಿನ ಅನುಭವ ಅನುಭವಿಸುತ್ತಿರುತ್ತಾಳೆ, ಅದು ಗರ್ಭದೊಳಗಿರಲಿ ಅಥವಾ ಗರ್ಭದ ಹೊರಗಿರಲಿ. ಆದ್ದರಿಂದಲೇ ಮಗು ಸ್ವಲ್ಪ ಅತ್ತರೂ, ಅಮ್ಮ ಎಂದು ಕರೆದರೂ ತಾಯಿ ಗಾಢ ನಿದ್ದೆಯಿದ್ದರೂ ತಕ್ಷಣ ಎಚ್ಚರಗೊಳ್ಳುತ್ತಾಳೆ. ತಾಯಿಯ ಪ್ರಜ್ಞೆ ಯಾವಾಗಲೂ ಜಾಗೃತವಾಗಿರುತ್ತದೆ. ಈ ಜಾಗೃತಿಯ ಭಾವವೇ ಅವಳ ಸಾಕ್ಷಿ ಭಾವ.

ತಾಯಿಯು ತನ್ನ ಮಗುವಿನೊಂದಿಗೆ ಪಡೆಯುವ ಸಾಕ್ಷಿಯ ಅನುಭೂತಿಯು, ಯೋಗಿ, ಧ್ಯಾನಸ್ಥ ಅಥವಾ ಭಕ್ತನು ದೈವಿಕ ಅನುಭವವನ್ನು ತಿಳಿದ ನಂತರ ಪಡೆಯುವ ಅದೇ ಸಾಕ್ಷಿಯ ಭಾವನೆಯಾಗಿದೆ. ಹೇಗೆ ತಾಯಿಯ ಪ್ರಜ್ಞೆಯು ಮಗುವಿನ ಪ್ರಜ್ಞೆಯೊಂದಿಗೆ ಸಂಪರ್ಕಗೊಳ್ಳುತ್ತದೆಯೋ ಹಾಗೆಯೇ ಯೋಗಿ ಅಥವಾ ಭಕ್ತನ ಪ್ರಜ್ಞೆಯು ಆ ಪರಮ

ಪ್ರಜ್ಞೆಯೊಂದಿಗೆ ಸಂಪರ್ಕಗೊಳ್ಳುತ್ತದೆ, ಮತ್ತು ಎಲ್ಲಾ ಸಮಯದಲ್ಲೂ ಅದು ಅವರ ಜಾಗೃತಿ, ಅವರ ಅನುಭವವಾಗುತ್ತದೆ. ಹಾಗೆಯೇ ಅವಳ ಅರಿವು ಮತ್ತು ಅನುಭವವು ಎಲ್ಲಾ ಸಮಯದಲ್ಲೂ ಇರುತ್ತದೆ. ಇದನ್ನು ಅರ್ಥಮಾಡಿಕೊಳ್ಳಿ, ತಾಯಿಯು ತನ್ನ ಮಗುವಿನೊಂದಿಗೆ ಮಹಾಪ್ರಜ್ಞೆಯೊಂದಿಗೆ ಅದೇ ಅನುಭವವನ್ನು ಅನುಭವಿಸಿದರೆ, ಆಕೆಯ ಗರ್ಭಧಾರಣೆಯು ದೇವರೊಂದಿಗೆ ಸಂಪರ್ಕ ಸಾಧಿಸಲು ಒಂದು ಮಾರ್ಗವಾಗಬಹುದು.

ತಾಯಿಯ ಎಂಟನೆಯ ರೂಪ **ಕ್ಷಮಾ** ಮಾತೆ. ತಾಯಿಯಾಗುವ ಮೂಲಕ ಮಹಿಳೆ ಕ್ಷಮಿಸಲು ಕಲಿಯುತ್ತಾಳೆ. ಅವಳು ಸಣ್ಣ ವಿಷಯಗಳನ್ನು ಮನಸ್ಸಿನಲ್ಲಿಟ್ಟುಕೊಳ್ಳದೆ, ಅವುಗಳನ್ನು ನಗುವಿನೊಂದಿಗೆ ತಳ್ಳಿ ಹಾಕಿ, ಕ್ಷಮಿಸಲು ಕಲಿತಾಗ, ಅವಳನ್ನು ಕ್ಷಮಾ ಮಾತೆ ಎಂದು ಕರೆಯಲಾಗುತ್ತದೆ. ಮಗುವಿನ ಆಗಮನವು ತಾಯಿಯನ್ನು ಕರುಣಾಮಯಿಯನ್ನಾಗಿ ಮಾಡುತ್ತದೆ ಮತ್ತು ಕ್ಷಮಿಸಲು ಕಲಿಸುತ್ತದೆ. ತಾಯಿಯ ಈ ರೂಪದಲ್ಲಿ, ಕ್ಷಮೆಯೊಂದಿಗೆ ಮೋಕ್ಷವೂ ಕೂಡಿದೆ. ಮೋಕ್ಷ ಎಂದರೆ ಮುಕ್ತಿ. ನಾವು ಗರ್ಭ ಸಂಸ್ಕಾರದಲ್ಲಿ ಕಲಿತಂತೆ, ಕ್ಷಮಿಸುವ ಮತ್ತು ಕ್ಷಮೆ ಕೇಳುವ ಮೂಲಕ, ನಾವು ಇತರರೊಂದಿಗೆ ರಚಿಸಿರುವ ಎಲ್ಲಾ ಬಂಧಗಳನ್ನು ಬಿಡಿಸಿಕೊಳ್ಳುತ್ತೇವೆ. ದ್ವೇಷ, ವಿಷಾದ, ಕೋಪ, ಅಸೂಯೆ, ದೂರುಗಳ ಬಂಧನ... ಅಥವಾ ವ್ಯಾಮೋಹ, ಆಸಕ್ತಿ, ಅನುರಾಗ ಎಂಬ ಬಂಧನಗಳಿಂದ ಮುಕ್ತಿ. ಕ್ಷಮೆಯ ಅಭ್ಯಾಸವು ತಾಯಿಯ ಬಂಧಗಳನ್ನು ತೆರೆಯುತ್ತದೆ, ಅವಳನ್ನು ಮುಕ್ತಗೊಳಿಸುತ್ತದೆ, ಮೋಕ್ಷದ ನಿಜವಾದ ತಿಳುವಳಿಕೆಯನ್ನು ನೀಡುತ್ತದೆ.

ತಾಯಿಯ ಒಂಭತ್ತನೆಯ ರೂಪ **ಧರ್ಮ** ಮಾತೆ. ಮಗುವನ್ನು ಕಾರಣವನ್ನಾಗಿಸಿ ತಾಯಿ ತನ್ನ ಮೂಲ ಸ್ವರೂಪವನ್ನು ತಲುಪುವ ಅವತಾರವಿದು. ಅವಳು ತನ್ನ ಆಂತರಿಕ ಮೂಲದೊಂದಿಗೆ ಸಂಪರ್ಕ ಹೊಂದುತ್ತಾಳೆ, ನಮ್ಮ ಒಳಗೂ ಹೊರಗೂ ಇರುವ ಆ ಮೂಲ. ಇದನ್ನು ಪರಮಚೈತನ್ಯ, ಈಶ್ವರ, ಅಲ್ಲಾ, ಬ್ರಹ್ಮ... ಇತ್ಯಾದಿ ಹೆಸರುಗಳಿಂದ ಕರೆಯಲಾಗುತ್ತದೆ. ಆ ಮೂಲದಲ್ಲಿ ಪ್ರೀತಿ, ಶಾಂತಿ, ಸಂತೋಷ, ಮೌನವಿದೆ. ಗರ್ಭ ಸಂಸ್ಕಾರದ ಸಮಯದಲ್ಲಿ ನೀವು ಕಲಿತ ಎಲ್ಲಾ ವಿಷಯಗಳನ್ನು ಆಚರಣೆಗೆ ತಂದರೆ, ಮಹಿಳೆಯು ಧರ್ಮ ಮಾತೆಯಾಗುವಳು, ಅಂದರೆ ಧರ್ಮವನ್ನು ಅನುಸರಿಸುವ ಮತ್ತು ಎಲ್ಲಾ ಒಳ್ಳೆಯದನ್ನು ಆಚರಣೆಗೆ ತರುವವಳು. ತಾಯಿ ಯಶೋಧೆ, ಬಾಲಕ ಭಕ್ತ ಧ್ರುವನ ತಾಯಿ ಸುಮತಿ ರಾಣಿ, ರಾಣಿ ಕೌಸಲ್ಯ ಹೀಗೇ ಇದ್ದರು.

ಸಲೋನಿ– ವಾವ್ ಆಂಟಿ. ಇದು ನಿಜಕ್ಕೂ ಎಷ್ಟು ಸತ್ಯ. ನಾವು ಮಗುವಿಗೆ ಜನ್ಮ ನೀಡುತ್ತೇವೆ, ಅವರಿಗೆ ಕಲಿಸುತ್ತೇವೆ, ಬೆಳೆಸುತ್ತೇವೆ ಎಂದು ನಾವು ಭಾವಿಸುತ್ತೇವೆ ಆದರೆ ಇದು ವಿರುದ್ಧವಾಗಿ ನಡೆಯುತ್ತಿದೆ, ವಾಸ್ತವದಲ್ಲಿ ಅವರು ನಮಗೆ ಹೊಸ ರೂಪಗಳಲ್ಲಿ ಜನ್ಮ ನೀಡುತ್ತಿದ್ದಾರೆ, ನಮಗೆ ಕಲಿಸುತ್ತಿದ್ದಾರೆ, ನಮ್ಮನ್ನು ವಿಕಾಸಗೊಳಿಸುತ್ತಿದ್ದಾರೆ.

ಗಾಯತ್ರಿ– ಇದು ಖಂಡಿತ ಸರಿಯಾಗಿದೆ. ಹೀಗೇ ಆಗುತ್ತಿದೆ. ಶ್ರಾವಣಿ ಮಾತೆಯಾಗುವ ಮೂಲಕ ಎಲ್ಲಾ ಗರ್ಭ ಸಂಸ್ಕಾರ ವಿಷಯಗಳನ್ನು ನೀನು ಹೃದಯದಿಂದ ಆಲಿಸಿದ್ದಕ್ಕಾಗಿ ನನಗೆ ಸಂತೋಷವಾಗಿದೆ. ಮನನಿ ಮಾತೆಯಾಗಿ ವಿಷಯವನ್ನು ಮನನ ಮಾಡಿದೆ. ಕ್ಷಮಾ ಮಾತೆಯಾಗುವ ಮೂಲಕ ಜನರನ್ನು ಕ್ಷಮಿಸಲು ಕಲಿತೆ. ಸೇವೆ ಮತ್ತು ಸಂತೋಷಿಯಾಗುವ ಮೂಲಕ ಹೊಸ ರೂಪಗಳನ್ನು ಪಡೆದೆ.

ಹೆರಿಗೆಯ ನಂತರ, ನಿನ್ನ ಜೀವನದುದ್ದಕ್ಕೂ ಧರ್ಮ ಮಾತೆಯಾಗಿ, ನಿನ್ನ ಮತ್ತು ನಿನ್ನ ಕುಟುಂಬದ ಆಧ್ಯಾತ್ಮಿಕ ಪ್ರಗತಿಯನ್ನು ಸಹ ತರುತ್ತೀಯಾ ಎಂದು ಈಗ ನನಗೆ

ಸಂಪೂರ್ಣ ನಂಬಿಕೆ ಇದೆ. ಇಂದು ಈ ಜಗತ್ತಿಗೆ ಧರ್ಮ ಮಾತೆಯ ಅವಶ್ಯಕತೆ ಬಹಳ ಇದೆ, ಇದರಿಂದ ಹೆಚ್ಚು ಹೆಚ್ಚು ಮಕ್ಕಳು ಸಾತ್ವಿಕ ಮಕ್ಕಳಾಗುತ್ತಾರೆ. ಪ್ರೀತಿ, ಶಾಂತಿ, ಸದ್ಭಾವನೆ ಮತ್ತು ಸಹಾನುಭೂತಿಯಂತಹ ಸದ್ಗುಣಗಳು ಪ್ರಪಂಚದಲ್ಲಿ ಎಲ್ಲೆಡೆ ನೆಲೆಸಲಿ. ಯಾವ ಮನುಷ್ಯನಿಗೂ ಸ್ವರ್ಗದ ಆಸೆ ಇರಬಾರದು, ಈ ಭೂಮಿಯೇ ಸ್ವರ್ಗವಾಗಬೇಕು. ಸರಿಯಾದ ಗರ್ಭ ಸಂಸ್ಕಾರದಿಂದ ಈ ಕೆಲಸವನ್ನು ತಾಯಂದಿರೇ ಮಾಡಬೇಕು.

ಇದರೊಂದಿಗೆ ಗಾಯತ್ರಿ ಆಂಟಿ ಕೊನೆಯ ಗರ್ಭ ಸಂಸ್ಕಾರ ತರಗತಿಯನ್ನು ಇಂದು ಕೊನೆಗೊಳಿಸಿದರು. ಇಬ್ಬರು ಸಾತ್ವಿಕ ಮಕ್ಕಳು ಶೀಘ್ರದಲ್ಲೇ ಭೂಮಿಗೆ ಬರಲಿದ್ದರು. ಅವರನ್ನು ಸ್ವಾಗತಿಸಲು ಸಂಪೂರ್ಣ ಸಿದ್ಧತೆ ಇತ್ತು.

ಮನನ ಬಿಂದು...

* ತಾಯಿಯ ಒಂಬತ್ತು ರೂಪಗಳಲ್ಲಿ ಆರು ಈ ಕೆಳಗಿನಂತಿವೆ:

1. ಮನನ ಮಾತೆ- ಎಲ್ಲವನ್ನೂ ಮನನ ಮಾಡಿಕೊಂಡು, ಅದರಿಂದ ಸರಿಯಾದುದನ್ನು ಕಲಿತು ಆಚರಣೆಗೆ ತರುತ್ತಾಳೆ.

2. ಸೇವಾ ಮಾತೆ- ತನ್ನ ಮಕ್ಕಳ ಸೇವೆಯನ್ನು ನಿಸ್ವಾರ್ಥವಾಗಿ ಮಾಡುವ ಮೂಲಕ ಸೇವಾ ಮನೋಭಾವವನ್ನು ಜೀವಂತವಾಗಿರಿಸುವ ತಾಯಿ.

3. ಸಂತೋಷಿ ಮಾತೆ- ವೈಯಕ್ತಿಕ ಆಸಕ್ತಿಗಳನ್ನು ಬಿಟ್ಟು ಸಂತೃಪ್ತಿಯ ಗುಣವನ್ನು ಹೊಂದಿರುವ ತಾಯಿ.

4. ಸಾಕ್ಷಿ ಮಾತೆ- ವರ್ತಮಾನದಲ್ಲಿ ಜೀವಿಸುತ್ತಾ, ಪ್ರತಿ ಅನುಭವವನ್ನು ಸಾಕ್ಷಿ ಮನೋಭಾವದಿಂದ ಗಮನಿಸುವ ತಾಯಿ.

5. ಮೋಕ್ಷಮಾ ಮಾತೆ- ಎಲ್ಲರನ್ನೂ ಕ್ಷಮಿಸಿ, ಎಲ್ಲರಿಗೂ ಕ್ಷಮೆ ಕೇಳಿ, ತನಗೆ ಮತ್ತು ತನ್ನ ಮಕ್ಕಳಿಗೆ ಮೋಕ್ಷದ ಹಾದಿಯನ್ನು ತೆರೆಯುವ ತಾಯಿ.

6. ಧರ್ಮ ಮಾತೆ- ಗರ್ಭಧಾರಣೆಯನ್ನು ಸಾಧನವಾಗಿ ಬಳಸಿಕೊಂಡು ಆತ್ಮಸಾಕ್ಷಾತ್ಕಾರದ ಕಡೆಗೆ ಚಲಿಸುವ ತಾಯಿ.

ಅನುಬಂಧ

ಅನುಬಂಧ 1

ಪ್ರಶ್ನೋತ್ತರಗಳು

1: ನಾವು ಮೂವರು ಸಹೋದರರು ಮತ್ತು ಒಬ್ಬ ಸಹೋದರಿ. ಪ್ರತಿಯೊಬ್ಬರ ಸಂಸ್ಕಾರಗಳು ಮತ್ತು ಸ್ವಭಾವವು ಸಂಪೂರ್ಣವಾಗಿ ವಿಭಿನ್ನವಾಗಿದೆ. ಒಂದೇ ಕುಟುಂಬದವರಾಗಿದ್ದರೂ ಮತ್ತು ಇಬ್ಬರ ಪೋಷಕರು ಒಬ್ಬರೇ ಆಗಿದ್ದರೂ ಇದು ಹೇಗೆ ಸಾಧ್ಯ? ಈ ವಿಭಿನ್ನ ಸಂಸ್ಕಾರಗಳು ಪೋಷಕರಿಂದಲೇ ಬಂದಿವೆಯೇ ಅಥವಾ ಭೂಮಿಗೆ ಬಂದ ನಂತರ ವಿಕಸನ ಹೊಂದುತ್ತವೆಯೇ?

ಉತ್ತರ: ಒಂದೇ ತಾಯಿಯನ್ನು ಹೊಂದಿದ್ದರೂ, ಎಲ್ಲಾ ಮಕ್ಕಳು ಒಂದೇ ಪರಿಸರದಲ್ಲಿ ಅಥವಾ ಒಂದೇ ಪರಿಸ್ಥಿತಿಯಲ್ಲಿ ಜನಿಸುವುದಿಲ್ಲ. ಪ್ರತಿಯೊಬ್ಬರ ಸಮಯವು ವಿಭಿನ್ನವಾಗಿರುತ್ತದೆ ಮತ್ತು ತಾಯಿಯ ಸ್ಥಿತಿಯು ಪ್ರತಿ ಬಾರಿಯೂ ವಿಭಿನ್ನವಾಗಿರುತ್ತದೆ. ಬನ್ನಿ, ಇದನ್ನು ಒಂದು ಕಥೆಯ ಮೂಲಕ ಅರ್ಥಮಾಡಿಕೊಳ್ಳೋಣ.

ಮದಾಲಸಾ ಎಂಬ ರಾಣಿ ಇದ್ದಳು. ಅವಳಿಗೆ ಮೂವರು ಮಕ್ಕಳಾದರು. ಅವಳು ಮೂವರಿಗೂ ಸಾತ್ವಿಕ ಸಂಸ್ಕಾರ ನೀಡಿದಳು. ಇದರಿಂದ ರಾಜನು ಅಸಮಾಧಾನಗೊಂಡಿದ್ದನು ಏಕೆಂದರೆ ಸಂತ ಸಂಸ್ಕಾರ ಸಿಕ್ಕಮೇಲೆ ಮೂರು ಮಕ್ಕಳಲ್ಲಿ ಯಾರೂ ರಾಜನಾಗಲು ಸಿದ್ಧವಾಗಿರಲಿಲ್ಲ. ರಾಜನು ರಾಣಿಯ ಬಳಿ ತನ್ನ ಕಳವಳವನ್ನು ವ್ಯಕ್ತಪಡಿಸಿದನು, 'ನಮ್ಮ ಮಕ್ಕಳು ಯಾರೂ ರಾಜರಾಗದಿದ್ದರೆ ದೊಡ್ಡ ಸಮಸ್ಯೆಯಾಗುತ್ತದೆ. ಸಿಂಹಾಸನದಲ್ಲಿ ಕುಳಿತುಕೊಳ್ಳುವ ಕನಿಷ್ಠ ಒಬ್ಬ ಮಗನಾದರೂ ಇರಬೇಕು'.

ಮುಂದಿನ ಬಾರಿ ರಾಣಿ ತಾನು ಗರ್ಭಿಣಿಯಾದಾಗ ಮಗುವಿಗೆ ರಾಜಕೀಯದಲ್ಲಿ ಆಸಕ್ತಿ ಇರಬೇಕು ಎಂದು ನಿರ್ಧರಿಸಿದಳು. ಆದ್ದರಿಂದ ರಾಣಿ ತನ್ನ ಗರ್ಭಾವಸ್ಥೆಯಲ್ಲಿ ರಾಜ್ಯದ ರಾಜಕೀಯದಲ್ಲಿ ಸಕ್ರಿಯವಾಗಿ

ಭಾಗವಹಿಸಲು ಪ್ರಾರಂಭಿಸಿದಳು.

ತಾಯಿ ಒಬ್ಬಳೇ ಆಗಿದ್ದರೂ ಪ್ರತಿ ಮಗುವಿನ ಸಂದರ್ಭಗಳು ವಿಭಿನ್ನವಾಗಿದ್ದವು ಎಂದು ಇದರಿಂದ ನೀವು ಅರ್ಥಮಾಡಿಕೊಳ್ಳಬಹುದು. ಸಾಮಾನ್ಯವಾಗಿ ಜನ ಹೇಳುವಂತೆ 'ನಮ್ಮ ಮೊದಲ ಮಗು ಹುಟ್ಟಿದಾಗ ಒಂದಷ್ಟು ಆರ್ಥಿಕ ಸಮಸ್ಯೆಗಳಿದ್ದವು, ಎರಡನೇ ಮಗುವಿದ್ದಾಗ ಇಂತಿಂಥಾ ಸಮಸ್ಯೆಗಳಿದ್ದವು, ಮೂರನೇ ಮಗುವಿದ್ದಾಗ ಇಂಥ ಸಮಸ್ಯೆಗಳಿದ್ದವು.' ಅಂದರೆ ಪ್ರತಿ ಮಗುವಿನ ಜನನದ ಸಮಯದಲ್ಲಿ ಕುಟುಂಬದ ಆರ್ಥಿಕ ಸ್ಥಿತಿ, ಪೋಷಕರ ಮಾನಸಿಕ ಸ್ಥಿತಿ ಮತ್ತು ಆರೋಗ್ಯ ಎಲ್ಲವೂ ವಿಭಿನ್ನವಾಗಿದ್ದವು. ಇದರೊಂದಿಗೆ, ಗರ್ಭಾವಸ್ಥೆಯಲ್ಲಿ ತಾಯಿಯ ಸುತ್ತಲೂ ಯಾವ ರೀತಿಯ ಜನರು ಇದ್ದರು ಎಂಬುದು ಸಹ ಮುಖ್ಯವಾಗಿದೆ. ಆ ಸಮಯದಲ್ಲಿ ಯಾರೇ ತಪ್ಪು ವ್ಯಕ್ತಿಗಳು ಆಕೆಯ ಜೊತೆಗಿದ್ದು ಆಕೆಯನ್ನು ಹೀಯಾಳಿಸುತ್ತಿದ್ದರೆ ಅದರಿಂದಾಗಿ ತಾಯಿಯ ಆ ಒಂಬತ್ತು ತಿಂಗಳುಗಳು ನರಕದಂತೆ ಕಳೆಯುತ್ತವೆ. ಗರ್ಭಿಣಿ ತಾಯಿಯನ್ನು ಕುರಿತು ಸುತ್ತಮುತ್ತಲಿನ ಜನರ ನಡವಳಿಕೆಯು ಬದಲಾದರೆ, ಆ ಸಮಯದಲ್ಲಿ ಅನುಭವಿಸುವ ಭಾವನೆಗಳು ಆಳವಾದ ಪ್ರಭಾವವನ್ನು ಬೀರುವುದರಿಂದ ಸಂದರ್ಭಗಳೂ ಬದಲಾಗುತ್ತವೆ.

ಇದಲ್ಲದೇ, ಪೋಷಕರ ಸ್ವಂತ ಪ್ರವೃತ್ತಿಗಳು ಮತ್ತು ಅವರ ಸ್ವಂತ ಇಚ್ಛೆಗಳು ಸಹ ಮುಖ್ಯವಾಗಿದೆ. ಉದಾಹರಣೆಗೆ, ಯಾರಿಗಾದರೂ ಇಬ್ಬರು ಮಕ್ಕಳಿದ್ದಾರೆ ಮತ್ತು ಕೆಲವು ಕಾರಣಗಳಿಂದಾಗಿ ಪೋಷಕರು ಅವರಲ್ಲಿ ಒಬ್ಬನ ಬಗ್ಗೆ ಹೆಚ್ಚು ಗಮನ ಹರಿಸುತ್ತಾರೆ, ಆಗ ಇನ್ನೊಬ್ಬನು 'ನನಗೆ ಕಡಿಮೆ ಗಮನ ನೀಡಲಾಯಿತು' ಎಂದು ಭಾವಿಸುತ್ತಾನೆ. ನಂತರ ಅವನ ಅದೇ ಆಲೋಚನೆಯು ಮುಂದೆಯೂ ಕೆಲಸ ಮಾಡಲು ಪ್ರಾರಂಭಿಸುತ್ತದೆ. ಪರಿಣಾಮವಾಗಿ, ಜನರ ಗಮನವು ಅವನಿಗೆ ಮತ್ತಷ್ಟು ಕಡಿಮೆಯಾಗುತ್ತದೆ.

ಉದಾಹರಣೆಗೆ, ಒಬ್ಬ ಸಹೋದರ ಅನಾರೋಗ್ಯಕ್ಕೆ ಒಳಗಾಗಿದ್ದರೆ ಪೋಷಕರು ಅವನನ್ನು ನೋಡಿಕೊಳ್ಳುವಲ್ಲಿ ಸಹಜವಾಗಿ ಹೆಚ್ಚು ಕಾಳಜಿ ವಹಿಸುತ್ತಾರೆ, ಅವನಿಗೆ ಹೆಚ್ಚು ಗಮನ ನೀಡುತ್ತಾರೆ. ಆದರೆ ಇನ್ನೊಬ್ಬ ಸಹೋದರನ ಪೋಷಕರು 'ನನ್ನ ಸಹೋದರನನ್ನು ಹೆಚ್ಚು ಪ್ರೀತಿಸುತ್ತಿದ್ದಾರೆ' ಎಂದು ಭಾವಿಸುತ್ತಾನೆ. ತನ್ನ ಸಹೋದರನ ಅನಾರೋಗ್ಯದ ಕಾರಣದಿಂದಾಗಿ ಅವನು ಹೆಚ್ಚು ಗಮನ ಸೆಳೆಯುತ್ತಿರುವುದನ್ನು ಅವನು ಗಮನಿಸುವುದಿಲ್ಲ. ಇಂತಹ ಹಲವು ಘಟನೆಗಳಿಂದಾಗಿ ಪ್ರತಿ ಮಗುವಿನಲ್ಲೂ ವಿವಿಧ ರೀತಿಯ ಆಲೋಚನೆಗಳು ಹುಟ್ಟಿಕೊಳ್ಳುತ್ತವೆ, ಅದು ಅವನ ಸ್ವಭಾವ ಅಥವಾ ಅವನ ಆಲೋಚನಾ ವಿಧಾನದ ಮೇಲೆ ಪರಿಣಾಮ ಬೀರುತ್ತದೆ.

ಯಾವಾಗ ಅವನು ಜ್ಞಾನವನ್ನು ಪಡೆದು ಸತ್ಯವನ್ನು ತಿಳಿದುಕೊಳ್ಳಲಾರಂಭಿಸುತ್ತಾನೋ, ಆಗ ತಾನು ತಪ್ಪಾಗಿ ಯೋಚಿಸುತ್ತಿದ್ದ ಎಂದು ಅವನು ಅರಿತುಕೊಳ್ಳುತ್ತಾನೆ. ಏಕೆಂದರೆ ಸತ್ಸಂಗದಲ್ಲಿ ಅವನ ಆಲೋಚನೆಗಳನ್ನು ಪರಿಶೀಲಿಸಲು ಕಲಿಸಲಾಗುತ್ತದೆ. ಪರಿಶೀಲನೆಯ ನಂತರ 'ನನ್ನದೇ ಮಾನ್ಯತೆಗಳಲ್ಲಿ ನಾನು ಸಿಕ್ಕಿಹಾಕಿಕೊಂಡಿದ್ದೆ. ವಾಸ್ತವವಾಗಿ, ನನ್ನ ಹೆತ್ತವರು ನನ್ನ ಸಹೋದರನನ್ನು ಪ್ರೀತಿಸುವಂತೆಯೇ ನನ್ನನ್ನು ಪ್ರೀತಿಸುತ್ತಾರೆ' ಎಂದು ಅವನಿಗೆ ಅರಿವಾಗುತ್ತದೆ. ಇಂತಹ ಮಾನ್ಯತೆಗಳು ಕಣ್ಮರೆಯಾದಾಗ ಜನರು ಅಂತಹ ಎಲ್ಲ ವಿಷಯಗಳಿಂದ ಮುಕ್ತರಾಗುತ್ತಾರೆ.

2: ದೇಹವು ಸಿದ್ಧವಾಗಲು ಯಾವುದಾದರೂ ನಿಗದಿತ ಸಮಯವಿರುತ್ತದೆಯೇ ಅಥವಾ ಆ ದೇಹವನ್ನು ಗರ್ಭದಲ್ಲಿ ಸಿದ್ಧಪಡಿಸಬೇಕೆ ಅಥವಾ ಬೇಡವೇ ಎಂಬ ಆಯ್ಕೆ ನಮಗೆ ಇದೆಯೇ?

ಉತ್ತರ: ನೀವು ಯಾವಾಗಲೂ ಸರ್ವಶ್ರೇಷ್ಠವಾದುದನ್ನು ಆಯ್ದುಕೊಳ್ಳುವ ಸೌಲಭ್ಯವನ್ನು

ಹೊಂದಿರುತ್ತೀರಿ. ವಿವಿಧ ಋತುಗಳು, ಮನೆಯ ವಿವಿಧ ಸಂದರ್ಭಗಳು ಮತ್ತು ಪತಿ–ಪತ್ನಿಯ ವಿಭಿನ್ನ ಮಾನಸಿಕ ಸ್ಥಿತಿಗಳನ್ನು ಪರಿಗಣಿಸಿ ಉತ್ತಮವಾದದನ್ನು ಆಯ್ಕೆ ಮಾಡಬೇಕು. ನಿಮ್ಮ ಕಡೆಯಿಂದ, ಗರ್ಭದಾನ ಸಂಸ್ಕಾರಕ್ಕೆ ತಯಾರಿ ಮತ್ತು ಸರಿಯಾದ ಪರಿಸರವನ್ನು ಕಾಪಾಡಿಕೊಳ್ಳಿ. ಉದಾಹರಣೆಗೆ, ಪತಿ–ಪತ್ನಿ ಯಾವುದೇ ಪ್ರಮುಖ ವಿಷಯವನ್ನು ಚರ್ಚಿಸಬೇಕಾದರೆ, ಅವರು ಇದಕ್ಕಾಗಿ ಉತ್ತಮ ವಾತಾವರಣವನ್ನು ಆರಿಸಿಕೊಳ್ಳಬೇಕು.

ಸಾಮಾನ್ಯವಾಗಿ ಜನರು ಮದುವೆಯ ದಿನಾಂಕವನ್ನು ನಿರ್ಧರಿಸುವ ಮೊದಲು ಬಾಹ್ಯ ವಿಷಯಗಳ ಬಗ್ಗೆ ಸಂಪೂರ್ಣ ಗಮನ ಹರಿಸುತ್ತಾರೆ ಆದರೆ ಆಂತರಿಕ ವಿಷಯಗಳನ್ನು ನಿರ್ಲಕ್ಷಿಸುತ್ತಾರೆ. ಮದುವೆಯ ದಿನಾಂಕವನ್ನು ನಿರ್ಧರಿಸುವಾಗ, ಮಕ್ಕಳಿಗೆ ಶಾಲೆಗೆ ರಜೆ, ಹಿರಿಯರು ತಮ್ಮ ಕಚೇರಿಗಳಿಂದ ರಜೆ ತೆಗೆದುಕೊಳ್ಳುವ ಹಾಗಿರಬೇಕು ಮತ್ತು ಮದುವೆ ಸಮಾರಂಭದಲ್ಲಿ ಮಳೆಯಂತಹ ಯಾವುದೇ ಅಡಚಣೆಗಳಿಲ್ಲದ ವಾತಾವರಣವು ಆಹ್ಲಾದಕರವಾಗಿರಬೇಕು ಎಂಬ ಸಂಗತಿಗಳನ್ನು ಗಣನೆಗೆ ತೆಗೆದುಕೊಳ್ಳುತ್ತಾರೆ. ಇವೆಲ್ಲ ಬಾಹ್ಯ ವಸ್ತುಗಳು. ಆಂತರಿಕ ವಿಷಯಗಳು ಎಂದರೆ ಮದುವೆಯ ಸಮಯದಲ್ಲಿ ಪುರುಷ ಅಥವಾ ಮಹಿಳೆಯ ಮಾನಸಿಕ ಸ್ಥಿತಿ ಹೇಗಿದೆ ಮತ್ತು ಅವರಿಗೆ ಯಾವುದೇ ಆರ್ಥಿಕ ಅಥವಾ ಭಾವನಾತ್ಮಕ ಸಮಸ್ಯೆಗಳಿವೆಯೇ ಎಂದು ತಿಳಿಯುವುದು ಮುಖ್ಯ. ಆದರೆ ಈ ವಿಷಯಗಳಿಗೆ ಹೆಚ್ಚಿನ ಪ್ರಾಮುಖ್ಯತೆ ನೀಡಲಾಗಿಲ್ಲ.

3: ಜನನದ ಸಮಯದಲ್ಲಿ, ತಾಯಿ ಮತ್ತು ಮಗುವಿನ ನಡುವಿನ ಹೊಕ್ಕುಳಬಳ್ಳಿಯನ್ನು ಕತ್ತರಿಸಲಾಗುತ್ತದೆ. ಆದರೆ ಮಗುವಿನ ಉಪಪ್ರಜ್ಞೆ ಮನಸ್ಸಿನಲ್ಲಿ, ಆ ಬಳ್ಳಿಯು ಜೀವನದುದ್ದಕ್ಕೂ ತಾಯಿಯೊಂದಿಗೆ ಸಂಪರ್ಕ ಹೊಂದಿರುತ್ತದೆ, ಇದರಿಂದಾಗಿ ತಾಯಿ ಮತ್ತು ಮಗುವಿನ ನಡುವೆ ಶಕ್ತಿಯ ವಿನಿಮಯವು ಯಾವಾಗಲೂ ಇರುತ್ತದೆ. ಹೆಚ್ಚಾಗಿ ತಾಯಿಯಿಂದಲೇ ಮಗುವಿಗೆ ಶಕ್ತಿ ಹೋಗುತ್ತದೆ. ಮಗು ತಾಯಿಯಿಂದ ದೂರವಿದ್ದರೂ, ತಾಯಿಗೆ ಯಾವುದೇ ನಕಾರಾತ್ಮಕ ಭಾವನೆ ಬಂದರೆ, ಮಗುವಿಗೆ ಅದರ ಬಗ್ಗೆ ತಿಳಿಯುತ್ತದೆ. ತಾಯಿ ಮತ್ತು ಮಗುವಿನ ನಡುವಿನ ಸಂಬಂಧವು ಉತ್ತಮವಾಗಿಲ್ಲದಿದ್ದರೆ, ಮಗು ಏನೂ ಹೇಳದೆ ಅಸಮಾಧಾನವನ್ನು ಅನುಭವಿಸುತ್ತದೆ. ಹಾಗಾದರೆ ಉಪಪ್ರಜ್ಞೆಯಲ್ಲಿ ಆ ಬಳ್ಳಿಯನ್ನು ಮುರಿಯಬಹುದೇ?

ಉತ್ತರ: ಇದು ಪೋಷಕರಿಂದ ಆನುವಂಶಿಕವಾಗಿ ಪಡೆದ ಪ್ರವೃತ್ತಿಯಿಂದ ಮುಕ್ತಿ ಪಡೆಯುವ ವಿಷಯವಾಗಿದೆ. ವಾಸ್ತವವಾಗಿ, ಮಗುವು ಜ್ಞಾನವನ್ನು ಪಡೆದಾಗ, ಅದರ ಹೆತ್ತವರ ಪ್ರವೃತ್ತಿಯ ಪ್ರಭಾವವು ಅದರ ಮೇಲೆ ಮಸುಕಾಗಲು ಪ್ರಾರಂಭಿಸುತ್ತದೆ. ಇಂದು ವಿಜ್ಞಾನ ಕೂಡ ತಾಯಿ ಮತ್ತು ಮಗುವಿನ ನಡುವಿನ ಈ ಅದೃಶ್ಯ ಬಂಧದ ಮೇಲೆ ಕೆಲಸ ಮಾಡುತ್ತಿದೆ. ವಿಜ್ಞಾನಿಗಳು ಹೊಕ್ಕುಳಬಳ್ಳಿಯನ್ನು ಸಂರಕ್ಷಿಸುತ್ತಾರೆ ಏಕೆಂದರೆ ಇದು ಮುಂದೆ ಚಿಕಿತ್ಸೆಯಲ್ಲಿ ಸಹಾಯ ಮಾಡುತ್ತದೆ. ಇದನ್ನು ಸ್ಟೆಮ್ ಸೆಲ್ ತಂತ್ರಜ್ಞಾನ ಎಂದು ಕರೆಯಲಾಗುತ್ತದೆ, ಇದರಲ್ಲಿ ಕೋಶಗಳನ್ನು ಶೈತ್ಯೀಕರಣದಲ್ಲಿ ಇರಿಸಲಾಗುತ್ತದೆ. ಇದರಿಂದ ಭವಿಷ್ಯದಲ್ಲಿ ಜನಿಸುವ ಮಗುವಿಗೆ ಯಾವುದೇ ಸಮಸ್ಯೆಯಿದ್ದರೆ, ಸ್ಟೆಮ್ ಸೆಲ್ಸ್ ಸಹಾಯದಿಂದ ಚಿಕಿತ್ಸೆ ನೀಡಬಹುದು. ಸ್ಟೆಮ್ ಸೆಲ್‌ಗಳಿಂದ ಅನೇಕ ಮರಣಾಂತಿಕ ಕಾಯಿಲೆಗಳ ಚಿಕಿತ್ಸೆ ಸಾಧ್ಯ ಎಂದು ಹೇಳಲಾಗುತ್ತದೆ.

ತಾಯಿ ಮತ್ತು ಮಗುವಿನ ನಡುವಿನ ಕೊಂಡಿಯಾಗಿರುವುದರಿಂದ ಆ ಬಳ್ಳಿಯನ್ನು ಸಂರಕ್ಷಿಸಲು ವಿಜ್ಞಾನವು ಪ್ರಯೋಗಗಳನ್ನು ನಡೆಸುತ್ತಿದೆ. ಆ ಬಳ್ಳಿಯು ಮಗುವಿನ ಮಧ್ಯಭಾಗಕ್ಕೆ ಸಂಪರ್ಕ ಹೊಂದಿರುವುದರಿಂದ, ಅದರ ಪಾತ್ರವು ಬಹಳ ಮುಖ್ಯವಾಗಿದೆ.

4: ಕೆಲವು ಮಕ್ಕಳು ತುಂಬಾ ಕೋಪ ಮತ್ತು ಹಿಂಸಾತ್ಮಕವಾಗಿರುತ್ತಾರೆ. ಅವರಿಗೆ ಎಷ್ಟೇ ಉತ್ತಮ ವಾತಾವರಣ ನೀಡಿದರೂ ಅವರ ಹಿಂಸಾತ್ಮಕ ಪ್ರವೃತ್ತಿ ಹಾಗೆಯೇ ಇರುತ್ತದೆ. ಅಂತಹ ಮಕ್ಕಳನ್ನು ಹೇಗೆ ನಿರ್ವಹಿಸುವುದು? ಮಗು ಹುಟ್ಟುವ ಮೊದಲೇ ಈ ಕೆಲಸ ಮಾಡಬಹುದೇ?

ಉತ್ತರ: ಹೌದು, ಖಂಡಿತ, ಅದಕ್ಕಾಗಿಯೇ ಈ ವಿಷಯಗಳನ್ನು ನಿಮಗೆ ಹೇಳಲಾಗುತ್ತಿದೆ. ತಾಯಿ ತಾಳ್ಮೆಯನ್ನು ಬೆಳೆಸಿಕೊಂಡರೆ, ಅದು ಖಂಡಿತವಾಗಿಯೂ ಮಗುವಿನ ಮೇಲೆ ಪರಿಣಾಮ ಬೀರುತ್ತದೆ. ಆದಾಗ್ಯೂ, ಪ್ರತಿಯೊಬ್ಬ ತಾಯಿಯು ತಾಳ್ಮೆಯನ್ನು ಬೆಳೆಸಿಕೊಳ್ಳುವ ವಾತಾವರಣವನ್ನು ಪಡೆಯುವುದಿಲ್ಲ ಅಥವಾ ಅವಳಿಗೆ ಅದರ ಜ್ಞಾನವೂ ಇರುವುದಿಲ್ಲ. ವಾಸ್ತವವಾಗಿ, ಪ್ರತಿಯೊಂದು ಮನೆಯ ಸಂದರ್ಭಗಳು ವಿಭಿನ್ನವಾಗಿವೆ. ಮನೆಯಲ್ಲಿ ಅತ್ತೆ-ಸೊಸೆಯ ನಡುವೆ ಭಿನ್ನಾಭಿಪ್ರಾಯಗಳಿದ್ದರೆ, ಅದು ಖಂಡಿತವಾಗಿಯೂ ತಾಯಿಯ ಮೇಲೆ ಪರಿಣಾಮ ಬೀರುತ್ತದೆ ಮತ್ತು ನಂತರ ಮಗುವಿನ ಮೇಲೂ ಪರಿಣಾಮ ಬೀರುತ್ತದೆ. ಆದ್ದರಿಂದ, ಇಡೀ ಕುಟುಂಬವು ಒಟ್ಟಾಗಿ ಭವಿಷ್ಯದ ಮಗು ಹೇಗಿರಬೇಕು ಎಂದು ನಿರ್ಧರಿಸಿದರೆ, ಅದನ್ನು ಸುಲಭವಾಗಿ ಸಾಧಿಸಬಹುದು. ಇದರಿಂದ ಮಗುವಿಗೆ ತುಂಬಾ ಅನುಕೂಲವಾಗುತ್ತದೆ.

5: ಕೆಲವು ನಿರ್ದಿಷ್ಟ ಮಂತ್ರಗಳನ್ನು ಪಠಿಸುವುದರಿಂದ ಭ್ರೂಣದ ಮೇಲೆ ಯಾವ ಪರಿಣಾಮ ಬೀರುತ್ತದೆ? ಈ ಮಂತ್ರಗಳು ನಿಜವಾಗಿ ಏನು ಮಾಡುತ್ತವೆ? ಇವುಗಳಿಂದ ಯಾವ ರೀತಿಯ ತರಂಗಗಳು ಉದ್ಭವಿಸುತ್ತವೆ?

ಉತ್ತರ: ಮಂತ್ರಗಳು, ಸಂಗೀತ, ಕವಿತೆಗಳು, ಭಜನೆಗಳು ಇತ್ಯಾದಿಗಳು ಸಕಾರಾತ್ಮಕ ತರಂಗಗಳು ಮತ್ತು ಅವುಗಳನ್ನು ಓದುವಾಗ, ಹಾಡುವಾಗ ಅಥವಾ ಮಾತನಾಡುವಾಗ, ತಾಯಿಯ ಮಾತುಗಳು, ಹೇಳಿಕೆಗಳು, ಸಂಕೇತಗಳು ಮತ್ತು ಕಲ್ಪನೆಗಳು ಭ್ರೂಣದ ಮೇಲೆ ಬಹಳ ಆಳವಾದ ಪ್ರಭಾವವನ್ನು ಬೀರುತ್ತವೆ ಏಕೆಂದರೆ ಶಬ್ದಗಳು ಅಪಾರ ಶಕ್ತಿಯನ್ನು ಹೊಂದಿರುತ್ತವೆ. ಶಬ್ದಗಳು ವಯಸ್ಕರ ಮೇಲೆಯೇ ಆಳವಾದ ಪ್ರಭಾವವನ್ನು ಬೀರುವಾಗ, ಅದು ಮಗುವಿನ ಮೇಲೆ ಯಾವ ಪರಿಣಾಮವನ್ನು ಬೀರಬಹುದು ಎಂಬುದನ್ನು ನೀವೇ ಅರ್ಥಮಾಡಿಕೊಳ್ಳಬಹುದು. ಅದಕ್ಕಾಗಿಯೇ, ತಾಯಿಯ ಅನುಕೂಲಕ್ಕಾಗಿ, ಧನಾತ್ಮಕ ತರಂಗಗಳನ್ನು ಉಂಟುಮಾಡುವ ಇಂತಹ ಮಂತ್ರಗಳನ್ನು ಆಯ್ಕೆ ಮಾಡಲಾಗಿದೆ. ಹಾಗೆ ನೋಡಿದರೆ, ಎಲ್ಲಾ ಪದಗಳಿಂದಲೂ ತರಂಗಗಳು ಉದ್ಭವಿಸುತ್ತವೆ. ನೀವು ಯಾವುದೇ ಸಾಲನ್ನು ಹೇಳಿದರೂ, ಅದು ಖಂಡಿತವಾಗಿಯೂ ತನ್ನದೇ ಆದ ಅಲೆಯನ್ನು ಹೊಂದಿರುತ್ತದೆ. ಆದರೆ ಸಾಮಾನ್ಯವಾಗಿ ನಾವು ಅದನ್ನು ಪ್ರಬಲವಾಗಿ ಅನುಭವಿಸಲು ಸಾಧ್ಯವಾಗುವುದಿಲ್ಲ.

ಉದಾಹರಣೆಗೆ, ಒಂದು ಸರಳವಾದ ಸಾಲು ಹೀಗಿದೆ, 'ಒಬ್ಬ ವ್ಯಕ್ತಿ ನನಗೆ ಹೇಳಿದರು ನಾನು ನಾಳೆ ನಿನ್ನನ್ನು ಭೇಟಿಯಾಗಲು ಬರುತ್ತೇನೆ, ಆದರೆ ಅವನು ಬರಲಿಲ್ಲ'. ಈ ಸಾಲಿನ ತರಂಗವು ಋಣಾತ್ಮಕವಾಗಿದೆ ಆದರೆ ಭಾವನೆ ತುಂಬಾ ಕಡಿಮೆ ಇದೆ. ಈ ಸಾಲನ್ನು ಹೀಗೆ ಹೇಳಿದರೆ, 'ನಾಳೆ ನಿನ್ನನ್ನು ಭೇಟಿಯಾಗಲು ಬರುತ್ತೇನೆ ಎಂದು ಹೇಳಿದವನು ನನಗೆ ಮೋಸ ಮಾಡಿದ್ದಾನೆ, ನೋಡು ಅವನು ಬರಲೇ ಇಲ್ಲ' ಎಂದು ಹೇಳಿದರೆ, ಮೊದಲನೇ ಸಾಲಿನ ಶಬ್ದಗಳನ್ನು ಸ್ವಲ್ಪ ಬದಲಾವಣೆ ಮಾಡಿದಾಗ ಹೆಚ್ಚಿನ ನಕಾರಾತ್ಮಕ ಅಲೆಯು ಹುಟ್ಟಿಕೊಂಡಿತು ಎಂಬುದನ್ನು ನೀವು ಅರ್ಥಮಾಡಿಕೊಳ್ಳಬಹುದು.

ಸಾಮಾನ್ಯವಾಗಿ ಜನರು ಅರಿವಿಲ್ಲದೆ ಇಂತಹ ಪದಗಳನ್ನು ಹೇಳುತ್ತಿರುತ್ತಾರೆ ಮತ್ತು ಸಾಮಾನ್ಯ ತಥ್ಯಗಳಿಗೆ ನಕಾರಾತ್ಮಕತೆಯನ್ನು ಜೋಡಿಸುತ್ತಾರೆ. ಆ ವ್ಯಕ್ತಿ ಬರಲಿಲ್ಲ, ಇದು

ತಥ್ಯ, ಆದರೆ ಅವನು ಬರದೇ ಮೋಸ ಮಾಡಿದನೆಂದು ಹೇಳುವುದು ಮಾನವನ ಅಜ್ಞಾನ, ಹಾಗೂ ಕಲ್ಪನೆ, ಇದು ನಕಾರಾತ್ಮಕ ಭಾವನೆಗಳಿಂದ ಹುಟ್ಟಿಕೊಂಡಿದೆ. ಅದಕ್ಕೆ 'ಮೋಸ' ಎಂಬ ಪದವನ್ನು ನೀಡಿ ಮನುಷ್ಯ ಸ್ವಯಃ ತಾನೇ ಆ ತರಂಗದಲ್ಲಿ ಸಿಲುಕಿಕೊಳ್ಳುತ್ತಾನೆ. ಈ ಸಾಲನ್ನು ಈ ರೀತಿ ಹೇಳಿದರೆ, 'ನಾಳೆ ನಿಮ್ಮನ್ನು ಭೇಟಿಯಾಗಲು ಬರುತ್ತೇನೆ ಎಂದು ಹೇಳಿದನು ಆದರೆ ಅವನು ಬರಲಿಲ್ಲ. ಈ ಮೂಲಕ ಅವನು ನನ್ನ ಬೆನ್ನಿಗೆ ಚೂರಿಯಿಂದ ಇರಿದಿದ್ದಾನೆ'. ಗಮನಿಸಿ, ಈಗ ಈ ಸಾಲಿನ ನಕಾರಾತ್ಮಕ ತರಂಗವು ಮತ್ತಷ್ಟು ಹೆಚ್ಚಾಗಿದೆ. ಅಂದರೆ ಒಂದು ಸರಳವಾದ ಶಬ್ದವೂ ತನ್ನದೇ ಆದ ತರಂಗವನ್ನು ಹೊಂದಿರುತ್ತದೆ ಮತ್ತು ಆ ಶಬ್ದವನ್ನು ಹೇಳಿಕೆ ಅಥವಾ ಸಾಲಿನಲ್ಲಿ ಬಳಸಿದಾಗ, ಆ ಸಾಲಿನ ಅಲೆಯೂ ಸಹ ಅದರನುಸಾರವಾಗಿ ಬದಲಾಗುತ್ತದೆ.

ಸ್ವಲ್ಪ ಅನುಭವದ ನಂತರ ಶಬ್ದಗಳ ಈ ತರಂಗಗಳನ್ನು ನಿಮಗೆ ಹೆಚ್ಚು ತೀವ್ರವಾಗಿ ಅನುಭವಿಸಲು ಸಾಧ್ಯವಾಗುತ್ತದೆ. ಈ ರೀತಿಯ ತಪ್ಪು ಆಲೋಚನೆಗಳು(ಮಾನ್ಯಕಥೆಗಳು-ತಪ್ಪು ಕಲ್ಪನೆಗಳಿಂದ ಮೂಡಿದ ವಿಚಾರಗಳು) ಬದಲಾದಾಗ, ನಕಾರಾತ್ಮಕ ಭಾವನೆಗಳ ಪ್ರಭಾವವೂ ದೂರವಾಗುತ್ತದೆ. ಅದಕ್ಕಾಗಿಯೇ ಪ್ರತಿಯೊಬ್ಬರೂ ಸರಿಯಾದ ಶಬ್ದಗಳನ್ನು ಆಯ್ಕೆಮಾಡುವುದು ಅವಶ್ಯಕ, ಮತ್ತದು ಸಾಮಾನ್ಯ ಸಂಭಾಷಣೆಯಾಗಿರಲಿ ಅಥವಾ ಮಂತ್ರವಾಗಿರಲಿ. ನಾವು ನಮ್ಮ ದೈನಂದಿನ ಜೀವನದಲ್ಲಿ ಪ್ರಜ್ಞಾಪೂರ್ವಕವಾಗಿ ಸರಿಯಾದ ಶಬ್ದಗಳನ್ನು ಆರಿಸಿದರೆ, ನಮ್ಮ ಪ್ರತಿಯೊಂದು ಶಬ್ದವೂ ಮಂತ್ರವಾಗಬಹುದು.

6: ಗರ್ಭಾವಸ್ಥೆಯಲ್ಲಿ, ಮಹಿಳೆಯರು ಮಂತ್ರಗಳನ್ನು ಕೇಳುತ್ತಾರೆ ಅಥವಾ ಏನನ್ನಾದರೂ ಕೇಳುತ್ತಾ ನಿದ್ರಿಸುತ್ತಾರೆ. ಹೀಗೆ ಮಾಡುವುದರಿಂದ ಏನಾಗುತ್ತದೆ?

ಉತ್ತರ: ಮಂತ್ರಗಳನ್ನು ಕೇಳುವ ಮೂಲಕ, ಮಗುವಿಗೆ ಸಕಾರಾತ್ಮಕ ತರಂಗಗಳು ಸಿಗುತ್ತವೆ, ಇದರಿಂದಾಗಿ ಮಗುವಿಗೆ ಹೆಚ್ಚು ನಿರಾಳತೆ ಮತ್ತು ಹೆಚ್ಚು ಶಾಂತತೆ ಉಂಟಾಗುತ್ತದೆ. ಅದು ಆರೋಗ್ಯಕರವಾಗಿ ಜನಿಸುತ್ತದೆ, ಅದರ ಮೇಲೆ ನಕಾರಾತ್ಮಕ ಅಂಶಗಳ ಪ್ರಭಾವವು ತುಂಬಾ ಕಡಿಮೆ ಇರುತ್ತದೆ. ಹಾಗಾಗಿ ಮಗುವು ಗರ್ಭದಲ್ಲಿದ್ದಾಗ ಅದಕ್ಕೆ ನಿರಾಳತೆಯ ವಾತಾವರಣ ಕೊಡುವುದು ಅವಶ್ಯಕವಾಗಿರುತ್ತದೆ ಏಕೆಂದರೆ ಅಲ್ಲಿ ಅದಕ್ಕೆ ಯಾವುದೇ ಬಾಹ್ಯ ಬೆಂಬಲ ಇರುವುದಿಲ್ಲ. ಆದಾಗ್ಯೂ, ರೇಖಿ ಮತ್ತು ಬಾಹ್ಯ ಸ್ಪರ್ಶವನ್ನು ಸಹ ನೀಡಲಾಗುತ್ತದೆ, ಇದು ಅದಕ್ಕೆ ಸ್ವಲ್ಪ ಬೆಂಬಲವನ್ನು ನೀಡುತ್ತದೆ. ಗರ್ಭದಿಂದ ಹೊರಬಂದ ನಂತರವೇ ಅದಕ್ಕೆ ಹೆಚ್ಚಿನ ಬೆಂಬಲ ಸಿಗುತ್ತದೆ ಏಕೆಂದರೆ ಹೊರಗೆ ಅದು ಎಲ್ಲರಿಂದ ನೇರ ಸ್ಪರ್ಶ ಪಡೆಯುತ್ತದೆ. ಜನರು ಅದನ್ನು ತಮ್ಮ ಮಡಿಲಲ್ಲಿ ಹಿಡಿದು ತಿನ್ನಿಸಿದಾಗ, ಅದು ಅವರಿಗೆ ಹತ್ತಿರವಾಗುತ್ತದೆ. ಆದರೆ ಗರ್ಭದಲ್ಲಿ ಅದಕ್ಕೆ ಸೀಮಿತ ಬೆಂಬಲವನ್ನು ಮಾತ್ರ ನೀಡಬಹುದು. ಅಂತಹ ಪರಿಸ್ಥಿತಿಯಲ್ಲಿ, ಧನಾತ್ಮಕ ತರಂಗಗಳು ಸಹಾಯಕ್ಕೆ ಬರುತ್ತವೆ. ಗರ್ಭದಲ್ಲಿರುವಾಗ ಮಗುವು ಯಾವುದೇ ನಕಾರಾತ್ಮಕ ಶಬ್ದ ಅಥವಾ ಭಾವನೆಯಿಂದ ಇದ್ದಕ್ಕಿದ್ದಂತೆ ಆಘಾತಕ್ಕೊಳಗಾದರೆ, ಅದು ಕುಗ್ಗುತ್ತದೆ. ಆದರೆ ಧನಾತ್ಮಕ ತರಂಗಗಳು ಅದನ್ನು ತೆರೆಯುತ್ತವೆ ಮತ್ತು ಅದನ್ನು ವಿಕಸಿತಗೊಳಿಸುತ್ತವೆ.

ನೀವು ಗಮನಿಸಿರಬಹುದು ದೇವರ ಆರತಿ ಎಲ್ಲೋ ನಡೆಯುತ್ತಿದ್ದರೆ ಅದರ ಅರ್ಥ ತಿಳಿಯದಿದ್ದರೂ ನಿಮಗೆ ಇಷ್ಟವಾಗುತ್ತದೆ. ಏಕೆಂದರೆ ಅದರಲ್ಲಿ ಒಂದು ಲಯ ಮತ್ತು ತರಂಗವಿರುತ್ತದೆ. ಅನೇಕ ಬಾರಿ ಮಂತ್ರಗಳನ್ನು ಸಹ ಇದೇ ರೀತಿಯಲ್ಲಿ ಬಳಸಲಾಗುತ್ತದೆ. ಜನರು ಅವುಗಳನ್ನು ಅರ್ಥಮಾಡಿಕೊಳ್ಳದಿದ್ದರೂ ಸಹ, ಮಂತ್ರಗಳು ಜನರ ಉಪಪ್ರಜ್ಞೆಯ ಮೇಲೆ ಪ್ರಭಾವ ಬೀರುತ್ತವೆ. ಒಬ್ಬ ವ್ಯಕ್ತಿಯು ಯಾವುದೇ ಶಬ್ದ ಅಥವಾ ವಿಷಯವನ್ನು ಅರ್ಥಮಾಡಿಕೊಳ್ಳದಿದ್ದರೆ, ಹೊರ ಮನಸ್ಸು ಅದರ ಬಗ್ಗೆ ಜಾಗೃತವಾಗಿರುವುದಿಲ್ಲ ಆದರೆ

ಉಪಪ್ರಜ್ಞೆ ಮನಸ್ಸು ಅದನ್ನು ಸ್ವೀಕರಿಸುತ್ತದೆ. ಅದಕ್ಕಾಗಿಯೇ ಮಂತ್ರಗಳನ್ನು ಕೇಳಲಾಗುತ್ತದೆ, ಅದು ಕೂಡ ವ್ಯಕ್ತಿಗೆ ಸಹಾಯ ಮಾಡುತ್ತದೆ.

7: ನಾವು ಧ್ಯಾನ ಮಾಡುವಾಗ ಅದು ನಮ್ಮ ಮಕ್ಕಳ ಮೇಲೂ ಪರಿಣಾಮ ಬೀರುತ್ತದೆಯೇ?

ಉತ್ತರ: ಹೌದು, ಖಂಡಿತ. ಧ್ಯಾನ ಮಾಡುವುದರಿಂದ, ತಾಯಿ ಹೆಚ್ಚು ಆರಾಮದಾಯಕವಾಗುತ್ತಾಳೆ ಮತ್ತು ಅವಳ ದೇಹವು ವಿಶ್ರಾಂತಿ ಪಡೆಯುತ್ತದೆ. ಇದರಿಂದ ಮಗುವೂ ಪ್ರಯೋಜನ ಪಡೆಯುತ್ತದೆ. ಧ್ಯಾನ ಮಾಡುವುದರಿಂದ ತಾಯಿ 'ನಾನು ದೇಹವಲ್ಲ' ಎಂದು ಅರಿತುಕೊಳ್ಳುತ್ತಾಳೆ. ಇದು ಅವಳ ಶಕ್ತಿಯನ್ನು ಹೆಚ್ಚಿಸುತ್ತದೆ. ಈ ದೃಢತೆ ಮಗುವಿಗೂ ವರ್ಗಾವಣೆಯಾಗುತ್ತದೆ, ಅದು ಯಾವುದೇ ಕ್ಷಣದಲ್ಲಿ ಜಾಗೃತವಾಗಬಹುದು. ಬಾಲ್ಯದಿಂದ ಮಗುವಿನೊಳಗೆ ಸಂಗ್ರಹವಾಗುತ್ತಿರುವ ವಿಷಯಗಳು, ಅದು ಬೆಳೆದ ನಂತರ ಹೊರಬರಲು ಪ್ರಾರಂಭಿಸುತ್ತವೆ ಮತ್ತು ತೆರೆದುಕೊಳ್ಳುತ್ತವೆ. ಇದು ನಂತರ ಅದು ಸಾತ್ವಿಕ ಮಗುವಾಗಲು ಸಹಾಯವಾಗುತ್ತದೆ.

8: ನಾನು ಡಾ. ಎಮೋಟೋ ಅವರ ವರದಿಯನ್ನು ಅಂತರ್ಜಾಲದಲ್ಲಿ ಓದಿದೆ. ಅವರು ನೀರಿನ ಮೇಲೆ ಪ್ರಯೋಗವನ್ನು ನಡೆಸಿದರು ಮತ್ತು ವಿಭಿನ್ನ ಭಾವನೆಗಳು ನೀರಿನ ಸ್ಫಟಿಕೀಕರಣವನ್ನು (ಕ್ರಿಸ್ಟಲೈಜೇಶನ್) ಹೇಗೆ ಬದಲಾಯಿಸುತ್ತವೆ ಎಂಬುದನ್ನು ವಿವರಿಸಿದರು. ಭ್ರೂಣವೂ ನೀರಿನೊಳಗೇ ಇರುತ್ತದೆ, ಹಾಗಾದರೆ ಮಗುವಿಗೆ ಭಾವನೆಗಳನ್ನು ತಲುಪಿಸಲು ಸಹ ಆ ನೀರೇ ಮಾಧ್ಯಮವಾಗುತ್ತದೆಯೇ?

ಉತ್ತರ: ಆ ನೀರು ಮಾಧ್ಯಮವಲ್ಲ ಆದರೆ ಅದು ಖಂಡಿತವಾಗಿಯೂ ಭ್ರೂಣದ ಮೇಲೆ ಪರಿಣಾಮ ಬೀರುತ್ತದೆ. ವಾಸ್ತವವಾಗಿ, ಅನೇಕ ವಿಷಯಗಳು ಏಕಕಾಲದಲ್ಲಿ ಅದರ ಮೇಲೆ ಪರಿಣಾಮ ಬೀರುತ್ತವೆ ಮತ್ತು ನೀರು ಅವುಗಳಲ್ಲಿ ಒಂದು. ಹೇಗೆಂದರೆ ನೀವು ಪ್ರತಿದಿನ ನೀರು ಕುಡಿಯುತ್ತೀರಿ, ಅದು ನಿಮ್ಮ ಆರೋಗ್ಯಕ್ಕೆ ಅವಶ್ಯಕ. ಆದರೆ ನೀರನ್ನು ಮಾತ್ರ ಕುಡಿದು ಆರೋಗ್ಯವಾಗಿರಲು ಸಾಧ್ಯವಿಲ್ಲ. ಅದು ಕೇವಲ ನಿಮ್ಮ ಎಲ್ಲಾ ಪೋಷಕಾಂಶಗಳ ಒಂದು ಭಾಗವಾಗಿದೆ. ನೀವು ನೀರಿನ ಮಡಕೆಯ ಮೇಲೆ ಯಾವುದೇ ಧನಾತ್ಮಕ ಸಾಲುಗಳನ್ನು ಬರೆದರೆ ಆ ನೀರು ಹೆಚ್ಚು ಸಕಾರಾತ್ಮಕ ಪರಿಣಾಮವನ್ನು ಬೀರುತ್ತದೆ. ನೀವು ಕೇವಲ, 'ಈ ನೀರು ತಂಪು, ಶುದ್ಧ ಮತ್ತು ಆರೋಗ್ಯಕರ' ಎಂದು ಬರೆದರೂ ಸಾಕು, ಆ ನೀರಿನ ಸಕಾರಾತ್ಮಕ ಪರಿಣಾಮವು ಹೆಚ್ಚಾಗುತ್ತದೆ, ಅದು ದೇಹಕ್ಕೆ ಹೆಚ್ಚು ಶುದ್ಧವಾಗಿರುತ್ತದೆ ಎಂದು ನೀವು ನೋಡುತ್ತೀರಿ. ಮಗು ಗರ್ಭದೊಳಗೆ ನೀರಿನಲ್ಲಿರುತ್ತದೆ, ಆಗ ತಾಯಿ ಹೊಟ್ಟೆಯ ಮೇಲೆ ಕೈಯಿಟ್ಟು ಪ್ರೀತಿಯನ್ನು ನೀಡಿದರೆ, ಆ ನೀರಲ್ಲೂ ಸಕಾರಾತ್ಮಕ ಬದಲಾವಣೆ ಕಂಡುಬರುತ್ತದೆ.

9: ನಾನು ಎಲ್ಲೋ ಓದಿದ್ದೆ, ಮಕ್ಕಳಿಗೆ ಅವರದೇ ಆದ ಮೌಲ್ಯಗಳಿರುತ್ತವೆ, ಅವು 28ನೇ ವಯಸ್ಸಿನವರಗೂ ಅವರ ಜೀವನದಲ್ಲಿ ಸಂಪೂರ್ಣವಾಗಿ ಪ್ರಕಟವಾಗುವುದಿಲ್ಲ. ಆದರೆ ನಡುವೆ ಆ ಸಂಸ್ಕಾರಗಳನ್ನು ಕ್ರಿಯಾಶೀಲಗೊಳಿಸುವಂತಹ ಯಾವುದೇ ಸಂದರ್ಭಗಳು ಬಂದರೆ ಅವು ಪ್ರಕಟವಾಗುತ್ತವೆ ಮತ್ತು ಪ್ರಬುದ್ಧತೆಯ ಕೊರತೆಯಿಂದ ಮಕ್ಕಳಿಗೆ ಅವುಗಳನ್ನು ನಿಭಾಯಿಸಲು ಸಾಧ್ಯವಾಗುವುದಿಲ್ಲ. ಆ ಸಂಸ್ಕಾರವು ಮಗುವಿನ ನಿಯಂತ್ರಣದಲ್ಲಿಲ್ಲದ ಕಾರಣ, ಅಂತಹ ಪರಿಸ್ಥಿತಿಯಲ್ಲಿ ಅದು ಬಲಗೊಳ್ಳುತ್ತದೆ, ಅದು ನಂತರದ ಜೀವನದಲ್ಲಿ ಮತ್ತೆ ಪ್ರಕಟವಾಗುತ್ತದೆ, ಎಂದು. ಅದು ನಿಜವೆ?

ಉತ್ತರ: ಅಂತಹ ಯಾವುದೇ ಅವಧಿಯನ್ನು ನಿಗದಿಪಡಿಸಲಾಗುವುದಿಲ್ಲ ಮತ್ತು ಇಂತಿಂಥ ಅವಧಿಯಲ್ಲಿ ಅಥವಾ ಇಂತಿಂಥ ವಯಸ್ಸಿನವರೆಗೆ ಏನಾದರೂ ಸಂಭವಿಸುತ್ತದೆ ಅಥವಾ

ಸಂಭವಿಸುವುದಿಲ್ಲ' ಎಂದು ಖಚಿತವಾಗಿ ಹೇಳಲಾಗುವುದಿಲ್ಲ. ಹೌದು, ಒಬ್ಬ ವ್ಯಕ್ತಿಯ ಆರೋಗ್ಯ, ಅವನ ರೋಗಗಳು, ಅವನ ಗುಣಗಳು, ನ್ಯೂನತೆಗಳು, ಮಾದರಿಗಳು ಇತ್ಯಾದಿ ಎಲ್ಲವೂ ಅವನೊಳಗೆ ನೆಲೆಸಿದೆ ಎಂಬುದು ನಿಜ. ಮಗುವು ಹೆಚ್ಚು ಒಳ್ಳೆಯ ಗುಣಗಳನ್ನು ಹೊಂದಿದ್ದರೆ ಅವರು ಹೆಚ್ಚು ಪ್ರಕಟಗೊಳ್ಳುತ್ತಾರೆ. ಆದ್ದರಿಂದಲೇ ಗರ್ಭ ಸಂಸ್ಕಾರಕ್ಕೆ ಇಷ್ಟೊಂದು ಪ್ರಾಮುಖ್ಯತೆ ನೀಡಲಾಗಿದೆ, ಇದರಿಂದ ಮಕ್ಕಳ ಗುಣಗಳು ಪ್ರಕಟಗೊಳ್ಳಲು ಅವಕಾಶ ಸಿಗುತ್ತದೆ.

ಕೆಲವು ಜನರಲ್ಲಿ ಭಯವು ಹೆಚ್ಚು ಪ್ರಕಟಗೊಳ್ಳಲು ಅವಕಾಶವನ್ನು ಪಡೆಯುತ್ತದೆ. ಭಯವು ಪ್ರಕಟವಾಗುವ ಸಂದರ್ಭಗಳನ್ನು ಅವರು ಆಗಾಗ್ಗೆ ಎದುರಿಸುತ್ತಾರೆ. ಇದರರ್ಥ ಅವರೊಳಗೆ ಇದೇ ರೀತಿಯ ಗರ್ಭ ಸಂಸ್ಕಾರಗಳಿವೆ. ಅದೇ ರೀತಿ ಕೆಲವರಿಗೆ ಸಣ್ಣ ಪುಟ್ಟ ವಿಷಯಗಳಿಗೆ ಸಿಟ್ಟು ಬರುತ್ತದೆ, ಕೆಲವರಿಗೆ ಬೇಗ ಕೋಪ ಬರುತ್ತದೆ. ಇದೆಲ್ಲವೂ ಅವರ ಸಂಸ್ಕಾರಗಳ ದ್ಯೋತಕವಾಗಿದೆ, ಅಂದರೆ ಅವರ ಸಂಸ್ಕಾರಗಳು ದೇಹದ ಮೂಲಕ ಹೊರಬರುವ ಅವಕಾಶವನ್ನು ಪಡೆಯುತ್ತಿವೆ.

ಉದಾಹರಣೆಗೆ, ಒಂದು ಕೋಣೆ ನೀರಿನಿಂದ ತುಂಬಿದೆ ಮತ್ತು ಕೋಣೆಯ ಸುತ್ತಲೂ ಬಾಗಿಲುಗಳಿವೆ ಎಂದು ಭಾವಿಸೋಣ. ಈಗ ನೀವು ಯಾವ ಬಾಗಿಲು ತೆರೆಯುತ್ತೀರಿ ಎಂಬುದು ನಿಮಗೆ ಬಿಟ್ಟದ್ದು. ಅಂದರೆ, ಎಲ್ಲವೂ ಲಭ್ಯವಿರುತ್ತದೆ, ಆದರೆ ಯಾವುದಕ್ಕೆ ಅವಕಾಶ ಸಿಗುತ್ತದೆ ಎಂಬ ವಿಷಯವಾಗಿದೆ. ಉದಾಹರಣೆಗೆ, ರೋಗಗಳು ಅನುಕೂಲಕರ ವಾತಾವರಣವನ್ನು ಕಂಡುಕೊಂಡಾಗ, ಅವು ಹೊರಬಂದು ಮನುಷ್ಯರನ್ನು ನಿಯಂತ್ರಿಸುತ್ತವೆ. ಆದರೆ ಅನುಕೂಲಕರ ವಾತಾವರಣ ಸಿಗದಿದ್ದರೆ ಅವು ಸುಪ್ತ ಸ್ಥಿತಿಯಲ್ಲಿಯೇ ಇರುತ್ತವೆ. ಜನರು ಸಾಮಾನ್ಯವಾಗಿ ಮಗುವಿನ ಸ್ವಭಾವಕ್ಕೆ ಅವನ ಪಾಲನೆಯನ್ನು ಜವಾಬ್ದಾರರನ್ನಾಗಿ ಮಾಡುತ್ತಾರೆ ಏಕೆಂದರೆ ಗರ್ಭ ಸಂಸ್ಕಾರದ ನಂತರ, ಮಗುವಿನ ವ್ಯಕ್ತಿತ್ವವನ್ನು ಅಭಿವೃದ್ಧಿಪಡಿಸುವಲ್ಲಿ ಪಾಲನೆಯು ಪ್ರಮುಖ ಪಾತ್ರವನ್ನು ವಹಿಸುತ್ತದೆ. ಪಾಲನೆಯಲ್ಲಿ ಹೊರಬರಲು ಅವಕಾಶ ಸಿಗುವ ವಿಷಯಗಳು ಋಣಾತ್ಮಕವಾಗಿರಲಿ ಅಥವಾ ಧನಾತ್ಮಕವಾಗಿರಲಿ, ಭವಿಷ್ಯದ ಜೀವನವನ್ನು ಅದರಿಂದಲೇ ನಿರ್ಧರಿಸಲಾಗುತ್ತದೆ.

10: ನಾಯಕಿ ಗರ್ಭಿಣಿಯಾದಾಗ ತನ್ನ ಮಗುವಿನೊಂದಿಗೆ ಮಾತನಾಡುವುದನ್ನು ಚಲನಚಿತ್ರಗಳಲ್ಲಿ ತೋರಿಸಲಾಗುತ್ತದೆ. ಕೆಲವರು ತಮ್ಮ ಹುಟ್ಟಲಿರುವ ಮಗುವಿಗೆ ನಕಾರಾತ್ಮಕವಾಗಿ ಮಾತನಾಡುತ್ತಾರೆ. ನಿಜ ಜೀವನದಲ್ಲಿ ಹೀಗೆ ಮಾಡುವುದು ಸರಿಯೇ? ತನ್ನ ಸಮಸ್ಯೆಗಳನ್ನು ತನ್ನ ಭ್ರೂಣಕ್ಕೆ ಹೇಳಬೇಕೇ?

ಉತ್ತರ: ಇಲ್ಲ! ಇದು ಮಗುವಿನ ಮೇಲೆ ನಕಾರಾತ್ಮಕ ಪರಿಣಾಮ ಬೀರುತ್ತದೆ. ತಾಯಿಯು ಅಗತ್ಯವಿದ್ದರೆ ಮಾತ್ರ ಮಗುವಿನೊಂದಿಗೆ ಏನನ್ನಾದರೂ ಹಂಚಿಕೊಳ್ಳಬೇಕಾದರೆ ಅದನ್ನು ಬೇರೆ ರೀತಿಯಲ್ಲಿ ಮಾಡಬೇಕು. 'ನಿಮ್ಮ ಅಜ್ಜಿ ಇವತ್ತು ನನಗೆ ಹೀಗೊಂದು ಮಾತು ಹೇಳಿದ್ದು, ನನಗೆ ಬೇಜಾರಾಗಿದೆ. ಬೇಜಾರಾಗಲು ಯಾವುದೇ ಕಾರಣವಿಲ್ಲ, ಅವರು ನನ್ನ ಕ್ಷೇಮಕ್ಕಾಗಿ ಹೇಳಿದರು. ಆದರೂ ಅದು ನನಗೆ ಇಷ್ಟವಾಗಲಿಲ್ಲ'. ಇದರ ನಂತರ, ಮಗುವಿಗೆ ಆ ಘಟನೆಯ ಸಂಪೂರ್ಣ ಚಿತ್ರವನ್ನು ತೋರಿಸಿ, ಅಂದರೆ ಸಂಪೂರ್ಣ ವಿವರಗಳನ್ನು, ತಥ್ಯಗಳನ್ನು ನೀಡಿ ಮತ್ತು ಎಲ್ಲಾ ಸಂಗತಿಗಳನ್ನು ತಿಳಿಸಿ, ಅದನ್ನು ಬಿಟ್ಟು ಬರೀ ನಿಮ್ಮ ದುಃಖದ ಕಥೆಯನ್ನು ಹೇಳಬೇಡಿ. ಈ ವಿಧಾನವನ್ನು ಅಳವಡಿಸಿಕೊಳ್ಳುವುದರಿಂದ ಮಗುವಿನ ಮೇಲೆ ಯಾವುದೇ ಋಣಾತ್ಮಕ ಪರಿಣಾಮ ಆಗುವುದಿಲ್ಲ. ವಾಸ್ತವವಾಗಿ, ಭ್ರೂಣದೊಂದಿಗೆ ಮಾತನಾಡುವುದು ಒಳ್ಳೆಯದು ಏಕೆಂದರೆ ಈ ಮೂಲಕ ತಾಯಿ ತನ್ನ ಭಾವನೆಗಳನ್ನು ಅವನಿಗೆ ತಿಳಿಸಬಹುದು. ತಾಯಿಯ ಭಾವನೆಗಳು ಸಕಾರಾತ್ಮಕವಾಗಿರಬೇಕು, ಇದು ಮಗುವಿನ ಮೇಲೂ ಸಕಾರಾತ್ಮಕ ಪರಿಣಾಮವನ್ನು ಬೀರುತ್ತದೆ ಎಂಬುದನ್ನು ನೆನಪಿನಲ್ಲಿಡಿ.

11: ಗರ್ಭದ ಸಂಸ್ಕಾರದ ಸಮಯದಲ್ಲಿ ಮಗುವಿಗೆ ನೀಡಿದ ಭಾವನೆಗಳು ಭವಿಷ್ಯದಲ್ಲಿ ಅವೇ ಅದರ ಆಧಾರವಾಗುತ್ತವೆ. ಹೀಗಿರುವಾಗ, ಮಗುವಿಗೆ ನಕಾರಾತ್ಮಕ ಭಾವನೆಗಳು ಸಿಕ್ಕಿದ್ದರೆ, ಭವಿಷ್ಯದಲ್ಲಿ ಅವರು ಸುಧಾರಿಸಬಹುದೇ?

ಉತ್ತರ: ಹೌದು, ಖಂಡಿತವಾಗಿ, ಸುಧಾರಣೆಗೆ ಹಲವು ಅವಕಾಶಗಳಿವೆ. ಮಗುವನ್ನು ಬೆಳೆಸುವಾಗ ಸುಧಾರಣೆಗೆ ಅವಕಾಶವಿರುತ್ತದೆ. ನಿಮಗೆ ತಿಳಿದಿರುವಂತೆ, ಹಸಿ ಮಡಕೆಯಲ್ಲಿ ಯಾವುದೇ ಬದಲಾವಣೆಯನ್ನು ಮಾಡಬಹುದು ಆದರೆ ಅದು ಗಟ್ಟಿಯಾದಾಗ ಬದಲಾವಣೆಗಳನ್ನು ಮಾಡಲು ಹೆಚ್ಚಿನ ಪ್ರಯತ್ನಗಳು ಬೇಕಾಗುತ್ತವೆ.

12: ಮಕ್ಕಳು ದೇವರ ಅಭಿವ್ಯಕ್ತಿಯಾಗಿ ಬಂದಿದ್ದಾರೆ ಎಂಬ ತಿಳುವಳಿಕೆಯನ್ನು ಹೆಚ್ಚು ಆಳವಾಗಿ ಅಳವಡಿಸಿಕೊಳ್ಳುವುದು ಹೇಗೆ? ಇದರಿಂದ ನಾವು ನಮ್ಮ ಮಕ್ಕಳ ಮೋಹದಲ್ಲಿ ಸಿಲುಕಿಕೊಳ್ಳದೇ ಅವರೊಂದಿಗೆ ಉತ್ತಮ ಬಾಂಧವ್ಯವನ್ನು ಕಾಪಾಡಿಕೊಳ್ಳಬಹುದು.

ಉತ್ತರ: ಸಾತ್ವಿಕ ಮಗು ಅಥವಾ ದೈವಿಕ ಮಗು ಎಂಬ ಪರಿಕಲ್ಪನೆಯು ಈ ವಿಷಯಕ್ಕೂ ಅನ್ವಯಿಸುತ್ತದೆ. ದೇವರು ಅದರಲ್ಲಿ ಜಾಗೃತಗೊಳ್ಳುವ ರೀತಿಯಲ್ಲಿ ಮಗುವನ್ನು ಸಿದ್ಧಪಡಿಸಬೇಕು. ಇದಕ್ಕಾಗಿ ತನ್ನನ್ನು ತಾನು ಸಿದ್ಧಪಡಿಸಿಕೊಳ್ಳಬೇಕು. ತಾಯಿ ಅವ್ಯಕ್ತಿಗತವಾಗಿ ಯೋಚಿಸಿದಾಗ ಮಾತ್ರ ಮಗುವಿಗೆ ಅಂತಹ ಮೌಲ್ಯಗಳನ್ನು ನೀಡಬಲ್ಲಳು. 'ನನ್ನ ಮಗ ಸೊಸೆಯನ್ನು ಕರೆತಂದು ಅವಳು ನನಗೆ ಮನೆಗೆಲಸದಲ್ಲಿ ಸಹಾಯ ಮಾಡಿದರೆ ಮಾತ್ರ ನನಗೆ ಲಾಭ' ಎಂಬುದು ಅವಳ ಉದ್ದೇಶವಾಗಿದ್ದರೆ, ಮಗುವಿಗೆ ಅಂತಹ ಮೌಲ್ಯಗಳನ್ನು ಅವಳು ನೀಡಲಾರಳು. ತಾಯಿಯೇ ಮಗುವನ್ನು ದೇವರ ಅಭಿವ್ಯಕ್ತಿಗೆ ಸಿದ್ಧಪಡಿಸಿದಾಗ ಮಾತ್ರ ಇದು ಸಾಧ್ಯ.

13: ಅನೇಕ ಜನರ ಜೀವನದಲ್ಲಿ ಸಕಾರಾತ್ಮಕ ಬದಲಾವಣೆಯನ್ನು ತರುವ ಮಗುವನ್ನು ಬೆಳೆಸಲು ನಾನು ಬಯಸಿದರೆ, ಅದು ಸಾಧ್ಯವೇ?

ಉತ್ತರ: ಹೌದು, ಸಂಪೂರ್ಣವಾಗಿ ಸಾಧ್ಯ. ಹೆಚ್ಚು ಜನರಲ್ಲಿ ಈ ತಿಳುವಳಿಕೆಯನ್ನು ವಿಕಸಿತಗೊಳಿಸುತ್ತೀರೋ ಅಷ್ಟು ಜನರು ಈ ನಿಮ್ಮ ಪ್ರಯತ್ನದಲ್ಲಿ ನಿಮಗೆ ಸಹಾಯ ಮಾಡುತ್ತಾರೆ. ಇದಕ್ಕಾಗಿ ನೀವು 'ನಾವು ಅವ್ಯಕ್ತಿಗತ ಕೆಲಸವನ್ನು ಮಾಡಲಿದ್ದೇವೆ' ಎಂದು ಮನೆಯವರಿಗೆ ಹೇಳಬೇಕಾಗುತ್ತದೆ. ನಾವು ಜಗತ್ತಿಗೆ ಸೇವೆ ಸಲ್ಲಿಸಲಿದ್ದೇವೆ ಮತ್ತು ಜಗತ್ತಿಗೆ ಅಂತಹ ಕುಟುಂಬವನ್ನು ರಚಿಸಲಿದ್ದೇವೆ, ಅದರ ಮೂಲಕ ಜನರ ಜೀವನದಲ್ಲಿ ಸಕಾರಾತ್ಮಕ ಬದಲಾವಣೆಳಾಗುತ್ತವೆ. ನಂತರ ಅವರಿಗೂ ಅದೇ ಉದ್ದೇಶವಿದೆಯೇ ಮತ್ತು ಅವರು ನಿಮಗೆ ಸಹಕರಿಸುತ್ತಾರೆಯೇ? ಎಂದು ನೀವು ಅವರನ್ನು ಕೇಳಬೇಕು. ವಾಸ್ತವವಾಗಿ, ಅವರು ಈ ಕೆಲಸವನ್ನು ಮಾಡುವುದನ್ನು ಆನಂದಿಸಬೇಕು. ನೀವು ತಿಳುವಳಿಕೆಯನ್ನು ಬೆಳೆಸಿಕೊಂಡಿರುವುದರಿಂದ ನೀವು ಈ ಕೆಲಸವನ್ನು ಮಾಡುವುದನ್ನು ಆನಂದಿಸುವಿರಿ. ಕುಟುಂಬದ ಇತರ ಸದಸ್ಯರೂ ಸಹ ಅದೇ ರೀತಿ ಭಾವಿಸಬೇಕು, ಆಗ ಮಾತ್ರ ಇದು ಸಾಧ್ಯವಾಗುತ್ತದೆ. ಇದೀಗ ನಿಮಗೆ ಯಾವುದೇ ಬೆಂಬಲವಿಲ್ಲದಿದ್ದರೆ ನಿಮ್ಮ ಕೆಲಸವನ್ನು ನಿಲ್ಲಿಸುವ ಅಗತ್ಯವಿಲ್ಲ. ನೀವೇ ಸ್ವತಃ ಇದನ್ನು ಪ್ರಾರಂಭಿಸಬಹುದು. ಇದಕ್ಕಾಗಿ, ನೀವು ಮೊದಲು ನಿಮ್ಮ ಸಾಧ್ಯತೆಗಳನ್ನು ಗುರುತಿಸಿಕೊಳ್ಳಿ.

14: ದಯವಿಟ್ಟು ಕಾಮ ಮತ್ತು ಬಯಕೆಯ ಬಗ್ಗೆ ತಿಳುವಳಿಕೆ ನೀಡಿ.

ಉತ್ತರ: ಕಾಮನೆ/ಬಯಕೆ ಎಂದರೆ 'ಮದುವೆಯ ನಂತರ ನಮ್ಮ ಜೀವನವು ಸಂತೋಷದಿಂದ ತುಂಬಿರುತ್ತದೆ... ನಾವು ಕುಟುಂಬವನ್ನು ಹೊಂದುತ್ತೇವೆ... ನಮ್ಮ ಮನೆಯ ಎಲ್ಲಾ ಕೆಲಸಗಳು ಸುಲಭವಾಗಿ ಆಗುತ್ತದೆ... ನಾವು ಮಾನಸಿಕ, ಸಾಮಾಜಿಕ, ಆರ್ಥಿಕ ಸಹಾಯವನ್ನು ಪಡೆಯುತ್ತೇವೆ... ' ಇತ್ಯಾದಿ .

ವಾಸ್ತವವಾಗಿ, ಕಾಮವು ವ್ಯಕ್ತಿಯ ಜೈವಿಕ ಅಗತ್ಯಗಳನ್ನು ಪೂರೈಸಲು ಮಾತ್ರ ಆದರೆ ಮದುವೆಯಾಗುವಾಗ ಹಲವು ಜನರು ಅದನ್ನು ಮೀರಿ ಯೋಚಿಸುವುದಿಲ್ಲ. ಈ ಅಗತ್ಯಗಳನ್ನು ಪೂರೈಸಲು ಮಾತ್ರ ಮಕ್ಕಳು ಹುಟ್ಟುತ್ತಿದ್ದರೆ, ಗರ್ಭಧಾರಣೆಯ ಮೊದಲ ಸಂಸ್ಕಾರವೇ ತಪ್ಪಾಗಿ ಮೂಡುತ್ತಿದೆ ಎಂದರ್ಥ. ಹೌದು, ಯಾರಾದರೂ ಬಯಸಿದರೆ ಖಂಡಿತವಾಗಿಯೂ ಸುಧಾರಿಸಬಹುದು ಮತ್ತು ವಿಕಾಸಗೊಳಿಸಬಹುದು.

15: ಈ ಸುಧಾರಣೆಯನ್ನು ತರಲು ಏನು ಮಾಡಬೇಕು?

ಉತ್ತರ: ಸುಧಾರಣೆಗಾಗಿ, ಗರ್ಭಾವಸ್ಥೆಯ ಎಲ್ಲಾ ಪರಿಸ್ಥಿತಿಗಳನ್ನು ವಿವರವಾಗಿ ಪರೀಕ್ಷಿಸಬೇಕು. ನೀವು ಯಾವ ರೀತಿಯ ಮಗುವನ್ನು ಬಯಸುತ್ತೀರಿ, ಅದರ ಉದ್ದೇಶದ ಶುದ್ಧತೆಯನ್ನು ನೀವು ನೆನಪಿನಲ್ಲಿಟ್ಟುಕೊಳ್ಳಬೇಕು. ಪರಿಶುದ್ಧ ಮನಸ್ಸಿನಿಂದ ಮುಂದೆ ಸಾಗಿದಾಗ ನಮಗೆ ಅದೇ ಫಲಿತಾಂಶ ಸಿಗುತ್ತದೆ. ಇತ್ತೀಚಿನ ದಿನಗಳಲ್ಲಿ, ವಿಜ್ಞಾನ ಕ್ಷೇತ್ರದಲ್ಲಿ ತುಂಬಾ ಪ್ರಗತಿಯಾಗಿದೆ, ಇದೆಲ್ಲವೂ ತುಂಬಾ ಸುಲಭವಾಗಿದೆ. ಈ ಉದ್ದೇಶವನ್ನು ಪೂರೈಸಲು ದಂಪತಿಗಳು ಸಂಯಮವನ್ನು ಅನುಸರಿಸಬೇಕಾದರೆ ಮತ್ತು ಸಂಯಮವನ್ನು ಕಾಪಾಡಿಕೊಳ್ಳುವಲ್ಲಿ ಯಶಸ್ವಿಯಾದರೆ, ಮೊದಲ ಸಂಸ್ಕಾರವು ಸರಿಯಾಗಿದೆ ಎಂದು ಅರ್ಥ.

16: ಒಬ್ಬ ಮಹಿಳೆ ಪೂರ್ಣ ಸಮಯ ಕೆಲಸ (ಫುಲ್ ಟಾಯಿಮ್ ಜಾಬ್)ಮಾಡುತ್ತಿದ್ದರೆ, ಅವಳು ಬಯಸಿದ್ದರೂ ಸಹ, ಅವಳು ಗರ್ಭ ಸಂಸ್ಕಾರವನ್ನು ಅನುಸರಿಸಲು ಸಾಧ್ಯವಾಗುವುದಿಲ್ಲ ಏಕೆಂದರೆ ಅವಳು ಆಫೀಸ್ ಟೆನ್ಷನ್, ಮನೆಯ ಜವಾಬ್ದಾರಿಗಳು, ಸಮಯ ನಿರ್ವಹಣೆ... ಇದೆಲ್ಲದರ ನಡುವೆ ಸಿಲುಕಿಕೊಂಡಿದ್ದಾಳೆ. ಇವೆಲ್ಲವೂ ಬಯಸದೆ ಒತ್ತಡವನ್ನು ಉಂಟುಮಾಡುತ್ತವೆ. ಕೆಲವೊಮ್ಮೆ ಕೆಲಸ ಬಿಡಬೇಕೆಂದು ಅನಿಸುತ್ತದೆ ಆದರೆ ಮನೆಯ ಆರ್ಥಿಕ ಪರಿಸ್ಥಿತಿಯಿಂದಾಗಿ ಕೆಲಸವನ್ನು ಬಿಡಲು ಸಾಧ್ಯವಿಲ್ಲ. ಪಾರ್ಟ್ನರ್ ಕೂಡ ಹೆಚ್ಚು ಬೆಂಬಲಿಸುವುದಿಲ್ಲ. ಅಂತಹ ಪರಿಸ್ಥಿತಿಯಲ್ಲಿ ಏನು ಮಾಡಬೇಕು?

ಉತ್ತರ: ಸೂಕ್ಷ್ಮವಾಗಿ ನೋಡಿದರೆ, ಗರ್ಭ ಸಂಸ್ಕಾರದ ಎಲ್ಲಾ ಜ್ಞಾನ ಮತ್ತು ತಿಳುವಳಿಕೆಯು ನಿಮ್ಮ ಆಲೋಚನೆಗಳು ಮತ್ತು ಭಾವನೆಗಳ ಮೇಲೆ ಮಾತ್ರ ಕಾರ್ಯನಿರ್ವಹಿಸುತ್ತದೆ. ಇದಕ್ಕಾಗಿ ನೀವು ಯಾವುದೇ ಚಟುವಟಿಕೆ ಅಥವಾ ಆಚರಣೆಯನ್ನು ನಿಲ್ಲಿಸುವ, ಸುಮ್ಮನೆ ಕುಳಿತುಕೊಳ್ಳುವ ಅಗತ್ಯವಿಲ್ಲ. ನಿಮ್ಮ ದೃಷ್ಟಿಕೋನವು ಬದಲಾದರೆ, ಆಗ ಗರ್ಭ ಮತ್ತು ನಿಮ್ಮನ್ನು ಕಾರ್ಯನಿರತತೆಯ ನಡುವೆಯೂ, ನಡೆದಾಡುವಾಗಲೂ ಸಹ ಸಂಸ್ಕರಿತಗೊಳಿಸಬಹುದು. ಜೀವನದಲ್ಲಿ ಒತ್ತಡದ ಭಾವನೆಗೆ ಸಂಬಂಧಿಸಿದಂತೆ, ಭಾವನಾತ್ಮಕ ಅಥವಾ ಸೈದ್ಧಾಂತಿಕ ಮಟ್ಟದಲ್ಲಿ ಎಲ್ಲೋ ಕೆಲವು ತಪ್ಪು ನಂಬಿಕೆಗಳಿವೆ, ಅದು ಜೀವನದಲ್ಲಿ ಒತ್ತಡವನ್ನು ಉಂಟುಮಾಡುತ್ತದೆ. ಒಂದು ತಪ್ಪು ಆಲೋಚನೆ ಕೂಡ ನಿಮ್ಮ ಜೀವನದುದ್ದಕ್ಕೂ ನಿಮ್ಮನ್ನು ಒತ್ತಡದಲ್ಲಿರಿಸಬಹುದು.

'ನಾನು ಸುಂದರಿಯಲ್ಲ' ಎಂಬ ತಪ್ಪು ಆಲೋಚನೆ ಯಾರಿಗಾದರೂ ಇದ್ದರೆ, ಒಂದೇ ಒಂದು ಆಲೋಚನೆ ಅವಳನ್ನು ಇಡೀ ಜೀವನಕ್ಕೆ ಸಂಕುಚಿತಗೊಳಿಸುತ್ತದೆ. ಇದು ಅವಳಲ್ಲಿ ವಿವಿಧ ರೀತಿಯ ಹತಾಶೆ ಮತ್ತು ಒತ್ತಡವನ್ನು ಉಂಟುಮಾಡಬಹುದು, ಅದು ಅವಳ ಸಂಬಂಧಗಳ ಮೇಲೂ ಪರಿಣಾಮ ಬೀರಬಹುದು. ಅಂದರೆ, ಸರಿಯಾದ ತಿಳುವಳಿಕೆ ಕೊರತೆಯ ಮೂಲ ಸಮಸ್ಯೆಯ ಮೇಲೆ ಕೆಲಸ ಮಾಡುವುದು ಮುಖ್ಯ. ಇದಕ್ಕಾಗಿ ಅತ್ಯುನ್ನತ ಜ್ಞಾನದ (ಮಹಾ ಆಸಮಾನಿ ಶಿಬಿರ) ಪ್ರಯೋಜನವನ್ನು ತೆಗೆದುಕೊಳ್ಳಬೇಕು ಮತ್ತು ಮೂಲ ಸಮಸ್ಯೆಯನ್ನು ಇಲ್ಲವಾಗಿಸಬೇಕು. ಆಗ ಹೊರಗೆ ಎಂತಹ ಪರಿಸ್ಥಿತಿಯಿದ್ದರೂ ಒಳಗೆ ಸಂತೋಷದ ಸ್ಥಿತಿ ಇರುತ್ತದೆ.

17: ಗರ್ಭಾವಸ್ಥೆಯಲ್ಲಿ ದೈಹಿಕ ಬಯಕೆಗಳನ್ನು ಹೇಗೆ ನಿರ್ವಹಿಸುವುದು? ಗರ್ಭಾವಸ್ಥೆಯಲ್ಲಿ ಕಾಮದ ಆಲೋಚನೆಗಳು ಹುಟ್ಟಿಕೊಂಡರೆ ಮಗು ಹೇಗೆ ಸಾತ್ವಿಕವಾಗುತ್ತದೆ? ಕಾಮ ಮತ್ತು ಬಯಕೆಯ ನಡುವಿನ ವ್ಯತ್ಯಾಸವನ್ನು ವಿವರಿಸಿ?

ಉತ್ತರ: ಮೊದಲನೆಯದಾಗಿ, ಲೈಂಗಿಕ ಬಯಕೆಯು ನೈಸರ್ಗಿಕ ಬಯಕೆ ಎಂದು ಅರ್ಥಮಾಡಿಕೊಳ್ಳುವುದು ಬಹಳ ಮುಖ್ಯ. ಇದು ಎಲ್ಲಾ ಜೀವಿಗಳಲ್ಲಿ ಇರುತ್ತದೆ ಮತ್ತು ಮಾನವರು ಇದಕ್ಕೆ ಹೊರತಾಗಿಲ್ಲ. ಪ್ರಾಕೃತಿಕವಾದದ್ದು ಹೇಗೆ ತಪ್ಪಾಗುತ್ತದೆ? ಆದ್ದರಿಂದ, ಲೈಂಗಿಕ ಬಯಕೆಯನ್ನು ಕೀಳಾಗಿ ನೋಡಬಾರದು. ಲೈಂಗಿಕ ಬಯಕೆಯು ನಿಮ್ಮ ಮಗುವನ್ನು ಸಂತನನ್ನಾಗಿ ಮಾಡವಲ್ಲಿ, ಅದರ ಬೆಳವಣಿಗೆಯಲ್ಲಿ ಯಾವುದೇ ಅಡ್ಡಿಯಾಗುವುದಿಲ್ಲ, ಬದಲಿಗೆ ನೀವು ತೃಪ್ತರಾಗಿದ್ದರೆ ಮತ್ತು ಸಂತೋಷವಾಗಿದ್ದರೆ, ಅದು ನಿಮ್ಮ ಮಗುವಿನ ಮೇಲೆ ಧನಾತ್ಮಕ ಪರಿಣಾಮ ಬೀರುತ್ತದೆ.

ಸಾಮಾನ್ಯ ಲೈಂಗಿಕ ಬಯಕೆಯು ಕಾಮದ ರೂಪವನ್ನು ಪಡೆದಾಗ, ನಿಮ್ಮ ಆಲೋಚನೆಗಳನ್ನು ಹಿಡಿದಿಟ್ಟುಕೊಂಡಾಗ ಮತ್ತು ನಿಮ್ಮ ಮಿದುಳಿನ/ಮಸ್ತಿಷ್ಕದ ಮೇಲೆ ಪ್ರಾಬಲ್ಯ ಸಾಧಿಸಿದಾಗ ಸಮಸ್ಯೆಯಾಗುತ್ತದೆ. ಇದು ಸಂಭವಿಸಿದಲ್ಲಿ, ನಿಮ್ಮ ತರ್ಕಬದ್ಧ ಶಕ್ತಿಯು ಕಡಿಮೆಯಾಗುತ್ತದೆ ಮತ್ತು ನೀವು ಮರ್ಯಾದೆಯ ಗಡಿಯನ್ನು ಉಲ್ಲಂಘಿಸುತ್ತೀರಿ. ಇದರ ಪರಿಣಾಮವಾಗಿ ನಿಮ್ಮ ಚಾರಿತ್ರ್ಯ, ಮಾನಸಿಕ ಮತ್ತು ದೈಹಿಕ ಆರೋಗ್ಯವು ಹದಗೆಡುತ್ತದೆ, ಇದು ಮಗುವಿನ ಮೇಲೆ ನಕಾರಾತ್ಮಕ ಪರಿಣಾಮ ಬೀರುತ್ತದೆ.

ಅತಿಯಾಗಿ ತಿನ್ನುವುದು, ಅತಿಯಾದ ನಿದ್ದೆ, ಅತಿಯಾದ ಕೆಲಸ ಅಥವಾ ಸೋಮಾರಿತನವು ಹೇಗೆ ಹಾನಿಕಾರಕವೋ, ಹಾಗೆಯೇ ಅತಿಯಾದ ಭೋಗವೂ ಸಹ ಹಾನಿಕಾರಕವಾಗಿದೆ. ಆದ್ದರಿಂದ, ವಿಪರೀತಗಳನ್ನು ತಪ್ಪಿಸಿ, ಅಗತ್ಯ ಮುನ್ನೆಚ್ಚರಿಕೆಗಳನ್ನು ತೆಗೆದುಕೊಳ್ಳಿ, ಈ ವಿಷಯದಲ್ಲಿ ನಿಮ್ಮ ವೈದ್ಯರಿಂದ ಮಾರ್ಗದರ್ಶನ ಪಡೆಯಿರಿ ಮತ್ತು ಆರಾಮದಾಯಕವಾಗಿರಿ ಮತ್ತು ಜೀವನದ ಪ್ರತಿಯೊಂದು ಅಂಶವನ್ನು ಆನಂದಿಸಿ ಆದರೆ ಅದರ ಬಗ್ಗೆ ಚಿಂತಿಸಬೇಡಿ.

ಈ ಭಾಗದಲ್ಲಿ 'ಗರ್ಭ ಸಂಸ್ಕಾರ' ವಿಷಯವಾಗಿ ಸತ್ಯಾನ್ವೇಷಕರು ಸರಶ್ರೀಯವರಿಗೆ ಕೇಳಿದ ಪ್ರಶ್ನೆಗಳನ್ನು ಸಂಕಲಿಸಲಾಗಿದೆ. ಇವುಗಳ ಬಗ್ಗೆ ಪಡೆದ ಮಾರ್ಗದರ್ಶನವು ವಿಷಯದ ಆಳವನ್ನು ಅರ್ಥಮಾಡಿಕೊಳ್ಳಲು ಹೆಚ್ಚು ಪ್ರಯೋಜನಕಾರಿಯಾಗಿದೆ.

ಅನುಬಂಧ 2

ಗರ್ಭಧಾರಣೆ ಮತ್ತು ಯೋಗ

ಗರ್ಭಾವಸ್ಥೆಯಲ್ಲಿ ಚಲನವಲನಗಳನ್ನು ನೋಡಿಕೊಳ್ಳುವುದು ಬಹಳ ಮುಖ್ಯ. ಕೆಟ್ಟ ಅಭ್ಯಾಸಗಳು ಗರ್ಭಿಣಿ ಮಹಿಳೆ ಮತ್ತು ಭ್ರೂಣಕ್ಕೆ ಹಾನಿಕಾರಕವಾಗಿದೆ. ಆದರೆ ಕೆಲವು ಎಚ್ಚರಿಕೆಗಳೊಂದಿಗೆ, ಈ ಸ್ಥಿತಿಯಲ್ಲಿಯೂ ಕೆಲವು ಲಘು ವ್ಯಾಯಾಮಗಳನ್ನು ಮಾಡಬಹುದು.

ಸಾಮಾನ್ಯವಾಗಿ ಗರ್ಭಧಾರಣೆಯ ಅವಧಿ ಒಂಬತ್ತು ತಿಂಗಳುಗಳು. ಇದನ್ನು ಮೂರು ಭಾಗಗಳಾಗಿ ವಿಂಗಡಿಸಬಹುದು. ಆರಂಭದ ಮೂರು ತಿಂಗಳು, ಮಧ್ಯದ ಮೂರು ತಿಂಗಳು ಮತ್ತು ಕೊನೆಯ ಮೂರು ತಿಂಗಳು. ಭ್ರೂಣದ ಸ್ಥಿತಿ ಮತ್ತು ಅದರ ಬೆಳವಣಿಗೆಯು ವಿಶೇಷವಾಗಿ ಮೊದಲ ಮೂರು ಮಾಸಗಳಲ್ಲಿ ನಡೆಯುತ್ತದೆ. ಗರ್ಭಿಣಿ ಮಹಿಳೆಯ ದೇಹದಲ್ಲಿಯೂ ಬದಲಾವಣೆಗಳು ಸಂಭವಿಸುತ್ತವೆ. ಅಂತಹ ಪರಿಸ್ಥಿತಿಯಲ್ಲಿ, ಕೆಲವು ರೀತಿಯ ವ್ಯಾಯಾಮಗಳನ್ನು ಮಾಡಬಹುದು ಮತ್ತು ಕೆಲವು ವ್ಯಾಯಾಮಗಳನ್ನು ಸಂಪೂರ್ಣ ಒಂಬತ್ತು ತಿಂಗಳು ಮಾಡಬಹುದು. ಹೀಗೆ:

ನಡಿಗೆ (Walking Exercise): ಗರ್ಭಾವಸ್ಥೆಯ ಪ್ರತಿಯೊಂದು ಸ್ಥಿತಿಯಲ್ಲೂ ಮಾಡಲು ಸುಲಭವಾದ ವ್ಯಾಯಾಮವೆಂದರೆ ವಾಕಿಂಗ್. ಇದರಲ್ಲಿ, ತೊಡೆಯ ಮತ್ತು ಸೊಂಟದ ಸ್ನಾಯುಗಳು ಬಲಗೊಳ್ಳುತ್ತವೆ ಮತ್ತು ಹೊಂದಿಕೊಳ್ಳುತ್ತವೆ, ಫ್ಲೆಕ್ಸಿಬಿಲಿಟಿ ಹೆಚ್ಚುತ್ತದೆ ಮತ್ತು ಇದು ನಾರ್ಮಲ್ ಹೆರಿಗೆಗೆ ಸಹಾಯ ಮಾಡುತ್ತದೆ.

ಬೆಳಿಗ್ಗೆ ವಾಕಿಂಗ್ ಹೆಚ್ಚು ಪ್ರಯೋಜನಕಾರಿ. ಆ ಸಮಯದಲ್ಲಿ ಏನಾದರೂ ಸಮಸ್ಯೆ ಇದ್ದರೆ, ನೀವು ದಿನದ ಯಾವುದೇ ಸಮಯದಲ್ಲಿ

(ಊಟದ ನಂತರ ಹೊರತುಪಡಿಸಿ) ವಾಕಿಂಗ್‌ನ್ನು ಮಾಡಬಹುದು. ನಡಿಗೆಯ ವೇಗವು ಅತಿ ಹೆಚ್ಚು ಅಥವಾ ಅತಿ ಕಡಿಮೆ ಇರಬಾರದು. ಭ್ರೂಣದ ತೂಕವನ್ನು ಗಮನದಲ್ಲಿಟ್ಟುಕೊಂಡು ವೇಗವನ್ನು ನಿರ್ಧರಿಸಿ. ಮೊದಲ ಮೂರು ತಿಂಗಳುಗಳಲ್ಲಿ ಕನಿಷ್ಠ 15 ನಿಮಿಷಗಳು, ಮಧ್ಯದಲ್ಲಿ 30 ನಿಮಿಷಗಳು ಮತ್ತು ಕೊನೆಯ ಮೂರು ತಿಂಗಳಲ್ಲಿ 45 ನಿಮಿಷಗಳ ಕಾಲ ನೀವು ವಾಕಿಂಗ್ ವ್ಯಾಯಾಮವನ್ನು ಮಾಡಬಹುದು.

ಸುಖಾಸನ, ಪದ್ಮಾಸನ, ವಜ್ರಾಸನ

ಇವುಗಳು ಕುಳಿತುಕೊಳ್ಳುವ ಸ್ಥಿತಿಯಲ್ಲಿ ಮಾಡುವ ವ್ಯಾಯಾಮಗಳ ವಿಧಗಳಾಗಿವೆ. ಇದು ಹಿಪ್ ಜಾಯಿಂಟ್ನಲ್ಲಿ ನಮ್ಯತೆಯನ್ನು (ಬಾಗುವ ಸಾಮರ್ಥ್ಯ) ತರುತ್ತದೆ. ಸಂಕುಚನ ಮತ್ತು ವಿಶ್ರಾಂತಿ ಸಾಮರ್ಥ್ಯವನ್ನು ಹೆಚ್ಚಿಸಲು ಸಹಾಯ ಮಾಡುತ್ತದೆ. ಪ್ರಾಣಾಯಾಮ ಮಾಡುವಾಗ ಸುಖಾಸನ ಅಥವಾ ಪದ್ಮಾಸನದ ಲಾಭ ಸಿಗುತ್ತದೆ, ಆದರೆ ತರಕಾರಿ ಕತ್ತರಿಸುವುದು, ಚಪಾತಿ ಲಟ್ಟಿಸುವುದು, ಬರೆಯುವುದು ಇತ್ಯಾದಿ ಕೆಲಸಗಳನ್ನು ಕುರ್ಚಿಯಲ್ಲಿ ಕುಳಿತುಕೊಂಡೋ, ನಿಂತೋ ಮಾಡುವ ಬದಲು ಸುಖಾಸನ ಅಥವಾ ಪದ್ಮಾಸನದಲ್ಲಿ ಮಾಡಿದರೆ ಲಾಭದಾಯಕ.

ವಜ್ರಾಸನ ಮಾಡುವುದರಿಂದ ಕಾಲು, ತೊಡೆ ಮತ್ತು ಸೊಂಟದ ಸ್ನಾಯುಗಳಿಗೆ ವ್ಯಾಯಾಮ ಸಿಗುತ್ತದೆ. ಆಹಾರ ಸೇವಿಸಿದ ನಂತರ ವಜ್ರಾಸನದಲ್ಲಿ ಕುಳಿತುಕೊಳ್ಳುವುದು ಜೀರ್ಣಕ್ರಿಯೆಯನ್ನು ಸುಧಾರಿಸುತ್ತದೆ. ದಿನಚರಿಯ ಮಧ್ಯೆ-ಮಧ್ಯೆ ವಜ್ರಾಸನದಲ್ಲಿ ಕುಳಿತುಕೊಳ್ಳುವುದು ಗರ್ಭಾವಸ್ಥೆಯಲ್ಲಿ ಪ್ರಯೋಜನಕಾರಿಯಾಗಿದೆ.

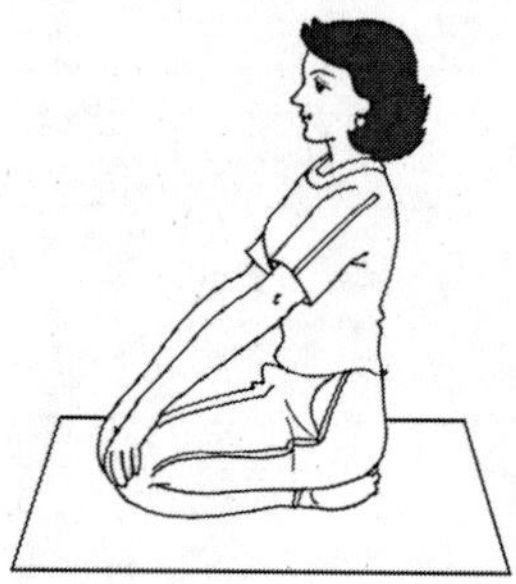

ಸುಖಾಸನ: ಈ ಆಸನವನ್ನು ಮಾಡಲು, ಮೊದಲನೆಯದಾಗಿ ನಿಮ್ಮ ಕಾಲುಗಳನ್ನು ಅಗಲಿಸಿ ಆರಾಮವಾಗಿ ಕುಳಿತುಕೊಳ್ಳಿ.

ಈಗ ಬಲಗಾಲನ್ನು ಮಡಚಿ ಎಡತೊಡೆಯ ಕೆಳಗೆ ಇರಿಸಿ ಎಡಪಾದವನ್ನು ಮಡಚಿ ಬಲತೊಡೆಯ ಕೆಳಗೆ ಇರಿಸಿ. (ಚಕ್ಕಂಬಕ್ಕಳ ಹಾಕುವುದು)

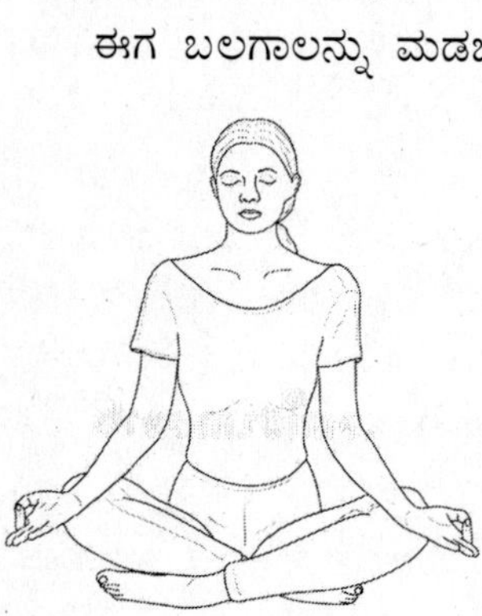

* ಯಾವುದೇ ಉದ್ವೇಗವಿಲ್ಲದೆ ನಿಮ್ಮ ಭುಜಗಳು ಮತ್ತು ಬೆನ್ನನ್ನು ನೇರವಾಗಿ ಇರಿಸಿ.

* ಈಗ ನಿಮ್ಮ ಕಣ್ಣುಗಳನ್ನು ಮುಚ್ಚಿ ಮತ್ತು ಒಂದು ಕೇಂದ್ರ ಬಿಂದುವಿನ ಮೇಲೆ ನಿಮ್ಮ ಗಮನವನ್ನು ಕೇಂದ್ರೀಕರಿಸಿ.

* ದೇಹವನ್ನು ಸಡಿಲವಾಗಿ ಬಿಡಿ ಮತ್ತು ಆರಾಮವಾಗಿ ಉಸಿರಾಡಿ. ಹತ್ತು ನಿಮಿಷಗಳ ಕಾಲ ಈ ಭಂಗಿಯಲ್ಲಿರಿ.

ಸುಖಾಸನದ ಪ್ರಯೋಜನಗಳು ಮತ್ತು ಮುನ್ನೆಚ್ಚರಿಕೆಗಳು–

* ಈ ಆಸನವನ್ನು ಮಾಡುವುದರಿಂದ ದೇಹದಲ್ಲಿ ರಕ್ತದ ಹರಿವು ಸುಧಾರಿಸುತ್ತದೆ.
* ಇದು ಮಾನಸಿಕ ಒತ್ತಡವನ್ನು ನಿವಾರಿಸುತ್ತದೆ ಮತ್ತು ನಿದ್ರಾಹೀನತೆಯಿಂದ ಪರಿಹಾರವನ್ನು ನೀಡುತ್ತದೆ, ಆದರೆ ನಿಮ್ಮ ಸಾಮರ್ಥ್ಯಕ್ಕೆ ಅನುಗುಣವಾಗಿ ಮಾತ್ರ ಮಾಡಿ.
* ಸುಖಾಸನ ಮಾಡುವಾಗ ಮೊಣಕಾಲುಗಳನ್ನು ನೆಲದ ಮೇಲೆ ಇಡುವುದು ಸುಲಭವಾಗುತ್ತದೆ.

ದೀರ್ಘ ಉಸಿರು: ಸಾಮಾನ್ಯವಾಗಿ ಮನುಷ್ಯ ಮೇಲೆ–ಮೇಲೆ ಉಸಿರಾಡುತ್ತಾನೆ. ಗರ್ಭಾವಸ್ಥೆಯಲ್ಲಿ ಹೆಚ್ಚಿನ ಹೊಟ್ಟೆಯ ತೂಕದಿಂದಾಗಿ, ಗರ್ಭಿಣಿ ಮಹಿಳೆ ದೀರ್ಘವಾಗಿ ಉಸಿರಾಡಲು ಸಾಧ್ಯವಾಗುವುದಿಲ್ಲ. ಆದರೆ ಹೊಟ್ಟೆಯ ಸ್ನಾಯುಗಳಿಗೆ ವ್ಯಾಯಾಮವಾಗಲು, ಗರ್ಭಿಣಿ ಮಹಿಳೆ ದೀರ್ಘ ಉಸಿರಾಟವನ್ನು ಮಾಡುವುದು ಬಹಳ ಮುಖ್ಯ. ನೀವು ಬೆಳಿಗ್ಗೆ ಎದ್ದ ತಕ್ಷಣ, ಹಾಸಿಗೆಯಲ್ಲಿ ಕುಳಿತು ಕನಿಷ್ಠ ಐದು ನಿಮಿಷಗಳ ಕಾಲ ಆಳವಾದ ಉಸಿರಾಟವನ್ನು ಮಾಡುವ ಮೂಲಕ ನೀವು ದಿನವನ್ನು ಪ್ರಾರಂಭಿಸಬಹುದು.

ಪ್ರಾಣಾಯಾಮ: ಗರ್ಭಿಣಿ ಮಹಿಳೆಗೆ ಹೆಚ್ಚು ಆಮ್ಲಜನಕ ಅಗತ್ಯವಿದೆ. ಸಾಕಷ್ಟು ಪ್ರಮಾಣದ ಆಮ್ಲಜನಕವನ್ನು ಪಡೆಯುವುದು ಭ್ರೂಣದ ಬೆಳವಣಿಗೆಗೆ ಲಾಭದಾಯಕ ಮತ್ತು ಗರ್ಭಿಣಿ ಮಹಿಳೆಗೂ ಆಯಾಸವಾಗುವುದಿಲ್ಲ. ಅವಳ ಮನಸ್ಸು ಶಾಂತವಾಗಿರುತ್ತದೆ ಮತ್ತು ಖಿನ್ನತೆ, ಕೋಪದಂತಹ ಅಸ್ವಸ್ಥತೆಗಳಿಂದ ಮುಕ್ತವಾಗಿರುತ್ತದೆ ಮತ್ತು ಉತ್ತಮ ನಿದ್ರೆಗೆ ಸಹಾಯಕ.

ಆಳವಾದ ಉಸಿರಾಟ ಮತ್ತು ಪ್ರಾಣಾಯಾಮವನ್ನು ಒಟ್ಟಿಗೆ ಮಾಡುವುದು ಸೂಕ್ತ. ಆಳವಾದ ಉಸಿರಾಟದಿಂದ ಆಮ್ಲಜನಕದ ಪ್ರಮಾಣವು ಹೆಚ್ಚಾಗುತ್ತದೆ ಮತ್ತು ಪ್ರಾಣಾಯಾಮದೊಂದಿಗೆ, ಪ್ರಾಣವಾಯು ಮತ್ತು ಅಪಾನವಾಯು ಎರಡೂ ಸಾಮಾನ್ಯವಾಗಿ ಕಾರ್ಯನಿರ್ವಹಿಸುತ್ತವೆ. ಇದರಿಂದ ಮೊದಲ ಮೂರು ತಿಂಗಳಲ್ಲಿ ಬರುವ ವಾಂತಿ, ಅಸಿಡಿಟಿ ಮೊದಲಾದ ಸಮಸ್ಯೆಗಳು ಕಡಿಮೆಯಾಗತೊಡಗುತ್ತವೆ. ಪ್ರಾಣಾಯಾಮ ಮಾಡುವುದು ಮೂತ್ರದ ವ್ಯವಸ್ಥೆಯ ಕಾರ್ಯನಿರ್ವಹಣೆಯನ್ನು ನಿಯಂತ್ರಿಸುತ್ತದೆ ಮತ್ತು ನಾರ್ಮಲ್ ಹೆರಿಗೆಗೆ ಸಹಾಯ ಮಾಡುತ್ತದೆ. ಪ್ರಾಣಾಯಾಮ ಮಾಡುವುದು ಮುಖ್ಯ, ಆದರೆ ತಪ್ಪಾಗಿ ಮಾಡುವುದರಿಂದ ಅಡ್ಡ ಪರಿಣಾಮಗಳು ಉಂಟಾಗಬಹುದು. ಆದ್ದರಿಂದ ಪ್ರಾಣಾಯಾಮ ಮಾಡುವಾಗ ತಜ್ಞರ ಮಾರ್ಗದರ್ಶನದಲ್ಲಿ ಮಾಡುವುದು ಅಗತ್ಯ.

ಪ್ರಾಣಾಯಾಮ ಮಾಡುವ ಸ್ಥಳವು ಸ್ವಚ್ಛವಾಗಿರಬೇಕು, ಶಾಂತವಾಗಿರಬೇಕು ಮತ್ತು ಮುಕ್ತವಾಗಿ ಗಾಳಿ ಬೆಳಕು ಆಡುವಂತಿರಬೇಕು. ಇದರಿಂದ ಮನಸ್ಸಿಗೆ ಸಂತೋಷವಾಗುತ್ತದೆ ಮತ್ತು ಉಸಿರಾಟದತ್ತ ಗಮನ ಹರಿಸುವುದು ಸುಲಭವಾಗುತ್ತದೆ.

ಆಳವಾದ ಉಸಿರಾಟ ಮತ್ತು ಪ್ರಾಣಾಯಾಮದಿಂದಾಗಿ, ಗರ್ಭಿಣಿ ಮಹಿಳೆಗೆ ಹೆರಿಗೆಯ ಸಮಯದಲ್ಲಿ ಆಯಾಸವಾಗುವುದಿಲ್ಲ ಮತ್ತು ನೋವನ್ನು ತಡೆದುಕೊಳ್ಳುವ ಸಾಮರ್ಥ್ಯವು

ಹೆಚ್ಚಾಗುತ್ತದೆ. ಪ್ರಾಣಾಯಾಮದಲ್ಲಿ ನಿಶ್ವಾಸ (ರೇಚಕ) ಪ್ರಕ್ರಿಯೆಯು ಸ್ನಾಯುಗಳ ನಮ್ಯತೆಯನ್ನು ಹೆಚ್ಚಿಸುತ್ತದೆ ಮತ್ತು ನಾರ್ಮಲ್ ಹೆರಿಗೆಗೆ ಸಹಾಯ ಮಾಡುತ್ತದೆ.

ಓಂಕಾರ ಜಪ: ಇದು ಪ್ರಾಣಾಯಾಮದ ಅತ್ಯುತ್ತಮ ವಿಧಾನವಾಗಿದೆ. ನಿಯಮಿತವಾಗಿ ಓಂಕಾರವನ್ನು ಜಪಿಸುವುದರಿಂದ, ಪ್ರಾಣಾಯಾಮದ ಎಲ್ಲಾ ಪ್ರಯೋಜನಗಳನ್ನು ಪಡೆಯುವುದು ಮಾತ್ರವಲ್ಲ, ಗರ್ಭಾದ ಮೇಲೂ ಉತ್ತಮ ಸಂಸ್ಕಾರ ಮೂಡುತ್ತದೆ. ಇದು ಮಗು ಪ್ರಜ್ಞಾವಂತ ಬುದ್ಧಿಸಂಪನ್ನನಾಗಲು ಸಹಾಯ ಮಾಡುತ್ತದೆ.

ಶವಾಸನ ಮತ್ತು ಯೋಗ ನಿದ್ರೆ: ಗರ್ಭಾವಸ್ಥೆಯಲ್ಲಿ ಒಂಬತ್ತು ತಿಂಗಳ ಕಾಲವೂ ಮಾಡಬಹುದಾದ ವ್ಯಾಯಾಮಗಳು ಶವಾಸನ ಮತ್ತು ಯೋಗ ನಿದ್ರೆ. ಗರ್ಭಾವಸ್ಥೆಯಲ್ಲಿ ನಿರಂತರ ಬದಲಾವಣೆಗಳಿಂದ ಗರ್ಭಿಣಿಯ ಮಾನಸಿಕ ಮತ್ತು ದೈಹಿಕ ಸಮತೋಲನ ಹದಗೆಡಬಹುದು. ಶವಾಸನ ಮತ್ತು ಯೋಗನಿದ್ರೆ ಮನಸ್ಸನ್ನು ಶಾಂತವಾಗಿಡುವಲ್ಲಿ ಮತ್ತು ಹಾರ್ಮೋನುಗಳ ಸಮತೋಲನದಲ್ಲಿ ಪ್ರಮುಖ ಪಾತ್ರ ವಹಿಸುತ್ತದೆ. ಗರ್ಭವು ದೊಡ್ಡದಾಗುತ್ತಿದ್ದಂತೆ, ಗರ್ಭಿಣಿ

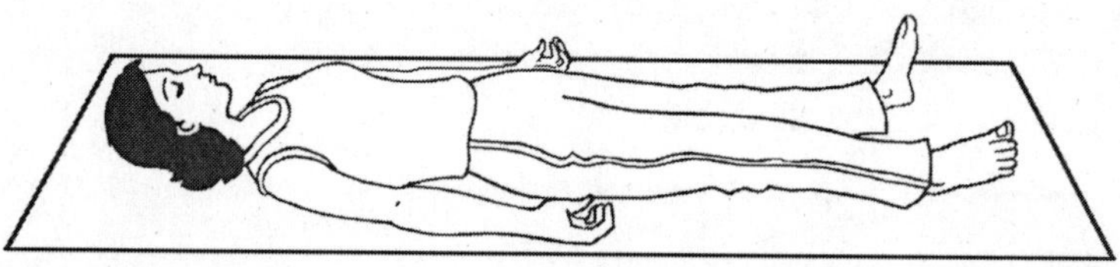

ಮಹಿಳೆಯ ಚಲನವಲನಗಳು ಕಡಿಮೆಯಾಗಲು ಪ್ರಾರಂಭಿಸುತ್ತವೆ. ಸೊಂಟ ಮತ್ತು ಕುತ್ತಿಗೆಯಲ್ಲಿ ನೋವು ಕಂಡುಬರುತ್ತದೆ. ಅಂತಹ ಪರಿಸ್ಥಿತಿಯಲ್ಲಿ, ಶವಾಸನ ಮತ್ತು ಯೋಗ ನಿದ್ರೆಯ ಅಭ್ಯಾಸವು ಪ್ರಾಣಶಕ್ತಿ ಮತ್ತು ರಕ್ತ ಪರಿಚಲನೆಯನ್ನು ಸುಧಾರಿಸುತ್ತದೆ. ರಕ್ತ ಮತ್ತು ಪ್ರಾಣಶಕ್ತಿಯು ಗರ್ಭಾಶಯವನ್ನು ಸರಿಯಾಗಿ ತಲುಪುತ್ತದೆ. ಗರ್ಭಾವಸ್ಥೆಯ ಕೊನೆಯ ಮೂರು ತಿಂಗಳಲ್ಲಿ ರಕ್ತದೊತ್ತಡವನ್ನು ನಿಯಂತ್ರಿಸುವುದು ಅತ್ಯಂತ ಮುಖ್ಯವಾದ ವಿಷಯವಾಗಿದೆ.

ಗರ್ಭಾವಸ್ಥೆಯಲ್ಲಿ ವಾಕಿಂಗ್, ಪ್ರಾಣಾಯಾಮ ಇತ್ಯಾದಿಗಳೊಂದಿಗೆ ಈ ಆಸನ ಪ್ರಕಾರಗಳನ್ನು ಸಹ ಮಾಡಬಹುದು.

ಆಸನ ಮಾಡುವ ಮೊದಲು ಕೆಲವು ವಿಷಯಗಳನ್ನು ನೆನಪಿನಲ್ಲಿಟ್ಟುಕೊಳ್ಳುವುದು ಬಹಳ ಮುಖ್ಯ.

ಅವುಗಳೆಂದರೆ–

1. ಪ್ರಾರ್ಥಿಸುವುದು.
2. ಅತಿಯಾಗಿ ಗಾಳಿ ಬೀಸದ ಕಡೆ ಇರುವುದು.
3. ಹೊಟ್ಟೆ ತುಂಬಾ ತುಂಬಿರಬಾರದು ಮತ್ತು ಹೊಟ್ಟೆ ಸ್ವಚ್ಛವಾಗಿರಬೇಕು.
5. ಸಡಿಲವಾದ ಬಟ್ಟೆಗಳನ್ನು ಧರಿಸುವುದು.

ತಜ್ಞರ ಮಾರ್ಗದರ್ಶನದಲ್ಲಿ ಮಾತ್ರ ಈ ಆಸನಗಳನ್ನು ಮಾಡಿ.

ಶಕ್ತಿ ಸಂಚಯನ:

ಎ. ಸುಖಾಸನದಲ್ಲಿ ಕುಳಿತು ಎರಡೂ ಕೈಗಳನ್ನು ತೊಡೆಯ ಮೇಲೆ ಇರಿಸಿ.

ಬಿ. ಉಸಿರಾಡುವಾಗ, ಎರಡೂ ಕೈಗಳನ್ನು ಮೇಲಕ್ಕೆ ತಂದು ದೇಹದಿಂದ 135 ಡಿಗ್ರಿ ಕೋನದಲ್ಲಿ ಹಿಡಿಯಬೇಕು. ಕೈಗಳ ಹೆಬ್ಬೆರಳುಗಳು ಮೇಲ್ಮುಖವಾಗಿರಬೇಕು ಮತ್ತು ಮುಷ್ಟಿಗಳು ಸಡಿಲವಾಗಿರಬೇಕು.

ಸಿ. ಆಳವಾದ ಉಸಿರನ್ನು ತೆಗೆದುಕೊಳ್ಳಿ. 20 ರಿಂದ 30 ಸೆಕೆಂಡುಗಳ ಕಾಲ ಆಳವಾದ ಉಸಿರಾಟವನ್ನು ಮುಂದುವರಿಸಿ.

ಡಿ. ಆಳವಾದ ಉಸಿರನ್ನು ತೆಗೆದುಕೊಂಡು, ಕೈಗಳನ್ನು ಹರಡಿ ಮತ್ತು ನಮಸ್ಕಾರ ಭಂಗಿಯನ್ನು ಮಾಡಿ, ಉಸಿರನ್ನು ಬಿಡಿ.

ಇ. ಆಳವಾದ ಉಸಿರನ್ನು ತೆಗೆದುಕೊಳ್ಳಿ. ಉಸಿರನ್ನು ಬಿಡುತ್ತಾ, ಕೈಗಳನ್ನು ಕೆಳಕ್ಕೆ ತನ್ನಿ.

ಆಸನವನ್ನು ಮಾಡುವಾಗ ನಿಮ್ಮ ಕೈಯಲ್ಲಿ ನೋವು ಕಂಡುಬಂದರೆ ಕೂಡಲೇ ಅದನ್ನು ಕೆಳಕ್ಕೆ ಇಳಿಸಬೇಡಿ, ಮೇಲೆ ತಿಳಿಸಿದ ಅನುಕ್ರಮದಂತೆ ನಿಮ್ಮ ಕೈಗಳನ್ನು ನಿಧಾನವಾಗಿ ಕೆಳಕ್ಕೆ ಇಳಿಸಿ.

ಪ್ರಯೋಜನಗಳು– ಕುತ್ತಿಗೆ, ತೋಳುಗಳು ಮತ್ತು ಬೆನ್ನಿನ ಸ್ನಾಯುಗಳು ಬಲಗೊಳ್ಳುತ್ತವೆ. ಪ್ರಾಣವಾಯು ಮತ್ತು ಶಕ್ತಿಯು ದೇಹದಲ್ಲಿ ಪರಿಚಲನೆಯಾಗುತ್ತದೆ.

ಸಮತೋಲನ ಕ್ರಿಯೆ (ಬಟರ್‌ಫ್ಲೈ): ಗರ್ಭಾವಸ್ಥೆಯ ಮೊದಲ ಮೂರು ತಿಂಗಳಲ್ಲಿ ಈ ಆಸನವನ್ನು ಮಾಡಿ.

ಎ. ಸುಖಾಸನದಲ್ಲಿ ಕುಳಿತುಕೊಳ್ಳಿ.

ಬಿ. ಎರಡೂ ಪಾದಗಳನ್ನು ಪರಸ್ಪರ ಹತ್ತಿರಕ್ಕೆ ತನ್ನಿ. ಎರಡೂ ಕೈಗಳನ್ನು ಮೊಣಕಾಲುಗಳ ಮೇಲೆ ಇರಿಸಿ.

ಸಿ. ಈ ಸ್ಥಿತಿಯಲ್ಲಿ ಸ್ಥಿರವಾಗಿರಿ ಮತ್ತು 30 ಸೆಕೆಂಡುಗಳ ಕಾಲ ನಿಧಾನವಾಗಿ ಉಸಿರಾಡಿ. ನಿಧಾನವಾಗಿ ಎರಡೂ ಕಾಲುಗಳನ್ನು ನೇರಗೊಳಿಸಿ.

ಗರ್ಭಧಾರಣೆಯ ನಾಲ್ಕನೇ ತಿಂಗಳಿನಿಂದ ಆಸನಗಳ ಪ್ರಕಾರವನ್ನು ಸ್ವಲ್ಪ ಬದಲಾಯಿಸಿ.

ಎ. ಸುಖಾಸನದಲ್ಲಿ ಕುಳಿತುಕೊಳ್ಳಿ.

ಬಿ. ಎರಡೂ ಪಾದಗಳನ್ನು ಒಟ್ಟಿಗೆ ಸೇರಿಸಿ.

ಸಿ. ಎರಡೂ ಕೈಗಳಿಂದ ಪಾದಗಳನ್ನು ಹಿಡಿದುಕೊಳ್ಳಿ.

ಡಿ. ನಿಧಾನವಾಗಿ ನಿಮ್ಮ ಮೊಣಕಾಲುಗಳನ್ನು ಮತ್ತು ಕಾಲುಗಳನ್ನು ಚಿಟ್ಟೆಯಂತೆ ಮೇಲಕ್ಕೆ ಮತ್ತು ಕೆಳಕ್ಕೆ ಆಡಿಸಿ. ಮೊಣಕಾಲನ್ನು ಕೆಳಗೆ ಬಿಡುವಾಗ ಉಸಿರನ್ನು ಬಿಡಿ ಮತ್ತು ಮೇಲೆ ಎತ್ತುವಾಗ ಉಸಿರನ್ನು ತೆಗೆದುಕೊಳ್ಳಿ. ಮೊಣಕಾಲುಗಳನ್ನು ಮೇಲಕ್ಕೆ ಮತ್ತು ಕೆಳಕ್ಕೆ ಚಲಿಸುವಾಗ ಜೋಲಿ ತಪ್ಪಬೇಡಿ ಅಥವಾ ಆತುರಪಡಬೇಡಿ.

ಒಂದರಿಂದ ಒಂದೂವರೆ ನಿಮಿಷಗಳ ಕಾಲ ಈ ಆಸನವನ್ನು ಮಾಡಿ. ಅಭ್ಯಾಸದಿಂದ, ಈ ಕ್ರಿಯೆಯನ್ನು ಸುಲಭವಾಗಿ ಮಾಡಬಹುದು ಮತ್ತು ಮಂಡಿಗಳನ್ನು ನೆಲಕ್ಕೆ ತರಲು ಸಾಧ್ಯವಾಗುತ್ತದೆ.

ಪ್ರಯೋಜನಗಳು – ಹಿಪ್ (ಪೃಷ್ಠ) ಸ್ನಾಯುಗಳ ಸಂಕೋಚನ ಮತ್ತು ವಿಸ್ತರಣೆಯು ಸುಲಭವಾಗಿ ಸಂಭವಿಸಲು ಪ್ರಾರಂಭಿಸುತ್ತದೆ. ತೊಡೆ, ಸೊಂಟ ಮತ್ತು ಕಾಲಿನ ಸ್ನಾಯುಗಳು ಬಲಗೊಳ್ಳುತ್ತವೆ. ಇದು ಸುಲಭವಾಗಿ ಹೆರಿಗೆಗೆ ಸಹಾಯ ಮಾಡುತ್ತದೆ.

ಹೃದಯಚಕ್ರವನ್ನು ಗಮನಿಸುವುದು: ಈ ರೀತಿಯ ಚಟುವಟಿಕೆಯೊಂದಿಗೆ ಹೃದಯ ಚಕ್ರ ಕ್ರಿಯಾಶೀಲವಾಗುತ್ತದೆ. ಎದೆಯ ಸ್ನಾಯುಗಳ ಸಂಕೋಚನ–ಪ್ರಸರಣದ ಸಾಮರ್ಥ್ಯ ಹೆಚ್ಚಿಸುವುದರಿಂದ ಶ್ವಾಸಕೋಶದ ಕಾರ್ಯಕ್ಷಮತೆ ಹೆಚ್ಚುತ್ತದೆ ಮತ್ತು ಸ್ನಾಯುಗಳು ದೃಢವಾಗುತ್ತವೆ.

ಎ. ಸುಖಾಸನ ಅಥವಾ ವಜ್ರಾಸನದಲ್ಲಿ ಕುಳಿತುಕೊಳ್ಳಿ.

ಬಿ. ನಮಸ್ಕಾರ ಭಂಗಿಯಲ್ಲಿ ಎರಡೂ ಕೈಗಳನ್ನು ಮುಖದ ಮುಂದೆ ಮಡಚಿ. ಎರಡೂ ಮೊಣಕೈಗಳನ್ನು ನೆಲಕ್ಕೆ ಸಮಾನಾಂತರವಾಗಿ ಇರಿಸಿ, ಉಸಿರನ್ನು ಬಿಡಿ.

ಸಿ. ಉಸಿರಾಡುವಾಗ, ಕೈಗಳನ್ನು ನೇರವಾಗಿ ಕಿವಿಗಳ ಕಡೆಗೆ ಸರಿಸಿ.

ಡಿ. ಉಸಿರನ್ನು ಬಿಡುತ್ತಾ ಹಿಂದಿನ ಸ್ಥಿತಿಗೆ ಬನ್ನಿ.

ಈ ಕ್ರಿಯೆಯನ್ನು ಹತ್ತು ಬಾರಿ ಮಾಡಿ. ಅಂತಿಮವಾಗಿ, ಉಸಿರು ತೆಗೆದುಕೊಂಡು ನಿಧಾನವಾಗಿ ಉಸಿರನ್ನು ಬಿಡುತ್ತಾ, ನಿಮ್ಮ ಕೈಗಳನ್ನು ನಿಮ್ಮ ಮೊಣಕಾಲುಗಳ ಮೇಲೆ ಇರಿಸಿ.

ಕಾಕ ಬೈಠಕ್: ಈ ಆಸನ ಮಾಡುವುದರಿಂದ ಸೊಂಟದ ಸ್ನಾಯುಗಳು ಬಲಿಷ್ಠವಾಗುತ್ತವೆ. ಇದರೊಂದಿಗೆ ಸೊಂಟ, ತೊಡೆ, ಮೊಣಕಾಲು ಮತ್ತು ಮೀನಖಂಡದ ಸ್ನಾಯುಗಳು ಬಲವನ್ನು ಪಡೆಯುತ್ತವೆ. ನಾರ್ಮಲ್ ಹೆರಿಗೆಗೆ ಇದು ಪ್ರಯೋಜನಕಾರಿಯಾಗಿದೆ. ಗರ್ಭಾವಸ್ಥೆಯ ಮೊದಲ ಮೂರು ತಿಂಗಳಲ್ಲಿ ಈ ಆಸನವನ್ನು ಮಾಡಬಹುದು. ಈ ರೀತಿ ಮಾಡಿ.

ಎ. ಸುಖಾಸನದಲ್ಲಿ ಕುಳಿತು ಎರಡೂ ಕಾಲುಗಳನ್ನು ನೇರವಾಗಿರಿಸಿ ಅದರಲ್ಲಿ 4 ಸೆಂ.ಮೀ. ಅಂತರವನ್ನು ಇಟ್ಟುಕೊಳ್ಳಿ.

ಬಿ. ನಿಮ್ಮ ಕೈಗಳನ್ನು ನೆಲದ ಮೇಲೆ ಇರಿಸಿ, ನಿಧಾನವಾಗಿ ನಿಮ್ಮ ಮೊಣಕಾಲುಗಳನ್ನು ಬಾಗಿಸಿ ಕುಳಿತುಕೊಳ್ಳಿ.

ಸಿ. ನಿಮ್ಮ ಕೈಗಳನ್ನು 'ನಮಸ್ಕಾರ' ಭಂಗಿಯಲ್ಲಿ ಇರಿಸಿ ಮತ್ತು ನಿಧಾನವಾಗಿ ಉಸಿರಾಡಿ.

ಡಿ. ನಂತರ ನಿಧಾನವಾಗಿ ಹಿಮ್ಮುಖ ಕ್ರಮದಲ್ಲಿ ಸುಖಾಸನಕ್ಕೆ ಬನ್ನಿ.

ನಾಲ್ಕನೇ ತಿಂಗಳಿನಿಂದ, ಈ ಆಸನವನ್ನು ಈ ಕೆಳಗಿನಂತೆ ಮಾಡಿ:

ಎ. ಯಾವುದಾದರೂ ಆಧಾರದೊಂದಿಗೆ ನಿಂತುಕೊಳ್ಳಿ.

ಬಿ. ಎರಡೂ ಕಾಲುಗಳ ಮಧ್ಯ 22 ರಿಂದ 25 ಸೆಂ.ಮೀ. ಅಂತರವನ್ನು ಇಟ್ಟುಕೊಳ್ಳಿ.

ಸಿ ಉಸಿರನ್ನು ಬಿಡುತ್ತಾ ಆದಷ್ಟು ಮೊಣಕಾಲನ್ನು ಮಡಚಿ ಕುರ್ಚಿಯ ಮೇಲೆ ಕುಳಿತುಕೊಳ್ಳುವ ಭಂಗಿಗೆ ಬನ್ನಿ.

ಡಿ. ಉಸಿರನ್ನು ತೆಗೆದುಕೊಳ್ಳುತ್ತಾ ಮತ್ತೆ ಎದ್ದುನಿಂತುಕೊಳ್ಳಿ.

ಮೇರುತರಂಗ: ಈ ಚಟುವಟಿಕೆಯು ಹೆರಿಗೆಯ ಸಮಯದಲ್ಲಿ ಬೆನ್ನುಹುರಿಯನ್ನು ನೇರಗೊಳಿಸಲು ಸಹಾಯ ಮಾಡುತ್ತದೆ. ಅಂದರೆ ಒತ್ತಡವನ್ನು ತಡೆದುಕೊಳ್ಳುವ ಸಾಮರ್ಥ್ಯವು ಹೆಚ್ಚಾಗುತ್ತದೆ, ಸ್ನಾಯುಗಳ ಸಂಕೋಚನ ಮತ್ತು ವಿಸ್ತರಣೆಯು ಸರಿಯಾಗಿ ಆಗುತ್ತದೆ ಮತ್ತು ರಕ್ತ ಪರಿಚಲನೆ ಹೆಚ್ಚಾಗುತ್ತದೆ. ನಾಲ್ಕನೇ ತಿಂಗಳಿನಿಂದ ಈ ಚಟುವಟಿಕೆಯನ್ನು ಮಾಡಬಹುದು.

ಎ. ಸುಖಾಸನದಲ್ಲಿ ಕುಳಿತುಕೊಳ್ಳಿ.

ಬಿ. ಎರಡೂ ಕೈಗಳಿಂದ ಎರಡೂ ಕಾಲುಗಳ ಗಂಟುಗಳನ್ನು(Ankles) ಬಿಗಿಯಾಗಿ ಹಿಡಿದುಕೊಳ್ಳಿ.

ಸಿ. ಕೈಗಳ ಎರಡೂ ಹೆಬ್ಬೆರಳುಗಳನ್ನು ಮೇಲಕ್ಕೆ ಮತ್ತು ಉಳಿದ ಬೆರಳುಗಳನ್ನು ಕೆಳಕ್ಕೆ ಇರಿಸಿ.

ಡಿ. ಬೆನ್ನುಮೂಳೆಯ ಕೆಳಗಿನ ಭಾಗದಲ್ಲಿ ಕೇಂದ್ರೀಕರಿಸಿ ಉಸಿರಾಟ ನಡೆಸಿ. ಉಸಿರನ್ನು ಬಿಡುವಾಗ ಬೆನ್ನುಮೂಳೆಯ ಕೆಳಭಾಗವನ್ನು (ಸ್ಯಾಕ್ರಲ್) ಸಡಿಲವಾಗಿ ಬಿಡಿ. (ಈ ಭಂಗಿಯಲ್ಲಿ, ಬೆನ್ನನ್ನು ಸ್ವಲ್ಪ ಬಗ್ಗಿಸಿ.) ಉಸಿರನ್ನು ತೆಗೆದುಕೊಳ್ಳುವಾಗ, ಬೆನ್ನನ್ನು ನೇರಗೊಳಿಸಿ. ಕಾಲುಗಂಟುಗಳನ್ನು(Ankles) ಕೈಗಳಿಂದ ಬಿಗಿಯಾಗಿ ಹಿಡಿದು ಕುತ್ತಿಗೆಯನ್ನು ನೇರವಾಗಿರಿಸುವುದರಿಂದ, ಸೊಂಟದ ಸ್ನಾಯುಗಳನ್ನು ಸಂಕುಚಿತಗೊಳಿಸುವಾಗ ಮತ್ತು ವಿಸ್ತರಿಸುವಾಗ ಸ್ಯಾಕ್ರಲ್ ಭಾಗಕ್ಕೆ ಮಾತ್ರ ವ್ಯಾಯಾಮ ಸಿಗುತ್ತದೆ.

ಮಂಜರಾಸನ (Cat and Cow Exercise): ನೆಲದ ಮೇಲೆ ಅಂಗೈಗಳನ್ನು ಚಪ್ಪಟೆಯಾಗಿ ಮತ್ತು ಕಾಲ್ಬೆರಳುಗಳನ್ನು ಚಾಚಿದ ಬೆಕ್ಕಿನ ಭಂಗಿಯನ್ನು ಹಾಕಿಕೊಳ್ಳಿ.

– ಎರಡೂ ಕೈಗಳು ಮತ್ತು ಪಾದಗಳ ಮೇಲೆ ಸ್ಥಿರವಾಗಿದ್ದು, ನಿಮ್ಮ ತಲೆಯನ್ನು ಹಿಂದಕ್ಕೆ ತಿರುಗಿಸಿ.

– ಉಸಿರು ತೆಗೆದುಕೊಳ್ಳುವಾಗ ನಿಮ್ಮ ಬೆನ್ನುಮೂಳೆಯು ವಕ್ರವಾಗುವಂತೆ ನಿಮ್ಮ ಬೆನ್ನನ್ನು ಕಮಾನು ರೂಪದಲ್ಲಿರುವಂತೆ ಮಾಡಿ.

– ನೀವು ಉಸಿರು ಬಿಡುವಾಗ, ಗಲ್ಲವನ್ನು ಎದೆಯ ಹತ್ತಿರ ತಂದು ಬೆನ್ನುಮೂಳೆಯನ್ನು ಮೇಲಕ್ಕೆ ಎತ್ತಿ.

– ಸ್ವಲ್ಪ ಸಮಯದವರೆಗೆ ಈ ಭಂಗಿಯಲ್ಲಿರಿ, ನಂತರ ನಿಧಾನವಾಗಿ ಆರಂಭಿಕ ಸ್ಥಾನಕ್ಕೆ ಹಿಂತಿರುಗಿ ಮತ್ತು ಪ್ರಕ್ರಿಯೆಯನ್ನು ಪುನರಾವರ್ತಿಸಿ.

– ವಿಶ್ರಾಂತಿ ನಂತರ ಪುನರಾವರ್ತಿಸಿ.

ಈ ವ್ಯಾಯಾಮವು ಸೊಂಟವನ್ನು ಬಲಪಡಿಸುತ್ತದೆ, ಗರ್ಭಾವಸ್ಥೆಯಲ್ಲಿ ಬೆನ್ನು ನೋವನ್ನು ನಿವಾರಿಸುತ್ತದೆ, ಹೆರಿಗೆಗೆ ಸಹಾಯ ಮಾಡುತ್ತದೆ ಮತ್ತು ಮಗುವಿನ ಜನನ ಪ್ರಕ್ರಿಯೆಯನ್ನು ಸುಲಭಗೊಳಿಸುತ್ತದೆ.

ಲಘು ವ್ಯಾಯಾಮ – (ಸ್ಟ್ರೆಚಿಂಗ್): ನಿಮ್ಮ ಬೆನ್ನಿನ ಮೇಲೆ ಮಲಗಿ.

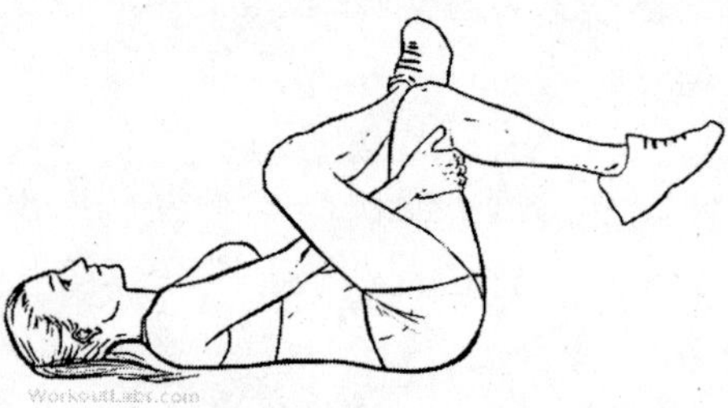

ಕ್ರಿಯೆ–1: ಉಸಿರೆಳೆದುಕೊಳ್ಳಿ ಮತ್ತು ಪಾದಗಳನ್ನು ಹೊರ ಭಾಗದಲ್ಲಿ ನೆಲದ ಕಡೆಗೆ ಎಳೆಯಿರಿ. ಉಸಿರನ್ನು ಬಿಡುತ್ತಾ ಕಾಲುಗಳನ್ನು ನೇರವಾಗಿರಿಸಿ.

ಕ್ರಿಯೆ–2: ಎರಡೂ ಪಾದಗಳನ್ನು ಪ್ರದಕ್ಷಿಣಾಕಾರವಾಗಿ(clockwise) ಮತ್ತು ಅಪ್ರದಕ್ಷಿಣಾಕಾರವಾಗಿ (anti-clockwise) ತಿರುಗಿಸಿ. ಇದರ ಜೊತೆಗೆ ಕೈಗಳ ಮಣಿಕಟ್ಟನ್ನು ಪ್ರದಕ್ಷಿಣಾಕಾರವಾಗಿ ಮತ್ತು ಅಪ್ರದಕ್ಷಿಣಾಕಾರವಾಗಿ ತಿರುಗಿಸಿ.

ಕ್ರಿಯೆ–3: ನಿಮ್ಮ ಕೈಗಳನ್ನು ಮೇಲಕ್ಕೆ ಮತ್ತು ಕಾಲುಗಳನ್ನು ಕೆಳಕ್ಕೆ ಎಳೆಯಿರಿ, ಯಾರೋ ನಿಮ್ಮನ್ನು ಎರಡೂ ಬದಿಗಳಿಂದ ಎಳೆಯುತ್ತಿರುವಂತೆ ಎಳೆಯಿರಿ. ಉಸಿರು ಬಿಡುತ್ತಾ ಆರಾಮವಾಗಿ ಮಲಗಿ.

ಕ್ರಿಯೆ–4: ಹೊಟ್ಟೆಯ ಕಡೆಗೆ ಒಂದು ಮೊಣಕಾಲು ತನ್ನಿ. ಉಸಿರನ್ನು ಬಿಡುತ್ತಾ ನೇರವಾಗಿಸಿ.

ಕ್ರಿಯೆ–5: ಎರಡೂ ಮೊಣಕಾಲುಗಳನ್ನು ಬಗ್ಗಿಸಿ ಮತ್ತು ಹೊಟ್ಟೆಯ ಕಡೆಗೆ ತನ್ನಿ. ಉಸಿರನ್ನು ಬಿಡುತ್ತಾ ನೇರವಾಗಿಸಿ.

ಕ್ರಿಯೆ–6: ನಿಂತು ಈ ಚಟುವಟಿಕೆಯನ್ನು ಮಾಡಿ. ಎರಡೂ ಕಾಲುಗಳ ನಡುವೆ 10–12 ಸೆಂ.ಮೀ. ಅಂತರವನ್ನು ಇಟ್ಟುಕೊಳ್ಳಿ. ಎರಡೂ ಕೈಗಳ ಬೆರಳುಗಳನ್ನು ಸೊಂಟದ ಹಿಂಭಾಗದಲ್ಲಿ ಜೋಡಿಸಿ. ಉಸಿರು ಬಿಡುತ್ತಾ ನಿಮ್ಮ ಕೈಗಳನ್ನು ಹಿಂದಕ್ಕೆ ಎಳೆಯಿರಿ. ಉಸಿರನ್ನು ಎಳೆದುಕೊಂಡು ಸಹಜ ಸ್ಥಿತಿಗೆ ಬನ್ನಿ. ಸ್ಟ್ರೆಚಿಂಗ್ ಮಾಡುವುದರಿಂದ ರಕ್ತ ಪರಿಚಲನೆ ಹೆಚ್ಚಿಸುತ್ತದೆ ಮತ್ತು ಸ್ನಾಯುಗಳನ್ನು ಬಲಪಡಿಸುತ್ತದೆ.

ಅನುಬಂಧ ೩

ಗರ್ಭಧಾರಣೆ – ವೈದ್ಯಕೀಯ ಅಂಶಗಳು

ಪ್ರಸೂತಿಯಲ್ಲಿ ನಾಲ್ಕು ಹಂತಗಳಿವೆ.

1. ಗರ್ಭಧಾರಣೆಯ ಮೊದಲು
2. ಗರ್ಭಾವಸ್ಥೆಯಲ್ಲಿ, ಇದನ್ನು ಪ್ರಸವಪೂರ್ವ ಅವಧಿ ಎಂದೂ ಕರೆಯುತ್ತಾರೆ
3. ಪ್ರಸವ ಸಮಯದಲ್ಲಿ ಮತ್ತು
4. ಪ್ರಸವಾನಂತರದ ಅವಧಿ

1. ಗರ್ಭಧಾರಣೆಯ ಮೊದಲು

ಮಗುವಿಗೆ ಜನ್ಮ ನೀಡಲು ಯೋಜಿಸುತ್ತಿರುವ ಮಹಿಳೆಯು ವೈದ್ಯರು ಅಥವಾ ಸ್ತ್ರೀರೋಗತಜ್ಞರಿಂದ ಅದರ ಬಗ್ಗೆ ಸಲಹೆಯನ್ನು ಪಡೆಯಬಹುದು.

ಕೆಳಗಿನ ಕ್ರಮಗಳನ್ನು ವೈದ್ಯರು ತೆಗೆದುಕೊಳ್ಳುತ್ತಾರೆ:

ಎ – ಗರ್ಭಿಣಿ ಮಹಿಳೆಗೆ ಯಾವುದೇ ಕಾಯಿಲೆ ಇದ್ದರೆ, ಅವರ ಇತಿಹಾಸವನ್ನು ತಿಳಿದುಕೊಳ್ಳುವುದು, ಎಲ್ಲಾ ಮಾಹಿತಿಯನ್ನು ಸಂಗ್ರಹಿಸುವುದು, ಇದು ಗರ್ಭಧಾರಣೆಯ ಮೇಲೆ ಪರಿಣಾಮ ಬೀರಬಹುದು.

ಬಿ – ಅವಳ ಋತುಚಕ್ರದ ಮಾದರಿಗಳನ್ನು ಅರ್ಥಮಾಡಿಕೊಳ್ಳುವುದು.

ಸಿ – ಅವಳ ದೈಹಿಕ ಪರೀಕ್ಷೆ, ತೂಕ–ಬಿ.ಪಿ. ಇವುಗಳ ವ್ಯವಸ್ಥಿತ ತನಿಖೆ ನಡೆಸುವುದು ಇತ್ಯಾದಿ.

ಡಿ – ಸಂಪೂರ್ಣ ತನಿಖೆ, ಇದರ ಅಡಿಯಲ್ಲಿ ಹಿಮೋಗ್ಲೋಬಿನ್, ರಕ್ತದಲ್ಲಿನ ಸಕ್ಕರೆ ಮತ್ತು ಕ್ಯಾಲ್ಸಿಯಂ ಮಟ್ಟಗಳನ್ನು ಗಮನಿಸಲಾಗುತ್ತದೆ.

ಅಗತ್ಯವಿದ್ದರೆ ಚಿಕಿತ್ಸೆಯನ್ನು ಕೈಗೊಳ್ಳಲಾಗುತ್ತದೆ.

2. ಗರ್ಭಾವಸ್ಥೆಯಲ್ಲಿ–ಪ್ರಸವಪೂರ್ವ ಅವಧಿ

ಈ ಅವಧಿಯನ್ನು 3ನೇ ತ್ರೈಮಾಸಿಕ ಎಂದು ಕರೆಯಲಾಗುತ್ತದೆ. ಇದನ್ನು ತಲಾ ಮೂರು ತಿಂಗಳುಗಳು ಎಂದು ವಿಂಗಡಿಸಲಾಗಿದೆ.

ಎ – ಮೊದಲ ತ್ರೈಮಾಸಿಕ 0 ಯಿಂದ 3 ತಿಂಗಳು, 0 ರಿಂದ 12 ವಾರಗಳ ಗರ್ಭಧಾರಣೆ.

ಮಹಿಳೆಯ ಮುಟ್ಟು ನಿಂತ ತಕ್ಷಣ, 10 ದಿನಗಳ ನಂತರ, ಸ್ಲೈಡ್ ಗರ್ಭಧಾರಣೆಯ ಪರೀಕ್ಷೆಯನ್ನು ತೆಗೆದುಕೊಳ್ಳಲು ಸಲಹೆ ನೀಡಲಾಗುತ್ತದೆ.

ಗರ್ಭಾವಸ್ಥೆಯ 6 ವಾರಗಳ ನಂತರ, ಅಲ್ಟ್ರಾ ಸೋನೋಗ್ರಫಿ ಮೂಲಕ ಗರ್ಭಧಾರಣೆಯನ್ನು ಖಚಿತಪಡಿಸಿಕೊಳ್ಳಲು ವೈದ್ಯರನ್ನು ಭೇಟಿ ಮಾಡಬೇಕು.

ಗರ್ಭಿಣಿಯರಿಗೆ ವೈದ್ಯರು ಮೂರು ತಿಂಗಳ ಕಾಲ ಫೋಲಿಕ್ ಆಸಿಡ್ ಮಾತ್ರೆಗಳನ್ನು ನೀಡುತ್ತಾರೆ ಮತ್ತು ವಾಕರಿಕೆ ಅಥವಾ ವಾಂತಿ ಕಾಣಿಸಿಕೊಂಡರೆ ಅದಕ್ಕೆ ಔಷಧವನ್ನೂ ನೀಡುತ್ತಾರೆ.

ಬಿ – ಎರಡನೇ ತ್ರೈಮಾಸಿಕ (second trimester) 3–6 ತಿಂಗಳುಗಳು, 13 ರಿಂದ 18 ವಾರಗಳು. ಈ ಅವಧಿಯಲ್ಲಿ, ಗರ್ಭಿಣಿ ತಾಯಿ ವ್ಯವಸ್ಥಿತ ತಪಾಸಣೆ, ತೂಕ ಮತ್ತು ಬಿಪಿ ತಪಾಸಣೆಗೆ ಒಳಗಾಗಬೇಕು. ತಿಂಗಳಿಗೊಮ್ಮೆ ವೈದ್ಯರನ್ನು ಭೇಟಿ ಮಾಡಿ ತಪಾಸಣೆ ಮಾಡಿಸಿಕೊಳ್ಳಬೇಕು.

18 ಮತ್ತು 20 ವಾರಗಳ ನಡುವೆ, ಭ್ರೂಣವು ಸಾಮಾನ್ಯವಾಗಿದೆ ಎಂದು ಖಚಿತಪಡಿಸಿಕೊಳ್ಳಲು ಸೋನೋಗ್ರಫಿ ಮಾಡಬೇಕು.

ಜೊತೆಗೆ ಕಬ್ಬಿಣ, ಕ್ಯಾಲ್ಸಿಯಂ ಮತ್ತು ಪ್ರೋಟೀನ್ ಪುಡಿಯನ್ನು ಸಹ ತೆಗೆದುಕೊಳ್ಳಬೇಕು.

ಸಿ – ಮೂರನೇ ತ್ರೈಮಾಸಿಕವು 29 ರಿಂದ 40 ವಾರಗಳವರೆಗೆ 7–9 ತಿಂಗಳುಗಳು. 7 ಮತ್ತು 8 ನೇ ತಿಂಗಳಲ್ಲಿ, ಗರ್ಭಿಣಿ ಮಹಿಳೆಯು ಪ್ರತಿ 15 ದಿನಗಳಿಗೊಮ್ಮೆ ವೈದ್ಯರನ್ನು ಭೇಟಿ ಮಾಡಬೇಕು ಮತ್ತು 9 ನೇ ತಿಂಗಳಲ್ಲಿ ಪ್ರತಿ ವಾರ ತನ್ನ ವ್ಯವಸ್ಥಿತ ಪರೀಕ್ಷೆ, ತೂಕ, ಬಿಪಿ, ಭ್ರೂಣದ (ಶಿಶು) ಹೃದಯ ಚಟುವಟಿಕೆಯ ಮೇಲ್ವಿಚಾರಣೆ (monitoring) ಇತ್ಯಾದಿ ಮಾಡಲಾಗುವುದು.

ಅಲ್ಲದೆ, ಗರ್ಭಿಣಿ ಮಹಿಳೆಯು ಗರ್ಭದಲ್ಲಿರುವ ಮಗುವಿನ ಚಟುವಟಿಕೆಗಳನ್ನು ಸೂಕ್ಷ್ಮವಾಗಿ ಗಮನಿಸಲು ಸೂಚಿಸಲಾಗುತ್ತದೆ.

ಎಲ್ಲಾ ರೀತಿಯ ಪರೀಕ್ಷೆಗಳನ್ನು ಪುನರಾವರ್ತಿಸಲಾಗುತ್ತದೆ – ಯು.ಎಸ್.ಜಿ ಗರ್ಭಧಾರಣೆಯ ಸುಮಾರು 36 ವಾರಗಳ ಸಮಯದಲ್ಲಿ.

ಗರ್ಭಾವಸ್ಥೆಯಲ್ಲಿ, ಗರ್ಭಿಣಿಯರಿಗೆ ಈ ರೀತಿಯ ಸಲಹೆ ನೀಡಲಾಗುತ್ತದೆ:

1) ಪ್ರಸವಪೂರ್ವ ವ್ಯಾಯಾಮ ತರಗತಿಗಳಿಗೆ ಹಾಜರಾಗಿ.

2) ಸಮತೋಲಿತ ಆಹಾರವನ್ನು ತೆಗೆದುಕೊಳ್ಳಲು ಪ್ರಾರಂಭಿಸಿ.

3) ನಡಿಗೆಯ ಅಭ್ಯಾಸವಿರಲಿ.

4) ಸಡಿಲವಾದ, ಆರಾಮದಾಯಕವಾದ ಬಟ್ಟೆಗಳನ್ನು ಧರಿಸಿ.

5) ನಿಮ್ಮನ್ನು ಸಂತೋಷವಾಗಿರಿಸಿಕೊಳ್ಳಿ ಮತ್ತು ಸಾಧ್ಯವಾದರೆ ಧ್ಯಾನ ಮಾಡಿ.

3. ಹೆರಿಗೆಯ ಸಮಯ:

ಹೆರಿಗೆಯ ಸಮಯದಲ್ಲಿ ಅವರು ಯಾವಾಗ ವೈದ್ಯರನ್ನು ಸಂಪರ್ಕಿಸಬಹುದು ಎಂಬುದು ಅತ್ಯಂತ ಮುಖ್ಯವಾದ ವಿಷಯ.

ಎ) ನಿರಂತರವಾಗಿ ಹೆಚ್ಚುತ್ತಿರುವ ಹೆರಿಗೆ ನೋವು

ಬಿ) ನೀರಿನ ಚೀಲ ಒಡೆದರೆ / water breaking.

ಸಿ) ಯಾವುದೇ ಸ್ಪಾಟಿರ್ಂಗ್ ಅಥವಾ ರಕ್ತಸ್ರಾವವನ್ನು ಗಮನಿಸಿದರೆ.

ಡಿ) ಭ್ರೂಣದ (ಗರ್ಭದಲ್ಲಿರುವ ಮಗು) ಚಟುವಟಿಕೆ ಕಡಿಮೆಯಾದರೆ

ಆಸ್ಪತ್ರೆಗೆ ದಾಖಲಾದಾಗ ವೈದ್ಯರ ಸೂಚನೆಗಳನ್ನು ಮಾತ್ರ ಅನುಸರಿಸಿ.

4. ಪ್ರಸವದ ನಂತರ

ಈ ಹಂತವನ್ನು ಪ್ರಸವಾನಂತರದ ಅವಧಿ ಎಂದು ಕರೆಯಲಾಗುತ್ತದೆ, ಇದು ಹೆರಿಗೆಯ ನಂತರ 4 ರಿಂದ 6 ವಾರಗಳವರೆಗೆ ಇರುತ್ತದೆ.

ಸೂಚನೆಗಳು:

ಎ – ಮಗುವಿಗೆ ಸರಿಯಾದ ಹಾಲುಣಿಸುವಿಕೆ.

ಬಿ– ಅಗತ್ಯವಿದ್ದಾಗ ಮಕ್ಕಳ ವೈದ್ಯರನ್ನು ಸಂಪರ್ಕಿಸುವುದು.

ಸಿ – ಒಂದು ತಿಂಗಳು ಕಬ್ಬಿಣ ಮತ್ತು ಕ್ಯಾಲ್ಸಿಯಂ ಮಾತ್ರೆ ತೆಗೆದುಕೊಳ್ಳುವುದು.

ತೀರ್ಮಾನ – ಈ 4 ಹಂತಗಳಲ್ಲಿ, ಗರ್ಭವತಿ ತಾಯಿ ತನ್ನ ಮೇಲೆ, ಮಗು ಮತ್ತು ವೈದ್ಯರ ಸೂಚನೆಗಳ ಮೇಲೆ ಕೇಂದ್ರೀಕರಿಸಬೇಕು. ಇತರರಿಂದ ಸಲಹೆ ಮತ್ತು ಇಂಟರ್ನೆಟ್‌ನಿಂದ ಮಾಹಿತಿಯನ್ನು ತಪ್ಪಿಸಿ. ಏಕೆಂದರೆ ಈ ವಿಷಯಗಳು ಅವಳನ್ನು ಗೊಂದಲಗೊಳಿಸಬಹುದು.

ಹೆರಿಗೆಯ ಸಮಯದಲ್ಲಿ ಪತಿಯ ಪಾತ್ರ

ಹೆರಿಗೆಯ ಸಮಯದಲ್ಲಿ ಪತಿ ತನ್ನ ಹೆಂಡತಿಯೊಂದಿಗೆ ಇರಲು ಬಯಸಿದರೆ, ಗರ್ಭಾವಸ್ಥೆಯಲ್ಲಿ ಪ್ರಸವಪೂರ್ವ ವ್ಯಾಯಾಮ ತರಗತಿಯಲ್ಲಿ (Antenatal Exercise Class) ಪ್ರವೇಶ ಪಡೆಯುವ ಮೂಲಕ ಅವನು ಕೆಲವು ವಿಷಯಗಳನ್ನು ಕಲಿಯಬೇಕು ಮತ್ತು ಅರ್ಥಮಾಡಿಕೊಳ್ಳಬೇಕು.

1. ಪ್ರಸವಪೂರ್ವ ವ್ಯಾಯಾಮ ತರಗತಿ – ಹೆರಿಗೆಯ ಸಮಯದಲ್ಲಿ ಪತಿ ಪತ್ನಿಯನ್ನು ಬೆಂಬಲಿಸಬೇಕು. ಈ ಕಾರಣದಿಂದಾಗಿ, ಅವರು ತರಗತಿಯಲ್ಲಿ ಸೈದ್ಧಾಂತಿಕ ಭಾಗವನ್ನು (ಥಿಯರಿ) ಕಲಿಯುತ್ತಾರೆ, ಅದರ ಅಡಿಯಲ್ಲಿ ಅವರು ಕೆಲವು ನಿಯಮಗಳನ್ನು ಕಲಿಯುತ್ತಾರೆ. ಇದಲ್ಲದೆ, ತರಗತಿಯಲ್ಲಿ ಆಕೆಗೆ ಹೆರಿಗೆಗೆ ಅಂಗರಚನಾಶಾಸ್ತ್ರ ಮತ್ತು ಶರೀರಶಾಸ್ತ್ರದ ಕೆಲವು ಜ್ಞಾನದ ಬಗ್ಗೆಯೂ ಅರಿವು ಮೂಡಿಸಲಾಗುತ್ತದೆ.

2. ಪ್ರಸವದ ಸಮಯ – ಪ್ರಸವಪೂರ್ವ ವ್ಯಾಯಾಮ ತರಗತಿ/ antenatal exercise class ಹಾಜರಾಗಿದ್ದರೆ ಮಾತ್ರ ಹೆರಿಗೆಯ ಸಮಯದಲ್ಲಿ ಪತಿ ಪತ್ನಿಯೊಂದಿಗೆ ಇರಲು ಅವಕಾಶವಿದೆ.

3. ಸಮಯದ ಅಂಶ – ಹೆರಿಗೆ ನೋವು ಮತ್ತು ನಿಜವಾದ ಹೆರಿಗೆಯ ನಡುವಿನ ಸಮಯದ ಮಧ್ಯಂತರವು 2 ಗಂಟೆಗಳೋ ಅಥವಾ 20 ಗಂಟೆಗಳೋ ಎಂದು ಯಾರೂ ನಿರ್ಧರಿಸಲು ಸಾಧ್ಯವಿಲ್ಲ. ಆ ಸಮಯದಲ್ಲಿ, ಪತಿ ತನ್ನ ಹೆಂಡತಿಯೊಂದಿಗೆ ಇದ್ದು ಮಾನಸಿಕವಾಗಿ ಸಂಪೂರ್ಣ ಬೆಂಬಲವನ್ನು ನೀಡಬಹುದು.

4. ಹೆರಿಗೆ ನೋವು – ಈ ಸಮಯದಲ್ಲಿ ರೋಗಿಯು ಆರಾಮದಾಯಕ ಸ್ಥಾನದಲ್ಲಿ ಉಳಿಯಲು ಮತ್ತು ಗಮನವನ್ನು ಬೇರೆಡೆ ಕೇಂದ್ರೀಕರಿಸಲು ಸೂಚಿಸಲಾಗುತ್ತದೆ. ಅಂತಹ ಪರಿಸ್ಥಿತಿಯಲ್ಲಿ, ಅವಳು ನೋವು ಅನುಭವಿಸಿದಾಗ ಪ್ರತಿ ಬಾರಿ ವಿಶ್ರಾಂತಿ ಪಡೆಯಲು ಪತಿ ಸಹಾಯ ಮಾಡಬೇಕು. ಇದಲ್ಲದೆ, ಮರುಕಳಿಸುವ ನೋವಿನ ಮಧ್ಯಂತರಗಳಲ್ಲಿ ಹೆಂಡತಿಯ ಗಮನವನ್ನು ಬೇರೆಡೆಗೆ ತಿರುಗಿಸಲು ಸಹ ಅವನು ಸಹಾಯ ಮಾಡಬೇಕು.

5. ಹೆರಿಗೆ ನೋವಿನ ಸಮಯದಲ್ಲಿ – ಪತಿ ದೈಹಿಕವಾಗಿ ಹೆಂಡತಿಯ ಬೆನ್ನಿಗೆ ಆಧಾರವಾಗಿರಬಹುದು ಅಥವಾ ಅವಳ ಬೆನ್ನನ್ನು ಮಸಾಜ್ ಮಾಡಬಹುದು. ವಾಸ್ತವದಲ್ಲಿ, ಅಂತಹ ಸಮಯದಲ್ಲಿ ಗಂಡನ ಉಪಸ್ಥಿತಿಯು ಹೆಂಡತಿಗೆ ಉತ್ತಮ ಬೆಂಬಲವಾಗಿದೆ.

ಅನುಬಂಧ 4

ಗರ್ಭಾವಸ್ಥೆಯಲ್ಲಿ ಆಹಾರ

ಗರ್ಭಾವಸ್ಥೆಯು ಮಹಿಳೆಯ ಜೀವನದ ಒಂದು ವಿಶಿಷ್ಟ ಹಂತವಾಗಿದೆ. ಗರ್ಭಾವಸ್ಥೆಯ ಮೊದಲು ಮತ್ತು ಆ ಸಮಯದಲ್ಲಿ ತಾಯಿ ಮತ್ತು ಮಗುವಿಗೆ ಸಾಕಷ್ಟು ಪೋಷಣೆ ಬಹಳ ಅವಶ್ಯಕ. ಇದು ಇಬ್ಬರ ಆರೋಗ್ಯದ ಮೇಲೆ ಆಳವಾದ ಪರಿಣಾಮ ಬೀರುತ್ತದೆ.

ಗರ್ಭದಲ್ಲಿರುವ ಮಗುವಿನ ಬೆಳವಣಿಗೆಗೆ ಅನೇಕ ಪೋಷಕಾಂಶಗಳು ಅವಶ್ಯಕ. ಇದನ್ನು ಅದು ತನ್ನ ತಾಯಿಯಿಂದ ಸ್ವೀಕರಿಸುತ್ತದೆ. ಈ ಕಾರಣಕ್ಕಾಗಿ, ಗರ್ಭಿಣಿ ಮಹಿಳೆಯ ಆಹಾರವು ಎಲ್ಲಾ ಪೋಷಕಾಂಶಗಳೊಂದಿಗೆ ಸಮೃದ್ಧವಾಗಿರುವುದು ಮತ್ತು ಸಮತೋಲಿತವಾಗಿರುವುದು ಬಹಳ ಮುಖ್ಯ.

ಸಮತೋಲಿತ ಆಹಾರವು ಸಾಕಷ್ಟು ಪ್ರಮಾಣದ ಧಾನ್ಯಗಳು, ಬೇಳೆ ಕಾಳುಗಳು, ಹಾಲು ಮತ್ತು ಅದರ ಉತ್ಪನ್ನಗಳು, ಹಸಿರು ಮತ್ತು ಕೆಂಪು-ಹಳದಿ ತರಕಾರಿಗಳು, ಹಣ್ಣುಗಳು ಇತ್ಯಾದಿಗಳನ್ನು ಒಳಗೊಂಡಿರುವ ಆಹಾರವಾಗಿದೆ.

ಗರ್ಭಾವಸ್ಥೆಯಲ್ಲಿ ಮಹಿಳೆಯ ದೇಹದಲ್ಲಿ ಅನೇಕ ಬದಲಾವಣೆಗಳು ಸಂಭವಿಸುತ್ತವೆ. ಆದ್ದರಿಂದ, ಅವಳು ತನ್ನ ಆಹಾರದ ಬಗ್ಗೆ ವಿಶೇಷ ಕಾಳಜಿ ವಹಿಸುವುದು ಮುಖ್ಯ. ಅಂತಹ ಪರಿಸ್ಥಿತಿಯಲ್ಲಿ, ಮಹಿಳೆಯರು ಸಾಮಾನ್ಯವಾಗಿ ತಮ್ಮ ಆಹಾರದಲ್ಲಿ ಏನು ತಿನ್ನಬೇಕು ಮತ್ತು ಎಷ್ಟು ತಿನ್ನಬೇಕು ಎಂಬ ಸಮಸ್ಯೆಯನ್ನು ಎದುರಿಸುತ್ತಾರೆ. ಇಂದು ನಾವು ಈ ಸಮಸ್ಯೆಯನ್ನು ಪರಿಹರಿಸಲು ಪ್ರಯತ್ನಿಸುತ್ತೇವೆ.

ಮೊದಲನೆಯದಾಗಿ, ಗರ್ಭಾವಸ್ಥೆಯಲ್ಲಿ ಪೋಷಕಾಂಶಗಳ ಅವಶ್ಯಕತೆಯು ಮೊದಲಿಗಿಂತ ಅಧಿಕವಾಗಿರುತ್ತದೆ ಮತ್ತು ಗರ್ಭಾವಸ್ಥೆಯ ಪ್ರತಿ ಹಂತದಲ್ಲಿ ಇದು ಬದಲಾಗುತ್ತದೆ ಎಂದು ತಿಳಿಯುವುದು ಮುಖ್ಯ. ಗರ್ಭಾವಸ್ಥೆಯ ತಿಂಗಳುಗಳು ಹೆಚ್ಚಾಗುತ್ತಿದ್ದಂತೆ, ಆಹಾರದಲ್ಲಿ ಶಕ್ತಿಯ ಅಗತ್ಯವು ಹೆಚ್ಚಾಗುತ್ತದೆ. ಗರ್ಭಿಣಿ ಮಹಿಳೆ ದಿನಕ್ಕೆ 300 ಹೆಚ್ಚುವರಿ ಕ್ಯಾಲೊರಿಗಳನ್ನು ತಿನ್ನಬೇಕು. ನಿಮ್ಮ ಆಹಾರದಲ್ಲಿ ಎರಡು ರೊಟ್ಟಿಗಳು ಮತ್ತು ಒಂದು ಬಟ್ಟಲು ಬೇಳೆಯನ್ನು ಹೆಚ್ಚಿಸುವ ಮೂಲಕ ಹೆಚ್ಚುವರಿ ಕ್ಯಾಲೋರಿಗಳ ಈ ಬೇಡಿಕೆಯನ್ನು ಪೂರೈಸಬಹುದು.

ಗರ್ಭಾವಸ್ಥೆಯಲ್ಲಿ, ಪ್ರೋಟೀನ್‌ಗಳು, ವಿಟಮಿನ್‌ಗಳು, ಖನಿಜಗಳು, ಕಬ್ಬಿಣ ಮತ್ತು ಇತರ ಅಂಶಗಳಂತಹ ಎಲ್ಲಾ ರೀತಿಯ ಪೋಷಕಾಂಶಗಳು ಮಗುವಿನ ಆರೋಗ್ಯ ಮತ್ತು ಬೆಳವಣಿಗೆಯನ್ನು ಉತ್ತೇಜಿಸುವಲ್ಲಿ ಪ್ರಮುಖ ಪಾತ್ರವಹಿಸುತ್ತವೆ. ಬನ್ನಿ, ಅದರ ಕಾರ್ಯಗಳು ಮತ್ತು ಮೂಲಗಳ ಬಗ್ಗೆ ತಿಳಿದುಕೊಳ್ಳೋಣ.

1. ಪ್ರೋಟೀನ್: ಗರ್ಭಾವಸ್ಥೆಯಲ್ಲಿ ಪ್ರೋಟೀನ್ ಅಗತ್ಯವು ಹೆಚ್ಚಾಗುತ್ತದೆ. ದೇಹಕ್ಕೆ ಪ್ರೋಟೀನ್ ಶಕ್ತಿಯನ್ನು ಒದಗಿಸುವುದರ ಜೊತೆಗೆ, ಮೂಳೆಗಳು, ಸ್ನಾಯುಗಳು ಮತ್ತು ಚರ್ಮವನ್ನು ನಿರ್ಮಿಸಲು ಇದು ಅವಶ್ಯಕವಾಗಿದೆ. ದೇಹದ ಬೆಳವಣಿಗೆ ಮತ್ತು ನಿರ್ವಹಣೆಗೆ ಸಹ ಇದು ಅವಶ್ಯಕವಾಗಿದೆ. ಪ್ರೋಟೀನ್ ಗರ್ಭಾವಸ್ಥೆಯನ್ನು ಆರೋಗ್ಯಕರವಾಗಿರಿಸುತ್ತದೆ ಮತ್ತು ಭ್ರೂಣದ ಬೆಳವಣಿಗೆಯನ್ನು ಸುನಿಶ್ಚಿತಗೊಳಿಸುತ್ತದೆ. ಮಹಿಳೆಯರಿಗೆ ಸುಮಾರು 22 ಗ್ರಾಂ ಹೆಚ್ಚು ಪ್ರೋಟೀನ್ ಅಗತ್ಯವಿದೆ. ಅವರು ತಮ್ಮ ಆಹಾರದಲ್ಲಿ ಹಾಲು ಮತ್ತು ಮೊಸರು, ಚೀಸ್ ಮುಂತಾದ ಹಾಲಿನ ಉತ್ಪನ್ನಗಳನ್ನು ಸೇರಿಸುವ ಮೂಲಕ ಈ ಹೆಚ್ಚುವರಿ ಪ್ರಮಾಣವನ್ನು ಪೂರೈಸಬಹುದು. ನೀವು ಮಾಂಸಾಹಾರಿಗಳಾಗಿದ್ದರೆ ಮೊಟ್ಟೆ, ಮೀನು ಮತ್ತು ಕೋಳಿ ಮಾಂಸವನ್ನು ಸೇವಿಸಬಹುದು.

2. ಫೋಲಿಕ್ ಆಸಿಡ್: ಫೋಲಿಕ್ ಆಸಿಡ್ ರಕ್ತ ರಚನೆ ಮತ್ತು ಜೀವಕೋಶಗಳ ಬೆಳವಣಿಗೆಗೆ ಸಹಾಯ ಮಾಡುತ್ತದೆ. ಮಗುವಿನ ಸಾಮಾನ್ಯ ಬೆಳವಣಿಗೆಗೆ ಮತ್ತು ಕೆಲವು ಜನ್ಮ ದೋಷಗಳನ್ನು ತಡೆಗಟ್ಟಲು ಗರ್ಭಧಾರಣೆಯ ಮೊದಲ ವಾರದಲ್ಲಿ ಇದು ಅಗತ್ಯವಾಗಿರುತ್ತದೆ. ಮೊದಲ ಮೂರು ತಿಂಗಳುಗಳಲ್ಲಿ ಫೋಲಿಕ್ ಆಸಿಡ್‌ನ ಪೂರಕಗಳನ್ನು ತೆಗೆದುಕೊಳ್ಳಲು ಮಹಿಳೆಯರಿಗೆ ಸಲಹೆ ನೀಡಲಾಗುತ್ತದೆ. ಗರ್ಭಿಣಿಯಾಗಲು ಪ್ರಯತ್ನಿಸುತ್ತಿರುವ ಮಹಿಳೆಯರಿಗೆ ಫೋಲಿಕ್ ಆಸಿಡ್ ಪೂರಕಗಳನ್ನು ತೆಗೆದುಕೊಳ್ಳಲು ಸಹ ಸಲಹೆ ನೀಡಲಾಗುತ್ತದೆ.

3. ಅಯೋಡಿನ್: ಭ್ರೂಣದ ಮಿದುಳಿನ ಸಾಮಾನ್ಯ ಬೆಳವಣಿಗೆಗೆ ಅಯೋಡಿನ್‌ನ ಸಾಕಷ್ಟು ಸೇವನೆ ಅಗತ್ಯ. ಮೀನು, ಸಮುದ್ರಾಹಾರ ಮತ್ತು ಹಾಲು ಅಯೋಡಿನ್ ಅನ್ನು ಒದಗಿಸಿದರೂ, ಗರ್ಭಾವಸ್ಥೆಯಲ್ಲಿ ಹೆಚ್ಚಿದ ಬೇಡಿಕೆಯನ್ನು ಪೂರೈಸಲು ಸಾಧ್ಯವಿಲ್ಲ. ಹೆರಿಗೆಯ ಮೊದಲು, ಜೀವಸತ್ವಗಳು ಮತ್ತು ಖನಿಜಗಳ ಪೂರಕ ಪ್ರಮಾಣವನ್ನು ತೆಗೆದುಕೊಳ್ಳಬೇಕು ಅಥವಾ ಪೋಷಕಾಂಶಗಳ ಪ್ರಮಾಣವನ್ನು ಹೆಚ್ಚಿಸಬೇಕು.

4. ವಿಟಮಿನ್ ಡಿ: ದೇಹವು ಕ್ಯಾಲ್ಸಿಯಂ ಹೀರಿಕೊಳ್ಳಲು ಮತ್ತು ಮೂಳೆಗಳನ್ನು ನಿರ್ಮಿಸಲು ಸಹಾಯ ಮಾಡುತ್ತದೆ. ಎಣ್ಣೆಯುಕ್ತ ಮೀನು, ಮೊಟ್ಟೆ ಮತ್ತು ಹಾಲು ಸೀಮಿತ ಪ್ರಮಾಣದ ವಿಟಮಿನ್ ಡಿ ಅನ್ನು ಮಾತ್ರ ನೀಡುತ್ತದೆ. ಸೂರ್ಯನ ಬೆಳಕಿನಲ್ಲಿ ಚರ್ಮವು ವಿಟಮಿನ್ ಡಿ ಅನ್ನು ಉತ್ಪಾದಿಸುತ್ತದೆ. ತಮ್ಮ ದೇಹದ ಹೆಚ್ಚಿನ ಭಾಗವನ್ನು ಬಟ್ಟೆಯಿಂದ ಮುಚ್ಚಿಕೊಳ್ಳುವ ಅಥವಾ ಹೆಚ್ಚಿನ ಸಮಯ ಮನೆಯೊಳಗೆ ಇರುವ ಮಹಿಳೆಯರು ವಿಟಮಿನ್ ಡಿ ಕೊರತೆಯ ಅಪಾಯವನ್ನು ಹೊಂದಿರುತ್ತಾರೆ, ಇದು ಅವರ ಮಗುವಿನ ಮೂಳೆಗಳ ಮೇಲೆ ಪರಿಣಾಮ ಬೀರಬಹುದು. ಪೂರಕಗಳನ್ನು ತೆಗೆದುಕೊಳ್ಳಲು ಅವರು ತಮ್ಮ ವೈದ್ಯರನ್ನು ಸಂಪರ್ಕಿಸಬೇಕು.

5. ಕಬ್ಬಿಣ: ಮಹಿಳೆಯರಿಗೆ ಕಬ್ಬಿಣದ ಅಂಶ ಬಹಳ ಮುಖ್ಯ. ಗರ್ಭಿಣಿ ಮಹಿಳೆಯರಲ್ಲಿ ಇದರ ಅವಶ್ಯಕತೆ ದ್ವಿಗುಣಗೊಳ್ಳುತ್ತದೆ. ಕಬ್ಬಿಣದ ಹೆಚ್ಚಳವು ಕೆಂಪು ರಕ್ತ ಕಣಗಳ ಉತ್ಪಾದನೆಯನ್ನು ಹೆಚ್ಚಿಸುತ್ತದೆ ಎಂದರ್ಥ. ಅದಕ್ಕಾಗಿಯೇ ಅಗತ್ಯವು ಹೆಚ್ಚಾಗುತ್ತದೆ. ದೇಹದಲ್ಲಿ ಕಬ್ಬಿಣದ ಕೊರತೆಯು ರಕ್ತಹೀನತೆಗೆ ಕಾರಣವಾಗುತ್ತದೆ, ಇದು ಗರ್ಭಾವಸ್ಥೆಯಲ್ಲಿ ತಾಯಿ ಮತ್ತು ಮಗುವಿಗೆ ಅಪಾಯಕಾರಿ.

6. ಕ್ಯಾಲ್ಸಿಯಂ: ಗರ್ಭಾಶಯದಲ್ಲಿರುವ ಮಗುವಿನ ಹಲ್ಲು ಮತ್ತು ಮೂಳೆಗಳ ಬೆಳವಣಿಗೆಗೆ, ಶಕ್ತಿಗೆ ಕ್ಯಾಲ್ಸಿಯಂ ಅತ್ಯಗತ್ಯ. ಇದಲ್ಲದೆ, ಸ್ನಾಯುಗಳು ಮತ್ತು ನರಗಳ ಆರೋಗ್ಯಕ್ಕೆ ಇದು ಮುಖ್ಯವಾಗಿದೆ. ಗರ್ಭಾವಸ್ಥೆಯಲ್ಲಿ ಮಹಿಳೆಯು ಸಾಕಷ್ಟು ಪ್ರಮಾಣದ ಕ್ಯಾಲ್ಸಿಯಂ ಅನ್ನು ತೆಗೆದುಕೊಳ್ಳದಿದ್ದರೆ, ತಾಯಿಯ ದೇಹದಲ್ಲಿ ಈಗಾಗಲೇ ಸಂಗ್ರಹವಾಗಿರುವ ಕ್ಯಾಲ್ಸಿಯಂ ಮಗುವಿಗೆ ಸಿಗತೊಡಗುತ್ತವೆ, ಮತ್ತು ನಂತರ ತಾಯಿ ದುರ್ಬಲಗೊಳ್ಳುತ್ತಾಳೆ.

7. ಒಮೆಗಾ 3 ಫ್ಯಾಟಿ ಆಸಿಡ್: ಗರ್ಭಾವಸ್ಥೆಯಲ್ಲಿ ಹೆಚ್ಚಿನ ಪ್ರಮಾಣದಲ್ಲಿ ಒಮೆಗಾ 3 ಫ್ಯಾಟಿ ಆಸಿಡ್ ಗಳನ್ನು ಸೇವಿಸುವುದರಿಂದ ಅಕಾಲಿಕ ಹೆರಿಗೆಯ ಅಪಾಯವನ್ನು ಕಡಿಮೆ ಮಾಡುತ್ತದೆ. ಗರ್ಭಧಾರಣೆಯ ಅವಧಿಯು 38 ರಿಂದ 42 ವಾರಗಳು ಇರುತ್ತದೆ. ಸಮಯಕ್ಕಿಂತ ಮೊದಲೇ ಮಗು ಜನಿಸಿದಂತೆಲ್ಲ, ಆರೋಗ್ಯಕ್ಕೆ ಹೆಚ್ಚಿನ ಅಪಾಯವಿದೆ. ಮಗುವಿನ ಮೆದುಳು ಮತ್ತು ಕಣ್ಣುಗಳ ಬೆಳವಣಿಗೆಗೆ ಒಮೆಗಾ 3 ಫ್ಯಾಟಿ ಆಸಿಡ್‌ಗಳು ಬಹಳ ಮುಖ್ಯ. ಇದು ತಾಯಿ ಮತ್ತು ಮಗುವಿನ ಪ್ರತಿರಕ್ಷಣಾ ವ್ಯವಸ್ಥೆಯನ್ನು ಸಹ ಬಲಪಡಿಸುತ್ತದೆ. ಗರ್ಭಾವಸ್ಥೆಯಲ್ಲಿ ಇದರ ಸೇವನೆಯು ಗರ್ಭಪಾತದ ಅಪಾಯವನ್ನು ಕಡಿಮೆ ಮಾಡುತ್ತದೆ. ಅಗಸೆ ಬೀಜಗಳು, ವಾಲ್ನಟ್ಸ್ ಮತ್ತು ಸಾಸುವೆ ಎಣ್ಣೆಗಳು ಒಮೆಗಾ 3 ಫ್ಯಾಟಿ ಆಸಿಡ್‌ಗಳ ಮೂಲಗಳಾಗಿವೆ.

ಬನ್ನಿ, ದಿನನಿತ್ಯದ ಜೀವನದಲ್ಲಿ ನಿಮ್ಮ ಆಹಾರದಲ್ಲಿ ವಿವಿಧ ಆಹಾರ ಗುಂಪುಗಳನ್ನು ಹೇಗೆ ಸೇರಿಸಬೇಕು ಮತ್ತು ಯಾವ ಮುನ್ನೆಚ್ಚರಿಕೆಗಳನ್ನು ತೆಗೆದುಕೊಳ್ಳಬೇಕು ಎಂಬುದನ್ನು ಈಗ ತಿಳಿದುಕೊಳ್ಳೋಣ–

1. ಸ್ವಲ್ಪ ಸ್ವಲ್ಪವಾದರೂ ದಿನಕ್ಕೆ ಹಲವಾರು ಬಾರಿ ಆಹಾರ ಸೇವಿಸಿ. ಉಪವಾಸ ಮತ್ತು ಹಸಿವಿನಿಂದ ದೂರವಿರಬೇಕು. ಗರ್ಭಾವಸ್ಥೆಯಲ್ಲಿ ಸಾಕಷ್ಟು ಕ್ಯಾಲೊರಿಗಳನ್ನು ಸೇವಿಸಿ. ಮತ್ತು ಈ ಕ್ಯಾಲೊರಿಗಳನ್ನು ದೇಹದಲ್ಲಿ ಸಾಕಷ್ಟು ಪ್ರಮಾಣದಲ್ಲಿ ಸಂಗ್ರಹಿಸಲಾಗಿದೆಯೆ ಎಂದು ಖಚಿತಪಡಿಸಿಕೊಳ್ಳಿ, ಇದು ಹಾಲುಣಿಸುವ ಸಮಯದಲ್ಲಿ ಉಪಯೋಗಕ್ಕೆ ಬರುತ್ತದೆ.

2. ಧಾನ್ಯಗಳು: ಹೆಚ್ಚುವರಿ ಶಕ್ತಿಯ ಅಗತ್ಯಗಳನ್ನು ಪೂರೈಸಲು ನಿಮ್ಮ ಧಾನ್ಯಗಳ ಸೇವನೆಯನ್ನು ದಿನಕ್ಕೆ ಸುಮಾರು 2 ಬಾರಿಗೆ ಹೆಚ್ಚಿಸಿ.

3. ಪ್ರೋಟೀನ್ ಭರಿತ ಆಹಾರ: ಹಾಲು ಮತ್ತು ಹಾಲಿನ ಉತ್ಪನ್ನಗಳನ್ನು ತೆಗೆದುಕೊಳ್ಳಿ. ಮೊಸರು, ಪನೀರ್, ಚೀಸ್ ಇತ್ಯಾದಿಗಳ ಪ್ರಮಾಣವನ್ನು ಹೆಚ್ಚಿಸಿ. ನಿಮ್ಮ ದೈನಂದಿನ ಆಹಾರದಲ್ಲಿ ವಿವಿಧ ವಿಧದ ಬೀನ್ಸ್, ಕಾಳುಗಳು, ಕಡಲೆಕಾಯಿಗಳು, ಬಾದಾಮಿ, ವಾಲ್‌ನಟ್ಸ್, ತಾವರೆ ಬೀಜ ಮುಂತಾದ ಒಣ ಹಣ್ಣುಗಳನ್ನು ಸೇರಿಸಿ. ಧಾನ್ಯಗಳು ಮತ್ತು ಬೇಳೆಕಾಳುಗಳ ಮಿಶ್ರಣವು ಪ್ರೋಟೀನ್‌ನ ಹೆಚ್ಚಿದ ಅಗತ್ಯವನ್ನು ಪೂರೈಸಲು ಸಹಾಯ ಮಾಡುತ್ತದೆ. ದಿನಕ್ಕೆ ಎರಡು ಬಾರಿಯಾದರೂ ನಿಮ್ಮ ಆಹಾರದಲ್ಲಿ ಬೇಳೆಕಾಳುಗಳನ್ನು ಸೇರಿಸಿ. ಸೋಯಾಬೀನ್ ಕೂಡ ಹೆಚ್ಚಿನ ಪ್ರಮಾಣದ ಪ್ರೋಟೀನ್

ಅನ್ನು ಹೊಂದಿರುತ್ತದೆ. ಅದರಿಂದ ತಯಾರಿಸಿದ ಹಾಲು ಮತ್ತು ಚೀಸ್ ಪ್ರೋಟೀನ್‌ನ ಸಮೃದ್ಧ ಮೂಲಗಳಾಗಿವೆ.

ಮಾಂಸಾಹಾರದಿಂದ ಉತ್ತಮ ಗುಣಮಟ್ಟದ ಪ್ರೋಟೀನ್ ಸಿಗುತ್ತದೆ. ಕೋಳಿ, ಮೊಟ್ಟೆ, ಮಟನ್, ಮೀನುಗಳು ಪ್ರೋಟೀನ್‌ನ ಉತ್ತಮ ಮೂಲಗಳಾಗಿವೆ.

4. ನಿಮ್ಮ ಆಹಾರವು ಕ್ಯಾಲ್ಸಿಯಂನಲ್ಲಿ ಸಮೃದ್ಧವಾಗಿರಬೇಕು. ಗರ್ಭಾವಸ್ಥೆಯಲ್ಲಿ ಮೂಳೆ ದೌರ್ಬಲ್ಯ (osteomalacia) ತಪ್ಪಿಸಲು, ದಿನಕ್ಕೆ ಕನಿಷ್ಠ ಮೂರು ಲೋಟ ಹಾಲು ಕುಡಿಯುವುದು ಮುಖ್ಯ. ದೇಹದ ದೈನಂದಿನ ಕ್ಯಾಲ್ಸಿಯಂ ಅಗತ್ಯವನ್ನು ಈ ಆಹಾರಗಳಿಂದ ಪೂರೈಸಬಹುದು. ಹಾಲು, ಚೀಸ್, ಮೊಸರು, ಬ್ರೊಕೊಲಿ, ಸೋಯಾಬೀನ್, ಹಸಿರು ಎಲೆಗಳ ತರಕಾರಿಗಳು, ಎಳ್ಳು, ಒಣದ್ರಾಕ್ಷಿ, ಟೋಫು ಇತ್ಯಾದಿ.

5. ಗರ್ಭಾವಸ್ಥೆಯಲ್ಲಿ ರಕ್ತಹೀನತೆಯನ್ನು ತಪ್ಪಿಸಲು, ಸಾಕಷ್ಟು ಕಬ್ಬಿಣಾಂಶವಿರುವ ಆಹಾರವನ್ನು ಸೇವಿಸಿ ಇದರಿಂದ ಮಗುವಿನ ದೇಹದಲ್ಲಿ ಸಾಕಷ್ಟು ಪ್ರಮಾಣದ ಕಬ್ಬಿಣವು ಸಂಗ್ರಹವಾಗುತ್ತದೆ. ಹಸಿರು ಎಲೆಗಳ ತರಕಾರಿಗಳು, ವಿವಿಧ ರೀತಿಯ ಬೀನ್ಸ್ ಮತ್ತು ಒಣ ಹಣ್ಣುಗಳಲ್ಲಿ ಕಬ್ಬಿಣವು ಕಂಡುಬರುತ್ತದೆ. ಆದಾಗ್ಯೂ, ಮಾಂಸ, ಮೀನು ಮತ್ತು ಮೊಟ್ಟೆಗಳಲ್ಲಿ ಕಬ್ಬಿಣವು ಹೇರಳವಾಗಿ ಕಂಡುಬರುತ್ತದೆ. ಸಸ್ಯಗಳು ಮತ್ತು ತರಕಾರಿಗಳಲ್ಲಿ ಕಬ್ಬಿಣದ ಲಭ್ಯತೆ ಕಡಿಮೆಯಾಗಿದೆ. ಆದರೆ ಮಾಂಸಾಹಾರ ಸೇವನೆಯಿಂದ ಈ ಕೊರತೆಯನ್ನು ಸರಿದೂಗಿಸಿಕೊಳ್ಳಬಹುದು ಏಕೆಂದರೆ ಅದರಿಂದ ನಮಗೆ ಹೆಚ್ಚು ಕಬ್ಬಿಣಾಂಶ ಸಿಗುತ್ತದೆ. ವಿಟಮಿನ್ ಸಿ ಹೊಂದಿರುವ ನೆಲ್ಲಿಕಾಯಿ, ಪೇರಲ, ಕಿತ್ತಳೆ, ಮೋಸಂಬಿ, ದಾಳಿಂಬೆ ಮುಂತಾದ ಹಣ್ಣುಗಳು ಕಬ್ಬಿಣವನ್ನು ಹೀರಿಕೊಳ್ಳಲು ಸಹಾಯ ಮಾಡುತ್ತದೆ. ಹಸಿರು ತರಕಾರಿಗಳಲ್ಲಿ ಕಬ್ಬಿಣವು ಹೆಚ್ಚಿನ ಪ್ರಮಾಣದಲ್ಲಿ ಕಂಡುಬರುತ್ತದೆ. ಊಟದ ಸಮಯದಲ್ಲಿ ಅಥವಾ ತಕ್ಷಣ ಚಹಾ ಅಥವಾ ಕಾಫಿಯನ್ನು ಕುಡಿಯಬೇಡಿ. ಅಂತಹ ಪಾನೀಯಗಳು, ಆಹಾರದಿಂದ ಕಬ್ಬಿಣವನ್ನು ಹೀರಿಕೊಳ್ಳಲು ಅಡ್ಡಿಯಾಗುತ್ತವೆ. ಗರ್ಭಾವಸ್ಥೆಯಲ್ಲಿ ನಿಮಗೆ ಕಬ್ಬಿಣ ಮತ್ತು ಕ್ಯಾಲ್ಸಿಯಂ ಪೂರಕಗಳು ಬೇಕಾಗಬಹುದು ಆದರೆ ಇವುಗಳನ್ನು ವೈದ್ಯರ ಸಲಹೆಯ ಮೇರೆಗೆ ಮಾತ್ರ ತೆಗೆದುಕೊಳ್ಳಬೇಕು.

6. ನಿಮ್ಮ ಆಹಾರದಲ್ಲಿ ಹೆಚ್ಚಿನ ನಾರಿನಂಶವನ್ನು ಸೇರಿಸಿ. ಇದು ಗರ್ಭಾವಸ್ಥೆಯಲ್ಲಿ ಸಾಮಾನ್ಯ ಸಮಸ್ಯೆಯಾದ ಮಲಬದ್ಧತೆಯನ್ನು ನಿವಾರಿಸುತ್ತದೆ. ಆದ್ದರಿಂದ, ಪ್ರತಿದಿನ ನಿಮ್ಮ ಆಹಾರದಲ್ಲಿ 5–6 ತರಕಾರಿಗಳು ಮತ್ತು ತಾಜಾ ಹಣ್ಣುಗಳನ್ನು ಸೇರಿಸಿ.

7. ನಿಮ್ಮ ಆಹಾರದಲ್ಲಿ ಸಾಕಷ್ಟು ಪ್ರಮಾಣದ ಉಪ್ಪು (ಸೋಡಿಯಂ) ಇರಬೇಕು. ದೇಹದಲ್ಲಿ ಊತವಿದ್ದರೆ ಅಥವಾ ಅಧಿಕ ರಕ್ತದೊತ್ತಡದ ತೊಂದರೆ ಇದ್ದಲ್ಲಿ ಉಪ್ಪನ್ನು ನಿಯಂತ್ರಿತ ಪ್ರಮಾಣದಲ್ಲಿ ಸೇವಿಸಬೇಕು.

8. ದಿನವಿಡೀ ಸಾಕಷ್ಟು ನೀರು ಕುಡಿಯಿರಿ ಇದರಿಂದ ಕರುಳಿನ ಕಾರ್ಯವು ಸರಾಗವಾಗಿ ಮುಂದುವರಿಯುತ್ತದೆ. ಊಟದ ಮೊದಲು ಅಥವಾ ನಂತರ ನೀರು ಮತ್ತು ಇತರ ದ್ರವಗಳನ್ನು ಕುಡಿಯಿರಿ, ಊಟದೊಂದಿಗೆ ಅಲ್ಲ.

9. ಹೆಚ್ಚಿನ ಚಹಾ ಮತ್ತು ಕಾಫಿಯನ್ನು ಸೇವಿಸಬೇಡಿ. ತಂಪು ಪಾನೀಯ ಇತ್ಯಾದಿ ಪಾನೀಯಗಳಿಂದ ದೂರವಿರಿ.

10. ನೀವು ವಾಕರಿಕೆ ಅಥವಾ ಗ್ಯಾಸ್ ನಿಂದ ಬಳಲುತ್ತಿದ್ದರೆ, ನೀವು ತುಪ್ಪ ಮತ್ತು ಎಣ್ಣೆಯಿಂದ ಸಮೃದ್ಧವಾಗಿರುವ ಕರಿದ, ಮಸಾಲೆಯುಕ್ತ, ಮೆಣಸಿನಕಾಯಿ–ಮಸಾಲೆಯುಕ್ತ ಆಹಾರವನ್ನು ಸೇವಿಸಬೇಡಿ.

11. ಗರ್ಭಾವಸ್ಥೆಯಲ್ಲಿ ತೂಕವನ್ನು ಕಳೆದುಕೊಳ್ಳುವುದನ್ನು ಶಿಫಾರಸು ಮಾಡುವುದಿಲ್ಲ ಏಕೆಂದರೆ ಇದು ಮಗುವಿನ ಬೆಳವಣಿಗೆಯ ಮೇಲೆ ಪರಿಣಾಮ ಬೀರುತ್ತದೆ.

ಗರ್ಭಿಣಿ ಮಹಿಳೆ ದಿನವಿಡೀ ತನ್ನ ಆಹಾರದಲ್ಲಿ ಏನನ್ನು ತೆಗೆದುಕೊಳ್ಳಬೇಕು ಎಂಬುದಕ್ಕೆ ಕೆಲವು ಆಯ್ಕೆಗಳನ್ನು ಕೆಳಗೆ ನೀಡಲಾಗಿದೆ.

ಬೆಳಗಿನ ಉಪಾಹಾರ ಅವಲಕ್ಕಿ, ಉಪ್ಪಿಟ್ಟು, ದಾಲ್ ಪರಾತ, ಮೆಂತೆಸೊಪ್ಪಿನ ತೇಪ್ಲಾ, ಓಟ್ಸ್, ದಾಲಿಯಾ, ಇಡ್ಲಿ, ದೋಸೆ, ಉತ್ತಪ್ಪ, ಬ್ರೆಡ್ ಸ್ಯಾಂಡ್‌ವಿಚ್, ಪನೀರ್ ಪರಾತ, ಗೋಧಿ ಫ್ಲೇಕ್ಸ್+ಹಾಲು+ಒಣ ಹಣ್ಣುಗಳು, ರಾಗಿ ಪ್ಯಾನ್‌ಕೇಕ್, ಮಿಶ್ರ ಹಿಟ್ಟಿನ ರೊಟ್ಟಿ ಇತ್ಯಾದಿ.

ಮಧ್ಯಾಹ್ನ ಮತ್ತು ರಾತ್ರಿ ಊಟ: ಪುಲ್ಕಾ, ರೊಟ್ಟಿ, ಚಪಾತಿ, ರಾಗಿ ರೊಟ್ಟಿ/ಭಕ್ರಿ, ಅನ್ನ, ಪುಲಾವ್, ಖಿಚಡಿ, ಮೊಳಕೆಕಟ್ಟಿದ ಧಾನ್ಯ, ಮೊಳಕೆಯೊಂದಿಗೆ ಬಿರಿಯಾನಿ, ಗಂಜಿ, ಮೊಳಕೆಯೊಂದಿಗೆ ಕಿಚಡಿ ಇತ್ಯಾದಿ.

ಸಂಜೆಯ ಲಘುತಿಂಡಿ: 1 ಲೋಟ ಹಾಲು, ಕಾರ/ ಮಂಡಕ್ಕಿ/ಚೂಡಾ/ಬೇಳೆ ಇತ್ಯಾದಿ.

ರಾತ್ರಿಯ ಊಟ ಮಧ್ಯಾಹ್ನದ ಊಟದಂತಿರಬೇಕು ಮತ್ತು ಮಲಗುವ ವೇಳೆಗೆ ಒಂದು ಕಪ್ ಹಾಲು ಇರಬೇಕು.

ಅನುಬಂಧ 5

ಗರ್ಭ ಸಂಸ್ಕಾರ - ಸಂಶೋಧನಾ ಗೇಟ್. ಸರ್ವೇ

ದಾಖಲಾದ 100 ಗರ್ಭಿಣಿ ಮಹಿಳೆಯರಲ್ಲಿ, 39% ರಷ್ಟು ಜನರು ಗರ್ಭ ಸಂಸ್ಕಾರದ ಬಗ್ಗೆ ಸ್ವಲ್ಪ ಜ್ಞಾನವನ್ನು ಹೊಂದಿದ್ದಾರೆಂದು ವರದಿ ಮಾಡಿದ್ದಾರೆ. ಈ ನಿರೀಕ್ಷಿತ ತಾಯಂದಿರು ಕುಟುಂಬದ ಹಿರಿಯ ಸದಸ್ಯರಿಂದ ಅಥವಾ ಪುಸ್ತಕಗಳಿಂದ 40% ಮಾಹಿತಿಯನ್ನು ಪಡೆದರು. ಉಳಿದ 61% ಗರ್ಭಿಣಿ ಮಹಿಳೆಯರಿಗೆ, ಇದು ಸಂಪೂರ್ಣವಾಗಿ ಹೊಸ ಪರಿಕಲ್ಪನೆಯಾಗಿದೆ.

ಸುಮಾರು 35% ತಾಯಂದಿರು ಗರ್ಭ ಸಂಸ್ಕಾರದಲ್ಲಿ ತಮ್ಮ ನಂಬಿಕೆಯನ್ನು ವ್ಯಕ್ತಪಡಿಸಿದ್ದಾರೆ ಮತ್ತು ಅವರು ಅದರ ಅಭ್ಯಾಸದ ಸಕಾರಾತ್ಮಕ ಫಲಿತಾಂಶಗಳನ್ನು ಒಪ್ಪುತ್ತಾರೆ. ಅವರ ನಂಬಿಕೆಯ ಪ್ರಕಾರ, ಗರ್ಭ ಸಂಸ್ಕಾರದ ವಿವಿಧ ವಿಧಾನಗಳಲ್ಲಿ ಪಠಣ (9%), ದೈವಿಕ ಸಂಗೀತ/ಭಜನೆ–ಕೀರ್ತನೆ (22%), ಮಂತ್ರ ಪಠಣ (8%), ಹೋಮ–ಹವನ ಮತ್ತು ಪೂಜೆ ಇತ್ಯಾದಿ (2%) ಸೇರಿವೆ.

ಆದಾಗ್ಯೂ, ಈ ವಿಧಾನಗಳು ಗರ್ಭ ಸಂಸ್ಕಾರದ ಒಂದು ಸಣ್ಣ ಭಾಗವಾಗಿದೆ, ಇದು ಅಷ್ಟೊಂದು ಪರಿಣಾಮಕಾರಿಯೂ ಅಲ್ಲ ಏಕೆಂದರೆ ಅದರ ಅಭ್ಯಾಸದ ಸಮಯದಲ್ಲಿ ಗರ್ಭದಲ್ಲಿರುವ ಭ್ರೂಣವನ್ನು ಗಮನದಲ್ಲಿಟ್ಟುಕೊಂಡಿರಲಿಲ್ಲ.

ಶೇ.60ರಷ್ಟು ತಾಯಂದಿರು ಇಂತಹ ಯಾವುದೇ ಚಟುವಟಿಕೆಗಳನ್ನು ಮಾಡಿಲ್ಲ. ಆಧುನಿಕ ಶಿಕ್ಷಣ ಅಥವಾ ವ್ಯವಹಾರದಿಂದಾಗುವ ಸಮಯದ ಕೊರತೆ ಇದಕ್ಕೆ ಕಾರಣವಾಗಿರಬಹುದು.

ಗರ್ಭ ಸಂಸ್ಕಾರದ ಆಚರಣೆಗಳು ಹುಟ್ಟಲಿರುವ ಮಗುವಿನ ಮೇಲೆ ಪ್ರಭಾವ ಬೀರುತ್ತವೆ. ವಿಜ್ಞಾನಿಗಳು ಅದರ ಪುರಾವೆಗಳನ್ನು ಬೆಂಬಲಿಸುತ್ತಾರೆ. ಭ್ರೂಣವು ಹೊರಗಿನಿಂದ ಬರುವ ಪ್ರಚೋದನೆಗೆ ಅದರ ಪ್ರತಿಕ್ರಿಯೆಯನ್ನು ತೋರಿಸಬಹುದು ಎಂದು ಆಧುನಿಕ ಅಧ್ಯಯನಗಳು ಸಾಬೀತುಪಡಿಸಿವೆ.

ವಾಸ್ತವವಾಗಿ, ತಾಯಿಯ ಆಲೋಚನೆಗಳಿಂದ ಸಕ್ರಿಯಗೊಂಡ ಹಾರ್ಮೋನ್ ಸ್ರವಿಸುವಿಕೆಯು ಗರ್ಭಾಶಯದಲ್ಲಿರುವ ಮಗುವಿನ ಮೇಲೂ ಪರಿಣಾಮ ಬೀರಬಹುದು.

ಗರ್ಭಾವಸ್ಥೆಯ ಅವಧಿಯಲ್ಲಿ ತಾಯಿಯ ಭಾವನಾತ್ಮಕ ಸ್ಥಿತಿಯಿಂದ ಮಗು ಪ್ರಭಾವಿತವಾಗುವ ಸಾಧ್ಯತೆಯಿರುವುದರಿಂದ ಮಗುವಿನ ಮಾನಸಿಕ ಮತ್ತು ನಡವಳಿಕೆಯ ಬೆಳವಣಿಗೆಯು ಗರ್ಭದಲ್ಲಿಯೇ ಪ್ರಾರಂಭವಾಗುತ್ತದೆ ಎಂದು ಸಾಂಪ್ರದಾಯಿಕವಾಗಿ ನಂಬಲಾಗಿದೆ. ಗರ್ಭ ಸಂಸ್ಕಾರವನ್ನು ಅಭ್ಯಾಸವು ತಾಯಿಯು ದೈಹಿಕವಾಗಿ ಆರೋಗ್ಯವಾಗಿ ಮತ್ತು ಮಾನಸಿಕವಾಗಿ ಧನಾತ್ಮಕವಾಗಿರುವುದನ್ನು ಖಚಿತಪಡಿಸುತ್ತದೆ.

ಅನೇಕ ಆಧುನಿಕ ಪ್ರಸವಪೂರ್ವ ಅಭ್ಯಾಸಗಳಿವೆ, ಅವುಗಳಲ್ಲಿ ಕೆಲವು ಕೆಳಗೆ ನೀಡಲಾಗಿದೆ–

ಸ್ವಯಂ–ಸೂಚನೆ ಮತ್ತು ಸಮ್ಮೋಹನ:

ಇವು ಧ್ಯಾನದ ವಿಧಾನಗಳಾಗಿವೆ, ಅದರ ಅಡಿಯಲ್ಲಿ ಮನಸ್ಸಿಗೆ ಧನಾತ್ಮಕ ಚಿಂತನೆಯನ್ನು ನೀಡಲಾಗುತ್ತದೆ, ಅದನ್ನು ಮತ್ತೆ ಮತ್ತೆ ಪುನರಾವರ್ತಿಸುವ ಮೂಲಕ ಅದು ವಾಸ್ತವದ ರೂಪವನ್ನು ಪಡೆಯಬಹುದು.

ಬಣ್ಣ ಚಿಕಿತ್ಸೆ:

ಇದರಲ್ಲಿ ಮನಸ್ಸನ್ನು ಸಮತೋಲನಗೊಳಿಸಲು ಬಣ್ಣ ಮತ್ತು ಬೆಳಕನ್ನು ಬಳಸಲಾಗುತ್ತದೆ. ಕೆಲವು ಬಣ್ಣಗಳು ಮನಸ್ಥಿತಿಯನ್ನು ಸುಧಾರಿಸಬಹುದು ಮತ್ತು ಮನಸ್ಸಿನ ಮೇಲೆ ಸಕಾರಾತ್ಮಕ ಪರಿಣಾಮ ಬೀರುತ್ತವೆ.

ಅರೋಮಾ ಥೆರಪಿ:

ಈ ಚಿಕಿತ್ಸೆಯು ಘ್ರಾಣ ಶಕ್ತಿಯನ್ನು ಬಳಸುತ್ತದೆ, ಅಂದರೆ ವಾಸನೆಯ ಶಕ್ತಿ, ಇದರಿಂದಾಗಿ ಇಂದ್ರಿಯಗಳ ಶಕ್ತಿಯು ತೀಕ್ಷ್ಣವಾಗುತ್ತದೆ. ಜೊತೆಗೆ ದೇಹ ಮತ್ತು ಮಸ್ತಿಷ್ಕ ಕೂಡ ಶಾಂತವಾಗುತ್ತದೆ. ಸಾರಭೂತ ತೈಲಗಳು ಮತ್ತು ಇತರ ಆರೊಮ್ಯಾಟಿಕ್ (ಸುಗಂಧ) ಪದಾರ್ಥಗಳ ಬಳಕೆಯಿಂದ ಭವಿಷ್ಯದ ತಾಯಿಯ ಒತ್ತಡವನ್ನು ನಿವಾರಿಸಬಹುದು.

ಗರ್ಭಾವಸ್ಥೆಯ ಆಚರಣೆಗಳಿಗೆ ಮಾರ್ಗಸೂಚಿಗಳು:

ಆಯುರ್ವೇದದ ಪ್ರಕಾರ, ಗರ್ಭ ಸಂಸ್ಕಾರವು ಆರೋಗ್ಯಕರ ಮಗುವಿಗೆ ಜನ್ಮ ನೀಡುವ ಅತ್ಯುತ್ತಮ ವಿಧಾನಗಳಲ್ಲಿ ಒಂದಾಗಿದೆ. ಇದು ವಿಶೇಷವಾಗಿ ಗರ್ಭಿಣಿ ತಾಯಿಗಾಗಿ ಇದೆ, ಇದರಿಂದ ಅವಳು ದೈಹಿಕವಾಗಿ ಮತ್ತು ಮಾನಸಿಕವಾಗಿ ಆರೋಗ್ಯವಾಗಿರಲು ಸಾಧ್ಯವಾಗುತ್ತದೆ.

ಆರೋಗ್ಯಕರ ಆಹಾರ ಪದ್ಧತಿ:

ಆಹಾರವು ಗರ್ಭಾವಸ್ಥೆಯಲ್ಲಿ ಅತ್ಯಗತ್ಯ ಅಂಶವಾಗಿದೆ, ಏಕೆಂದರೆ ಭ್ರೂಣದ ಬೆಳವಣಿಗೆಯು ತಾಯಿಯ ಆರೋಗ್ಯ ಮತ್ತು ಪೋಷಣೆಯನ್ನು ಅವಲಂಬಿಸಿರುತ್ತದೆ. ಆಯುರ್ವೇದದ ಪ್ರಕಾರ, ಗರ್ಭಾವಸ್ಥೆಯಲ್ಲಿ ಜೀವಸತ್ವಗಳು ಮತ್ತು ಖನಿಜಗಳಿಂದ ಸಮೃದ್ಧವಾಗಿರುವ 'ಸಮತೋಲಿತ ಆಹಾರ'ವನ್ನು ಸೇವಿಸಲು ಸಲಹೆ ನೀಡಲಾಗುತ್ತದೆ. ಗರ್ಭಾವಸ್ಥೆಯಲ್ಲಿ, ಆಹಾರವು ಸಮತೋಲಿತ ಪ್ರಮಾಣದಲ್ಲಿ ಕ್ಯಾಲ್ಸಿಯಂ, ಫೋಲಿಕ್ ಆಮ್ಲ ಮತ್ತು ಕಬ್ಬಿಣವನ್ನು ಹೊಂದಿರಬೇಕು. ಸಾತ್ವಿಕ ಆಹಾರವು ತಾಜಾವಾಗಿ ತಯಾರಿಸಲ್ಪಟ್ಟಿದೆ ಮತ್ತು ಎಲ್ಲಾ ಪೋಷಕಾಂಶಗಳಲ್ಲಿ ಸಮೃದ್ಧವಾಗಿದೆ, ಇದನ್ನು ಸೇವಿಸಬೇಕು. ಗರ್ಭಿಣಿ ಮಹಿಳೆಯು ಎಲ್ಲಾ ಐದು ರುಚಿಗಳನ್ನು ಒಳಗೊಂಡಿರುವ ಆಹಾರವನ್ನು ಸೇವಿಸಬೇಕು: ಸಿಹಿ, ಉಪ್ಪು, ಒಗರು, ಕಹಿ ಮತ್ತು ಹುಳಿ.

ಪ್ರಾಣಾಯಾಮ ಮತ್ತು ಧ್ಯಾನದ ಜೊತೆಗೆ ಲಘು ವ್ಯಾಯಾಮದ ಅಭ್ಯಾಸ:

ಲಘು ವ್ಯಾಯಾಮವು ನಮ್ಯತೆಯನ್ನು ಹೆಚ್ಚಿಸುತ್ತದೆ, ರಕ್ತ ಪರಿಚಲನೆ ಸುಧಾರಿಸುತ್ತದೆ ಮತ್ತು ಗರ್ಭಾವಸ್ಥೆಯಲ್ಲಿ ಬೆನ್ನು ನೋವನ್ನು ಕಡಿಮೆ ಮಾಡುತ್ತದೆ.

ಪ್ರಾಣಾಯಾಮ ಅಥವಾ ಉಸಿರಾಟದ ವ್ಯಾಯಾಮಗಳು ದೇಹವನ್ನು ಶಾಂತಗೊಳಿಸಲು ಮತ್ತು ವಿಶ್ರಾಂತಿ ಮಾಡಲು ಸಹಾಯ ಮಾಡುತ್ತದೆ.

ಇದು ಹೆರಿಗೆಯ ಸಮಯದಲ್ಲಿ ತಮ್ಮ ಉಸಿರಾಟವನ್ನು ನಿಯಂತ್ರಿಸಲು ಗರ್ಭಿಣಿ ತಾಯಂದಿರನ್ನು ಸಿದ್ಧಪಡಿಸುತ್ತದೆ.

ವಿಶೇಷವಾದ ಗರ್ಭ ಸಂಸ್ಕಾರ ಯೋಗ ಆಸನಗಳು, ಕನಿಷ್ಠ ಹೆರಿಗೆ ನೋವಿನೊಂದಿಗೆ, ಪೂರ್ಣ ಅವಧಿಯಲ್ಲಿ ನಾರ್ಮಲ್ ಹೆರಿಗೆಯಾಗುವ ಸಾಧ್ಯತೆಯನ್ನು ಹೆಚ್ಚಿಸುತ್ತದೆ.

ಧ್ಯಾನವು ಗರ್ಭ ಸಂಸ್ಕಾರದ ಒಂದು ಪ್ರಮುಖ ಅಂಶವಾಗಿದೆ ಮತ್ತು ಮನಸ್ಸನ್ನು ಒತ್ತಡದಿಂದ ತಗ್ಗಿಸುವುದರಿಂದ ದೇಹಕ್ಕೆ ಪ್ರಯೋಜನಕಾರಿಯಾಗಿದೆ. ಇದು 'ಶೂನ್ಯ ಮನಸ್ಥಿತಿ'ಯನ್ನು ತರುತ್ತದೆ, ಇದು ಅಪಾರ ಶಾಂತಿಯನ್ನು ತರಲು ಸಹಾಯ ಮಾಡುತ್ತದೆ. ಇದು ಏಕಾಗ್ರತೆಯನ್ನು ಹೆಚ್ಚಿಸಲು ಸಹ ಸಹಾಯ ಮಾಡುತ್ತದೆ. ಧ್ಯಾನ ಮಾಡುವಾಗ, ನಿಮ್ಮ ಮುಂಬರುವ ಮಗುವಿನ ಬಗ್ಗೆ ಸುಂದರವಾದ ಆಲೋಚನೆಗಳನ್ನು ಕಲ್ಪಿಸಿ ಮತ್ತು ಸಕಾರಾತ್ಮಕ ಆಲೋಚನೆಗಳನ್ನು ಹೊಂದುವ ಮೂಲಕ, ನಿಮ್ಮ ಮಗುವಿನೊಂದಿಗೆ ನೀವು ಹೆಚ್ಚು ಸಂಪರ್ಕ ಹೊಂದುತ್ತೀರಿ. ಇದು ನಿಮಗೆ ಮತ್ತು ನಿಮ್ಮ ಮಗುವಿಗೆ ಸಹಾಯ ಮಾಡುವ ಉತ್ತಮ ವಿಧಾನವಾಗಿದೆ.

ಈ ಎರಡು ಮುಖ್ಯ ಅಭ್ಯಾಸಗಳ ಜೊತೆಗೆ, ಪ್ರಾರ್ಥನೆ, ಹಿತವಾದ ಮತ್ತು ಶಾಂತವಾಗಿಡುವ ಸಂಗೀತವನ್ನು ಆಲಿಸುವುದು, ಆಧ್ಯಾತ್ಮಿಕ ಪುಸ್ತಕಗಳನ್ನು ಓದುವುದು ಇತ್ಯಾದಿ ಸೇರಿದಂತೆ ಕೆಲವು ಇತರ ಚಟುವಟಿಕೆಗಳನ್ನು ಸಹ ಮಾಡಬಹುದು.

ಮನಸ್ಸನ್ನು ಶಾಂತವಾಗಿ ಮತ್ತು ಸಂತೋಷದಿಂದ ಇಟ್ಟುಕೊಳ್ಳುವುದು ಮತ್ತು ತನ್ನನ್ನು ತಾನು ಚಟುವಟಿಕೆಯಿಂದ ಇಟ್ಟುಕೊಳ್ಳುವುದು, ಈ ಎಲ್ಲಾ ವಿಷಯಗಳು ತನ್ನ ಗರ್ಭಾವಸ್ಥೆಯ ಪ್ರಯಾಣದಲ್ಲಿ ತಾಯಿಗೆ ಪ್ರಯೋಜನಕಾರಿಯಾಗಿದೆ.

ಈ ಪುಸ್ತಕವನ್ನು ಓದಿದ ನಂತರ, ನಿಮ್ಮ ಪ್ರತಿಕ್ರಿಯೆಯನ್ನು ನೀವು

books.feedback@tejgyan.org ಗೆ ಕಳುಹಿಸಬಹುದು.

ಸರಶ್ರೀ- ಅಲ್ಪ ಪರಿಚಯ

ಸ್ವೀಕಾರ ಮಂತ್ರ ಮುದ್ರೆ

ಸರಶ್ರೀಯವರ ಆಧ್ಯಾತ್ಮಿಕ ಅನ್ವೇಷಣೆ ಅವರ ಬಾಲ್ಯದಲ್ಲಿಯೇ ಪ್ರಾರಂಭಗೊಂಡಿತ್ತು. ಈ ಶೋಧದ ಕಾಲವಧಿಯಲ್ಲಿ ಅವರು ಹಲವಾರು ಬಗೆಯ ಪುಸ್ತಕಗಳನ್ನು ಅಭ್ಯಸಿಸಿದರು. ತಮ್ಮ ಆಧ್ಯಾತ್ಮಿಕ ಶೋಧದಲ್ಲಿ ಮಗ್ನರಾಗಿ ಅನೇಕ ಧ್ಯಾನ ವಿಧಿಗಳ ಅಧ್ಯಯನ ನಡೆಸಿದರು. ಅವರ ಈ ಶೋಧವು ಅವರನ್ನು ಅನೇಕ ವೈಚಾರಿಕ ಹಾಗೂ ಶೈಕ್ಷಣಿಕ ಸಂಸ್ಥೆಗಳತ್ತ ಹೋಗಲು ಪ್ರೇರೇಪಿಸಿತು. ಜೀವನದ ರಹಸ್ಯವನ್ನರಿಯಲು ಅವರು **ಒಂದು ಸುಧೀರ್ಘ ಅವಧಿಯವರೆಗೆ ಮನನ ಮಾಡುತ್ತ ತಮ್ಮ ಅನ್ವೇಷಣೆಯನ್ನು ಮುಂದುವರೆಸಿದರು. ಈ ಶೋಧದ ಕೊನೆಗೆ ಅವರಿಗೆ 'ಆತ್ಮಬೋಧ' ಪ್ರಾಪ್ತವಾಯಿತು.** ಆತ್ಮಸಾಕ್ಷಾತ್ಕಾರದ ಬಳಿಕ **ಆಧ್ಯಾತ್ಮದ ಎಲ್ಲ ಮಾರ್ಗಗಳನ್ನು ಸೇರಿಸುವ ಕೊಂಡಿ- ಕಿಂದರೆ ಅದು-ತಿಳುವಳಿಕೆ (ಅಂಡರಸ್ಟೈಂಡಿಂಗ್)** ಎಂಬುದನ್ನು ಮನಗಂಡರು. ತದನಂತರ ಅವರು ತಮ್ಮ ತತ್ಕಾಲೀನ ಅಧ್ಯಾಪನ ಕಾರ್ಯಕ್ಕೆ ತಿಲಾಂಜಲಿಯನ್ನಿಟ್ಟು, ಸುಮಾರು ಎರಡು ದಶಕಗಳಿಗಿಂತಲೂ ಹೆಚ್ಚು ಸಮಯ ತಮ್ಮ ಸಮಸ್ತ ಜೀವನವನ್ನು ಮಾನವಜಾತಿಯ ಕಲ್ಯಾಣಕ್ಕಾಗಿ ಹಾಗು ಮಾನವಜಾತಿಯ ಅಧ್ಯಾತ್ಮಿಕ ವಿಕಾಸಕ್ಕಾಗಿ ಅರ್ಪಿಸಿದರು.

ಸತ್ಯಪ್ರಾಪ್ತಿಯ ಎಲ್ಲ ಮಾರ್ಗಗಳ ಪ್ರಾರಂಭವು ವಿಭಿನ್ನ ರೀತಿಯಲ್ಲಿ ನಡೆದರೂ ಸಹ ಕೊನೆಗೆ ಮಾತ್ರ ಒಂದೇ ಅರಿವು ಪ್ರಾಪ್ತವಾಗುತ್ತದೆ ಎಂಬುದು ಸರಶ್ರೀಯವರ ಹೇಳಿಕೆಯಾಗಿದೆ. **ಈ 'ಅರಿವೇ' ಸರ್ವಸ್ವವಾಗಿದೆ ಹಾಗೂ ಇದು ತನ್ನಲ್ಲಿ ತಾನು ಪೂರ್ಣವಾಗಿದೆ.** ಆಧ್ಯಾತ್ಮಿಕ ಜ್ಞಾನಪ್ರಾಪ್ತಿಗಾಗಿ ಈ 'ಅರಿವಿನ' ಕೇವಲ ಶ್ರವಣವಷ್ಟೇ ಸಾಕು! ಈ ತಿಳುವಳಿಕೆಯನ್ನು ಬೆಳಕಿಗೆ ತರಲು ಸರಶ್ರೀಯವರು ಇವತ್ತಿನವರೆಗೂ **ನಾಲ್ಕು ಸಾವಿರಕ್ಕಿಂತಲೂ ಅಧಿಕ ಅಧ್ಯಾತ್ಮಿಕ ವಿಷಯಗಳ ಮೇಲೆ ಪ್ರವಚನಗಳನ್ನು ನೀಡಿರುವರು.** ಇವುಗಳ ಮುಖಾಂತರ ಅವರು ಅಧ್ಯಾತ್ಮಿಕದ ಆಳವಾದ ಸಂಕಲ್ಪನೆಗಳನ್ನು ನೇರವಾಗಿ ಹಾಗೂ ವ್ಯವಹಾರಿಕ ರೂಪದಲ್ಲಿ ತಿಳಿಹೇಳುತ್ತಾರೆ. ಸಮಾಜದ ಪ್ರತಿಯೊಂದು ಹಂತದ ಮನುಷ್ಯ ಸರಶ್ರೀಯವರ ಮೂಲಕ ಹೇಳಲಾದ ತಿಳುವಳಿಕೆಯ ಲಾಭವನ್ನು ಪಡೆಯಬಹುದಾಗಿದೆ. ಇದಕ್ಕಾಗಿ ಯಾವುದೇ ಧರ್ಮ, ಜಾತಿ, ಉಪಜಾತಿ, ವರ್ಣ, ಪಂಥ, ಬಣ್ಣ ಅಥವಾ ಲಿಂಗದ ಬೇಧವಿಲ್ಲ. ವಿಶ್ವದ ಪ್ರತಿಯೊಂದು ಮೂಲೆಯಲ್ಲಿರುವ ಜನರು ಇಂದು ತೇಜಜ್ಞಾನದ ವಿಶಿಷ್ಟ ಜ್ಞಾನಪ್ರಣಾಲಿ(System for Wisdom)ಯ ಲಾಭವನ್ನು ಪಡೆಯುತ್ತಿದ್ದಾರೆ. ಈ ವ್ಯವಸ್ಥೆಯ ಒಂದು ಭಾಗದ ರೂಪದಲ್ಲಿ **ಲಕ್ಷಾಂತರ ಜನರು ದಿನವೂ ಬೆಳಿಗ್ಗೆ ಹಾಗೂ ರಾತ್ರಿ ೯:೦೯ ಈ ವೇಳೆಯಲ್ಲಿ ವಿಶ್ವಶಾಂತಿ ಪ್ರಾರ್ಥನೆಯನ್ನು ಮಾಡುತ್ತಿದ್ದಾರೆ.**

ಸರಶ್ರೀ-ಅಲ್ಪ ಪರಿಚಯ
(Hindi)

ಸರಶ್ರೀ ತೇಜಜ್ಞಾನ
ಯು-ಟ್ಯೂಬ್ ಚಾನಲ್(Hindi)

ತೇಜಜ್ಞಾನ ಫೌಂಡೇಶನ್ – ಪರಿಚಯ

ತೇಜಜ್ಞಾನ ಫೌಂಡೇಶನ್, ಆತ್ಮವಿಕಾಸದಿಂದ ಆತ್ಮಸಾಕ್ಷಾತ್ಕಾರವನ್ನು ಪ್ರಾಪ್ತಿಸಿಕೊಳ್ಳುವ ಒಂದು ಮಾರ್ಗವಾಗಿದೆ. ಇದಕ್ಕಾಗಿ ಸರಶ್ರೀಯವರ ಮುಖಾಂತರ ಒಂದು ವಿಶಿಷ್ಟವಾದ ಬೋಧನೆಯ ಕ್ರಮ (System for Wisdom)ವೊಂದು ಸೃಜನವಾಗಿದೆ. ಈ ಬೋಧನೆಯ ಕ್ರಮವನ್ನು ಅಂತರ್ರಾಷ್ಟ್ರೀಯ ಪ್ರಮಾಣಾಂಕ ISO 9001:2015ರ ಅವಶ್ಯಕತೆ ಹಾಗೂ ನಿರ್ದೇಶನಗಳಿಗನುರೂಪವಾಗಿ ಸರಳ, ವ್ಯವಹಾರಿಕ ಹಾಗೂ ಪ್ರಭಾವಶಾಲಿಯನ್ನಾಗಿಸಲಾಗಿದೆ.

ಈ ಸಂಸ್ಥೆಯ ಬೋಧನೆ ಕ್ರಮದ ವಿಭಿನ್ನ ಅಂಗ(ಶಿಕ್ಷಣ, ನಿರೀಕ್ಷಣೆ ಹಾಗೂ ಗುಣವತ್ತತೆ) ಗಳನ್ನು ಗುಣವತ್ತತೆ ಪರಿಶೋಧಕರ (Quality Auditor) ಮುಖಾಂತರ ಪರಿಶೀಲಿಸಲಾಯಿತು. ಬಳಿಕ ಈ ಅಂಗಗಳು ISO 9001:2015ರ ಅನುರೂಪವಾಗಿರುವ ಕಾರಣ ಈ ಬೋಧನೆ ಕ್ರಮವನ್ನು ಪ್ರಮಾಣಾಂಕಿತಗೊಳಿಸಲಾಗಿದೆ.

ನಿಮ್ಮನ್ನು ನಕಾರಾತ್ಮಕ ವಿಚಾರಗಳಿಂದ ಸಕಾರಾತ್ಮಕ ವಿಚಾರಗಳೆಡೆಗೆ ಸಾಗಿಸುವುದೇ ತೇಜಜ್ಞಾನ ಫೌಂಡೇಶನ್‌ದ ಗುರಿಯಾಗಿದೆ. ಸಕಾರಾತ್ಮಕ ವಿಚಾರಗಳಿಂದ ಶುಭವಿಚಾರಗಳೆಡೆಗೆ ಅಂದರೆ ಹ್ಯಾಪ್ಪಿ ಥಾಟ್ಸ್‌ಗಳೆಡೆಗೆ (ರಚನಾತ್ಮಕ ಆನಂದಪೂರ್ಣ ವಿಚಾರಗಳೆಡೆಗೆ) ಹಾಗೂ ಶುಭವಿಚಾರಗಳಿಂದ ನಿರ್ವಿಚಾರದೆಡೆಗೆ ಸಾಗಬಹುದಾಗಿದೆ. ನಿರ್ವಿಚಾರದಿಂದಲೇ ಆತ್ಮಸಾಕ್ಷಾತ್ಕಾರವು ಸಾಧ್ಯವಾಗುತ್ತದೆ. ಶುಭವಿಚಾರ ಅಂದರೆ 'ನಾನೆಲ್ಲ ವಿಚಾರಗಳಿಂದ ಮುಕ್ತನಾಗಬೇಕು' ಎಂಬ ವಿಚಾರ, ಶುಭ ಇಚ್ಛೆ ಅಂ- ದರೆ 'ನಾನೆಲ್ಲ ಇಚ್ಛೆಗಳಿಂದ ಮುಕ್ತನಾಗಬೇಕು' ಎಂಬ ಇಚ್ಛೆ.

ಒಂದುವೇಳೆ ನೀವು ಇಂಥ ಜ್ಞಾನವನ್ನು ಅಂದರೆ, ಯಾವುದು ಸಾಮಾನ್ಯಜ್ಞಾನದ ಆಚ- 'ಗಿದೆ, ಯಾವುದು ಎಲ್ಲ ಸಮಸ್ಯೆಗಳ ಸಮಾಧಾನವಾಗಿದೆ, ಯಾವುದು ಎಲ್ಲ ಮಾನ್ಯತೆಗಳಿಂದ ನಿಮ್ಮನ್ನು ಮುಕ್ತಗೊಳಿಸುತ್ತದೆ, ಯಾವುದು ನಿಮ್ಮನ್ನು ಈಶ್ವರನೊಂದಿಗೆ ಸಾಕ್ಷಾತ್ಕಾರ ಮಾಡಿಸುತ್ತದೆ, ಯಾವುದು ನಿಮ್ಮನ್ನು ಸತ್ಯದಲ್ಲಿ ಸ್ಥಾಪಿತಗೊಳಿಸುತ್ತದೆಯೋ, ಅಂಥ ಜ್ಞಾನ ಅಂದರೆ ತೇಜಜ್ಞಾನವನ್ನು ಪ್ರಾಪ್ತಿಸಿಕೊಳ್ಳಲು ಬಯಸುವಿರಾದರೆ ಆ ಸಮಯವೀಗ ಬಂದಿದೆ. ಶಬ್ದಗಳ ಸಾಮಾನ್ಯಜ್ಞಾನದಿಂದ ಮೇಲೆದ್ದು ತೇಜಜ್ಞಾನವನ್ನರಿಯುವ ಸಮಯವೀಗ ಬಂದಿದೆ.

ತೇಜಜ್ಞಾನ ಫೌಂಡೇಶನ್
ಪರಿಚಯ(Hindi)

ಹ್ಯಾಪ್ಪಿ ಥಾಟ್ಸ್ ತೇಜಜ್ಞಾನ
ಯು-ಟ್ಯೂಬ್ ಚಾನಲ್(Hindi)

ಯೂತ್ ವಿನ್ ಎನರ್ಜಿ –ಹ್ಯಾಪ್ಪಿ ಥಾಟ್ಸ್
ಯುವಜನರಿಗಾಗಿ ಯು-ಟೂಬ್ ಚಾನಲ್(Hindi)

ಮಹಾಆಸಮಾನಿ ಪರಮ ಜ್ಞಾನ

ಶಿಬಿರದ ಪರಿಚಯ ಮತ್ತು ಲಾಭಗಳು(ನಿವಾಸಿ)

Self Development to Self Realization Towards Self Stabilization

ನೀವು ಉಚ್ಚತಮ ಆನಂದವನ್ನು ಪಡೆಯಬಯಸುವಿರೆ? ಯಾವುದೇ ಕಾರಣದ ಮೇಲೆ ಅವಲಂಬಿತವಾಗಿರದ, ಸಮಯದೊಂದಿಗೆ ಹೆಚ್ಚುತ್ತಲೇ ಹೋಗುವ ಆ ಆನಂದ, ಅದು ನಿಮ್ಮದಾಗಬೇಕೆ? ನೀವು ಇದೇ ಜೀವನದಲ್ಲಿ ಪ್ರೇಮ, ವಿಶ್ವಾಸ, ಶಾಂತಿ, ಸಮೃದ್ಧಿ ಪರಮ ಸಂತುಷ್ಟಿ ಪಡೆಯಬಯಸುವಿರೆ? ನೀವು ಶಾರೀರಿಕ, ಮಾನಸಿಕ, ಆರ್ಥಿಕ, ಸಾಮಾಜಿಕ ಹಾಗು ಆಧ್ಯಾತ್ಮಿಕ ಸ್ತರಗಳಲ್ಲಿ ಸಫಲರಾಗಬೇಕೆನ್ನುವಿರೆ? ನೀವು 'ನಾನು ಯಾರು' ಈ ಪ್ರಶ್ನೆಯ ಉತ್ತರವನ್ನು ಅನುಭವದಿಂದ ಪಡೆಯಬಯಸುವಿರೆ?

ಒಂದುವೇಳೆ ನಿಮ್ಮಲ್ಲಿ ಈ ಎಲ್ಲ ಪ್ರಶ್ನೆಗಳ ಉತ್ತರವನ್ನು ಪಡೆಯುವ ಮತ್ತು 'ಅಂತಿಮ ಸತ್ಯ'ವನ್ನು ಪಡೆಯಬೇಕೆಂಬ ತೀವ್ರ ಹಂಬಲವಿದ್ದರೆ ತೇಜಜ್ಞಾನ ಫೌಂಡೇಶನ್ ಮುಖಾಂತರ ಆಯೋಜಿಸಲಾದ 'ಮಹಾಆಸಮಾನಿ ಶಿಬಿರ್'ನಲ್ಲಿ ನಿಮಗೆ ಸ್ವಾಗತವಿದೆ. ಈ ಶಿಬಿರ ಪೂರ್ಣತಃ ಸರಶ್ರೀಯವರ ಶಿಕ್ಷಣವನ್ನು ಆಧರಿಸಿದೆ.

ಮಹಾಆಸಮಾನಿ ಪರಮಜ್ಞಾನ ಶಿಬಿರದ ಉದ್ದೇಶ:

ಈ ಶಿಬಿರಿನ ಉದ್ದೇಶವೇನೆಂದರೆ, 'ವಿಶ್ವದ ಪ್ರತಿಯೊಬ್ಬ ಮನುಷ್ಯ ನಾನು ಯಾರು? ಈ ಪ್ರಶ್ನೆಯ ಉತ್ತರವನ್ನು ಅರಿತು ಸರ್ವೋಚ್ಚ ಆನಂದದಲ್ಲಿ ಸ್ಥಾಪಿತವಾಗಲಿ ಎಂದು. ಅವನಿಗೆ ಪ್ರತಿಕ್ಷಣ ವರ್ತಮಾನದಲ್ಲಿ ಇರುವ ಕಲೆಯನ್ನು ತಿಳಿಹೇಳುವ ಜ್ಞಾನವು ಲಭಿಸಲಿ. ಭೂತಕಾಲದ ಭಾರ ಹಾಗೂ ಭವಿಷ್ಯದ ಚಿಂತೆ ಇವೆರಡರಿಂದಲೂ ಅವನು ಮುಕ್ತಿಯನ್ನು ಪಡೆಯಲಿ. ಪ್ರತಿಯೊಬ್ಬ ಮನುಷ್ಯನ ಜೀವನದಲ್ಲಿ ಸ್ಥಿರವಾದ ಖುಷಿ, ಸರಿಯಾದ ತಿಳುವಳಿಕೆ ಮತ್ತು ಸಮಸ್ಯೆಗಳನ್ನು ಕರಗಿಸುವ/ವಿಲೀನಗೊಳಿಸುವ ಕಲೆಯು ಬರಲಿ. ಮನುಷ್ಯ ಜೀವನದ ಉದ್ದೇಶ ಪೂರ್ಣಗೊಳ್ಳಲಿ. ನಾನು ಯಾರು? ನಾನು ಇಲ್ಲಿ ಏಕಿದ್ದೇನೆ? ಮೋಕ್ಷವೆಂದರೇನು? ಮೋಕ್ಷವು ಇದೇ ಜನ್ಮದಲ್ಲಿ ಪ್ರಾಪ್ತವಾಗಬಹುದೇ? ಈ ಪ್ರಶ್ನೆಗಳು ನಿಮ್ಮಲ್ಲಿದ್ದರೆ ಬನ್ನಿ ಮಹಾಆಸಮಾನಿ ಪರಮಜ್ಞಾನ ಶಿಬಿರ ಇದರ ಉತ್ತರವಾಗಿದೆ.

ಮಹಾಆಸ್ಮಾನಿ ಪರಮ ಜ್ಞಾನ ಶಿಬಿರ
ಅಲ್ಪ ಪರಿಚಯ (Hindi)

ಹ್ಯಾಪ್ಪಿ ಥಾಟ್ಸ್ ಸರಶ್ರೀ (ಆಂಗ್ಲ ಭಾಷೆ)
ಯು-ಟ್ಯೂಬ್ ಚಾನಲ್

ಯೂತ್ ವಿನ್ ಎನರ್ಜಿ –ಹ್ಯಾಪ್ಪಿ ಥಾಟ್ಸ್
ಯುವಜನರಿಗಾಗಿ ಯು-ಟೂಬ್ ಚಾನಲ್
(ಆಂಗ್ಲ ಭಾಷೆ)

ಸರಶ್ರೀ ವಿರಚಿತ ಪುಸ್ತಕಗಳ ಮಾಹಿತಿ

ಸರಶ್ರೀಯವರು ವಿವಿಧ ವಿಷಯಗಳ ಮೇಲೆ **೧೫೦ ಕ್ಕಿಂತಲೂ ಅಧಿಕ ಪುಸ್ತಕಗಳನ್ನು ರಚಿಸಿದ್ದಾರೆ.** ಅವುಗಳಲ್ಲಿ 'ವಿಚಾರ ನಿಯಮ', 'ಸ್ವಸಂವಾದ –ಒಂದು ಜಾದೂ', 'ಸ್ವಯಂ ಜೊತೆ ಸಮರ', 'ಸ್ವೀಕಾರದ ಜಾದೂ', 'ಜಾಗೃತಿ ಮೂಡಿಸುವ ಉತ್ತರಗಳು', 'ಮೃತ್ಯು ನಂತರದ ಜೀವನ' ಇತ್ಯಾದಿ ಬೆಸ್ಟ್ ಸೆಲ್ಲರ್ ಪುಸ್ತಕಗಳಾಗಿವೆ. ಈ ಪುಸ್ತಕಗಳು ಹತ್ತಕ್ಕಿಂತಲೂ ಅಧಿಕ ಭಾಷೆಗಳಲ್ಲಿ ಅನುವಾದಿತಗೊಂಡಿದ್ದು ಪೆಂಗ್ವಿನ್ ಬುಕ್ಸ್, ಜೈಕೊ ಬುಕ್ಸ್, ಮಂಜುಲ ಪಬ್ಲಿಷಿಂಗ್ ಹೌಸ್, ಪ್ರಭಾತ ಪ್ರಕಾಶನ, ರಾಜಪಾಲ ಆಂಡ್ ಸನ್ಸ್, ಪೆಂಟಗಾನ್ ಪ್ರೆಸ್, ಸಕಾಳ ಮೀಡಿಯಾ ಇತ್ಯಾದಿ ಪ್ರಮುಖ ಪ್ರಕಾಶನ ಸಂಸ್ಥೆಗಳ ಮೂಲಕ ಪ್ರಕಟಗೊಂಡಿವೆ.

ಇವುಗಳಲ್ಲಿ ಹಲವಾರು ಕನ್ನಡಕ್ಕೂ ಅನುವಾದಗೊಂಡಿವೆ. ಉದಾ: ಜಾಗೃತಿ ಮೂಡಿಸುವ ಉತ್ತರಗಳು, ಮೃತ್ಯು ನಂತದರ ಜೀವನ, ಸಂಪೂರ್ಣ ಲಕ್ಷ್ಯ ಇತ್ಯಾದಿ.

ಪುಸ್ತಕಗಳ ಖರೀದಿಸಲು ಲಾಗ್ ಇನ್ ಆಗಿರಿ: www.gethappythoughts.org

ಕನ್ನಡ ಪುಸ್ತಕಗಳಿಗಾಗಿ ಲಾಗ್ ಇನ್ ಆಗಿರಿ:

https://gethappythoughts.org/products/books/kannada/

ಪುಸ್ತಕಗಳ ಹೆಚ್ಚಿನ ಮಾಹಿತಿಗಾಗಿ ಸಂಪರ್ಕಿಸಿ: 9011013210

ತೇಜಜ್ಞಾನ ಫೌಂಡೇಶನ್ ಮೂಲಕ ಪ್ರಸ್ತುತ ಸೋಶಿಯಲ್ ಮೀಡಿಯಾ

You Tube ಮುಖಾಂತರ ಪ್ರಾರ್ಥನೆ:

Good Morning Prayer: 6.15am-6.25am IST

Dhyan Prarthana Beej: 3.30pm-3.45pm & 9pm-9.15pmIST

You Tube ಮುಖಾಂತರ ಸರಶ್ರೀಯವರ ಪ್ರವಚನಗಳ ಲಾಭವನ್ನು ಪಡೆಯಲು ಇಂದೇ ಯೂ ಟ್ಯೂಬ್ ಚೆನಲ್‌ಗಳಿಗೆ ಶಬ್ಸ್ಕ್ರಯಿಬ್ ಮಾಡಿ

YouTube channels

1. Happy Thoughts -Param Gyan(Hindi)
2. Happy Thoughts -Tejgyan(Hindi)
3. Sirshree - Tejgyan(Hindi)
4. Happy Thoughts-Sirshree (English)
5. Youth Win Energy-Happy Thoughts(Hindi)
6. Youth Win Energy-Happy Thoughts(English)

Happy Thoughts App

Contact No. : 9921008060/75

happy thoughts... The Tej Gyan

For Android

Discover self-learning, personal development, and guided programs at your fingertips.

Guided Meditations, Tejgyan Bhajans, Guided Programs, Daily Inspirations, Track Progress, Upcoming Shivirs, Annual Subscription.

Download the Happy Thoughts App today and embark on a journey of self-discovery, inner peace, and personal growth.

Follow Us

Facebook -hindi

Instagram -hindi

LinkedIn

Pinterest

Twitter

Join our Whatsapp Channel for updates Happy thoughts - Tejgyan

Instagram- English

E-mail - mail@tejgyan.com

ತೇಜಜ್ಞಾನ ಫೌಂಡೇಷನ್ – ಮುಖ್ಯ ಶಾಖೆಗಳು

ಪುಣೆ (ರೆಜಿಸ್ಟರ್ಡ್ ಆಫೀಸ್): ವಿಕ್ರಾಂತ ಕಾಂಪ್ಲೆಕ್ಸ್, ತಪೋವನ ಮಂದಿರದ ಹತ್ತಿರ, ಪಿಂಪರಿ, ಪುಣೆ–411017. ದೂರವಾಣಿ–020–27411240, 27412576

ಮನನ ಆಶ್ರಮ: ಸರ್ವೆ ನಂ.43, ಸನಸ್ ನಗರ, ನಾಂದೋಶಿ ಹಳ್ಳಿ, ಕಿರ್ಕಿಟವಾಡಿ ತಿರುವು, ತಾಲೂಕ–ಹವೇಲಿ, ಜಿಲ್ಲೆ–ಪುಣೆ–411024. ದೂರವಾಣಿ: 09921008060

ವಿಶ್ವಶಾಂತಿ ಪ್ರಾರ್ಥನೆ:

ಪೃಥ್ವಿಯ ಮೇಲೆ ಬಿಳಿ ಪ್ರಕಾಶ (ದಿವ್ಯ ಶಕ್ತಿ) ಬೀಳುತ್ತಿದೆ.

ಪೃಥ್ವಿಯಿಂದ ಸ್ವರ್ಣ ಪ್ರಕಾಶ (ಚೇತನ) ಹೊರಹೊಮ್ಮುತ್ತಿದೆ.

ವಿಶ್ವದಿಂದ ಎಲ್ಲ ನಕಾರಾತ್ಮಕತೆ ದೂರವಾಗುತ್ತಿದೆ.

ಎಲ್ಲರೂ ಪ್ರೇಮ, ಆನಂದ ಹಾಗೂ ಶಾಂತಿಗಾಗಿ ತೆರೆಯುತ್ತಿದ್ದಾರೆ, ಅರಳುತ್ತಿದ್ದಾರೆ.

ಈ 'ಸಾಮೂಹಿಕ ಅವ್ಯಕ್ತಿಗತ ಪ್ರಾರ್ಥನೆ'ಯನ್ನು ತೇಜಜ್ಞಾನ ಫೌಂಡೇಶನ್ನಿನ ಸದಸ್ಯರು ಅನೇಕ ವರ್ಷಗಳಿಂದ ನಿರಂತರವಾಗಿ ಮಾಡುತ್ತಾ ಬಂದಿದ್ದಾರೆ. ಖುಷಿಯಾಗಿರುವ ಜನರು ಈ ಪ್ರಾರ್ಥನೆಯನ್ನು ಮಾಡಬಹುದು. ಹಾಗು ರೋಗಿಗಳು, ದುಃಖದಲ್ಲಿರುವ ಜನರು ಆ ಹೊತ್ತಿನಲ್ಲಿ ಒಂದು ಜಾಗದಲ್ಲಿ ಕುಳಿತು ಈ ಪ್ರಾರ್ಥನೆಯನ್ನು ಗ್ರಹಣ ಮಾಡಿ ಸ್ವಾಸ್ಥ್ಯದ ಲಾಭವನ್ನು ಪಡೆಯಬಹುದು.

ಒಂದುವೇಳೆ ನೀವು ತೊಂದರೆಯಲ್ಲಿದ್ದರೆ ಅಥವಾ ರೋಗಗ್ರಸ್ಥರಾಗಿದ್ದರೆ ದಿನಾ ಬೆಳಿಗ್ಗೆ ಅಥವಾ ರಾತ್ರಿ 9:09 ಹೊತ್ತಿನಲ್ಲಿ ಗ್ರಹಣಶೀಲರಾಗಿ ಈ ಭಾವದಲ್ಲಿ ಕುಳಿತುಕೊಳ್ಳಿ, 'ಯಾವ ಸ್ವಾಸ್ಥ್ಯ ಹಾಗು ಶಾಂತಿಯ ಬಿಳಿ ಪ್ರಕಾಶ ಈ ಹೊತ್ತಿನಲ್ಲಿ ಅನೇಕ ಜನರ ಮುಖಾಂತರ ಪೃಥ್ವಿಯ ಮೇಲೆ ಬೀಳುತ್ತಿದೆಯೋ ಅದು ನನ್ನ ಮೇಲೆ ಕೆಲಸ ಮಾಡುತ್ತಿದೆ. ನಾನು ಸ್ವಸ್ಥ ಹಾಗು ಶಾಂತನಾಗುತ್ತಿದ್ದೇನೆ.' ಕೆಲ ಸಮಯ ಈ ಭಾವನೆಯಲ್ಲಿ ಇದ್ದು ಎಲ್ಲರಿಗೂ ಧನ್ಯವಾದಗಳನ್ನು ಹೇಳುತ್ತಾ ಏಳಬಹುದು.

ನಮ್ರ ವಿನಂತೆ: ವಿಶ್ವಶಾಂತಿಗಾಗಿ ಲಕ್ಷಾಂತರ ಜನರು ಪ್ರತಿದಿನ ೯.೦೯ ಬೆಳಿಗ್ಗೆ ಮತ್ತು ರಾತ್ರಿ ಮೇಲೆ ತಿಳಿಸಿದ ಪ್ರಾರ್ಥನೆಯನ್ನು ಸಲ್ಲಿಸುತ್ತಿದ್ದರೆ. ಜೊತೆಗೆ ಭಾರತೀಯ ಸಮಯದ ಅನುಸಾರವಾಗಿ ಪ್ರತಿದಿನ ಮುಂಜಾನೆ ೬:೧೫, ಮಧ್ಯಾನ್ಹ ೩:೩೦ ಮತ್ತು ರಾತ್ರಿ ೯ ಘಂಟೆಗೆ ಯು–ಟ್ಯೂಬ್ ಮುಖಾಂತರ 'ಧ್ಯಾನ ಪ್ರಾರ್ಥನಾಬೀಜ' ಪ್ರಸಾರಿತವಾಗುತ್ತದೆ. ಕೃಪೆಮಾಡಿ ನೀವು ಕೂಡ ಇದರಲ್ಲಿ ಭಾಗವಹಿಸಿರಿ. ಧನ್ಯವಾದಗಳು!

ಹ್ಯಾಪ್ಪಿ ಥಾಟ್ಸ್ ಪರಮ ಜ್ಞಾನ ಯು–ಟ್ಯೂಬ್ ಚಾನಲ್ (Hindi)